പ്രേമത്തെപ്പറ്റി മൂന്നു കഥകൾ

INSIGHT PUBLICA®

INSIGHT PUBLICA®

Nadakkavu, Kozhikode, Kerala
Tel:0495–4020666
www.insightpublica.com
e-mail: insightpublica@gmail.com
Premathepatti Moonu Kadhakal
Ivan Turgenev
(Malayalam)
Book Design: kjvj@insight
First Insight Edition: March 2020
This Edition: November 2023

ISBN 978-93-89804-23-2
Printed and Published by
Insightinpublica Printers & Publishers Pvt. Ltd.
₹ 590

പ്രേമത്തെപ്പറ്റി മൂന്നു കഥകൾ

ഇവാൻ തുർഗേനെവ്

INSIGHT PUBLICA®

ഉള്ളടക്കം

മുഖവുര

അതിസൂക്ഷ്മമായ ഭാവഗീതാത്മകതയാർന്ന ഗദ്യകാരൻ, മനുഷ്യരുടെ വികാരപ്രപഞ്ചത്തിന്റെ അഗാധതകളിലേക്ക് ആണ്ടിറങ്ങി മനശ്ശാസ്ത്രപരമായ അപഗ്രഥനം നടത്തുന്നതിൽ വിചക്ഷണൻ, നിരുപമമായ ശൈലീവല്ലഭൻ, വാക്കുകൾകൊണ്ട് അത്ഭുതം സൃഷ്ടിക്കാൻ കഴിയുന്ന ഒരു യഥാർത്ഥ കലാകാരൻ എന്നീ നിലകളിലെല്ലാം റഷ്യയ്ക്കകത്തും പുറത്തും വിശ്രുതനായിരുന്ന ഏറ്റവും വലിയ റഷ്യൻ സാഹിത്യകാരന്മാരിലൊരാളായിരുന്നു ഇവാൻ തുർഗേനെവ് (1918-1883). അദ്ദേഹം പിൻമുറക്കാരെ ഏല്പിച്ചുപോയ സാഹിത്യപൈതൃകത്തിൽ ആറു നോവലുകളും അനേകം കഥകളും നാടകങ്ങളും കവിതകളും ഉൾപ്പെടുന്നു.

ആന്തരിക—ഭാവഗീതാത്മക അംശത്തിന്റേയും സാമൂഹ്യ-ചരിത്രപര അംശത്തിന്റേയും അഭേദ്യമായ ഐക്യമാണ് നിയമേന അദ്ദേഹത്തിന്റെ രചനകളിൽ കാണാവുന്നത്. എന്നാൽ അദ്ദേഹം ശുദ്ധ മനശ്ശാസ്ത്രപ്രശ്നങ്ങളിലും വൈയക്തിക—ധാർമ്മിക പ്രശ്നങ്ങളിലും ശ്രദ്ധ കേന്ദ്രീകരിച്ചിട്ടുള്ള കൃതികളും കുറവല്ല.

പ്രസ്തുതഗണത്തിൽപ്പെട്ട “ആസ്യ”, “ആദ്യപ്രേമം”, “വാസന്തപ്രവാഹങ്ങൾ” എന്നീ മൂന്നു കഥകളാണ് ഈ സമാഹാരത്തിൽ ചേർത്തിട്ടുള്ളത്. അവ പ്രേമകഥകളാണ്. ഒരു പ്രേമഗായകനായ തുർഗേനെവിന്റെ ദൃഷ്ടിയിൽ പ്രേമം ഒരു ദുരന്തവികാരവും ജീവിതത്തിന്റെ മഹാരഹസ്യവും സ്വയംഭൂതമായൊരു പ്രകൃതിശക്തിയുമാണ്. ആ ശക്തിയുടെ മുമ്പിൽ മനുഷ്യൻ മിക്ക നോവലുകളിലും കഥകളിലും പ്രേമം വിധിവിഹിതമെന്നോണം മനുഷ്യരെ ആവേശിക്കുകയും അവരുടെ വികാരങ്ങൾക്കു തിരികൊളുത്തുകയും അവരുടെ ജീവിതത്തെ പ്രഭാപൂരിതമാക്കുകയും അവസാനം ദുരന്തപൂർണ്ണമായി പരിണമിക്കുകയും ചെയ്യുന്നു.

ഒരു ഭാവഗായകനായിരുന്ന തുർഗേനെവിന്റെ സർഗ്ഗസൃഷ്ടികളെ സംബന്ധിച്ചിടത്തോളം നിർണ്ണായകമായിരുന്നു അദ്ദേഹത്തിന്റെ വികാരങ്ങളും അനുഭൂതികളും സംവേദനങ്ങളും. തന്റെ ചിത്താനുഭൂതികളേയും

ജീവിതാനുഭവങ്ങളേയും അദ്ദേഹം സാഹിത്യത്തിൽ പകർത്തി. ഉദാഹരണത്തിന് ഇരുപത്തഞ്ചാമത്തെ വയസ്സിൽ വിശ്രുതഗായികയായി പൊളീന ഗാർസിയ—വിയാർ ഡോയോട്ടു തോന്നിയ പ്രേമം അദ്ദേഹത്തെ സംബന്ധിച്ചിടത്തോളം വിനാശകരമായിരുന്നുവെന്നതിനു സംശയമില്ല. അദ്ദേഹം പൊളീനയെ ഫ്രാൻസിലേക്കു അനുഗമിച്ചു. വിവാഹിതയായിരുന്ന ആ സ്ത്രീ ഭർത്താവിനെ ഉപേക്ഷിക്കാൻ തയ്യാറായില്ല. തുർഗേനെവ് ജീവിതാവസാനംവരെ പൊളീനയുടേയും അവളുടെ കുടുംബത്തിന്റേയും സമീപത്തു—അദ്ദേഹത്തിന്റെ വാക്കുകളിൽ പറഞ്ഞാൽ, "അന്യരുടെ കൂടിന്റെ അരികത്ത്" പാർത്തു. പ്രേമത്തിന്റെ ശോകാത്മകതയെ സംബന്ധിച്ച അദ്ദേഹത്തിന്റെ തീവ്രാനുഭൂതിക്ക് ഇതായിരുന്നിരിക്കില്ലേ നിദാനം?

ഈ സമാഹാരത്തിലെ കഥകൾ തുർഗേനെവ് നേരിട്ടനുഭവിക്കുകയും അദ്ദേഹത്തിന്റെ ഹൃദയത്തെ അഗാധമായി സ്പർശിക്കുകയും ചെയ്തു സംഭവങ്ങളെ വിവരിക്കുന്നതുകൊണ്ടുതന്നെയാണ് അദ്ദേഹത്തിന് അവ ഇത്രയേറെ പ്രിയംകരമായിട്ടുള്ളത്. താൻ വിശേഷിച്ചും ഇഷ്ടപ്പെടുന്ന കഥകളാണവയെന്ന് അദ്ദേഹം ആവർത്തിച്ചു പറഞ്ഞിട്ടുണ്ട്. ഈ കഥകൾ തുർഗേനെവിന്റെ ഏറ്റവും പ്രധാനപ്പെട്ട കൃതികളല്ലായിരിക്കാം. എങ്കിലും അദ്ദേഹത്തിന്റെ ആത്മാവിനെത്തന്നെ കാഴ്ചവയ്ക്കുന്ന അവ ഭാവഗീതാത്മകമായ റഷ്യൻ ഗദ്യസാഹിത്യത്തിലെ അമൂല്യരത്നങ്ങളാണ്. അസാമാന്യമായ കാവ്യാത്മകയും അവയിൽ തുളുമ്പിനിൽക്കുന്നു. തുർഗേനെവിന്റെ അനുപമസുന്ദരമായ വർണ്ണനകൾ ലിയോ ടോൾസ്റ്റോയിയുടെപോലും പ്രശംസ പിടിച്ചുപറ്റി. മറ്റൊരു എഴുത്തുകാരനും എത്തിപ്പിടിക്കാനാവാത്ത തനി മണിമുത്തുകളാണവയെന്ന് അദ്ദേഹം പറഞ്ഞു.

റഷ്യൻ സാഹിത്യത്തിലെ ഈ അനർഘരത്നങ്ങളെക്കുറിച്ചു വിസ്തരിച്ചു പ്രതിപാദിക്കേണ്ട കാര്യമില്ല. അവയോടനുബന്ധിച്ച ചില വസ്തുതകളും തുർഗേനെവിന്റെ സമകാലികർ അവയെക്കുറിച്ചു പ്രകടിപ്പിച്ച ചില അഭിപ്രായങ്ങളും മാത്രം പറയാം.

"ആസ്യ" എന്ന കഥയെഴുതിയത് 1857 ലാണ്. അതേ പേരുള്ള അതിലെ കഥാനായിക "ദൂരെ എവിടെയെങ്കിലും കഴിമാടം വരെപ്പോലും, പോയി വല്ല വീരകൃത്യവും പ്രവർത്തിക്കുന്ന"തിനെക്കുറിച്ചു സ്വപ്നം കാണുന്ന വികാരവതിയും അഭിമാനാന്വിതയുമായ ഒരു ധീരയുവതിയാണ്. അവളുടെ സ്വഭാവശുദ്ധിയും വികാരാവേശവും നമ്മെ ഹഠാദാകർഷിക്കുന്നു. ഫലത്തിൽ അടിമയായിരുന്ന ഒരു അടിയാളകർഷകസ്ത്രീയിൽ ഒരു ധിനിക ജന്മിക്കു ജനിച്ച ജാരസന്തതിയായിരുന്നു ആസ്യ. ആ അപമാനത്തിന്റെ വേദനയനുഭവിക്കുന്ന അവളെ ചിത്രകാരനായ അവളുടെ സഹോദരൻ വിദേശത്തേക്കു കൂട്ടിക്കൊണ്ടുപോകുന്നു.

ആസ്യയുടെ ഒരു മാതൃകയായി വർത്തിച്ചത് ഒരു കർഷകസ്ത്രീയുമായുള്ള വിവാഹബാഹ്യബന്ധത്തിൽ തുർഗേനെവിനു ജനിച്ച പൊളീനയെന്ന പെൺകുട്ടിയായിരുന്നു. വിധിയുടെ ആഘാതങ്ങളിൽനിന്നും അഭിമാന ക്ഷതത്തിൽനിന്നും അവളെ രക്ഷിക്കാൻവേണ്ടി തുർഗേനെവ് അവളെ ഫ്രാൻസിൽ സ്ഥിരമായി താമസിപ്പിക്കുകയും ചെയ്തു. റഷ്യയിൽ ആസ്യയുടെ ജീവിതത്തിന് പൊളീനയുടെ ജീവിതവുമായി ഒട്ടേറെ സാദൃ ശ്യമുണ്ടായിരുന്നു. തുർഗേനെവിന്റെതന്നെ വാക്കുകളിൽ പറഞ്ഞാൽ, അദ്ദേഹം ആ കഥയെഴുതിയത് "നിറഞ്ഞ കണ്ണുകളോടെ" യാണ്.

ആസ്യയുടെ ആർദ്രപ്രേമം ദുരന്തപൂർണ്ണമായി കലാശിച്ചു. അവൾ ആരെയാണോ പ്രേമിച്ചത്, ജീവിതത്തിലാദ്യമായി അവളത് ആരോടാണോ വെളിപ്പെടുത്തിയത്, ആ മനുഷ്യൻ ദൃഢചിത്തതയോടെ എന്തെങ്കിലും പ്രവർത്തിക്കാൻ ത്രാണിയില്ലാത്ത ഒരുവനായിരുന്നു. അവളുടെ പ്രേമപ്രഖ്യാപനത്തിന് അയാളിൽനിന്നു ലഭിച്ച മറുപടി നിർ വികാരമായ സാരോപദേശങ്ങളായിരുന്നു... ഇത് റഷ്യൻ മഹാകവി പുഷ്കിന്റെ "യെവ്ഗേനി ഒനേഗിൻ" എന്ന കവിതയിലെ ഇതിവൃത്തത്തെ അനുസ്മരിപ്പിക്കുന്നു.

ഈ കഥയുടെ കാവ്യാത്മകവും ധാർമ്മികവുമായ സൗന്ദര്യവും സംശുദ്ധിയും തുർഗോനെവിന്റെ സമകാലിനരുടെ മുക്തകണ്ഠമായ പ്രശംസയ്ക്കു പ്രാത്രീഭവിച്ചു. "ആസ്യ" ആദ്യമായി പ്രസിദ്ധീകരിച്ച "സവ്രി മേന്നിക്ക്" എന്ന അനുകാലികത്തിന്റെ പത്രാധിപരും പ്രശസ്തറഷ്യൻ കവിയുമായ നിക്കൊലായ് നെക്രാസൊവ് തുർഗേനെവിന് എഴുതി: "ഈ കഥയെഴുതിയതിനും അതു ഇത്രയേറെ സുന്ദരമായതിനും ഞാൻ താങ്കളെ ആശ്ലേഷിക്കുന്നു. അതിൽനിന്നു പ്രസരിക്കുന്നത് ആത്മാവി ന്റെ യുവത്വമാണ്. അതാകെത്തന്നെ കവിതയുടെ തനിത്തങ്കമാണ്." 'ആസ്യ'യുടെ ഭാവഗീതാത്മകതയാണ് പ്രസിദ്ധസാഹിത്യകാരനായ ദ്മീത്രി ഗ്രിഗോറൊവിച്ചിനെ ആകർഷിച്ചത്. അദ്ദേഹം പറഞ്ഞു. "താങ്കളുടെ ഹൃദയത്തിൽ ഒരു വയലറ്റുപുഷ്പം വിടർന്നു നിൽക്കുന്നു."

1960-ൽ എഴുതിയ. "ആദ്യപ്രേമ"ത്തിൽ വിവരിച്ചിട്ടുള്ളത് യഥാർത്ഥ സംഭവങ്ങളാണെന്ന് തുർഗേനെവ് തന്നെ പറഞ്ഞിട്ടുണ്ട്. അദ്ദേഹവും അദ്ദേഹത്തിന്റെ പിതാവുമാണ് അതിലെ കഥാപാത്രങ്ങൾ. മുമ്പ് ഒരു ഗാർഡ്സ് ഓഫീസറായിരുന്ന അദ്ദേഹത്തിന്റെ പിതാവ് പണത്തിനു വേണ്ടി മാത്രം തന്നെക്കാൾ പത്തു വയസ്സിനു മൂപ്പുള്ള ഒരു കുബേരസ്ത്രീയെ വിവാഹം കഴിച്ചു. തുർഗേനെവിന്റെ ജീവിതത്തെ ഒരു സ്മരണീയസം ഭവത്തെ ചുറ്റിപ്പറ്റിയുള്ളതാണ് കഥ. അതെപ്പറ്റി കഥാകാരൻതന്നെ പറയുന്നത് ഇങ്ങനെയാണ്: "ആദ്യപ്രേമ"ത്തിൽ ഞാൻ വർണ്ണിച്ചിട്ടു ള്ളത് എന്റെ സ്വന്തം അച്ഛനെയാണ്. അതിന്റെ പേരിനു വിശേഷിച്ചും ഞാൻ അക്കാര്യം ഒളിച്ചുവയ്ക്കാത്തതിന്, പലരും എന്നെ കുറ്റപ്പെടുത്തി.

പക്ഷേ അതിൽ തെറ്റൊന്നുമില്ലെന്നാണ് എന്റെ വിശ്വാസം. എനിക്ക് ഒളിച്ചുവയ്ക്കേണ്ടതായിട്ടൊന്നുമില്ല. എന്റെ അച്ഛൻ ഒരു സുന്ദരനായിരുന്നു. എനിക്കതു പറയാൻ മടിയില്ല. കാരണം, എനിക്ക് അദ്ദേഹത്തിന്റെ ഛായ ഒരു തരിപോലുമില്ല. എനിക്ക് അമ്മയുടെ മുഖച്ഛായയാണു കിട്ടി യിട്ടുള്ളത്. തനി റഷ്യൻ സൗന്ദര്യമായിരുന്നു അച്ഛന്റേത്. പൊതുവിൽ അദ്ദേഹം ശൈത്യസ്വഭാവിയും സംസർഗ്ഗവിമുഖനുമായിരുന്നു. എങ്കിലും മറ്റുള്ളവരുടെ ഇഷ്ടം സാമ്പാദിക്കണമെന്നു തോന്നിയാൽ അദ്ദേഹ ത്തിന്റെ മുഖഭാവവും പെരുമാറ്റവുമെല്ലാം തന്നെ അദൃശ്യമായൊരു വശ്യതയാർജ്ജിക്കും. അദ്ദേഹത്തിന് ഇഷ്ടം തോന്നുന്ന സ്ത്രീകളോടുള്ള പെരുമാറ്റത്തിൽ ഇതു വിശേഷിച്ചും പ്രകടമായിരുന്നു."

കഥാവസ്തുവും തന്റെ ചെറുപ്പകാലത്തെ യഥാർത്ഥ സംഭവങ്ങളും തമ്മിലുള്ള ബന്ധം മറച്ചുവെയ്ക്കാനായിരുന്നു തുർഗേനെവിന്റെ ആദ്യത്തെ ഉദ്ദേശം. ഉദാഹരണത്തിന് അമ്മാവന്റെ കൂടെ താമസിക്കുന്ന ഒരു അനാഥബാലനായി വെളോദ്യയെ ചിത്രീകരിക്കണമെന്നാണ് അദ്ദേഹം വിചാരിച്ചത്. എന്നാൽ, യഥാർത്ഥത്തിൽ സംഭവിച്ചതുപോലെ, അത് അച്ഛനും മകനും തമ്മിലുള്ള സംഘട്ടനത്തിന്റെ കഥതന്നെയായിരിക്ക ണമെന്ന് പിന്നീടദ്ദേഹം തീരുമാനിച്ചു. ശരിക്കുണ്ടായതുപോലെതന്നെ കഥയിലെ സംഭവങ്ങളും നടക്കുന്നത് 1833 ലാണ്. തുർഗേനെവിന് അന്ന് 15 വയസ്സായിരുന്നു. വൊളോദ്യയ്ക്ക് അദ്ദേഹം ഒരു വയസ്സുകൂടി കൂട്ടി. തന്റെ കുടുംബത്തിൽ നടന്ന മനഃശ്ശാസ്ത്ര നാടകത്തിന്റെ മുഴുവൻ സങ്കീർണ്ണതയും കൂടുതൽ ആഴത്തിൽ അനുഭവിച്ചറിയാൻ പറ്റിയ പ്രായം അതാണെന്ന് അദ്ദേഹത്തിന് തോന്നി.

കഥാകഥനം നടക്കുന്നത് രണ്ടു തലങ്ങളിലാണ്. ഇനിയും കൗമാരം വിടാത്ത വൊളോദ്യയ്ക്ക് അയൽവീട്ടിലെ സിനയീദയെന്ന സുന്ദരിയോടു തോന്നുന്ന പ്രേമത്തിന്റെ വർണ്ണനയാണ് ഒന്ന്. അതിന്റെ പശ്ചാത്ത ലത്തിലെന്നവണ്ണമാണ് വൊളോദ്യയുടെ കണ്ണിലൂടെ മുഖ്യകഥാവ സ്തു—അതായത് സിനയീദയും വൊളോദ്യയുടെ പിതാവ് പ്യോത്തർ വസീല്യെവിച്ചും തമ്മിലുള്ള പ്രേമം—അവതരിപ്പിച്ചിട്ടുള്ളത്.

ഒരുപക്ഷേ ഏറ്റവും ശ്രദ്ധേയമായിട്ടുള്ള കഥാപാത്രം സിനയീദയാണ്. ധാരാളം ആരാധകരുള്ള വിലാസവതിയായ ഒരു കോമളാംഗിയായി ട്ടാണ് അവൾ ആദ്യം നമ്മുടെ മുമ്പിൽ പ്രത്യക്ഷപ്പെടുന്നത്. എന്നാൽ അഴകിനു പുറമെ കൂർമ്മബുദ്ധിയും സൗന്ദര്യബോധവുമുള്ള ഒരു യുവതിയാ ണവൾ. തന്റെ വീട്ടിലെ വിരസമായ അന്തരീക്ഷവും ക്ഷുദ്രമായ ചുറ്റുപാടു കളും അവൾക്കു മടുത്തുകഴിഞ്ഞു, അപ്പോഴാണ് തികച്ചും യാദൃശ്ചികമായി അവൾ പ്യോത്തർ വസീല്യെവിച്ചിനെ കണ്ടുമുട്ടുന്നത്. നിഗൂഢതയുടെ പരി വേഷമാർന്ന അസാധാരണമായ ആ സുഭഗരൂപം ജീവിതത്തിലാദ്യമായി

അവളുടെ വികാരങ്ങളെ തൊട്ടുണർത്തി. നിർഭാഗ്യവശാൻ അവരുടെ പ്രേമത്തിന്റെ പരിണാമം ദുരന്തപൂർണ്ണമാവാതെ തരമില്ലായിരുന്നു. അവരുടെ മാർഗ്ഗത്തിൽ അത്രയേറെ പ്രതിബന്ധങ്ങളുണ്ടായിരുന്നു. ആ കാമുകീകാമകന്മാർ വേർപിരിയാൻ നിർബ്ബന്ധിതരായി.

മറ്റേതൊരു എഴുത്തുകാരന്റെ തൂലികത്തുമ്പിലും ഈ ഇതിവൃത്തം വെറുമൊരു മെലോഡ്രാമയായി അവശേഷിച്ചേനെ. എന്നാലും തന്റെ കഥാപാത്രങ്ങളുടെ വികാരങ്ങളുടേയും പ്രവൃത്തികളുടേയും കാരണം കണ്ടെത്തുന്നതിൽ നിഷ്കർഷിക്കുന്ന തുർഗേനെവിന്റെ കലാവിരുത്. "ആദ്യപ്രേമ"ത്തെ അദ്ദേഹത്തിന്റെ ഒരു സമുന്നതസർഗ്ഗസൃഷ്ടിയാക്കി മാറ്റുന്നു. "ഞാൻ സസന്തോഷം ആവർത്തിച്ചു വായിക്കുന്ന ഒരൊറ്റ കഥയേയുള്ളു." തന്റെ വാർദ്ധക്യകാലത്ത് തുർഗേനെവ് പറഞ്ഞു. "ആദ്യപ്രേമ''മാണ് അത്. എന്റെ ഇഷ്ടകഥയാണതെന്നു പറയാം. എന്റെ മറ്റെല്ലാ കഥകളും കുറച്ചെങ്കിലും ഭാവനാസൃഷ്ടികളാണ്. 'ആദ്യ പ്രേമ'ത്തിലാവട്ടെ, നടന്ന കാര്യങ്ങൾ തെല്ലും അതിശയോക്തി കൂടാതെ പകർത്തിയിരിക്കുകയാണ്. അതു വീണ്ടും വായിക്കുമ്പോൾ അതിലെ കഥാപാത്രങ്ങൾ ജീവനോടെ എന്റെ കൺമുമ്പിൽ പ്രത്യക്ഷപ്പെടുന്നു." തുർഗേനെവിന്റെ സമകാലികരിൽ പലരും ഈ കൃതിയെ വളരെയേറെ വിലമതിക്കുകയുണ്ടായി. "താങ്കളുടെ 'ആദ്യപ്രേമം' മനോഹരമായിരിക്കുന്നു." പ്രമുഖ റഷ്യൻ വിപ്ലവജനാധിപത്യവാദിയും സാഹിത്യകാരനുമായ അലക്സാണ്ടർ ഹേർത് സെൻ തുർഗേനെവിനെഴുതി. "ആദ്യപ്രേമ"ത്തിൽ അനാച്ഛാദനപരമോ ഗുണദോഷപരമോ ആയ യാതൊന്നുമില്ലെങ്കിലും, ആവേശവും നറുമണവും കവിതയുമൊഴിച്ച് മറ്റൊന്നും അതിലില്ലെങ്കിലും, ആളുകൾ അത് രസംപിടിച്ച് വായിക്കുന്നുവെന്ന് അക്കാലത്തെ ഉജ്ജ്വലസാഹിത്യനിരൂപകനായ അപ്പൊളോൻ ഗ്രിഗോര്യെവ് ചൂണ്ടിക്കാട്ടി.

1870 മദ്ധ്യത്തിനും 1871 ആരംഭത്തിനുമിടയ്ക്ക് തുർഗേനെവ് എഴുതിയ "വാസന്തപ്രവാഹങ്ങളും" ഒരു ദുരന്തപ്രേമകഥയാണ്. ദ്മീത്രി സാനിനും ജെമ്മയും തമ്മിലുള്ള ആദ്യത്തെ പരിശുദ്ധപ്രേമം, താൻ യാദൃശ്ചികമായി കണ്ടുമുട്ടാനിടയായ അസാമാന്യമാംവണ്ണം സുന്ദരിയും ക്രൂരയും സ്വാർത്ഥമതിയുമായ ഒരുവളോട് സാനിനു തോന്നിയ അന്ധവും അപമാനകരവുമായ കാമത്തിൽ അഹുതിചെയ്യപ്പെടുന്നു. തുർഗേനെവിന്റെ ജീവിതത്തിലുണ്ടായ ഒരനുഭവമാണ് ഈ കഥയുടേയും അടിസ്ഥാനം. സാനിനെപ്പോലെതന്നെ യുവാവായ തുർഗേനെവ് ഒരിക്കൽ ഇറ്റലിയിൽനിന്നുള്ള മടക്കയാത്രയിൽ മൈൻ നദീതീരത്തുള്ള ഫ്രാങ്ക്ഫർട്ട് നഗരത്തിലെ ഒരു മിട്ടായിക്കടയിൽ സുന്ദരിയായ ഒരു യുവതിയെക്കണ്ടു. ബോധക്ഷയം വന്ന അനുജനെ സഹായിക്കാൻ അവൾ അദ്ദേഹത്തോട് അപേക്ഷിച്ചു. അവളോടു തോന്നിയ ആസക്തി അടക്കിക്കൊണ്ട് തുർഗേനെവ് വേഗം റഷ്യയിലേക്കു മടങ്ങി. എന്നാൽ "വാസന്തപ്രവാഹങ്ങളു"ടെ ആദ്യഭാഗം

മാത്രമല്ല രണ്ടാം ഭാഗവും ആത്മകഥാപരമാണ്. തുർഗേനെവ്തന്നെ പറഞ്ഞിട്ടുള്ള കാര്യമാണത്. "ആ നോവൽ മുഴവനും സത്യമാണ്, ഞാൻ നേരിട്ട് അനുഭവിച്ചിട്ടുള്ളതാണ്. അത് എന്റേതന്നെ കഥയാണ്. എനിക്ക് അടുത്തറിയാമായിരുന്ന ത്രുബെത്സ്കായ പ്രഭ്വിയുടെ സാക്ഷാൽ രൂപമാണ് മാഡം പോലൊസൊവ. അക്കാലത്ത് അവർ പാരീസിലെ സംസാരവിഷയമായിരുന്നു. അവരെ ഇപ്പോഴും അവിടെ ഓർക്കുന്നുണ്ട്. പൻറലിയോണെ അവരുടെ വീട്ടിലായിരുന്നു താമസം. ആ വീട്ടിൽ അയാൾ ഒരു സുഹൃത്തിനും ഭൃത്യനും ഇടയ്ക്കുള്ള ഒരാളെപ്പോലായിരുന്നു. ഇറ്റാലിയൻ കുടുംബവും എന്റെ ഭാവനാസൃഷ്ടിയല്ല. ഞാൻ ചില വിശദാംശങ്ങൾ മാറ്റുകയും ആ കുടുംബത്തെ മറ്റൊരിടത്താക്കുകയും ചെയ്യുന്നു മാത്രം. കാരണം, ഫോട്ടോയിലെപ്പോലെ അതേപടി പകർത്തിവയ്ക്കാൻ എനിക്കു നിവൃത്തിയില്ലായിരുന്നു. ഉദാഹരണത്തിന് പ്രഭ്വി ജന്മനാ ഒരു ജിപ്സിയായിരുന്നു. എന്നാൽ ഞാനവരെ താണ വംശക്കാരിയായ ഒരു റഷ്യൻ മഹിളയാക്കി. അതുപോലെതന്നെ ഞാൻ പൻറലിയോണെയെ ഇറ്റാലിയൻ കുടുംബത്തിലെ അന്തേവാസിയാക്കി..."

"വാസന്തപ്രവാഹങ്ങൾ" റഷ്യയിൽ പ്രസിദ്ധീകരിച്ച് അധികനാൾ കഴിയുന്നതിനുമുമ്പ് തന്നെ അതിന്റെ പരിഭാഷകൾ ഫ്രാൻസ്, അമേരിക്ക, ബ്രിട്ടൺ, ഇറ്റലി, ഡെന്മാർക്ക്, പോളണ്ട് തുടങ്ങിയ രാജ്യങ്ങളിലിറങ്ങി. അതെക്കുറിച്ചുള്ള സമകാലികരുടെ അഭിപ്രായങ്ങളുടെ കൂട്ടത്തിൽ ഏറ്റവും ശ്രദ്ധേയമായത് തുർഗേനെവിന്റെ സുഹൃത്തും വിശിഷ്ട ഫ്രഞ്ച് സാഹിത്യകാരനുമായ ഗുസ്താവ് ഫ്ലൊബോറിന്റേതാണ്. അദ്ദേഹം തുർഗേനെവിന് എഴുതി: "ഞാൻ താങ്കളുടെ 'വസന്തപ്രവാഹങ്ങൾ' വായിച്ച വിവരം താങ്കളെ അറിയിക്കാനാഗ്രഹിക്കുന്നു. ആ പുസ്തകം എന്റെ മനസ്സിനെ വല്ലാതെ ഉലച്ചു. എന്റെ കണ്ണു നിറഞ്ഞു. എനിക്ക് ഒരുതരം പിരിമുറുക്കം അനുഭവപ്പെട്ടു. എന്തു ചെയ്യാം നമുക്കെല്ലാവർക്കും സംഭവിച്ചിട്ടുള്ളതും നമ്മെ ലജ്ജിപ്പിക്കുന്നതുമായ കാര്യമാണ താങ്കൾ വിവരിച്ചിട്ടുള്ളത്. എന്റെ സ്നേഹിതൻ തുർഗേനെവ് എന്തൊരു മനുഷ്യനാണ്! ആ മിട്ടായിക്കടയുടെ അകം ഒന്നാന്തരമായിരിക്കുന്നു. അതുപോലെതന്നെ ആ രണ്ടു പേരുടേയും രാവിലത്തെ നടപ്പും ബഞ്ചിലിരുന്നുള്ള വർത്തമാനവും പൻറലിയോണെയും പട്ടിയും എമിലിയോയും... പ്രശാന്തവും ബാഷ്പാകുലവുമായ കഥാപരിണാമം. പ്രേമാഖ്യായികയെന്നൊന്നുണ്ടെങ്കിൽ അതിതാണ്! സ്നേഹിതാ, താങ്കൾക്കു ജീവിതത്തെക്കുറിച്ച് വളരെയേറെ അറിയാം, അറിയാവുന്നതു പറഞ്ഞറിയിക്കാനുള്ള കഴിവുമുണ്ട്. ഒരപൂർവ്വസിദ്ധിയാണത്. താങ്കളുടെ പുസ്തകങ്ങൾ വിശദീകരിക്കാൻവേണ്ടി ഒരു സാഹിത്യാദ്ധ്യാപകനാവണമെന്നാണ് എന്റെ ആഗ്രഹം. പക്ഷേ എനിക്കവ വിശദീകരിക്കേണ്ടിവരില്ല. അതിന്റെ ആവശ്യമേയില്ല! ഞാൻ ബഹുമാനിക്കുന്ന താങ്കളുടെ കലാവൈഭവം ഒരു

വിഡ്ഢിക്കുപോലും മനസ്സിലാക്കിക്കൊടുക്കാൻ എനിക്കു കഴിയുമെന്നാണ് എന്റെ വിശ്വാസം. 'വാസന്തപ്രവാഹങ്ങളി'ലെ രണ്ടു സ്ത്രീകളുടേയും അവരുടെ ചുറ്റുപാടുകളുടേയും വ്യതിരേകാത്മക ചിത്രീകരിക്കണംതന്നെ ഉദാഹരണമായെടുക്കാം. താങ്കളുടെ ഏറ്റവും ഒടുവിലത്തെ കൃതിയെ വർണ്ണിക്കാൻ എനിക്ക് ഏറ്റവും ബുദ്ധിശൂന്യമായ ഒരു വാക്കു മാത്രമേ കിട്ടുന്നുള്ളൂ: അത് മനോഹരമായിരിക്കുന്നു! എങ്കിലും ഞാൻ ആ വാക്കിന് അഗാധമായൊരു അർത്ഥം കല്പിക്കുന്നുണ്ട്. ഈ കൃതി വായനക്കാരുടെ ഹൃദയത്തിൽ സ്നേഹം അങ്കുരിപ്പിക്കുന്നു. അത് ഒരേ സമയത്ത് ചിരിപ്പിക്കുകയും കരയിപ്പിക്കുകയും ചെയ്യുന്നു."

ഇവാൻ തുർഗേനെവിന്റെ ഈ മൂന്നു കഥകളും റഷ്യൻ സാഹിത്യത്തിലെ ക്ലാസിക്കുകളാണ്. തുർഗേനെവ് കൃതികളുടെ എല്ലാ ലക്ഷണങ്ങളും അവയിൽ ഒത്തിണങ്ങിയിട്ടുണ്ട്. അദ്ദേഹത്തിന്റെ സർഗ്ഗപ്രതിഭയുടെ ഉൽകൃഷ്ടവശങ്ങളെ പ്രതിഫലിപ്പിക്കുന്ന ആ കഥകൾ നിസ്തോഭമായി വായിച്ചുപോകാൻ ഇന്നും സാദ്ധ്യമല്ല. ഈ കഥകളുടെ വായനയിലൂടെ തുർഗേനെവിന്റെ സാഹിത്യസൃഷ്ടികളുമായി ആദ്യമായി പരിചയപ്പെടുന്ന ചെറുപ്പക്കാരായ വായനക്കാരുടെ മുമ്പിൽ മനുഷ്യവികാരങ്ങളുടെ ഒരു നിരുപമപ്രപഞ്ചം ചുരുൾനിവരുന്നു. തുർഗേനെവ് വിവരിക്കുന്ന സംഭവങ്ങളും ഇക്കാലവും തമ്മിൽ ഒരു നൂറ്റാണ്ടിന്റെ വിടവുണ്ടെങ്കിലും നമ്മുടെ സമകാലീനർക്ക് അവ അനുഭവവേദ്യമാണ്. എന്തെന്നാൽ സനാതനവും അനശ്വരവുമായ യഥാർത്ഥ മനുഷ്യവികാരങ്ങളെക്കുറിച്ചാണ് അവ പറയുന്നത്.

അർതുർ തൊൾസ്ത്യക്കോവ്

ആസ്യ

I

എനിക്ക് ഇരുപത്തഞ്ചു വയസ്സുള്ളപ്പോഴായിരുന്നു അത്, അതുകൊണ്ട് ഇതൊരു പഴയ ചരിത്രമാണ്—എൻ. എൻ. പറഞ്ഞു തുടങ്ങി.—രക്ഷാകർതൃത്വത്തിൻ കീഴിൽ നിന്നും ആയിടെ മാത്രം വിമുക്തനായ ഞാൻ വിദേശയാത്രയ്ക്ക് ഇറങ്ങി തിരിച്ചത് അക്കാലത്ത് ആളുകൾ പറയാറുണ്ടായിരുന്നതുപോലെ "വിദ്യാഭ്യാസം പൂർത്തിയാക്കാൻ" ആയിരുന്നില്ല. വിശാലമായ ലോകം ഒന്നു കാണണം എന്നു മാത്രമേ എനിക്ക് ഉദ്ദേശമുണ്ടായിരുന്നുള്ളൂ. നല്ല ആരോഗ്യവും ചുറുചുറുക്കുമുള്ള ഒരു ചെറുപ്പക്കാരനായിരുന്നു ഞാൻ. പണമാണെങ്കിൽ ധാരാളം. ഉത്തരവാദിത്തമൊന്നും തലയിൽക്കയറ്റിയിരുന്നുമില്ല. മുൻ പിൻനോട്ടമില്ലാതെ ജീവിക്കുന്ന നിമിഷത്തിനുവേണ്ടി ഞാൻ ജീവിച്ചു. ചുരുക്കിപ്പറഞ്ഞാൽ എനിക്കിഷ്ടപ്പെട്ടതെല്ലാം ഞാൻ ചെയ്തു. എന്റെ ജീവിതത്തിലെ വസന്തകാലമായിരുന്നു അത്. മനുഷ്യൻ ചെടികളെപ്പോലെയല്ലെന്നും അവന്റെ പൂക്കാലം വളരെ ഹ്രസ്വമാണെന്നും അക്കാലത്ത് എനിക്ക് തോന്നിയതേയില്ല. ഒരു യുവാവ് മധുരപലഹാരം നിത്യഭക്ഷണംപോലെ തിന്നു വയർനിറയ്ക്കുന്നു. എന്നാൽ ഒരു കഷ്ണം റൊട്ടി കിട്ടിയാൽ ധാരാളമായി എന്നയാൾക്കു തോന്നുന്ന ഒരു കാലമുണ്ടാകും. പക്ഷേ നമുക്കിപ്പോൾ അതേപ്പറ്റി പറഞ്ഞ് സമയം കളയേണ്ട.

തോന്നുന്നിടത്തു താമസിക്കുകയും പുതിയ മുഖങ്ങൾ കാണാൻ കമ്പം തോന്നുമ്പോൾ അവിടെനിന്നും വീണ്ടും യാത്ര തുടരുകയും ചെയ്തുകൊണ്ട് ലക്ഷ്യവും പരിപാടിയുമില്ലാതെ ഞാൻ സഞ്ചരിച്ചു. മുഖങ്ങൾ—അതെ മുഖങ്ങളെയാണ് ഞാൻ തേടിയത്. എനിക്ക് താല്പര്യമുണ്ടായിരുന്നത് മനുഷ്യരിൽ മാത്രമായിരുന്നു. രസകരങ്ങളായ സ്മാരകങ്ങളും വിലമതിക്കാനാവാത്ത കലാശില്പങ്ങളും എനിക്കിഷ്ടമായിരുന്നില്ല. വഴികാട്ടികളെ കാണുന്നതുതന്നെ എനിക്ക് വെറുപ്പായിരുന്നു. ഡ്രെസ്ഡനിലെ ഗ്രൂണ ഗെവോൾബെ[1] എന്നിൽ കഠിനമായ വിരസതയാണ് ഉളവാക്കിയത്. പ്രകൃതി എന്നെ ആഴത്തിൽ സ്പർശിച്ചു. എന്നാൽ പ്രകൃതിസൗന്ദര്യത്തിന്റെ ഉത്തമോദാഹരണങ്ങളായി പാടിപ്പുകഴ്ത്തപ്പെടുന്ന ഗംഭീര പർവ്വതങ്ങളോ കൊടുമുടികളോ വെള്ളച്ചാട്ടങ്ങളോ എന്നെ തീരെ ആകർഷിച്ചിരുന്നില്ല. പ്രകൃതി എന്റെ ശ്രദ്ധ നിർബ്ബന്ധപൂർവ്വം പിടിച്ചു പറ്റുന്നത് എനിക്ക് പൊറുക്കാൻ കഴിഞ്ഞിരുന്നില്ല. എന്നാൽ മുഖങ്ങൾ,

---

1 പച്ച നഭസ് എന്ന് ജർമ്മൻ ഭാഷയിൽ അർത്ഥമുള്ള ഡ്രെസ്ഡനിലെ ഗ്രൂണ ഗെവോൾബെ അമൂല്യ നിധികളുടെ കാഴ്ച ബംഗ്ലാവ് ആയിരുന്നു. അവിടെ ആയിരത്തിൽപരം ആഭരണങ്ങളും രത്നങ്ങളും സൂക്ഷിച്ചിരുന്നു.

മനുഷ്യരുടെ ജീവചൈതന്യം തുളുമ്പുന്ന മുഖമില്ലാതെ, സംസാരം, അവരുടെ ചിരി ഇതൊന്നുമില്ലാതെ എനിക്കു ജീവിക്കാനാവില്ലായിരുന്നു. ആൾക്കൂട്ടത്തിൽപെടുമ്പോൾ ഞാൻ പരമസന്തുഷ്ടനാകും. എനിക്കപ്പോൾ യാതൊരു സങ്കോചവും തോന്നുകയില്ല. മറ്റുള്ളവർ നടക്കുന്നിടത്തേയ്ക്കു ഞാനും നടക്കും. അവർ വിളിച്ചുകൂവുമ്പോൾ ഞാനും ഒച്ചയിടും. എന്നാൽ അതേ സമയംതന്നെ മറ്റുള്ളവർ വിളിച്ചുകൂവുന്നതെങ്ങനെയെന്ന് നോക്കി കാണാൻ എനിക്കിഷ്ടമായിരുന്നു. മനുഷ്യരെ നോക്കി നിൽക്കുക എന്നതായിരുന്നു എന്റെ പ്രധാന വിനോദം...എന്നാൽ ഞാൻ വെറുതെ നോക്കിനിൽക്കുകയായിരുന്നില്ല. ആഹ്ലാദഭരിതവും അടക്കാനാവാത്തതുമായ ഒരുതരം ജിജ്ഞാസയോടെ ഞാൻ അവരെ നിരീക്ഷിക്കുകയായിരുന്നു. പക്ഷേ ഞാൻ പറഞ്ഞുവന്നത് അതല്ല.

റൈൻ നദിയുടെ ഇടത്തെ കരയിലുള്ള ഇഡസ് എന്ന ചെറിയ ജർമ്മൻ പട്ടണത്തിലായിരുന്നു ഇരുപതു വർഷങ്ങൾക്കുമുമ്പ് ഞാൻ താമസിച്ചിരുന്നത്. ഒരു ജലചികിത്സാകേന്ദ്രത്തിൽവച്ച് ആയിടെ പരിചയപ്പെട്ട ഒരു യുവവിധവയുടെ വശ്യതയിൽ കുടുങ്ങി ഞാൻ ഉഴലുന്ന കാലം. അപ്പോൾ എനിക്കു വേണ്ടിയിരുന്നത് ഏകാന്തതയായിരുന്നു. അതിസുന്ദരിയും ബുദ്ധിമതിയുമായിരുന്ന ആ യുവതി കണ്ണിൽക്കണ്ടവരോടെല്ലാം ശൃംഗരിക്കുന്ന കൂട്ടത്തിലായിരുന്നു. കൊള്ളരുതാത്തവനായ ഈയുള്ളവനേയും അവൾ വെറുതെ വിട്ടില്ല. ആദ്യമൊക്കെ അവൾ എന്നോട് വലിയ അടുപ്പം കാട്ടുകയും എന്റെ വികാരങ്ങളെ പ്രോത്സാഹിപ്പിക്കുകയും ചെയ്തെങ്കിലും പിന്നീടവൾ എന്റെ മനസ്സിനെ നിർദ്ദയം വ്രണപ്പെടുത്തി. തുടുത്ത കവിളുകളുള്ള ബവാറിയാക്കാരനായ ഒരു ലെഫ്റ്റനന്റിനുവേണ്ടിയാണ് അവൾ എന്നെ ഉപേക്ഷിച്ചത്. എന്റെ ഹൃദയത്തിലേറ്റ മുറിവ് വാസ്തവത്തിൽ അത്ര ആഴമുള്ളതായിരുന്നില്ല. എങ്കിലും വ്രണിത വികാരങ്ങളെ താലോലിച്ചുകൊണ്ട് ഏകാകിയും വിഷാദമൂകനുമായി ഏതാനും നാൾ കഴിക്കാൻ ഞാൻ ബാദ്ധ്യസ്ഥനാണെന്ന് എനിക്കു തോന്നി—യുവത്വത്തിന്റെ വിഭ്രാന്തികളിലൊന്നാണല്ലോ അത്. ഇസഡ് എന്ന പട്ടണത്തിൽ ഞാൻ താമസമാക്കിയത് അങ്ങനെയാണ്.

രണ്ട് ഉയരമുള്ള കുന്നുകളുടെ അടിവാരത്തിൽ സ്ഥിതിചെയ്തിരുന്ന ആ പട്ടണം എനിക്ക് ഇഷ്ടപ്പെട്ടു. ഇടിഞ്ഞു പൊളിഞ്ഞ മതിലുകളും ഗോപുരങ്ങളും നൂറ്റാണ്ടുകളുടെ പൊക്കമുള്ള ലിൻഡനമരങ്ങളും അച്ഛസ്ഫടികമായ ചെറു പുഴയും—റൈൻ നദിയുടെ ഒരു കൈവഴിയായിരുന്നു അത്—പുഴയ്ക്കു കുറുകെയുള്ള പാലവും സർവ്വോപരി അവിടുത്തെ ഒന്നാന്തരം വീഞ്ഞും കുറച്ചൊന്നുമല്ല എന്നെ ആകർഷിച്ചത്. സൂര്യൻ അസ്തമിച്ചാലുടൻ അതിസുന്ദരികളായ ജർമ്മൻ യുവതികൾ പട്ടണത്തിന്റെ ഇടുങ്ങിയ തെരുവുകളിലൂടെ നടക്കാനിറങ്ങും. അവർ വിദേശികളെ

കാണുമ്പോൾ "ഗുട്ടൻ ആബെൻഡ്"[2] എന്നു പറഞ്ഞു സൗഹാർദ്ദപൂർവ്വം വണങ്ങും. പുരാതനങ്ങളായ കെട്ടിടങ്ങളുടെ കുത്തനെയുള്ള മേൽക്കൂര കൾക്കു മുകളിൽ ചന്ദ്രബിംബം പ്രത്യക്ഷപ്പെടുകയും വഴിയിൽ പാകിയിരി ക്കുന്ന കല്ലുകളോരോന്നും നിലാവെളിച്ചത്തിൽ തെളിഞ്ഞു കാണുകയും ചെയ്തുതുടങ്ങിയാലും അവരിൽ ചിലർ സ്വവസതികളിലേയ്ക്കു മടങ്ങുകയില്ല. ആ കൊച്ചു പട്ടണത്തിലെ തെരുവീഥികളിലൂടെ ചുറ്റിത്തിരിയാൻ ഏറ്റവും പറ്റിയ സമയം അതായിരുന്നു. ചന്ദ്രബിംബം നിർമ്മലമായ ആകാശ ത്തിൽനിന്ന് നിർന്നിമേഷം ആ പട്ടണത്തെ കടാക്ഷിച്ചുകൊണ്ടിരുന്നു. പട്ടണം ആ കടാക്ഷമേറ്റ് പ്രസന്നയും പ്രതികരണോത്സുകയുമായി പ്രശാന്തമെങ്കിലും ഉദ്വോഗജനകമായ പൂനിലാവിൽ മുങ്ങിക്കിടന്നു. ഗോഥിക് ശൈലിയിലുള്ള ഗോപുരാഗ്രത്തിലെ പൂവൻകോഴിയുടെ രൂപമുള്ള കാറ്റാടി സ്വർണ്ണനിറത്തിൽ തിളങ്ങി. പുഴയിലെ കറുത്ത മിന്നുന്ന ജലപ്പരപ്പിൽ അതേ സ്വർണ്ണനിറം പ്രതിഫലിച്ചു. സ്ലേറ്റ്കൊ ണ്ടുണ്ടാക്കപ്പെട്ട മേൽക്കൂരകളുടെ കീഴിലുള്ള ഇടുങ്ങിയ ജനാലകളിൽ നേർത്ത മെഴുകുതിരികൾ നേരിയ പ്രകാശം പരത്തി (ജർമ്മൻകാർ പിശുക്കന്മാരാണ്). മുന്തിരിച്ചെടികളുടെ ചുരുണ്ട ഇളം തലപ്പുകൾ കൽമ തിലുകളുടെ പിന്നിൽനിന്ന് എത്തിനോക്കി. ത്രികോണാകൃതിയിലുള്ള ചത്വരത്തിന്റെ മദ്ധ്യത്തിലെ കിണറിന്റെ നിഴലിൽ എന്തോ ഒന്നനങ്ങി. രാത്രി കാവൽക്കാരന്റെ പതിഞ്ഞ ചൂളംവിളി പെട്ടെന്ന് ആ നിശ്ശബ്ദ തയെ ഭഞ്ജിച്ചു. സൗമ്യശീലനായ ഒരു പട്ടി മെല്ലെ കുരച്ചു. സുഖദായക മായ ഇളംകാറ്റ് മുഖത്തു തലോടിക്കൊണ്ടിരുന്നു. ലിൻഡൻമരങ്ങളുടെ സൗരഭ്യം വായുവിൽ നിറഞ്ഞു നിന്നു. ആ വായു വലിച്ചു ശ്വസിക്കുവാൻ വീണ്ടും വീണ്ടും കൊതിതോന്നും. ഒരാശ്ചര്യ ശബ്ദമോ ചോദ്യമോ പോലെ "ഗ്രെത്ഹെൻ"[3] എന്ന വാക്ക് ചുണ്ടുകളിൽ തങ്ങി നിൽക്കും.

റൈൻ നദീതീരത്തുനിന്ന് ഒന്നുരണ്ടു മൈലിനപ്പുറത്താണ് ഇസഡ് എന്ന പട്ടണം. ആ മഹാനദിയിലേക്കു നോക്കിക്കൊണ്ടിരിക്കാൻ എനിക്കു വലിയ ഇഷ്ടമായിരുന്നതിനാൽ ഞാൻ പലപ്പോഴും അങ്ങോട്ടു പോകാറുണ്ടായിരുന്നു. നദീതീരത്ത് ഒറ്റപ്പെട്ടു നിന്നിരുന്ന ഒരു കൂറ്റൻ ആഷ്മരത്തിന്റെ ചുവട്ടിൽ ഒരു കല്ലിന്റെ പുറത്ത് മണിക്കൂറുകളടുപ്പിച്ച് ഞാൻ ഇരുന്നിട്ടുണ്ട്. ആ സമയമെല്ലാം ചപലയായ ആ യുവവിധവയെപ്പ റ്റി ഓർക്കാൻ ഞാൻ നിർബ്ബന്ധപൂർവ്വം ശ്രമിച്ചിരുന്നു. ആ ബാലികയുടെ മുഖവും വാളുകൊണ്ട് പലതവണ കുത്തി മുറിവേല്പിക്കപ്പെട്ട ചുവന്ന ഹൃദയവുമുള്ള കന്യാമറിയത്തിന്റെ ഒരു പ്രതിമ പച്ചിലപ്പടർപ്പുകൾക്കി ടയിൽനിന്ന് വിഷാദപൂർവ്വം പുറത്തേക്ക് എത്തിനോക്കിക്കൊണ്ടിരുന്നു. മറുകരയിൽ എൽ. എന്ന പേരുള്ള ഒരു പട്ടണം സ്ഥിതിചെയ്തിരുന്നു.

---

2 നമസ്കാരം (ജർമ്മൻ ഭാഷയിൽ) എഡി.

3 "ഗ്രെത്ഹെൻ"—സർവ്വസാധാരണമായിരുന്ന ഒരു സ്ത്രീനാമം. പല ജർമ്മൻ എഴുത്തുകാരുടേയും കൃതികളിലെ നായികമാരുടെ പേര് അതായിരുന്നു.

ഞാൻ താമസിച്ചിരുന്ന പട്ടണത്തേക്കാൾ അല്പംകൂടി വലിയ ഒരു പട്ടണമായിരുന്നു അത്. ഒരു സായാഹ്നത്തിൽ ഞാൻ പുഴയിലേക്കും ആകാശത്തിലേക്കും മുന്തിരിത്തോട്ടങ്ങളിലേക്കും മാറി മാറി നോക്കിക്കൊണ്ട് എന്റെ പതിവു സ്ഥാനത്ത് ഇരിക്കുകയായിരുന്നു. ടാർ പുരട്ടിയ അടിവശം മുകളിലാക്കി കരയിലേക്കു കയറ്റിയിട്ടിരുന്ന ഒരു വഞ്ചിയുടെ ചുറ്റുംഇളം മഞ്ഞ മുടിയുള്ള ഏതാനും ബാലന്മാർ കൂടിനിന്നിരുന്നു. അയഞ്ഞ കപ്പൽപ്പാകളോടുകൂടിയ കപ്പലുകൾ ഒഴുക്കിനൊത്ത് മെല്ലെ നീങ്ങുന്നുണ്ട്. നേരിയ ഗളഗള ശബ്ദം ഉയർത്തുന്ന ചിറ്റോളങ്ങൾ സൃഷ്ടിച്ചുകൊണ്ട് പച്ചനിറമാർന്ന തിരമാലകൾ വഴുതിപ്പൊയ്ക്കൊണ്ടിരുന്നു. പെട്ടെന്ന് സംഗീതത്തിന്റെ വീചികൾ എവിടെ നിന്നോ എന്റെ കാതുകളെ തഴുകി. ഞാൻ ചെവികൂർപ്പിച്ചു നിന്നു. എൽ. പട്ടണത്തിൽ നിന്നുയരുന്ന ഒരു വാൾട്ട്സ് നൃത്തരംഗമാണ് ഞാൻ കേട്ടത്. ഡബിൾ ബാസിന്റെ വലിഞ്ഞു മുറുകിയ ശബ്ദവും വയലിന്റെ അസ്പഷ്ടമായ ശ്രുതിമാധുരിയും ഫ്ലൂട്ടിന്റെ ആനന്ദനിർഭരമായ നാദവും ഇടകലർന്ന് ഒഴുകിക്കൊണ്ടിരുന്നു.

"എന്താണിത്?" വെൽവെറ്റ് വെയിസ്റ്റ് കോട്ടും നീല സോക്സും ബക്കിളുള്ള ഷൂസുമണിഞ്ഞ് ആ വഴി വന്ന ഒരു വൃദ്ധനോട് ഞാൻ ചോദിച്ചു.

"അതോ?" പൈപ്പിന്റെ അറ്റം വായുടെ ഒരു കോണിൽ നിന്ന് മറ്റേ കോണിലേക്കു മാറ്റി വച്ചുകൊണ്ട് വൃദ്ധൻ പറഞ്ഞു. "അത് ബീയിൽനിന്നു വന്ന വിദ്യാർത്ഥികളാണ്. അവർ അവരുടെ 'കൊമ്മേർസ്' നടത്താൻ അവിടെക്കൂടിയിരിക്കയാണ്."

"ഈ 'കൊമ്മേർസ്' എനിക്കൊന്നു കാണണം. ഞാൻ എൽ. പട്ടണത്തിൽ ഇതേവരെ പോയിട്ടുമില്ല." ഞാൻ വിചാരിച്ചു. ഞാൻ കടത്തുകാരനെ തേടിപ്പിടിച്ച് അക്കരയെത്തി.

II

'കൊമ്മേർസ്' എന്താണെന്ന് അറിയാൻ പാടില്ലാത്ത ചിലരെങ്കിലും ഉണ്ടായിരിക്കും. ഒരേ ജില്ലയിലുള്ള വിദ്യാർത്ഥികൾ എല്ലാവരും ഒരുമിച്ചു നടത്തുന്ന ഗംഭീരമായ സദ്യയാണ് 'കൊമ്മേർസ്' എന്നു പറയുന്നത്. അതിൽ പങ്കെടുക്കുന്ന എല്ലാവരും, പുരാതനകാലം മുതൽക്കേ ജർമ്മൻ വിദ്യാർത്ഥികൾ അണിഞ്ഞിരുന്ന വേഷവിധാനം ധരിച്ചിരിക്കണം എന്നു നിർബ്ബന്ധമുണ്ടായിരുന്നു. കൈയില്ലാത്ത പഴയ മിലിട്ടറി മാതൃകയിലുള്ള ജാക്കറ്റും നീളൻ ബൂട്ടുകളും നിർദ്ദിഷ്ട നിറത്തിലുള്ള വരകളോടുകൂടിയ ചെറിയ തൊപ്പിയും ചേർന്നതായിരുന്നു ആ വേഷം. മുതിർന്ന വിദ്യാർത്ഥികളെല്ലാം അത്താഴം കഴിക്കാൻ

ഒത്തുചേരുകയാണ് പതിവ്, തിന്നും കുടിച്ചും പഴയ ജർമ്മൻ പാട്ടുകളും, ലത്തീൻ പാട്ടുകളും പാടിയും പുകവലിച്ചും വെടി പറഞ്ഞു. വെളുപ്പാൻ കാലം വരെ ആ ആഘോഷം നീണ്ടുനില്ക്കും. ചിലപ്പോൾ അവർ വാദ്യ മേളക്കാരെ ഏർപ്പാടുചെയ്യാറുണ്ട്.

എൽ. പട്ടണത്തിൽ അത്തരം ഒരു 'കൊമ്മേർസ്' നടക്കുകയായിരുന്നു. റോഡരികിലുള്ള ചെറിയൊരു സത്രത്തിന്റെ ഉദ്യാനത്തിൽ വച്ചായിരുന്നു പ്രസ്തുത ആഘോഷം. ഉദ്യാനവും സത്രവും കാറ്റിൽ പറക്കുന്ന കൊടിക്കൂറകളെക്കൊണ്ട് സമാലങ്കൃതമായിരുന്നു. ചില്ലകൾ വെട്ടിമാറ്റിയ ലിൻഡൻമരങ്ങളുടെ ചുവട്ടിലാണ് മേശകൾ ഒരുക്കിയിരുന്നത്. വിദ്യാർത്ഥികൾ മേശകൾക്കു ചുറ്റും ഇരുന്നിരുന്നു. ഒരു വലിയ ബുൾഡോഗ് ഒരു മേശയ്ക്കടിയിൽ സ്ഥാനം പിടിച്ചു. അല്പം അകലെയായി ഐവിച്ചെടികൾ പടർന്നുണ്ടായ ഒരു വള്ളിക്കുടിലിലിരുന്ന് വാദ്യമേളക്കാർ ആവേശത്തോടെ ശ്രുതിമീട്ടുകയും ഇടയ്ക്ക് ചിലപ്പോൾ ബീർ കുടിക്കുകയും ചെയ്യുന്നു. റോഡിൽ, ഉദ്യാനത്തിന്റെ പൊക്കം കുറഞ്ഞ വേലിയ്ക്കടുത്ത് കുറെ ആളുകൾ കൂടിനിന്നിരുന്നു. സന്ദർശകരെ നോക്കി നില്ക്കാനുള്ള ആ അവസരം എൽ. പട്ടണത്തിലെ സജ്ജനങ്ങൾ പാഴാക്കിയില്ല. ഞാനും കാഴ്ചക്കാരുടെ കൂട്ടത്തിൽക്കൂടി. വിദ്യാർത്ഥികളുടെ മുഖങ്ങൾ ശ്രദ്ധിച്ചുകൊണ്ടു നില്ക്കാൻ എനിക്ക് രസം തോന്നി. അവരുടെ ആലിംഗനങ്ങളും ആശ്ചര്യപ്രകടനങ്ങളും നിഷ്കളങ്കവും യുവസഹജവുമായ നാട്യങ്ങളും തീക്ഷ്ണമായ നോട്ടങ്ങളും കാരണമില്ലാത്ത പൊട്ടിച്ചിരികളും—ലോകത്തിലെ ഏറ്റവും സുന്ദരമായ ചിരിയാണിത്—യുവത്വവും നവ ചൈതന്യവും തുളുമ്പുന്ന ആനന്ദനിർഭരമായ ജീവിതത്തിന്റെ ഈ പ്രവാഹം ആകെത്തന്നെയും എന്നെ അത്യധികം ആകർഷിച്ചു. എവിടേയ്ക്കായാലും വേണ്ടില്ല മുന്നോട്ട്—മുന്നോട്ട് മാത്രം—പോകാനുള്ള അവരുടെ ആവേശവും സദ്ഭാവത്തോടെ എല്ലാം മറന്നുള്ള അവരുടെ ആ നില്പും എന്നെ പുളകം കൊള്ളിച്ചു. അവരിൽ ഒരാളായിത്തീരാൻ എനിക്ക് അതിയായ മോഹം തോന്നി...

"കണ്ടു മതിയായില്ലേ, ആസ്യ?" എന്റെ പിന്നിൽനിന്ന് ഒരു പുരുഷ ശബ്ദം റഷ്യനിൽ ആരോടോ ചോദിക്കുന്നതു കേട്ടു.

"കുറച്ചുനേരം കൂടി നില്ക്കാം," ഒരു സ്ത്രീശബ്ദം അതേ ഭാഷയിൽ മറുപടി പറഞ്ഞു.

ഞാൻ പെട്ടെന്ന് തിരിഞ്ഞു നോക്കി... കൂർത്ത തൊപ്പിയും അയഞ്ഞ ജാക്കറ്റും ധരിച്ച സുമുഖനായ ഒരു യുവാവിനെയാണ് ഞാൻ കണ്ടത്. അധികം പൊക്കമില്ലാത്ത ഒരു പെൺകുട്ടിയുടെ കൈയ്ക്കു പിടിച്ചുകൊണ്ടാണ് അയാൾ നിന്നിരുന്നത്. ഒരു സ്ട്രാഹാറ്റ് പെൺകുട്ടിയുടെ മുഖത്തിന്റെ മേൽഭാഗം കാഴ്ചയിൽ നിന്നു മറച്ചിരുന്നു.

“റഷ്യക്കാരാണോ?” അറിയാതെ തന്നെ ആ ചോദ്യം എന്റെ നാവിൽ നിന്നുതിർന്നു.

ചെറുപ്പക്കാരൻ ഒരു പുഞ്ചിരിയോടെ മറുപടി പറഞ്ഞു:

“അതെ.”

“ഞാൻ തീരെ പ്രതീക്ഷിച്ചില്ല... ഇത്തരം ഓരോണംകേറാമൂലയിൽ,” ഞാൻ പറഞ്ഞുതുടങ്ങി.

“ഞങ്ങളും പ്രതീക്ഷിച്ചില്ല,” അയാൾ ഇടയ്ക്കു കയറി പറഞ്ഞു. “അതുകൊണ്ട് ഈ കൂടിക്കാഴ്ച കൂടുതൽ ഹൃദ്യമാണ്. ഞാൻ സ്വയം പരിചയപ്പെടുത്തട്ടെ'—ഗാഗിൻ എന്നാണ് എന്റെ പേര്. ഇത് എന്റെ” ഒരു നിമിഷം നിശ്ശബ്ദനായി നിന്നിട്ട് അയാൾ പൂരിപ്പിച്ചു—“എന്റെ സഹോദരി, താങ്കളുടെ പേരെന്താണ്?”

ഞാൻ എന്റെ പേരു പറഞ്ഞു. തുടർന്ന് ഞങ്ങൾ പലതും സംസാരിച്ചു. എന്നെപ്പോലെതന്നെ വിനോദസഞ്ചാരത്തിനിറങ്ങിയ ഒരാളാണ് ഗാഗിനെന്നും അയാൾ എൽ. പട്ടണത്തിലെത്തിയിട്ട് ഒരാഴ്ചയായെന്നും എനിക്കു മനസ്സിലായി. സത്യം പറഞ്ഞാൽ വിദേശത്തുവച്ച് റഷ്യാക്കാരുമായി അടുക്കാൻ എനിക്കു യാതൊരു താല്പര്യവുമില്ലായിരുന്നു. നടപ്പിന്റെ രീതിയും വസ്ത്രങ്ങളുടെ തയ്യലും സർവ്വോപരി മുഖഭാവവും കൊണ്ട് എനിക്ക് അവരെ ദൂരെനിന്നേ തിരിച്ചറിയാൻ കഴിയുമായിരുന്നു. സാധാരണയായി ആത്മസംതൃപ്തിയും ഔദ്ധത്യവും പലപ്പോഴും അധികാരഗർവ്വും സ്ഫുരിക്കുന്നതാണ് അവരുടെ മുഖഭാവം. പെട്ടെന്ന് കരുതലും ഉൽകണ്ഠയും അവരുടെ മുഖഭാവത്തിൽ പ്രകടമാകും. “ദൈവമേ, ഞാൻ വിഡ്ഢിത്തമൊന്നും കാട്ടിയില്ലെന്നു വിശ്വസിക്കുന്നു! അവർ എന്നെ പരിഹസിച്ചു ചിരിക്കുകയല്ലെന്ന് ആശിക്കുന്നു.” എന്നയാൾ സ്വയം പറയുകയാണെന്ന് ധൃതിയിൽ പരിഭ്രമത്തോടെ അയാൾ ചുറ്റും നോക്കുന്നതു കണ്ടാൽ തോന്നും. ഒരു നിമിഷം കഴിഞ്ഞ് മുഖത്തെ പഴയ ഗാംഭീര്യം തിരിച്ചുവരും. ഇടയ്ക്ക് അത്ഭുതംകൊണ്ട് അന്തംവിട്ട ഒരു ഭാവവും അവിടെ പ്രത്യക്ഷപ്പെടും. അതെ ഞാൻ റഷ്യക്കാരെ കണ്ടാൽ ഒഴിഞ്ഞുമാറുകയാണു പതിവ്. എന്നാൽ ഗാഗിനെ എനിക്ക് കണ്ടമാത്രയിൽ തന്നെ ഇഷ്ടമായി. കാണുന്നവർക്ക് ആനന്ദവും ആശ്വാസവും പകരാൻ കഴിവുള്ള ചില മുഖങ്ങളുണ്ട്. ഗാഗിന്റെ മുഖം അത്തരത്തിലുള്ളതായിരുന്നു സദ്ഭാവവും ഔദാര്യവും വഴിഞ്ഞൊഴുകുന്ന മുഖം. സൗമ്യമായ വലിയ കണ്ണുകൾ, പട്ടുപോലെ മാർദ്ദവമുള്ള ചുരുൾമുടി. അയാൾ സംസാരിക്കുമ്പോൾ, അയാളുടെ മുഖം, കാണാതെ തന്നെ നമുക്കു മനസ്സിലാകും അയാൾ പുഞ്ചിരിക്കുകയാണെന്ന്-അയാളുടെ ശബ്ദം അതു വെളിവാക്കും.

തന്റെ സഹോദരിയെന്ന് അയാൾ വിശേഷിപ്പിച്ച പെൺകുട്ടി അതിസുന്ദരിയാണെന്ന് ഒറ്റനോട്ടത്തിൽത്തന്നെ എനിക്കു മനസ്സിലായി.

അവളുടെ ഒലീവ് നിറമുള്ള വട്ട മുഖവും ഭംഗിയുള്ള ചെറിയ നാസികയും കൊച്ചുകുട്ടികളുടേതു പോലുള്ള തുടുത്ത കവിളുകളും തിളങ്ങുന്ന കറുത്ത കണ്ണുകളും അസാധാരണവും താല്പര്യജനകവുമായ എന്തോ ഒന്ന് ഉൾക്കൊണ്ടിരുന്നു. വടിവൊത്ത ശരീരമായിരുന്നു അവളുടേതെങ്കിലും അവൾക്ക് ഇനിയും പ്രായപൂർത്തിയായിട്ടില്ലെന്നു തോന്നി. അവൾക്ക് സഹോദരന്റെ യാതൊരു ഛായയും ഉണ്ടായിരുന്നില്ല.

"വിരോധമില്ലെങ്കിൽ നമുക്ക് വീട്ടിലേക്കു പോകാം," ഗാഗിൻ നിർദ്ദേശിച്ചു: "ജർമ്മൻകാരെ നോക്കിനില്ക്കാൻ നമ്മൾ വേണ്ടതിലേറെ സമയം ചെലവഴിച്ചു കഴിഞ്ഞു. നമ്മുടെ വിദ്യാർത്ഥികളായിരുന്നെങ്കിൽ ഇതിനകംതന്നെ ഗ്ലാസുകളും കസേരകളും തകർത്തു തുടങ്ങുമായിരുന്നു. ഇക്കൂട്ടർ മര്യാദക്കാരനാണെന്നു തോന്നുന്നു. എന്താ, ആസ്യ, നമുക്ക് പോകരുതോ?"

പെൺകുട്ടി സമ്മതഭാവത്തിൽ തലകുലുക്കി.

"ഞങ്ങൾ താമസിക്കുന്നത് പട്ടണത്തിനു വെളിയിലാണ്," ഗാഗിൻ തുടർന്നു. "അങ്ങ് മലമുകളിലുള്ള ഒരു മുന്തിരിത്തോട്ടത്തിന്റെ നടുവിൽ ഏകാന്തമായ ഒരു കൊച്ചുവീടുണ്ട്. നല്ല ഭംഗിയുള്ള ഒരിടമാണത്. താങ്കൾക്ക് തീർച്ചയായും അവിടം ഇഷ്ടമാകും. ഞങ്ങൾക്കു കുറെ തൈരുണ്ടാക്കി വച്ചേക്കാമെന്ന് വീട്ടുടമസ്ഥ ഏറ്റിട്ടുണ്ട്. നേരം ഇരുട്ടാറായി. റൈൻ നദിയുടെ അക്കരയ്ക്കു കടക്കാൻ താങ്കൾ നിലാവുദിക്കുന്നതുവരെ കാത്തിരിക്കുന്നതാണ് നല്ലത്."

ഞങ്ങൾ പുറപ്പെട്ടു. പട്ടണത്തെ ചുറ്റി പരുക്കൻ കല്ലുകൊണ്ടുണ്ടാക്കിയ ഒരു പഴയ മതിലും അതിന്റെ മുകളിൽ അവിടവിടെയായി പട്ടാളക്കാർക്കു നിന്നു വെടിവെയ്ക്കാൻ കെട്ടിയ അരമതിലുകളും ഉണ്ടായിരുന്നു. ഞങ്ങൾ പട്ടണത്തിലെ ഇടുങ്ങിയ കവാടങ്ങൾ കടന്ന് തുറസ്സായ ഒരിടത്തെത്തി. മതിലിനടുത്തുകൂടി ഏകദേശം നൂറുവാര നടന്നപ്പോൾ ഒരു ചെറിയ ഗയിറ്റു കണ്ടു. ഗാഗിൻ അതു തുറന്ന് ഞങ്ങളെ കുത്തനെയുള്ള ഒരു പാതയിലൂടെ മുകളിലേക്കു നയിച്ചു. പല തട്ടുകളായി വളർത്തിയ മുന്തിരിവള്ളികളുടെ ഇടയിലൂടെയായിരുന്നു ആ പാത മുകളിലേക്ക് ഇഴഞ്ഞുകയറിയത്. സൂര്യൻ അസ്തമിച്ചു കഴിഞ്ഞിരുന്നു. എങ്കിലും അതിന്റെ അരുണാഭമായ നേരിയ പ്രകാശം പച്ചനിറമുള്ള മുന്തിരിവള്ളികളിലും നീണ്ട താങ്ങുകളിലും ഉണങ്ങിയ മണ്ണിലും കല്ലു പാകിയ പാതയിലും കുന്നിൻപുറത്തുള്ള ചെറുഭവനത്തിന്റെ വെള്ളയടിച്ച ചുമരുകളിലും അതിന്റെ നാലു ജാലകങ്ങളിലും ചെഞ്ചായം പൂശിയിരുന്നു.

"ഇതാണ് ഞങ്ങളുടെ പാർപ്പിടം!" ഗാഗിൻ വിളിച്ചുപറഞ്ഞു. "പാലു കൊണ്ടു വരുന്ന സ്ത്രീ ഞങ്ങളുടെ വീട്ടുടമസ്ഥയാണ്. നമുക്ക് എന്തെങ്കിലും കഴിക്കാം. പക്ഷേ ആദ്യം താങ്കൾ പിന്നിലേക്കു തിരിഞ്ഞു നോക്കൂ— ഇവിടെനിന്നുള്ള ദൃശ്യം താങ്കൾക്ക് ഇഷ്ടപ്പെടുന്നുണ്ടോ എന്നറിയാം."

അതെ, ആ ദൃശ്യം അതിമനോഹരമായിരുന്നു. അങ്ങ് താഴെ മരതകനിറമാർന്ന കരകളുടെ ഇടയിൽ റൈൻ നദി ഒരു വെള്ളി നാടപോലെ തിളങ്ങി. ഒരിടത്ത് അസ്തമനസൂര്യന്റെ ചെങ്കതിരുകൾ അതിന് സ്വർണ്ണനിറം പകർന്നു. നദീതീരത്തുള്ള ചെറു പട്ടണത്തിലെ ഓരോ വീടും തെരുവും വ്യക്തമായി കാണാമായിരുന്നു. കുന്നുകളും വയലുകളും വിദൂരതയിലേക്കു നീണ്ടു പോയി. അടിവാരത്തിൽനിന്നു നോക്കിയാൽത്തന്നെ അവിടമാകെ മനോഹരമായിരുന്നു. എന്നാൽ മുകളിലെത്തിയപ്പോൾ അതിന്റെ മനോഹാരിത പതിന്മടങ്ങു വർദ്ധിച്ചു. ആകാശത്തിന്റെ നൈർമ്മല്യവും അഗാധതയും അന്തരീക്ഷത്തിന്റെ പ്രഭാപൂരിതമായ സുതാര്യതയും അത്യന്തം ഹൃദയാവർജ്ജകമായിരുന്നു. ഈ ഉയരത്തിൽ വായുവും കൂടുതൽ സ്വതന്ത്രമാണെന്നു തോന്നി—അതു ശീതളവും ലഘുവും പ്രകമ്പിതവുമായിരുന്നു.

"നിങ്ങൾ താമസിക്കാൻ കണ്ടുപിടിച്ച സ്ഥലം അതിമനോഹരമാണ്," ഞാൻ പറഞ്ഞു.

"ആസ്യയാണ് ഇവിടം കണ്ടുപിടിച്ചത്." ഗാഗിൻ മറുപടി പറഞ്ഞു: "ആസ്യ, ഭക്ഷണത്തിന് ഏർപ്പാടു ചെയ്യൂ. എല്ലാം മുറ്റത്തേക്കു കൊണ്ടുവരാൻ പറയണം. നമുക്ക് ഇവിടെയിരുന്ന് അത്താഴം കഴിക്കാം. ഇവിടെയിരുന്നാൽ സംഗീതം കൂടുതൽ നന്നായി കേൾക്കാം." പിന്നീട് അയാൾ എന്റെ നേരെ തിരിഞ്ഞ് ചോദിച്ചു: "അടുത്തുനിന്നു കേൾക്കുമ്പോൾ അസഹ്യമായ ഒരു ശബ്ദകോലാഹലം മാത്രമായിതോന്നുന്ന ഒരു വാൾട്ട്സ് അകലെ നിന്നു കേൾക്കുമ്പോൾ അതിമധുരമാണെന്നു തോന്നുകയും ഹൃദയതന്ത്രികളെ സ്പർശിക്കുകയും ചെയ്യുന്നതെങ്ങനെയെന്ന് താങ്കൾ ശ്രദ്ധിച്ചിട്ടുണ്ടോ?"

ആസ്യ (അവളുടെ പേര് ആന്ന എന്നാണ്, പക്ഷേ ഗാഗിൻ അവളെ ആസ്യ എന്നാണു വിളിച്ചിരുന്നത്, നിങ്ങൾക്കു വിരോധമില്ലെങ്കിൽ ഞാനും അങ്ങനെതന്നെ വിളിക്കാം) അകത്തേക്കു പോയി. താമസിയാതെ അവൾ വീട്ടുടമസ്ഥയോടൊപ്പം തിരിച്ചുവന്നു. ഒരു മൊന്തപാൽ, പിഞ്ഞാണങ്ങൾ, സ്പൂണുകൾ, പഞ്ചസാര, പഴങ്ങൾ റൊട്ടി എന്നിത്രയും അടങ്ങിയ ഒരു വലിയ തട്ടം അവർ ഇരുവരും കൂടി മുറ്റത്തു കൊണ്ടുവച്ചു. ഞങ്ങൾ ഭക്ഷണം കഴിക്കാനിരുന്നു. ആസ്യ അവളുടെ തൊപ്പി എടുത്തുമാറ്റി. ഒരു യുവാവിനെപ്പോലെ നീളം കുറച്ചു വെട്ടി പുറകോട്ടു ചീകിവച്ചിരുന്ന അവളുടെ കനത്ത മുടി ചുരുളുകളായി കഴുത്തും ചെവിയും മൂടി. ആദ്യം അവൾക്ക് എന്റെ മുമ്പിൽ വലിയ ലജ്ജയായിരുന്നു. ഗാഗിൻ അവളെ അതിനു ശകാരിച്ചു:

"ആസ്യ! മുഖം വീർപ്പിച്ചതു മതി! ഇദ്ദേഹം നിന്നെ കടിക്കുകയില്ല."

അവൾ പുഞ്ചിരി തൂകി. അല്പം കഴിഞ്ഞപ്പോൾ അവൾ എന്നോട് സ്വമനസ്സാലെ സംസാരിച്ചു തുടങ്ങി. അവളെപ്പോലെ ഒരു പിരുപിരുപ്പയെ

ഞാൻ മറ്റെങ്ങും കണ്ടിട്ടില്ല. നിമിഷനേരത്തേക്കുപോലും അടങ്ങിയിരിക്കാനാവാത്ത പ്രകൃതമായിരുന്നു അവളുടേത്. അവൾ ഇടയ്ക്കിടെ ചാടിയെണീറ്റ് വീട്ടിനുള്ളിലേക്കും തിരിച്ച് മുറ്റത്തേക്കും ഓടുകയും മൂളിപ്പാട്ടു പാടുകയും അകാരണമായി പൊട്ടിച്ചിരിക്കുകയും ചെയ്തുകൊണ്ടിരുന്നു. ഒരു പ്രത്യേക തരത്തിലായിരുന്നു ആ ചിരി. എന്തൊക്കെയോ ഓർത്തോർത്ത് ചിരിക്കുകയാണ് അവളെന്നേ അതു കണ്ടാൽ തോന്നുകയുള്ളൂ. നിർഭയവും പ്രസന്നവുമായ അവളുടെ വലിയ കണ്ണുകൾ നേരെ മുമ്പോട്ടു നോക്കിക്കൊണ്ടിരിക്കും. എന്നാൽ ഇടയ്ക്ക് ചിലപ്പോൾ അവളുടെ ഇമകൾ പാതി അടയുകയും അവളുടെ നോട്ടത്തിന് അത്ഭുതകരമാംവണ്ണം അഗാധവും സ്നേഹമസൃണവുമായ ഒരു ഭാവം കൈവരുകയും ചെയ്യും.

ഞങ്ങൾ രണ്ടുമണിക്കൂറോളം സംസാരിച്ചുകൊണ്ടിരുന്നു. പകൽ പണ്ടേ അവസാനിച്ചുകഴിഞ്ഞു. സായാഹ്നത്തിന്റെ ഉജ്ജ്വലദീപ്തി മെല്ലെ കെട്ടടങ്ങി സ്വച്ഛമായ ഒരു ചുവന്ന പ്രഭാപൂരിതമായിത്തീരുകയും ആ ചുവന്ന പ്രഭ മങ്ങുകയും ക്രമേണ നിശയിൽ ലയിക്കുകയും ചെയ്തിട്ടും ചുറ്റുമുള്ള വായുവിനെപ്പോലെ പ്രശാന്തമായി, സ്വച്ഛമായി, ഞങ്ങളുടെ സംഭാഷണം ഒഴുകിക്കൊണ്ടിരുന്നു. ഗാഗിൻ ഒരു കുപ്പി റൈൻ വീഞ്ഞിനു ഓഡർ കൊടുത്തു. ഞങ്ങൾ അത് മെല്ലെ ആസ്വദിച്ചുകൊണ്ടിരുന്നു. സംഗീതം അപ്പോഴും കേൾക്കാമായിരുന്നു. എന്നാൽ അത് ഇപ്പോൾ കൂടുതൽ മധുരവും, മൃദുലവുമാണെന്നു തോന്നി. പെട്ടെന്ന് ആസ്യ തലകുനിച്ചിരിക്കുകയും നിശ്ശബ്ദയാകുകയും നെടുതായി നിശ്വസിക്കുകയും ചെയ്തു. തലമുടിച്ചുരുളുകൾ അവളുടെ കണ്ണുകളിലേക്ക് ഊർന്നു വീണു. താൻ ഉറങ്ങാൻ പോവുകയാണെന്നു പറഞ്ഞിട്ട് അവൾ വീട്ടിനുള്ളിലേക്കു നടന്നു. എന്നാൽ അടച്ചിട്ടിരുന്ന ജനലിനടുത്ത് മെഴുകുതിരി കത്തിക്കാതെ അവൾ വളരെനേരം നില്ക്കുന്നത് ഞാൻ കണ്ടു. ഒടുവിൽ ചന്ദ്രനുദിച്ചു. നിലാവ് റൈൻ നദിയെ തലോടി. സർവ്വതിനും ഒരു പുതിയ രൂപം കൈവന്നു. ചില സാധനങ്ങൾ വെട്ടിത്തിളങ്ങി, ചിലത് ഇരുട്ടിൽ മുങ്ങിക്കിടന്നു. ക്രിസ്റ്റൽ ഗ്ലാസുകളിൽ പകർന്നിരുന്ന ഞങ്ങളുടെ വീഞ്ഞ് അത്ഭുതകരമാംവണ്ണം തിളങ്ങി. കാറ്റ് ചിറകുകൾ മടക്കിയെന്ന് തോന്നി. അതിന്റെ ശക്തി കുറഞ്ഞു. ക്രമേണ അത് നിശ്ചലമായി. നിശയുടെ ഊഷ്മളമായ പരിമളം മണ്ണിൽനിന്നുയർന്നു.

"പോകാൻ സമയമായി!" ഞാൻ പറഞ്ഞു. "അല്ലെങ്കിൽ അക്കര കടക്കാൻ സമയമായി." ഗാഗിൻ ഞാൻ പറഞ്ഞത് ആവർത്തിച്ചു.

ഞങ്ങൾ പാതയിലൂടെ അടിവാരത്തിലേക്കു നടന്നു തുടങ്ങി. പെട്ടെന്ന് പിന്നിൽ നിന്ന് കല്ലുകൾ ഉരുണ്ടുവരുന്ന ശബ്ദം കേട്ടു—ആസ്യ ഞങ്ങളുടെ പിന്നാലെ ഓടിവരികയായിരുന്നു.

"നീ ഉറങ്ങിയെന്നാണ് ഞാൻ വിചാരിച്ചത്," എന്ന് ഗാഗിൻ

പറഞ്ഞു. എന്നാൽ അവൾ ഒരക്ഷരം മിണ്ടാതെ ഞങ്ങളെ കടന്നു പോവുകയാണ് ചെയ്തത്. സത്രത്തിലെ തോട്ടത്തിലെ വിദ്യാർത്ഥികൾ കത്തിച്ച അവസാനത്തെ പന്തങ്ങളുടെ മങ്ങിയവെളിച്ചം അടിയിൽനിന്ന് മരത്തലപ്പുകളിൽ പതിച്ചു. ആസ്യ നദീതീരത്ത് കടത്തുകാരനോടു സംസാരിച്ചുകൊണ്ടു നില്ക്കുന്നത് ഞങ്ങൾ കണ്ടു. ഞാൻ വഞ്ചിയിലേക്കു ചാടിക്കയറിയിട്ട് എന്റെ പുതിയ സുഹൃത്തുക്കളോടു യാത്ര പറഞ്ഞു. പിറ്റേദിവസം എന്നെ വന്നു കാണാമെന്ന് ഗാഗിൻ വാഗ്ദാനം ചെയ്തു. ഞാൻ അയാൾക്കു ഹസ്തദാനം ചെയ്തിട്ട് ആസ്യയുടെ നേരെ കൈനീട്ടി. എന്നാൽ അവൾ എന്റെ നേരെ നോക്കി തലയാട്ടുകമാത്രമാണ് ചെയ്തത്. വഞ്ചി നീങ്ങിത്തുടങ്ങി. ഒഴുക്കിന് നല്ല ശക്തിയുണ്ടായിരുന്നു. നല്ല ഉശിരുള്ള ഒരു വൃദ്ധനായിരുന്നു കടത്തുകാരൻ. ഇരുണ്ട വെള്ളത്തിലൂടെ തുഴകൾ ചലിപ്പിക്കാൻ അയാൾ നന്നേ പാടുപെട്ടു.

"നിങ്ങൾ നിലാവിന്റെ പാളിയിലൂടെയാണ് കടന്നുപോകുന്നത്. നിങ്ങൾ അതു പൊട്ടിച്ചു," ആസ്യ കരയിൽനിന്ന് വിളിച്ചു പറഞ്ഞു.

ഞാൻ അടിയിലേക്കു നോക്കി—വെള്ളം വഞ്ചിയുടെ ചുറ്റും ഇരുണ്ട ഓളങ്ങൾ സൃഷ്ടിച്ചുകൊണ്ടിരുന്നു.

"ശരി, പിന്നെ കാണാം." ആസ്യയുടെ ശബ്ദം വീണ്ടും കാതുകളിലെത്തി.

"നാളെ കാണാം." ഗാഗിൻ വിളിച്ചുപറഞ്ഞു.

വഞ്ചി കരയ്ക്കടുത്തു. ഞാൻ അതിൽ നിന്നിറങ്ങിയിട്ട് തിരിഞ്ഞു നോക്കി. അക്കരെ ആരേയും കാണാനുണ്ടായിരുന്നില്ല. ഒരു സ്വർണ്ണപ്പാലം പോലെ നിലാവിന്റെ പാളി വീണ്ടും പുഴയ്ക്ക് അക്കരെ ഇക്കരെ നീണ്ടുകിടന്നു. പഴയമട്ടിലുള്ള വാൾട്ട്സിന്റെ സ്വരവീചികൾ വിടചോദിക്കും പോലെ എന്റെ കാതുകളിൽ വന്നലച്ചു. ഗാഗിൻ പറഞ്ഞതു ശരിയായിരുന്നു—എന്റെ ആത്മാവിലെ ഓരോ തന്ത്രികളും അതോടൊപ്പം വിറകൊള്ളുന്നതായി എനിക്കനുഭവപ്പെട്ടു. വായുവിന്റെ സൗരഭ്യം മതിവരുവോളം നുകർന്നുകൊണ്ട് ഇരുണ്ട വയലുകളുടെ നടുവിലൂടെ ഞാൻ മെല്ലെ വീട്ടിലേക്കു നടന്നു. അസ്പഷ്ടവും അനന്തവുമായ ഏതോ ഒരു സുന്ദര പ്രതീക്ഷയുടെ മാധുര്യഭാരംകൊണ്ട് തളർന്ന് ഞാൻ മുറിയിലെത്തി. ഞാൻ സന്തുഷ്ടനായിരുന്നു... എന്നാൽ എന്റെ സന്തുഷ്ടിക്കു കാരണം എന്തായിരുന്നു? ഞാൻ ഒന്നും ആഗ്രഹിച്ചില്ല, ഒന്നിനെപ്പറ്റിയും ചിന്തിച്ചില്ല... ഞാൻ പരമ സന്തുഷ്ടനായിരുന്നു.

ക്രമാതീതമായ സന്തോഷത്തോടെ പുഞ്ചിരിതൂകിക്കൊണ്ട് ഞാൻ കിടക്കയിൽ കയറിക്കിടന്നു കണ്ണുകളടച്ചു. അന്ന് ഒരിക്കൽപ്പോലും നിർദ്ദയയായ യുവവിധവയെക്കുറിച്ച് ഞാൻ ഓർത്തില്ലല്ലോ എന്ന് പെട്ടെന്ന് ഞാൻ ആലോചിച്ചു... "അതെന്തു കൊണ്ടാണ്?" ഞാൻ അത്ഭുതപ്പെട്ടു. "ഞാൻ ഇപ്പോഴും അവളെ സ്നേഹിക്കുന്നില്ലേ?" അതിനൊരു ഉത്തരം കണ്ടുപിടിക്കുന്നതിനു മുമ്പുതന്നെ ഞാൻ ഉറങ്ങിപ്പോയി.

III

പിറ്റേന്ന രാവിലെ ഞാൻ ഉറക്കമുണർന്ന് കിടക്കയിൽ വെറുതെ കിടക്കുമ്പോൾ ആരോ ജനൽപ്പടിയിൽ വടികൊണ്ടു മുട്ടുന്ന ശബ്ദം കേട്ടു. ആരോ ഇങ്ങനെ പാടി:

"നീ ഉറങ്ങിയാൽ
എന്റെ ഗിത്താറിന്റെ നാദം
നിന്നെ ഉണർത്തും...[4]"

അതു ഗാഗിന്റെ ശബ്ദമാണെന്ന് ഞാൻ ഉടൻ തന്നെ തിരിച്ചറിഞ്ഞു.

ഞാൻ ധൃതിയിൽ എണീറ്റ് വാതിൽ തുറന്നു.

"സുപ്രഭാതം", അകത്തു കടന്നിട്ട് അയാൾ പറഞ്ഞു. "ഞാൻ താങ്കളെ അതിരാവിലെ ഉണർത്തി, പക്ഷേ എത്ര സുന്ദരമായ പ്രഭാതമാണി തെന്നു നോക്കു! കുളിർമ്മയുള്ള വായു, തിളങ്ങുന്ന തുഷാര ബിന്ദുക്കൾ, വാനമ്പാടികളുടെ ഗാനം..."

തിളങ്ങുന്ന ചുരുൾമുടിയും നഗ്നമായ കഴുത്തും ചുവന്ന കവിളുകളുമായി അവിടെ നിന്ന ആ യുവാവ് ആ പ്രഭാതത്തിന്റെ നവ ചൈതന്യം മുഴുവൻ ഉൾക്കൊണ്ടിരുന്നെന്നു തോന്നി.

ഞാൻ വസ്ത്രം ധരിച്ചു. കാപ്പി തോട്ടത്തിലേക്കു കൊണ്ടുവരാനുള്ള ഏർപ്പാടുചെയ്തിട്ട് ഞാൻ ഗാഗിനോടൊപ്പം ഒരു ബഞ്ചിൽ ചെന്നിരുന്നു. തന്റെ ഭാവി പരിപാടിയെക്കുറിച്ച് ഗാഗിൻ ഏതാണ്ടു സംസാരിച്ചു. സ്വത ന്ത്രനും ധനികനുമായിരുന്നതുകൊണ്ട് തന്റെ സമയം മുഴുവൻ കലോപാ സനയ്ക്കുവേണ്ടി ഉഴിഞ്ഞുവയ്ക്കാൻ ആ യുവാവ് തീരുമാനിച്ചിരുന്നു. അങ്ങ നെയൊരു തീരുമാനമെടുക്കാൻ വൈകിയതിലും തന്മൂലം വളരെയേറെ സമയം പാഴാക്കിക്കളഞ്ഞതിലും മാത്രമായിരുന്നു അയാൾക്ക് ഖേദം. എന്റെ കാര്യങ്ങളെല്ലാം ഞാനും അയാളോടു തുറന്നു പറഞ്ഞു. എന്റെ പ്രേമനൈരാശ്യത്തെക്കുറിച്ചും ഞാൻ അയാളോടു സംസാരിക്കാതിരു ന്നില്ല. അയാൾ അതു താല്പര്യപൂർവ്വം കേട്ടുകൊണ്ടിരുന്നെങ്കിലും എന്റെ ദുഃഖത്തിൽ അയാൾക്കു വലിയ സഹതാപം ഉള്ളതായി തോന്നിയില്ല. മര്യാദയുടെ പേരിൽ എന്നോടൊപ്പം ഒന്നു രണ്ടു തവണ നെടുവീർപ്പിട്ടിട്ട് അയാൾ എന്നെ സ്കെച്ചുകൾ കാണാൻ വീട്ടിലേക്കു ക്ഷണിച്ചു. ഞാൻ സസന്തോഷം അതു സ്വീകരിച്ചു.

ഞങ്ങൾ ചെല്ലുമ്പോൾ ആസ്യ വീട്ടിലുണ്ടായിരുന്നില്ല. അവൾ "നഷ്ടാവശിഷ്ടങ്ങൾ" കാണാൻ പോയിരിക്കുയാണെന്ന് വീട്ടുടമസ്ഥ പറഞ്ഞു. എൽ. പട്ടണത്തിനടുത്തൊരിടത്ത് ഒരു പഴയ ദുർഗ്ഗത്തിന്റെ

---

4 നീ ഉറങ്ങിയാൽ...—അലക്സാണ്ടർ പുഷ്കിന്റെ "ഞാനിവിടെയുണ്ട്, ഇനെസില്യാ" എന്ന കവിതയിലെ രണ്ടു വരികൾ, റഷ്യൻ സംഗീതരചയിതാവായ മിഹയിഗ്ലിൻക (1804-1857) ഇതിന് ഈണം നൽകിയിരുന്നു.

അവശിഷ്ടങ്ങൾ ഉണ്ടായിരുന്നു. ഗാഗിൻ തന്റെ സ്കെച്ചുകളെല്ലാം എന്റെ മുമ്പിൽ നിരത്തി. ജീവനും ആത്മാർത്ഥതയും നിറഞ്ഞുനില്ക്കുന്ന സ്കെച്ചുകളായിരുന്നു അവ. സ്വതന്ത്ര്യവും വിശാലവുമായ എന്തോ ഒന്ന് അവയിൽ ഉണ്ടായിരുന്നു. എന്നാൽ അവയിൽ ഒന്നുപോലും പൂർത്തിയാക്കിയിരുന്നില്ല. അലക്ഷ്യമായും അശ്രദ്ധമായും വരച്ചതാണ് അവയെന്ന് എനിക്കു തോന്നി. എന്റെ അഭിപ്രായം ഞാൻ അയാളോടു തുറന്നു പറയുകയും ചെയ്തു.

"ശരിയാണ്!" അയാൾ ഒരു നെടുവീർപ്പോടെ ഉറക്കെ പറഞ്ഞു. "താങ്കൾ പറഞ്ഞതു വളരെ ശരിയാണ്. അതെല്ലാം മോശമായും ബാലിശമായും വരയ്ക്കപ്പെട്ടവയാണ്. പക്ഷേ, ഞാൻ എന്തുചെയ്യും? ഞാൻ ഒരിക്കലും വരയ്ക്കാൻ പഠിച്ചിട്ടില്ല. പോരാ അതിന് സ്ലാവു വംശജരുടെ ആ നശിച്ച സ്വഭാവവിശേഷവും എനിക്കുണ്ട്. കാര്യത്തോടടുക്കുമ്പോൾ അവരുടെ കൈകാലുകൾ തളരും."

പ്രോത്സാഹനാർത്ഥം എന്തോ പറയാൻ ഞാൻ തുടങ്ങിയതാണ് എന്നാൽ അയാൾ കൈവീശി എന്നെ തടഞ്ഞിട്ട് സ്കെച്ചുകളെല്ലാം വാരിയെടുത്ത് സോഫയിലേക്കിട്ടു.

"ക്ഷമയോടെ ജോലി ചെയ്യാൻ കഴിഞ്ഞാൽ ഞാൻ ഒരിടത്തെത്തും," പല്ലുകടിച്ചുകൊണ്ട് അയാൾ പറഞ്ഞു. "അല്ലെങ്കിൽ എന്നും ഞാൻ ഒരു കഴുതയായി കഴിയും. വരൂ നമുക്ക് പോയി ആസ്യയെ കണ്ടു പിടിക്കാം!"

ഞങ്ങൾ ഇറങ്ങി നടന്നു.

IV

കോട്ടയുടെ അവശിഷ്ടം സ്ഥിതിചെയ്തിരുന്നിടത്തേക്കുള്ള വഴി കാട്ടുകൾ നിറഞ്ഞ ഇടുങ്ങിയ ഒരു താഴ്വരയുടെ ചരിവിലൂടെ വളഞ്ഞു പുളഞ്ഞു കിടന്നു. ഇരുണ്ട പർവ്വതനിരയ്ക്കപ്പുറത്ത് തങ്ങിക്കൊണ്ടിരുന്ന പ്രശാന്തമായ മഹാനദിയോടു ചേരാനുള്ള വെമ്പലോടെ കല്ലുകൾക്കിടയിലൂടെ അതിശീഘ്രം ഇരമ്പിപ്പായുന്ന ഒരു അരുവിയുടെ തടമായിരുന്നു താഴ്വരയുടെ അടിത്തട്ട്. പ്രത്യേക രീതിയിൽ പ്രകാശം പതിച്ച് അതിമനോഹരമായി കടന്ന ചില ഇടങ്ങൾ ഗാഗിൻ എന്റെ ശ്രദ്ധയിൽ പെടുത്തി. ഗാഗിൻ നല്ലൊരു ചിത്രകാരനല്ലെങ്കിലും ഒരു നല്ല കലാകാരന്റെ ഹൃദയമാണ് അയാൾക്കുള്ളതെന്ന് അയാളുടെ വാക്കുകൾ തെളിയിച്ചു. താമസിയാതെ കോട്ടയുടെ അവശിഷ്ടങ്ങൾ കാണാറായി. ഒരു മൊട്ടപ്പാറയുടെ നിറുകയിൽ ചതുരത്തിലുള്ള ഗോപുരം നിന്നിരുന്നു. കാലപ്പഴക്കംകൊണ്ട് കറുത്തിരുണ്ടെങ്കിലും ഇപ്പോഴും നല്ല ബലമുണ്ടായിരുന്ന ആ ഗോപുരം കോണോടു കോണായി പിളർന്ന്

രണ്ടു ഭാഗമായി തീർന്നിരുന്നു. ഗോപുരത്തിന്റെ ഇരുവശങ്ങളിൽനിന്നും പായൽ പിടിച്ച ചുമരുകൾ നീണ്ടുകിടന്നു. ചിലേടങ്ങളിൽ ഐവിച്ചെടികൾ പടർന്നു നിന്നിരുന്നു. വളഞ്ഞ മരങ്ങൾ അതിന്റെ ഇടിഞ്ഞുപൊളിഞ്ഞ കമാനങ്ങളിൽനിന്ന് തൂങ്ങികിടന്നു. ഗയിറ്റിന് യാതൊരു കേടും ഉണ്ടായിരുന്നില്ല. ഞങ്ങൾ അതിനടുത്തെത്തിയപ്പോൾ ഒരു സ്ത്രീ ആ വഴി ഓടിപ്പോകുന്നതും ഒരു ഇഷ്ടികക്കൂനയുടെ മുകളിലൂടെ ധൃതിയിൽ ചവിട്ടിക്കയറി ഒരു കൊക്കയുടെ വക്കിൽ നിന്നിരുന്ന മതിലിന്റെ ഏറ്റവും അറ്റത്തു ചെന്നു നിലയുറപ്പിക്കുന്നതും ഞങ്ങൾ കണ്ടു.

"നോക്കൂ. അത് ആസ്യയാണല്ലോ!" ഗാഗിൻ വിളിച്ചു പറഞ്ഞു: "ഭ്രാന്തി പെണ്ണ്!"

ഞങ്ങൾ ഗയിറ്റിനുള്ളിൽ കടന്നു. കാട്ട് ആപ്പിളുകളും മുൾച്ചെടികളും നിറഞ്ഞ ഒരു ചെറിയ മുറ്റത്താണ് ഞങ്ങൾ എത്തിയത്. അരമതിലിന്റെ അറ്റത്തു നിന്നിരുന്നത് ആസ്യതന്നെ ആയിരുന്നു. അവൾ മുഖം തിരിച്ചു ഞങ്ങളെ നോക്കി ചിരിച്ചെങ്കിലും ഇരുന്നിടത്തുനിന്ന് അനങ്ങിയില്ല. ഗാഗിൻ അവളുടെ നേരെ വിരൽ കുലുക്കി. ഈ സാഹസം കാട്ടിയതിന് അവളെ ഞാൻ ഉറക്കെ ശാസിക്കുകയും ചെയ്തു.

"അവളെ പാട്ടിനു വിടുകയാണു നല്ലത്," അയാൾ എന്റെ ചെവിയിൽ മന്ത്രിച്ചു. "അവളെ വാശിപിടിപ്പിച്ചാൽ കുഴപ്പമാകും. താങ്കൾക്ക് അവളെ അറിയില്ല. ഗോപുരത്തിന്റെ മുകളിലേക്കു കയറാനും അവൾ മടിക്കയില്ല. നമുക്ക് ഇവിടെയുള്ള ആൾക്കാരുടെ സാമാന്യബുദ്ധി നോക്കികാണാം."

ഞാൻ ചുറ്റും നോക്കി. തടിക്കൊണ്ടുണ്ടാക്കിയ ചെറിയൊരു മാടത്തിനുള്ളിൽ കമ്പിളി സോക്സ് തുന്നിക്കൊണ്ട് ഒരു വൃദ്ധ ഇരിപ്പുണ്ടായിരുന്നു. അവർ കണ്ണടച്ചില്ലിനിടയിലൂടെ ഞങ്ങളെ തുറിച്ചു നോക്കി. ബിയറും മധുരപലഹാരങ്ങളും സന്ദർശകർക്കു വില്ക്കുന്ന സ്ത്രീയായിരുന്നു അവർ. വലിയ മഗ്ഗുകളിൽനിന്ന് തണുത്ത ബിയർ മോന്തിക്കൊണ്ട് ഞങ്ങൾ ഒരു ബഞ്ചിലിരുന്നു. ആസ്യ അപ്പോഴും നിശ്ചലമായി ഇരിക്കുകയായിരുന്നു. അവളുടെ വടിവൊത്ത ശരീരം നിർമ്മലമായ ആകാശത്തിന്റെ പശ്ചാത്തലത്തിൽ ഒരു മനോഹര ചിത്രം പോലെ ആകർഷകമായിരുന്നു. എന്നാൽ ഞാൻ നീരസത്തോടെയാണ് അവളെ നോക്കിയത്. ഒരു തരം പിരിമുറുക്കവും അസ്വഭാവികതയും അവളുടെ പെരുമാറ്റത്തിൽ ഉണ്ടെന്ന് തലേദിവസം തന്നെ എനിക്കു തോന്നിയിരുന്നു... "ഞങ്ങളിൽ മതിപ്പുളവാക്കാനാണ് അവളുടെ ശ്രമം," ഞാൻ വിചാരിച്ചു. "എന്തിനാണ് അവൾ അതു ചെയ്യുന്നത്? എത്ര ബാലിശമാണത്!" എന്റെ ചിന്തകൾ ഊഹിച്ചറിഞ്ഞിട്ടെന്നപോലെ പെട്ടെന്ന് അവളുടെ കണ്ണുകൾ ധൃതിയിൽ എന്നെ ഒന്നു പരിശോധിച്ചു. വീണ്ടും പൊട്ടിച്ചിരിച്ചുകൊണ്ട് അവൾ മതിലിൽ നിന്നു ചാടിയിറങ്ങി വൃദ്ധയുടെ അടുക്കലേക്ക് ഓടി. തനിക്ക് ഒരു ഗ്ലാസ് വെള്ളം തരണമെന്ന് അവൾ വൃദ്ധയോട് അപേക്ഷിച്ചു.

“എനിക്കു ദാഹിച്ചിട്ടാണെന്നാണോ വിചാരിക്കുന്നത്?” അവൾസഹോദരനോടു ചോദിച്ചു. “അല്ലേയല്ല—ആ മതിലിൽ കുറെ ചെടികളുണ്ട്. അവയ്ക്കു വെള്ളമൊഴിച്ചേ തീരൂ.”

ഗാഗിൻ അവൾ പറഞ്ഞതു ശ്രദ്ധിച്ചില്ല. വെള്ളം നിറച്ച ഗ്ലാസു കയ്യിൽ പിടിച്ചുകൊണ്ട് ആസ്യ വീണ്ടും അവശിഷ്ടങ്ങളുടെ മുകളിലേക്കു കയറിത്തുടങ്ങി. പരിഹാസ്യമാംവണ്ണം പ്രമാണിത്തം ഭാവിച്ചുകൊണ്ട് അവൾ അവിടെയും ഇവിടെയും കുനിഞ്ഞുനിന്ന് ഒന്നോ രണ്ടോ തുള്ളി വെള്ളം ഒഴിക്കുന്നതും ആ വെള്ളം വെയിലേറ്റ് വെട്ടിത്തിളങ്ങുന്നതും ഞാൻ കണ്ടു. അവളുടെ ചലനങ്ങൾ ആകർഷകമായിരുന്നെങ്കിലും എന്റെ അപ്രീതി അകറ്റാൻ അവയ്ക്കു കഴിഞ്ഞില്ല. എന്നാൽ അവളുടെ പ്രസരിപ്പും ചുറുചുറുക്കും എന്നെ അത്ഭുതപ്പെടുത്തുക തന്നെ ചെയ്തു. ഏറ്റവും അപകടം പിടിച്ച ഒരിടത്ത് എത്തിയപ്പോൾ അവൾ ഭയം അഭിനയിച്ച് ഒന്നു നിലവിളിച്ചിട്ട് അടുത്ത ക്ഷണത്തിൽ തന്നെ ഉറക്കെ പൊട്ടിച്ചിരിച്ചു... എനിക്കു കൂടുതൽ അപ്രീതി തോന്നി.

“കോലാടിനെപ്പോലെയാണ് ആ പെൺകുട്ടി കയറുന്നത്!” കമ്പിളി തുന്നലിൽനിന്ന് കണ്ണുകളുയർത്തിക്കൊണ്ട് വൃദ്ധ പറഞ്ഞു.

ഒടുവിൽ വെള്ളം മുഴുവൻ തീർത്തിട്ട് ആസ്യ താഴെയിറങ്ങി ആടിക്കുഴഞ്ഞ് അവൾ ഞങ്ങളുടെ അടുത്തേക്ക് വന്നു. അവളുടെ പുരികക്കൊടികളും നാസാരന്ധ്രങ്ങളും ചുണ്ടുകളും പരിഹാസദ്യോതകമായി വിറച്ചുകൊണ്ടിരുന്നു, ഇറുക്കിപിടിച്ചിരുന്ന അവളുടെ കറുത്തകണ്ണുകൾ കുസലില്ലായ്മയും ആഹ്ലാദവുംകൊണ്ട് തിളങ്ങി.

“എന്റെ പെരുമാറ്റം കൊള്ളരുതാത്തതാണെന്ന് നിങ്ങൾ കരുതുന്നു. പക്ഷേ എനിക്കതുകൊണ്ട് ഒരു ചുക്കുമില്ല. നിങ്ങൾ വാസ്തവത്തിൽ എന്നെ നോക്കി ആസ്വദിക്കുകയാണെന്ന് എനിക്കറിയാം.” എന്ന് അവളുടെ മുഖഭാവം വിളിച്ചുപറയുന്നുണ്ടെന്നു തോന്നി.

“കൊള്ളാം, ആസ്യ, കൊള്ളാം!” ഗാഗിൻ സ്വരം താഴ്ത്തി പറഞ്ഞു.

പെട്ടെന്ന് അവൾക്ക് സ്വയം ലജ്ജതോന്നി. നീണ്ട പീലികളോടുകൂടിയ ഇമകൾ താഴ്ത്തിക്കൊണ്ട് കുറ്റബോധത്തോടെ അവൾ ഞങ്ങളുടെ അടുത്ത് അടങ്ങിയൊതുങ്ങി ഇരുന്നു. ആദ്യമായി ഞാൻ അവളുടെ മുഖം ശരിക്കൊന്നു കണ്ടു. സദാ മാറിക്കൊണ്ടിരിക്കുന്ന അത്തരം ഒരു മുഖം ഞാൻ മറ്റെങ്ങും കണ്ടിട്ടില്ല. ഏതാനും നിമിഷങ്ങൾ കഴിഞ്ഞപ്പോൾ അവളുടെ മുഖം വല്ലാതെ വിളർക്കുകയും ചിന്താമഗ്നവും വിഷാദഭരിതവുമായ ഒരു ഭാവം അവിടെ സ്ഥാനംപിടിക്കുകയും ചെയ്തു. അവളുടെ മുഖലക്ഷണങ്ങൾ ആകെത്തന്നെ കൂടുതൽ വലുതും സരളവും ലളിതവുമായിത്തീർന്നെന്നു തോന്നി. അവൾ അങ്ങേയറ്റം അടക്കമുള്ളവളായിത്തീർന്നു. ഞങ്ങൾ അവിടെമാകെ ചുറ്റിനടന്നു കണ്ടു. ആസ്യയും ഞങ്ങളോടൊപ്പം വന്നിരുന്നു. ഉച്ചഭക്ഷണത്തിനുള്ള സമയം അടുത്തു.

ഗാഗിൻ വൃദ്ധയ്ക്ക് പണം കൊടുത്തിട്ട് ഒരു മഗ്ഗ് ബിയർ കൂടിവാങ്ങി. അയാൾ എന്റെനേരെ തിരിഞ്ഞ് പറഞ്ഞു:

"താങ്കളുടെ ഹൃദയം കവർന്ന യുവതിയുടെ ആരോഗ്യത്തിനു വേണ്ടി!"

"ഇദ്ദേഹത്തിന് അങ്ങനെ—താങ്കൾക്ക് അങ്ങനെ ഒരു യുവതി ഉണ്ടോ?" ആസ്യ അപ്രതീക്ഷിതമായി ചോദിച്ചു.

"ആർക്കാണില്ലാത്തത്?" ഗാഗിൻ മറുപടി പറഞ്ഞു.

ആസ്യ ഒരു നിമിഷം എന്തോ ആലോചിച്ചു നിന്നു. അവളുടെ മുഖം വീണ്ടും മാറി. വെല്ലുവിളിപോലുള്ള ധിക്കാരംനിറഞ്ഞ ഒരുതരം പരിഹാസം അവിടെ വീണ്ടും സ്ഥാനംപിടിച്ചു.

മടക്കയാത്രയിൽ ആസ്യ മുമ്പത്തെക്കാൾ കൂടുതൽ തുള്ളിച്ചാടി നടക്കുകയും കൂടുതൽ ഉറക്കെ പൊട്ടിച്ചിരിക്കുകയും ചെയ്തുകൊണ്ടിരുന്നു. അവൾ ഒരു നീളമുള്ള മരക്കൊമ്പ് ഒടിച്ചെടുത്ത് തോക്കു പോലെ തോളിൽ വയ്ക്കുകയും തൂവാലയെടുത്ത് ഒരു തലേൽക്കെട്ടു കെട്ടുകയും ചെയ്തു. ഞങ്ങൾ വഴിക്ക് ഒരു വലിയ ഇംഗ്ലീഷ് കുടുംബത്തെ കണ്ടുമുട്ടി. പഴയ മട്ടുകാരായ ആ സ്വർണ്ണ മുടിക്കാരിൽ ഓരോരുത്തരും ആരുടെയോ ഉത്തരവ് കേട്ടിട്ടെന്നവണ്ണം അത്ഭുതവും ശൈത്യവും സ്ഫുരിക്കുന്ന തങ്ങളുടെ സ്ഫടികംപോലുള്ള കണ്ണുകൾ കൊണ്ട് ആസ്യയെ തുറിച്ചുനോക്കി. അവരെ ശുണ്ഠിപിടിപ്പിക്കാനെന്നവണ്ണം ആസ്യ ഉറക്കെ പാടിത്തുടങ്ങി. വീട്ടിലെത്തിയ ഉടൻ അവൾ സ്വന്തം മുറിയിലേക്കു പോയി. ഊണു കഴിക്കാൻ നേരത്താണ് പിന്നീട് അവൾ പുറത്തു വന്നത്. ഏറ്റവും നല്ല ഫ്രോക്കും കയ്യുറകളുമണിഞ്ഞ് മുടി ഭംഗിയായി ചീകിയൊതുക്കിവച്ച് ഒരു യുവമഹിളയ്ക്കു ചേർന്നവിധം അവൾ ഒരുങ്ങിയിരുന്നു. ഭക്ഷണ സമയത്തെ അവളുടെ പെരുമാറ്റം ഔപചാരികമെന്നു തോന്നുംവിധം ഒതുങ്ങിയതായിരുന്നു. അവൾ പേരിനുമാത്രം ഭക്ഷണം കഴിക്കുകയും ഒരു വൈൻഗ്ലാസിൽനിന്നു കുറേശ്ശെ വെള്ളം കുടിക്കുകയും ചെയ്തുകൊണ്ട് സ്വസ്ഥയായി ഇരുന്നു. ഒരു പുതിയ വെളിച്ചത്തിൽ, സുശീലയും സുശിക്ഷതയുമായ ഒരു യുവമഹിളയുടെ വേഷത്തിൽ, എന്റെ മുമ്പിൽ പ്രത്യക്ഷപ്പെടാൻ അവൾ ശ്രമിക്കുകയായിരുന്നെന്നു തോന്നി. ഗാഗിൻ അവളെ തടസ്സപ്പെടുത്തിയില്ല. അവളെ അവളുടെ ഇഷ്ടത്തിന് വിടുകയായിരുന്നു അയാളുടെ പതിവ്. ഒരു ചുമൽ അല്പം ഉയർത്തിക്കൊണ്ട് സദാഭാവത്തോടെ ഇടയ്ക്ക് ഒന്നു രണ്ടു തവണ അയാൾ എന്നെ നോക്കി. "അവൾ ഇപ്പോഴും ചെറിയ കുട്ടിയാണ്, അവളോട് ദേഷ്യം തോന്നരുത്," എന്ന് അയാളുടെ കണ്ണുകൾ യാചിക്കയാണെന്നു തോന്നി. ഭക്ഷണം കഴിഞ്ഞയുടനെ ആസ്യ എണീറ്റ് തൊപ്പി ധരിച്ചിട്ട് ഫ്രൗ ലൂയിസെയുടെ അടുത്തു പോകാൻ ഗാഗിനോട് അനുവാദം ചോദിച്ചു.

"നീ എന്നു മുതലാണ് എന്നോട് അനുവാദം ചോദിച്ചു തുടങ്ങിയത്?" എന്ന് തന്റെ സ്ഥിരം പുഞ്ചിരിയോടെയെങ്കിലും തെല്ലൊരു

വൈക്ലബ്യത്തോടെ ഗാഗിൻ ചോദിച്ചു. "ഞങ്ങളുടെ കൂടെ ഇരുന്ന് മുഷിഞ്ഞോ?"

"അല്ല അതുകൊണ്ടല്ല, ഞാൻ ഇന്നു ചെല്ലാമെന്ന് ഇന്നലെ തന്നെ ഫ്രൗ ലൂയിസെയോടു പറഞ്ഞതാണ്. ഞാനില്ലാത്തതായിരിക്കും നിങ്ങൾക്ക് കൂടുതൽ രസം. ശ്രീമാൻ എൻ. (അവൾ എന്നെ ചൂണ്ടിക്കാട്ടി) മറ്റെന്തെങ്കിലും കൂടി പറയുമായിരിക്കും."

അവൾ പോയി.

"പഴയ ബുർഗോമാസ്റ്ററുടെ ഭാര്യയാണ് ഫ്രൗ ലൂയിസെ," എന്റെ മുഖത്തേക്കു നോക്കാതെ ഗാഗിൻ പറഞ്ഞു. "തലയിൽ ഒന്നുമില്ലെങ്കിലും നല്ലൊരു വൃദ്ധയാണ് അവർ. അവർക്ക് ആസ്യയെ വലിയ കാര്യമാണ്. താണ നിലയിലുള്ള ആൾക്കാരോട് അടുക്കാൻ ആസ്യയ്ക്ക് ഒരു പ്രത്യേക വാസനയാണ്. അഭിമാനബോധമാണ് അതിന്റെ പിന്നിലുള്ളതെന്നു എനിക്കു തോന്നുന്നു." നിമിഷനേരത്തെ മൗനത്തിനുശേഷം അയാൾ കൂട്ടിച്ചേർത്തു: "അവളെ കൊഞ്ചിച്ചു വഷളാക്കിയിട്ടുണ്ടെന്നു ഞാൻ സമ്മതിക്കാം. പക്ഷേ എന്തു ചെയ്യാനാണ്. എനിക്ക് ആരോടും കർശ്ശനമായി പെരുമാറാൻ അറിഞ്ഞുകൂട—പ്രത്യേകിച്ച് ആസ്യയോട്. അവൾ പറയുന്നതൊക്കെ സമ്മതിക്കാൻ ഞാൻ ബാദ്ധ്യസ്ഥനാണ്."

ഞാൻ ഒന്നും മിണ്ടിയില്ല. ഗാഗിൻ വിഷയം മാറ്റി. അയാളെ കൂടുതൽ അടുത്തറിയുന്തോറും എനിക്ക് അയാളോടു തോന്നിയിരുന്നസ്നേഹവായ്പ് വർദ്ധിച്ചുകൊണ്ടിരുന്നു. ഞാൻ വളരെ വേഗം അയാളെ മനസ്സിലാക്കി. ഒരു അസ്സൽ റഷ്യാക്കാരന്റെ സ്വഭാവമായിരുന്നു അയാളുടേത്—അയാൾ സത്യസന്ധനും വിശ്വസ്തനും ഋജുബുദ്ധിയും ആയിരുന്നെങ്കിലും നിർഭാഗ്യവശാൽ അലസനും ഒന്നിലും വേണ്ടത്ര ചൂടില്ലാത്തവനും ആയിരുന്നു. അയാളിൽ യുവത്വം ആളിക്കത്തിയിരുന്നില്ല, അത് പ്രശാന്തമായ ഒരു പ്രകാശം പരത്തിയതേയുള്ളു. അയാൾക്ക് വശ്യതയും ബുദ്ധിശക്തിയും വേണ്ടുവോളം ഉണ്ടായിരുന്നെങ്കിലും ഭാവിയിൽ അയാൾ എവിടെ എത്തിച്ചേരുമെന്നു സങ്കല്പിക്കാൻ എനിക്കു കഴിയുമായിരുന്നില്ല. നിരന്തരവും കഠിനവുമായ പ്രയത്നം കൊണ്ടേ ഒരു ചിത്രകാരനാകാൻ കഴിയൂ... ഗാഗിന്റെ മൃദുലമായ മുഖവും പതിഞ്ഞ സംസാരവും ശ്രദ്ധിച്ചുകൊണ്ടിരുന്ന എനിക്കു തോന്നി അയാൾ കഠിനമായി പ്രയത്നിക്കാൻ അപ്രാപ്തനാണെന്ന്. ഇല്ല, അയാൾ വേണ്ടത്ര പരിശ്രമിക്കയില്ല, അയാൾക്ക് അതു സാദ്ധ്യമല്ല. എന്നാൽ ആ യുവാവിനെ ഇഷ്ടപ്പെടാതിരിക്കാൻ കഴിയുമായിരുന്നില്ല. ആരുടേയും ഹൃദയം കവരാനുള്ള കഴിവ് അയാൾക്കുണ്ടായിരുന്നു. വീട്ടുമുറ്റത്ത് ഉലാത്തുകയും ഇടയ്ക്കിടക്ക് സോഫയിൽ ചെന്നിരിക്കുകയും ചെയ്തുകൊണ്ട് മൂന്നോ നാലോ മണിക്കൂർ ഞങ്ങൾ ഒരുമിച്ച് ചെലവഴിച്ചു. അതിനിടയിൽ ഞങ്ങൾ ഉറ്റ ചങ്ങാതിമാരായിക്കഴിഞ്ഞിരുന്നു.

സൂര്യൻ അസ്തമിച്ചു. എനിക്ക് മടങ്ങാൻ സമയമായി. ആസ്യ തിരിച്ചെത്തിയിരുന്നില്ല.

"അവൾ ഒരു തന്നിഷ്ടക്കാരിയാണ്!" ഗാഗിൻ പറഞ്ഞു. "ഞാൻ താങ്കളോടൊപ്പം വരാം. വഴിക്ക് ഫ്രൗ ലൂയിസെയുടെ വീട്ടിൽ കയറി ആസ്യ അവിടെ ഉണ്ടോയെന്ന് അന്വേഷിക്കുകയും ചെയ്യാം. അതു താങ്കൾക്കു പോകേണ്ട വഴിയിൽനിന്നു ദൂരെയല്ല."

ഞങ്ങൾ പട്ടണത്തിലേക്കു നയിക്കുന്ന പാതയിലൂടെ താഴോട്ടിറങ്ങി. വളഞ്ഞതും വീതികുറഞ്ഞതുമായ ഒരു ഇടവഴിയിലേക്കു കയറി അല്പദൂരം നടന്നപ്പോൾ ഒരു ചെറിയ നാലുനിലകെട്ടിടത്തിനു മുമ്പിൽ ഞങ്ങൾ എത്തിച്ചേർന്നു. അതിന്റെ രണ്ടാമത്തെ നില ഒന്നാം നിലയ്ക്ക് മുകളിൽ നിന്ന് തെരുവിലേക്ക് ഉന്തിനിന്നു. മൂന്നും നാലു നിലകൾ രണ്ടാമത്തെ നിലയിൽ നിന്ന് കുറേക്കൂടി ഉന്തിനിന്നിരുന്നു. ജീർണ്ണിച്ച കല്പണിയും മുകളിലത്തെ നിലകളെ താങ്ങിനിർത്തിയിരുന്ന രണ്ടു തടിയൻ തൂണുകളും ഓടുമേഞ്ഞ കുത്തനെയുള്ള മേൽക്കൂരയും കൊക്കുപോലെ ഉന്തിനിന്ന ചായ്പ്പുകളും എല്ലാം ചേർന്ന് ആ കെട്ടിടത്തിന് കൂനിക്കൂടിയിരിക്കുന്ന ഒരു കൂറ്റൻ പക്ഷിയുടെ ഛായ നൽകിയിരുന്നു.

"ആസ്യ! നീ ഇവിടെ ഉണ്ടോ?" ഗാഗിൻ വിളിച്ചു ചോദിച്ചു.

മൂന്നാം നിലയിൽ വെളിച്ചമുള്ള ഒരു മുറിയുടെ ജനാല തുറക്കപ്പെട്ടു. ആസ്യയുടെ കറുത്ത, ചെറിയ തല അവിടെ പ്രത്യക്ഷമായി. അവളുടെ പിന്നിൽനിന്ന് പല്ലില്ലാത്ത ഒരു ജർമ്മൻ വൃദ്ധ കാഴ്ചകുറഞ്ഞ കണ്ണുകൾ കൊണ്ട് പുറത്തേക്കു എത്തിനോക്കുന്നതു ഞങ്ങൾ കണ്ടു.

"ഇതാ ഞാൻ!" ജനാലപ്പടിയിൽ കൈമുട്ടുകൾ ഊന്നിനിന്നുകൊണ്ട് ആസ്യ വിളിച്ചുപറഞ്ഞു. "എനിക്ക് വളരെ സന്തോഷമായി. ഇതാ, ഇതു പിടിച്ചോളൂ! എന്നു പറഞ്ഞുകൊണ്ട് ഒരു ജറേനിയം പൂങ്കുല അവൾ താഴത്തേക്കെറിഞ്ഞു. "ഞാനാണ് ചേട്ടന്റെ ഹൃദയേശ്വരി എന്നു ഭാവിച്ചോളൂ,"

ഫ്രൗ ലൂയിസെ ചിരിച്ചു.

"എൻ. വീട്ടിലേക്കു മടങ്ങുകയാണ്." ഗാഗിൻ പറഞ്ഞു. "അദ്ദേഹം നിന്നോട് യാത്ര ചോദിക്കാൻ ആഗ്രഹിക്കുന്നു."

"വാസ്തവമാണോ?" ആസ്യ ചോദിച്ചു. "അങ്ങനെയാണെങ്കിൽ ആ പൂ അദ്ദേഹത്തിനു കൊടുത്തേക്കൂ. ഞാൻ അധികം താമസിക്കയില്ല."

അവൾ ജനൽ കൊട്ടിയടച്ചു. അവൾ തീർച്ചയായും ഫ്രൗലൂയിസെയെ ചുംബിച്ചു കാണും. ഗാഗിൻ ഒന്നും പറയാതെ പൂങ്കുല എനിക്കു തന്നു. മൗനം ഭഞ്ജിക്കാതെ ഞാൻ അതു വാങ്ങി പോക്കറ്റിലിട്ടിട്ട് കടവിലേക്കു നടന്നു. കടത്തുകാരൻ എന്നെ മറുകര എത്തിച്ചു.

പ്രത്യേകിച്ച് ഒന്നിനെപ്പറ്റിയും ചിന്തിക്കാതെയാണ് ഞാൻ അന്നു വീട്ടിലേക്കു നടന്നത്. എന്നാൽ എന്റെ ഹൃദയത്തിൽ വിചിത്രമായ ഒരു ഭാരം

അനുഭവപ്പെട്ടിരുന്നതായി ഞാൻ ഓർക്കുന്നു. പെട്ടെന്ന് ശക്തിയായ ഒരു പരിമളം എനിക്ക് അനുഭവപ്പെട്ടു. ഞാൻ നടപ്പ നിർത്തി. ആ ഗന്ധം എനിക്കു സുപരിചിതമായിരുന്നെങ്കിലും ജർമ്മനിയിൽ തികച്ചും അസുലഭമായിരുന്നു. പാതയ്ക്കരികിൽ ചണച്ചെടികളുടെ ഒരു ചെറിയ തടം ഞാൻ കണ്ടു. ആ പരിമളം എന്നിൽ ജന്മദേശത്തിന്റെ സ്മരണ ഉണർത്തി. അങ്ങോട്ടു തിരിച്ചുപോകാനുള്ള അടക്കാനാവാത്ത ആവേശം എനിക്കുണ്ടായി. റഷ്യയിലെ വായു ശ്വസിക്കാനും റഷ്യൻ മണ്ണിൽ കാൽ ചവിട്ടാനും ഞാൻ കൊതിച്ചു. "ഞാൻ ഇവിടെ എന്തിനു താമസിക്കുന്നു? ഈ അന്യനാട്ടിൽ അന്യരുടെ ഇടയിൽ അലഞ്ഞുതിരിഞ്ഞു നടന്നിട്ട് എന്താണു കാര്യം?" ഞാൻ സ്വയം ചോദിച്ചു. എന്റെ ഹൃദയത്തിൽ അനുഭവപ്പെട്ട ഭാരം പെട്ടെന്ന് ചുട്ടുപൊള്ളുന്ന കടുത്ത മനക്ഷോഭമായി മാറി. തലേ ദിവസത്തേതിൽ നിന്ന് തികച്ചും വിഭിന്നമായ മനോവ്യാപാരത്തോടെയാണ് അന്നു ഞാൻ വീട്ടിലെത്തിയത്. ഒരുതരം കോപം എന്നെ ആവേശിച്ചിരുന്നു. അതിൽനിന്നു വിമുക്തനാകാൻ വളരെ നേരത്തേക്ക് എനിക്ക് കഴിഞ്ഞില്ല. എനിക്കുതന്നെ മനസ്സിലാക്കാനാവാത്ത ഒരുതരം മനക്ലേശം എന്നെ കാർന്നു തിന്നുകൊണ്ടിരുന്നു. ഒടുവിൽ ചപലമായ യുവവിധവയെപ്പറ്റി ഞാൻ ആലോചിക്കാതിരുന്നു (ആ മഹിളയെപ്പറ്റിയുള്ള ഓർമ്മകൾ അയവിറക്കിക്കൊണ്ടാണ് ഞാൻ ഓരോ ദിവസവും അവസാനിപ്പിച്ചിരുന്നത്). ഞാൻ അവളുടെ എഴുത്തുകളിലൊന്ന് പുറത്തെടുത്തു. എന്നാൽ ഞാനതു നിവർത്തുകപോലും ചെയ്തില്ല. എന്റെ ചിന്തകൾ മറ്റൊരു വഴിക്കു തിരിഞ്ഞു. ഞാൻ ആസ്യയെപ്പറ്റി ചിന്തിച്ചു തുടങ്ങി... തനിക്ക് റഷ്യയിലേക്കു മടങ്ങുന്നതിന് എന്തോ ഒരു തടസ്സമുള്ളതായി സംസാരമദ്ധ്യേ ഗാഗിൻ സൂചിപ്പിച്ചത് ഞാൻ ഓർത്തു... "അവൾ വാസ്തവത്തിൽ അയാളുടെ സഹോദരി തന്നെയാണോ?" ഞാൻ ഉറക്കെ ചോദിച്ചു.

ഞാൻ വസ്ത്രങ്ങൾ മാറ്റി കിടക്കയിൽ ചെന്നു കിടന്ന് ഉറങ്ങാൻ ശ്രമിച്ചു. എന്നാൽ ഒരു മണിക്കൂർ കഴിഞ്ഞ് ഞാൻ തലയിണയിൽ കൈമുട്ടുകളൂന്നിക്കൊണ്ട് എണീറ്റിരുന്നു. "ക്ഷണിച്ചുവരുത്തിയ ചിരിയോടുകൂടിയ ചഞ്ചലചിത്തയായ പെൺകുട്ടി" വീണ്ടും എന്റെ മനസ്സിലേക്കു കടന്നുവന്നു... "ഫർനെസീനയിലെ റഫയേലിന്റെ കൊച്ചു ഗലാറ്റേ[5]യുടേതുപോലെയാണ് അവളുടെ ആകാരം," ഞാൻ മന്ത്രിച്ചു. "അവൾ അയാളുടെ സഹോദരിയല്ലെന്ന് എനിക്ക് തീർച്ച ഉണ്ട് "

വിധവയുടെ കത്ത് നിലാവേറ്റ് നിലത്ത് നിശ്ചലമായി കിടന്നു.

5 ഫർനെസീനയിലെ റഫയേലിന്റെ കൊച്ചുഗലറ്റേയ...—സുപ്രസിദ്ധ ഇറ്റാലിയൻ ചിത്രകാരനായ റഫയേൽ (1483-1520) റോമിലുള്ള ഫർനെസീന വില്ലയിൽ വരച്ച 'ഗലെറ്റേയയുടെ വിജയം" എന്ന സുപ്രസിദ്ധ ചുവർ ചിത്രം.

V

പിറ്റേ ദിവസം രാവിലെ ഞാൻ വീണ്ടും എൽ. പട്ടണത്തിലേക്കു തിരിച്ചു. ഗാഗിനെ കാണാനാണ് അങ്ങോട്ടു പോകുന്നതെന്ന് ഞാൻ സ്വയം പറഞ്ഞെങ്കിലും ആസ്യയുടെ പെരുമാറ്റം എങ്ങനെയായിരിക്കുമെന്നറിയാൻ ഞാൻ ഗൂഢമായി ആഗ്രഹിച്ചു. അവൾ ഇന്നലത്തെ കൗശലങ്ങൾ തുടരുമോ? അവർ ഇരുവരും സൽക്കാരമുറിയിൽ ഇരിക്കുന്നുണ്ടായിരുന്നു. വിചിത്രമെന്നു പറയട്ടെ. ആസ്യ അപ്പോൾ ഒരു തനിറഷ്യൻ പെൺകുട്ടിയെപ്പോലെയോ ഏതാണ്ട് ഒരു നാടൻ വീട്ടുവേലക്കാരിപ്പെണ്ണിനേപ്പോലെയോ ആണിരിക്കുന്നതെന്ന് എനിക്കു തോന്നി. തലേ രാത്രിയിലും അന്നു രാവിലേയും ഞാൻ റഷ്യയെപ്പറ്റി വളരെയധികം ചിന്തിച്ചിരുന്നതുകൊണ്ടാവാം എനിക്കങ്ങനെ തോന്നിയത്. ചെവികൾക്കു പിന്നിലേക്ക് മുടി ചീകി ഒതുക്കിവച്ച് ഒരു പഴയ കുപ്പായവും അണിഞ്ഞ് അവൾ ജനലിനടുത്ത് ശാന്തയായിരുന്ന് തുന്നുകയായിരുന്നു. അതു കണ്ടാൽ അവൾ ജീവിതകാലം മുഴുവൻ ആ ജോലിയിൽ ഏർപ്പെട്ടിരിക്കയായിരുന്നെന്നേ തോന്നൂ. അവൾ തുന്നലിൽനിന്ന് കണ്ണെടുക്കുകയോ സംസാരിക്കുകയോ ചെയ്തില്ല. തികച്ചും സാധാരണവും വികാരശൂന്യവുമായി അവളുടെ മുഖഭാവം കണ്ടപ്പോൾ എനിക്ക് നാട്ടിലെ കാത്യമാരെയും മാഷമാരെയും ഓർമ്മ വന്നു. ആ സാദൃശ്യം പൂർണ്ണമാക്കാനെന്നവണ്ണം അവൾ മെല്ലെ പാടിത്തുടങ്ങി: "അമ്മേ, പൊന്നമ്മേ!"[6] അവളുടെ വിളറി ചൈതന്യമറ്റ മുഖത്തു നോക്കിക്കൊണ്ടിരുന്നപ്പോൾ എനിക്ക് എന്റെ ഇന്നലത്തെ സ്വപ്നങ്ങൾ ഓർമ്മ വന്നു. എന്തുകൊണ്ടോ എനിക്ക് ഖേദം തോന്നി. സുന്ദരമായ ഒരു ദിവസമായിരുന്നു അത്. താൻ പടം വരയ്ക്കാൻ പുറപ്പെടുകയാണെന്ന് ഗാഗിൻ പറഞ്ഞു. ഞാൻ ഒപ്പം ചെന്നാൽ അതൊരു ശല്യമായിരിക്കുമോയെന്ന് ഞാൻ അയാൾ ചോദിച്ചു.

"നേരെ മറിച്ചാണ്." അയാൾ പറഞ്ഞു. "നല്ല നിർദേശങ്ങൾ തരാൻ താങ്കൾക്കു കഴിയും."

ഒരു വാൻ ഡെയ്ക്ക്[7] ഹാറ്റും കുപ്പായവും ധരിച്ച് കടലാസും കക്ഷത്തിൽ ഇറുക്കിപ്പിടിച്ചുകൊണ്ട് അയാൾ പുറത്തിറങ്ങി. ഞാൻ അയാളെ പിൻതുടർന്നു. ആസ്യ വീട്ടിലിരുന്നതേയുള്ളൂ. ഉച്ചഭക്ഷണത്തിനുള്ള സൂപ്പ് തീരെ നേർത്തു പോകാതിരിക്കാൻ വേണ്ട ഏർപ്പാടു ചെയ്യണമെന്ന് പുറപ്പെടുന്നതിനുമുമ്പ് ഗാഗിൻ അവളോടു പറഞ്ഞു. താൻ അടുക്കളയിൽ പോയി നോക്കാമെന്ന് അവൾ ഗാഗിന് വാക്കുകൊടുക്കുകയും ചെയ്തു.

---

6 "അമ്മേ, പൊന്നമ്മ!"—റഷ്യൻ ഗാനരതചയിതാവായ അലക്സാണ്ടർ ഗുറിലേവ്(1803-1858) നാടോടിപ്പാട്ടുകളുടെ ശൈലിയിൽ രചിച്ച പ്രസിദ്ധമായ ഒരു ഗാനം.

7 വാൻഡെയ്ക്ക് (1599-1640)—സുപ്രസിദ്ധ ഡച്ച് ചിത്രകാരൻ.

എനിക്കപ്പോൾ സുപരിചിതമായിക്കഴിഞ്ഞ താഴ്വരയിൽ എത്തിയ ഉടൻ ഗാഗിൻ ഒരു പാറപ്പുറത്തു ചെന്നിരുന്ന് പടർന്നു പന്തലിച്ചു നിന്ന പൊത്തുള്ള ഒരു ഓക്കുമരം വരയ്ക്കുന്നതിൽ മുഴുകി. ഞാൻ പുല്ലിൽ കിട ന്നുകൊണ്ട് പോക്കറ്റിൽ നിന്ന് ഒരു പുസ്തകം പുറത്തെടുത്തു. എന്നാൽ ഒന്നു രണ്ടു പേജിൽ കൂടുതൽ വായിക്കാൻ എനിക്കു കഴിഞ്ഞില്ല. ഗാഗി നാകട്ടെ ചിത്രം വരയ്ക്കാനുള്ള കടലാസ് വൃത്തികേടാക്കുകമാത്രമാണ് ചെയ്തത്. ഞങ്ങൾ സംസാരിച്ചുകൊണ്ടിരുന്നു. ശരിക്കു ജോലിചെയ്യേ ണ്ടത് എങ്ങനെയാണെന്നും ഒഴിവാക്കേണ്ടത് എന്തെല്ലാമാണെന്നും ഏതു ശൈലിയാണ് സ്വീകരിക്കേണ്ടതെന്നും നമ്മുടെ കാലഘട്ടത്തിൽ ചിത്രകാരന്മാരുടെ പ്രധാന്യമെന്താണെന്നും മറ്റും വിവേകപൂർവ്വം ചർച്ച ചെയ്യുകയായിരുന്നു ഞങ്ങളെന്നാണ് എന്റെ ഓർമ്മ. താൻ "ഇന്ന് വേണ്ടത്ര ഉഷാറിലല്ല" എന്നു പറഞ്ഞുകൊണ്ട് ഒടുവിൽ ഗാഗിൻ ജോലി നിർത്തി എന്റെയടുത്തു വന്നു കിടന്നു. യുവസഹജമായ ഞങ്ങളുടെ സംഭാഷണം സ്വതന്ത്രമായി ഒഴുകിക്കൊണ്ടിരുന്നു. ചിലപ്പോൾ ചൂടുപി ടിച്ചതും ചിലപ്പോൾ ചിന്താനിർഭരവും ചിലപ്പോൾ ആഹ്ലാദകരവുമായി രുന്ന ആ സംഭാഷണം എല്ലായ്പ്പോഴും ഏറെക്കുറെ അസ്പഷ്ടമായിരു ന്നു—റഷ്യാക്കാർക്കു പ്രിയങ്കരമായ ഒരു പ്രത്യേകതയാണല്ലോ അത്. മതിയാവോളം വർത്തമാനം പറഞ്ഞിരുന്നിട്ട് ഞങ്ങൾ വീട്ടിലേക്കു മടങ്ങി. ഏതോ ഒരു വൻകാര്യം സാധിച്ചതുപോലുള്ള ആത്മസംതൃപ്തി ഞങ്ങൾക്ക് അനുഭവപ്പെട്ടു. രാവിലെ കണ്ടതു പോലെ തന്നെയായിരുന്നു ആസ്യ അപ്പോഴും. അവളുടെ രൂപത്തിനോ ഭാവത്തിനോ യാതൊരു മാറ്റവും ഉണ്ടായിരുന്നില്ല. ശൃംഗാരത്തിന്റേയോ നാട്യത്തിന്റേയോ ലാഞ്ചനപോലും അവളിൽ കാണാൻ എനിക്കു കഴിഞ്ഞില്ല. ഇപ്പോൾ കൃത്രിമത്വത്തിന് അവളെ ആർക്കും കുറ്റപ്പെടുത്താൻ കഴിയുമായിരുന്നില്ല.

വൈകുന്നേരമായപ്പോൾ അവൾ അറിയാതെ പലതവണ കോട്ടുവാ യിട്ടു തുടങ്ങി. ഒടുവിൽ അവൾ ഉറങ്ങാൻ പോയി. ഞാനും താമസിയാതെ ഗാഗിനോടു യാത്ര പറഞ്ഞ് വീട്ടിലേക്കു തിരിച്ചു. അന്നു ഞാൻ സ്വപ്നം കണ്ടുകൊണ്ടല്ല വീട്ടിലെത്തിയത്. പ്രശാന്തമായ ചിന്താനുഭവങ്ങളുടെ ദിവസമായിരുന്നു അത്. എന്നാൽ കിടക്കയിൽ കയറികിടക്കാനൊരു ങ്ങുമ്പോൾ ഞാൻ അറിയാതെ ഇങ്ങനെ ഉൽഘോഷിച്ചു:

"ഓന്തിനെപ്പോലെ നിറംമാറുന്ന പെൺകിടാവ്!" അല്പനേരത്തെ മൗനത്തിനുശേഷം ഞാൻ കൂട്ടിച്ചേർത്തു: "എന്തായാലും അവൾ അയാളുടെ സഹോദരിയല്ല!"

VI

രണ്ടാഴ്ച അങ്ങനെ കടന്നുപോയി. ഞാൻ എല്ലാ ദിവസവും ഗാഗിനേയും ആസ്യയേയും സന്ദർശിച്ചുകൊണ്ടിരുന്നു. ആസ്യ എന്നിൽനിന്നും ഒഴിഞ്ഞുമാറുകയാണെന്നു തോന്നി. എന്നാൽ ഞങ്ങൾ പരിചയപ്പെട്ട ആദ്യത്തെ രണ്ടുദിവസങ്ങളിൽ എന്നെ അത്ഭുതപരതന്ത്രനാക്കിയ ചാപല്യമൊന്നും പിന്നീടൊരിക്കലും അവൾ ആവർത്തിച്ചില്ല. രഹസ്യമായ ദുഃഖമോ മനഃക്ലേശമോ എന്തോ ഒന്ന് അവളെ അലട്ടുന്നുണ്ടെന്നു തോന്നി. അവൾ ഇപ്പോൾ പഴയപോലെ ചിരിക്കാറില്ല. ജിജ്ഞാസയോടെ ഞാൻ അവളെ നിരീക്ഷിച്ചുകൊണ്ടിരുന്നു.

അവൾ ഫ്രഞ്ചും ജർമ്മനും ഭംഗിയായി സംസാരിച്ചിരുന്നു. എങ്കിലും കുട്ടിക്കാലത്ത് ഒരു സ്ത്രീയുടെ കരങ്ങൾ അവളെ നയിച്ചിട്ടില്ലെന്നും അവൾക്കു ലഭിച്ചിട്ടുള്ള ശിക്ഷണം വിചിത്രവും അസാധാരണവുമാണെന്നും, ഗാഗിനു ലഭിച്ചിട്ടുള്ള ശിക്ഷണത്തിൽ നിന്ന് അതു വിഭിന്നമാണെന്നും അവളുടെ ഓരോ ചലനവും വിളിച്ചറിയിച്ചു. ഗാഗിൻ വാൻ ഡെയ്ക്ക് തൊപ്പിയും കലാകാരന്റെ മേലങ്കിയും അണിയാറുണ്ടെങ്കിലും സുഖസമൃദ്ധിയിൽ ജനിച്ചുവളർന്ന ഒരു റഷ്യൻ പ്രഭുവിന്റെ ആഭിജാത്യവും പ്രശാന്തതയും അയാളിൽ നിന്നും പ്രസരിച്ചിരുന്നു. എന്നാൽ അവൾ ഉന്നതകുലജാതയായ ഒരു യുവതിയെപ്പോലെയേ ആയിരുന്നില്ല. സംഭ്രമം നിറഞ്ഞ അംഗചലനങ്ങളായിരുന്നു അവളുടേത്. ആ കാട്ടുചെടി പറിച്ചു നട്ടിട്ട് അധികകാലമായിരുന്നില്ല. ആ വീഞ്ഞ് ഇപ്പോഴും പതഞ്ഞുപൊങ്ങിക്കൊണ്ടിരിക്കയാണ്. ജന്മനാ ലജ്ജാവതിയും കാതരയുമായിരുന്ന അവളെ സ്വന്തം ലജ്ജാശീലം സദാ പീഡിപ്പിച്ചുകൊണ്ടിരുന്നു. തന്റേടിയും സ്വതന്ത്രയുമാകാൻ അവൾ കഴിയുന്നത്ര ശ്രമിച്ചുകൊണ്ടിരുന്നെങ്കിലും അതു വേണ്ടത്ര ഫലപ്രദമായില്ല എന്നതാണ് സത്യം. അവളുടെ ഭൂതകാലത്തെപ്പറ്റിയും റഷ്യയിലെ ജീവിതത്തെപ്പറ്റിയും അവളെക്കൊണ്ടു എന്തെങ്കിലും പറയിക്കാൻ പലതവണ ഞാൻ ശ്രമിച്ചിട്ടുണ്ട്, എന്നാൽ എന്റെ ചോദ്യങ്ങൾക്കു മറുപടി പറയാൻ അവൾ വിമുഖയായിരുന്നു. വിദേശത്തേക്കു പുറപ്പെടുന്നതിനുമുമ്പ് വളരെക്കാലം അവൾ നാട്ടിൻപുറത്തു താമസിച്ചിരുന്നു എന്നുമാത്രം എനിക്കു മനസ്സിലാക്കാൻ കഴിഞ്ഞു. ഒരു ദിവസം അവൾ ഒറ്റയ്ക്കിരുന്നു പുസ്തകം വായിക്കുന്നത് ഞാൻ കണ്ടു. കൈകൾകൊണ്ട് തല താങ്ങിപ്പിടിച്ച് വിരലുകൾ മുടിയിൽ തിരുകിവച്ചുകൊണ്ട് അവൾ വായനയിൽ മുഴുകി ഇരിക്കുകയായിരുന്നു. അവളുടെ അടുത്തു ചെന്ന് ഞാൻ പറഞ്ഞു:

“കൊള്ളാം! നീ ഒരു അദ്ധ്വാനശീലയാണല്ലോ!”

അവൾ തലയുയർത്തി പരുഷമായി എന്നെ നോക്കിക്കൊണ്ടു പറഞ്ഞു:

“എനിക്കു ചിരിക്കാൻ മാത്രമേ അറിയൂ എന്നാണോ താങ്കൾ വിചാരിച്ചത്?” അവൾ അവിടുന്ന് എണീറ്റ് പോകാൻ ഭാവിച്ചു.

അവൾ വായിച്ചിരുന്ന പുസ്തകത്തിന്റെ പേരു ഞാൻ കണ്ടു—അതൊരു ഫ്രഞ്ച് നോവലായിരുന്നു.

“തിരിഞ്ഞുപിടിച്ച പുസ്തകം ഗുണമില്ല,” ഞാൻ അഭിപ്രായപ്പെട്ടു.

“പിന്നെ എന്താണ് വായിക്കേണ്ടത്?” പുസ്തകം മേശപ്പുറത്തേക്കിട്ടു കൊണ്ട് അവൾ ചോദിച്ചു. “പുറത്തു പോയി ഉല്ലാസകരമായി സമയം കഴിക്കുന്നതായിരിക്കും ഇതിൽ ഭേദം.” എന്നു പറഞ്ഞുകൊണ്ട് അവൾ തോട്ടത്തിലേക്ക് ഓടി.

അന്നു വൈകിട്ട് “ഹേർമനും ദൊറോത്യയും?”[8] എന്ന പുസ്തകം ഞാൻ ഗാഗിനെ ഉറക്കെ വായിച്ചു കേൾപ്പിക്കയായിരുന്നു. ആസ്യ ഞങ്ങൾ ഇരിക്കുന്നതിനടുത്തുകൂടെ പലതവണ കടന്നുപോയി. ഒടുവിൽ അവൾ നടപ്പു നിർത്തി തല അല്പം ചരിച്ചു പിടിച്ചുകൊണ്ട് എന്റെ അടുത്തു വന്നിരുന്നു. വായന കഴിയുന്നതുവരെ അവൾ അവിടെത്തന്നെ ഇരുന്ന് അതു ശ്രദ്ധിച്ചു. പിറ്റേ ദിവസം വീണ്ടും എനിക്ക് ആസ്യയെ മനസ്സിലാക്കാൻ കഴിയാതെ വന്നു. അവൾ ദൊറോത്യയെപ്പോലെ കാര്യപ്പിടിപ്പുള്ള ഗൗരവക്കാരിയായ ഒരു വീട്ടമ്മ ചമയുകയാണെന്ന് ഒടുവിൽ ഞാൻ ഊഹിച്ചു. ചുരുക്കിപ്പറഞ്ഞാൽ എന്നെ സംബന്ധിച്ചിടത്തോളം അവൾ ഒരു കടംകഥയായിരുന്നു. അങ്ങേയറ്റം ദുരഭിമാനിയായിരുന്ന ആ പെൺകുട്ടി എന്നെ ഈർഷ്യപ്പെടുത്തുകയും അതേ സമയം തന്നെ ആകർഷിക്കുകയും ചെയ്തു. ദിവസങ്ങൾ കഴിയുന്തോറും ഒരു കാര്യം എനിക്കു കൂടുതൽ കൂടുതൽ ബോദ്ധ്യമായിക്കൊണ്ടിരുന്നു—അവൾ ഗാഗിന്റെ സഹോദരിയല്ല. ഒരു ജ്യേഷ്ഠസഹോദരനെപ്പോലെയായിരുന്നില്ല അയാളുടെ അവളോടുള്ള പെരുമാറ്റം. അമിതമായ വാത്സല്യവും വിധേയത്വവും അയാൾ പ്രകടിപ്പിച്ചിരുന്നു. കൂടാതെ അവൾ അടുത്തുള്ളപ്പോൾ ചെറിയ ഒരു പിരിമുറുക്കം അയാൾക്ക് അനുഭവപ്പെട്ടിരുന്നെന്നും തോന്നി.

താമസിയാതെ എന്റെ സംശയം സ്ഥിരീകരിക്കാൻപോന്ന ഒരു വിചിത്ര സംഭവം ഉണ്ടാവുകയും ചെയ്തു.

ഒരു സായാഹ്നത്തിൽ ഞാൻ ഗാഗിന്റെ വസതി സ്ഥിതി ചെയ്തിരുന്ന മുന്തിരിത്തോട്ടത്തിനു മുമ്പിലെത്തി. അതിന്റെ ഗയിറ്റ് പൂട്ടിയിരിക്കുകയായിരുന്നു. അതെന്തുകൊണ്ടായിരിക്കുമെന്ന് ആലോചിച്ച് സമയം കളയാതെ മതിലിലുണ്ടായിരുന്ന ഒരു വിടവിലൂടെ ഞാൻ ഉള്ളിലേക്കു ചാടിക്കടന്നു. അതിനടുത്തായുള്ള നടപ്പാതയിൽനിന്ന് അധികം ദൂരെയല്ലാതെ ഒരിടത്ത് അകേഷ്യ ചെടികൾ പടർന്നുകിടക്കുന്ന ഒരു

8 “ഹേർമനും ദൊറോത്യയും”—ജർമ്മൻ കവിയും ചിന്തകനുമായ ഗേഥെയുടെ (1797) മഹാകാവ്യം.

വള്ളിക്കുടിൽ ഉണ്ടായിരുന്നു. ഞാൻ അതിനടുത്തുകൂടി കടന്നുപോകുമ്പോൾ തികച്ചും അപ്രതീക്ഷിതമായി ആസ്യയുടെ ശബ്ദം എന്റെ ചെവികളിലെത്തി. വിഷാദഭരിതമായ ശബ്ദത്തിൽ ആവേശപൂർവ്വം അവൾ പറയുന്നത് കേട്ടു:

"നിങ്ങളെയല്ലാതെ മറ്റാരേയും ഞാൻ സ്നേഹിക്കയില്ല. തീർച്ച. എനിക്ക് നിങ്ങൾ മാത്രം മതി, ഒരിക്കലും ഞാൻ വേറെ ആരേയും സ്നേഹിക്കയില്ല!"

"മതി, മതി, ആസ്യ! ബഹളം കൂട്ടാതിരിക്കു!" ഗാഗിൻ പറഞ്ഞു. "ഞാൻ നിന്നെ വിശ്വസിക്കുന്നുണ്ട്. പോരേ?"

വള്ളിക്കുടിലിനുള്ളിൽ നിന്നാണ് അവരുടെ ശബ്ദം കേട്ടത്. ഇലകളുടെ ഇടയിലൂടെ എനിക്ക് അവരെ കാണാമായിരുന്നു. എന്നാൽ അവർ എന്നെ കണ്ടില്ല.

"വേറെ ആരേയും എനിക്കിഷ്ടമില്ല. നിങ്ങൾ മാത്രം മതി! എന്നു പറഞ്ഞുകൊണ്ട് ആസ്യ അയാളുടെ മാറിലേക്കു വീണു. അവൾ തേങ്ങിക്കൊണ്ട് അയാളെ കെട്ടിപ്പിടിക്കുകയും ചുംബിക്കുകയും ചെയ്തു.

"മതി, മതി!" ഗാഗിൻ പറഞ്ഞു. അയാൾ അവളുടെ മുടിയിൽ മെല്ലെ തലോടി.

ഞാൻ ഒന്നു രണ്ടു നിമിഷം സ്തംഭിച്ചു നിന്നുപോയി... പെട്ടെന്ന് ഞാൻ സ്വയം തട്ടിയുണർത്തി. " അവരുടെ അടുത്തേക്കു പോകണോ? യാതൊരു കാരണവശാലും പോകാൻ പാടില്ല." ഞാൻ ചിന്തിച്ചു. ധൃതിയിൽ തിരിച്ചു നടന്ന് മതിൽചാടി ഞാൻ വീട്ടിലേക്ക് ഓടുകയായിരുന്നെന്നുതന്നെ പറയാം. എന്റെ നിഗമനം ശരിയാണെന്ന് (അക്കാര്യത്തിൽ എനിക്കു സംശയമേ ഉണ്ടായിരുന്നില്ല) തികച്ചും അപ്രതീക്ഷിതമായ ആ സംഭവം തെളിയിച്ചതിലുള്ള ചാരിതാർത്ഥ്യത്തോടെ ഞാൻ പുഞ്ചിരിക്കുകയും കൈകൾ കൂട്ടിത്തിരുമ്മുകയും ചെയ്തു. എന്നാൽ അതേ സമയം തന്നെ കഠിനമായ ഹൃദയവ്യഥയും എനിക്കനുഭവപ്പെട്ടു. "അവർക്ക് മറച്ചുവയ്ക്കാൻ ഭംഗിയായിട്ടറിയാം!" ഞാൻ വിചാരിച്ചു. "പക്ഷേ എന്തിനാണിത്? എന്നെ അവർ കബളിപ്പിക്കുന്നത് എന്തിനാണ്? അയാളിൽനിന്ന് ഇതു ഞാൻ തീരെ പ്രതീക്ഷിച്ചിരുന്നില്ല... എത്ര ഹൃദയസ്പർശിയായ പ്രേമപ്രതിജ്ഞ!"

VII

രാത്രി എനിക്ക് ശരിക്കുറങ്ങാൻ കഴിഞ്ഞില്ല. അതിരാവിലെ തന്നെ ഞാൻ എണീറ്റു. രാത്രിയായിട്ടേ മടങ്ങിവരികയുള്ളെന്ന് വീട്ടുടമസ്ഥയോട് പറഞ്ഞിട്ട് സഞ്ചിയും തോളിലേറ്റി ഞാൻ മല കയറാൻ പുറപ്പെട്ടു. ഇസഡ്, പട്ടണം സ്ഥിതി ചെയ്തിരുന്ന നദീതടത്തിലൂടെയാണ് ഞാൻ മുകളിലേക്കു കയറിയത്. ഹണ്ട്സ്റ്റ്റസ്ക്ക് (ശ്വാനന്റെ മുതുക്) എന്നറിയപ്പെട്ടിരുന്ന ഒരു പർവ്വതനിരയുടെ ഭാഗമായിരുന്നു ആ മലകൾ. ഭൂവിജ്ഞാനപരമായി നോക്കിയാൽ വളരെ കൗതുകകരമായ ഒരു പ്രദേശമായിരുന്നു അവിടെ. ഇടമുറിയാതെ നീണ്ടുകിടന്ന കരിങ്കൽപാറക്കെട്ടുകളുടെ നൈർമ്മല്യവും അന്യൂനതയും വിശേഷിച്ച് ശ്രദ്ധേയമായിരുന്നു. എന്നാൽ ഭൂവിജ്ഞാനപരമായ അഭ്യൂഹങ്ങളിൽ എനിക്കു യാതൊരു താല്പര്യവും ഉണ്ടായിരുന്നില്ല. എല്ലാം ഉള്ളിൽ നടക്കുന്നതെന്താണെന്ന് എനിക്കുതന്നെ തീർച്ചയില്ലായിരുന്നെങ്കിലും ഒരു കാര്യം മാത്രം വളരെ വ്യക്തമായിരുന്നു—ഗാഗിനേയും ആസ്യയേയും ഇനി എനിക്കു കാണേണ്ട. അവരോട് പെട്ടെന്നുണ്ടായ ഈ നീരസത്തിനു കാരണം അവരുടെ പെരുമാറ്റത്തിൽ കണ്ട കാപട്യം ഒന്നുമാത്രമാണെന്ന് സ്വയം വിശ്വസിക്കാൻ ഞാൻ ശ്രമിച്ചു. സഹോദരീസഹോദരന്മാരാണെന്നു പറഞ്ഞ് അവർ എന്നെ കബളിപ്പിച്ചതെന്തിന്? അവരെപ്പറ്റിയുള്ള എല്ലാ ഓർമ്മകളും മനസ്സിൽ നിന്ന് നിഷ്ക്കാസനം ചെയ്യാൻ ഞാൻ ശ്രമിച്ചു. ഇച്ഛാനുസരണം ഞാൻ കുന്നുകളും താഴ്വരകളും താണ്ടുകയും അതിഥികളോടും ആതിഥേയരോടും സ്വച്ഛന്ദം സംസാരിച്ചുകൊണ്ട് ഗ്രാമീണ സത്രങ്ങളിൽ വിശ്രമിക്കുകയും ചെയ്തു. വെയിലേറ്റു തണുപ്പുമാറിയ ഏതെങ്കിലുമൊരു പാറപ്പുറത്ത് മലർന്ന് കിടന്ന് മേഘങ്ങൾ ഒഴുകിപ്പോകുന്നതും നോക്കി ഞാൻ മണിക്കൂറുകൾ ചെലവഴിച്ചു. കാലാവസ്ഥ ഒന്നാന്തരമായിരുന്നു. മൂന്നു ദിവസം ഇങ്ങനെ കടന്നുപോയി. ഹൃദയത്തിൽ ചിലപ്പോഴെല്ലാം ഒരു നീറ്റൽ അനുഭവപ്പെട്ടിരുന്നെങ്കിലും ആ ദിവസങ്ങൾ എനിക്ക് അനല്പമായ ആനന്ദം പകർന്നു തന്നു. ആ പ്രദേശത്തെ ശാന്തസുന്ദരമായ പ്രകൃതിദൃശ്യം എന്റെ മാനസികാവസ്ഥക്കു തികച്ചും യോജിച്ചതായിരുന്നു.

ആകസ്മികമായ അനുഭവങ്ങൾക്ക്, നൈമിഷികമായ അനുഭൂതികൾക്ക്, ഞാൻ സ്വയം കീഴടങ്ങി. അവ ഒന്നിനു പിറകെ മറ്റൊന്നായി എന്റെ ഹൃദയത്തിലേക്കു കടന്നുവന്ന് അവിടെ സ്ഥാനം പിടിക്കുകയും കഴിഞ്ഞ മൂന്നു ദിവസങ്ങളായി ഞാൻ കണ്ടതും കേട്ടതും അനുഭവിച്ചറിഞ്ഞതുമായ സർവ്വതും ഉൾക്കൊള്ളുന്ന ഒരനുഭൂതി വിശേഷമായി മാറുകയും ചെയ്തു. കാട്ടിലെ മരക്കറയുടെ നേരിയ ഗന്ധം, മരം കൊത്തികളുടെ മുട്ടലുകൾ, അച്ഛസ്ഫടികമായ കൊച്ചരുവികളുടെ അവിരാമമായ മർമ്മരം. അവയുടെ മണൽ നിറഞ്ഞ അടിത്തട്ടിൽ നീന്തിക്കളിക്കുന്ന

പൂമീനുകൾ, തിരമാലകൾ പോലെ മെല്ലെ പൊങ്ങിയും താണും കിട ക്കുന്ന പർവ്വതനിരകൾ, ഗാംഭീര്യമാർന്ന ഗിരിശൃംഗങ്ങൾ, വെടിപ്പുള്ള ഗ്രാമങ്ങൾ, പുരാതനമായ പള്ളികൾ, പഴക്കം ചെന്ന മരങ്ങൾ, പാട ങ്ങളിൽ വെള്ളപ്പൊട്ടുകുത്തുന്ന കൊക്കുകൾ, ദ്രുതഗതിയിൽ കറങ്ങുന്ന ചക്രങ്ങളുള്ള ജലചാലിത മില്ലുകൾ, നീല മേലങ്കിയും ചാരനിറത്തിലുള്ള കാലുറകളും ധരിച്ച് ഗ്രാമീണരുടെ സ്നേഹമസൃണമായ മുഖങ്ങൾ, കരു ത്തുള്ള കുതിരകളോ കാളകളോ വലിച്ചുകൊണ്ടുപോകുന്ന ഞരങ്ങുന്ന കട്ടവണ്ടികൾ, ഇരുവശങ്ങളിലും ആപ്പിൾമരങ്ങളും പേർമരങ്ങളും നിരനിരയായി നില്ക്കുന്ന വെടിപ്പായ റോഡുകളിലൂടെ മെല്ലെ നീങ്ങുന്ന മുടിനീട്ടിയ യുവ തീർത്ഥാടകർ...—ഇവയെല്ലാം ആ അനുഭൂതിയിൽ അലിഞ്ഞു ചേർന്നിരുന്നു.

ആ അനുഭൂതികളുടെ സ്മരണ ഇപ്പോഴും എന്നെ കോൾമയിൽ കൊള്ളിക്കാറുണ്ട്. ക്ഷമയോടെ തിരക്കുകൂട്ടാതെ നിരന്തരം പണി യെടുക്കുന്ന കരങ്ങളുടെ പരിലാളനമേറ്റ് മിതമായ പര്യാപ്തതയോടെ പരിലസിക്കുന്ന ശാലീനസുന്ദരമായ ആ ചെറിയ തുണ്ട്. ജർമ്മൻ മണ്ണിന് എന്റെ ആദരാഞ്ജലികൾ! ഞാൻ നിനക്ക് ശാന്തിയും ക്ഷേമവും നേരുന്നു!

മൂന്നാം ദിവസം രാത്രി ഞാൻ എന്റെ താമസസ്ഥലത്തേക്ക് മടങ്ങി. ഗാഗിന്മാരോടുള്ള എന്റെ ദേഷ്യം അടക്കാനാവാതെ ഞാൻ കഠിന ഹൃദയയായ വിധവയെ വീണ്ടും എന്റെ ഹൃദയത്തിൽ പ്രതിഷ്ഠിക്കാൻ ഒരു വിഫലശ്രമം നടത്തിയെന്നു പറയാൻ വിട്ടുപോയി. ഒരിക്കൽ അവളെപ്പറ്റിയുള്ള ഓർമ്മകൾ അയവിറക്കാൻ ശ്രമിച്ചുകൊണ്ടിരിക്കെ എന്റെ കണ്ണുകൾ യാദൃച്ഛികമായി അഞ്ചു വയസ്സുള്ള ഒരു കൊച്ചുപെൺ കുട്ടിയുടെമേൽ പതിച്ചു. വട്ടമുഖവും നിഷ്കളങ്കമായ വലിയ കണ്ണുകളുമുള്ള ആ പെൺകുട്ടി ബാലസഹജമായ നിഷ്കാപട്യത്തോടെ എന്നെ തുറിച്ചുനോക്കി... ആ നോട്ടത്തിനുമുമ്പിൽ ഞാൻ ചൂളിപ്പോയി. എന്റെ ആത്മവഞ്ചനയിൽ ഞാൻ ലജ്ജിതനായി: ആ നിമിഷംമുതൽ എന്റെ പഴയ പ്രേമഭാജനത്തെ ഞാൻ ഹൃദയത്തിൽ നിന്നും എന്നേക്കുമായി നിഷ്കാസനം ചെയ്തു.

ഗാഗിന്റെ ഒരു കുറിപ്പ് വീട്ടിൽ എന്നെ കാത്തിരിപ്പുണ്ടായിരുന്നു. പെട്ടെന്നുള്ള എന്റെ തീരുമാനത്തിൽ അത്ഭുതം പ്രകടിപ്പിക്കുകയും അയാളെ ഒപ്പം കൊണ്ടുപോകാത്തതിൽ എന്നെ ശകാരിക്കുകയും തിരിച്ചുവന്നാലുടൻ അയാളുടെ വീട്ടിൽ ചെല്ലണമെന്ന് എന്നോട് അഭ്യർത്ഥിക്കുകയും ചെയ്യുന്ന ഒരു കത്തായിരുന്നു അത്. ഞാൻ നീരസ ത്തോടെയാണ് ആ കുറിപ്പു വായിച്ചതെങ്കിലും പിറ്റേ ദിവസം അയാളെ സന്ദർശിക്കാൻ എൽ. പട്ടണത്തിലേക്കു പോയി.

VIII

സ്നേഹനിർഭരമായ പരിഭവ വചനങ്ങൾ ചൊരിഞ്ഞുകൊണ്ട് ഗാഗിൻ എന്നെ ഹൃദ്യമായി സ്വീകരിച്ചു. എന്നാൽ ആസ്യ എന്നെ കണ്ടയുടൻ അകാരണമായി പൊട്ടിച്ചിരിക്കുകയും പതിവുപോലെ തൽക്ഷണം തന്നെ അവിടുന്ന് ഓടിപ്പോവുകയും ചെയ്തു. ഗാഗിൻ വിഷണ്ണനായി. അവൾക്കു കിറുക്കാണ് എന്ന് അയാൾ പിറുപിറുക്കുകയും അവളോടു ക്ഷമിക്കണമെന്ന് എന്നോട് അപേക്ഷിക്കുകയും ചെയ്തു. ആസ്യ എന്നെ വല്ലാതെ ഈർഷ്യപ്പെടുത്തി. അതില്ലാതെ തന്നെ അസ്വസ്ഥനായിരുന്ന എനിക്ക് അവളുടെ കൃത്രിമമായ ചിരിയും വിചിത്രമായ പെരുമാറ്റവും അസഹ്യമായിത്തോന്നി. എന്നാൽ ഞാൻ ഇതൊന്നും അറിഞ്ഞതായി ഭാവിക്കാതെ എന്റെ യാത്രയെക്കുറിച്ചുള്ള ഒരു വിവരണം ഗാഗിനു നൽകുന്നതിൽ മുഴുകി. ഞാനില്ലാതിരുന്ന സമയത്ത് ഗാഗിൻ എന്തൊക്കെയാണ് ചെയ്തതെന്ന് അയാൾ എന്നോടു പറഞ്ഞു. എന്നാൽ ഞങ്ങളുടെ സംഭാഷണം അക്ലിഷ്ടമായി മുന്നോട്ടു പോയില്ല. ആസ്യ വീണ്ടും വരികയും വീണ്ടും ഓടിപ്പോവുകയും ചെയ്തു. അത്യാവശ്യമായി ചില കാര്യങ്ങൾ ചെയ്യാനുണ്ടെന്നു പറഞ്ഞ് ഒടുവിൽ ഞാൻ എണീറ്റു. ഗാഗിൻ എന്നെ തടയാൻ ഒരുമ്പെട്ടെങ്കിലും എന്നെ അല്പനേരം സൂക്ഷിച്ചുനോക്കിയിട്ട് അയാൾ ആ ശ്രമം ഉപേക്ഷിച്ചു. വീടുവരെ അനുഗമിക്കാൻ തയ്യാറായി അയാൾ എന്നോടൊപ്പം പുറപ്പെട്ടു. ഞങ്ങൾ ഹാളിലെത്തിയപ്പോൾ ആസ്യ പെട്ടെന്ന് അവിടെ പ്രത്യക്ഷപ്പെട്ട് എനിക്ക് ഹസ്തദാനം ചെയ്യാൻ കൈ നീട്ടി. ഞാൻ അവളുടെ വിരൽത്തുമ്പിൽ സ്പർശിച്ചെന്നു വരുത്തുകയും തല അല്പമൊന്ന് കുനിക്കുകയും മാത്രം ചെയ്തിട്ട് പുറത്തേക്കു നടന്നു. ഗാഗിനും ഞാനും റൈൻ നദിയുടെ മറുകരെ എത്തി. കന്യാമറിയത്തിന്റെ പ്രതിമയ്ക്കു മുകളിൽ പടർന്നു പന്തലിച്ചുനിന്ന എന്റെ പ്രിയപ്പെട്ട ആഷ്മരത്തിനടുത്തെത്തിയപ്പോൾ ഞങ്ങൾ ഒരു ബെഞ്ചിലിരുന്നു. അവിടെ വച്ച് ഞങ്ങൾ തമ്മിൽ അവിസ്മരണീയമായ ഒരു സംഭാഷണം നടന്നു.

ഞങ്ങൾ അപ്രസക്തമായ ഒന്നോ രണ്ടോ വാക്കുകൾ കൈമാറിയിട്ട് പുഴയിലേക്കു നോക്കി നിശ്ശബ്ദരായി ഇരുന്നു.

"ആസ്യയെപ്പറ്റി താങ്കളുടെ അഭിപ്രായം എന്താണ്?" പൊടുന്നനെ ഗാഗിൻ തന്റെ സ്വതസ്സിദ്ധമായ പുഞ്ചിരിയോടെ ചോദിച്ചു. "അവളുടെ പെരുമാറ്റം വിചിത്രമായി താങ്കൾക്കു തോന്നിക്കാണും."

"ശരിയാണ്," ഞാൻ തെല്ലൊരു വിസ്മയത്തോടെ പറഞ്ഞു. അയാൾ അവളെപ്പറ്റി എന്നോടു സംസാരിക്കുമെന്ന് ഞാൻ വിചാരിച്ചില്ല.

"അവളെ ശരിക്കു മനസ്സിലാക്കിയിട്ടു വേണം അവളെപ്പറ്റി വിധിയെഴുതാൻ," അയാൾ പറഞ്ഞു. "നല്ല മനസ്സാണ് അവളുടേത്. എന്നാൽ അവൾ ഒരു കിറുക്കിപ്പെണ്ണാണ്. അവളോട് ഒത്തുപോകാൻ

പ്രയാസമാണ്. പക്ഷേ അത് അവളുടെ കുറ്റമല്ല, അവളുടെ പൂർവ്വ ചരിത്രമറിഞ്ഞാൽ...”

“പൂർവ്വചരിത്രമോ?” ഞാൻ ഇടയ്ക്കു കയറി ചോദിച്ചു. “അവൾ താങ്കളുടെ സഹോദരിയാണെന്നല്ലേ പറഞ്ഞത്...”

ഗാഗിൻ എന്നെ ഒന്നു നോക്കി.

“അല്ലെന്നാണോ താങ്കളുടെ വിചാരം?” എന്റെ അമ്പരപ്പു കണ്ടഭാവം വയ്ക്കാതെ അയാൾ തുടർന്നു: “അവൾ എന്റെ സഹോദരിതന്നെയാണ്, എന്റെ അച്ഛന്റെ മകൾ. നോക്കൂ! താങ്കളെ പരിപൂർണ്ണമായി വിശ്വസിക്കുന്നു. അതുകൊണ്ട് എല്ലാം താങ്കളോടു തുറന്നു പറയാം.

“ഉദാരമതിയും ബുദ്ധിമാനും വിദ്യാസമ്പന്നനും നിർഭാഗ്യവാനുമായ ഒരു മനുഷ്യനായിരുന്നു എന്റെ പിതാവ്. വിധി അദ്ദേഹത്തോട് പ്രത്യേകിച്ചും നിർദ്ദയമായിരുന്നുവെന്നു പറയാൻ നിവൃത്തിയില്ല. എങ്കിലും അതിന്റെ ആദ്യത്തെ പ്രഹരംതന്നെ അദ്ദേഹത്തെ തളർത്തിക്കളഞ്ഞു. അദ്ദേഹം തന്നേ ചെറുപ്പത്തിൽതന്നെ പ്രേമിച്ച് വിവാഹം കഴിച്ചു. അദ്ദേഹത്തിന്റെ ഭാര്യ, അതായത് എന്റെ അമ്മ, വിവാഹം കഴിഞ്ഞ് ഏറെനാൾ കഴിയുന്നതിനു മുമ്പ് മരിച്ചു—അന്ന് എനിക്ക് ആറുമാസം മാത്രമേ പ്രായമുണ്ടായിരുന്നുള്ളൂ. അച്ഛൻ എന്നേയും കൊണ്ട് നാട്ടിൻപുറത്തേക്കു താമസം മാറ്റി. നീണ്ട പന്ത്രണ്ടു സംവത്സരങ്ങൾ ഞങ്ങൾ അവിടെ പാർത്തു. എന്റെ വിദ്യാഭ്യാസത്തിന്റെ ചുമതല അച്ഛൻ തന്നെ ഏറ്റെടുത്തു. ഒരിക്കൽ അച്ഛന്റെ സഹോദരൻ എന്റെ വല്യച്ഛൻ, ഞങ്ങളെ സന്ദർശിഹാനെത്തിയിരുന്നില്ലെങ്കിൽ അതിന് ഒരു മാറ്റവും വരില്ലായിരുന്നു. ഒരു പ്രധാന ഉദ്യോഗം വഹിച്ചിരുന്ന വല്യച്ഛൻ പീറ്റേഴ്സ്ബർഗ്ഗിലാണ് താമസിച്ചിരുന്നത്. അച്ഛൻ യാതൊരു കാരണവശാലും പട്ടണത്തിലേക്കു താമസം മാറ്റുകയില്ലെന്ന് മനസ്സിലായപ്പോൾ വല്യച്ഛൻ എന്നെ പട്ടണത്തിലേക്കയക്കാൻ അച്ഛനെ നിർബ്ബന്ധിച്ചു. നാട്ടിൻപുറത്ത് തികച്ചും ഒറ്റപ്പെട്ടു ജീവിക്കുന്നത് എന്റെ പ്രായത്തിലുള്ള ഒരു ബാലന് തീരെ നല്ലതല്ലെന്ന് അദ്ദേഹം അച്ഛനെ പറഞ്ഞു ബോദ്ധ്യപ്പെടുത്തി. എന്റെ അച്ഛനെപ്പോലെ വിഷാദഭരിതനും മൂകനുമായ ഒരു ഉപദേഷ്ടാവിന്റെ കീഴിൽ വിദ്യാഭ്യാസം തുടർന്നാൽ ഞാൻ സമവയസ്കരായ മറ്റു ബാലന്മാരുടെ പിന്നിലാകാൻ സാദ്ധ്യതയുണ്ടെന്നും എന്റെ സ്വഭാവത്തെ തന്നെ അതു പ്രതികൂലമായി ബാധിച്ചേക്കുമെന്നും അദ്ദേഹം വാദിച്ചു. എന്റെ അച്ഛൻ ആദ്യമൊക്കെ ചെറുത്തു നിന്നെങ്കിലും ഒടുവിൽ വല്യച്ഛന്റെ ഇംഗിതത്തിനുവഴങ്ങി. അച്ഛനെ വിട്ടുപിരിയുമ്പോൾ ഞാൻ കണ്ണീരൊഴുക്കി. ഒരിക്കലും പുഞ്ചിരിക്കാത്ത എന്റെ പിതാവിനെ ഞാൻ ഗാഢമായി സ്നേഹിച്ചിരുന്നു. എന്നാൽ പീറ്റേഴ്സ്ബർഗ് നഗരത്തിലെത്തിയ ഞാൻ വളരെ വേഗം എന്റെ വിഷാദമൂകമായ ഇരുണ്ട ഭവനത്തെ മറന്നു. പട്ടാള ഓഫീസർമാരെ പരിശീലിപ്പിക്കുന്ന ഒരു

സ്കൂളിലാണ് ആദ്യം എനിക്കു പ്രവേശനം ലഭിച്ചത്. അവിടെ നിന്ന് ഞാൻ നേരെ ഗാർഡുകളുടെ റെജിമെന്റിൽ ചേർന്നു. എല്ലാവർഷവും ഒന്നുരണ്ടാഴ്ചത്തെ അവധിക്കു ഞാൻ വീട്ടിൽ പോകാറുണ്ടായിരുന്നു. ഓരോ തവണയും അച്ഛൻ മുമ്പത്തെക്കാൾ കൂടുതൽ ദുഃഖിതനും, ഏകാകിയും ധ്യാനംമൂലം വിരക്തനുമായി കാണപ്പെട്ടു. അദ്ദേഹം എന്നും പള്ളിയിൽ പൊയ്ക്കൊണ്ടിരുന്നു. സംസാരിക്കാൻ അദ്ദേഹം മറന്നെന്നു തോന്നി. ഒരിക്കൽ അവധിക്കു ഞാൻ വീട്ടിലെത്തിയപ്പോഴാണ് (അന്ന് എനിക്ക് ഇരുപതു വയസ്സു കഴിഞ്ഞിരുന്നു) കരിമിഴികളുള്ള ഒരു കൊച്ചുപെൺകുട്ടിയെ ഞാൻ ആദ്യമായി കാണുന്നത്. ഉദ്ദേശം പത്തു വയസ്സു പ്രായം തോന്നിച്ച ആ ബാലികയെ വീട്ടിൽ അതിനു മുമ്പൊരിക്കലും ഞാൻ കണ്ടിട്ടില്ല. അത് ആസ്യയായിരുന്നു. അനാഥയായ ഒരു ബാലികയാണ് അവളെന്നും അവൾക്ക് അഭയവും ആഹാരവും നൽകാൻ വേണ്ടി താൻ വീട്ടിൽ താമസിപ്പിച്ചിരിക്കയാണെന്നും അച്ഛൻ പറഞ്ഞു. അതെ, അച്ഛൻ അതേ വാക്കുകളാണ് ഉപയോഗിച്ചതെന്ന് ഇന്നും ഞാൻ ഓർക്കുന്നു. ഞാൻ അവളെ കൂടുതൽ ശ്രദ്ധിച്ചില്ല. അവൾ കാട്ടിലെ മൃഗക്കുട്ടിയെപ്പോലെ മെരുക്കമില്ലാത്തവളും പ്രസരിപ്പാർന്നവളും നിശ്ശബ്ദയുമായിരുന്നു. വിശാലവും ശോകമൂകവും പകൽപോലും മെഴുകുതിരി കത്തിച്ചുവയ്ക്കപ്പെടാറുള്ളതുമായ എന്റെ അച്ഛന്റെ പ്രിയപ്പെട്ട മുറിയിൽ—അവിടെ കിടന്നാണ് എന്റെ അമ്മ മരിച്ചത്—ഞാൻ കടന്നുചെല്ലുമ്പോഴെല്ലാം അവൾ അച്ഛന്റെ ചാരുകസേരയുടെ പിന്നിലോ പുസ്തക അലമാരയുടെ പിറകിലോ ഒളിക്കുമായിരുന്നു. സൈനികസേവന സംബന്ധമായ ബാദ്ധ്യതകൾ കാരണം ആ സന്ദർശനത്തിനുശേഷം നാലു വർഷത്തേക്ക് എനിക്ക് നാട്ടിൻപുറത്തേക്കു പോകാൻ കഴിഞ്ഞില്ല. മുടങ്ങാതെ മാസത്തിലൊരിക്കൽ അച്ഛന്റെ ഒരു ഹ്രസ്വമായ കത്ത് എനിക്കു കിട്ടാറുണ്ടായിരുന്നു. ആസ്യയെപ്പറ്റി അദ്ദേഹം ഒന്നും എഴുതുക പതിവില്ലായിരുന്നു. ഒന്നോ രണ്ടോ തവണ മാത്രം സന്ദർഭവശാൽ അദ്ദേഹം അവളെക്കുറിച്ച് എന്തോകുറിച്ചിരുന്നു. അച്ഛന് അന്ന് അമ്പതു വയസ്സു കഴിഞ്ഞിരുന്നെങ്കിലും കാഴ്ചയിൽ അപ്പോഴും അദ്ദേഹം ഒരു യുവാവിനെപ്പോലെയാണ് ഇരുന്നിരുന്നത്. എന്റെ അച്ഛൻ മരണശയ്യയിലാണെന്നും അദ്ദേഹത്തെ കാണണമെന്നുണ്ടെങ്കിൽ ഉടൻ പുറപ്പെടണമെന്നും കാണിച്ചുകൊണ്ടുള്ള ഞങ്ങളുടെ കാര്യസ്ഥന്റെ കത്ത് ഓർക്കാപ്പുറത്തു കിട്ടിയപ്പോൾ എനിക്കുണ്ടായ ആഘാതം എത്രയാണ് താങ്കൾക്ക് ഊഹിക്കാമല്ലോ. ഞാൻ ഉടൻതന്നെ പുറപ്പെട്ടു. എന്റെ അച്ഛനെ ജീവനോടെ എനിക്കു കാണാൻ കഴിഞ്ഞെങ്കിലും അദ്ദേഹത്തിന്റെ അന്ത്യനിമിഷം അടുത്തു കഴിഞ്ഞിരുന്നു. എന്നെ കണ്ടപ്പോൾ അദ്ദേഹത്തിനുണ്ടായ സന്തോഷം അതിരറ്റതായിരുന്നു. ശോഷിച്ച കൈകൾകൊണ്ട് അദ്ദേഹം എന്നെ കെട്ടിപ്പിടിക്കുകയും എന്തോ തിരയുന്നതുപോലെയും എന്തോ അപേക്ഷിക്കുന്നതുപോലെയും എന്റെ

കണ്ണുകളിലേക്ക് ദീർഘനേരം നോക്കിക്കൊണ്ടിരിക്കുകയും ചെയ്തു. തന്റെ അന്തിമാഭിലാഷം നിറവേറ്റാമെന്ന് വാഗ്ദാനം ചെയ്യാൻ അദ്ദേഹം എന്നോടു ആവശ്യപ്പെട്ടു. ഞാൻ അക്കാര്യം നിറവേറ്റാമെന്ന് പ്രതിജ്ഞ ചെയ്തയുടൻ ആസ്യയെ കൂട്ടിക്കൊണ്ടു വരാൻ അച്ഛൻ പരിചാരകനോടു കല്പിച്ചു. വൃദ്ധനായ ഞങ്ങളുടെ പഴയ പരിചാരകൻ അവളെ മുറിയിലേക്ക് ആനയിച്ചു. അവൾ അടിമുടി വിറച്ചുകൊണ്ടിരുന്നു—ഉറച്ചു നില്ക്കാൻ അവൾക്കു കെൽപ്പില്ലെന്നു തോന്നി.

"ഇതാ, എന്റെ മകളും നിന്റെ സഹോദരിയുമായ ഇവളെ ഞാൻ നിന്നെ ഏല്പിക്കുന്നു, നന്നേ പണിപ്പെട്ട് അച്ഛൻ പറഞ്ഞു. അനന്തരം വൃദ്ധപരിചാരകനെ ചൂണ്ടിക്കാട്ടിക്കൊണ്ട് അദ്ദേഹം കൂട്ടിച്ചേർത്തു: 'യാകൊവ് എല്ലാം പറയും.'

ആസ്യ തേങ്ങി കരഞ്ഞുകൊണ്ട് അച്ഛന്റെ കട്ടിലിലേക്കു കമഴ്ന്നടിച്ചു വീണു... അര മണിക്കൂർ കഴിയുന്നതിനുമുമ്പ് അച്ഛൻ അന്ത്യശ്വാസം വലിച്ചു."

"ഇനി യാകൊവിൽനിന്നു ഞാൻ മനസ്സിലാക്കിയ വിവരങ്ങൾ പറയാം. എന്റെ അമ്മയുടെ ദാസിയായിരുന്ന തത്യാനയിൽ അച്ഛനു ജനിച്ച മകളാണ് ആസ്യ. ഈ തത്യാനയെ ഞാൻ ശരിക്ക് ഓർക്കുന്നുണ്ട്. ബുദ്ധിമതിയും തന്റേടവും സൗന്ദര്യവും വലിയ കറുത്ത കണ്ണുകളും നല്ല പൊക്കവുമുള്ള ഒരു കൃശാംഗിയായിരുന്നു അവർ. ആർക്കും വഴങ്ങാത്ത അന്തസ്സുള്ള ഒരു യുവതിയാണ് അവരെന്ന് ആളുകൾ പറയാറുണ്ടായിരുന്നു. എന്റെ അച്ഛൻ തത്യാനയിൽ അനുരക്തനായിത്തീർന്നുവെന്നാണ് യാകൊവിന്റെ ആദരവു കൈവിടാതെയുള്ള സൂചനകളിൽനിന്ന് എനിക്ക് മനസ്സിലാക്കാൻ കഴിഞ്ഞത്. അന്ന് തത്യാന താമസിച്ചിരുന്നത് പ്രഭുമന്ദിരത്തിലായിരുന്നില്ല. കന്നുകാലികളെ നോക്കിയിരുന്ന വിവാഹിതയായ സഹോദരിയോടൊപ്പം ഒരു കുടിലിലായിരുന്നു അവരുടെ താമസം. എന്റെ അച്ഛന് തത്യാനയെ വലിയ കാര്യമായിരുന്നു. ഞാൻ പട്ടണത്തിലേക്കു താമസം മാറ്റിയപ്പോൾ അവരെ വിവാഹം ചെയ്യാൻ അദ്ദേഹം ആഗ്രഹം പ്രകടിപ്പിച്ചെങ്കിലും അവർ അതു നിരസിക്കയാണത്രെ ഉണ്ടായത്.

"കൈകൾ പിന്നിൽ പിണച്ചുവച്ചു കൊണ്ട് വാതില്ക്കൽ നിന്ന യാകൊവ് എന്നോടു പറഞ്ഞു. 'മരിച്ചുപോയ തത്യാന നല്ല വിവേകമുള്ള ഒരു സ്ത്രീയായിരുന്നു. അങ്ങയുടെ അച്ഛന് ദോഷം ചെയ്യാൻ അവൾ ആഗ്രഹിച്ചില്ല. "ഞാൻ എങ്ങനെ അങ്ങയുടെ ഭാര്യയാകും? ഞാൻ കുലീന കുടുംബത്തിൽ പിറന്ന ഒരു മഹിളയല്ല." എന്ന് അവർ അദ്ദേഹത്തോടു പറയാറുണ്ടായിരുന്നു. അവർ അങ്ങനെ പറയുന്നത് പലതവണ ഞാൻ കേട്ടിട്ടുണ്ട്."

“ഞങ്ങളുടെ വീട്ടിലേക്കു താമസം മാറ്റാൻപോലും തത്യാന കൂട്ടാക്കിയില്ല. അവർ ആസ്യയോടൊപ്പം സഹോദരിയുടെ കുടിലിൽ തന്നെ താമസിച്ചു. കുട്ടിക്കാലത്ത് ഞാൻ തത്യാനയെകണ്ടിട്ടുള്ളത് പെരുന്നാളിന് അവർ പള്ളിയിൽ നില്ക്കുമ്പോൾ മാത്രമായിരുന്നു. ഒരു കറുത്ത തുവാല തലയിൽ ജനലിനു തൊട്ടടുത്തായി അവർ നിൽക്കുന്നത് ഇപ്പോഴും ഞാൻ ഓർക്കുന്നു. വിനീതമായ പ്രൗഢിയോടെ അവർ പ്രാർത്ഥന ചൊല്ലുകയും പഴയ മട്ടിൽ ഏതാണ്ട് തല നിലത്തു മുട്ടുമാറ് കുമ്പിടുകയും ചെയ്തിരുന്നു. എന്നെ വല്യച്ഛൻ പട്ടണത്തിലേക്കു കൂട്ടിക്കൊണ്ടു പോയപ്പോൾ ആസ്യയ്ക്കു രണ്ടു വയസ്സുണ്ടായിരുന്നു. അവൾക്ക് എട്ടുവയസ്സുള്ളപ്പോൾ അവളുടെ അമ്മ മരിച്ചു.

“തത്യാന മരിച്ചയുടൻ ആസ്യയെ അച്ഛൻ വീട്ടിലേക്കു കൊണ്ടുവന്നു. ആസ്യയെ കൂടെ താമസിപ്പിക്കണമെന്ന് അദ്ദേഹത്തിനു നേരത്തെതന്നെ ആഗ്രഹമുണ്ടായിരുന്നെങ്കിലും തത്യാന അതിനു സമ്മതിച്ചിരുന്നില്ല. പെട്ടെന്നൊരു ദിവസം പ്രഭുമന്ദിരത്തിലേക്കു താമസം മാറ്റിയപ്പോഴത്തെ ആസ്യയുടെ അവസ്ഥ എന്തായിരുന്നെന്ന് ഒന്നാലോചിച്ച് നോക്കൂ! ജീവിതത്തിൽ ആദ്യമായി തന്നെ ഒരു പട്ടുടുപ്പണിയിക്കുകയും ഭൃത്യജനങ്ങൾ വന്ന് തന്റെ കൈ മുത്തുകയും ചെയ്ത നിമിഷം അവൾക്ക് ഇന്നും മറക്കാൻ കഴിഞ്ഞിട്ടില്ല. അമ്മ അവളെ കർശ്ശനമായിട്ടാണ് വളർത്തിയിരുന്നത്: അച്ഛന്റെ വീട്ടിലാകട്ടെ അവൾക്ക് പരിപൂർണ്ണ സ്വാതന്ത്ര്യം ലഭിച്ചിരുന്നു. അച്ഛനായിരുന്നു അവളുടെ അധ്യാപകൻ. അവളുടെ സന്തതസഹചാരിയും അദ്ദേഹം മാത്രമായിരുന്നു. അദ്ദേഹം അവളെ കൊഞ്ചിച്ചു വഷളാക്കിയിരുന്നില്ല. അവളെ അദ്ദേഹം ലാളിച്ചിരുന്നില്ല എന്നു പറയുന്നതായിരിക്കും കൂടുതൽ ശരി. എന്നാൽ അദ്ദേഹത്തിന് അവളെ ജീവനായിരുന്നു. അവൾക്കിഷ്ടമുള്ളതെന്തും ചെയ്യാൻ അദ്ദേഹം അവളെ അനുവദിച്ചിരുന്നു. താൻ അവളോട് തെറ്റുചെയ്തിട്ടുണ്ടെന്ന് അദ്ദേഹത്തിന് തോന്നിയിരുന്നു. വീട്ടിലെ ഏറ്റവും പ്രധാനപ്പെട്ട വ്യക്തി താനാണെന്നും യജമാനൻ തന്റെ പിതാവാണെന്നും വളരെ വേഗം ആസ്യമനസ്സിലാക്കി. എന്നാൽ അതിലുള്ള പന്തികേടെന്തെന്നു മനസ്സിലാക്കാനും അവൾക്ക് അധികകാലം വേണ്ടിവന്നില്ല. അഹന്തയും അതേസമയംതന്നെ അധൈര്യവും അവളുടെ ഉള്ളിൽ വേരൂന്നി. അവൾ ദുശ്ശീലങ്ങൾക്ക് അടിമയായിത്തീർന്നു. അവളുടെ ലാളിത്യം നഷ്ടപ്പെട്ടു. തന്റെ ജനനത്തിന്റെ ചരിത്രം ‘മാലോകരുടെ മുഴുവൻ’ ഓർമ്മയിൽനിന്നു മാച്ചുകളയണമെന്നായിരുന്നു തന്റെ ആഗ്രമെന്ന് അവൾ തന്നെ ഒരിക്കൽ എന്നോടു പറഞ്ഞിട്ടുണ്ട്. അവൾക്ക് തന്റെ അമ്മയെപ്പറ്റി ലജ്ജയും അതേസമയം തന്നെ അഭിമാനവും തോന്നിയിരുന്നു. സ്വന്തം അപമാനമോർത്ത് അവൾ ലജ്ജിച്ചു.

അവളുടെ പ്രായത്തിൽ കാണാനും കേൾക്കാനും പാടില്ലാത്ത പലതും അവൾ കാണുകയും കേൾക്കുകയും ചെയ്തു... എന്നാൽ അത് അവളുടെ കുറ്റമല്ലല്ലോ. യുവസഹജമായ പ്രസരിപ്പും ചോരത്തിളപ്പും മൂലം അവിവേകിയായിത്തീർന്ന ആ പെൺകുട്ടിയെ നേർവഴിക്കു നയിക്കാൻ ആരുമുണ്ടായിരുന്നില്ല. എല്ലാ കാര്യത്തിലും അവൾ സർവ്വതന്ത്രസ്വതന്ത്ര യായിരുന്നു. ആ ഭാരം അവൾക്കു താങ്ങാവുന്നതിൽ കൂടുതലായിരുന്നു! മറ്റു പെൺകുട്ടികളെപ്പോലെയാകാൻ അവൾ അതിയായി ആഗ്രഹിച്ചു: അവൾ വായനയിൽ മുഴുകി. പക്ഷേ അതുകൊണ്ടെന്താണ് പ്രയോജനം? തെറ്റായ രീതിയിൽ ആരംഭിച്ച അവളുടെ ജീവിതം തെറ്റായ രീതിയിൽ തന്നെ മുന്നോട്ടു പോവുകയാണുണ്ടായത്. എന്നാൽ അവളുടെ ഹൃദയം നിഷ്കളങ്കവും മനസ്സ് നിഷ്കപടവുമായിരുന്നു.

"അങ്ങനെ ആ പതിമൂന്നുകാരിയുടെ ചുമതല കേവലം ഇരുപതുവ യസ്സു മാത്രമുള്ള യുവാവായ എന്റെ ചുമലുകളിൽ പതിച്ചു! അച്ഛൻ മരി ച്ചയിടയ്ക്ക് ആസ്യയ്ക്ക് എന്റെ ശബ്ദം കേൾക്കുന്നതുതന്നെ ഭയമായിരുന്നു. എന്റെ വാത്സല്യപ്രകടനങ്ങൾ അവളെ അസ്വസ്ഥയാക്കി. അനേക ദിവ സങ്ങൾ കഴിഞ്ഞാണ് അവൾ എന്നോട് അടുത്തു തുടങ്ങിയത്. പിന്നീട്, ഞാൻ അവളെ സ്വന്തം സഹോദരിയായി കാണക്കാക്കുന്നുണ്ടെന്നും ഒരു ജ്യേഷ്ഠന് അനിയത്തിയോടുള്ള വാത്സല്യമാണ് എനിക്ക് അവളോ ടുള്ളതെന്നും അവൾക്കു പൂർണ്ണബോദ്ധ്യം വന്നപ്പോൾ മുതൽ അവൾ ഗാഢമായി എന്നെ സ്നേഹിച്ചു തുടങ്ങി. ആസ്യയുടെ വികാരങ്ങളൊന്നും പാതിവഴി ചെന്ന് നില്ക്കുന്നവയല്ല.

"ഞാൻ അവളെ പീറ്റേഴ്സ്ബർഗിലേക്കു കൂട്ടിക്കൊണ്ടുപോയി. അവളെ പിരിഞ്ഞിരിക്കാൻ എനിക്ക് അതിയായ വിഷമമുണ്ടായിരുന്നെങ്കിലും അവളെ കൂടെ താമസിപ്പിക്കാൻ ഒരു മാർഗ്ഗവുമുണ്ടായിരുന്നില്ല. ഞാൻ അവളെ പട്ടണത്തിലെ ഏറ്റവും നല്ല ബോർഡിംഗ് സ്കൂളിലൊന്നിൽ ചേർത്തു. പിരിഞ്ഞു താമസിക്കേണ്ടത് ആവശ്യമാണെന്ന് ആസ്യയും സമ്മതിച്ചു. എങ്കിലും തുടക്കത്തിൽ തന്നെ അവൾക്ക് രോഗം പിടി പെടുകയും അവൾ ഏതാണ്ട് മരണത്തിന്റെ വക്കുവരെ എത്തുകയും ചെയ്തു. ക്രമേണ അവൾ ബോർഡിംഗ് സ്കൂളിലെ ജീവിതവുമായി പൊരു ത്തപ്പെട്ടു തുടങ്ങി. നാലു വർഷം അവൾ അവിടെ താമസിച്ചു. എന്നാൽ അതുകൊണ്ട് ഞാൻ പ്രതീക്ഷിച്ചപോലെ മാറ്റങ്ങളൊന്നും അവൾക്കു ണ്ടായില്ല. സ്കൂളിന്റെ മേധാവി അവളെപ്പറ്റി പലതവണ പരാതിപ്പെട്ടു. 'അവളോടു പിണങ്ങാനും നിവൃത്തിയില്ല ഇണങ്ങാനും നിവൃത്തിയില്ല' അവർ പറഞ്ഞു. ആസ്യ നല്ല ബുദ്ധിശക്തിയുള്ള ഒരു പെൺകുട്ടിയായി രുന്നു. അവിടെ ഉണ്ടായിരുന്ന കുട്ടികളിൽ പഠിക്കാനും ഏറ്റവും മിടുക്കി അവളായിരുന്നു. എന്നാൽ അവളെ മെരുക്കിയെടുക്കുവാൻ ആർക്കും കഴിഞ്ഞില്ല, അവൾ പിടിവാശിക്കാരിയും മുൻകോപിയുമായിത്തന്നെ

വർത്തിച്ചു. സത്യത്തിൽ എനിക്ക് അവളെ കുറ്റപ്പെടുത്താൻ മനസ്സുവന്നില്ല, അവളുടെ ചുറ്റുപാടിൽ ഒന്നുകിൽ അടിപണിയുകയോ അല്ലെങ്കിൽ എതിർക്കുകയോ അല്ലാതെ മറ്റു മാർഗ്ഗമൊന്നും ഉണ്ടായിരുന്നില്ല. സഹപാഠികളിൽ ദരിദ്രയും അവഹേളിതയും സൗന്ദര്യമില്ലാത്തവളുമായ ഒരു പെൺകുട്ടിയോടു മാത്രമേ ആസ്യ അടുപ്പം കാട്ടിയിരുന്നുള്ളൂ. ഒപ്പമുണ്ടായിരുന്ന പെൺകിടാങ്ങളിൽ മിക്കവരും കുലീന കുടുംബങ്ങളിൽനിന്നും വന്നവരായിരുന്നു. അവർക്ക് ആസ്യയെ ഇഷ്ടമായിരുന്നില്ല. തരം കിട്ടുമ്പോഴെല്ലാം അവർ അവളെ ആക്ഷേപിക്കുകയും അവളുടെ വികാരങ്ങളെ വ്രണപ്പെടുത്തുകയും ചെയ്തിരുന്നു. ആസ്യ അവരെ പുല്ലുപോലെയാണ് വകവെച്ചിരുന്നത്. ഒരിക്കൽ വേദപാഠക്ലാസിൽ തിന്മയെപ്പറ്റി പറഞ്ഞുകൊണ്ടിരുന്നപ്പോൾ ആസ്യ ഉറക്കെ തന്റെ അഭിപ്രായം പ്രകടിപ്പിച്ചു. 'മുഖസ്തുതിയും ഭീരുത്വവുമാണ് ഏറ്റവും വലിയ തിന്മകൾ'. ചുരുക്കിപ്പറഞ്ഞാൽ അവൾ പഴയ പാതയിൽത്തന്നെ സഞ്ചരിച്ചു. പെരുമാറ്റച്ചട്ടങ്ങൾ മാത്രമാണ് അവൾ കൂടുതലായി അവിടെനിന്നു പഠിച്ചത്. അക്കാര്യത്തിലും അവൾ വലിയ പുരോഗതി നേടിയെന്നു പറഞ്ഞുകൂടാ.

"ഒടുവിൽ ആസ്യക്കു പതിനേഴുവയസ്സു തികഞ്ഞു. ബോർഡിംഗിലെ താമസം അവസാനിപ്പിക്കാൻ സമയമായി. എന്തു ചെയ്യണമെന്നറിയാതെ ഞാൻ വിഷമിച്ചു. പെട്ടെന്ന് ഞാൻ ഒരു പോംവഴി കണ്ടുപിടിച്ചു. സൈനികസേവനത്തിൽനിന്ന് വിരമിച്ചിട്ട് ആസ്യയോടൊപ്പം വിദേശത്തു പോയി ഒന്നുരണ്ടു വർഷം താമസിക്കാൻ തീരുമാനിച്ചു. അതു ഉടൻതന്നെ നടപ്പിലാക്കുകയും ചെയ്തു. അങ്ങനെയാണ് ഞങ്ങൾ, ഞാനും ആസ്യയും റൈൻ നദീതീരത്തുള്ള ഈ കൊച്ചുപട്ടണത്തിലെത്തിയത്. ഞാൻ ചിത്രരചനയിൽ മുഴുകാൻ ശ്രമിച്ചുകൊണ്ടിരിക്കുന്നു. ആസ്യ എപ്പോഴത്തേയുംപോലെ കുസൃതിയും വികൃതിയുമായികഴിയുന്നു. ഇനി താങ്കൾ അല്പംകൂടി ദാക്ഷിണ്യത്തോടെ അവളെ നോക്കിക്കാണുമെന്നു വിശ്വസിക്കുന്നു. എന്തൊക്കെപ്പറഞ്ഞാലും മറ്റുള്ളവരുടെ—പ്രത്യേകിച്ചു താങ്കളുടെ—അഭിപ്രായത്തെ അവൾ വിലമതിക്കുന്നുണ്ടെന്ന് എനിക്കറിയാം."

ഗാഗിന്റെ ചുണ്ടുകളിൽ വീണ്ടും പ്രശാന്തമായ പുഞ്ചിരി വിടർന്നു. ഞാൻ അയാളുടെ കയ്യിൽ സ്നേഹപൂർവ്വം അമർത്തി.

"എല്ലാം കൊള്ളാം, പക്ഷേ അവളെക്കൊണ്ട് ഞാൻ വലഞ്ഞു." ഗാഗിൻ തുടർന്നു. "വെടിമരുന്നുപോലെയാണ് അവൾ. ഭാഗ്യത്തിന് ഇതേവരെ അവൾക്ക് ആരേയും ഇഷ്ടപ്പെട്ടിട്ടില്ല. പക്ഷേ അവൾക്ക് ആരോടെങ്കിലും പ്രേമം തോന്നിയാൽ പിന്നെ എന്താണു നടക്കാൻ പോകുന്നതെന്ന് ആർക്കറിയാം!... അവളുടെ ഭാവി എന്തായിരിക്കുമെന്നു ഞാൻ ചിലപ്പോൾ ആലോചിക്കാറുണ്ട്. കുറച്ചു ദിവസം മുമ്പ് എന്തൊക്കെ

വിഡ്ഢിത്തമാണ് അവളുടെ തലയിൽ കടന്നുകൂടിയതെന്നറിയാമോ? ഞാൻ ഇപ്പോൾ തണുപ്പൻ മട്ടിലാണ് അവളോട് പെരുമാറുന്നതെന്ന് ആദ്യം അവൾ എന്നെ കുറ്റപ്പെടുത്തി. എന്നെ മാത്രമേ അവൾക്ക് ഇഷ്ടമുള്ളെന്നും ജീവിതത്തിൽ അവൾ മറ്റാരേയും സ്നേഹിച്ചിട്ടില്ലെന്നും പിന്നീട് അവൾ പറഞ്ഞു... ഒടുവിൽ തേങ്ങി കരഞ്ഞു..."

"അപ്പോൾ അതാണ്..." പറയാൻ വന്നത് മുഴുവനാക്കാതെ പെട്ടെന്ന് ഞാൻ നാക്കു കടിച്ചു. "പറയൂ, ഇതേവരെ കണ്ടുമുട്ടിയിട്ടുള്ള ആരേയും അവൾക്ക് ഇഷ്ടപ്പെട്ടിട്ടില്ല എന്നാണോ അതിന്റെ അർത്ഥം?" ഞങ്ങൾ കലവറയില്ലാതെ സംസാരിച്ചുതുടങ്ങിയതുകൊണ്ട് ഞാൻ ഗാഗിനോടു തുറന്നു ചോദിച്ചു. അവൾ പീറ്റേഴ്സ്ബർഗിൽവച്ച് ധാരാളം യുവാക്കളുമായി പരിചയപ്പെട്ടുകാണുമല്ലോ."

"അവൾക്ക് അവരെ തെല്ലും ഇഷ്ടമായില്ല. അവരാരും പോര—ആസ്യക്കു വേണ്ടത് ഒരു വീരപുരുഷനെയാണ്. അയാൾ ഒരു അസാധാരണ മനുഷ്യനായിരിക്കണം—അല്ലെങ്കിൽ വല്ല മലമ്പാതകളിലും ആടിപ്പാടി നടക്കുന്ന സുഭഗനായ ഒരാട്ടിടയനോ മറ്റോ ആയിരിക്കണം. പക്ഷേ ഞാൻ അതുമിതും പറഞ്ഞ് താങ്കളുടെ വിലയേറിയ സമയം പാഴാക്കി." എന്നു പറഞ്ഞുകൊണ്ട് ഗാഗിൻ എണീറ്റു.

"നോക്കൂ," ഞാൻ പറഞ്ഞു. "നമുക്ക് തിരിച്ചുപോകാം എനിക്ക് എന്റെ വീട്ടിലേക്ക് പോകണമെന്നില്ല."

"താങ്കളുടെ ജോലിയോ?"

ഞാൻ മറുപടിയൊന്നും പറഞ്ഞില്ല. ഗാഗിൻ സൗമനസ്യത്തോടെ പുഞ്ചിരിതൂകി. ഞങ്ങൾ എൽ. പട്ടണത്തിലേക്കു മടങ്ങി. സുപരിചിതമായ മുന്തിരിത്തോട്ടവും കുന്നിന്റെ നിറുകയിലുള്ള വെളുത്ത വീടും കണ്ടപ്പോൾ അവാച്യമായ ഒരു മാധുര്യം എനിക്ക് അനുഭവപ്പെട്ടു. ഹൃദയത്തിൽ തേൻ നിറയുന്നതുപോലെ എനിക്കു തോന്നി. ഗാഗിൻ പറഞ്ഞ കഥ കേട്ടപ്പോൾ മുതൽ എന്റെ മനസ്സിന്റെ ഭാരം കുറഞ്ഞിരുന്നു.

IX

ആസ്യയെ വാതില്ക്കൽവച്ചുതന്നെ ഞങ്ങൾ കണ്ടുമുട്ടി. വീണ്ടും പൊട്ടിച്ചിരിക്കുമെന്നു ഞാൻ വിചാരിച്ചു. എന്നാൽ അവൾ വിവർണ്ണയായി നിലത്തു മിഴികളൂന്നിക്കൊണ്ട് നിശ്ശബ്ദം ഞങ്ങളുടെ അടുത്തേക്കു വരിയാണു ചെയ്തത്.

"ഇതാ, വീണ്ടും ഇദ്ദേഹം വന്നിരിക്കുന്നു." ഗാഗിൻ പറഞ്ഞു. "ഇത്തവണ ഇദ്ദേഹംതന്നെയാണ് ഇങ്ങോട്ടു വരണമെന്ന് ആഗ്രഹം പ്രകടിപ്പിച്ചത്, മനസ്സിലായോ?"

ആസ്യ ചോദ്യഭാവത്തിൽ എന്നെ നോക്കി. ഞാൻ അവളുടെ നേരെ കൈ നീട്ടുകയും അവളുടെ തണുത്ത കൈവിരലുകൾ സൗഹാർദ്ദപൂർവ്വം അമർത്തുകയും ചെയ്തു. എനിക്ക് അവളോട് സഹതാപം തോന്നി. മുമ്പ് മനസ്സിലാക്കാൻ കഴിയാതിരുന്ന പലതും ഇപ്പോൾ എനിക്ക് വ്യക്തമായി—അവളുടെ അസ്വസ്ഥതയും യഥോചിതം പെരുമാറാനുള്ള അവളുടെ കഴിവുകേടും, മറ്റുള്ളവരുടെ മുമ്പിൽ ആളാകാനുള്ള അവളുടെ വ്യഗ്രതയും എല്ലാം എനിക്കിപ്പോൾ മനസ്സിലായി. അവളുടെ ആത്മാവിനുള്ളിലേക്ക് ഞാൻ ഒന്നെത്തിനോക്കി; രഹസ്യമായ ഒരു ചോദന അവളെ നിരന്തരം മുന്നോട്ടു തള്ളിക്കൊണ്ടിരിക്കുകയും അപക്വമായ അഹന്ത അവളുടെ സ്വൈരം കെടുത്തുകയും ചെയ്തിരുന്നെങ്കിലും സത്യം കണ്ടെത്താൻ അവൾ സർവ്വാത്മനാ ശ്രമിച്ചുകൊണ്ടിരുന്നു. ഈ അസാധാരണ പെൺകിടാവിൽ ഞാൻ ആകൃഷ്ടനാകാൻ കാരണമെന്തെന്ന് എനിക്ക് മനസ്സിലായി. ആ ലോലമായ ശരീരത്തിന്റെ വന്യമായ സൗകുമാര്യം മാത്രമല്ല എന്നെ ആകർഷിച്ചത്. അവളുടെ ആത്മാവിനെയാണ് ഞാൻ സ്നേഹിച്ചത്.

ഗാഗിൻ താൻ വരച്ച ചിത്രങ്ങൾ തിരഞ്ഞുകൊണ്ടിരുന്നു. മുന്തിരിത്തോട്ടത്തിലൂടെ നടക്കാൻ ഞാൻ ആസ്യയെ ക്ഷണിച്ചു. അവൾ സന്തോഷത്തോടെ സവിനയം അത് അപ്പോൾത്തന്നെ സ്വീകരിക്കുകയും ചെയ്തു. ഞങ്ങൾ ചരിവിലൂടെ നടന്നു തുടങ്ങി. പാതി വഴി ചെന്നപ്പോൾ ഒരു വലിയ പാറയിൽ ഞങ്ങൾ ഇരുന്നു.

"ഞങ്ങളെ കാണാഞ്ഞ് അല്പം പോലും വിഷമം തോന്നിയില്ലേ?" ആസ്യ ചോദിച്ചു.

"നിങ്ങൾക്കോ?" ഞാൻ തിരിച്ചു ചോദിച്ചു.

"ഉവ്വ്," എന്നു പറഞ്ഞിട്ട് ആസ്യ ധൃതിയിൽ ചോദിച്ചു. "മലമുകളിൽ നല്ല രസമായിരുന്നോ? മലകൾക്ക് എത്ര ഉയരമുണ്ട്? മേഘങ്ങളേക്കാൾ പൊക്കമുണ്ടോ? എന്തൊക്കെയാണ് അവിടെ കണ്ടത്? താങ്കൾ ചേട്ടനോട് എല്ലാം പറഞ്ഞെങ്കിൽ ഞാൻ ഒന്നും കേട്ടില്ല."

"അവിടുന്ന് ഓടിപ്പോയതുകൊണ്ടാണ് കേൾക്കാതിരുന്നത്." ഞാൻ പറഞ്ഞു.

"ഞാൻ ഓടിപ്പോയത്... അതുപോകട്ടെ. ഇപ്പോൾ ഞാൻ ഓടിപ്പോകുന്നില്ലല്ലോ." പിന്നീടവൾ മൃദുലമായ ശബ്ദത്തോടെ ഇത്രയും കൂടി കൂട്ടിച്ചേർത്തു. "അന്ന് താങ്കൾക്കു ദേഷ്യമായിരുന്നു."

"എനിക്കോ?"

"അതെ, താങ്കൾക്ക്!"

"എനിക്ക് എന്തിനാണ് ദേഷ്യം?"

"അതെനിക്കറിയില്ല. പക്ഷേ വന്നപ്പോൾ തന്നെ താങ്കൾക്ക് ദേഷ്യമായിരുന്നു. തിരിച്ചുപോയതും ദേഷ്യപ്പെട്ടാണ്. താങ്കൾ അങ്ങനെ തിരിച്ചുപോയതിൽ എനിക്കു വിഷമമുണ്ടായിരുന്നു. താങ്കൾ തിരിച്ചു വന്നത് എനിക്കു വലിയ സന്തോഷമായി."

"തിരിച്ചു വന്നതിൽ ഞാനും സന്തോഷിക്കുന്നു."

സന്തോഷം തോന്നുമ്പോൾ കുട്ടികൾ ചെയ്യാറുള്ളതുപോലെ ആസ്യ മെല്ലെ ചുമലുകൾ കുലുക്കി.

"ആളുകളുടെ മനോവികാരങ്ങൾ എനിക്കു വളരെ എളുപ്പം മനസ്സിലാക്കാൻ കഴിയും." അവൾ പറഞ്ഞു. "അടുത്തമുറിയിലിരുന്ന് അച്ഛൻ ചുമയ്ക്കുന്ന ശബ്ദം കേട്ടിട്ട് അദ്ദേഹത്തിന് സന്തോഷമാണോ ദേഷ്യമാണോ അപ്പോഴുള്ളതെന്ന് എനിക്കു പറയാൻ കഴിയുമായിരുന്നു."

ആസ്യ അതിനു മുമ്പൊരിക്കലും അവളുടെ അച്ഛനെപ്പറ്റി എന്നോടു പറഞ്ഞിട്ടില്ല. ഇപ്പോൾ അവൾ അങ്ങനെ ചെയ്തത് എന്റെ ഹൃദയത്തെ സ്പർശിച്ചു.

"നിനക്ക് അച്ഛനോടു വലിയ ഇഷ്ടമായിരുന്നോ?" ഞാൻ ചോദിച്ചു. അതു ചോദിച്ചയുടൻ അകാരണമായി എന്റെ മുഖം തുടുത്തുകൊണ്ട് എനിക്കുണ്ടായ മനഃപ്രയാസം ചില്ലറയായിരുന്നില്ല.

അവൾ ഉത്തരമൊന്നും പറഞ്ഞില്ല. എങ്കിലും അവളുടെ മുഖവും തുടുത്തു. ഞങ്ങളിരുവരും മൗനം ഭജിച്ചു. പുകപടലം ഉതിർത്തുകൊണ്ട് അങ്ങു ദൂരെ റൈൻനദിയിലൂടെ ഒരു ആവിക്കപ്പൽ കടന്നുപോയി. ഞങ്ങൾ അതു നോക്കിയിരുന്നു.

"മലകളെപ്പറ്റി എന്നോടു പറയാത്തതെന്ത്?" ആസ്യ മന്ത്രിച്ചു.

"ഇന്ന് എന്നെ കണ്ട മാത്രയിൽ നീ പൊട്ടിച്ചിരിച്ചത് എന്തുകൊണ്ടാണ്?" ഞാൻ ചോദിച്ചു.

"എനിക്കുതന്നെ അതറിയില്ല. ചിലപ്പോൾ കരച്ചിൽ അടക്കാൻ ഞാൻ അങ്ങനെ ചിരിക്കാറുണ്ട്. ഞാൻ ചെയ്യുന്നത് നോക്കി... താങ്കൾ എന്നെപ്പറ്റി തീർപ്പു കല്പിക്കരുത്. അതിരിക്കട്ടെ. ലോറെലെയ[9]പ്പറ്റിയുള്ള ഐതിഹ്യം എത്ര സുന്ദരമാണെന്ന് താങ്കൾക്കറിയാമോ? ആ കാണുന്നതാണ് അവളുടെ പാറ. ആദ്യം അവൾ എല്ലാവരേയും മുക്കിക്കൊന്നിരുന്നെന്നും പിന്നീടു പ്രേമബന്ധയായിത്തീർന്നപ്പോൾ അവൾ സ്വയം വെള്ളത്തിലേക്ക് ചാടിയെന്നുമാണ് പറയപ്പെടുന്നത്. എനിക്ക് ആ കഥ വളരെ ഇഷ്ടമായി. ഫ്രൗ ലൂയിസെ എനിക്ക് ധാരാളം യക്ഷിക്കഥകൾ പറഞ്ഞുതരാറുണ്ട്. അവർക്ക് മഞ്ഞ കണ്ണുകളുള്ള ഒരു കറുത്ത പൂച്ചയുണ്ട്..."

---

9 ലൊറെലേയെപ്പറ്റിയുള്ള ഐതിഹ്യം—അനേകം ജർമ്മൻ കാവ്യങ്ങളിൽ വിവരിക്കപ്പെട്ടിട്ടുള്ള ഒരു ഐതിഹ്യം.

ആസ്യ തലയുയർത്തി അളകങ്ങൾ നെറ്റിയിൽനിന്ന് കുടഞ്ഞു മാറ്റി.

“എനിക്ക് അളവില്ലാത്ത സന്തോഷം തോന്നുന്നു!” അവൾ പറഞ്ഞു.

ആ സമയത്ത് ഏകപ്രകാരമായ ചിതറിയ ശബ്ദങ്ങൾ ഞങ്ങളുടെ കർണ്ണങ്ങളിൽ പതിച്ചു. നൂറുകണക്കിന് കണ്ഠങ്ങളിൽ നിന്ന് ഒരേ സമയത്ത് ഉയർന്നുകൊണ്ടിരുന്ന ഭജനഗാനത്തിന്റെ ശകലങ്ങളായിരുന്നു അത്—കുരിശുകളും കൊടിക്കൂറകളും വഹിച്ചുകൊണ്ട് ഒരു വലിയ സംഘം തീർത്ഥാടകർ താഴെയുള്ള റോഡിലൂടെ കടന്നുപോയി.

“എനിക്കും അവരോടൊപ്പം പോകാൻ ആഗ്രഹമുണ്ട്.” അവ്യക്തമായിത്തുടങ്ങിയ ഗാന ശകലങ്ങൾ പിടിച്ചെടുക്കാൻ ചെവികൂർപ്പിച്ചുകൊണ്ട് ആസ്യ പറഞ്ഞു.

“നീ വലിയ ഭക്തയാണോ?”

“എനിക്കു ദൂരെ, വളരെ ദൂരെ, എവിടെയെങ്കിലും പോകണം. അവിടെ ചെന്നിരുന്ന് പ്രാർത്ഥിക്കണം, ദുഷ്കരമായ എന്തെങ്കിലും ഒരു അത്ഭുത കൃത്യം ചെയ്യണം.” അവൾ പറഞ്ഞു. “ദിവസങ്ങൾ കൊഴിഞ്ഞുവീഴുന്നു. ജീവിതം കടന്നുപോകുന്നു. പക്ഷേ നാം എന്താണ് ചെയ്തിട്ടുള്ളത്?”

“വലിയ കാര്യങ്ങളിലാണല്ലോ കണ്ണുവച്ചിരിക്കുന്നത്, ഞാൻ അഭിപ്രായപ്പെട്ടു. “ജീവിതം വെറുതെ കളയാൻ നിനക്കിഷ്ടമില്ല, നിന്റെ കാല്പാടുകൾ അവശേഷിപ്പിക്കാൻ നീ ആഗ്രഹിക്കുന്നു...”

“അതു സാദ്ധ്യമല്ലെന്നാണോ?”

സാദ്ധ്യമല്ലെന്നു പറയാൻ ഞാൻ വാതുറന്നതാണ്. എന്നാൽ അവളുടെ തിളങ്ങുന്ന കണ്ണുകളിലേക്കു നോക്കികൊണ്ടു ഞാൻ പറഞ്ഞത് ഇങ്ങനെയാണ്: “ശ്രമിച്ചു നോക്കൂ!”

ആസ്യ അല്പനേരം മൗനം പൂണ്ടിരുന്നു. അവളുടെ മുഖം വിളറുകയും പലതരത്തിലുള്ള നിഴലുകൾ ഒന്നിനു പിറകെ ഒന്നായി അവിടെ മിന്നി മറയുകയും ചെയ്തു. ഒടുവിൽ അവൾ പറഞ്ഞു തുടങ്ങി: “ഞാൻ ഒരു കാര്യം ചോദിക്കട്ടെ. താങ്കൾക്ക് ആ യുവതിയെ വലിയ ഇഷ്ടമായിരുന്നോ?... നമ്മൾ പരിചയപ്പെട്ടതിന്റെ പിറ്റേ ദിവസം ഇടിഞ്ഞുപൊളിഞ്ഞ കോട്ടയുടെ അടുത്തുവച്ച് എന്റെ ചേട്ടൻ ഒരു സ്ത്രീയുടെ ആരോഗ്യത്തിനു വേണ്ടി കുടിച്ചില്ലേ, അവരെപ്പറ്റിയാണ് ഞാൻ ചോദിക്കുന്നത്?”

ഞാൻ ചിരിച്ചു:

“നിന്റെ ചേട്ടൻ തമാശ പറഞ്ഞതാണ്. എനിക്ക് ഒരു യുവതിയോടും ഇഷ്ടമുണ്ടായിരുന്നില്ല—ചുരുങ്ങിയപക്ഷം ഇപ്പോൾ എനിക്ക് ഒരു യുവതിയോടും ഇഷ്ടമില്ല.”

“സ്ത്രീകളിൽ എന്താണ് താങ്കൾ ഇഷ്ടപ്പെടുന്നത്?” നിഷ്കളങ്കമായ ജിജ്ഞാസയോടെ ആസ്യ ചോദിച്ചു.

"എന്തൊരു ചോദ്യം?" ഞാൻ പറഞ്ഞു.

ആസ്യയ്ക്ക് തെല്ലൊരു വൈക്ലബ്യം തോന്നി.

"ഞാൻ ഇങ്ങനെയൊന്നും ചോദിക്കാൻ പാടില്ലാത്തതാണ്. അല്ലേ? ക്ഷമിക്കണം, വായിൽ തോന്നുന്നതെല്ലാം വിളിച്ചു പറയുന്നതാണ് എന്റെ ശീലം. അതുകൊണ്ടാണ് എനിക്കു സംസാരിക്കാൻ ഇത്ര ഭയം."

"തോന്നുന്നതു പറഞ്ഞോളൂ, അതുകൊണ്ട് ഒരു കുഴപ്പവുമില്ല." ഞാൻ വളരെ സമാശ്വസിപ്പിച്ചു. "പേടിക്കാതെ എന്തുവേണമെങ്കിലും പറയാം. സംസാരിക്കാനുള്ള നിന്റെ സങ്കോചം മാറിയതിൽ എനിക്കു സന്തോഷമേയുള്ളൂ."

ആസ്യ തല കുനിച്ച് മെല്ലെ ചിരിച്ചു. ആസ്യ അങ്ങനെ ചിരിക്കുന്നത് അതിനു മുമ്പ് ഞാൻ കണ്ടിട്ടില്ല.

"എന്തെങ്കിലും പറയൂ," കുറെ ഏറെ നേരം അവിടെ കാത്തിരിക്കാൻ തീരുമാനിച്ചിട്ടെന്നപോലെ ഉടുപ്പിന്റെ ചുളിനിവർത്തിക്കൊണ്ട് അവൾ പറഞ്ഞു. "എന്തെങ്കിലും സംസാരിക്കുകയോ ഒരു കവിത ചൊല്ലി കേൾപ്പിക്കുകയോ ചെയ്യൂ—അന്ന് 'ഒനേഗിൻ' ചൊല്ലിയതുപോലെ..."

അവൾ അല്പനേരം മൗനം പൂണ്ടിരുന്നിട്ട് മൃദുസ്വരത്തിൽ മന്ത്രിച്ചു: "നിർഭാഗ്യയാമെന്നമ്മതൻ തലയ്ക്കുമേൽ നിഴൽവീശും മരമെങ്ങ്? കുരിശെങ്ങ്?" [10]

"അങ്ങനെയല്ല പുഷ്കിൻ പറഞ്ഞിട്ടുള്ളത്." ഞാൻ പറഞ്ഞു.

"പക്ഷേ എനിക്കിഷ്ടം തത്യാന[11]യാകാനാണ് പഴയപോലെ ചിന്താഭരിതയായി ആസ്യ പറഞ്ഞു. അല്പം കഴിഞ്ഞ് അവൾ ഉന്മേഷം വീണ്ടെടുത്തു. "ദയവുചെയ്ത് എന്തെങ്കിലും സംസാരിക്കൂ." അവൾ എന്നോടപേക്ഷിച്ചു.

എന്നാൽ അപ്പോൾ എന്തെങ്കിലും സംസാരിക്കാൻ എനിക്കു താല്പര്യം തോന്നിയില്ല. ഞാൻ ആസ്യയെതന്നെ നോക്കിക്കൊണ്ടിരിക്കുകയായിരുന്നു. സൂര്യകിരണങ്ങൾ പ്രഭാപൂരിതമാക്കിയ അവളുടെ ആകാരം അപ്പോൾ ശാന്തവും ശാലീനസുന്ദരവുമായിരുന്നു. ആകാശവും ഭൂമിയും വെള്ളവും എന്നുവേണ്ട മുകളിലും താഴെയും ചുറ്റിനുമുള്ള സർവ്വതും തേജോമയമായിത്തീർന്നു. വായുപോലും ജാജ്വല്യമാനമാണെന്നു തോന്നി.

"എല്ലാം എത്ര സുന്ദരമാണ്!" ഞാൻ മന്ത്രിച്ചു.

"അതെ, അതിസുന്ദരമാണ്." എന്റെനേരെ നോക്കാതെ ആസ്യയും മെല്ലെ പറഞ്ഞു. "നമ്മൾ പക്ഷികളായിരുന്നെങ്കിൽ ഉയരങ്ങളിലേക്കു

10 നിർഭാഗ്യയാമെന്നമ്മതൻ...—പുഷ്കിന്റെ (1799-1837) "യെവ്ഗേനി ഒനേഗിൻ" എന്ന ഖണ്ഡകാവ്യത്തിൽ നിന്ന്.

11 തത്യാന—"യെവ്ഗേനി ഒനേഗിനി"ലെ കഥാനായിക.

പറന്നുപോകാമായിരുന്നു! പറന്നു പറന്ന് അങ്ങു ദൂരെ എത്താമായിരുന്നു! ഈ നീലിമയുടെ ആഴങ്ങളിൽ മുങ്ങാം കുഴിയിടാമായിരുന്നു... പക്ഷേ നമുക്ക് ചിറകില്ലല്ലോ."

"നമുക്കും ചിറകു മുളയ്ക്കും," ഞാൻ പറഞ്ഞു.

"അതെങ്ങനെ?"

"അതെങ്ങനെയെന്ന് ജീവിതം നിന്നെ പഠിപ്പിക്കും. നമ്മളെ ആകാശത്തോളം ഉയർത്താൻ കഴിവുള്ള ചില വികാരങ്ങളുണ്ട്. പേടിക്കേണ്ട. നിനക്കും എന്നെങ്കിലും ചിറകു മുളയ്ക്കും."

"താങ്കൾക്ക് എന്നെങ്കിലും ചിറകുണ്ടായിട്ടുണ്ടോ?"

"അതു പറയാൻ പ്രയാസമാണ്... ഇല്ല. ഞാൻ ഇതേവരെ പറന്നിട്ടില്ല."

ആസ്യ വീണ്ടും നിശ്ശബ്ദയായി. അവളുടെ അടുത്തേക്ക് ഞാൻ അല്പംകൂടി നീങ്ങിയിരുന്നു.

"താങ്കൾക്ക് വാൾട്ട്സ് നൃത്തം അറിയാമോ?"

"അറിയാം." തെല്ലൊരമ്പരപ്പോടെ ഞാൻ പറഞ്ഞു.

"എന്നാൽ വരൂ. നമുക്ക് വീട്ടിലേക്കു പോകാം. ഒരു വാൾട്ട്സ് നൃത്തസംഗീതം വെയ്ക്കാൻ ചേട്ടനോടു പറയാം.. ചിറകുണ്ടെന്നു സങ്കല്പിച്ചുകൊണ്ട് നമുക്ക് പറക്കാം."

അവൾ വീട്ടിലേയ്ക്കോടി. ഞാനും പിന്നാലെ പാഞ്ഞു. ഏതാനും നിമിഷങ്ങൾക്കകം ശ്രുതി മധുരമായ ഒരു ലാണർ വാൾട്ട്സ്ന്റെ[12] അകമ്പടിയോടെ ഞങ്ങൾ ആ ഇടുങ്ങിയ സൽക്കാരസന്ധ്യയിൽ നൃത്തം ചെയ്തു തുടങ്ങി. ഭംഗിയായി നൃത്തം ചെയ്യാൻ അവൾക്കറിയാമായിരുന്നു. ഉത്സാഹത്തോടെ അവൾ നൃത്തം ചെയ്തു. കന്യകാസഹജമായ അവളുടെ ലാളിത്യത്തിന്റെ പിന്നിൽനിന്ന് പെട്ടെന്ന് മൃദുലവും സ്ത്രൈണവുമായ ഒരു ഭാവം എത്തിനോക്കി. ആ ലോലമായ അരക്കെട്ടിന്റെ സ്പർശനസുഖം എന്റെ കൈയ്യിൽ വളരെ നേരത്തേയ്ക്ക് അനുഭവപ്പെട്ടു. എന്റെ തൊട്ടടുത്തുകേട്ട ദ്രുതഗതിയിലുള്ള അവളുടെ ശ്വാസോച്ഛ്വാസത്തിന്റെ ശബ്ദവും അവളുടെ പാതികൂമ്പിയ കരിമിഴികളും ഇളകുന്ന കുറുനിരകൾക്കു കീഴിലുള്ള ആ വിളറിയ സുന്ദരാനനവും ദീർഘനേരത്തേക്ക് മറക്കാൻ എനിക്കു കഴിഞ്ഞില്ല.

12 ലാന്നർ വാൾട്ട്സ്... ഇയോസഫ് ലാന്നർ (1801-1843) എന്ന ആസ്ട്രിയൻ സംഗീതജ്ഞൻ എഴുതിയ വാൾട്ട്സ് നൃത്തസംഗീതം.

X

ഉല്ലാസഭരിതമായി ആ ദിവസം കടന്നുപോയി. ഞങ്ങൾ കൊച്ചുകുട്ടികളെപ്പോലെ തുള്ളിച്ചാടി നടന്നു. ആസ്യയുടെ അന്നത്തെ പെരുമാറ്റം ഹൃദ്യവും ലളിതവുമായിരുന്നു. ഗാഗിനെ അന്നതു സന്തുഷ്ടനാക്കി. രാത്രി വളരെ വൈകിയാണ് ഞങ്ങൾ വിട്ടുപിരിഞ്ഞത്. വഞ്ചി പുഴയുടെ നടുക്കെത്തിയപ്പോൾ തുഴച്ചിൽ നിർത്തി ഒഴുക്കിനൊത്ത് താഴോട്ട് പോകാമെന്ന് ആസ്യ കടത്തുകാരനോടു പറഞ്ഞു. വൃദ്ധൻ അതനുസരിച്ചു. ആ മഹാനദി ഞങ്ങളെ അതിന്റെ മാറിൽ വഹിച്ചുകൊണ്ടുപോയി. ദത്തശ്രദ്ധനായി ഞാൻ ചുറ്റുപാടും നോക്കിക്കൊണ്ട് ഓർമ്മകളിൽ മുഴുകി. പെട്ടെന്ന് നിഗൂഢമായ ഒരു തരം ഉൽകണ്ഠ എന്റെ ഹൃദയത്തെ ഗ്രസിച്ചു... ഞാൻ ആകാശത്തിലേക്കു നോക്കി. എന്നാൽ അവിടെയും ശാന്തി കണ്ടെത്തിയില്ല. നക്ഷത്ര ഖചിതമായ നഭോമണ്ഡലം അനുസ്യൂതം ചലിക്കുകയും ത്രസിക്കുകയും ചെയ്തുകൊണ്ടിരുന്നു. ഞാൻ കുനിഞ്ഞ് വെള്ളത്തിലേക്ക് നോക്കി... എന്നാൽ അതിന്റെ തണുത്തിരുണ്ട ആഴങ്ങളിൽ നക്ഷത്രങ്ങൾ വിറയാർന്നു മിന്നിക്കൊണ്ടിരിക്കുന്നതാണു ഞാൻ കണ്ടത്. ചുറ്റുമുള്ള സർവ്വതും അസ്വസ്ഥവും ഉൽകണ്ഠാകുലവുമാണെന്ന് എനിക്കു തോന്നി. ആ ഉൽകണ്ഠ എന്നിലേക്കും സംക്രമിച്ചു. ഞാൻ വഞ്ചിയുടെ വക്കിൽ ചാരിയിരുന്നു. ചെവിയിൽ അടക്കം പറയുന്ന ഇളം കാറ്റും ഒഴുക്കിന്റെ കളകളാരവും എന്നെ അസ്വസ്ഥനാക്കിയതേയുള്ളു. ഓളങ്ങളുടെ ശീതള നിശ്വാസം എനിക്ക് ആശ്വാസം പകർന്നില്ല. പുഴക്കരയിലെവിടെയോ ഇരുന്ന് ഒരു രാപ്പാടി അതിന്റെ ഗാനത്തിന്റെ മാധുര്യമേറിയ വിഷം എന്റെ സിരകളിൽ പടർത്തി. എന്റെ കണ്ണുകൾ ഈറനായി. എന്നാൽ അവാച്യമായ ആനന്ദപാരവശ്യത്തിന്റെ കണ്ണീരായിരുന്നില്ല അത്. ആത്മാവിനെ വിശാലമാക്കുകയും അതിന്റെ തന്ത്രികൾ മീട്ടുകയും പ്രകൃതിയിലുള്ള സർവ്വതിനേയും സ്നേഹിക്കാനും മനസ്സിലാക്കാനും അതിനെ പ്രാപ്തമാക്കുകയും ചെയ്യുന്ന സർവ്വാശ്ലേഷിതമായ അഭിലാഷമായിരുന്നില്ല അപ്പോൾ എനിക്ക് അനുഭവപ്പെട്ടത്. സന്തുഷ്ടിക്കു വേണ്ടിയുള്ള ഒടുങ്ങാത്ത ദാഹമായിരുന്നു എന്നെ ഗ്രസിച്ചിരുന്നത്. അതിനൊരു പേരുകൊടുക്കാൻ ഇനിയും ഞാൻ ധൈര്യപ്പെട്ടിരുന്നില്ല. എങ്കിലും ഞാൻ കാംക്ഷിച്ചത് സന്തുഷ്ടിയാണെന്ന്, ഹൃദയത്തിൽ നിറഞ്ഞുകവിയുന്ന സന്തുഷ്ടിയാണെന്ന് എനിക്കു മനസ്സിലായി...

ഒഴുക്കിനൊത്ത് വഞ്ചി മെല്ലെ നീങ്ങിക്കൊണ്ടിരുന്നു. കടത്തുകാരൻ സ്വപ്നങ്ങളിൽ മുഴുകി തുഴകളുടെ നേരെ കുനിഞ്ഞിരിക്കുന്നു.

XI

പിറ്റേന്ന് ഗാഗിന്റെ വീട്ടിലേക്കു പുറപ്പെട്ടപ്പോൾ ആസ്യയോട് എനിക്കു പ്രേമമാണോ എന്ന് ഞാൻ സ്വയം ചോദിച്ചില്ല. എന്നാൽ ഞാൻ അവളെക്കുറിച്ച് വളരെ നേരം ആലോചിച്ചില്ല. അവളുടെ ഭാഗധേയത്തിൽ എനിക്ക് അതിയായ താല്പര്യം തോന്നി. ഒടുവിൽ ഞങ്ങൾ പരസ്പരം അടുത്തതിൽ ഞാൻ സന്തോഷിച്ചു. ഇന്നലെ മാത്രമാണ് ഞാൻ അവളെ അടുത്തറിഞ്ഞു തുടങ്ങിയതെന്ന് എനിക്കു തോന്നി. അതുവരെ അവൾ എന്നിൽനിന്ന് ഒഴിഞ്ഞു മാറുകയായിരുന്നു. എന്നാൽ ഇപ്പോൾ അവൾ മറ മാറ്റി എന്റെ മുമ്പിൽ പ്രത്യക്ഷപ്പെട്ടപ്പോൾ എന്റെ മനസ്സിൽ പതിഞ്ഞ അവളുടെ രൂപത്തിന് ലഹരിപിടിപ്പിക്കുന്ന ഒരു ചൈതന്യം കൈവന്നു. ആ രൂപം എന്നേ സംബന്ധിച്ചിടത്തോളം തികച്ചും പുതിയതായിരുന്നു. അതിനുള്ളിൽ ഒളിഞ്ഞിരുന്ന നിഗൂഢവും സലജ്ജവുമായ മാധുര്യം ഹൃദയാവർജ്ജകമായിരുന്നു!

ഞാൻ സുപരിചിതമായ പാതയിലൂടെ ഉത്സാഹത്തോടെ നടന്നു. ആ ചെറുഭവനം ദൂരെ ഒരു വെള്ള പൊട്ടുപോലെ പ്രത്യക്ഷപ്പെട്ട നിമിഷം മുതൽ ഞാൻ അങ്ങോട്ടു തന്നെ ഉറ്റു നോക്കിക്കൊണ്ടാണ് നടന്നത്. ഞാൻ ഭാവിയെപ്പറ്റി ആലോചിച്ചില്ലെന്നു മാത്രമല്ല അടുത്ത ദിവസത്തെപ്പറ്റിപ്പോലും ഒന്നും ആലോചിച്ചില്ല—ഞാൻ തികച്ചും സന്തുഷ്ടനായിരുന്നു.

എന്നെ കണ്ടയുടൻ ആസ്യയുടെ മുഖം തുടുത്തു. അവൾ വീണ്ടും, മോടിയായി വസ്ത്രം ധരിച്ചിട്ടുണ്ടെന്ന വസ്തുത എന്റെ ശ്രദ്ധയിൽപ്പെട്ടു. എന്നാൽ അവളുടെ അപ്പോഴത്തെ മുഖഭാവം, വേഷവുമായി പൊരുത്തപ്പെട്ടിരുന്നില്ല—അവൾ വിഷാദമൂകയായിരുന്നു. ഞാൻ എത്ര ഉല്ലാസഭരിതനായാണ് അവിടെ എത്തിയത്! അവൾ പണ്ടത്തെപ്പോലെ ഓടിപ്പോകാനാണ് ആഗ്രഹിക്കുന്നതെന്നും എന്നാൽ അങ്ങനെ ചെയ്യാതിരിക്കാൻ അവൾ വളരെ പണിപ്പെടുന്നുണ്ടെന്നും എനിക്കു തോന്നി. ഗാഗിൻ അപ്പോൾ കലോപാസനയിൽ മുഴുകിയിരിക്കയായിരുന്നു. തങ്ങൾ 'പ്രകൃതിയെ പിടിച്ചുനിർത്തുന്നതിൽ' വിജയിച്ചു എന്ന് തോന്നിയ നിമിഷത്തിൽ ഏതൊരു കലാരാധകനും തോന്നുന്ന ഒരുതരം ആവേശവും ആത്മനിർവൃതിയും അയാളെ ഗ്രസിച്ചിരുന്നു. ചായം പുരണ്ട വസ്ത്രങ്ങളുമണിഞ്ഞ് പപ്രശ്ശനായി ക്യാൻവാസുകൊണ്ട് നിന്നിരുന്ന അയാൾ ബ്രഷ് അതിവേഗം ചലിപ്പിച്ചുകൊണ്ട് ഒരു വന്യമൃഗത്തെപ്പോലെ എന്റെ നേരെ നോക്കി ഒന്നു തലയാട്ടിയിട്ട് തന്റെ ജോലിയിൽ മുഴുകി. അയാൾ ഒന്നുരണ്ടു ചുവടു പിന്നിലേക്കു മാറിനിന്ന് കണ്ണുകൾ ഇറുക്കി ക്യാൻവാസിലേക്ക് നോക്കിയിട്ട് ക്ഷണത്തിൽ വീണ്ടും ബ്രഷുമായി കാൻവാസിനെ ആക്രമിച്ചു തുടങ്ങി. അയാളെ

ശല്യപ്പെടുത്താതെ ഞാൻ ആസ്യയുടെ അടുത്തു ചെന്നിരുന്നു. അവളുടെ കരിമിഴികൾ മെല്ലെ എന്റെ നേരെ തിരിഞ്ഞു.

"നീ ഇന്ന് ഇന്നലത്തെപ്പോലെയല്ല." അവളുടെ ചുണ്ടിൽ ഒരു പുഞ്ചിരി വിടർത്താനുള്ള എല്ലാ ശ്രമങ്ങളും വിഫലമായപ്പോൾ ഞാൻ പറഞ്ഞു.

"ശരിയാണ്, ഞാൻ ഇന്നലത്തെപ്പോലെയല്ല," അവൾ മെല്ലെ പറഞ്ഞു. "പക്ഷേ അതു സാരമില്ല. ഞാൻ രാത്രി ശരിക്കുറങ്ങിയില്ല. പലതും ആലോചിച്ചുകൊണ്ട് ഉണർന്നു കിടക്കുകയായിരുന്നു."

"എന്തിനെപ്പറ്റിയായിരുന്നു ഈ വലിയ ആലോചന?"

"പലതും ആലോചിച്ചു. കൊച്ചിലേ മുതൽ അത് എന്റെ ഒരു ശീലമാണ്. ഞാൻ അമ്മയുടെകൂടെ താമസിച്ചിരുന്ന കാലം മുതൽക്കേ തുടങ്ങിയതാണത്..."

അവസാനത്തെ വാചകം അവൾ അറച്ചറച്ചാണ് പറഞ്ഞത്. പിന്നീട് നിർബ്ബന്ധപൂർവ്വം അത് ഒരിക്കൽക്കൂടി അവൾ ആവർത്തിച്ചു.

"അമ്മയുടെ കൂടെ താമസിച്ചിരുന്ന കാലം മുതല്ക്കേ തുടങ്ങിയതാണത്... വരാനിരിക്കുന്നതിനെപ്പറ്റി ആർക്കും അറിയാൻ പാടില്ലാത്തത് എന്തുകൊണ്ടാണെന്ന് അന്ന് ഞാൻ അത്ഭുതപ്പെട്ടിട്ടുണ്ട്. ചിലപ്പോൾ വിപത്ത് അടുത്തു വരുന്നതു കാണാൻ കഴിയുമെങ്കിലും അതു തടയാൻ കഴിയാത്തത് എന്തുകൊണ്ടാണെന്നും ഞാൻ ആലോചിച്ചിരുന്നു. സത്യം മുഴുവൻ ഒരിക്കലും തുറന്നു പറയാൻ പാടില്ലാത്തതെന്തുകൊണ്ടാണ്?... എനിക്ക് ഒന്നും അറിഞ്ഞുകൂടാ. എനിക്കു കൂടുതൽ പഠിക്കണം, എന്നൊക്കെ ഞാൻ വിചാരിച്ചു. എന്റെ വിദ്യാഭ്യാസം ആദ്യം മുതലേ പുനരാരംഭിക്കണം. എന്നെ വളർത്തിയത് വേണ്ട രീതിയിലല്ല. എനിക്കെഴുതാനോ വായിക്കാനറിയില്ല. ചിത്രം വരയ്ക്കാനറിയില്ല. എന്തിന് തുന്നൽപ്പണി പോലും ശരിക്കറിയില്ല. എനിക്ക് യാതൊരു കഴിവുമില്ല. എന്റെ കൂടെ കഴിയാൻ ആർക്കും രസം തോന്നുകയില്ല.

"നീ നിന്നോടു തീരെ നീതി കാണിക്കുന്നില്ല." ഞാൻ പറഞ്ഞു. "നീ ധാരാളം വായിച്ചിട്ടുണ്ട്. നിനക്ക് നല്ല വിദ്യാഭ്യാസമുണ്ട്. ബുദ്ധിമതിയുമാണ്..."

"ഞാൻ ബുദ്ധിമതിയാണോ?" എന്ന് നിർവ്യാജമായ ജിജ്ഞാസയോടെ അവൾ ചോദിക്കുന്നതു കേട്ട് ഞാൻ ചിരിച്ചുപോയി. എന്നാൽ അവൾ പുഞ്ചിരി തൂവുകപോലും ചെയ്യാതെ ഗാഗിന്റെ നേരെ തിരിഞ്ഞ് ചോദ്യം ആവർത്തിച്ചു. "ചേട്ടാ, ഞാൻ ബുദ്ധിമതിയാണോ?"

അയാൾ ഉത്തരമൊന്നും പറയാതെ ജോലി തുടർന്നു. അയാൾ തുടരെ ബ്രഷുകൾ മാറ്റുകയും കൈ മുകളിലേയ്ക്കുയർത്തുകയും ചെയ്തുകൊണ്ടിരുന്നു.

“എന്റെ തലയ്ക്കുള്ളിൽ നടക്കുന്നതെന്താണെന്ന് ചിലപ്പോൾ എനിക്കു തന്നെ പിടികിട്ടുന്നില്ല.” വിഷാദഭാവം കൈവെടിയാതെ ആസ്യ തുടർന്നു. “ചിലപ്പോൾ എനിക്ക് എന്നെത്തന്നെ ഭയമാണ്—സത്യം! എനിക്ക്... സ്ത്രീകൾ അധികം വായിക്കുന്നതു നല്ലതല്ലെന്നു പറയുന്നതു ശരിയാണോ?”

“ഒരുപാടു വായിക്കണ്ട, പക്ഷേ...”

“ഞാൻ എന്തു വായിക്കണമെന്നു പറഞ്ഞു തരൂ. ഞാൻ എന്താണു ചെയ്യേണ്ടതെന്നു പറഞ്ഞുതരൂ. താങ്കൾ പറയുന്നതുപോലെ ഞാൻ ചെയ്യാം.” നിഷ്കളങ്കമായ വിശ്വാസത്തോടെ ആസ്യ എന്നോടു പറഞ്ഞു.

ഉടൻ അതിനൊരു മറുപടി പറയാൻ എനിക്കു കഴിഞ്ഞില്ല.

“താങ്കൾക്ക് എന്നൊടൊപ്പം ഇരിക്കുമ്പോൾ മുഷിവുതോന്നുമോ?”

“ഇല്ല, ഒട്ടും തന്നെ...” ഞാൻ പറയാൻ തുടങ്ങി.

“നന്ദി, നന്ദി!” അവൾ ഉറക്കെ പറഞ്ഞു. “ഞാൻ വിചാരിച്ചു താങ്കൾക്ക് മുഷിയുമെന്ന്.”

ഊഷ്മളമായ കൊച്ചു കൈകൊണ്ട് അവൾ എന്റെ കൈ പിടിച്ച് ബലമായി അമർത്തി.

“എൻ!” ആ നിമിഷം ഗാഗിൻ വിളിച്ചു. “പശ്ചാത്തലം അല്പം ഇരുണ്ടു പോയെന്ന് താങ്കൾക്കു തോന്നുന്നില്ലേ?”

ഞാൻ അയാളുടെ അടുത്തേക്കു ചെന്നു. ആസ്യ എണീറ്റ് പുറത്തേക്കു പോയി.

XII

അവൾ ഒരു മണിക്കൂർ കഴിഞ്ഞ് തിരിച്ചുവന്നു. വാതില്ക്കൽ നിന്നുകൊണ്ട് അവൾ എന്നെ കൈകാട്ടി വിളിച്ചു.

“ഞാൻ മരിച്ചാൽ താങ്കൾ ദുഃഖിക്കുമോ?” അവൾ ചോദിച്ചു.

“എന്തൊക്കെയാണ് നീ വിചാരിക്കുന്നത്!”

“ഞാൻ അധികം താമസിയാതെ മരിച്ചുപോകുമെന്ന് എനിക്ക് ഒരു തോന്നൽ. എല്ലാവരും എന്നോട് വിടപറയുകയാണെന്ന് ചിലപ്പോൾ എനിക്കു തോന്നാറുണ്ട്. ഇങ്ങനെ ജീവിക്കുന്നതിൽ ഭേദം മരിക്കുകയാണ്... എന്നെ ഇങ്ങനെ നോക്കരുതേ—ഞാൻ അഭിനയിക്കുകയല്ല! അല്ലെങ്കിൽ വീണ്ടും ഞാൻ താങ്കളെ ഭയന്നു തുടങ്ങും.”

“നിനക്കു വാസ്തവത്തിൽ എന്നെ പേടിയായിരുന്നോ?”

“അതെന്റെ കുറ്റമല്ല, ഞാൻ ഒരു വിചിത്രജീവിയാണ്.” അവൾ പറഞ്ഞു. “നോക്കൂ, എനിക്കിപ്പോൾ പഴയതുപോലെ ചിരിക്കാൻപോലും കഴിയുന്നില്ല...”

അന്ന മുഴുവൻ അവൾ ചിന്താഭരിതയും ദുഃഖിതയുമായിരുന്നു. എനിക്കു മനസ്സിലാക്കാൻ കഴിയാത്ത എന്തോ ഒന്ന് അവളുടെ അന്തരംഗത്തിൽ പ്രവർത്തിച്ചുകൊണ്ടാരുന്നു. ഇടയ്ക്കിടെ അവളുടെ നോട്ടം എന്റെമേൽ പതിക്കും. ദുർജ്ഞേയമായ ആ നോട്ടമേല്ക്കുമ്പോഴൊക്കെ എന്റെ ഹൃദയം മെല്ലെ വലിഞ്ഞു മുറുകുന്നതായി എനിക്കു തോന്നി. അവൾ തികച്ചും ശാന്തമായിരുന്നെങ്കിലും വെറുതെ മനസ്സുവിഷമിപ്പിക്കരുതെന്ന് അവളോട് പറയാൻ എനിക്ക് അതിയായ ആഗ്രഹം തോന്നി. അവളെ നോക്കിക്കൊണ്ടിരിക്കെ ആ വിളറിയ മുഖത്തും അധീരവും മന്ദവുമായ അംഗചലനങ്ങളിലും ഹൃദയസ്പർശിയായ ഒരു സൗകുമാര്യം ഞാൻ കണ്ടെത്തി. എന്നാൽ ഞാൻ നിരുന്മേഷനാണെന്ന് എന്തുകൊണ്ടോ അവൾക്കു തോന്നി.

"ഞാൻ ഒരു കാര്യം പറയാം." ഞാൻ വീട്ടിലേക്കു തിരിച്ചുപോരുന്നതിന് അല്പം മുമ്പ് അവൾ പറഞ്ഞു. "ഞാനൊരു ചപല ചിത്തയാണെന്ന് താങ്കൾ വിചാരിക്കുമോ എന്ന ഭയം എന്നെ വല്ലാതെ അലട്ടുന്നുണ്ട്... ഞാൻ പറയുന്നത് എപ്പോഴും വിശ്വസിക്കുമെന്ന് എനിക്കു വാക്കു തരൂ. താങ്കളും എന്നോടു എല്ലാം തുറന്നു പറയണം. ഞാൻ താങ്കളോട് ഒരിക്കലും നുണപറയുകയില്ല. സത്യം..."

അവൾ "സത്യം" ചെയ്യുന്നതു കേട്ട് ഞാൻ ചിരിച്ചു.

"ചിരിക്കണ്ട!" അവൾ പറഞ്ഞു. "അല്ലെങ്കിൽ താങ്കൾ ഇന്നലെ എന്നോടു ചോദിച്ചതുപോലെ, എന്തിനാണ് ചിരിക്കുന്നത് എന്ന് ഞാൻ തിരിച്ചുചോദിക്കേണ്ടിവരും." അത്തരം മൗനം ഭജിച്ചിട്ട് അവൾ തുടർന്നു: "ചിറകുകളെപ്പറ്റി ഇന്നലെ താങ്കൾ പറഞ്ഞത് ഓർക്കുന്നുണ്ടോ? എനിക്ക് ചിറകുമുളച്ചു പക്ഷേ പറന്നുപോകാൻ ഇടമില്ല..."

"അതു പറയണ്ട, വിശാലമായ ഈ ലോകം മുഴുവൻ നിന്റെ മുമ്പിൽ തുറന്നുകിടക്കുയാണ്." ഞാൻ പറഞ്ഞു.

അവൾ എന്റെ കണ്ണുകളിലേക്കു ഉറ്റു നോക്കി.

"താങ്കൾക്ക് ഇന്ന് എന്നോട് ദേഷ്യമാണ്." നെറ്റിചുളിച്ചുകൊണ്ട് അവൾ പറഞ്ഞു-

"എനിക്കു നിന്നോടു ദേഷ്യമാണെന്നോ?"

"നിങ്ങൾ രണ്ടുപേരും ഇന്ന് ഇത്ര നിരുന്മേഷരായിരിക്കുന്നത് എന്താണ്?" ഗാഗിൻ എന്നോടു ചോദിച്ചു. "ഇന്നലത്തെപ്പോലെ ഒരു വാൾട്ട്സ് നൃത്തസംഗീതം വയ്ക്കട്ടേ?"

"വേണ്ട, വേണ്ട," ആസ്യ കൈ വീശിക്കൊണ്ട് പറഞ്ഞു. "ഇന്ന് എന്തായാലും വേണ്ട..."

"ആരും നിന്നെ നിർബന്ധിക്കുന്നില്ല. നീ ക്ഷോഭിക്കേണ്ട..."

"എന്തായാലും വേണ്ട!" വിവർണ്ണ വദനയായി അവൾ ആവർത്തിച്ചു.

"അവൾക്ക് എന്നോടു പ്രേമമാണോ?" റൈൻ നദിയിലെ കറുത്ത ഓളങ്ങളിലേക്കു നോക്കിക്കൊണ്ട് ഞാൻ അത്ഭുതപ്പെട്ടു.

XIII

"അവൾക്ക് എന്നോട് പ്രേമമാണോ?" പിറ്റേന്ന് ഉറക്കമുണർന്ന ഉടനെ ഞാൻ സ്വയം ചോദിച്ചു. എന്റെ സ്വന്തം ഹൃദയം പരിശോധിച്ചുനോക്കാൻ എനിക്ക് അപ്പോൾ അശേഷം താല്പര്യമില്ലായിരുന്നു. അവളുടെ രൂപം, അതേ 'കൃത്രിമമായി ചിരിക്കുന്ന പെൺകുട്ടിയുടെ രൂപം' എന്റെ ഹൃദയത്തിൽ പതിഞ്ഞുകഴിഞ്ഞെന്നും അത് മാച്ചുകളയാൻ എളുപ്പമല്ലെന്നും എനിക്കു തോന്നി. ഞാൻ എൽ. പട്ടണത്തിലേക്കു പോയി. അന്നു മുഴുവൻ അവിടെ ഇരുന്നെങ്കിലും ഒരു നിമിഷനേരത്തേക്കു മാത്രമേ എനിക്കു ആസ്യയെ കാണാൻ കഴിഞ്ഞുള്ളൂ. അവൾക്കു തലവേദനയായിരുന്നു. നെറ്റിയിൽ ഒരു തുണി കെട്ടിവച്ചുകൊണ്ടു ഒരു നിമിഷം അവൾ ഞങ്ങൾ ഇരിക്കുന്നിടത്തേക്കുവന്നു. ചടച്ചു മെലിഞ്ഞ ആ പെൺകുട്ടിയുടെ മുഖം വല്ലാതെ വിളറിയിരുന്നു. കണ്ണുകൾ പാതികൂമ്പിയിരുന്നു. നേരിയ ഒരു മന്ദസ്മിതത്തോടെ അവൾ പറഞ്ഞു: "ഇതു സാരമില്ല. താനേ മാറിക്കൊള്ളും. ഇല്ലേ?" തൽക്ഷണം തന്നെ അവൾ അവിടെനിന്നു പോവുകയും ചെയ്തു. എന്റെ ഉന്മേഷം നശിച്ചു. വിഷാദലിപ്തമായ ഒരു തരം ശൂന്യത എനിക്ക് അനുഭവപ്പെട്ടു. എങ്കിലും അവിടന്നു പോരാൻ എനിക്കു മനസ്സുവന്നില്ല. നേരം വളരെ വൈകിയശേഷമാണ് ഞാൻ അവിടുന്ന് മടങ്ങിയത്. എങ്കിലും അവളെ വീണ്ടും കാണാൻ അന്നെനിക്ക് കഴിഞ്ഞില്ല.

അടുത്ത പ്രഭാതത്തിൽ ഞാൻ പാതിമയക്കത്തിലാണെന്നു തോന്നി. ഞാൻ ജോലിയിൽ മുഴുകാൻ ശ്രമിച്ചെങ്കിലും അതു വിഫലമായതേയുള്ളൂ. പിന്നീട് ഒന്നും ചെയ്യാതിരിക്കാനും ഒന്നിനെപ്പറ്റിയും വിചാരിക്കാതിരിക്കാനും ഞാൻ ശ്രമിച്ചു. എന്നാൽ അതുകൊണ്ടും ഫലമുണ്ടായില്ല. ഞാൻ പട്ടണത്തിൽ കുറേനേരം അലഞ്ഞുതിരിഞ്ഞിട്ട് വീട്ടിലെത്തി. അല്പം കഴിഞ്ഞ് വീണ്ടും പുറത്തിറങ്ങി.

"താങ്കളാണോ മി. എൻ.?" പെട്ടെന്ന് ആരോ ചോദിക്കുന്നതു കേട്ട് ഞാൻ തിരിഞ്ഞുനോക്കി. ഒരു ചെറിയ ബാലൻ കയ്യിൽ ഒരു കുറിപ്പുമായി അവിടെ നില്ക്കുന്നതാണു ഞാൻ കണ്ടത്. "ഫ്രൗലെൻ അനെറ്റ് തന്നതാണ്" എന്നു പറഞ്ഞുകൊണ്ട് അവൻ കുറിപ്പ് എന്നെ ഏല്പിച്ചു.

ഞാൻ അതു തുറന്നു നോക്കി. ആസ്യയുടെ വടിവില്ലാത്ത കൈയക്ഷരം ഞാൻ തിരിച്ചറിഞ്ഞു. അതിൽ ഇങ്ങനെ എഴുതിയിരുന്നു: "എനിക്കു

താങ്കളെ കണ്ടേ തീരൂ. ഇന്ന നാലുമണിക്ക പൊളിഞ്ഞ കോട്ടയുടെ അടുത്തുള്ള കരിശുപള്ളിയിൽ വരണം. ഇന്ന ഞാൻ ഒരു ബുദ്ധിമോശം കാണിച്ചു... ദൈവത്തെ ഓർത്തു വരണം, അപ്പോൾ എല്ലാം പറയാം... വരുമെങ്കിൽ ഈ പയ്യനോട് 'ശരി' എന്ന പറഞ്ഞയയ്ക്കുക."

"മറുപടി വല്ലതും ഉണ്ടോ?" ബാലൻ ചോദിച്ചു.

" 'ശരി,' എന്ന് ചെന്ന് പറയൂ." ഞാൻ പറഞ്ഞു. ബാലൻ ഓടിപ്പോയി.

XIV

ഞാൻ മുറിയിൽ തിരിച്ചെത്തി. അവിടെ ഇരുന്ന് ഞാൻ പലതും ആലോചിച്ചു. എന്റെ ഹൃദയം ശക്തിയായി മിടിച്ചുകൊണ്ടിരുന്നു. ഞാൻ ആസ്യയുടെ കുറിപ്പ് പല തവണ വായിച്ചു. ക്ലോക്കിലേയ്ക്കു നോക്കി—മണി പന്ത്രണ്ടാകുന്നതേയുള്ളൂ.

പെട്ടെന്ന് വാതിൽ തുറന്ന് ഗാഗിൻ മുറിയിൽ പ്രവേശിച്ചു. അയാളുടെ മുഖം വാടിയിരുന്നു. അയാൾ എന്റെ കൈ പിടിച്ച് ശക്തിയായി അമർത്തി. അയാൾ അത്യന്തം ക്ഷുഭിതനായിരുന്നു.

"എന്തു പറ്റി?" ഞാൻ ചോദിച്ചു.

അയാൾ ഒരു കസേര വലിച്ചുനീക്കി എനിക്ക് അഭിമുഖമായി ഇരുന്നു.

"നാലു ദിവസം മുമ്പ് ഞാൻ പറഞ്ഞ കഥ കേട്ട് താങ്കൾ അത്ഭുതപ്പെട്ടു." അയാൾ ഒരു പുഞ്ചിരി ക്ഷണിച്ചുവരുത്തിക്കൊണ്ട് ചെറിയ ഒരു വിക്കോടെ പറഞ്ഞുതുടങ്ങി. "ഇന്ന ഞാൻ പറയാൻ പോകുന്നതു കേൾക്കുമ്പോൾ താങ്കൾ കൂടുതൽ അത്ഭുതപരതന്ത്രനാകും. താങ്കളായതുകൊണ്ടു മാത്രം ഞാൻ എല്ലാം തുറന്നു പറയുകയാണ്. താങ്കൾ ഒരു മാന്യനാണ്, എന്റെ ഉത്തമസുഹൃത്തുമാണ്. അല്ലേ? ഇനി കേൾക്കൂ, എന്റെ അനിയത്തി ആസ്യ താങ്കളെ പ്രേമിക്കുന്നു."

ഞാൻ ഞെട്ടി കസേരയിൽനിന്ന് പാതി എണീറ്റു...

"എന്ത്? ആസ്യ..."

"അതെ, അതു തന്നെ," ഗാഗിൻ ഇടയ്ക്ക് കയറി പറഞ്ഞു. അവൾക്കു കിറുക്കാണ്. അവൾ എന്നേയും കിറുക്കനാക്കും. എന്നാൽ ഭാഗ്യത്തിന് നുണ പറയാൻ അവൾക്കു വശമില്ല—അവൾക്കു എന്നെ വിശ്വാസവുമാണ്. എന്തൊരു ഹൃദയമാണ് അവളുടേത്! പക്ഷേ അവൾ സ്വയം നാശം വരുത്തിവയ്ക്കും എനിക്കറിയാം..."

"താങ്കൾക്കു തെറ്റുപറ്റിയതാവാം." ഞാൻ പറഞ്ഞു.

"അല്ല, ഇന്നലെ മുഴുവൻ അവൾ കിടക്കുകയായിരുന്നു. യാതൊന്നും കഴിച്ചുമില്ല. എന്നിട്ടും അവൾ അതേപ്പറ്റി എന്നോടു പറഞ്ഞില്ല. അവൾ

ഒരിക്കലും ആവലാതി പറയാറില്ല. വൈകുന്നേരമായപ്പോൾ അവൾക്ക് അല്പം പനിയുണ്ടായിരുന്നെങ്കിലും ഞാൻ അതത്ര കാര്യമായെടുത്തില്ല. എന്നാൽ വെളുപ്പിന് രണ്ടുമണിക്ക് വീട്ടുടമസ്ഥ എന്നെ വിളിച്ചുണർത്തി പറഞ്ഞു: "വേഗം സഹോദരിയുടെ അടുത്തേക്കു ചെല്ലൂ. അവൾക്കു തീരെ സുഖമില്ല." ഞാൻ ആസ്യയുടെ മുറിയിലേക്ക് ഓടി. അവൾ പകലത്തെ വസ്ത്രങ്ങൾ മാറ്റാതെ ജ്വരബാധിതയായി കണ്ണീരൊഴുക്കിക്കൊണ്ട് ഇരിക്കുന്നതാണ് ഞാൻ കണ്ടത്. അവളുടെ നെറ്റി ചുട്ടുപൊള്ളുന്നുണ്ടായിരുന്നു. പല്ലുകൾ കൂട്ടിയിടിച്ചുകൊണ്ടിരുന്നു. "എന്തുപറ്റി? നിനക്കു സുഖമില്ലേ?' ഞാൻ ചോദിച്ചു. അവൾ തേങ്ങിക്കരഞ്ഞുകൊണ്ട് എന്റെ കഴുത്തിൽ കെട്ടിപ്പിടിച്ചു. തന്നെ കഴിയുന്നതും വേഗം ഇവിടെ നിന്ന് മറ്റെങ്ങോട്ടെങ്കിലും കൊണ്ടുപോകണമെന്നും അല്ലെങ്കിൽ താൻ മരിച്ചുപോകുമെന്നും അവൾ എന്നോട് പറഞ്ഞു... എനിക്ക് കാര്യമെന്തെന്നു മനസ്സിലായില്ല. ഞാൻ അവളെ സാന്ത്വനപ്പെടുത്താൻ ശ്രമിച്ചു. അവളുടെ തേങ്ങലുകൾ കൂടുതൽ ഉറക്കെയായി... അവൾ താങ്കളെ... സ്നേഹിക്കുന്നുവെന്നു പറയുന്നത് ആ തേങ്ങലുകൾക്കിടയിലൂടെ ഞാൻ കേട്ടു. അവളുടെ വികാരത്തിന്റെ ആഴം എത്രയെന്നോ താങ്കളേയും എന്നേയും പോലുള്ള വിവേകശാലികളായ ആളുകൾക്കു മനസ്സിലാക്കാൻ കഴിയില്ലെന്നു ഞാൻ തീർത്തുപറയാം. അപ്രതീക്ഷിതവും അപ്രതിരോധ്യവുമായ ഒരു കൊടുങ്കാറ്റുപോലെ അതവളെ കീഴടക്കുന്നു. തീർച്ചയായും താങ്കൾ ആരേയും ആകർഷിക്കാൻ കഴിവുള്ള ഒരു യുവാവാണ്. പക്ഷേ അവൾ താങ്കളിൽ അനുരക്തയായിത്തീർന്നത് എങ്ങനെയെന്ന് എനിക്ക് ഊഹിക്കാൻ കഴിയുന്നില്ല," ഗാഗിൻ തുടർന്നു. "അവൾ പറയുന്നത് ഒറ്റനോട്ടത്തിൽത്തന്നെ അവൾക്ക് താങ്കളെ ഇഷ്ടമായി എന്നാണ്. അതുകൊണ്ടാണ് എന്നോടു മാത്രമേ ഇഷ്ടമുള്ളൂ എന്നു പറഞ്ഞുകൊണ്ട് ഒരു ദിവസം അവൾ പൊട്ടിക്കരഞ്ഞത്. താങ്കൾക്ക് അവളോട് വെറുപ്പാണെന്നും അവളെപ്പറ്റിയുള്ള എല്ലാകാര്യങ്ങളും താങ്കൾക്കറിയാമെന്നുമാണ് അവളുടെ വിചാരം. അവളുടെ ചരിത്രം ഞാൻ താങ്കളോടു പറഞ്ഞിട്ടുണ്ടോ എന്ന് അവൾ എന്നോടു ചോദിച്ചു. ഇല്ലെന്ന് ഞാൻ അവളോടു പറഞ്ഞു. എങ്കിലും അവളുടെ തോന്നലുകൾ ഒരിക്കലും തെറ്റാറില്ല. ഇപ്പോൾ അവൾക്കു ഒരൊറ്റ ആഗ്രഹം മാത്രമേയുള്ളൂ. കഴിയുന്നതും വേഗം ഇവിടെനിന്നും പോകണം. നേരം വെളുക്കുന്നതുവരെ ഞാൻ അവളോടൊപ്പം ഇരുന്നു. നാളെ പുലരുന്നതിനുമുമ്പ് ഇവിടുന്ന് പോകാമെന്ന് ഞാൻ ഉറപ്പുകൊടുത്തതിനു ശേഷമാണ് അവൾ ഉറങ്ങിയത്. ഞാൻ വളരെ നേരം ആലോചിച്ചു—ഒടുവിൽ താങ്കളോട് സംസാരിക്കാൻ നിശ്ചയിച്ചു. ആസ്യ പറയുന്നത് ശരിയാണെന്നാണ് എനിക്കും തോന്നുന്നത്. ഞങ്ങൾ ഇവിടുന്ന് പോകുന്നതാണ് നല്ലത്. എന്റെ തലയിൽ ഒരു പുതിയ ആശയം കടന്നുകൂടിയില്ലായിരുന്നെങ്കിൽ ഇന്നുതന്നെ ഞങ്ങൾ സ്ഥലം വിട്ടേനെ. ഒരുപക്ഷേ താങ്കൾക്കും... എന്റെ

സഹോദരിയെ ഇഷ്ടമാണെങ്കിലോ? അങ്ങനെയാണെങ്കിൽ ഞങ്ങൾ പോകുന്നതെന്തിനാണ്? അതുകൊണ്ടാണ്... അഭിമാനം മാറ്റിവച്ചിട്ട്... ഞാൻ ഇങ്ങോട്ടുപോന്നത്. ഞാനും ചിലതെല്ലാം... ശ്രദ്ധിക്കുകയുണ്ടായി... അതുകൊണ്ട്... താങ്കളോട് തുറന്നു ചോദിക്കയാണ്," ഗാഗിന് തുടരാൻ കഴിഞ്ഞില്ല. "ക്ഷമിക്കണം." ഒടുവിൽ അയാൾ പറഞ്ഞു. "ജീവിതത്തിൽ ഞാൻ ഇങ്ങനെയൊരു ധർമ്മസങ്കടത്തിൽ പെട്ടിട്ടില്ല."

ഞാൻ അയാളുടെ കരം ഗ്രഹിച്ചു.

"എനിക്ക് താങ്കളുടെ സഹോദരിയെ ഇഷ്ടമാണോ എന്നല്ലേ അറിയേണ്ടത്?" ഞാൻ പതറാത്ത ശബ്ദത്തിൽ പറഞ്ഞു: അതെ, എനിക്ക് അവളെ ഇഷ്ടമാണ്."

ഗാഗിൻ എന്റെ മുഖത്തേക്കു നോക്കി.

"പക്ഷേ... താങ്കൾക്കു അവളെ... കല്യാണം കഴിക്കാൻ ആഗ്രഹമില്ലേ, ഉണ്ടോ?" അറച്ചറച്ച് അയാൾ ചോദിച്ചു.

"ആ ചോദ്യത്തിന് ഞാൻ എങ്ങനെ മറുപടി പറയും? താങ്കൾ തന്നെ പറയൂ. എനിക്കിപ്പോൾ..."

"മനസ്സിലായി, മനസ്സിലായി!" അയാൾ ഇടയ്ക്കു കയറി പറഞ്ഞു. "ഒരു മറുപടി ആവശ്യപ്പെടാൻ എനിക്ക് യാതൊരധികാരവുമില്ല. എന്റെ ചോദ്യം തന്നെ അങ്ങേയറ്റം അപമര്യാദമാണ്... എന്നാൽ ഞാൻ എന്താണു ചെയ്യേണ്ടത്? തീയോട് കളിക്കാൻ പാടില്ല. ആസ്യയെ താങ്കൾക്ക് അറിയില്ല—അവൾ രോഗബാധിതയാവുകയോ വീട്ടിൽനിന്ന് ഒളിച്ചോടിപ്പോവുകയോ താങ്കളുമായി ഒരു രഹസ്യ സമാഗമത്തിന് മുതിരുകയോ ചെയ്യെന്നു വരും. മറ്റേതൊരു പെൺകുട്ടിക്കും മനസ്സിൽ എല്ലാം ഒളിച്ചുവച്ചുകൊണ്ട് കാത്തിരിക്കാൻ കഴിയും—എന്നാൽ ആസ്യയ്ക്ക് അത് സാധ്യമല്ല. ഇത് അവളുടെ ആദ്യത്തെ അനുഭവമാണ്. അതാണു കുഴപ്പം! ഇന്നു രാവിലെ അവൾ എന്റെ കാല്ക്കൽ വീണു തേങ്ങി കരയുന്നതു കണ്ടിരുന്നെങ്കിൽ താങ്കൾക്കു എന്റെ മനഃപ്രയാസം മനസ്സിലായേനെ."

ഞാൻ ആലോചിച്ചു. "താങ്കളുമായി ഒരു രഹസ്യ സമാഗമത്തിന്" അവൾ മുതിർന്നേക്കും എന്ന് ഗാഗിൻ പറഞ്ഞത് എന്റെ ഹൃദയത്തിൽ കൊണ്ടു. അയാൾ എന്നോടു എല്ലാം തുറന്നു പറയുന്ന സ്ഥിതിക്ക് ഞാൻ ഒന്നും ഒളിച്ചുവയ്ക്കുന്നതു ശരിയല്ലെന്ന് എനിക്കു തോന്നി.

"അതെ, താങ്കൾ പറഞ്ഞതു ശരിയാണ്." ഒടുവിൽ ഞാൻ പറഞ്ഞു. "ഒരു മണിക്കൂർ മുമ്പ് എനിക്ക് താങ്കളുടെ സഹോദരിയുടെ ഒരു കുറിപ്പു കിട്ടി. ഇതാ, വായിച്ചു നോക്കൂ."

ഗാഗിൻ കുറിപ്പ് തട്ടിപ്പറിച്ച് ധൃതിയിൽ അതിലൂടെ കണ്ണോടിച്ചു. അയാളുടെ കൈകൾ കാൽമുട്ടുകളിൽ പതിച്ചു. അയാളുടെ മുഖത്തുണ്ടായ

അത്ഭുതഭാവം കണ്ടാൽ ചിരിവരുമായിരുന്നു. എന്നാൽ ഞാൻ അപ്പോൾ ചിരിക്കാനുള്ള മാനസികാവസ്ഥയിലായിരുന്നില്ല.

"താങ്കൾ ബഹുമാന്യനായ ഒരു മനുഷ്യനാണെന്ന് നേരത്തെ പറഞ്ഞത് ഒരിക്കൽക്കൂടി ആവർത്തിക്കാൻ ഞാൻ ആഗ്രഹിക്കുന്നു." ഗാഗിൻ പറഞ്ഞു. "എന്നാൽ ഇനി എന്താണു ചെയ്യേണ്ടത്? എന്താണിത്? അവൾ പോകണമെന്നു വാശിപിടിച്ചു ബുദ്ധിമോശം പറ്റിയെന്ന് സ്വയം കുറ്റപ്പെടുത്തിക്കൊണ്ട് താങ്കൾക്ക് എഴുതുന്നു... അവൾക്ക് ഇതെഴുതാൻ സമയം കിട്ടിയത് എപ്പോഴാണാവോ? എന്തിനാണ് അവൾ താങ്കളെ കാണുന്നത്?"

ഞാൻ അയാളെ സമാധാനിപ്പിച്ചു. എന്തു ചെയ്യണം എന്നതിനെപ്പറ്റി ഞങ്ങൾ കഴിവതും ശാന്തരായി ഇരുന്ന് ആലോചിച്ചു.

ഒടുവിൽ ഞങ്ങൾ ഇങ്ങനെ തീരുമാനിച്ചു: അപകടം ഒഴിക്കാനായി ഞാൻ ആസ്യയെ പറഞ്ഞ സ്ഥലത്തുവച്ചു കാണുകയും അവളോട് തുറന്നു സംസാരിക്കുകയും ചെയ്യണം. ഗാഗിൻ വീട്ടിൽത്തന്നെ ഇരിക്കും. ആസ്യയുടെ കത്തിനെപ്പറ്റി അറിഞ്ഞതായി അയാൾ ഭാവിക്കയില്ല. വൈകുന്നേരം ഞങ്ങൾ വീണ്ടും തമ്മിൽ കാണും.

"ഞാൻ താങ്കളിൽ വിശ്വാസം അർപ്പിക്കുന്നു." എന്റെ കൈ പിടിച്ച് അമർത്തിക്കൊണ്ട് ഗാഗിൻ പറഞ്ഞു.

"അവളോടും... എന്നോടും സഹതാപം കാണിക്കൂ. ഞങ്ങൾ നാളെ ഇവിടം വിടും..." പോകാൻ എണീറ്റുകൊണ്ട് അയാൾ തുടർന്നു. "താങ്കൾ അവളെ കല്യാണം കഴിക്കയില്ല. ഉവ്വോ?

"വൈകുന്നേരം വരെ എനിക്കു സമയം തരൂ." ഞാൻ അപേക്ഷിച്ചു.

"ശരി—പക്ഷേ അവളെ കല്യാണം കഴിക്കയില്ലെന്ന് എനിക്കറിയാം." ഗാഗിൻ പോയി. ഞാൻ സോഫയിൽ വീണ് കണ്ണടച്ചു കിടന്നു. തലയ്ക്കുള്ളിലേക്ക് തിക്കിത്തള്ളി വന്ന പുതിയ ആശയങ്ങൾ മസ്തിഷ്കത്തിൽ കൊടുങ്കാറ്റു സൃഷ്ടിച്ചു. ഗാഗിന്റെ കലവറയില്ലാത്ത പെരുമാറ്റം എന്നെ ശുണ്ഠി പിടിപ്പിച്ചു. ആസ്യയോടും എനിക്കു നീരസം തോന്നി. അവളുടെ പ്രേമം എന്നെ സന്തുഷ്ടനാക്കുകയും അതേസമയം തന്നെ അലോസരപ്പെടുത്തുകയും ചെയ്തു. അവൾ സഹോദരനോട് എല്ലാം തുറന്നു പറഞ്ഞതെന്തിനാണെന്ന് എനിക്കു മനസ്സിലായില്ല. പൊടുന്നനെ, ഒരു ക്ഷണംകൊണ്ട് ഒരു തീരുമാനം എടുക്കേണ്ടിവന്നപ്പോൾ ഞാൻ ആകെ കുഴങ്ങി.

"ഇതുപോലത്തെ പ്രകൃതമുള്ള ഒരു പതിനേഴുകാരിയെ ഞാൻ എങ്ങനെ വിവാഹം കഴിക്കും? സോഫയിൽനിന്ന് എണീറ്റുകൊണ്ട് ഞാൻ സ്വയം ചോദിച്ചു.

XV

മൂൻകൂട്ടി തീരുമാനിച്ച സമയത്ത് ഞാൻ റൈൻ നദിയുടെ അക്കരെ എത്തി. അന്നു രാവിലെ വീട്ടിൽ വന്ന പയ്യൻ അവിടെ എന്നെ കാത്തുനിന്നിരുന്നു.

“ഫ്രൗലെൻ അന്നെറ്റ് തന്നതാണ്,” എന്നു മന്ത്രിച്ചുകൊണ്ടു അവൻ വീണ്ടും ഒരു കുറിപ്പ് എന്നെ ഏല്പിച്ചു.

ഞങ്ങളുടെ കൂടിക്കാഴ്ചയുടെ സങ്കേതം മാറ്റിയെന്ന് ആസ്യ അതിൽ എഴുതിയിരുന്നു. ഒന്നര മണിക്കൂറു കഴിഞ്ഞ് ഞാൻ ഫ്രൗ ലൂയിസെയുടെ വീട്ടിലാണ് എത്തേണ്ടത്. പുറത്തേക്കുള്ള വാതിലിൽ മുട്ടിയിട്ട് ഞാൻ നേരെ മൂന്നാമത്തെ നിലയിലേക്ക് ചെല്ലണം.

“ഇത്തവണയും ‘ശരി’ എന്നു ചെന്നു പറയട്ടെ?” പയ്യൻ ചോദിച്ചു.

“ശരി” ഞാൻ പറഞ്ഞു. ഞാൻ റൈൻ നദിയുടെ ഓരത്തുകൂടി നടന്നു.

വീട്ടിൽ പോയിട്ട് വരാൻ സമയമില്ല, തെരുവുകൾ തെണ്ടാൻ എനിക്ക് ആഗ്രഹവുമില്ല. പട്ടണത്തിന്റെ പുറത്തെ മതിലപ്പുറത്ത് ബിയർ കുടിക്കാനുള്ള മേശകൾ നിരത്തിയ ഒരു ചെറിയ വളപ്പുണ്ടായിരുന്നു. ഞാൻ അങ്ങോട്ടു ചെന്നു. മദ്ധ്യവയസ്കരായ ഏതാനും ജർമ്മൻകാർ അവിടെ മരപ്പന്തെറിഞ്ഞു കളിച്ചുകൊണ്ടിരുന്നു. മരപ്പന്തുകൾ ഉരുണ്ടു പോകുന്ന ശബ്ദവും ഇടയ്ക്കിടെ അഭിനന്ദന സൂചകമായ കൂക്കിവിളികളും അവിടെ നിന്ന് ഉയർന്നുകൊണ്ടിരുന്നു. കരഞ്ഞ് കണ്ണു കലങ്ങിയ സുന്ദരിയായ ഒരു പരിചാരിക ഒരു മഗ്ഗ ബിയർ എന്റെ മുമ്പിൽ കൊണ്ടുവച്ചു. ഞാൻ അവളുടെ മുഖത്തേക്കു സൂക്ഷിച്ചുനോക്കിയപ്പോൾ അവൾ മുഖം തിരിക്കുകയും അവിടെനിന്ന് പോവുകയും ചെയ്തു.

“ഇന്ന് നമ്മുടെ ഗൻഹെന് വലിയ സങ്കടമാണ്, എന്റെ അടുത്തിരുന്നിരുന്ന ചുവന്ന കവിളുകളുള്ള ഒരു മനുഷ്യൻ പറഞ്ഞു. “അവളുടെ കൂട്ടുകാരൻ പട്ടാളത്തിൽ ചേർന്നു.” ഞാൻ അവളെ നോക്കി. അവൾ ഒരു മൂലയിൽ ചെന്ന് താടിക്കു കൈയും കൊടുത്തു നില്ക്കുകയായിരുന്നു. അവളുടെ കയ്യിലേക്ക് കണ്ണീർ ഇറ്റിറ്റു വീണുകൊണ്ടിരുന്നു. ആരോ ബിയർ വേണമെന്ന് ആവശ്യപ്പെട്ടു. അവൾ അതു കൊണ്ടുചെന്നു കൊടുത്തിട്ട് വീണ്ടും പഴയ സ്ഥാനത്തു ചെന്നുനിന്നു. അവളുടെ ദുഃഖം എന്നെ സ്പർശിച്ചു. വരാനിരിക്കുന്ന കൂടിക്കാഴ്ചയെപ്പറ്റി ഞാൻ ആലോചിച്ചു തുടങ്ങി. വിഷാദനിർഭരവും ഉൽകണ്ഠാകുലവുമായ ചിന്തകളായിരുന്നു അവ. ഭാരിച്ച ഹൃദയത്തോടെയാണ് ഞാൻ ആ സമാഗമം കാത്തിരുന്നത്—പരസ്പരപ്രേമത്തിന്റെ മാധുര്യത്തിനു കീഴടങ്ങാനല്ല നേരേമറിച്ച് വാക്കു പാലിക്കാനും ബൃഹത്തായ ഒരു കടമ നിറവേറ്റാനുമാണ് ഞാനങ്ങോട്ട് പോകുന്നത്. “അവളോടു സൂക്ഷിച്ചു പെരുമാറണം.” എന്നു

ഗാഗിന്റെ വാക്കുകൾ കൂരമ്പുപോലെ എന്റെ ഹൃദയത്തിൽ തറച്ചു കയറി. വെറും നാലു ദിവസങ്ങൾക്കു മുമ്പ് ഒഴുക്കിനൊത്തു മെല്ലെ നീങ്ങുന്ന കടത്തുവഞ്ചിയിലിരുന്ന് സന്തുഷ്ടിക്കുവേണ്ടി ദാഹിച്ചിരുന്നത് എന്റെ ഹൃദയം തന്നെയായിരുന്നില്ലേ? ഇപ്പോൾ ആ സന്തുഷ്ടി കൈയെത്തി പിടിക്കാവുന്നത്ര അടുത്തെത്തിയിരിക്കുന്നു. പക്ഷേ ഞാൻ അറച്ചു നില്ക്കുകയാണ്. ഞാൻ അതു വലിച്ചെറിയുകയാണ്, അത് വലിച്ചെറിയാൻ ഞാൻ നിർബന്ധിതനാണ്... ഓർക്കാപ്പുറത്തുള്ള അതിന്റെ ആഗമനം എന്നെ പരിഭ്രാന്തനാക്കി. ആസ്യ—അനഭിലഷണീയമായ ചുറ്റുപാടിൽ ജനിച്ച് ശിക്ഷണം കിട്ടാതെ വളർന്ന അഭികാമ്യയെങ്കിലും സാധാരണക്കാരിൽ നിന്ന് തുലോം വിഭിന്നയും സാഹസികയുമായ ആസ്യ തന്നെ—എന്നിൽ ഭയം ഉളവാക്കി. എന്റെ ഉള്ളിൽ പരസ്പര വിരുദ്ധങ്ങളായ വികാരങ്ങൾ തമ്മിൽ ഒരു വടംവലി നടക്കുകയായിരുന്നു. കൂടിക്കാഴ്ചയ്ക്കുള്ള സമയം അടുത്തു. “അവളെ വിവാഹം ചെയ്യാൻ സാധ്യമല്ല.” ഒടുവിൽ ഞാൻ തീരുമാനിച്ചു. “ഞാൻ അവളെ പ്രേമിക്കുന്നുണ്ടെന്ന കാര്യം അവളെ അറിയിക്കുകയും വേണ്ട.”

ഞാൻ എണീറ്റ് പാവം ഗൻഹെന്റെ കയ്യിലേയ്ക്ക് ഒരു വെള്ളി നാണയം ഇട്ടുകൊടുത്തിട്ട് (അവൾ അതിനു നന്ദി പറയുകപോലും ചെയ്തില്ല) ഫ്രൗ ലൂയിസെയുടെ വസതിയിലേയ്ക്കു തിരിച്ചു. സന്ധ്യ എല്ലായിടത്തും നിഴൽ വിരിച്ചു തുടങ്ങിയിരുന്നു. ഇരുണ്ട തെരുവിനു മുകളിൽ ഒരു വരപോലെ പ്രത്യക്ഷപ്പെട്ട ആകാശത്തിന് അസ്തമന സൂര്യൻ ചുവപ്പു നിറം പകർന്നു. ഞാൻ മെല്ലെ വാതിലിൽ മുട്ടി. അത് ഉടൻ തന്നെ തുറക്കപ്പെട്ടു. വാതില്പടി കടന്ന് ഞാൻ അകത്തുകടന്നു. ഇരുട്ടല്ലാതെ മറ്റൊന്നും എനിക്കു കാണാൻ കഴിഞ്ഞില്ല.

“ഇതിലെ വരൂ” ഒരു സ്ത്രീ ശബ്ദം പറയുന്നതു കേട്ടു. “താങ്കളെ കാത്തിരിക്കുന്നു.”

ശബ്ദം കേട്ടിടത്തേക്ക് ഞാൻ ഒരു ചുവടു വെച്ചു. മെല്ലിച്ച ഒരു കൈ എന്റെ കൈത്തണ്ടയിൽ പിടിച്ചു.

“ഫ്രൗ ലൂയിസെയാണോ?” ഞാൻ ചോദിച്ചു.

“അതെ,” മുമ്പ് കേട്ട അതേ ശബ്ദം മറുപടി പറഞ്ഞു. അതു ഞാനാണ്.” വൃദ്ധ എന്നെ കുത്തനെയുള്ള ഒരു കോണിയിലൂടെ നയിച്ചു. മൂന്നാമത്തെ നിലയിലെത്തിയപ്പോൾ അവർ നിന്നു. ഒരു ചെറിയ ജനലിലൂടെ പുറത്തേക്ക് അരിച്ചിറങ്ങിയ വെളിച്ചത്തിൽ ഞാൻ അവരുടെ ചുക്കിച്ചുളുങ്ങിയ മുഖം കണ്ടു. അവരുടെ ശുഷ്കിച്ച ചുണ്ടുകളിൽ തേൻപുരട്ടിയ ഒരു പുഞ്ചിരി വിടർന്നു. കാഴ്ച കുറഞ്ഞ കണ്ണുകൾ ചെറുതാക്കിക്കൊണ്ട് അവർ ചെറിയ വാതിൽ ചൂണ്ടിക്കാട്ടി. ഞാൻ വിറയാർന്ന കൈകളിൽ അതു തുറന്ന് അകത്തു കടന്നു. എന്റെ പിന്നിൽ അതു ശബ്ദത്തോടെ അടഞ്ഞു.

XVI

വെളിച്ചം കുറഞ്ഞ ഒരു മുറിയായിരുന്നു അത്. ആദ്യം ആസ്യ എവിടെയെന്ന് ഞാൻ കണ്ടില്ല. അവൾ ജനലിനടുത്ത് ഇരിക്കുകയായിരുന്നു. തല തിരിച്ചുപിടിച്ച് വലിയൊരു ഷാളു പുതച്ചു കൊണ്ട് കുനിഞ്ഞുകൂടിയിരുന്നിരുന്ന അവളെ കണ്ടപ്പോൾ പേടിച്ചരണ്ട ഒരു പക്ഷിയേയാണ് എനിക്ക് ഓർമ്മവന്നത്. അവൾ ദ്രുതഗതിയിൽ ശ്വാസോച്ഛ്വാസം ചെയ്യുകയും വിറയ്ക്കുകയും ചെയ്തുകൊണ്ടിരുന്നു. എനിക്ക് അവളോട് സഹതാപം തോന്നി. ഞാൻ അവളുടെ അടുത്തേക്കു ചെന്നു. അവൾ തല മറുവശത്തേക്ക് അല്പംകൂടി തിരിച്ചു പിടിച്ചു...

"ആന്ന നിക്കൊലായെവ്ന," ഞാൻ വിളിച്ചു.

അവൾ നിവർന്നിരുന്നു. എന്റെ നേരെ നോക്കാൻ അവൾ ശ്രമിച്ചെങ്കിലും അതു വിഫലമായി.

ഞാൻ അവളുടെ കരം ഗ്രഹിച്ചു. അത് തണുത്ത് നിർജ്ജീവമായിരുന്നു.

'ഞാൻ വിചാരിച്ചു.' അവൾ പറയാൻ ആരംഭിച്ചു. അവൾ പുഞ്ചിരിക്കാൻ ശ്രമിച്ചെങ്കിലും ആ വിളർത്ത ചുണ്ടുകൾ അവളെ അനുസരിക്കാൻ കൂട്ടാക്കിയില്ല. 'ഞാൻ വിചാരിച്ചു... ഇല്ല, എനിക്ക് അതു പറയാൻ പറ്റില്ല!' എന്ന് പറഞ്ഞിട്ട് അവൾ നിർത്തി. വാസ്തവത്തിൽ അവളുടെ തൊണ്ട അടഞ്ഞിരുന്നു.

ഞാൻ അവളുടെ അടുത്തിരുന്നു.

'ആന്ന നിക്കൊലായെവ്ന,' ഞാൻ വിളിച്ചു. എന്നാൽ കൂടുതൽ എന്തെങ്കിലും പറയാൻ ഞാനും അശക്തനായിരുന്നു. അവിടെ നിശ്ശബ്ദത വ്യാപിച്ചു. ഞാൻ അവളുടെ കൈപിടിച്ചുകൊണ്ട് അവളെ തന്നെ നോക്കിയിരുന്നു. അവൾ ആയാസപ്പെട്ടു ശ്വാസം വിടുകയും കണ്ണീരടക്കാനായി ചുണ്ടു കടിക്കുകയും ചെയ്തുകൊണ്ടിരുന്നു. പേടിച്ചരണ്ട് നിശ്ചലയായിരിക്കുന്ന ആ പെൺകുട്ടിയുടെ നിസ്സഹായാവസ്ഥ ആരുടേയും കരളലിയിക്കാൻ പോന്നതായിരുന്നു. പരവശയായ അവൾ ആ കസേരയുടെ അടുത്തുവരെ ഒരു തരത്തിൽ നടന്നെത്തി അതിലേക്കു തളർന്നുവീഴുകയാണു ചെയ്തതെന്ന് തോന്നി. എന്റെ ഹൃദയം അലിഞ്ഞു.

"ആസ്യാ," ഞാൻ മെല്ലെ വിളിച്ചു. അവൾ നിവർന്നിരുന്നു. എന്റെ നേരെ നോക്കാൻ അവൾ ശ്രമിച്ചെങ്കിലും അതു വിഫലമായി.

ഞാൻ അവളുടെ കരം ഗ്രഹിച്ചു. അത് തണുത്ത് നിർജ്ജീവമായിരുന്നു.

"ഞാൻ വിചാരിച്ചു." അവൾ പറയാൻ ആരംഭിച്ചു. അവൾ പുഞ്ചിരിക്കാൻ ശ്രമിച്ചെങ്കിലും ആ വിളർത്ത ചുണ്ടുകൾ അവളെ അനുസരിക്കാൻ കൂട്ടാക്കിയില്ല. "ഞാൻ വിചാരിച്ചു... ഇല്ല, എനിക്ക് അതു പറയാൻ

പറ്റില്ല!" എന്ന് പറഞ്ഞിട്ട് അവൾ നിർത്തി. വാസ്തവത്തിൽ അവളുടെ തൊണ്ട അടഞ്ഞിരുന്നു.

ഞാൻ അവളുടെ അടുത്തിരുന്നു.

"ആന്ന നിക്കൊലായെവ്ന," ഞാൻ വിളിച്ചു. എന്നാൽ കൂടുതൽ എന്തെങ്കിലും പറയാൻ ഞാനും അശക്തനായിരുന്നു. അവിടെ നിശ്ശബ്ദത വ്യാപിച്ചു. ഞാൻ അവളുടെ കൈ പിടിച്ചുകൊണ്ട് അവളെ തന്നെ നോക്കിയിരുന്നു. അവൾ ആയാസപ്പെട്ടു ശ്വാസം വിടുകയും കണ്ണീരടക്കാനായി ചുണ്ടു കടിക്കുകയും ചെയ്തുകൊണ്ടിരുന്നു. പേടിച്ച രണ്ട് നിശ്ചലയായിരിക്കുന്ന ആ പെൺകുട്ടിയുടെ നിസ്സഹായാവസ്ഥ ആരുടേയും കരളലിയിക്കാൻ പോന്നതായിരുന്നു. പരവശയായ അവൾ ആ കസേരയുടെ അടുത്തുവരെ ഒരു തരത്തിൽ നടന്നെത്തി അതിലേക്കു തളർന്നു വീഴുകയാണു ചെയ്തെന്ന് തോന്നി. എന്റെ ഹൃദയം അലിഞ്ഞു.

"ആസ്യാ," ഞാൻ മെല്ലെ വിളിച്ചു.

അവൾ സാവധാനം മിഴികളുയർത്തി എന്റെ മുഖത്തേക്കു നോക്കി... പ്രേമബദ്ധയായ ഒരു സ്ത്രീയുടെ കടാക്ഷം! അതു വർണ്ണിക്കാൻ ആർക്കും കഴിയും? ആ കണ്ണുകളിൽ അഭ്യർത്ഥനയും, വിശ്വാസവും ചോദ്യംചെയ്യലും കീഴടങ്ങലും എല്ലാം അടങ്ങിയിരുന്നു. അവയുടെ മാസ്മരശക്തിയെ ചെറുത്തുനില്ക്കാൻ എനിക്കു കഴിഞ്ഞില്ല. സൂചിമുനപോലെ നേർത്ത തീനാളങ്ങൾ എന്റെ സിരകളിൽ പടർന്നുകയറി. ഞാൻ കുനിഞ്ഞ് അവളുടെ കരപല്ലവത്തിൽ ചുണ്ടുകളമർത്തി.

വിറയാർന്ന നെടുവീർപ്പുപോലുള്ള ഒരു ശബ്ദം ഞാൻ കേട്ടു. തളിരിലപോലെ വിറയ്ക്കുന്ന ഒരു കരം എന്റെ മുടിയിൽ സ്പർശിച്ചു. ഞാൻ തലയുയർത്തി അവളുടെ മുഖത്തേക്കു നോക്കി, എന്തൊരു മാറ്റമാണ് ഞാൻ അവിടെ കണ്ടത്! ഭയം അപ്രത്യക്ഷമായിരുന്നു, ആ നോട്ടം എന്നേയും ആവാഹിച്ചുകൊണ്ട് അവളുടെ ഉള്ളിലേക്കു പിൻവാങ്ങിയെന്നു തോന്നി. ആ ചുണ്ടുകൾ അല്പം വിടർന്നു, നെറ്റി മാർബിൾപോലെ വെളുത്തു, ഇളംകാറ്റു തലോടിയിട്ടെന്നപോലെ ആ കറുത്ത കുറുനിരകൾ ഇളകി. ഞാൻ എല്ലാം മറന്ന് അവളെ പിടിച്ചടുപ്പിച്ചു. അവളുടെ കൈയാതൊരു മടിയുമില്ലാതെ വഴങ്ങിത്തന്നു. അവളുടെ മുഴുവൻ ദേഹവും എന്നിലേക്കടുത്തു, ഷാൾ തോളിൽനിന്ന് ഊർന്നുവീണു. അവൾ എന്റെ നെഞ്ചിൽ തല ചായ്ച്ചു. എന്റെ ചുട്ടുപൊള്ളുന്ന ചുണ്ടുകൾ അവളുടെ ശിരസ്സിൽ അമർന്നു.

"താങ്കളുടേതാണ് ഞാൻ" അവൾ മന്ത്രിച്ചു.

എന്റെ കൈകൾ അവളുടെ അരക്കെട്ടിലേക്ക് വഴുതിവീണു... പെട്ടെന്ന് ഗാഗിന്റെ ഓർമ്മ ഒരു മിന്നൽപ്പിണർ പോലെ എന്റെ മനസ്സിലേക്കു കടന്നുവന്നു. "നമ്മൾ എന്താണു ചെയ്യുന്നത്?" എന്ന് ഉറക്കെ

ചോദിച്ചുകൊണ്ടു ഞാൻ ഞെട്ടി പിന്മാറി. “നിന്റെ സഹോദരന് എല്ലാം അറിയാം... ഞാൻ നിന്നെ കാണാൻ വരുന്ന വിവരം നിന്റെ ജ്യേഷ്ഠന് അറിയാം...

ആസ്യ കസേരയിൽ ചാരിയിരുന്നു.

ഞാൻ എണീറ്റ് മുറിയുടെ മറ്റേ മൂലയിൽ ചെന്നുനിന്നു. “നിന്റെ ജ്യേഷ്ഠന് എല്ലാം അറിയാം...” ഞാൻ പറഞ്ഞു. “പറയാൻ ഞാൻ നിർബ്ബന്ധിതനായി...”

“നിർബ്ബന്ധിതനായെന്നോ?” അവൾ അവ്യക്തമായി ചോദിച്ചു. അവൾ ഇനിയും മനസ്സാന്നിധ്യം വീണ്ടെടുത്തിട്ടില്ലെന്നും ഞാൻ പറയുന്നത് അവൾക്ക് ശരിക്കു മനസ്സിലാകുന്നില്ലെന്നും തോന്നി.

“അതെ,” എന്തുകൊണ്ടോ വേണ്ടതിലേറെ പരുഷമായി ഞാൻ പറഞ്ഞു. “എല്ലാം നിന്റെ കുറ്റമാണ്! നീ എന്തിനാണ് എല്ലാം സഹോദരനോടു തുറന്നു പറഞ്ഞത്? ഇന്ന് നിന്റെ ചേട്ടൻ എന്നെ വന്നു കണ്ട് നടന്നതെല്ലാം എന്നോടു പറഞ്ഞു.” ആസ്യയുടെ നേരെ നോക്കാതിരിക്കാൻ ശ്രമിച്ചുകൊണ്ട് ഞാൻ മുറിയിൽ അങ്ങോട്ടുമിങ്ങോട്ടും ഉലാത്തി. “ഇപ്പോൾ എല്ലാം വെറുതെയായി, എല്ലാം!”

ആസ്യ കസേരയിൽ നിന്ന് എണീക്കാൻ ഭാവിച്ചു.

“ഇരിക്കൂ,” ഞാൻ ആക്രോശിച്ചു. “ദയവുചെയ്ത് അവിടെ ഇരിക്കൂ! മാന്യനായ, ഓരാളോടാണ് നീ ഇടപെടുന്നത്, തികച്ചും മാന്യനായ ഒരാളോട്, ഇനി, ദൈവത്തെ ഓർത്ത് എന്നോടു പറയൂ, എന്താണ് നിന്നെ ഇത്രയേറെ അമ്പരപ്പിച്ചത്? എനിക്ക് എന്തെങ്കിലും മാറ്റം വന്നിട്ടുണ്ടോ? ഇന്ന് നിന്റെ സഹോദരൻ എന്നെ കാണാൻ വന്നപ്പോൾ എനിക്കു സത്യം മറച്ചുവെയ്ക്കാൻ കഴിഞ്ഞില്ല.”

“ഞാൻ എന്തൊക്കെയാണു പറയുന്നത്?” ഞാൻ സ്വയം ചോദിച്ചു. ഞാൻ നിർദ്ദയനായ ഒരു വഞ്ചകനാണെന്നും ഗാഗിന് ഞങ്ങളുടെ സമാഗമത്തെപ്പറ്റി അറിയാമെന്നും, എല്ലാം വിമുക്തമാക്കപ്പെടുകയും പരസ്യമാക്കപ്പെടുകയും ചെയ്തെന്നുമുള്ള ചിന്തകൊണ്ട് എന്റെ തല കറങ്ങി.

“ഞാൻ ചേട്ടനെ വിളിപ്പിച്ചതല്ല,” ഭയചകിതയായി ആസ്യ മന്ത്രിച്ചു.

“ചേട്ടൻ തന്നെ വന്നതാണ്.”

“നീ എന്താണു ചെയ്തതെന്ന് മനസ്സിലായില്ലേ!” ഞാൻ തുടർന്നു. “ഇപ്പോൾ ഇവിടുന്നു മറ്റെവിടേയ്ക്കെങ്കിലും പോകാനാണ് നീ ആഗ്രഹിക്കുന്നത്...”

“അതെ, എനിക്കു പോകണം.” അവൾ മുമ്പത്തെപ്പോലെ തന്നെ മൃദുവായ സ്വരത്തിൽ മറുപടി പറഞ്ഞു. “അതുകൊണ്ടാണ് ഇവിടെ

വരാൻ താങ്കളോട് അപേക്ഷിച്ചത്. യാത്ര ചോദിക്കാനാണ് ഞാൻ വന്നത്."

"നിന്നെ വിട്ടുപിരിയാൻ എനിക്കു വിഷമമില്ലെന്നാണോ നീ വിചാരിക്കുന്നത്?" ഞാൻ ചോദിച്ചു.

"പക്ഷേ ഇക്കാര്യം ചേട്ടനോടു പറഞ്ഞതെന്തിനാണ് ?" അത്ഭുതം കലർന്ന സ്വരത്തിൽ ആസ്യ ചോദിച്ചു.

"പറയാതെ നിവൃത്തിയില്ലായിരുന്നു. നീ ഇതു പുറത്താക്കിയില്ലായിരുന്നെങ്കിൽ..."

"ഞാൻ എന്റെ മുറിയുടെ വാതിൽ പൂട്ടിയിട്ട് അകത്തിരിക്കയായിരുന്നു." ആസ്യ പറഞ്ഞു. "വീട്ടുടമസ്ഥയുടെ കൈയിൽ വേറൊരു താക്കോലുണ്ടെന്ന് ഞാൻ അറിഞ്ഞിരുന്നില്ല.

ആ സന്ദർഭത്തിൽ അവളുടെ ചുണ്ടുകളിൽ നിന്നുതിർന്ന നിഷ്കപടമായ ആ ഏറ്റുപറച്ചിൽ എന്നെ ശുണ്ഠിപിടിപ്പിക്കുകയാണു ചെയ്തത്... എന്നാൽ ഇപ്പോൾ ഹൃദയവേദനയോടെ മാത്രമാണ് എനിക്ക് ആ രംഗം ഓർക്കാൻ കഴിയൂ. ആ പാവം പെൺകുട്ടി! അവൾ എത്ര സത്യസന്ധയും നിഷ്കളങ്കയുമായിരുന്നു!

"അതെന്തായാലും ഇപ്പോൾ എല്ലാമെല്ലാം അവസാനിച്ചിരിക്കുന്നു," ഞാൻ പറഞ്ഞു. "ഇനി നമുക്ക് വേർപിരിയുക മാത്രമേ മാർഗ്ഗമുള്ളൂ." ഞാൻ ആസ്യയെ ഒന്ന് ഒളിഞ്ഞുനോക്കി. പെട്ടെന്ന് അവളുടെ മുഖം ചുവന്നു. അപമാനബോധവും ഭയവും അവളെ പിടികൂടിയിട്ടുണ്ടെന്ന് എനിക്ക് മനസ്സിലായി. ഞാനാകട്ടെ ഒരു ജ്വരബാധിതനെപ്പോലെ നടന്നുകൊണ്ട് എന്തൊക്കെയോ ജല്പിച്ചു. "മൊട്ടിട്ടു തുടങ്ങിയ വികാരത്തെ വിടരാൻ അനുവദിച്ചില്ല. നമ്മുടെ ബന്ധം തകരാറിലാക്കിയത് നീതന്നെയാണ്, നിനക്ക് എന്നെ വിശ്വസിക്കാൻ കഴിഞ്ഞില്ല. എന്നെ സംശയമായിരുന്നു..."

ഞാൻ സംസാരിച്ചുകൊണ്ടിരുന്നപ്പോൾ ആസ്യ കുറെക്കൂടി കുനിഞ്ഞിരുന്നു. പെട്ടെന്ന് അവൾ തറയിലേക്കു മുട്ടുകുത്തി വീഴുകയും കൈകൾകൊണ്ട് മുഖം പൊത്തി തേങ്ങികരയുകയും ചെയ്തു. ഞാൻ ഓടിച്ചെന്ന് അവളെ പിടിച്ചെണീപ്പിക്കാൻ ശ്രമിച്ചു. എന്നാൽ അവൾ എന്റെ കൈ തട്ടിമാറ്റി. സ്ത്രീകളുടെ കണ്ണുനീർ കണ്ടുനില്ക്കാൻ എനിക്കു കരുത്തില്ല. അതെന്നെ പരിഭ്രാന്തനാക്കും.

"ആന്ന നിക്കോലായെവ്ന, ആസ്യ," ഞാൻ വീണ്ടും വീണ്ടും വിളിച്ചു. "ദൈവത്തെ ഓർത്ത് കരച്ചിൽ നിർത്തൂ..." വീണ്ടും ഞാൻ അവളുടെ കൈയിൽ പിടിച്ചു.

പെട്ടെന്ന് എന്നെ അത്ഭുതപരതന്ത്രനാക്കിക്കൊണ്ട് അവൾ ചാടി യെണീറ്റ് ഒരു മിന്നൽപ്പിണറിന്റെ വേഗതയോടെ വാതില്ക്കലേക്കോടി.

അല്പം കഴിഞ്ഞ് ഫ്രൗ ലൂയിസെ മുറിയിലേക്കു കയറി വന്നപ്പോഴും ഞാൻ ഇടിവെട്ടേറ്റവനെപ്പൊലെ നിന്നിടത്തുതന്നെ സ്തംഭിച്ചു നില്ക്കുക യായിരുന്നു. എനിക്കു പറയാനുള്ളതിന്റെ, ഞാൻ പറയേണ്ടിയിരുന്നതി ന്റെ, നൂറിലൊന്നുപോലും പറയാൻ കഴിയും മുമ്പ്, ഈ കൂടിക്കാഴ്ചയുടെ അനന്തരഫലം എന്തായിരിക്കുമെന്ന് എനിക്ക് സ്വയം മനസ്സിലാക്കാൻ കഴിയുന്നതിനുമുമ്പ്, അത് ഇങ്ങനെ അലസിപ്പോയതെങ്ങനെയാണ് എനിക്ക് എത്ര ആലോചിച്ചിട്ടും പിടികിട്ടിയില്ല...

"ഫ്രൗലെൻ അന്നെറ്റ് പോയോ?" ഇളം മഞ്ഞ നിറമുള്ള പൂരികക്കൊ ടികൾ ഏതാണ്ടു തൊപ്പിയുടെ വക്കിൽ മുട്ടുന്നത്ര ഉയർത്തിക്കൊണ്ട് ഫ്രൗ ലൂയിസെ ചോദിച്ചു.

ഞാൻ അവരുടെ നേരെ ഒരു വിഡ്ഢിയെപ്പോലെ തുറിച്ചുനോക്കിയിട്ട് പുറത്തേക്കു നടന്നു.

XVII

നടന്ന് നടന്ന് ഞാൻ പട്ടണത്തിനു പുറത്തുള്ള തുറസ്സായ പ്രദേശ ത്തെത്തി. കഠിനമായ ഈർഷ്യ എന്നെ കാർന്നു തിന്നുകൊണ്ടിരു ന്നു. ഞാൻ സ്വയം കുറ്റപ്പെടുത്തി. മുൻകൂട്ടി നിശ്ചയിച്ച സങ്കേതം മാറ്റാൻ ആസ്യയെ പ്രേരിപ്പിച്ചതെന്തെന്ന് ഞാൻ ഊഹിക്കാതിരുന്നത് കഷ്ട മായിപ്പോയി! ആ വൃദ്ധയെ സമീപിക്കാൻ തീരുമാനിച്ചത് ആസ്യയെ സംബന്ധിച്ചിടത്തോളം ഒരു കൊടും ദണ്ഡനയായിരുന്നിരിക്കും! ഞാൻ അതൊന്നും എന്തുകൊണ്ട് മനസ്സിലാക്കിയില്ല? എന്തുകൊണ്ട് ഞാൻ അവളെ തടഞ്ഞുനിർത്തിയില്ല? ആ വിജനമായ ഇരുളടഞ്ഞ മുറിയിൽ അവളെ ഒറ്റയ്ക്കു കണ്ടുമുട്ടിയപ്പോൾ അവളെ എന്നിൽനിന്നും തള്ളിമാ റ്റാൻ മാത്രമല്ല അവളെ കുറ്റപ്പെടുത്താൻപോലും എനിക്കു ശക്തിയും ധൈര്യവും ഉണ്ടായിരുന്നു... എന്നാൽ ഇപ്പോൾ അവളുടെ രൂപം എന്നെ പിൻതുടരുകയാണ്. ഞാൻ അവളോട് മാപ്പിരന്നു. വിളറിയ മുഖത്തി ന്റേയും നനവാർന്ന കാതരമിഴികളുടേയും കനച്ചു പിടിച്ച കഴുത്തിലേക്ക് ചാരുതയോടെ വീണുകിടന്ന കാർകൂന്തലിന്റേയും എന്റെ നെഞ്ചിൽ മെല്ലെ അമർന്ന ആ ശിരസ്സിന്റേയും ഓർമ്മ എന്നെ ചുട്ടുപൊള്ളിച്ചുകൊ ണ്ടിരുന്നു. "താങ്കളുടേതാണ്," ആ മൃദുസ്വരം വീണ്ടും കേൾക്കുന്നതായി എനിക്കു തോന്നി. "ഞാൻ എന്റെ മനസ്സാക്ഷിയെ അനുസരിക്കുക യാണു ചെയ്തത്." എന്ന് സ്വയം ബോധ്യപ്പെടുത്താൻ ഞാൻ ശ്രമിച്ചു... എന്നാൽ അതു സത്യമായിരുന്നില്ല. ഇത്തരമൊരു പര്യവസാനമാണോ ഞാൻ ആഗ്രഹിച്ചത്? എനിക്ക് അവളെ പിരിയാൻ കഴിയുമോ? അവളെ

നഷ്ടപ്പെടുന്നത് എനിക്കു താങ്ങാൻ കഴിയുമോ? "ഭ്രാന്താണിത്! ഭ്രാന്ത്!" ഞാൻ നിരാശയോടെ ആവർത്തിച്ചു.

നേരം ഇരുട്ടിത്തുടങ്ങി. ആസ്യ താമസിച്ചിരുന്ന വീടിനെ ലക്ഷ്യമാക്കി ഞാൻ തിരിച്ചു നടന്നു.

XVIII

ഗാഗിൻ പുറത്തേക്കിറങ്ങി വന്നു.

'എന്റെ അനിയത്തിയെ കണ്ടോ?" അയാൾ ദൂരത്തേക്ക് വിളിച്ചു ചോദിച്ചു.

"അവൾ വീട്ടിലില്ലേ?"

"ഇല്ല"

"അവൾ ഇതുവരെ തിരിച്ചുവന്നില്ലേ?"

"ഇല്ല. ക്ഷമിക്കണം," ഗാഗിൻ തുടർന്നു. "എനിക്കു പോകാതിരിക്കാൻ കഴിയുമായിരുന്നില്ല. നമ്മളുടെ തീരുമാനം ലംഘിച്ചുകൊണ്ട് ഞാൻ കുരിശുപള്ളിയുടെ അടുത്തു പോയിരുന്നു. അവൾ അവിടെ ഉണ്ടായിരുന്നില്ല. അവൾ അങ്ങോട്ടു വന്നതേയില്ലെന്നാണ് ഞാൻ വിചാരിച്ചത്."

"അവൾ കുരിശുപള്ളിയിലേക്കു വന്നില്ല."

"അപ്പോൾ താങ്കൾ അവളെ കണ്ടില്ലേ?"

"കണ്ടു. എന്നു പറയാൻ ഞാൻ നിർബന്ധിതനായി.

"എവിടെവെച്ചാണു കണ്ടത്?"

"ഫ്രൗ ലൂയിസെയുടെ വീട്ടിൽവച്ച്. ഒരു മണിക്കൂർ മുമ്പ് ഞങ്ങൾ പിരിഞ്ഞു", ഞാൻ പറഞ്ഞു. "അവൾ വീട്ടിലെത്തിക്കാണുമെന്നാണ് ഞാൻ വിചാരിച്ചത്."

"നമുക്ക് കാത്തിരിക്കാം," ഗാഗിൻ പറഞ്ഞു.

ഞങ്ങൾ വീട്ടിനുള്ളിൽ കയറി അടുത്തടുത്ത് ഇരുന്നു. ഞങ്ങൾ ഇരുവരും ഒന്നും മിണ്ടിയില്ല. രണ്ടുപേരും വല്ലാത്ത വിമ്മിഷ്ടം അനുഭവപ്പെട്ടു. വാതില്ക്കലേക്കു നോക്കിക്കൊണ്ടു ഞങ്ങൾ ചെവികൂർപ്പിച്ചിരുന്നു.

ഒടുവിൽ ഗാഗിൻ എണീറ്റു.

"എന്തു പറ്റിയോ എന്തോ?" അയാൾ ഉൽഘോഷിച്ചു. "എനിക്ക് ഒരു മനഃസ്സമാധാനവും ഇല്ല. ദൈവമേ! ഈ പെണ്ണ് എന്നെ കൊല്ലും... വരൂ, നമുക്ക് പോയി അന്വേഷിക്കാം."

ഞങ്ങൾ പുറത്തിറങ്ങി. നേരം നല്ലപോലെ ഇരുട്ടിയിരുന്നു.

"താങ്കൾ അവളോട് എന്താണ് പറഞ്ഞത്?" പുരികം മൂട്ടംവണ്ണം തൊപ്പി വലിച്ചു താഴ്ത്തിക്കൊണ്ട് ഗാഗിൻ ചോദിച്ചു.

"ഞാൻ അഞ്ചു മിനിട്ടു നേരമെ അവളോടൊപ്പം ഉണ്ടായിരുന്നുള്ളു." ഞാൻ പറഞ്ഞു. "നമ്മൾ തീരുമാനിച്ചതുപോലെ തന്നെ ഞാൻ അവളോടു സംസാരിച്ചു."

"നമുക്ക് ഒരു കാര്യം ചെയ്യാം." അയാൾ പറഞ്ഞു. "നമുക്ക് രണ്ടു വഴിക്കു പിരിയാം. അങ്ങനെയായാൽ അവളെ കണ്ടു മുട്ടാനുള്ള സാദ്ധ്യത കൂടും. എന്തായാലും ഒരു മണിക്കൂർ കഴിഞ്ഞു ഇവിടെ തിരിച്ചെത്തുക."

XIX

മുന്തിരിത്തോട്ടത്തിൽനിന്ന് അടിവാരത്തിലേക്കുള്ള പാതയിലൂടെ അതിവേഗം നടന്ന് ഞാൻ പട്ടണത്തിലെത്തി. അവടെയുള്ള എല്ലാ തെരുവുകളിലും ഞാൻ ധൃതിയിൽ ചെന്നുനോക്കി. ഓരോ മുക്കിലും മൂലയിലും ആസ്യയെ തെരഞ്ഞു. ഫ്രൗ ലൂയിസെയുടെ വീട്ടിൽപോലും ചെന്നുനോക്കി. ഒടുവിൽ ഞാൻ റൈൻ നദിക്കരയിലെത്തി. നദീതീരത്തുടനീളം ഞാൻ ഓടിനടന്നു. ഇടയ്ക്ക് ഞാൻ ചില സ്ത്രീകളെ കണ്ടുമുട്ടിയെങ്കിലും ആസ്യയെ എങ്ങും കണ്ടില്ല. എന്നെ കാർന്നുതിന്നുകൊണ്ടിരുന്ന ഈർഷ്യ രഹസ്യമായ ഒരു ഭയത്തിനു വഴിമാറിക്കൊടുത്തു. എന്നാൽ ഭയം മാത്രമായിരുന്നില്ല എനിക്കനുഭവപ്പെട്ടത്—പശ്ചാത്താപവും ഹൃദയത്തെ നീറ്റിക്കൊണ്ടിരിക്കുന്ന ഒരുതരം ഖേദവും മധുരമായ സ്നേഹവും എനിക്ക് അനുഭവപ്പെട്ടു. ആ സ്നേഹം അത്യന്തം ഹൃദയാവർജകമായിരുന്നു. ഞാൻ എന്റെ കൈവിരലുകൾ ഞെരിച്ചു. ആ ഇരുട്ടിൽ ഞാൻ മെല്ലെ അവളുടെ പേര് വിളിച്ചു. പിന്നീട് കൂടുതൽ കൂടുതൽ ഉറക്കെ ഞാൻ ആ പേരു വിളിച്ചു. അവളെ ഞാൻ സ്നേഹിക്കുന്നുണ്ടെന്ന് ആയിരം തവണ ഞാൻ സ്വയം പറഞ്ഞു. അവളെ ഒരിക്കലും വിട്ടുപിരിയുകയില്ലെന്ന് ഞാൻ ശപഥം ചെയ്തു. അവളുടെ ആ തണുത്ത കരം ഒരിക്കൽക്കൂടി പിടിച്ചമർത്താൻ, ആ പതിഞ്ഞ ശബ്ദം ഒരിക്കൽക്കൂടി കേൾക്കാൻ, ആ ഓമനമുഖം ഒരിക്കൽക്കൂടി കാണാൻ ഞാൻ കൊതിച്ചു. അതിനുവേണ്ടി ലോകത്തിലുള്ള സർവ്വതും ത്യജിക്കാൻ ഞാൻ സന്നദ്ധനായിരുന്നു... ദൃഢനിശ്ചയത്തോടെ നിഷ്കളങ്കതയും സ്നേഹവും നിറഞ്ഞ ഹൃദയത്തോടെ അവൾ എന്റെയടുത്തെത്തിയതാണ്. പരസ്പർശമേല്ക്കാത്ത അവളുടെ നവയൗവ്വനം എന്റെ മുമ്പിൽ കാഴ്ചവയ്ക്കാൻ അവൾ വന്നതാണ്... എന്നിട്ട്, ഞാൻ അവളെ എന്റെ മാറോടണച്ചില്ല... ആനന്ദനിർവൃതികൊണ്ട് ആ മുഖം വികസിക്കുന്നതു കാണാനുള്ള മഹാഭാഗ്യം ഞാൻ തട്ടിക്കളഞ്ഞു... ആ ചിന്ത എന്നെ ഭ്രാന്തനാക്കി.

"അവൾ എവിടെപ്പോയി? അവൾ അവിവേകം വല്ലതും കാട്ടിയോ?" നിരാശാഭരിതനായി ഞാൻ ഉറക്കെ ചോദിച്ചു... പെട്ടെന്ന് നദിയുടെ വക്കിൽ വെളുത്ത എന്തോ ഒന്ന് പ്രത്യക്ഷപ്പെട്ടു. ആ സ്ഥലം എനിക്ക് സുപരിചിതമായിരുന്നു. എഴുപതുവർഷം മുമ്പ് നദിയിൽചാടി ആത്മഹത്യചെയ്ത ഒരു മനുഷ്യന്റെ കുഴിമാടത്തിനുമുകളിൽ നാട്ടിയ ഒരു കുരിശ് മണൽകൊണ്ട് പാതി മറഞ്ഞ് അവിടെ നില്ക്കുന്നുണ്ട്. എന്റെ ഹൃദയം മരവിച്ചു... ഞാൻ അങ്ങോട്ടു ഓടി—വെളുത്ത രൂപം അപ്രത്യക്ഷമായിക്കഴിഞ്ഞിരുന്നു. "ആസ്യ!" ഞാൻ ഉറക്കെ വിളിച്ചു. ഒരു വനരോദനം പോലെ എന്റെ സ്വയം ശബ്ദം എന്റെ ചെവികളിൽ വന്നുപതിച്ചതല്ലാതെ ആരും വിളികേട്ടില്ല...

ഗാഗിൻ അവളെ കണ്ടുപിടിച്ചോ എന്നറിയാനായി ഞാൻ അങ്ങോട്ടു തിരിച്ചു.

XX

മുന്തിരിത്തോട്ടത്തിലൂടെ ഞാൻ ധൃതിയിൽ മുകളിലേക്കു കയറുമ്പോൾ ആസ്യയുടെ മുറിയിൽ ഒരു വെളിച്ചം കണ്ടു... എന്റെ മനസ്സ് അല്പം ശാന്തമായി.

ഞാൻ വീടിന്റെ മുൻവശത്തെത്തി. വാതിൽ അകത്തുനിന്ന് അടച്ചു സാക്ഷയിട്ടിരുന്നു. ഞാൻ കതകിൽ മുട്ടി. താഴത്തെ നിലയിലുള്ള വെളിച്ചമില്ലാത്ത ഒരു മുറിയുടെ ജന്നൽ മെല്ലെ തുറന്ന് ഗാഗിൻ തല പുറത്തേക്കു നീട്ടി.

"ആസ്യയെ കണ്ടോ?" ഞാൻ ചോദിച്ചു.

"അവൾ തിരിച്ചു വന്നു." ഗാഗിൻ അടക്കിയ ശബ്ദത്തിൽ പറഞ്ഞു. "അവൾ സ്വന്തം മുറിയിൽ ഇരുന്ന് ഉടുപ്പു മാറ്റുകയാണ്, കുഴപ്പമൊന്നുമില്ല."

"ദൈവത്തിനു സ്തുതി!" ഞാൻ പറഞ്ഞു. എനിക്കുണ്ടായ ആശ്വാസവും ആനന്ദവും അവർണ്ണനീയമായിരുന്നു. "ദൈവത്തിനു സ്തുതി! ഇനി എല്ലാം ശരിയാകും. പക്ഷേ താങ്കളോട് അല്പം സംസാരിക്കാനുണ്ട്."

"പിന്നീടാവാം," ജനാലച്ചില്ല് മെല്ലെ അകത്തേക്ക് വലിച്ചുകൊണ്ട് ഗാഗിൻ പറഞ്ഞു. "എന്നാൽ പിന്നെക്കാണാം.

"നാളെ കാണാം," ഞാൻ പറഞ്ഞു. "നാളെ എല്ലാം ശരിയാക്കാം."

"ശരി, പിന്നെ കാണാം," എന്ന് ഒരിക്കൽക്കൂടി പറഞ്ഞിട്ട് ഗാഗിൻ ജനലടച്ചു.

ജനാലച്ചില്ലിൽ മുട്ടിവിളിക്കാനും താങ്കളുടെ സഹോദരിയെ വിവാഹം കഴിക്കാൻ ഞാൻ ആഗ്രഹിക്കുന്നുവെന്ന് ഗാഗിനോട് പറയാനുള്ള അടക്കാനാവാത്ത ആഗ്രഹം അപ്പോൾ എനിക്കുണ്ടായിരുന്നു. എന്നാൽ വിവാഹാലോചനയ്ക്കു പറ്റിയ അവസരമായിരുന്നില്ല അത്... "നാളെയാകാം." ഞാൻ വിചാരിച്ചു. "നാളെ എനിക്കു സന്തുഷ്ടി കൈവരും."

എന്നാൽ സന്തുഷ്ടി നാളെയോ ഇന്നലെയോ ഇല്ല. അതു ഭൂതകാലം വിസ്മരിക്കുന്നു. ഭാവിയെപ്പറ്റി ചിന്തിക്കുന്നുമില്ല. അതിന് വർത്തമാന കാലം മാത്രമേയുള്ളു. അതും ഒരു മുഴുവൻ ദിവസവുമില്ല ഒരു നിമിഷം മാത്രം.

ഇസഡ് പട്ടണത്തിൽ ഞാൻ തിരിച്ചെത്തിയതെങ്ങനെയെന്ന് എനിക്ക് ഓർമ്മയില്ല. എന്റെ കാലുകളല്ല എന്നെ അവിടെ എത്തിച്ചത്. ഒരു വഞ്ചിയല്ല എന്നെ അക്കരെ കടത്തിയത്. ശക്തിയുള്ള വലിയ ചിറകുകളാണ് എന്നെ വഹിച്ചുകൊണ്ടുവന്നത്. ഒരു കുറ്റിച്ചെടിയിലിരുന്ന് ഒരു രാപ്പാടി പാടി. അതു കേട്ടുകൊണ്ട് വളരെ നേരം ഞാൻ അവിടെ നിന്നു. എന്റെ പ്രേമത്തെപ്പറ്റിയും എന്റെ സന്തുഷ്ടിയെപ്പറ്റിയുമാണ് അതു പാടുന്നതെന്ന് എനിക്കു തോന്നി.

XXI

പിറ്റേന്നു രാവിലെ സുപരിചിതമായ ആ കൊച്ചു വീടിനെ സമീപിച്ചപ്പോൾ അതിന്റെ എല്ലാ ജനാലകളും വാതിലും തുറന്നു കിടക്കുന്നതു കണ്ട് ഞാൻ തെല്ലൊന്ന് അമ്പരന്നു. ഉമ്മറത്ത് ചില കടലാസ്സു തുണ്ടുകൾ ചിതറിക്കിടന്നിരുന്നു. ഒരു ഭൃത്യ ചൂലുമായി വാതില്ക്കൽ പ്രത്യക്ഷപ്പെട്ടു.

ഞാൻ അവളുടെ അടുത്തേക്കു ചെന്നു. "എല്ലാവരും പോയി," ഗാഗിൻ വീട്ടിലുണ്ടോ എന്ന് ചോദിക്കാൻ എനിക്കു സമയം കിട്ടുന്നതിനു മുമ്പുതന്നെ അവൾ വിളിച്ചു പറഞ്ഞു.

"പോയെന്നോ?" ഞാൻ ചോദിച്ചു. "എന്താണ് പറഞ്ഞത്? എങ്ങോട്ടാണവർ പോയത്?"

"ഇന്നു രാവിലെ ആറു മണിക്ക് അവർ പോയി. എങ്ങോട്ടാണു പോകുന്നതെന്ന് അവർ പറഞ്ഞില്ല. ഒരു നിമിഷം—അങ്ങാണോ ശ്രീമാൻ എൻ.?"

"അതെ."

"അങ്ങേയ്ക്കു തരാൻ ഒരു എഴുത്ത് അവർ യജമാനത്തിയെ ഏല്പിച്ചിട്ടുണ്ട്."

ഭൃത്യ മുകളിൽ ചെന്ന് കത്തുമായി തിരിച്ചുവന്നു "ഇതാ."

"എന്താണിതിന്റെ അർത്ഥം...? എങ്ങനെ..." ഞാൻ എന്തോ പറയാൻ ഭാവിച്ചു. എന്നാൽ ആ പെണ്ണ് ഒന്നും പിടികിട്ടാത്തമട്ടിൽ എന്നെ ഒന്നു നോക്കിയിട്ട് അവളുടെ ജോലിയിൽ മുഴുകി.

ഞാൻ കത്തു തുറന്നു. അത് ഗാഗിന്റേതായിരുന്നു—ആസ്യ ഒരക്ഷരം പോലും എഴുതിയില്ല. പെട്ടെന്ന് പിരിഞ്ഞുപോന്നതിൽ തന്നോടു കോപിക്കരുത് എന്നു പറഞ്ഞാണ് ആ കത്ത് തുടങ്ങിയത്. കൂടുതൽ ഗഹനമായി ആലോചിക്കുമ്പോൾ അയാളുടെ തീരുമാനം ശരിയാണെന്ന് എനിക്കു മനസ്സിലാകുമെന്ന് അയാൾ പ്രത്യാശിച്ചു. വിഷമകരവും അപകടകരവുമായി തീരാനിടയുള്ള ഒരു ദുസ്ഥിതിയിൽനിന്നു കരകയറ്റാൻ മറ്റു മാർഗ്ഗമൊന്നും ഇല്ലാത്തതുകൊണ്ടാണ് താൻ ഇങ്ങനെ ചെയ്യുന്നതെന്ന് അയാൾ കത്തിൽ വിശദമാക്കിയിരുന്നു. അയാൾ എഴുതി: "ഇന്നലെ രാത്രി ആസ്യയേയും കാത്ത് നമ്മൾ ഒരുമിച്ചിരുന്നപ്പോൾ എനിക്ക് ഒരു കാര്യം ബോദ്ധ്യമായി—ഞങ്ങൾ ഇവിടുന്ന് പോകുന്നതാണ് നല്ലത്. ചില മുൻവിധികളോടു എനിക്കും ബഹുമാനമാണുള്ളത്. താങ്കൾക്ക് ആസ്യയെ വിവാഹം ചെയ്യാൻ സാദ്ധ്യമല്ലെന്ന് എനിക്കു മനസ്സിലായി. അവൾ എന്നോട് എല്ലാം തുറന്നു പറഞ്ഞു. ഇവിടുന്നു പോകണമെന്നുള്ള അവളുടെ ആത്മാർത്ഥമായ അഭ്യർത്ഥന സ്വീകരിച്ച് അവളെ സാന്ത്വനിപ്പിക്കാൻ ഞാൻ നിർബ്ബന്ധിതനായി." ഞങ്ങളുടെ സുഹൃത്ബന്ധം ഇത്രവേഗം അവസാനിച്ചതിൽ ഖേദം രേഖപ്പെടുത്തുകയും എനിക്ക് സൗഭാഗ്യം നേരുകയും അവരെ കണ്ടുപിടിക്കാൻ ഞാൻ ശ്രമിക്കരുതെന്ന് എന്നോട് അഭ്യർത്ഥിക്കുകയും ചെയ്തുകൊണ്ടാണോ അയാൾ കത്ത് അവസാനിപ്പിച്ചത്.

"എന്തു മുൻവിധികളാണ്?" അയാൾ അടുത്തുണ്ടെന്ന മട്ടിൽ ഞാൻ ഉറക്കെ പറഞ്ഞു.

"എന്തൊരസംബന്ധം! അവളെ എന്നിൽനിന്ന് അകറ്റാൻ താങ്കൾക്ക് എന്തവകാശമാണുള്ളത്?" ഞാൻ എന്റെ തലമുടിയിൽ അള്ളിപ്പിടിച്ചു.

ഭൃത്യ ഭയചകിതയായി ഉറക്കെ വീട്ടുടമസ്ഥയെ വിളിച്ചു. അവൾ ഒച്ചയിടുന്നതു കേട്ടപ്പോൾ സ്വയം നിയന്ത്രിക്കാൻ നിർബന്ധിതനായി. എനിക്ക് ഒരൊറ്റ ജ്വരമേ ഉണ്ടായിരുന്നുള്ളൂ—അവരെ കണ്ടുപിടിക്കണം, എങ്ങനെയെങ്കിലും കണ്ടുപിടിക്കണം. ആ പ്രഹരത്തിനു കീഴടങ്ങാൻ ഞാൻ തയ്യാറില്ലായിരുന്നു, പ്രശ്നത്തിന് അങ്ങനെ പരിഹാരം കണ്ടെത്താൻ എനിക്കു സമ്മതമുണ്ടായിരുന്നില്ല. ആറു മണിക്ക് പുറപ്പെട്ട

ഒരു ആവിക്കപ്പലിലാണ് അവർ പോയതെന്ന് വീട്ടുടമസ്ഥയിൽ നിന്നു മനസ്സിലാക്കാൻ കഴിഞ്ഞു. ടിക്കറ്റു വിൽക്കുന്ന സ്ഥലത്ത് അന്വേഷിച്ചപ്പോൾ അവർ കൊളോണിലേക്കാണ് പോയതെന്നറിഞ്ഞു. വീട്ടിൽച്ചെന്ന് സാമാനങ്ങളൊക്കെ കെട്ടിപ്പെറുക്കി അടുത്ത ബോട്ടിൽ അങ്ങോട്ടു പോകാൻ ഞാൻ തീരുമാനിച്ചു. ഞാൻ ധൃതിയിൽ വീട്ടിലേക്കു നടന്നു. ഫ്രൗ ലൂയിസെയുടെ വീട്ടിൽനടുത്തുകൂടെയാണ് എനിക്ക് കടന്നുപോകേണ്ടിയിരുന്നത്. അവിടെ എത്തിയപ്പോൾ ആരോ എന്നെ വിളിക്കുന്നതു കേട്ടു. ഞാൻ മുകളിലേക്കു നോക്കിയപ്പോൾ തലേന്ന് ആസ്യ ഇരുന്നിരുന്ന മുറിയുടെ ജനാല്ക്കൽ ഫ്രൗ ലൂയിസെ നില്ക്കുന്നതു കണ്ടു. അവർ തന്റെ അരോചകമായ പുഞ്ചിരിയോടെ എന്നെ വിളിച്ചു. ഞാൻ മുഖംതിരിച്ച് കടന്നുപോകാൻ തുടങ്ങിയതാണ്. എന്നാൽ എനിക്കു തരാൻ അവരുടെ കൈവശം എന്തോ ഉണ്ടെന്ന് അവർ വിളിച്ചു പറഞ്ഞപ്പോൾ ഞാൻ അവരുടെ വീട്ടിലേക്കു ചെന്നു. ആ മുറിയിൽ വീണ്ടും കാലുകുത്തിയപ്പോൾ എനിക്കുണ്ടായ വികാരവിക്ഷോഭം വർണ്ണിക്കാൻ ഞാനാളല്ല.

ഒരു കടലാസു തുണ്ട് കാട്ടിക്കൊണ്ട് വൃദ്ധ എന്നോടു പറഞ്ഞു: "താങ്കൾ ഇങ്ങോട്ടു അന്വേഷിച്ചു വന്നാൽ മാത്രം ഈ കുറിപ്പു താങ്കളെ ഏല്പിച്ചാൽ മതി എന്നാണ് എന്നോടു പറഞ്ഞിട്ടുള്ളത്. എന്നാൽ താങ്കൾ ഒരു നല്ല മനുഷ്യനായതുകൊണ്ട് ഞാൻ ഇതു താങ്കളെ വിളിച്ചു തരികയാണ്."

ഞാൻ അതു വാങ്ങി.

ചെറിയ ഒരു തുണ്ടു കടലാസിൽ പെൻസിൽകൊണ്ട് തിടുക്കത്തിൽ കുത്തിക്കുറിച്ച ഒരു കത്തായിരുന്നു. അത്. ഞാൻ വായിച്ചു.

"വിട തരൂ, ഇനി ഒരിക്കലും നാം തമ്മിൽ കാണുകയില്ല. അഭിമാനം കൊണ്ടല്ല, ഞാൻ ഇവിടെ വിടുന്നത്. എനിക്കു മറ്റൊന്നും ചെയ്യാനാവില്ല. ഇന്നലെ ഞാൻ താങ്കളുടെ മുമ്പിലിരുന്നു കരഞ്ഞപ്പോൾ താങ്കൾ ഒരു വാക്ക്, ഒരൊറ്റ വാക്ക് പറഞ്ഞിരുന്നെങ്കിൽ ഞാൻ പോവുകയില്ലായിരുന്നു. പക്ഷേ താങ്കൾ അതു പറഞ്ഞില്ല. എല്ലാം നല്ലതിനായിരിക്കാം... നമുക്ക് പിരിയാം എന്നെന്നേയ്ക്കുമായി.!"

ഒരു വാക്ക്... ഹാ, ഞാൻ എന്തൊരു വിഡ്ഢിയാണ്! തലേന്ന് നിറകണ്ണുകളോടെ ഞാൻ എത്ര തവണ ഉരുവിട്ടതാണ് ആ വാക്ക്! ശൂന്യമായ കാറ്റിന്റെ കാതുകളിൽ ഞാനത് മന്ത്രിച്ചു. തുറന്ന വയലിന്റെ നടുവിൽ നിന്നുകൊണ്ട് ഞാൻ അവളെ ഉറക്കെ വിളിച്ചു പറഞ്ഞു. എന്നാൽ അവളോടു മാത്രം ഞാൻ പറഞ്ഞില്ല. ഞാൻ അവളെ സ്നേഹിക്കുന്നുവെന്ന് അവളോടു പറയാൻ എനിക്കു കഴിഞ്ഞില്ല... അപ്പോൾ അതു പറയാൻ എനിക്കു കഴിയുമായിരുന്നില്ല. അവളെ ആ മുറിയിൽവച്ചു കണ്ടപ്പോൾ എന്റെ പ്രേമത്തെപ്പറ്റി എനിക്കു തന്നെ ബോധ്യമുണ്ടായിരുന്നില്ല. ശൂന്യമായ മനസ്സോടെ അവളുടെ സഹോദരനോടൊപ്പം

നിശബ്ദനായി അവളെ കാത്തിരുന്ന ആ അസ്വസ്ഥനിമിഷങ്ങൾപ്പോലും എനിക്ക് അത് അനുഭവപ്പെട്ടില്ല. കുറച്ച് കഴിഞ്ഞ് അത്യാഹിതം വല്ലതും സംഭവിച്ചിരിക്കുമോ എന്ന ചിന്തയാൽ ഭയാക്രാന്തനായി ഞാൻ അവളെ തിരക്കി നടക്കുമ്പോഴാണ് തടുക്കാനാവാത്തത്ര ശക്തിയോടെ അതെന്നെ കീഴടക്കിയത്. എന്നാൽ അപ്പോഴേക്കും സമയം വൈകിക്കഴിഞ്ഞിരുന്നു... "അതു സാദ്ധ്യമല്ല!" എന്ന് നിങ്ങൾ പറയുമായിരിക്കും. അത് സാദ്ധ്യമാണോ അല്ലയോ എന്ന് എനിക്കുതന്നെ നിശ്ചയമില്ല, പക്ഷേ അത് സത്യമാണെന്നുമാത്രം എനിക്കറിയാം. കുഴഞ്ഞാട്ടത്തിന്റെ ലാഞ്ഛനപോലും അവളുടെ പ്രകൃതത്തിലില്ലാതിരുന്നതു കൊണ്ടും ഇത്തരം ഒരു ദുസ്ഥിതിയിൽ അകപ്പെട്ടതുകൊണ്ടും മാത്രമാണ് ആസ്യ പോയത്. മറ്റേതൊരു പെൺകുട്ടിക്കും സഹിക്കാൻ കഴിയുന്നത്ര ആസ്യക്ക് സഹിക്കാൻ കഴിയുകയില്ല. ഞാൻ മനസ്സിലാക്കേണ്ടതായിരുന്നു. ജനാലയുടെ ചുവട്ടിൽ നിന്ന് ഗാഗിനെ അവസാനം ഞാൻ കണ്ട നിമിഷത്തിൽപ്പോലും എന്റെ നാവിൻ തുമ്പോളം എത്തിയ വാക്കുകൾ ഉച്ചരിക്കാൻ ദൗർഭാഗ്യം എന്നെ അനുവദിച്ചില്ല. അങ്ങനെ എനിക്കു കയറി പിടിക്കാൻ കഴിയുമായിരുന്ന അവസാനത്തെ കച്ചിത്തുരുമ്പും എന്റെ കൈകളിൽനിന്ന് വഴുതിപ്പോയി.

അന്നുതന്നെ ഞാൻ എന്റെ സാമാനങ്ങളുമായി എൽ. പട്ടണത്തിൽ തിരിച്ചുവന്ന് കൊളോണിലേക്കു ബോട്ടു കയറി. ബോട്ടു നീങ്ങിത്തുടങ്ങിയപ്പോൾ ആ തെരുവുകളോടും ഒരിക്കലും മറക്കാനാവാത്ത ആ പട്ടണത്തിലെ മറ്റിടങ്ങളോടും മനസ്സാ യാത്ര ചോദിക്കാനായി ഞാൻ കരയിലേക്കു നോക്കി. ഗൻഹെൻ പുഴക്കരയിലുള്ള ഒരു ബഞ്ചിൽ ഇരിക്കുന്നതു ഞാൻ കണ്ടു. അവളുടെ മുഖം വിളറിയിരുന്നെങ്കിലും അപ്പോൾ അവൾ ദുഃഖിതയായിരുന്നില്ല. അവളോട് എന്തോ പറഞ്ഞ് ചിരിച്ചുകൊണ്ട് സുഭഗനായ ഒരു യുവാവ് അടുത്തു നില്പുണ്ടായിരുന്നു. റൈൻ നദിയുടെ മറുകരയിൽ വയസ്സൻ ആഷ് മരത്തിന്റെ ഇരുണ്ട ചില്ലകൾക്കിടയിലൂടെ എന്റെ കന്യാമറിയം എന്നത്തേയുംപോലെ വിഷാദമൂകയായി എത്തിനോക്കിക്കൊണ്ടിരുന്നു.

XXII

കൊളോണിൽവച്ച് ഗാഗിനെയും സഹോദരിയേയും കുറിച്ച് ചില വിവരങ്ങൾ കിട്ടി. അവർ ലണ്ടനിലേക്കു പോയെന്നറിഞ്ഞ് കണ്ടുപിടിക്കാൻ ഞാൻ നടത്തിയ എല്ലാ ശ്രമങ്ങളും പരാജയപ്പെട്ടു. തോൽവി സമ്മതിക്കാൻ തയ്യാറാകാതെ കുറേക്കാലം ഞാൻ അന്വേഷണം തുടർന്നു. ഒടുവിൽ അവരെ കണ്ടുപിടിക്കാൻ കഴിയും എന്ന ആശ അസ്തമിച്ചു.

ഞാൻ അവരെ പിന്നീട് ഒരിക്കലും കണ്ടിട്ടില്ല—ആസ്യയെ പിന്നീടൊരിക്കലും കാണാൻ എനിക്കു കഴിഞ്ഞില്ല. അവളുടെ സഹോദരനെക്കുറിച്ചുള്ള ചില കിംവദന്തികൾ ഇടയ്ക്കൊക്കെ എന്റെ ചെവിയിൽ എത്തിയിട്ടുണ്ട്. എന്നാൽ എന്നെ സംബന്ധിച്ചിടത്തോളം ആസ്യ എന്നെന്നേക്കുമായി അപ്രത്യക്ഷയായി. അവൾ ഇപ്പോൾ ജീവിച്ചിരിപ്പുണ്ടോ എന്നുപോലും എനിക്കറിയില്ല. ഏതാനും വർഷങ്ങൾക്ക് മുമ്പ് വിദേശയാത്രയ്ക്കിടയിൽ ഒരു ട്രെയിനിൽവച്ച് എനിക്കൊരിക്കലും മറക്കാനാവാത്ത ആ മുഖത്തോടു സാദൃശ്യമുള്ള ഒരു സ്ത്രീയുടെ മുഖം ഞാൻ കണ്ടു... എന്നാൽ ആ സാദൃശ്യം കേവലം യാദൃച്ഛികം മാത്രമായിരുന്നു. എന്റെ ജീവിതത്തിലെ ഏറ്റവും സന്തോഷകരമായ ദിവസങ്ങളിൽ ഞാൻ കണ്ടിട്ടുള്ള പെൺകുട്ടിയായി ആസ്യ എന്റെ ഓർമ്മകളിൽ ജീവിക്കുന്നു. പൊക്കം കുറഞ്ഞ ഒരു മരക്കസേരയിൽ ചടഞ്ഞുകൂടിയിരിക്കുന്ന രൂപത്തിലാണ് അവസാനമായി ഞാൻ അവളെ കണ്ടത്.

എന്നാൽ ഞാൻ ആസ്യയെ ഓർത്ത് വളരെക്കാലമൊന്നും ദുഃഖിച്ചു കഴിഞ്ഞില്ല എന്നതാണ് സത്യം. എന്നേയും ആസ്യയേയും വിധി വേർപെടുത്തിയതു നന്നായി എന്നുപോലും എനിക്കു തോന്നിയിട്ടുണ്ട്. അവളെപ്പോലുള്ള ഒരു പെൺകുട്ടി ഭാര്യയായി എനിക്ക് സന്തുഷ്ടമായൊരു കുടുംബജീവിതം നയിക്കാൻ കഴിയുകയില്ല എന്നു പറഞ്ഞ് ഞാൻ സ്വയം സമാശ്വസിപ്പിക്കാൻ ശ്രമിച്ചു. അന്ന് എനിക്ക് ചെറുപ്പമായിരുന്നു—വാസ്തവത്തിൽ ഹ്രസ്വവും ക്ഷിപ്രവുമായ ഭാവി അനന്തമാണെന്ന് അന്ന് ഞാൻ വിശ്വസിച്ചിരുന്നു. "ഈ അനുഭൂതി വീണ്ടും ആവർത്തിക്കപ്പെടും, അന്നത് കൂടുതൽ ഹൃദ്യവും കൂടുതൽ സുന്ദരവുമായിരിക്കും. ഞാൻ ആശിച്ചു... മറ്റു പല സ്ത്രീകളുമായും ഞാൻ അടുത്തിട്ടുണ്ട്. എന്നാൽ ആസ്യ എന്നിലുണർത്തിയ വികാരം—അത്ര തീക്ഷ്ണവും മൃദുലവും അഗാധവുമായ വികാരവായ്പ്—പിന്നീടൊരിക്കലും എനിക്ക് അനുഭവപ്പെട്ടിട്ടില്ല. സ്നേഹപൂർവ്വം ഒരിക്കൽ എന്നെ ഉറ്റുനോക്കിയിട്ടുള്ള ആ കരിനീലമിഴികളുടെ സ്ഥാനം ഏറ്റെടുക്കാൻ മറ്റാരുടേയും കണ്ണുകൾക്ക് കഴിഞ്ഞിട്ടില്ല. എന്റെ നെഞ്ചിലമർന്നിട്ടുള്ള മറ്റൊരു ഹൃദയത്തോടൊപ്പവും എന്റെ ഹൃദയം അത്ര ആനന്ദനിർവൃതിയോടെ തുടിച്ചിട്ടില്ല. ഒരവിവാഹിതന്റെ ഏകാന്തജീവിതം നയിക്കാൻ വിധിക്കപ്പെട്ട ഞാൻ എന്റെ ദിവസങ്ങൾ പാടുപെട്ടു തള്ളിനീക്കുകയാണ്. എങ്കിലും അവളുടെ സ്മരണയെ നിലനിർത്തുന്ന പരിപാവന വസ്തുക്കളായി അവളെഴുതിയ കുറിപ്പുകളും ഉണങ്ങിയ ഒരു കുല ജറേനിയം പൂവും ഞാൻ ഇപ്പോഴും സൂക്ഷിക്കുന്നു. ഒരിക്കൽ അവൾ ജനലിലൂടെ എനിക്ക് ഇട്ടുതന്നതാണ് ആ പൂവ്, ഇന്നും ആ പൂവിന് നേരിയ ഒരു സൗരഭ്യമുണ്ട്. എന്നാൽ അതെനിക്കു സമ്മാനിച്ച കൈ ഒരിക്കൽ മാത്രം ഞാൻ ചുംബിച്ചിട്ടുള്ള ആ കൈ—മണ്ണടിഞ്ഞിട്ട് ഒരുപക്ഷേ വളരെക്കാലമായിക്കാണണം. ഞാനോ? എന്താണു നേടിയത്?

എന്റേതായി എന്താണ് എന്നിൽ അവശേഷിച്ചിട്ടുള്ളത്. പ്രക്ഷുബ്ധമായ ആ സുദിനങ്ങളും അന്നത്തെ ചിറകുള്ള സ്വപ്നങ്ങളും അഭിലാഷങ്ങളും എന്തെങ്കിലും അവശേഷിപ്പിച്ചിട്ടുണ്ടോ? ഒരു കൊച്ചു പൂവിന്റെ നേരിയ നിശ്വാസങ്ങൾ ഒരു മനുഷ്യന്റെ സുഖദുഃഖങ്ങളെ അതിജീവിച്ചു—അത് ആ മനുഷ്യനെത്തന്നെ അതിജീവിക്കയില്ലെന്ന് ആരറിഞ്ഞു!

"സവ്രിമേന്നിക്ക്" എന്ന മാസികയുടെ 1858-ാമാണ്ടിലെ ഒന്നാം ലക്കത്തിലാണ് ഈ കഥ ആദ്യമായി പ്രസിദ്ധീകരിക്കപ്പെട്ടത്.

ആദ്യപ്രേമം

അതിഥികൾ പിരിഞ്ഞുപോയിട്ട് വളരെ നേരമായി. ക്ലോക്കിൽ മണി പന്ത്രണ്ടര അടിച്ചു. ആതിഥേയനോടൊപ്പം മുറിയിൽ സെർഗേയ് നിക്കൊലായിച്ചും വ്ലദീമിർ പെത്രോവിച്ചുമല്ലാതെ മറ്റാരും ഉണ്ടായിരുന്നില്ല.

ആതിഥേയൻ മണിയടിച്ച് ഭൃത്യന്മാരെ വരുത്തി അത്താഴത്തിന്റെ ഉച്ഛിഷ്ടങ്ങൾ എടുത്തു മാറ്റാൻ കല്പന കൊടുത്തു.

"അപ്പോൾ നമുക്ക് അങ്ങനെ തീരുമാനിക്കാം," തന്റെ ചാരുകസേരയിൽ ചാരിക്കിടന്ന് ഒരു ചുരുട്ടു കത്തിച്ചുകൊണ്ട് അദ്ദേഹം പറഞ്ഞു. "നമ്മളോരോരുത്തരും അവരവരുടെ പ്രേമത്തിന്റെ കഥ പറയണം. സെർഗേയ് നിക്കൊലായിച്ച് തുടങ്ങട്ടെ."

ചീർത്ത മുഖവും വെളുപ്പുനിറവുമുള്ള കൊഴുത്തുരുണ്ട ഒരു മനുഷ്യനായിരുന്നു സെർഗേയ് നിക്കൊലായിച്ച്. അദ്ദേഹം ആതിഥേയന്റെ നേരെ ഒന്നു നോക്കിയിട്ട് മച്ചിൽ മിഴികൾ ഊന്നിക്കൊണ്ട് പറഞ്ഞു:

"എനിക്ക് ആദ്യപ്രേമം അനുഭവപ്പെട്ടിട്ടേയില്ല. തുടക്കം തന്നെ രണ്ടാമത്തേതിലായിരുന്നു."

"അതെങ്ങനെ?"

"കാര്യം നിസ്സാരം. എനിക്കു പതിനെട്ടു വയസ്സുള്ളപ്പോഴാണ് സുന്ദരിയായ ഒരു യുവതിയുമായി ഞാൻ ആദ്യമായി അടുത്തു തുടങ്ങിയത്. എന്നാൽ പരിചയസമ്പന്നനായ ഒരാളെപ്പോലെയായിരുന്നു ഞാൻ അന്നു പെരുമാറിയത്—പിന്നീട് മറ്റു പലരോടും അടുത്തതുപോലെ തന്നെ. സത്യം പറഞ്ഞാൽ ജീവിതത്തിൽ ഒരിക്കൽ മാത്രമേ ഞാൻ പ്രേമബദ്ധനായിട്ടുള്ളൂ—എന്റെ ആദ്യപ്രേമവും അവസാനപ്രേമവും അതു തന്നെയായിരുന്നു. എന്നാൽ അത് എന്റെ ആറാമത്തെ വയസ്സിലായിരുന്നെന്നു മാത്രം. എന്റെ ആയയായിരുന്നു കഥാനായിക. അത് വളരെ കാലം മുമ്പായിരുന്നതിനാൽ വിശദാംശങ്ങളൊന്നും ഇപ്പോൾ എനിക്ക് ഓർമ്മയില്ല. ഇനി ഓർക്കാൻ കഴിഞ്ഞാൽത്തന്നെ അതിൽ എന്താണ് രസം?"

"പിന്നെ എന്താണ് ചെയ്യുക?" ആതിഥേയൻ പറഞ്ഞു. "എന്റെ ആദ്യപ്രേമത്തിലും രസകരമായി ഒന്നുമില്ല. എന്റെ ഭാര്യയായ അന്ന ഇവാനൊവ്നയെ കണ്ടുമുട്ടുന്നതിനു മുമ്പ് ഞാൻ ആരെയും പ്രേമിച്ചിട്ടില്ല. ഞങ്ങളുടെ പ്രേമം തുടക്കം മുതലേ തടസ്സമൊന്നുമില്ലാതെ മുന്നോട്ടു പോയി. ഞങ്ങളുടെ വീട്ടുകാരാണ് വിവാഹാലോചന കൊണ്ടുവന്നത്. ഞങ്ങൾക്കിരുവർക്കും അതേപ്പറ്റി പറയാൻ എന്തിരിക്കുന്നു? ആദ്യപ്രേമത്തെപ്പറ്റിയുള്ള നിങ്ങളുടെ രണ്ടുപേരുടെയും കഥ കേൾക്കാമെന്നാണ് ഞാൻ വിചാരിച്ചത്. സുഹൃത്തുക്കളെ, വൃദ്ധന്മാരെല്ലെങ്കിലും യുവത്വത്തോടു വിട പറഞ്ഞു കഴിഞ്ഞ രണ്ട് അവിവാഹിതരാണല്ലോ നിങ്ങൾ. ഒരുപക്ഷേ വ്ലദീമിർ പെത്രോവിച്ചിന് രസകരമായ എന്തെങ്കിലും പറയാൻ കാണും."

ഉദ്ദേശം നാല്പതു വയസ്സും നരബാധിച്ചുതുടങ്ങിയ കറുത്തമുടിയുമുള്ള വ്ലദീമിർ പെത്രോവിച്ച് സങ്കോചത്തോടെ അതിന് മറുപടി പറഞ്ഞു: "എന്റെ ആദ്യപ്രേമത്തിന്റെ കഥ അല്പം വിചിത്രമാണ്."

"ഹാ! കൊള്ളാം!" ആതിഥേയനും സെർഗേയ് നിക്കൊലായിച്ചും ഒരുമിച്ച് പറഞ്ഞു. "അതുതന്നെയാണ് നമുക്ക് വേണ്ടത്... പറയൂ, കേൾക്കട്ടെ."

"ശരി, സമ്മതിച്ചു... പക്ഷേ ആ കഥ ഇപ്പോൾ പറയാൻ ഞാൻ ഉദ്ദേശിക്കുന്നില്ല—കഥ പറയാൻ എനിക്കു വശമില്ല. ഞാൻ അതു പറയാൻ തുനിഞ്ഞാൽ ഒന്നുകിൽ വളരെ ഹ്രസ്വവും ശുഷ്കവുമായിപ്പോകും അല്ലെങ്കിൽ വളരെ നീണ്ട ഒരു കെട്ടുകഥയാണതെന്നു തോന്നും. ഞാൻ നടന്ന സംഭവങ്ങൾ ഒരു ബുക്കിൽ എഴുതിവച്ചിട്ട് നിങ്ങളെ വായിച്ചു കേൾപ്പിക്കാം. എന്താ, സമ്മതിച്ചോ?"

സുഹൃത്തുക്കൾ ആദ്യം പ്രതിഷേധിച്ചുനോക്കിയെങ്കിലും ഒടുവിൽ വ്ലദീമിർ പെത്രോവിച്ച് പറഞ്ഞതിനോടു യോജിച്ചു. രണ്ടാഴ്ച കഴിഞ്ഞ് അവർ വീണ്ടും സമ്മേളിച്ചപ്പോൾ വ്ലദീമിർ പെത്രോവിച്ച് തന്റെ വാഗ്ദാനം നിറവേറ്റി.

അദ്ദേഹം തന്റെ നോട്ടുബുക്കിൽ നിന്നു വായിച്ചത് ഇപ്രകാരമാണ്.

I

എനിക്ക് അന്ന് പതിനാറു വയസ്സായിരുന്നു. 1883-ലെ വേനല്ക്കാലത്താണ് ഈ സംഭവങ്ങളൊക്കെ നടന്നത്.

ഞാൻ എന്റെ മാതാപിതാക്കളോടൊപ്പം മോസ്കോയിലാണ് താമസിച്ചിരുന്നത്. പട്ടണത്തിനു പുറത്ത് നെസ്കുച്നി ഉദ്യാനത്തിന്റെ എതിർവശത്തുള്ള കലൂഷ്സ്കി ഗെയിറ്റിൽ ഞങ്ങൾ ഒരു വേനൽകാലവസതി വാടകയ്ക്കെടുത്തു. അക്കാലത്ത് ഞാൻ സർവ്വകലാശാലയിൽ ചേരാൻ തയ്യാറെടുക്കുകയായിരുന്നെങ്കിലും പഠിത്തത്തിന് വളരെ കുറച്ചു സമയമേ വിനിയോഗിച്ചിരുന്നുള്ളൂ.

എന്റെ സ്വാതന്ത്ര്യത്തിൽ ആരും കൈകടത്തിയിരുന്നില്ല. ഞാൻ എന്റെ ഇഷ്ടം പോലെ നടന്നു. വീട്ടിൽ താമസിച്ചുകൊണ്ടു എന്നെ പഠിപ്പിക്കാൻ ഏർപ്പെടുത്തിയിരുന്ന ഫ്രഞ്ചുകാരനായ അധ്യാപകൻ പിരിഞ്ഞുപോയതിനുശേഷം ഈ സ്വാതന്ത്ര്യം എനിക്ക് കൂടുതൽ അനുഭവപ്പെട്ടു. താൻ ഒരു "ബോംബു വീണതു പോലെ" റഷ്യയിൽ വന്നു വീണതുമായി പൊരുത്തപ്പെടാൻ കഴിയാതിരുന്ന ആ ഫ്രഞ്ചുകാരൻ ധിക്കാരപൂർവ്വം കിടക്കയിൽനിന്നെണീക്കാതെ ദിവസം മുഴുവൻ കഴിച്ചുകൂട്ടുക പതിവായിരുന്നു. വാത്സല്യം നിറഞ്ഞ അലക്ഷ്യമനോഭാവമായിരുന്നു അച്ഛന് എന്നോടുണ്ടായിരുന്നത്. ഞാൻ ഏകസന്താനമായിരുന്നെങ്കിലും അമ്മയ്ക്ക് എന്റെ കാര്യത്തിൽ യാതൊരു ശ്രദ്ധയുമുണ്ടായിരുന്നില്ല. മറ്റനേകം പ്രശ്നങ്ങൾ അവരെ സദാ അലട്ടിയിരുന്നു. എന്റെ അച്ഛൻ അപ്പോഴും അതിസുന്ദരനായ ഒരു യുവാവായിരുന്നു. അച്ഛനേക്കാൾ പത്തു വയസ്സു കൂടുതലുണ്ടായിരുന്ന അമ്മയെ പണത്തിനു വേണ്ടിയാണ് അദ്ദേഹം വിവാഹംകഴിച്ചത്. അസന്തുഷ്ടമായ ഒരു ജീവിതമായിരുന്നു അമ്മയുടേത്. ഉൽകണ്ഠാകുലയും അസൂയാകലുഷിതയും നിരുന്മേഷയുമായി അവർ അതൊന്നും പുറത്തുകാട്ടിയിരുന്നില്ല—അവർക്ക് അദ്ദേഹത്തെ ഭയമായിരുന്നു. അമ്മയോടുള്ള അച്ഛന്റെ പെരുമാറ്റത്തിലാകട്ടെ തണുപ്പും അകൽച്ചയും കാർക്കശ്യവും പ്രകടമായിരുന്നുതാനും... അച്ഛന്റയത്ര സംസ്കാരവും ആത്മവിശ്വാസവും ആജ്ഞാശക്തിയുമുള്ള ഒരു മനുഷ്യനെ ഞാൻ മറ്റെങ്ങും കണ്ടിട്ടില്ല.

പുതിയ വീട്ടിലെ ആദ്യത്തെ ആഴ്ച എനിക്ക് ഒരിക്കലും മറക്കാനാവില്ല. കാലാവസ്ഥ ഒന്നാന്തരമായിരുന്നു. നിക്കൊലാസ് പുണ്യാളന്റെ പെരുന്നാൾ ദിവസമായ മേയ് ഒമ്പതാം തീയതിയാണ് ഞങ്ങൾ അങ്ങോട്ടു താമസം മാറ്റിയത്. ഞാൻ പുരയിടത്തിലും തൊട്ടടുത്തുള്ള നെസ്കുച്നി തോട്ടത്തിലും ചുറ്റിനടന്നു. ചിലപ്പോൾ പട്ടണത്തിന്റെ അതിരുകൾക്കപ്പുറത്തേക്കും ഞാൻ കടക്കാറുണ്ടായിരുന്നു. എന്തെങ്കിലും ഒരു പാഠപുസ്തകം എപ്പോഴും എന്റെ കയ്യിൽ കാണും. എന്നാൽ ഞാൻ അതു

ത്തുറക്കാറില്ലായിരുന്നു. കവിതയിലായിരുന്നു എനിക്കു താല്പര്യം. കവിതകൾ മനഃപാഠമാക്കാൻ എനിക്ക് ഒരു പ്രത്യേക കഴിവുണ്ടായിരുന്നുതാനും. എന്റെ രക്തത്തിൽ ഒരുതരം തരിപ്പും എന്റെ ഹൃദയത്തിൽ വിചിത്രവും മധുരവുമായ ഒരുതരം വേദനയും അനുഭവപ്പെട്ടിരുന്നു. ഞാൻ എന്തിനേയോ സദാ പ്രതീക്ഷിച്ചുകൊണ്ടിരുന്നു. എന്തോ ഒന്ന് സദാ എന്നെ അലട്ടിക്കൊണ്ടിരുന്നു. സർവ്വതും എന്നെ വിസ്മയം കൊള്ളിച്ചു. എന്തിനും ഞാൻ തയ്യാറായിരുന്നു. വെളുപ്പാൻ കാലത്ത് മണിഗോപുരത്തിനു ചുറ്റും വട്ടമിട്ടു പറക്കുന്ന പക്ഷികളെപ്പോലെ എന്റെ ഭാവന എല്ലായ്പ്പോഴും ഓരോ ചിന്തകൾക്കു ചുറ്റും പറന്നുനടന്നു. ഞാൻ ദിവാസ്വപ്നങ്ങളിൽ മുഴുകി, വിഷാദഭരിതനായിത്തീർന്നു. ചിലപ്പോൾ കണ്ണീരൊഴുക്കുകപോലും ചെയ്തു. എന്നാൽ ഭാവനാസുന്ദരമായ ഒരു വരി കവിതയോ മനോഹരമായ ഒരു സായംസന്ധ്യയോ ഇടയ്ക്കിടെ എന്നിലുളവാക്കിയ ദുഃഖത്തേയും കണ്ണീരിനേയും തട്ടിമാറ്റിക്കൊണ്ട് യുവത്വത്തിന്റെ തിളച്ചുമറിയുന്ന ആഹ്ലാദപ്രകർഷം, വസന്തത്തിൽ പുൽനാമ്പുകൾ മണ്ണിനടിയിൽനിന്നു പുറത്തുവരുന്നതുപോലെ, കരുത്തോടെ സ്വയം പുറത്തേക്കു തലനീട്ടിക്കൊണ്ടിരുന്നു.

എനിക്ക് സ്വന്തമായി ഒരു ചെറിയ കുതിരയുണ്ടായിരുന്നു. ഞാൻ തന്നെയാണ് അതിനെ ജീനി കെട്ടിയിരുന്നത്. അതിന്റെ പുറത്ത് വളരെ ദൂരം സഞ്ചരിക്കുക എന്റെ പതിവായിരുന്നു. പന്തയത്തിൽ പങ്കെടുക്കുന്ന ഒരു യോദ്ധാവാണു ഞാനെന്ന് സ്വയം സങ്കല്പിച്ചുകൊണ്ട് ഞാൻ അതിനെ കുതിച്ചോടിക്കും. അപ്പോൾ കാറ്റ് ആഹ്ലാദത്തോടെ എന്റെ ചെവികളിൽ ചൂളമടിച്ചുകൊണ്ട് കടന്നു പോകുന്നത് എന്തൊരു രസമായിരുന്നെന്നോ! ഇടയ്ക്കു ചിലപ്പോൾ ഞാൻ ആകാശത്തിലേക്കു മുഖമുയർത്തി അതിന്റെ നീലിമയും തേജസ്സും എന്റെ ആത്മാവിലേക്ക് ആവാഹിച്ചെടുക്കും.

അക്കാലത്ത് ഒരു സ്ത്രീയെപ്പറ്റിയുള്ള വ്യക്തമായ സങ്കല്പമോ സ്ത്രീയുടെ പ്രേമത്തെപ്പറ്റിയുള്ള വ്യക്തമായ ചിന്തയോ എന്റെ മനസ്സിൽ രൂപം കൊണ്ടിരുന്നില്ലെന്നാണ് ഓർമ്മ, എന്നാൽ എന്റെ വിചാരവികാരങ്ങളിലെല്ലാം പുതുതും അതിമധുരവും സ്ത്രൈണവുമായ എന്തോ ഒന്നിനെപ്പറ്റിയുള്ള ലജ്ജാസമന്വിതവും അബോധപൂർവ്വമായ സങ്കല്പംപതുങ്ങിക്കിടന്നിരുന്നു.

ഈ സങ്കല്പം, ഈ ആകാംക്ഷ, എന്നെ അടിമുടി ആവേശിച്ചു. എന്റെ ശ്വാസത്തിലും എന്റെ സിരകളിലും എന്റെ ഓരോ തുള്ളി രക്തത്തിലും അതനുഭവപ്പെട്ടു... താമസിയാതെ അത് യാഥാർത്ഥ്യമായിത്തീരുകയും ചെയ്തു.

തടികൊണ്ടു പണിതതും തൂണുകളുള്ളതുമായ ഒരു വലിയ കെട്ടിടത്തിലായിരുന്നു ഞങ്ങളുടെ താമസം. ആ പുരയിടത്തിൽ അതുകൂടാതെ പൊക്കം കുറഞ്ഞ രണ്ട് ചെറിയ പുരകൾകൂടി ഉണ്ടായിരുന്നു. ഇടത്തുവശത്തുള്ള ചെറിയ പുരയിൽ വിലകുറഞ്ഞ ചുമർക്കടലാസു നിർമ്മിക്കുന്ന ഒരു ചെറിയ ഫാക്ടറി പ്രവർത്തിച്ചിരുന്നു. പാറിപ്പറന്ന മുടിയും വിളറിയ

മുഖവുമുള്ള മെലിഞ്ഞ ഏതാനും ബാലന്മാർ മുഷിഞ്ഞ മേലങ്കിയും ധരിച്ച് അവിടെനിന്ന് പണിയെടുക്കുന്നത് ഞാൻ പലതവണ കണ്ടിട്ടുണ്ട്. അച്ചടിയന്ത്രത്തിന്റെ തടികൊണ്ടുള്ള ലിവറിലേക്ക് അവർ ചാടിക്കയറുന്നതും അവരുടെ മെല്ലിച്ച ദേഹങ്ങളുടെ ഭാരം കൊണ്ട് പ്രസ്സ് കടലാസിലമർന്ന് വിവിധ പാറ്റേണുകൾ അതിൽ പതിപ്പിക്കുന്നതും ഞാൻ നോക്കിനില്ക്കാറുണ്ടായിരുന്നു. വലതുവശത്തുള്ള ചെറിയ പുര ഒഴിഞ്ഞുകിടന്നു. ഞങ്ങൾ താമസമാക്കി ഉദ്ദേശം മൂന്നാഴ്ച കഴിഞ്ഞപ്പോൾ ഒരു ദിവസം ആ ചെറിയ പുരയുടെ ജനലുകൾ മലർക്കെ തുറന്നു കിടക്കുന്നതും സ്ത്രീകളുടെ മുഖം അവിടെ പ്രത്യക്ഷപ്പെടുന്നതും ഞങ്ങൾ കണ്ടു. ഏതോ ഒരു കൂട്ടർ ആ വീട് വാടകക്കെടുത്തെന്ന് ഞങ്ങൾ ഊഹിച്ചു. അന്നുച്ചയ്ക്ക് ഊണു കഴിച്ചുകൊണ്ടിരിക്കുമ്പോൾ പുതിയ താമസക്കാർ ആരാണെന്ന് അമ്മ ഞങ്ങളുടെ വിളമ്പുകാരനോട് അന്വേഷിക്കുന്നതു കേട്ടു. സസേകിന പ്രഭ്വിയാണ് അവിടെ താമസമാക്കിയിരിക്കുന്നതെന്ന് കേട്ടപ്പോൾ തെല്ലൊരു ബഹുമാനത്തോടെ അമ്മ ആദ്യം പറഞ്ഞു: "ഓഹോ, പ്രഭ്വിയാണ് അല്ലേ..." പിന്നീട് അവർ കൂട്ടിച്ചേർത്തു, "പണത്തിനു ഞെരുക്കമുള്ളവരായിരിക്കണം."

"അവരുടെ സമാനങ്ങൾ കൊണ്ടുവന്നത് മൂന്നു ചെറിയ വാടക വണ്ടികളിലാണ്," വിളമ്പുകാരൻ ബഹുമാനപൂർവ്വം വിഭവങ്ങൾ മേശപ്പുറത്തു നിരത്തുന്നതിനിടയിൽ പറഞ്ഞു. "അവർക്ക് സ്വന്തം വണ്ടിയില്ല. അവരുടെ വീട്ടു സാമാനങ്ങൾ വെറും മൂന്നാംകിടയിലുള്ളതാണ്."

"എങ്കിലും എനിക്കു സന്തോഷമേയുള്ളൂ." അമ്മ പറഞ്ഞു.

അച്ഛൻ ശൈത്യം സ്ഫുരിക്കുന്ന കണ്ണുകൾകൊണ്ട് അമ്മയെ ഒന്നു നോക്കി. അമ്മ പിന്നീട് ഒന്നും മിണ്ടിയില്ല.

സസേകിന പ്രഭ്വി ധനികയായിരുന്നില്ലെന്ന് തീർച്ച. അവർ വാടകയ്ക്കെടുത്ത വീട് തീരെ ചെറുതും പഴഞ്ചനും, തീരെ പൊക്കം കുറഞ്ഞതുമായിരുന്നു. അല്പമെങ്കിലും ധനസ്ഥിതിയുള്ള ആരും അവിടെ താമസിക്കുകയില്ല. ഏതായാലും ആ സംഭാഷണത്തിൽ എനിക്ക് പ്രത്യേകിച്ച് താല്പര്യമൊന്നും തോന്നിയില്ല. പ്രഭ്വി എന്ന സ്ഥാനപ്പേര് എന്നിൽ വലിയ മതിപ്പുളവാക്കിയുമില്ല. കാരണം, ഷില്ലറുടെ "കൊള്ളക്കാർ[1] എന്ന പുസ്തകം അപ്പോൾ വായിച്ചു തീർത്തതേയുള്ളൂ.

---

1 ഷില്ലറുടെ കൊള്ളക്കാർ...—ജർമ്മൻ മഹാകവി ഷില്ലറുടെ (1759-1805) കൃതി സ്വേച്ഛാധിപത്യത്തിനെതിരായ ആ കൃതി 1820-1830 കാലത്ത് റഷ്യൻ യുവാക്കളിൽ വമ്പിച്ച സ്വാധീനം ചെലുത്തിയിരുന്നു.

II

കാക്കകളെ വെടിവെക്കണമെന്ന ഉദ്ദേശത്തോടെ ഒരു തോക്കുമായി എന്നും വൈകുന്നേരം പറമ്പിൽ ചുറ്റിനടക്കുക എന്റെ ഒരു പതിവായിരുന്നു. കൗശലക്കാരും പിടിച്ചുപറിക്കാരുമായ ആ കള്ളപ്പരിഷയോട് എനിക്ക് പണ്ടേ വിരോധമായിരുന്നു. പതിവുപോലെ അന്നും ഞാൻ തൊടിയിൽ ചുറ്റിനടന്നു. എല്ലാ പാതകളിലൂടെയും നടന്നുനോക്കിയെങ്കിലും കാക്കകളെ വെടിവെയ്ക്കാൻ എനിക്കു കഴിഞ്ഞില്ല. കാക്കകൾ ദൂരെ എവിടെയോ മറഞ്ഞിരുന്ന് എന്നെ കണ്ടിട്ട് കാ—കാ എന്നു കരയുന്നതു മാത്രം ഞാൻ കേട്ടു. ഒടുവിൽ ഞങ്ങളുടെ പറമ്പിനും വലത്തുവശത്തുള്ള കൊച്ചു വീടിന്റെ പിന്നിലുള്ള ചെറിയ തോട്ടത്തിനും ഇടയ്ക്കുള്ള പൊക്കം കുറഞ്ഞ മതിലിനടുത്ത് ഞാൻ എത്തിച്ചേർന്നു. തറയിലേക്കു നോക്കിക്കൊണ്ട് ഞാൻ മതിലിനരികിലൂടെ നടക്കുകയായിരുന്നു. പെട്ടെന്ന് ആരോ സംസാരിക്കുന്ന ശബ്ദം കേട്ട് ഞാൻ മതിലിനപ്പുറത്തേക്ക് എത്തിനോക്കി. അവിടെ കണ്ട കാഴ്ച എന്നെ അത്ഭുതസ്തബ്ധനാക്കി.

ഏതാനും ചുവടകലെ പച്ചനിറമാർന്ന റാസ്ബെറിച്ചെടികളുടെ ഇടയ്ക്കുള്ള പുൽത്തകിടിയിൽ നല്ല ഉയരമുള്ള കൃശാംഗിയായ ഒരു യുവതി നിന്നിരുന്നു. റോസ് നിറത്തിലുള്ള ഒരു ഫ്രോക്കാണ് അവൾ ധരിച്ചിരുന്നത്. വെളുത്ത ഒരു ത്തുവാല തലയിൽ കെട്ടിയിരുന്നു. നാലു ചെറുപ്പക്കാർ അവളുടെ ചുറ്റിനും കൂടിനിന്നു. ചാരനിറമുള്ള ഒരു തരം പൂവിന്റെ ഇതൾ കൊണ്ട് അവരുടെ നെറ്റിയിൽ ഞൊട്ട പൊട്ടിച്ച് രസിക്കുകയായിരുന്നു ആ യുവ സുന്ദരി. യുവാക്കൾ സസന്തോഷം അതിനുവേണ്ടി നെറ്റി കാട്ടിക്കൊടുത്തു. ആ യുവതിയുടെ അംഗചലനങ്ങളിൽ (അവൾ എനിക്കു വശം തിരിഞ്ഞാണ് നിന്നത്) പ്രകടമായ ഔദ്ധത്യവും കളിമുട്ടും സ്നേഹവായ്പും ആകർഷികത്വവും കണ്ട് വിസ്മയഭരിതനായി ഞാൻ വാപൊളിച്ചു നിന്നുപോയി. ആ നീണ്ട മൃദുലാംഗുലികൾ എന്റെ നെറ്റിയിൽ മുട്ടിയിരുന്നെങ്കിൽ എന്നു ഞാൻ ആശിച്ചു. അവളുടെ ഒതുങ്ങിയ അരക്കെട്ടും കടഞ്ഞെടുത്ത കഴുത്തും മനോഹരമായ കരവല്ലികളും വെളുത്ത ത്തുവാലയ്ക്കടിയിൽ നിന്ന് ഊർന്നു വീണ സ്വർണ്ണനിറമുള്ള അളകങ്ങളും പാതികൂമ്പിയ മിഴികളും നീണ്ട ഇമകളും അവയ്ക്കിടയിൽ പ്രത്യക്ഷപ്പെട്ട മൃദുല കപോലവും കണ്ണുകളാൽ നുകർന്നുകൊണ്ട് ഞാൻ എല്ലാം മറന്നു നിന്നു.

"ചെറുപ്പക്കാരാ, ഏയ്, ചെറുപ്പക്കാരാ, പരിചയമില്ലാത്ത യുവതികളെ ഇങ്ങനെ തുറിച്ചുനോക്കുന്നതു ശരിയാണോ?" എന്റെ തൊട്ടടുത്തു നിന്ന് ആരോ ഇങ്ങനെ വിളിച്ചുചോദിക്കുന്നതു കേട്ട് ഞാൻ ഞെട്ടിയുണർന്നു.

പരിഭ്രമംമൂലം എന്തു ചെയ്യേണ്ടുവെന്നറിയാതെ ഞാൻ നിന്നു പോയി. മറുവശത്ത് മതിലിനോടു ചേർന്ന്, പറ്റേവെട്ടിയ കറുത്ത മുടിയുള്ള ഒരു

മനുഷ്യൻ എന്ന പരിഹാസപൂർവ്വം നോക്കിനിൽക്കുന്നതു ഞാൻ കണ്ടു. ആ നിമിഷത്തിൽ യുവതി എന്റെ നേരെ മുഖം തിരിച്ചു. ചാരനിറമുള്ള രണ്ടു വലിയ കണ്ണുകളും പ്രസരിപ്പും ചൈതന്യവുമുള്ള ഒരു മുഖവും ഞാൻ കണ്ടു. പെട്ടെന്ന് ആ മുഖത്ത് ചിരി പൊട്ടിവിടർന്നു, ആ വെളുത്ത പല്ലുകൾ തിളങ്ങി. പുരികക്കൊടികൾ മുകളിലേയ്ക്കുയർന്നു... എന്റെ മുഖം ചുവന്നു. തോക്ക് നിലത്തുനിന്ന് എടുത്തുകൊണ്ട് ഞാൻ വീട്ടിലേയ്ക്കോടി. പിന്നിൽ പൊട്ടിച്ചിരികൾ മുഴങ്ങിക്കൊണ്ടിരുന്നു—എന്നാൽ അപ്രീതിയുടെ ലാഞ്ഛനപോലും അതിൽ ഉണ്ടായിരുന്നില്ല. ഞാൻ എന്റെ മുറിയിൽച്ചെന്ന് കിടക്കയിലേക്കു വീണ് കൈകൾ കൊണ്ട് മുഖം പൊത്തി. എന്റെ ഹൃദയം ശക്തിയായി മിടിച്ചുകൊണ്ടിരുന്നു. എനിക്ക് ലജ്ജയും അതേ സമയം തന്നെ സന്തോഷവും തോന്നി. മുമ്പൊരിക്കലും തോന്നാത്ത ഒരുതരം ഉദ്വേഗം എനിക്കനുഭവപ്പെട്ടു.

അല്പനേരം ഞാൻ വിശ്രമിച്ചു. പിന്നീട് മുടി ചീകുകയും കോട്ടിലെ പൊടി തുടച്ചുകളയുകയും ചെയ്തിട്ട് ഞാൻ ചായ കുടിക്കാനായി താഴത്തേക്കുപോയി. ആ ചെറുപ്പക്കാരിയുടെ രൂപം ആ സമയത്തൊക്കെ എന്റെ കൺമുന്നിൽ ഉണ്ടായിരുന്നു. എന്റെ ഹൃദയമിടിപ്പ് സാധാരണഗതിയിലായിത്തീർന്നെങ്കിലും ഇടയ്ക്കിടെ മധുരമായ ഒരു വേദന അവിടെ അനുഭവപ്പെട്ടിരുന്നു.

"എന്തുപറ്റി?" എന്നെ കണ്ട മാത്രയിൽ അച്ഛൻ ചോദിച്ചു. "നീ കാക്കയെ കൊന്നോ?"

അച്ഛനോട് എല്ലാം തുറന്നു പറയണമെന്ന് എനിക്ക് ആഗ്രഹമുണ്ടായിരുന്നെങ്കിലും ഞാൻ സ്വയം നിയന്ത്രിച്ചു. ഗൂഢമായി ഒന്നു പുഞ്ചിരിക്കുക മാത്രമാണ് ഞാൻ ചെയ്തത്. ഉറങ്ങിക്കിടക്കുന്നതിനു മുമ്പ് ഞാൻ എന്തുകൊണ്ടോ ഉപ്പൂറ്റി കുത്തിനിന്ന് മൂന്നാലു തവണ വട്ടം കറങ്ങി. മുടിയിൽ സുഗന്ധതൈലം പുരട്ടിയിട്ട് ഞാൻ കിടന്നു. അപ്പോൾത്തന്നെ ഉറങ്ങുകയും ചെയ്തു. രാത്രിമുഴുവൻ ഞാൻ ബോധംകെട്ടുറങ്ങി. നേരം വെളുത്തപ്പോൾ ഒന്നുണർന്ന് തല പൊക്കി സന്തോഷത്തോടെ നോക്കിയിട്ട് വീണ്ടും ഉറങ്ങി.

III

"അവരുമായി പരിചയപ്പെടാൻ എന്താണു മാർഗ്ഗം?" ഉറക്കമുണർന്നയുടൻ എന്റെ മനസ്സിലൂടെ കടന്നുപോയ ചിന്ത അതായിരുന്നു. പ്രാതലിനുമുമ്പ് ഞാൻ തോട്ടത്തിലേക്കിറങ്ങി, എന്നാൽ വേലിയ്ക്കടുത്തു ചെല്ലാൻ ധൈര്യപ്പെട്ടില്ല. ആരേയും ഞാൻ കണ്ടുമില്ല. പ്രാതലിനുശേഷം അവരുടെ വീടിന്റെ മുമ്പിലുള്ള വഴിയിലൂടെ ഞാൻ അങ്ങോട്ടുമിങ്ങോട്ടും പലതവണ നടന്നു. ദൂരെനിന്ന് ഞാൻ ആ വീട്ടിലെ ജനാലകളിലേക്കു തുറിച്ചുനോക്കിക്കൊണ്ടിരുന്നു... ഒരുതവണ അവളുടെ മുഖം കർട്ടനു പിന്നിൽ പ്രത്യക്ഷപ്പെട്ടെന്ന് എനിക്കു തോന്നി—ഞാൻ പേടിച്ച് തിരിഞ്ഞു നടന്നു. "എന്തായാലും അവരുമായി പരിചയപ്പെടണം." സെസ്കുച്നി തോട്ടത്തിന്റെ മുമ്പിലുള്ള മണൽപ്പരപ്പിലൂടെ നടക്കുന്നതിനിടയിൽ ഞാൻ ചിന്തിച്ചുറച്ചു. "പക്ഷേ എങ്ങനെ? പ്രശ്നം അതാണ്." ഇന്നലത്തെ കൂടിക്കാഴ്ചയുടെ ഓരോ വിശദാംശവും എന്റെ ഓർമ്മയിലേക്ക് ഓടിയെത്തി. അവൾ എന്നെ നോക്കി പൊട്ടിച്ചിരിക്കുന്ന ചിത്രമാണ് ഏറ്റവും മിഴിവോടെ എന്റെ മനസ്സിൽ പതിഞ്ഞിരുന്നത്. ഞാൻ പല പദ്ധതികളെപ്പറ്റിയും ആലോചിച്ച് മനസ്സു പുണ്ണാക്കിക്കൊണ്ടിരിക്കെ വിധി എന്റെ സഹായത്തിന് ഓടിയെത്തി.

ഞാൻ വീട്ടിലില്ലായിരുന്ന സമയത്ത് അമ്മയ്ക്ക് ഞങ്ങളുടെ പുതിയ അയല്ക്കാരി ഒരു കത്തു കൊടുത്തയച്ചു. ചാരനിറമുള്ള കടലാസിൽ വടിവില്ലാത്ത കൈയക്ഷരത്തിൽ ധാരാളം വ്യാകരണത്തെറ്റുകളോടെ എഴുതിയിരുന്ന ആ കത്ത് സാധാരണ തപാൽ ഉരുപ്പടികളിലും വില കുറഞ്ഞ മദ്യക്കുപ്പികളിലും മാത്രം ഉപയോഗിക്കാറുള്ള ഒരുതരം അരക്കുകൊണ്ടാണ് മുദ്ര ചെയ്തിരുന്നത്. ആ കത്തിൽ പ്രഭ്വി എന്റെ അമ്മയുടെ സഹായം ആവശ്യപ്പെട്ടിരുന്നു. എന്റെ അമ്മയ്ക്കു പരിചയമുള്ള ചിലരുമായി പ്രഭ്വിക്ക് ഏതോ ചില കേസുകളുണ്ടെന്നും പ്രഭ്വിയുടേയും മക്കളുടേയും ഭാവി ആ കേസുകളെ ആശ്രയിച്ചാണിരിക്കുന്നതെന്നും അതു കൊണ്ട് അവർക്കുവേണ്ടി എന്റെ അമ്മ സ്വാധീനം ചെലുത്തണമെന്നുമായിരുന്നു കത്തിന്റെ രത്നച്ചുരുക്കം. "കുലീനയായ ഒരു മഹിള എന്ന നിലയ്ക്ക് കുലീനയായ മറ്റൊരു മഹിളയോട് ഞാൻ സഹായമഭ്യർത്ഥിക്കയാണ്." പ്രഭ്വി എഴുതി. "എനിക്കതിൽ സന്തോഷമേയുള്ളു."എന്റെ അമ്മയെ വന്നു കാണാൻ അവർക്ക് അവസരം കൊടുക്കണമെന്ന് അഭ്യർത്ഥിച്ചുകൊണ്ടാണ് അവർ കത്ത് അവസാനിപ്പിച്ചത്. ഞാൻ ചെല്ലുമ്പോൾ അമ്മ മുഖം വീർപ്പിച്ചിരിക്കയായിരുന്നു. അച്ഛൻ പുറത്തുപോയിരുന്നതിനാൽ അമ്മയ്ക്ക് ഉപദേശം തേടാൻ ആരുമുണ്ടായിരുന്നില്ല. "കുലീനയായ ഒരു മഹിളയ്ക്ക്" അതും ഒരു പ്രഭ്വിക്ക് മറുപടി എഴുതാതിരിക്കുന്നത് അപമര്യാദയാണെന്ന് അമ്മയ്ക്കറിയാം. എന്നാൽ എഴുതേണ്ടതെങ്ങനെയെന്ന് അമ്മയ്ക്ക് നിശ്ചയമില്ല. ഫ്രഞ്ചിൽ

മറുപടിയെഴുതിയാൽ അതു അനുചിതമായിരിക്കും. റഷ്യനിൽ നന്നായി എഴുതാൻ തനിക്കു വശമില്ല എന്ന സത്യം മറ്റുള്ളവരെ അറിയിക്കാൻ അവർ ഇഷ്ടപ്പെട്ടുമില്ല. അങ്ങനെ അമ്മ കുഴങ്ങിയിരിക്കുമ്പോഴാണ് ഞാൻ ചെന്നു കയറിയത്. അമ്മയ്ക്കു സന്തോഷമായി. തന്നാലാവുന്ന എല്ലാവിധ സഹായങ്ങളും ചെയ്തുകൊടുക്കാൻ അമ്മ തയ്യാറാണെന്നും പന്ത്രണ്ടുമണിക്കും ഒന്നിനും ഇടയ്ക്ക് താൻ അവരെ കാത്തിരിക്കുമെന്നും പ്രഭ്വിയോടു പറയാൻ അമ്മ എന്നെ ഭാരമേല്പിച്ചു. എന്റെ രഹസ്യമായ ആഗ്രഹം ഇത്ര പെട്ടെന്ന് സഫലമാകാൻ പോകുന്നതോർത്ത് എനിക്കു സന്തോഷവും അതേസമയം തന്നെ ഭയവും തോന്നി. എന്നാൽ ഉദ്വേഗം ഞാൻ പുറത്തു കാട്ടിയില്ല. ഞാൻ എന്റെ മുറിയിൽ ചെന്ന് പുതിയ ഒരു ടൈയും കോട്ടും ധരിച്ചു. പശയിടാതെ മടങ്ങിക്കിടക്കുന്ന കോളറും ജാക്കറ്റുമായിരുന്നു എന്റെ സാധാരണവേഷം—അത് എനിക്ക് തീരെ ഇഷ്ടമായിരുന്നില്ല.

IV

ആ ചെറിയ വീടിന്റെ ഇടുങ്ങിയ ഇടനാഴിയിൽ പ്രവേശിച്ചപ്പോൾ ഞാൻ അടിമുടി വിറച്ചുകൊണ്ടിരുന്നു. തല നരച്ച വൃദ്ധനായ ഒരു പരിചാരകനെ ഞാൻ അവിടെ കണ്ടുമുട്ടി. ചെമ്പിന്റെ നിറമുള്ള ഇരുണ്ട മുഖവും പന്നിയുടേതുപോലുള്ള മ്ലാനമായ കണ്ണുകളുമുള്ള ആ വൃദ്ധന്റെ നെറ്റിയിലും ചെന്നികളിലും ധാരാളം വലിയ ചുളിവുകൾ ഉണ്ടായിരുന്നു. അത്രയേറെ ജരബാധിച്ച ഒരു മനുഷ്യനെ ഞാൻ അതിനുമുമ്പ് കണ്ടിട്ടില്ല. ഉപ്പിലിട്ട ഒരു മത്സ്യത്തിന്റെ ഉച്ഛിഷ്ടങ്ങൾ വച്ച ഒരു പിഞ്ഞാണം അയാളുടെ കയ്യിലുണ്ടായിരുന്നു. മുറിയുടെ വാതിൽ കാലുകൊണ്ട് തള്ളി അടച്ചിട്ട് അയാൾ പരുഷമായ സ്വരത്തിൽ ചോദിച്ചു:

“എന്തു വേണം?”

“സസേകിന പ്രഭ്വി വീട്ടിലുണ്ടോ?” ഞാൻ ചോദിച്ചു.

“വൊനിഫാതി!” ഇടറിയ ഒരു സ്ത്രീശബ്ദം വാതിലിനപ്പുറത്തുനിന്ന് വിളിച്ചു.

പരിചാരകൻ ഒരക്ഷരം ഉരിയാടാതെ പിഞ്ഞാണം നിലത്തു വച്ചിട്ട് തിരിഞ്ഞു നടന്നു. കുലചിഹ്നം അടയാളപ്പെടുത്തിയ തുരുമ്പുപി ടിച്ച ഓരൊറ്റ ബട്ടൺ മാത്രമുള്ള അയാളുടെ വില്ലാവേഷത്തിന്റെ ഇട്ടിട്ടു പഴകിയ പിൻഭാഗം ഞാൻ കണ്ടു.

“നീ പോലീസ് സ്റ്റേഷനിൽ പോയോ?” മുമ്പുകേട്ട അതെ ഇടറിയ ശബ്ദം വീണ്ടും കേട്ടു. അതിനുത്തരമായി പരിചാരകൻ എന്തോ മുരണ്ടു.

“എന്താ പറഞ്ഞത്?” സ്ത്രീ ചോദിച്ചു. എന്നെ കാണാൻ ആരോ വന്നിട്ടുണ്ടെന്നോ? അടുത്തവീട്ടിലെ ചെറുപ്പക്കാരനോ? ശരി, ഇവിടെ വരാൻ പറയൂ.”

“ദയവുചെയ്ത് സ്വീകരണ മുറിയിലേക്കു ചെന്നാലും,” പരിചാരകൻ തിരിച്ചുവന്ന് പിഞ്ഞാണം കയ്യിലെടുത്തുകൊണ്ട് പറഞ്ഞു.

ഞാൻ ടൈ നേരേയാക്കിയിട്ട് “സ്വീകരണ മുറി”യിലേയ്ക്കു കടന്നു. വിലകുറഞ്ഞ ഏതാനും കസേരകളും മറ്റു മരസാമാനങ്ങളും ധൃതിയിൽ പിടിച്ചിട്ടതുപോലെ ചന്തമില്ലാതെ നിരത്തിയിട്ടുള്ള വൃത്തിഹീനമായ ഒരു ചെറിയ മുറിയായിരുന്നു അത്. ജനലിനടുത്തു കിടന്ന കയ്യൊടിഞ്ഞ ഒരു ചാരുകസേരയിൽ ഏതാണ്ട് അമ്പതു വയസ്സു തോന്നിക്കുന്ന ഒരു സ്ത്രീ ഇരുന്നിരുന്നു. പച്ച നിറമുള്ള പഴയ കുപ്പായവും വർണ്ണശബളമായ ഒരു ഷാളുമാണ് അവർ ധരിച്ചിരുന്നത്. അവർ തലയിൽ ടവ്വാല കെട്ടിയിട്ടുണ്ടായിരുന്നില്ല. തീരെ അനാകർഷകവും അസുന്ദരവുമായ ഒരു രൂപമായിരുന്നു അവരുടേത്. അവരുടെ ചെറിയ കറുത്തകണ്ണുകൾ എന്നെത്തന്നെ ഉറ്റുനോക്കിക്കൊണ്ടിരുന്നു.

ഞാൻ അവരുടെ അടുത്തുചെന്ന് തലകുനിച്ചു വണങ്ങി.

“സസേകിന പ്രഭ്വിയോട് സംസാരിക്കാൻ എന്നെ അനുവദിച്ചാലും.”

“ഞാനാണ് സസേകിന പ്രഭ്വി: കുട്ടി ശ്രീമാൻ വി.യുടെ മകനാണോ?”

“അതെ. ഞാൻ അമ്മയുടെ ഒരു സന്ദേശവുമായി വന്നിരിക്കുകയാണ്.”

“ഇരിക്കൂ. വൊനിഫാതി! എന്റെ താക്കോൽക്കൂട്ടം എവിടെയെങ്കിലും കണ്ടോ?”

പ്രഭ്വിയുടെ എഴുത്തിനുള്ള എന്റെ അമ്മയുടെ മറുപടി ഞാൻ അവരെ അറിയിച്ചു. തടിച്ചു ചുവന്ന വിരലുകളാൽ ജനൽപ്പടിയിൽ താളം പിടിച്ചുകൊണ്ട് പ്രഭ്വി ഞാൻ പറഞ്ഞതു കേട്ടുകൊണ്ടിരുന്നു. ഞാൻ പറഞ്ഞു നിർത്തിയപ്പോൾ അവരുടെ കണ്ണുകൾ വീണ്ടും എന്റെമേൽ പതിഞ്ഞു.

“വളരെ സന്തോഷം. ഞാൻ തീർച്ചയായിട്ടും വരാം,” അല്പം കഴിഞ്ഞ് അവർ പറഞ്ഞു. “കണ്ടിട്ട് ഒരു കൊച്ചു പയ്യനു തോന്നുന്നല്ലോ! എത്ര വയസ്സുണ്ട്?”

“പതിനാറ്,” ഞാൻ മടിച്ചു മടിച്ചു പറഞ്ഞു.

പ്രഭ്വി പോക്കറ്റിൽ നിന്ന് മെഴുകു പുരണ്ട കുറെ കടലാസുകൾ വലിച്ചെടുത്ത് കണ്ണിനടുത്തു പിടിച്ചു പരിശോധിച്ചു തുടങ്ങി. അവയിൽ എന്തൊക്കെയോ കുത്തിക്കുറിച്ചിരുന്നു.

“നല്ല പ്രായമാണത്.” എന്റെനേരെ തിരിയുകയും കസേരയിൽ ഒന്ന് ഇളകി ഇരിക്കുകയും ചെയ്തുകൊണ്ട് പെട്ടെന്ന് അവർ പറഞ്ഞു.

“ഇവിടെ യാതൊരു ഔപചാരികത്വവും വേണ്ട, കേട്ടോ. ഞങ്ങൾ വെറും സാധാരണ മട്ടുകാരാണ്.”

“അതെയതെ, തീരെ സാധാരണ മട്ടായിപ്പോയി.” അറിയാതെ മനസ്സിൽ കടന്നുകൂടിയ വെറുപ്പോടെ സ്ഥൂലഗാത്രിയായ ആ സ്ത്രീയെ ഒന്നു നോക്കിയിട്ട് ഞാൻ വിചാരിച്ചു.

ആ സമയത്ത് സ്വീകരണ മുറിയുടെ മറ്റൊരു വാതിൽ തുറക്കപ്പെട്ടു. തലേന്ന് ഞാൻ കണ്ട യുവതി വാതില്ക്കൽ പ്രത്യക്ഷപ്പെട്ടു. അവൾ കയ്യു യർത്തി, അവളുടെ ചുണ്ടുകളിൽ ഒരു പുഞ്ചിരി മിന്നിമറഞ്ഞു.

“എന്റെ മകളാണ്.” കൈമുട്ട് വാതില്ക്കലേക്കു ചൂണ്ടി കാണിച്ചുകൊണ്ട് പ്രഭ്വി പറഞ്ഞു. “സീന ഇത് നമ്മുടെ അയൽക്കാരനായ ശ്രീമാൻ വി. യുടെ മകനാണ്. പേരെന്താണെന്നു പറഞ്ഞില്ലല്ലോ?”

“വ്ലദീമിർ,” എണീറ്റു നിന്ന് പരിഭ്രമംകൊണ്ട് വിക്കിവിക്കി ഞാൻ പറഞ്ഞു.

“ഇരട്ടപ്പേരോ?”

“പെത്രോവിച്ച്.”

“കൊള്ളാം! വ്ലദീമിർ പെത്രൊവിച്ച് എന്നു പേരുള്ള ഒരു പോലീസ് മേധാവിയെ എനിക്ക് പരിചയമുണ്ടായിരുന്നു. വൊനിഫാതി! എന്റെ താക്കോൽ തപ്പണ്ട. അതെന്റെ പോക്കറ്റിൽതന്നെയുണ്ട്.”

തല ഒരു വശത്തേക്ക് അല്പം ചെരിച്ചു പിടിച്ച് കണ്ണുകൾ തെല്ലൊന്ന് ഇറുക്കി നേരിയ പരിഹാസം കലർന്ന ഒരു പുഞ്ചിരിയോടെ ആ ചെറുപ്പ ക്കാരി എന്നെത്തന്നെ നോക്കിനില്ക്കുകയായിരുന്നു.

“മെസ്യേ വൊൻദെമാറിനെ ഞാൻ നേരത്തെ കണ്ടിട്ടുണ്ട്,” അവൾ പറഞ്ഞു. (വെള്ളിമണി കിലുങ്ങുന്നതുപോലുള്ള ആ ശബ്ദം എന്നെ കോൾമയിർ കൊള്ളിച്ചു). “ഞാൻ അങ്ങനെ വിളിക്കുന്നതിൽ വിരോ ധമില്ലല്ലോ?”

“വിരോധമോ? തീർച്ചയായും ഇല്ല,” ഞാൻ വിക്കിവിക്കി പറഞ്ഞു.

“എവിടെ വച്ചാണ് കണ്ടത്?” പ്രഭ്വി മകളോടു ചോദിച്ചു. മകൾ അതിനു മറുപടി പറഞ്ഞില്ല.

എന്റെ മുഖത്തുനിന്നും കണ്ണെടുക്കാതെ അവൾ ചോദിച്ചു:

“ഇപ്പോൾ എന്തെങ്കിലും ജോലിത്തിരക്കുണ്ടോ?”

“ഇല്ല, ഒന്നുമില്ല!”

“എന്നാൽ കമ്പിളി നൂൽ ചുറ്റാൻ എന്നെ ഒന്നു സഹായിക്കണം. എന്റെ കൂടെ വരൂ.”

ഒന്നു തലയാട്ടിയിട്ട് അവൾ സ്വീകരണ മുറിയിൽ നിന്നുപോയി. ഞാൻ പിന്നാലെ ചെന്നു.

ഞാൻ കടന്നുചെന്ന മുറിയിലെ കസേരകളും മറ്റും കുറേക്കൂടി ഭേദമായിരുന്നു. അവ സംവിധാനം ചെയ്തിരുന്നതും ഭംഗിയായിട്ടാണ്. സത്യം പറഞ്ഞാൽ അതൊന്നും ശ്രദ്ധിക്കാനുള്ള മനസ്സാന്നിധ്യം അപ്പോൾ എനിക്കുണ്ടായിരുന്നില്ല—സ്വപ്നത്തിലെന്നപോലെയാണ് ഞാൻ നടന്നത്. സന്തോഷാധിക്യം കൊണ്ടുള്ള ഒരുതരം തളർച്ച എന്റെ സിരകളിലും അംഗങ്ങളിലും അനുഭവപ്പെട്ടു.

പ്രഭുകുമാരി ഒരു കസേരയിലിരുന്നു. മറ്റൊരു കസേര ചൂണ്ടികാട്ടിയിട്ട് അവൾ ചുവന്ന ഒരു കഴി കമ്പിളി നൂൽ പുറത്തെടുത്ത് സൂക്ഷിച്ച് ചുരുളഴിച്ച് എന്റെ നീട്ടിപ്പിടിച്ച കൈതണ്ടകളുടെ മീതെ വെച്ചു. നിശ്ശബ്ദയായും ധാരാളം സമയമുണ്ടെന്നമട്ടിൽ പരിഹാസ്യമാം വണ്ണം പതുക്കെയുമാണ് അവൾ ഇതെല്ലാം ചെയ്തത്. അപ്പോഴെല്ലാം അവളുടെ അല്പം വിടർന്ന ചെഞ്ചുണ്ടുകളിൽ ഒരു കള്ളപ്പുഞ്ചിരി തങ്ങിനിന്നിരുന്നു. നടുവേ മടക്കിയ ഒരു ചീട്ടിന്മേൽ അവൾ നൂൽ മെല്ലെ ചുറ്റിത്തുടങ്ങി. പൊടുന്നനെ ആ പ്രസന്നമായ മിഴികളുയർത്തി അവൾ എന്റെ മുഖത്തേക്ക് ഒന്നു നോക്കി. ഞാൻ അറിയാതെ കണ്ണുകൾ താഴ്ത്തി. സാധാരണ പാതികൂമ്പിയിരിക്കുന്ന അവളുടെ കണ്ണുകൾ പൂർണ്ണമായി തുറന്നപ്പോൾ ആ മുഖത്തുണ്ടായ മാറ്റം അത്ഭുതാവഹമായിരുന്ന—അസാധാരണമായ ഒരു തേജസ്സുകൊണ്ട് ആ മുഖം തിളങ്ങി.

“മെസ്യേ വൊൾദെമാർ, ഇന്നലെ എന്നെപ്പറ്റി എന്താണ് തോന്നിയത്?” നിശ്ശബ്ദത ഭഞ്ജിച്ചുകൊണ്ട് അവൾ ചോദിച്ചു. “എന്റെ പെരുമാറ്റം തീരെ ഇഷ്ടമായിക്കാണില്ല, ഉവ്വോ?”

“എനിക്ക്... വാസ്തവത്തിൽ എനിക്ക് ഒന്നും തോന്നിയില്ല... എന്തു തോന്നാനാണ്?...” പരിഭ്രമം അടക്കാൻ പാടുപെട്ടുകൊണ്ട് ഞാൻ ഒരു വിധത്തിൽ പറഞ്ഞു.

“ഞാൻ പറയുന്നതു കേൾക്കു,” അവൾ പറഞ്ഞു. “നിനക്ക് എന്നെ അറിയില്ല. ഞാൻ ഒരു വിചിത്ര ജീവിയാണ്. എല്ലാവരും എന്നോട് സത്യം പറയുന്നതാണ് എനിക്കിഷ്ടം. നിനക്കു പതിനാറു വയസ്സുണ്ടെന്ന് അമ്മയോടു പറഞ്ഞതു ഞാൻ കേട്ടു. എനിക്ക് വയസ്സ് ഇരുപത്തൊന്നുണ്ട്. മനസ്സിലായോ? താൻ നിന്നേക്കാൾ വളരെ മൂത്തതാണ്. അതുകൊണ്ട് എന്നോട് നീ എപ്പോഴും സത്യം പറയണം... ഞാൻ പറയുന്നത് അനുസരിക്കുകയും വേണം. നീ ഇങ്ങോട്ടു നോക്കു, എന്റെ മുഖത്തു നോക്കാൻ എന്താണിത്ര മടി?”

എന്റെ പരിഭ്രമം വർദ്ധിച്ചു, എങ്കിലും ഞാൻ ദൃഷ്ടികളുയർത്തി അവളുടെ കണ്ണുകളിലേയ്ക്കു നോക്കി. അവൾ പുഞ്ചിരിച്ചു. മുമ്പുണ്ടായിരുന്ന പുഞ്ചിരിയല്ല, അഭിനന്ദനം രേഖപ്പെടുത്തുന്ന ഒരു പുഞ്ചിരിയായിരുന്നു അത്.

“എന്നെ നോക്കിക്കോളൂ,” അവൾ ശബ്ദം താഴ്ത്തി വാത്സല്യപൂർവ്വം പറഞ്ഞു. “എനിക്കതിൽ വിരോധമില്ല. എനിക്ക് നിന്റെ മുഖം ഇഷ്ടമായി. നമ്മൾ ചങ്ങാതിമാരായിത്തീരുമെന്നാണ് എനിക്കു തോന്നുന്നത്. ആട്ടെ, നിനക്ക് എന്നെ ഇഷ്ടപ്പെട്ടോ?” അവൾ കൗശലപൂർവ്വം ചോദിച്ചു.

“പ്രഭുകുമാരി...” ഞാൻ പറയാനാരംഭിച്ചു.

“ഒന്നാമത് നീ എന്നെ സിനയീദ അലക്സാന്ദ്രോവ്ന എന്നാണ് വിളിക്കേണ്ടത്. രണ്ടാമത്, കുട്ടികൾ... അല്ല ചെറുപ്പക്കാർ, മനസ്സിലുള്ളതു തുറന്നു പറയാതിരിക്കുന്നത് എനിക്ക് തീരെ ഇഷ്ടമല്ല. മുതിർന്നവർ അങ്ങനെ ചെയ്തോട്ടെ. ഇനി പറയൂ. നിനക്ക് എന്നെ ഇഷ്ടമായോ?”

അവളുടെ തുറന്ന സംസാരം എനിക്ക് ഇഷ്ടപ്പെട്ടില്ലെങ്കിലും എന്നെ അവൾ ഒരു കുട്ടിയായി കണക്കാക്കുന്നതിൽ എനിക്ക് ഈർഷ്യതോന്നി. ഞാൻ ഒരു കൊച്ചുകുട്ടിയല്ല എന്നു തെളിയിക്കാൻ വേണ്ടി ഗൗരവവും അടുപ്പവും നടിച്ചുകൊണ്ട് ഞാൻ പറഞ്ഞു.

“സിനയീദ അലക്സാന്ദ്രോവ്ന, എനിക്ക് നിങ്ങളെ വളരെ ഇഷ്ടമായി. അക്കാര്യം മറച്ചുവയ്ക്കാൻ ഞാൻ ആഗ്രഹിക്കുന്നുമില്ല...”

അവൾ എന്റെ നേരെ നോക്കി മെല്ലെ തലയാട്ടിക്കൊണ്ടു ചോദിച്ചു.

“നിനക്ക് വീട്ടിൽ ട്യൂട്ടർമാർ ആരെങ്കിലുമുണ്ടോ?”

“ഇല്ല, വളരെക്കാലമായി ആരുമില്ല,” ഞാൻ തട്ടിവിട്ടു. വാസ്തവത്തിൽ എന്റെ ഫ്രഞ്ച് അധ്യാപകൻ പിരിഞ്ഞിട്ട് ഒരു മാസംപോലും ആയിരുന്നില്ല.

“ഓഹോ, അപ്പോൾ നീ വലുതായിക്കഴിഞ്ഞെന്നർത്ഥം.

അവൾ മെല്ലെ എന്റെ വിരലുകളിൽ തട്ടിക്കൊണ്ട് പറഞ്ഞു. “കൈ നേരെ പിടിക്കൂ!” അവൾ കമ്പിളി നൂൽച്ചുറ്റുന്നതിൽ മുഴുകി.

അവൾ ജോലിയിൽ മാത്രം ശ്രദ്ധിച്ചിരിക്കുകയായിരുന്നത്കൊണ്ട് അവളെ ശരിക്കു നോക്കികാണാനുള്ള അവസരം എനിക്കു കിട്ടി. ആദ്യമാദ്യം ഒളിച്ചാണ് ഞാൻ നോക്കിയത്. പിന്നീട് എനിക്കു കൂടുതൽ ധൈര്യം വന്നു. അവൾക്ക് തലേദിവസത്തെക്കാൾ ചന്തമുണ്ടെന്ന് എനിക്കു തോന്നി. അവളുടെ മുഖം അതിമൃദുലവും സുന്ദരവും പ്രബുദ്ധവുമായിരുന്നു. വെളുത്ത കർട്ടനിട്ട ജനലിനു പുറംതിരിഞ്ഞാണ് അവൾ ഇരുന്നിരുന്നത്. കർട്ടന്റെ ഇടയിലൂടെ അരിച്ചുവന്ന വെയിലിന്റെ ഒരു കീറ് അവളുടെ പട്ടുപോലുള്ള സുവർണ്ണ കേശത്തിലും നിർമ്മലമായ കഴുത്തിലും സുന്ദരമായ തോളുകളിലും മൃദുലവും പ്രശാന്തവുമായ മാറിടത്തിലും തഴുകിക്കൊണ്ടിരുന്നു. അവളെ അങ്ങനെ നോക്കിക്കൊണ്ടിരുന്നപ്പോൾ എനിക്കു തോന്നി എനിക്ക് വളരെ അടുപ്പമുള്ള ഒരു വ്യക്തിയാണ് അവളെന്ന്. യുഗങ്ങളായി എനിക്ക് അവളെ പരിചയമുണ്ട്! അവളെ കണ്ടുമുട്ടുന്നതിനുമുമ്പ് ഞാൻ ഉണ്ടായിരുന്നില്ല!...

കടും നിറത്തിലുള്ള ഒരു പഴയ ഉടുപ്പായിരുന്നു അവൾ ധരിച്ചിരുന്നത്. ആ ഉടുപ്പിന്റെ ഓരോ ഞൊറിയും തഴുകണമെന്ന് ഞാൻ ആഗ്രഹിച്ചു. ഉടുപ്പിന്റെ അടിയിൽ നിന്ന് അവളുടെ പാദുകങ്ങളുടെ അഗ്രം പുറത്തേക്ക് എത്തിനോക്കിക്കൊണ്ടിരുന്നു. കമഴ്ന്ന് കിടന്ന് ആ പാദുകങ്ങളിൽ ചുംബിക്കാൻ ഞാൻ കൊതിച്ചു... "ഇവളുടെ മുമ്പിൽ ഇരിക്കുന്ന ഞാൻ എത്ര ഭാഗ്യവാനാണ്." ഞാൻ വിചാരിച്ചു. "ദൈവമേ! എന്തൊരു ഭാഗ്യം!" ആനന്ദനിർവൃതിയിൽ മതിമറന്ന് ഞാൻ ചാടിയെണീക്കാൻ പോയതാണ്, എന്നാൽ തക്ക സമയത്ത് ഞാൻ സ്വയം നിയന്ത്രിച്ചു. മിഠായി കിട്ടിയ ഒരു കൊച്ചുകുട്ടിയെപ്പോലെ കാലുകൾ ഒന്നിളക്കുക മാത്രമേ ഞാൻ ചെയ്തുള്ളൂ.

വെള്ളത്തിൽ കിടക്കുന്ന മത്സ്യത്തെപ്പോലെ ഞാൻ സംതൃപ്തനായിരുന്നു. ആ മുറിയിൽ ആ കസേരയിൽ ജീവിതകാലം മുഴുവൻ അങ്ങനെ ഇരിക്കാൻ കഴിഞ്ഞെങ്കിൽ എന്നു ഞാനാഗ്രഹിച്ചു.

കൂമ്പിയ ഇമകൾ മെല്ലെ വിടർന്നു, അവളുടെ തിളങ്ങുന്ന കണ്ണുകൾ വീണ്ടും എന്റെമേൽ സൗമ്യമായ പ്രകാരം ചൊരിഞ്ഞു, ആ ചുണ്ടുകൾ വീണ്ടും പുഞ്ചിരിതൂകി.

"നിന്റെ ഒരു നോട്ടം!"എന്റെ നേരെ വിരൽ കുലുക്കിക്കൊണ്ട് അവൾ മെല്ലെ പറഞ്ഞു.

എന്റെ മുഖം ചുവന്നു. "അവൾക്ക് എല്ലാം മനസ്സിലാകുന്നുണ്ട്, എല്ലാം അവൾ കാണുന്നുണ്ട്." ഞാൻ വിചാരിച്ചു. എല്ലാം കാണുകയും മനസ്സിലാക്കുകയും ചെയ്യാതിരിക്കാൻ അവൾക്കെങ്ങിനെ കഴിയും?"

അടുത്ത മുറിയിൽനിന്ന് പെട്ടെന്ന് ഒരു ശബ്ദം കേട്ടു. ഒരു വാളിന്റെ കിലുക്കമായിരുന്നു അത്.

"സീന!" പ്രഭ്വി സ്വീകരണ മുറിയിൽനിന്ന് വിളിച്ചു.

"ബെലൊവ്സോറൊവ് നിനക്ക് ഒരു പൂച്ചക്കുട്ടിയെ കൊണ്ടുവന്നിരിക്കുന്നു."

"പൂച്ചക്കുട്ടിയോ?" എന്നു വിളിച്ചു ചോദിച്ചുകൊണ്ട് സിനയീദ ചാടിയെണീറ്റു. കമ്പിളി ഉണ്ട എന്റെ മടിയിലേക്കിട്ടിട്ട് അവൾ പുറത്തേയ്ക്കോടി.

ഞാനും എണീറ്റു. കമ്പിളി നൂൽ ജനലിലിൽവച്ചിട്ട് സ്വീകരണ മുറിയിലേക്കു കടന്ന ഞാൻ അത്ഭുതസ്തബ്ധനായി നിന്നുപോയി: വരയുള്ള ഒരു പൂച്ചക്കുട്ടി നിലത്ത് കിടക്കുന്നു, സിനയീദ മുട്ടുകുത്തിനിന്ന് അതിന്റെ തല മെല്ലെ ഉയർത്തിപിടിച്ചിരിക്കുന്നു. പ്രഭ്വിയുടെ അടുത്ത്, ജനാലകൾക്കിടയിലുള്ള സ്ഥലം മുഴുവൻ അപഹരിച്ചുകൊണ്ട് സുമുഖനും ചെറുപ്പക്കാരനുമായ ഒരു ഹുസാർ നില്പുണ്ട്. സ്വർണ്ണനിറമുള്ള ചുരുണ്ട മുടിയും തുടുത്ത മുഖവുമുള്ള അയാളുടെ കണ്ണുകൾക്ക് അസാധാരണ ചൈതന്യമുണ്ടായിരുന്നു.

“എന്തു രസമാണെന്നു നോക്കൂ!” സിനയീദ ആഹ്ലാദഭരിതയായി മൊഴിഞ്ഞു. “ഇതിന്റെ കണ്ണുകൾക്ക് ചാരനിറമല്ല, പച്ചനിറമാണ്. എത്ര വലിയ ചെവികൾ! വിക്ടർ യെഗോറിച്ച് നന്ദി. നിങ്ങൾ ഒരു നല്ല മനുഷ്യനാണ്.”

തലേദിവസം തോട്ടത്തിൽ കണ്ട ചെറുപ്പക്കാരിൽ ഒരാളായിരുന്നു ആ ഹുസാർ. കുതിമുള്ളുകൾ കൂട്ടിമുട്ടിക്കുകയും വാളുറയുടെ ലോഹവളയങ്ങൾ കിലുക്കുകയും ചെയ്തുകൊണ്ട് അയാൾ സിനയീദയെ തലകുനിച്ചു വണങ്ങുകയും പുഞ്ചിരിതൂവുകയും ചെയ്തു.

“വലിയ ചെവികളുള്ള ഒരു വരയൻ പൂച്ചക്കുട്ടിയെ കിട്ടിയാൽ കൊള്ളാമെന്ന് ഇന്നലെ നിങ്ങൾ പറയുന്നതു ഞാൻ കേട്ടു... ഇതാ ഞാൻ അതിനെ കൊണ്ടുവന്നിരിക്കുന്നു. നിങ്ങൾ ഒരു വാക്കു പറഞ്ഞാൽ ഒരു കല്പനപോലെ ഞാൻ അതനുസരിക്കും. യുവാവ് ഒരിക്കൽക്കൂടി തലകുനിച്ചു.

പൂച്ചക്കുട്ടി മെല്ലെ കരഞ്ഞുകൊണ്ട് നിലത്ത് മണംപിടിച്ചു.

“അതിന് വിശക്കുന്നുണ്ട്!” സിനയീദ വിളിച്ചുപറഞ്ഞു.

“വൊനിഫാതി! സോന്യ! വേഗം കുറച്ചു പാൽ കൊണ്ടുവരൂ!”

മഞ്ഞനിറത്തിലുള്ള വൃത്തികെട്ട ഉടുപ്പും നിറം പോയ തുവാലയും ധരിച്ച ഒരു പരിചാരിക ഒരു കിണ്ണത്തിൽ കുറച്ചു പാലു കൊണ്ടുവന്ന് പൂച്ചക്കുട്ടിയുടെ മുമ്പിൽ വച്ചു. പൂച്ചക്കുട്ടി ഒന്നു ഞെട്ടിയിട്ട് കണ്ണുകൾ ഇറുക്കിപ്പിടിച്ചുകൊണ്ട് അതു നക്കിക്കുടിച്ചു തുടങ്ങി.

“അതിന്റെ നാക്ക് എത്ര ചുവന്നതാണെന്നു നോക്കൂ!” സിനയീദ പറഞ്ഞു. അവൾ ഏതാണ്ട് നിലത്തു മുട്ടുമാറ് തല കുനിച്ചു പിടിച്ച് പൂച്ചക്കുട്ടിയുടെ താടിക്കടിയിലൂടെ മറുവശത്തേക്കു നോക്കാൻ ശ്രമിക്കുകയായിരുന്നു.

വയറു നിറഞ്ഞപ്പോൾ പൂച്ചക്കുട്ടി പാലുകുടി നിർത്തി മുൻകാലുകളുയർത്തി മുഖം തുടച്ചുകൊണ്ട് കുറുങ്ങിത്തുടങ്ങി. സിനയീദ എണീറ്റു. അവൾ അലക്ഷ്യഭാവത്തിൽ പരിചാരികയോടു പറഞ്ഞു. “അതിനെ അപ്പുറത്തേക്കു കൊണ്ടുപോ.”

“പൂച്ചക്കുട്ടിയെ തന്നതിനു പകരം നിങ്ങളുടെ കൈ ചുംബിക്കാൻ അനുവദിക്കൂ.” ഇറുക്കിപ്പിടിച്ചു കിടക്കുന്ന പുത്തൻ യൂണിഫോറത്തിനുള്ളിൽ കുടുങ്ങിയ തന്റെ ഭീമാകാരം ആകെ കുലുക്കിക്കൊണ്ട് ഹുസാർ പറഞ്ഞു.

“ഇതാ രണ്ടു കൈകളും,” എന്നു പറഞ്ഞുകൊണ്ട് സിനയീദ ഇരുകൈകളും നീട്ടിപ്പിടിച്ചു. അയാൾ അവളുടെ കൈകളിൽ ചുംബിച്ചു കൊണ്ടിരുന്നപ്പോൾ അവൾ അയാളുടെ തോളിനു മുകളിലൂടെ എന്നെ ഒന്നു നോക്കി.

ചിരിക്കുകയോ എന്തെങ്കിലും പറയുകയോ നിശ്ശബ്ദത പാലിക്കുകയോ എന്താണ് വേണ്ടതെന്നു നിശ്ചയമില്ലാതെ ഞാൻ കുഴങ്ങി. പെട്ടെന്ന്, തുറന്നു കിടന്നിരുന്ന ഇടനാഴിയിലേക്കുള്ള വാതില്ക്കൽ നിന്നുകൊണ്ട് ഞങ്ങളുടെ ഭൃത്യനായ ഫ്യോദൊർ എന്റെ നേരെ ആംഗ്യം കാണിക്കുന്നതു ഞാൻ കണ്ടു. ഞാൻ യാന്ത്രികമായി അയാളുടെ അടുത്തേക്കു നടന്നു.

"എന്താ?"

"അമ്മ എന്നെ പറഞ്ഞയച്ചതാണ്," അയാൾ സ്വകാര്യമായി പറഞ്ഞു. "മറുപടിയുമായി തിരിച്ചു ചെല്ലാത്തതുകൊണ്ടു അമ്മ ദേഷ്യപ്പെട്ടിരിക്കയാണ്."

"എന്താ? ഞാൻ പോന്നിട്ട് അത്രയധികം സമയമായോ?"

"ഒരു മണിക്കൂറിൽ കൂടുതലായി."

"ഒരു മണിക്കൂറിൽ കൂടുതലോ?" എന്ന് അറിയാതെ ചോദിച്ചുകൊണ്ട് ഞാൻ സ്വീകരണ മുറിയിലേക്ക് തിരിച്ചുപോയി. പ്രഭ്വിയുടെ മുമ്പിൽ തലകുനിക്കുകയും കാലുകൾ കൂട്ടിമുട്ടിക്കുകയും ചെയ്തുകൊണ്ട് ഞാൻ അവിടന്ന് ഇറങ്ങാൻ തുടങ്ങി.

"എവിടെ പോകുന്നു?" പ്രഭുകുമാരി ഹുസാറിന്റെ തോളിനുമുകളിലൂടെ എന്നെ ഒന്നു നോക്കിയിട്ട് ചോദിച്ചു.

"വീട്ടിൽ പോകാൻ നേരമായി," ഞാൻ പറഞ്ഞു. അനന്തരം പ്രഭ്വിയുടെ നേരെ തിരിഞ്ഞ് ഞാൻ ചോദിച്ചു. "ഒരു മണിക്കുശേഷം പ്രഭ്വിയെ പ്രതീക്ഷിക്കാമെന്ന് അമ്മയോടു പറയട്ടേ?"

"അതെ, അങ്ങനെയാകട്ടെ!"

പ്രഭ്വി പൊടിഡപ്പി തുറന്ന് ഒരു നുള്ളു പൊടിയെടുത്ത് വലിച്ചു. ആ ശബ്ദം കേട്ട് ഞാൻ ഞെട്ടിപ്പോയി—അത്ര ഉറപ്പൈയൊണ് അവർ അതു മൂക്കിലേക്കു വലിച്ചുകയറ്റിയത്! തുമ്മാനൊരുങ്ങിക്കൊണ്ട് അവർ വീണ്ടും പറഞ്ഞു:

"അതെ, അങ്ങനെയാകട്ടെ."

ഞാൻ വീണ്ടും തലകുനിച്ചിട്ട് തിരിഞ്ഞുനടന്നു. തന്നെ ആരോ പിന്നിൽനിന്നു നോക്കുന്നുണ്ടെന്ന് തീർച്ചയുള്ളപ്പോൾ തീരെ ചെറുപ്പക്കാരായ യുവാക്കന്മാരെ പിടികൂടുന്ന ഒരുതരം ജാള്യത എനിക്കും അനുഭവപ്പെട്ടു.

"മെസ്യേ വൊൽദെമാർ, ഇടയ്ക്കൊക്കെ ഇങ്ങോട്ടു വരണം;" സിനയീദ വിളിച്ചു പറഞ്ഞു.

"അവൾ എന്തിനാണ് ഇത്ര വളരെ ചിരിക്കുന്നത്?" വീട്ടിലേക്കു നടക്കുമ്പോൾ ഞാൻ ആലോചിച്ചു. എന്റെ പിന്നാലെ നടന്നിരുന്ന

ഫ്യോദൊർ നിശ്ശബ്ദനായിരുന്നെങ്കിലും അയാൾക്ക് അതൊന്നും ഇഷ്ടപ്പെട്ടില്ല എന്നു സ്പഷ്ടമായിരുന്നു. അമ്മ എന്നെ ശകാരിച്ചു. ഞാൻ ഇത്രയധികം സമയം പ്രഭ്വിയുടെ വീട്ടിൽ എന്തു ചെയ്യുകയായിരുന്നെന്ന് അവർ ചോദിച്ചു. അതിനുത്തരമൊന്നും പറയാതെ ഞാൻ എന്റെ മുറിയിലേക്കു പോയി. പെട്ടെന്ന് കടുത്ത വിഷാദം എന്നെ പിടികൂടി. പൊട്ടിക്കരയാതിരിക്കാൻ ഞാൻ നന്നേ പാടുപെട്ടു. ആ ഹുസാറിനോട് എനിക്ക് അസൂയതോന്നി!

V

പറഞ്ഞ സമയത്ത് പ്രഭ്വി അമ്മയെ സന്ദർശിക്കാനെത്തി. എന്നാൽ എന്റെ അമ്മയുടെ പ്രീതിക്കു പാത്രമാകാൻ അവർക്കു കഴിഞ്ഞില്ല. ആ കൂടിക്കാഴ്ച നടക്കുമ്പോൾ ഞാൻ അവിടെ ഉണ്ടായിരുന്നില്ലെങ്കിലും ഭക്ഷണ സമയത്ത് അമ്മ അച്ഛനോട് അതേപ്പറ്റി സംസാരിക്കുന്നത് ഞാൻ കേട്ടു. സസേകിന പ്രഭ്വി "അപരിഷ്കൃതയായ" ഒരു മഹിളയാണെന്നും സെർഗേയ് പ്രഭുവിനോട് സംസാരിക്കണമെന്നുള്ള അഭ്യർത്ഥനകൾകൊണ്ട് അവർ അമ്മയെ വീർപ്പുമുട്ടിച്ചെന്നും "പണസംബന്ധമായ" അനവധി കേസുകളിലും തർക്കങ്ങളിലും അവർ കുടുങ്ങിയിരിക്കുകയാണെന്നും അവർ ഒരു "കുതന്ത്രക്കാരി" ആണെന്നും അമ്മ പറഞ്ഞു. ഇതൊക്കെയാണെങ്കിലും അവർ അയല്ക്കാരിയും പ്രഭ്വിസ്ഥാനം ഉള്ളവരുമായതിനാൽ താൻ അവരേയും മകളേയും നാളെ ഉച്ചഭക്ഷണത്തിനു ക്ഷണിച്ചിട്ടുണ്ടെന്നും അമ്മ അച്ഛനെ അറിയിച്ചു. ("മകളേയും," എന്നു കേട്ട മാത്രയിൽ ഞാൻ പ്ലേയിറ്റിലേക്ക് മുഖം കുനിച്ചിരുന്നു). ഈ സ്ത്രീ ആരാണെന്ന് തനിക്കു ഇപ്പോൾ ഓർമ്മവന്നു എന്നായിരുന്നു അച്ഛന്റെ മറുപടി. സസേകിൻ പ്രഭുവിനെ ചെറുപ്പത്തിൽ അച്ഛനു പരിചയമുണ്ടായിരുന്നു. നല്ല തറവാടിത്തമുള്ള മനുഷ്യനായിരുന്നെങ്കിലും ആ പ്രഭു ഒരു ദുരഭിമാനിയും ബുദ്ധിശൂന്യനുമായിരുന്നത്രെ. പാരീസിൽ വളരെക്കാലം താമസിച്ചിരുന്നതുകൊണ്ട് പ്രഭുവിനെ എല്ലാവരും "പാരീസുകാരൻ"എന്നു വിളിച്ചുപോന്നു. വലിയ പണക്കാരനായിരുന്നെങ്കിലും അദ്ദേഹം അതെല്ലാം ചീട്ടുകളിച്ചു നശിപ്പിച്ചു. "ഒടുവിൽ എന്തോ കാരണവശാൽ, മിക്കവാറും പണത്തിനു വേണ്ടിയായിരുന്നിരിക്കണം, അദ്ദേഹം ഒരു ചെറുകിട ഉദ്യോഗസ്ഥന്റെ മകളെ കല്യാണം കഴിച്ചു." ഇത്രയും പറഞ്ഞിട്ട് അച്ഛൻ തന്റെ തണുത്തുറഞ്ഞ പുഞ്ചിരി അണിഞ്ഞുകൊണ്ട് കൂട്ടിച്ചേർത്തു, "അദ്ദേഹത്തിന് കുറെക്കൂടി നല്ല ഒരുത്തിയെ കിട്ടുമായിരുന്നു."

"അവർ എന്റെ കയ്യിൽനിന്ന് പണം കടം ചോദിക്കാതിരുന്നാൽ മതിയായിരുന്നു. "അമ്മ പറഞ്ഞു.

"അവർ അതിനു തുനിഞ്ഞില്ലെങ്കിലാണ് അത്ഭുതം," അച്ഛൻ ശാന്തമായി പറഞ്ഞു. "അവർ ഫ്രഞ്ച് സംസാരിക്കുമോ?

"തീരെ മോശം."

"അല്ലെങ്കിൽ അതിലെന്തിരിക്കുന്നു? നീ അവരുടെ മകളേയും വിളിച്ചിട്ടുണ്ടെന്നല്ലേ പറഞ്ഞത്? വിദ്യാസമ്പന്നയായ നല്ലൊരു പെൺകുട്ടിയാണ് മകളെന്ന് ആരോ പറയുന്നതു കേട്ടു."

"അമ്മയെപ്പോലെ അല്ലെന്നർത്ഥം."

"പിതാവിനെപ്പോലെയുമല്ല." അച്ഛൻ പറഞ്ഞു. "അദ്ദേഹം വിദ്യാസമ്പന്നനായിരുന്നെങ്കിലും ഒരു വിഡ്ഢിയായിരുന്നു."

എന്റെ അമ്മ നെടുവീർപ്പിട്ടുകൊണ്ട് മനോരാജ്യത്തിൽ മുഴുകി ഇരുന്നു. അച്ഛൻ കൂടുതലൊന്നും പറഞ്ഞില്ല. ആ സംഭാഷണം നടക്കുന്ന സമയമത്രയും മുള്ളിന്റെ പുറത്തിരിക്കുന്നതു പോലെയാണ് ഞാൻ ഇരുന്നത്.

ഉച്ചഭക്ഷണം കഴിഞ്ഞ് ഞാൻ തോട്ടത്തിലേക്കിറങ്ങി. എന്നാൽ ഞാൻ തോക്കെടുത്തിരുന്നില്ല. സസേകിൻ കുടുംബത്തിന്റെ വക ഉദ്യാനത്തിനടുത്തെങ്ങും പോവുകയില്ലെന്ന് സ്വയം പ്രതിജ്ഞചെയ്തു. എന്നാൽ അപ്രതിരോധ്യമായ ഏതോ ഒരു ശക്തി എന്നെ അങ്ങോട്ട് വലിച്ചുകൊണ്ടു പോയി. അതു നിഷ്ഫലമായില്ലതാനും. വേലിക്കടുത്തെത്തിയപ്പോൾ സിനയീദയെ ഞാൻ കണ്ടു. ഇത്തവണ അവൾ ഒറ്റയ്ക്കായിരുന്നു. തുറന്ന പുസ്തകം കൈയിൽ പിടിച്ചുകൊണ്ട് അവൾ നടപ്പാതയിലൂടെ മെല്ലെ നടക്കുകയായിരുന്നു. അവൾ എന്നെ കണ്ടിരുന്നില്ല.

അവൾ എന്നെ കടന്നു പോകുമെന്നെ, എന്നാൽ തക്ക സമയത്ത് മെല്ലെ ഒന്നു ചുമയ്ക്കാൻ എനിക്കു തോന്നി.

നടപ്പു നിർത്താതെ അവൾ തിരിഞ്ഞുനോക്കി. വട്ടത്തിലുള്ള തൊപ്പിയുടെ വീതിയേറിയ നീല റിബൺ ഒരു വശത്തേക്കു മാറ്റി നേരിയ ഒരു പുഞ്ചിരിയോടെ എന്നെ ഒന്നു നോക്കിയിട്ട് അവൾ വീണ്ടും പുസ്തകത്തിലേക്കു ശ്രദ്ധ തിരിച്ചു.

ഞാൻ എന്റെ തൊപ്പി എടുത്തു മാറ്റിയിട്ട് അല്പനേരം അവിടെ ചുറ്റിപ്പറ്റിനിന്നു. ഭാരിച്ച ഹൃദയവുമായാണ് ഞാൻ അവിടെ വിട്ടത്. "ഞാൻ അവൾക്ക് ആരാണ്?" എന്നു ഞാൻ ഫ്രഞ്ചിൽ (അതെന്തുകൊണ്ടാണെന്ന് എനിക്കുതന്നെ അറിയില്ല) സ്വയം ചോദിച്ചു.

സുപരിചിതമായ പദവിന്യാസം പുറകിൽ കേട്ട് ഞാൻ തിരിഞ്ഞു നോക്കി. അച്ഛൻ സ്വതസ്സിദ്ധമായ ചുറുചുറുക്കോടെ എന്റെയടുത്തേക്ക് നടന്നു വരികയായിരുന്നു.

"പ്രഭ്വിയുടെ മകളാണോ അത്?"

“അതെ”

“നിനക്ക് അവളെ പരിചയമുണ്ടോ?”

“ഇന്നു രാവിലെ അവരുടെ വീട്ടിൽ ചെന്നപ്പോൾ കണ്ടു.”

അച്ഛൻ നടപ്പ നിർത്തി, ഉപ്പൂറ്റി നിലത്ത് അമർത്തിക്കൊണ്ട് നിന്നനില്പിൽ തന്നെ തിരിഞ്ഞ്, വന്ന വഴി മടങ്ങിപ്പോയി. സിനയീദയുടെ ഒപ്പം എത്തിയപ്പോൾ അദ്ദേഹം ഉപചാരപൂർവ്വം തലകുനിച്ചു. അവൾ അദ്ദേഹത്തേയും തലകുമ്പിട്ടു വണങ്ങി. അവളുടെ മുഖം വിസ്മയഭരിതമാകുന്നത് ഞാൻ കണ്ടു. അവൾ പുസ്തകം താഴ്ത്തിപ്പിടിച്ച് അച്ഛൻ നടന്നകലുന്നതു നോക്കിയിരുന്നു. എന്റെ അച്ഛൻ എപ്പോഴും വളരെ ഭംഗിയായി വേഷം ധരിച്ചാണ് നടക്കുക. ലളിതമായ വസ്ത്രങ്ങൾകൊണ്ട് ഭംഗിയായി അണിഞ്ഞൊരുങ്ങാൻ അദ്ദേഹത്തിന് ഒരു പ്രത്യേക കഴിവുണ്ടായിരുന്നു. എങ്കിലും അച്ഛന്റെ കടഞ്ഞെടുത്ത ദേഹവും ചുരുണ്ടമുടിക്കു മുകളിൽ വച്ചിരുന്ന ചേർച്ചയുള്ള തൊപ്പിയും അന്നത്തെപ്പോലെ ആകർഷകമായി മുമ്പൊരിക്കലും ഞാൻ കണ്ടിട്ടില്ല.

ഞാൻ സിനയീദയുടെ അടുത്തേക്ക് നടന്നു. എന്നാൽ അവൾ എന്നെ കണ്ടഭാവം വയ്ക്കാതെ പുസ്തകം ഉയർത്തിപ്പിടിച്ച്. മറ്റൊരിടത്തേക്കു നടന്നുപോവുകയാണ് ചെയതത്.

VI

അന്നു രാത്രിയും പിറ്റേന്നു രാവിലെയും വിഷാദമൂകനായി ഞാൻ കഴിച്ചുകൂട്ടി. പഠിത്തത്തിൽ മുഴുകാൻ ഒരു വിഫലശ്രമം ഞാൻ നടത്താതിരുന്നില്ല. “ജൂലിയസ് സീസർ യുദ്ധരംഗത്ത് അസാധാരണമായ ധൈര്യം പ്രദർശിപ്പിച്ചിരുന്നു”. എന്ന പുസ്തകം നിവർത്തി ഞാൻ പത്താവർത്തിയെങ്കിലും വായിച്ചു. എന്നിട്ടും ഒന്നും എന്റെ മനസ്സിൽ പതിഞ്ഞില്ല. ഒടുവിൽ ഞാൻ പുസ്തകം അടച്ചുവച്ചു. ഉച്ചഭക്ഷണത്തിനു മുമ്പ് പിന്നെയും തലയിൽ സുഗന്ധതൈലം പൂശുകയും കോട്ടും ടൈയും ധരിക്കുകയും ചെയ്തു.

“എന്തിനാണിത്?” അമ്മ ചോദിച്ചു. “നീ ഇനിയും കോളേജുകുമാരൻ ആയിട്ടില്ല. നീ പ്രവേശന പരീക്ഷയിൽ ജയിക്കുമോ എന്നുപോലും തീർച്ചയില്ല. പോരെങ്കിൽ നിന്റെ ജാക്കറ്റ് പുതിയതാണ്. അത് കളയാനാണോ നിന്റെ ഭാവം?

“പക്ഷേ ഇന്നു നമുക്ക് അതിഥികൾ ഉണ്ടല്ലോ,” നിരാശനായി ഞാൻ മന്ത്രിച്ചു.

“അസംബന്ധം! അവരെ ആരു വകവയ്ക്കുന്നു!”

വഴങ്ങുകയല്ലാതെ മറ്റു മാർഗ്ഗമൊന്നുമുണ്ടായിരുന്നില്ല. ഞാൻ പോയി കോട്ടിനു പകരം ജാക്കറ്റ് ധരിച്ചു. എന്നാൽ ടൈ അഴിച്ചു മാറ്റിയില്ല. ഉച്ച ഭക്ഷണത്തിന് അരമണിക്കൂർ മുമ്പ് പ്രഭ്വിയും മകളും എത്തി. പ്രഭ്വി ഞാൻ തലേന്ന് കണ്ട പച്ച നിറമുള്ള ഉടുപ്പുതന്നെയാണ് ധരിച്ചിരുന്നത്. അവർ അതിന്റെ മീതെ ഒരു മഞ്ഞഷാൾ പുതച്ചിരുന്നു. കൂടാതെ ചെന്തീനിറ മുള്ള റിബണുകൾ ധരിച്ചിരുന്നു. വന്നപാടെ അവർ തന്റെ പ്രോമിസറി നോട്ടുകളുടെ കാര്യം എടുത്തിട്ടു. തന്റെ ദാരിദ്ര്യത്തെപ്പറ്റി ആവലാതി പറയുകയും നെടുവീർപ്പിടുകയും ചിണുങ്ങുകയും ചെയ്തുകൊണ്ടിരുന്നെ ങ്കിലും തെല്ലുപോലും സങ്കോചം അവർക്കുണ്ടായിരുന്നില്ല. സ്വന്തം വീട്ടിലെപ്പോലെ തന്നെ അവർ യാതൊരു കൂസലുമില്ലാത ശബ്ദത്തോടെ പൊടി വലിക്കുകയും കസേരയിലിരുന്ന് ഇളക്കുകയും ചെയ്തു. താൻ ഒരു പ്രഭ്വിയാണെന്ന ബോധം അവർക്ക് തീരെയില്ലെന്നു തോന്നി. എന്നാൽ സിനയീദ നേരെമറിച്ചായിരുന്നു. ഒരു പ്രഭ്വിയുടെ പദവിക്കൊത്ത അന്തസ്സും അല്പം ഒരു ഡംഭും എനിക്കവളുടെ പെരുമാറ്റത്തിൽ കാണാൻ കഴിഞ്ഞു. ശൈത്യം സ്ഫുരിക്കുന്ന ദാർഢ്യവും ഗാംഭീര്യവും അവളുടെ മുഖത്ത് പ്രകടമായിരുന്നു. തലേന്ന് ഞാൻ കണ്ട പെൺകുട്ടിയെ തിരി ച്ചറിയാൻ എനിക്ക് കഴിഞ്ഞില്ല—അവളുടെ പുഞ്ചിരിയും കടാക്ഷവും പോലും അത്രയേറെ മാറിയിരുന്നു. എന്നാൽ ഈ പുതിയ ഭാവത്തിലും അവൾ അതിസുന്ദരിയാണെന്നു എനിക്ക് തോന്നി. നീല പൂക്കളുള്ള നേർത്ത ഒരു പട്ടുകുപ്പായമാണ് അവൾ അണിഞ്ഞിരുന്നത്. മുടി നീണ്ട ചുരുളുകളായി മുഖത്തിന്റെ ഇരുവശത്തുകൂടിയും മുമ്പോട്ടിട്ടിരുന്നു. ഇംഗ്ലീ ഷുകാരുടെ ശൈലിയിലുള്ള ആ കേശാലങ്കാരം മുഖഭാവത്തിന് നന്നേ യോജിച്ചതാണെന്ന് എനിക്കു തോന്നി. ഭക്ഷണ സമയത്ത് എന്റെ അച്ഛനാണ് അവളുടെ തൊട്ടടുത്ത് ഇരുന്നിരുന്നത്. സംസ്കാരസമ്പന്ന നായ ആദ്ദേഹം ഹൃദ്യവും ഉപചാരപൂർവ്വവുമായ പെരുമാറ്റംകൊണ്ട് അവളെ പ്രതീപ്പെടുത്തിക്കൊണ്ടിരുന്നു. ഇടയ്ക്കിടെ അച്ഛൻ അവളുടെ മുഖത്തേക്കു നോക്കുന്നത് ഞാൻ കണ്ടു. അവൾ അദ്ദേഹത്തേയും ഇടയ്ക്കിടെ നോക്കിയിരുന്നു. ആ നോട്ടത്തിൽ വിചിത്രമായ എന്തോ ഒന്ന്, 'വിദ്വേഷം പോലെ എന്തോ ഒന്ന്, ഒളിഞ്ഞു കിടക്കുന്നുണ്ടെന്ന് എനിക്കു തോന്നി. അവർ ഫ്രഞ്ചിലാണ് സംസാരിച്ചത്. സിനയീദയുടെ ഉച്ചാര ണശുദ്ധി എന്നെ അത്ഭുതപ്പെടുത്തി. വലിയ പ്രഭ്വി ഭക്ഷണ സമയത്തും പരിപൂർണ്ണസ്വാതന്ത്ര്യത്തോടെ പെരുമാറി. യാതൊരു മടിയും കൂടാതെ അവർ ധാരാളം തിന്നുകയും എല്ലാറ്റിനും നല്ല സ്വാദുണ്ടെന്ന് പുകഴ്ത്തുകയും ചെയ്തു. എന്റെ അമ്മയ്ക്ക് അതൊന്നും തീരെ രസിക്കുന്നില്ലെന്ന് എനിക്കു മനസ്സിലായി. വിഷാദഗ്രസ്തയായി മുഖം വീർപ്പിച്ചുകൊണ്ട് അലക്ഷ്യഭാവ ത്തിലാണ് അമ്മ പ്രഭ്വിയുടെ ചോദ്യങ്ങൾക്കു മറുപടി പറഞ്ഞത്; അച്ഛൻ ഒന്നു രണ്ടു തവണ ആരും കാണാതെ നെറ്റി ചുളിക്കുന്നത് ഞാൻ കണ്ടു. എന്റെ അമ്മയ്ക്കു സിനയീദയെയും ഇഷ്ടപ്പെട്ടില്ല.

പിറ്റേന്ന് അമ്മ അച്ഛനോട് അവളെപ്പറ്റി പറയുന്നതു ഞാൻ കേട്ടു. “എന്തൊരു തണ്ട്! എന്തു കണ്ടിട്ടാണ് അവൾക്ക് ഇത്ര അഹംഭാവം? കണ്ടാൽ വെറും കൂലിക്കാരുടെ നൃത്തക്കാരിയാണെന്നേ തോന്നൂ.”

“കൂലിക്കാരുടെ നൃത്തക്കാരിയെ ജീവിതത്തിൽ ഒരിക്കലും കണ്ടിട്ടില്ലെന്നർത്ഥം.”

“അതു ഭാഗ്യമായി!”

“അതെ... ഭാഗ്യമാണ്. പക്ഷേ അവരെ കണ്ടിട്ടില്ലാത്ത സ്ഥിതിക്ക് അവരെപ്പറ്റി തീർപ്പുകല്പിക്കുന്നതു ശരിയല്ല.”

ഭക്ഷണ സമയത്തോ അതിനു മുമ്പോ സിനയീദ എന്നെ ഒട്ടും ശ്രദ്ധിച്ചില്ല. ഭക്ഷണം കഴിഞ്ഞയുടൻ പ്രഭ്വി യാത്ര പറഞ്ഞിട്ടും ശ്രദ്ധിച്ചില്ല. ഭക്ഷണം കഴിഞ്ഞയുടൻ പ്രഭ്വി യാത്ര പറഞ്ഞു.

“മാര്യ നിക്കൊലായെവ്ന, പ്യോത്തർ വിസീല്യേവിച്ച്, എനിക്ക് നിങ്ങളുടെ സംരക്ഷണം കിട്ടുമെന്ന് കരുതുന്നു, അവർ അമ്മയോടും അച്ഛനോടുമായി പറഞ്ഞു. “കാര്യം ഇതാണ്! ഞാൻ നല്ല നിലയിൽ കഴിഞ്ഞവളാണ്. പക്ഷേ ഇപ്പോൾ ഇങ്ങനെയായി. പ്രഭ്വി തിരുമനസ്സാണെന്ന് പറഞ്ഞു നടക്കാം!” അസുഖകരമായ ഒരു ചിരിയോടെ അവർ കൂട്ടിച്ചേർത്തു. പക്ഷേ സത്യം പറഞ്ഞാൽ പണമില്ലാതെ പദവികൊണ്ട് കാര്യമില്ല.”

അച്ഛൻ ഉപചാരപൂർവ്വം തലകുനിച്ച് വണങ്ങിയിട്ട് അവരെ വാതില്ക്കലേക്ക് ആനയിച്ചു. ഇറക്കം കുറഞ്ഞ ജാക്കറ്റും ധരിച്ച്, തറയിൽ നോക്കി മരണശിക്ഷയ്ക്ക് വിധിക്കപ്പെട്ടവനെപ്പോലെ ഞാൻ നിന്നു. സിനയീദയുടെ പെരുമാറ്റം എന്നെ ഉന്മൂലനം ചെയ്തുകഴിഞ്ഞിരുന്നു. അതുകൊണ്ട്, എന്നെ കടന്നുപോയപ്പോൾ കണ്ണുകളിൽ പഴയ ആർജ്ജവഭാവത്തോടെ, “ഇന്ന് വൈകിട്ട് എട്ടുമണിക്ക് വീട്ടിൽ വരണം മറക്കരുത്...” എന്നവൾ പറഞ്ഞപ്പോൾ എനിക്കുണ്ടായ വിസ്മയം നിങ്ങൾക്ക് ഊഹിക്കാമല്ലോ. അത്ഭുതത്തോടെ കൈകൾ മലർത്താനേ എനിക്കു കഴിഞ്ഞുള്ളൂ. അപ്പോഴേക്കും തലയിൽ ഒരു വെളുത്ത തുവാലയുംകെട്ടി അവൾ കടന്നു പോയ്ക്കഴിഞ്ഞു.

VII

മുടി ചീകി പൊക്കിവച്ച് കോട്ടും ധരിച്ച് ഞാൻ കൃത്യം എട്ടുമണിക്ക് പ്രഭ്വിയുടെ വീടിന്റെ ഇടനാഴിയിൽ പ്രവേശിച്ചു. വയസ്സായ ഭൃത്യൻ മുഖം കനപ്പിച്ച് എന്റെ നേരെ ഒന്നു നോക്കിയിട്ട് താനിരുന്നിരുന്ന ബഞ്ചിൽ നിന്ന് മനസ്സില്ലാമനസ്സോടെ എണീറ്റു. സ്വീകരണമുറിയിൽ

നിന്ന് ആഹ്ലാദഭരിതമായ ശബ്ദങ്ങൾ പുറത്തേക്ക് പ്രവഹിച്ചുകൊണ്ടിരുന്നു. അകത്തു കടക്കാനായി വാതിൽ തുറന്ന ഞാൻ അത്ഭുതഭരിതനായി പകച്ചുനിന്നുപോയി. ഏതോ ഒരു മാന്യന്റെ തൊപ്പി കൈകളിൽ നീട്ടിപ്പിടിച്ചുകൊണ്ട് സിനയീദ മുറിയുടെ ഒത്ത നടുവിൽ കിടന്ന ഒരു കസേരയുടെ മുകളിൽ കയറി നിന്നിരുന്നു. ആ കസേരയ്ക്കു ചുറ്റും അഞ്ചു പുരുഷന്മാർ വട്ടമിട്ടു നില്പുണ്ട്. തൊപ്പിയുടെ ഉള്ളിൽ കയ്യിടാനാണ് അവരിലോരോരുത്തരുടേയും ശ്രമം. അവൾ തൊപ്പി അവർക്കെത്താത്തവിധം പൊക്കിപ്പിടിച്ച് കുലുക്കിക്കൊണ്ടിരുന്നു. എന്നെ കണ്ടയുടൻ സിനയീദ വിളിച്ചു പറഞ്ഞു:

"ഒരു നിമിഷം! ഇതാ ഒരു പുതിയ അതിഥി എത്തിയിരിക്കുന്നു. അയാൾക്കും ഒരു ടിക്കറ്റു കൊടുക്കണം" കസേരയുടെ മുകളിൽ നിന്ന് അനായാസേന ചാടിയിറങ്ങിയിട്ട് അവൾ എന്റെ കോട്ടിന്റെ കയ്യിൽ പിടിച്ചു വലിച്ചു. "വരൂ, വാതില്ക്കൽ തന്നെ നില്ക്കാതെ കയറി വരൂ! മാന്യരെ, ഞാൻ നിങ്ങളെ പരസ്പരം പരിചയപ്പെടുത്താം. ഇത് മെസ്യേ വോൽദെമാർ ആണ്. ഞങ്ങളുടെ അയല്ക്കാരന്റെ മകൻ." അനന്തരം അഥിഥികളിൽ ഒരോരുത്തരെ ചൂണ്ടിക്കാണിച്ചുകൊണ്ട് അവൾ തുടർന്നു: "കൗണ്ട് മലേവ്സ്കി, ഡോക്ടർ ലൂഷിൻ, കവിയായ മയ്ദാനെരവ്, പെൻഷൻപറ്റിയ ക്യാപ്റ്റൻ നിർമാത്സ്കി. ഹുസാറായ ഇദ്ദേഹത്തിന്റെ പേർ ബെലൊവ് സൊറോവ് എന്നാണ്. അദ്ദേഹത്തെ നേരത്തെ നിങ്ങൾ കണ്ടിട്ടുണ്ട്. നിങ്ങളെല്ലാവരും സുഹൃത്തുക്കളായിത്തീരുമെന്നു ഞാൻ പ്രതീക്ഷിക്കുന്നു."

പരിഭ്രമംകൊണ്ട് തലകുനിച്ചു വണങ്ങാൻപോലും ഞാൻ മറന്നുപോയി. തോട്ടത്തിൽവച്ച് എന്നെ നിർദ്ദയം കളിയാക്കിയ കറുത്ത മുടിക്കാരനായ മാന്യനാണ് ഡോക്ടർ ലൂഷിൻ എന്ന് ഞാൻ തിരിച്ചറിഞ്ഞു. മറ്റുള്ളവരെ ഞാൻ ആദ്യമായാണ് കാണുന്നത്.

"കൗണ്ട്! മെസ്യേ വൊൽദെമാറിന് ഒരു ടിക്കറ്റെഴുതൂ" സിനയീദ പറഞ്ഞു.

"അതു ശരിയല്ല," പോളിഷ് ഭാഷയുടെ ചുവയുള്ള റഷ്യനിൽ കൗണ്ട് പ്രതിഷേധിച്ചു. കറുത്ത മുടിയും വാചാലമായ തവിട്ടു കണ്ണുകളുമുള്ള സുഭഗനും പച്ചപ്പരിഷ്ക്കാരിയുമായ ഒരു മനുഷ്യനായിരുന്നു അയാൾ. തീരെ ചെറിയ വായും ഭംഗിയുള്ള ചെറിയ മേൽമീശയും നേർത്തുവിളറിയ നാസികയും കൂടി വരച്ചുചേർത്താൽ അയാളുടെ ചിത്രം പൂർണ്ണമാകും.

"ഇയാൾ നമ്മോടൊപ്പം 'പിഴയടയ്ക്കൽ' കളിയിൽ പങ്കെടുത്തിട്ടില്ല."

"ഇതു ശരിയല്ല, ഇതു പറ്റില്ല," ബെലൊവ്സോറൊവും പെൻഷൻപറ്റിയ ക്യാപ്റ്റനും ഏറ്റുപറഞ്ഞു. വസൂരിക്കലകൊണ്ടു വികൃതമായ മുഖവും, നീഗ്രോയുടേതുപോലെ ചുരുണ്ടമുടിയും വളഞ്ഞകാലുകളും, ഉരുണ്ടതോളുകളുമുള്ള ക്യാപ്റ്റന് ഏകദേശം നാല്പതു വയസ്സുപ്രായം തോന്നിച്ചു.

അയാൾ ബഹുമതിചിഹ്നമില്ലാത്ത, തുറന്നിട്ട, ഒരു പട്ടാളക്കോട്ട് ധരിച്ചിരുന്നു.

"ഒരു ടിക്കറ്റെഴുതാനാണ് പറഞ്ഞത്." പ്രഭുകുമാരി ആവർത്തിച്ചു. "കലഹത്തിന് ഒരുങ്ങേണ്ട. മെസ്യേ വൊൽദേമാർ ആദ്യമായി വരികയാണ്. അതുകൊണ്ട് നിയമത്തിൽ അല്പം അയവും വരുത്താം. ദയവുചെയ്ത് പരാതിപ്പെടാതെ ടിക്കറ്റെഴുതു!"

കൗണ്ട് പ്രതിഷേധിക്കുംപോലെ ചുമൽ ചലിപ്പിച്ചു. എങ്കിലും അയാൾ സമ്മതഭാവത്തിൽ തലയാട്ടിയിട്ട് മോതിരമണിഞ്ഞ വിരലുകൾകൊണ്ട് ഒരു പേനയെടുത്ത് എഴുതിത്തുടങ്ങി.

"കളിയുടെ നിയമങ്ങൾ മെസ്യേ വൊൽദെമാറിന് വിശദീകരിച്ചു കൊടുക്കാനെങ്കിലും അനുവാദമുണ്ടോ?" പരിഹാസം കലർന്ന ശബ്ദത്തിൽ ലൂഷിൻ ചോദിച്ചു. "അയാൾ ആകെ കുഴങ്ങിയിരിക്കയാണ്. ചെറുപ്പക്കാരാ, ഇതു കേൾക്കു, ഞങ്ങൾ 'പിഴയടയ്ക്കൽ' എന്ന കളി കളിക്കുകയാണ്. പ്രഭുകുമാരി പിഴയടക്കേണ്ട ഊഴം വന്നിരിക്കുന്നു. ഭാഗ്യമുള്ള ടിക്കറ്റ് ആർക്കു കിട്ടുന്നോ അവർക്കു പ്രഭുകുമാരിയുടെ കൈ ചുംബിക്കാം—അതാണ് പിഴ. മനസ്സിലായോ?"

ഞാൻ അയാളെ തുറിച്ചുനോക്കികൊണ്ട് ഒരു ശിലപോലെ നിന്നതേയുള്ളൂ. സിനയീദ വീണ്ടും കസേരയുടെ മുകളിലേക്കു ചാടിക്കയറി. അവൾ തൊപ്പികുലുക്കിക്കൊണ്ടു നിന്നു. എല്ലാവരും അതെത്തിപ്പിടിക്കാൻ ശ്രമിച്ചുതുടങ്ങി—ഞാനും കൂട്ടത്തിൽ കൂടി.

"മയ്ദാനൊവ്" പ്രഭുകുമാരി വിളിച്ചു. നീളമുള്ള കറുത്ത മുടിയും മെല്ലിച്ച മുഖവും ഹ്രസ്വദൃഷ്ടി ബാധിച്ച കണ്ണുകളുമുള്ള ദീർഘകായനായ ഒരു യുവാവായിരുന്നു മയ്ദാനൊവ്. പ്രഭുകുമാരി അയാളോടു പറഞ്ഞു. "ഒരു കവിയായ നിങ്ങൾ നിങ്ങളുടെ ടിക്കറ്റുകൂടി മെസ്യേ വൊൽദെമാറിന് കൊടുക്കാൻ സന്മനസ്സു കാണിക്കണം. അപ്പോൾ അയാൾക്ക് രണ്ടു ടിക്കറ്റാകും—അതായത് ജയിക്കാൻ രണ്ടവസരം കിട്ടും"

എന്നാൽ മയ്ദാനൊവ് നീണ്ട മുടി മുഖത്തുനിന്ന് കടഞ്ഞുമാറ്റിക്കൊണ്ട് നിഷേധാർത്ഥത്തിൽ തലകുലുക്കിയതേയുള്ളൂ. ഞാനാണ് ഏറ്റവും ഒടുവിൽ തൊപ്പിക്കകത്തു കയ്യിട്ടത്. ഞാൻ ടിക്കറ്റു വലിച്ചെടുത്ത് ചുളി നിവർത്തി വായിച്ചു: "ചുംബിക്കുക!" അതു കണ്ടപ്പോൾ എന്റെ അവസ്ഥ എന്തായിരുന്നെന്ന് ഒന്നാലോചിച്ചുനോക്കു!

"ചുംബിക്കുക!" ഞാൻ അറിയാതെ വിളിച്ചു പറഞ്ഞു.

"ഭേഷ്! അയാൾ ജയിച്ചിരിക്കുന്നു!" പ്രഭുകുമാരി തൽക്ഷണം വിളിച്ചു പറഞ്ഞു. "എനിക്കു സന്തോഷമായി!" കസേരയിൽ നിന്ന് താഴെയിറങ്ങി പ്രഭുകുമാരി എന്റെ മുമ്പിൽ വന്നുനിന്നു. പ്രശാന്തവും അതിമധുരവുമായ ഒരു മന്ദഹാസത്തോടെ അവൾ എന്റെ കണ്ണുകളിലേക്ക്

ഉറ്റുനോക്കിയപ്പോൾ എന്റെ ഹൃദയം ഊഞ്ഞാലാടുന്നതുപോലെ എനിക്കു തോന്നി. സന്തോഷമായോ?"

"എനിക്കോ?" എന്നു ചോദിക്കാൻമാത്രമേ എനിക്കുകഴിഞ്ഞുള്ളൂ.

"എനിക്ക് ആ ടിക്കറ്റ് വിലയ്ക്കു തരാമോ?" ബെലൊവ്സൊറൊവ് എന്റെ ചെവിയിൽ മന്ത്രിച്ചു. "ഞാൻ നൂറു റൂബിൾ തരാം."

ദഹിപ്പിക്കുംവണ്ണം ഞാൻ അയാളെ ഒന്നുനോക്കി. അതു കണ്ടു സിനയീദ കയ്യടിച്ചു. "മിടുക്കൻ" എന്നു ലൂഷിൻ വിളിച്ചു പറഞ്ഞു.

"എന്നാൽ കളിയുടെ നടത്തിപ്പുകാരൻ എന്ന നിലയ്ക്ക് ചട്ടങ്ങൾ കർശനമായി പാലിക്കാൻ ഞാൻ നിർബന്ധിതനാണ്," ലൂഷിൻ തുടർന്നു. "മെസ്യേ വൊൽദെമാർ, ഒരു മുട്ടുകുത്തി നിൽക്കൂ! അങ്ങനെയാണ് ഞങ്ങളുടെ ആചാരം."

എന്നെ ശരിക്കു കാണാനെന്നവണ്ണം തല അല്പം ചെരിച്ചുപിടിച്ച്, എന്റെ തൊട്ടു മുമ്പിൽ വന്നു നിന്നുകൊണ്ട് സിനയീദ ഗൗരവപൂർവ്വം കൈ നീട്ടി. എന്റെ കണ്ണുകളിൽ ഒരു മൂടൽ വ്യാപിച്ചു. ഒരു മുട്ടു കുത്തി നില്ക്കാനാണ് ഞാൻ ഉദ്ദേശിച്ചതെങ്കിലും രണ്ടു മുട്ടുകളും കുത്തി ഞാൻ അവളുടെ മുമ്പിൽ വീണ് അവളുടെ കൈവിരലുകൾ എന്റെ ചുണ്ടുകൾ കൊണ്ട് സ്പർശിച്ചു. അവളുടെ നഖം കൊണ്ട് എന്റെ മൂക്കിന്റെ അറ്റത്ത് ഒരു ചെറിയ പോറലുണ്ടായി—അത്രയ്ക്ക് അകുശലമായിട്ടാണ് ഞാൻ അതു ചെയ്തത്.

"അതു മതി," എന്നു പറഞ്ഞുകൊണ്ട് ലൂഷിൻ എന്നെ പിടിച്ചെണീപ്പിച്ചു.

"പിഴയടയ്ക്കൽ" കളി തുടർന്നു: സിനയീദ എന്നെ അവളുടെ അടുത്തിരുത്തി. പിഴയായി എന്തെല്ലാമാണ് അവൾ കണ്ടുപിടിച്ചത്! അവയിലൊന്ന് അവൾക്കുതന്നെ കിട്ടുകയും ചെയ്തു: ഒരു "സ്മാരകത്തെ" പ്രതിനിധീകരിക്കാൻ അവളോട് ആവശ്യപ്പെട്ടു. തടിയനായ നിർമാത്സ്കിയെയാണ് അവൾ തന്റെ പീഠമായി തിരഞ്ഞെടുത്തത്. തല കുനിച്ചു പിടിച്ചുകൊണ്ട് തറയിൽ കമഴ്ന്നു കിടക്കാൻ അവൾ അയാളോടാവശ്യപ്പെട്ടു. എത്രയാണ് ഞങ്ങൾ ചിരിച്ചത്! അവിടത്തെ ശബ്ദകോലാഹലങ്ങളും അനിയന്ത്രികവും അതിർകവിഞ്ഞതുമായ ആഹ്ലാദത്തിമിർപ്പും അപരിചിതരുമായുള്ള അവിശ്വസനീയമായ ആ ഇടപഴകലും എല്ലാം, ഉന്നതസമുദായത്തിൽപ്പെട്ട ഒരു കുലീന കുടുംബത്തിലെ സൗമ്യവും ഏകാന്തവുമായ ഗൃഹാന്തരീക്ഷത്തിൽ വളർന്നുവന്ന എന്റെ തലതിരിച്ചതിൽ അത്ഭുതപ്പെടാൻ എന്തിരിക്കുന്നു? വീഞ്ഞു കുടിച്ചതുപോലുള്ള ലഹരി എനിക്കനുഭവപ്പെട്ടു. ഞാൻ മറ്റുള്ളവരേക്കാളെല്ലാം ഉറക്കെ സംസാരിക്കുകയും ചിരിക്കുകയും ചെയ്തുതുടങ്ങി. അടുത്ത മുറിയിൽ ഏതോ ചില ഉദ്യോഗസ്ഥന്മാരുമായി കേസുസംബന്ധിച്ച ചർച്ചയിലേർപ്പെട്ടിരുന്ന പ്രിൻസസ് അതു കേട്ട് വാതില്ക്കൽ

വന്ന് അകത്തേക്ക് എത്തിനോക്കുകപോലും ചെയ്തു. എന്നാൽ അതു കൊണ്ടൊന്നും ഞാൻ കലുങ്ങിയില്ല—ഞാൻ അത്രയേറെ സന്തുഷ്ടനായിരുന്നു. ചിലരുടെ കുത്തുവാക്കുകളോ വേറെ ചിലരുടെ അർത്ഥംവച്ച നോട്ടങ്ങളോ എന്നെ സ്പർശിച്ചുമില്ല. സിനയീദ എന്നെ പ്രത്യേകം ശ്രദ്ധിച്ചിരുന്നു. എപ്പോഴും അവൾ എന്നെ അടുത്തുതന്നെ നിർത്തി. ഒരു തവണ ഞാൻ അടയ്ക്കേണ്ടി വന്ന പിഴ ഇതാണ്; സിനയീദയുടെ അടുത്തിരുന്ന ഒരു പട്ടു തുവാലകൊണ്ട്എന്റേയും അവളുടേയും തല മൂടികൊണ്ട് എന്റെ ഉള്ളിലെ “രഹസ്യം” അവളോടു പറയണം, സുഗന്ധപൂരിതവും സുതാര്യവുമായ ഒരു പട്ടുവലകൊണ്ടു പെട്ടെന്ന് ഞങ്ങളുടെ ഇരുവരുടേയും തല മൂടിയപ്പോൾ എനിക്കുണ്ടായ അനുഭൂതി എന്തായിരുന്നുവെന്ന് ഇപ്പോഴും ഞാൻ ഓർക്കുന്നു. ആ സുതാര്യമായ വലയ്ക്കുള്ളിൽ അവളുടെ കണ്ണുകൾ എന്റെ തൊട്ടടുത്തായി പ്രകാശം പരത്തിക്കൊണ്ടിരുന്നു, അവളുടെ നിശ്വാസത്തിന്റെ ചൂട് എനിക്കനുഭവപ്പെട്ടു. അവളുടെ പല്ലുകൾ തിളങ്ങി. അവളുടെ മുടിയുടെ അറ്റം എന്നെ ഇക്കിളിപ്പെടുത്തി. ഞാൻ നിശ്ശബ്ദനായിരുന്നതേയുള്ളൂ. അർത്ഥം പിടികിട്ടാത്ത ഒരു കള്ളപ്പുഞ്ചിരിയോടെ ഒടുവിൽ അവൾ മന്ത്രിച്ചു: “എന്താ?” നാണംകൊണ്ട് ചൂളിപ്പോയ ഞാൻ ചിരിച്ചുകൊണ്ട് തല തിരിച്ചുകളഞ്ഞു. എനിക്കു ശ്വാസംമുട്ടി. ഒടുവിൽ “പിഴയടയ്ക്കൽ” കളി എല്ലാവർക്കും മടുത്തു. ഞങ്ങൾ ഒരു ചരടുപയോഗിച്ചുള്ള ഒരുതരം കളി ആരംഭിച്ചു. ഞാൻ അന്യമനസ്കനായിരുന്ന ഒരു നിമിഷത്തിൽ അവൾ ശക്തിയായി എന്റെ കയ്യിന്മേൽ ഒന്നടിച്ചു. ദൈവമേ, അപ്പോൾ എനിക്കനുഭവപ്പെട്ട പരമാനന്ദം എങ്ങനെ വർണ്ണിക്കും! അതിനു ശേഷം ഞാൻ മനപ്പൂർവ്വം അശ്രദ്ധ നടിച്ചു. എന്നാൽ പിന്നീട് അവൾ എന്റെ കയ്യിൽ തൊട്ടില്ല.

ആ സായാഹ്നത്തിൽ ഞങ്ങൾ എന്തെല്ലാം കുസൃതികളാണ് കാട്ടിയത്. എന്തെല്ലാം കളികളാണു കളിച്ചത്! ഞങ്ങൾ പിയാനൊ വായിച്ചു, പാട്ടു പാടി, നൃത്തം ചെയ്തു. തമ്പടിച്ചു താമസിക്കുന്ന ഒരു കൂട്ടം ജിപ്സികളാണെന്നു നടിച്ചു. നിർമാത്സ്കിയെ ഒരു കരടിയുടെ വേഷം കെട്ടിച്ച് അയാളെക്കൊണ്ട് ഉപ്പുവെള്ളം കുടിപ്പിച്ചു. കൗണ്ട് മലേവ് സ്കി ചീട്ടുകൊണ്ടുള്ള എല്ലാത്തരം കൗശലങ്ങളും കാട്ടിത്തന്നു. ഒടുവിൽ എല്ലാം തുറുപ്പുകളും സ്വന്തം കയ്യിൽത്തന്നെവച്ചുകൊണ്ട് അയാൾ ചീട്ടു നിരത്തി കാണിച്ചു. അതുകണ്ട് ലൂഷിൽ അയാളെ അനുമോദിച്ചു. മയ്ദാനൊവ് “കൊലപാതകി” എന്ന തന്റെ കവിതയുടെ ഏതാനും ഭാഗങ്ങൾ ചൊല്ലിക്കേൾപ്പിച്ചു (റൊമാന്റിക് പ്രസ്ഥാനം അതിന്റെ ഉച്ചകോടിയിൽ എത്തിയിരുന്ന കാലമായിരുന്നു അത്.) കറുത്ത പുറം ചട്ടയിൽ പുസ്തകത്തിന്റെ പേര് ചുവന്ന വലിയ അക്ഷരത്തിൽ അച്ചടിപ്പിച്ച് പ്രസിദ്ധീകരിക്കണമെന്നായിരുന്നു മയ്ദാനോവിന്റെ ആഗ്രഹം. പ്രഭ്വിയെ കാണാൻ വന്ന ഉദ്യോഗസ്ഥന്റെ തൊപ്പി ഞങ്ങൾ തട്ടിയെടുത്തു. അയാളെക്കൊണ്ട്

ഒരു നാടോടിനൃത്തം ചെയ്യിച്ചതിനുശേഷമാണ് ഞങ്ങൾ അതു മടക്കി ക്കൊടുത്തത്. വൃദ്ധപരിചാരകനായ വൊനഫാത്തിയെ ഞങ്ങൾ ഒരു സ്ത്രീയുടെ തൊപ്പി അണിയിച്ചു. സിനയീദ ഒരു പുരുഷന്റെ തൊപ്പി ധരിച്ചു നടന്നു... അന്നു ഞങ്ങൾ കാട്ടിക്കൂട്ടിയ വിക്രിയകൾ എല്ലാം വിവരിക്കാൻ അസാദ്ധ്യമാണ്. ബൊലൊവ്സോറോവ് മാത്രം മുഖം വീർപ്പിക്കുകയും നെറ്റി ചുളിക്കുകയും ചെയ്തുകൊണ്ട് ഒരു മൂലയിൽ ചെന്നിരിക്കയായിരു ന്നു.. ഇടയ്ക്കിടെ അയാളുടെ കണ്ണു ചുവക്കുകയും മുഖം രോഷംകൊണ്ടു തുടുക്കുകയും ചെയ്യുന്നതു ഞാൻ കണ്ടു. ഏതു നിമിഷവും ഞങ്ങളുടെ മേൽ ചാടിവീണ് ഞങ്ങളെ ഛിന്നഭിന്നമാക്കി അയാൾ വലിച്ചെറിയു മെന്ന് ആ മുഖഭാവം കണ്ടാൽ തോന്നുമായിരുന്നു. എന്നാൽ പ്രഭുകുമാരി അയാളെ നോക്കി വിരൽ കുലുക്കിയാലുടൻ അയാൾ തന്റെ മൂലയിൽ ഒതുങ്ങിയിരിക്കും.

ഒടുവിൽ എല്ലാവരും തളർന്നു. ആരെത്ര ഒച്ചവെച്ചാലും തന്നെ ശല്യപ്പെടുത്താനാവില്ലെന്ന് സ്വയം വീമ്പു പറഞ്ഞിരുന്ന പ്രഭ്വിപോലും ക്ഷീണിച്ചു. അല്പം വിശ്രമിച്ചാൽ കൊള്ളാമെന്ന് അവൾ ആഗ്രഹിച്ചു. പതിനൊന്നുമണി കഴിഞ്ഞപ്പോൾ അത്താഴം വിളമ്പി. എല്ലാം മോശ പ്പെട്ട വിഭവങ്ങളായിരുന്നു. എന്നാൽ ഞാൻ സാധാരണ കഴിക്കാറുള്ള വിശിഷ്ടഭോജ്യങ്ങളെക്കാളെല്ലാം സ്വാദുള്ളവയാണ് അവയെന്ന് എനിക്കു തോന്നി. അവിടെ ആകെ ഒരു കുപ്പി വീഞ്ഞേ ഉണ്ടായിരുന്നുള്ളൂ. അതിന്റെ നിറം കണ്ടപ്പോൾ എന്തോ ഒരു പന്തികേടുണ്ടെന്ന് തോന്നി— സാധാരണയിൽ കവിഞ്ഞ കറുപ്പുനിറമായിരുന്നു അതിന്. അതിന് ചുവന്ന പെയ്ന്റിന്റെ സ്വാദുണ്ടായിരുന്നു. ഏതായാലും ആരും അതു കുടിച്ചില്ല. സന്തോഷാധിക്യം കൊണ്ടു തളർന്നു പരവശനായാണ് ഞാൻ അവിടുന്ന് ഇറങ്ങിയത്. യാത്ര പറയാൻ നേരത്ത് സിനയീദ എന്റെ കൈ ശക്തിയായി പിടിച്ചമർത്തി. അപ്പോഴും അർത്ഥം പിടികിട്ടാത്ത ആ പുഞ്ചിരി അവളുടെ ചുണ്ടുകളിൽ വിടരുന്നതു ഞാൻ കണ്ടു.

എന്റെ ചുട്ടുപൊള്ളുന്ന മുഖത്ത് നിശയുടെ ഈർപ്പമുള്ള കനത്ത നിശ്വാസം തട്ടി. ഇടി മുഴങ്ങിക്കൊണ്ടിരുന്നു. കാർമേഘങ്ങൾ ആകാശത്ത് ഉരുണ്ടുകൂടി. അവയുടെ ആകൃതി നിരന്തരം മാറിക്കൊണ്ടിരുന്നു. ഇരുണ്ട മരത്തലപ്പുകൾക്കിടയിൽ കാറ്റ് കലിതുള്ളിക്കൊണ്ടിരുന്നു. അങ്ങകലെ, ആകാശത്തിന്റെ മറുവശത്ത് ഇടി അരിശംമൂത്ത് ചിലമ്പിച്ച ശബ്ദത്തിൽ എന്തോ പിറുപിറുത്തുകൊണ്ടിരുന്നു.

പിൻവശത്തെ വാതിലിലൂടെയാണ് ഞാൻ എന്റെ മുറിയിലേക്കു പോയത്. പരിചാരകൻ നിലത്തുകിടന്ന് ഉറങ്ങുന്നുണ്ടായിരുന്നു. ഞാൻ അയാളെ മറികടന്നുപോയപ്പോൾ അയാൾ ഉണർന്നു. അമ്മ വീണ്ടും എന്നോടു കോപിച്ചിരിക്കയാണെന്നും എന്നേ കൂട്ടിക്കൊണ്ടു വരാൻ അവർ ആളയയ്ക്കാതിരിക്കുന്നത് അച്ഛൻ വിലക്കിയതുകൊണ്ടു

മാത്രമാണെന്നും അയാൾ എന്നെ അറിയിച്ചു. (അതിനു മുമ്പൊരിക്കലും അമ്മയെ ചെന്ന് വണങ്ങി അവരുടെ ആശീർവാദം സ്വീകരിക്കാതെ ഞാൻ ഉറങ്ങാൻ കിടന്നിട്ടില്ല.) പക്ഷേ, എന്തുചെയ്യാം. അതങ്ങനെയാവാതെ തരമില്ല.

തന്നത്താൻ വസ്ത്രങ്ങൾ മാറ്റി കിടന്നുകൊള്ളാം എന്ന് പരിചാരകനോടു പറഞ്ഞിട്ട് ഞാൻ മെഴുകുതിരി അണച്ചു... എന്നാൽ ഞാൻ വസ്ത്രങ്ങൾ അഴിച്ചുമാറ്റുകയോ കിടക്കുകയോ ചെയ്തില്ല.

ഞാൻ ഒരു കസേരയിൽ ചെന്നിരുന്നു. ഏതോ ഒരു മന്ത്രശക്തിക്ക് അടിപെട്ടവനെപ്പോലെ എത്രനേരം അങ്ങനെ ഇരുന്നെന്ന് എനിക്കുതന്നെ അറിഞ്ഞുകൂടാ... തികച്ചും പുതിയതും മാധുര്യമേറിയതുമായ ഒരു വികാരം എനിക്കനുഭവപ്പെട്ടു. ഞാൻ ചിലപ്പോൾ പ്രതിമപോലെ അനങ്ങാതിരുന്നു. ഇടയ്ക്കിടെ ചുറ്റിനും നോക്കി നെടുതായി നിശ്വസിച്ചുകൊണ്ട് എന്തോ ഓർത്ത് ശബ്ദമില്ലാതെ പൊട്ടിച്ചിരിച്ചു. അതെ, ഇത് പ്രേമമാണ്. ഇങ്ങനെയാണ് പ്രേമം, എന്ന് ഒരു ഉൾക്കിടലത്തോടെ ഞാൻ സ്വയം പറഞ്ഞു. സിനയീദയുടെ മുഖം എന്റെ കൺമുമ്പിലൂടെ മെല്ലെ ഒഴുകി നടന്നു. അതൊരു നിമിഷംപോലും എന്റെ കൺവെട്ടത്തുനിന്ന് മറഞ്ഞിരുന്നില്ല. നിഗൂഢമായ ആ പുഞ്ചിരിയോടെ ചോദ്യഭാവത്തിൽ, ചിന്താഭരിതമായി, സ്നേഹപൂർവ്വം അവൾ എന്നെ ഒളിക്കണ്ണിട്ടു നോക്കിക്കൊണ്ടിരുന്നു.. എന്നെ യാത്രയാക്കിയപ്പോൾ ആ മുഖം അങ്ങനെയായിരുന്നു. ഒടുവിൽ ഞാൻ എണീറ്റു. ദ്രുതഗതയിലുള്ള ഏതു ചലനവും എന്റെ ഉള്ളിൽ നിറഞ്ഞു കവിഞ്ഞിരുന്ന എന്തോ ഒന്നിനെ ശിഥിലമാക്കുമെന്ന് ഭയന്നിട്ടെന്നവണ്ണം, ശബ്ദം കേൾപ്പിക്കാതെ മെല്ലെ നടന്ന് കട്ടിലിനരികിലെത്തി, വസ്ത്രങ്ങൾ മാറ്റാതെ തല സാവധാനം തലയിണയിൽവച്ചു ഞാൻ കിടന്നു.

കിടന്നെങ്കിലും ഞാൻ കണ്ണടച്ചില്ല. മങ്ങിയ പ്രകാശനാളങ്ങൾ മുറിക്കുള്ളിൽ പതിക്കുന്നത് ഞാൻ കണ്ടു. ഞാൻ എണീറ്റിരുന്ന് ജനലിലേക്കു നോക്കി. ചില്ലുകളുടെ അസാധാരണമായ വെണ്മ ജനാലച്ചട്ടങ്ങൾക്ക് കൂടുതൽ മിഴിവു നല്കിയിരുന്നു. “ഒരു കൊടുങ്കാറ്റ്!” ഞാൻ സ്വയം പറഞ്ഞു. എനിക്കു തെറ്റുപറ്റിയില്ല. എന്നാൽ അത് വളരെ അകലെ എവിടെയോ ആയിരുന്നു. ഇടിയുടെ ശബ്ദം എനിക്കു കേൾക്കാൻ കഴിഞ്ഞില്ല. മങ്ങിയ മിന്നൽപ്പിണരുകൾ ആകാശത്തിൽ അനുസ്യൂതം മിന്നിമറഞ്ഞുകൊണ്ടിരുന്നു. വാസ്തവത്തിൽ അവ മിന്നിമറയുകയായിരുന്നില്ല, വിറയ്ക്കുകയും പിടയുകയുമായിരുന്നു—മരിക്കാൻ പോകുന്ന ഒരു പക്ഷിയുടെ ചിറകുകൾ പോലെ. ഞാൻ കട്ടിലിൽ നിന്നിറങ്ങി ജനലിനടുത്തുചെന്ന്, നേരംവെളുക്കുന്നതുവരെ അവിടെ തന്നെ നിന്നു... മിന്നൽ ഒരു നിമിഷത്തേക്കുപോലും നിലച്ചില്ല. റഷ്യയിലെ ഗ്രാമീണർ “കുരുവിയുടെ

രാത്രി"[2] എന്നു വിശേഷിപ്പിക്കുന്ന ഒരു രാത്രിയായിരുന്നു അത്. മൂകമായ മണൽപ്പരപ്പിലേക്കും നെസ്കുച്നി ഉദ്യാനത്തിലെ കെട്ടുപിണഞ്ഞുകിടന്ന നിഴലുകളിലേക്കും മിന്നൽപ്പിണരുകൾ വീശുമ്പോൾ വിറകൊള്ളുന്നതു പോലെ തോന്നിച്ച അകലെയുള്ള കെട്ടിടങ്ങളുടെ മഞ്ഞനിറമാർന്ന മുഖപ്പുകളിലേക്കും നോക്കിക്കൊണ്ട് ഞാൻ നിന്നു... എത്രനേരം നോക്കിയിട്ടും എനിക്ക് കണ്ണുകൾ പിൻവലിക്കാൻ തോന്നിയില്ല. മൂകമായ ആ മിന്നൽപ്പിണരുകൾ, അമർത്തപ്പെട്ട ആ പ്രഭാപൂരം, എന്റെ ഉള്ളിൽ ഒളിവീശിക്കൊണ്ടിരുന്ന മൂകവും നിഗൂഢവുമായ അന്തർപ്രേരണയുടെ പ്രതിഫലനമാണെന്ന് എനിക്ക് തോന്നി. നേരം വെളുക്കാറായി. അങ്ങിങ്ങു പ്രത്യക്ഷപ്പെട്ട ചുവപ്പിന്റെ നുറുങ്ങുകൾ പുലരിയുടെ വരവിനെ വിളിച്ചറിയിച്ചു. സൂര്യകിരണങ്ങളുടെ ആഗമനത്തോടെ മിന്നൽപ്പിണരുകളുടെ പ്രഭ മങ്ങി, അവയുടെ ദൈർഘ്യം കുറഞ്ഞു. ഇടവേളകളുടെ ദൈർഘ്യം കൂടിക്കൂടി വന്നു. ഒടുവിൽ നിശ്ശങ്കം ഒഴുകി വന്ന സൗമ്യമായ പകൽവെളിച്ചത്തിൽ അവ അപ്രത്യക്ഷമായി...

എന്റെ ഉള്ളിലെ മിന്നലും കെട്ടടങ്ങി. അമിതമായ ക്ഷീണവും ഏകാന്തതയും എനിക്ക് അനുഭവപ്പെട്ടു... എങ്കിലും സിനയീദയുടെ വിഗ്രഹം അപ്പോഴും എന്റെ മനസ്സിൽ കുടികൊണ്ടിരുന്നു. എന്നാൽ ഇപ്പോൾ ആ രൂപം തികച്ചും ശാന്തമായിരുന്നു. ചതുപ്പിലെ കളകൾക്കിടയിൽ നിന്നു പറന്നുയരുന്ന ഹംസത്തെപ്പോലെ അത് അസുന്ദരമായ എല്ലാറ്റിൽ നിന്നും സ്വയം അകന്നു മാറി. ഉറങ്ങാൻ തുടങ്ങുമ്പോൾ ഒരിക്കൽക്കൂടി ഞാൻ ആ വിഗ്രഹത്തിന്റെ മുമ്പിൽ വിശ്വാസത്തോടും ആരാധനയോടും കൂടി പ്രണമിച്ചു.

ഹാ! അന്നത്തെ മൃദുല വികാരങ്ങൾ, പതിഞ്ഞ ശബ്ദങ്ങൾ ആത്മാവിനെ ആഴത്തിൽ സ്പർശിച്ച നിർമ്മലമായ സദ്ഭാവം, പ്രഥമ പ്രേമത്തിന്റെ ഹൃദയാവർജ്ജകമായ മാധുര്യം—അവയെല്ലാം എവിടെപ്പോയി?

VIII

പിറ്റേ ദിവസം രാവിലെ ചായ കുടിക്കാനിരുന്നപ്പോൾ അമ്മ എന്നെ ശകാരിച്ചു. എങ്കിലും അത് ഞാൻ പ്രതീക്ഷിച്ചിരുന്നത്ര ഭയങ്കരമായിരുന്നില്ല. തലേ സായാഹ്നം ഞാൻ എങ്ങനെയാണ് ചെലവഴിച്ചതെന്ന് വിശദമായി പറയാൻ അമ്മ ആവശ്യപ്പെട്ടു. ഞാൻ ഒരു ലഘുവിവരണം നൽകി. വിശദാംശങ്ങളെല്ലാം മനപ്പൂർവ്വം മറച്ചു വച്ചുകൊണ്ട് കേവലം

2 "കുരുവിയുടെ രാത്രി"—വേനൽക്കാലത്ത് കാറ്റും പിശറും ഇടതടവില്ലാത്ത മിന്നൽ വെളിച്ചവും ഇടിമുഴക്കവുമുള്ള രാത്രിക്കാണ് "കുരുവിയുടെ രാത്രി" എന്നു പറയുന്നത്.

നിർദ്ദോഷങ്ങളായ വിനോദങ്ങളെപ്പറ്റി മാത്രമേ ഞാൻ പറഞ്ഞുള്ളൂ.

"എങ്കിലും അവർ അത്ര നല്ല കൂട്ടരല്ല," അമ്മ പറഞ്ഞു. "നിനക്ക് അവിടെ ചുറ്റിപ്പറ്റിനടക്കാൻ സമയവുമില്ല. പരീക്ഷയ്ക്ക് പഠിക്കാനുണ്ടെന്ന കാര്യം ഓർമ്മവേണം, മനസ്സിലായോ?"

എന്റെ പഠിത്തത്തേപ്പറ്റിയുള്ള അമ്മയുടെ ഉൽകണ്ഠ ആ വാക്കുകളിൽ ഒതുങ്ങിനില്ക്കുമെന്ന് നന്നായറിയാമായിരുന്നതുകൊണ്ട് ഞാൻ തർക്കിക്കാൻ ഒരുമ്പെട്ടില്ല. ചായകുടി കഴിഞ്ഞപ്പോൾ അച്ഛൻ എന്നെ തോട്ടത്തിലേക്കു കൂട്ടിക്കൊണ്ടുപോയി; സസേകിൻ ഭവനത്തിൽ ഞാൻ കണ്ടതെന്തെല്ലാമാണെന്ന് അദ്ദേഹം എന്നെക്കൊണ്ട് പറയിപ്പിച്ചു.

അച്ഛന് എന്റെമേൽ വിചിത്രമായ ഒരുതരം സ്വാധീനശക്തിയുണ്ടായിരുന്നു. ഞങ്ങൾ തമ്മിലുള്ള മാനസിക ബന്ധവും അല്പം വിചിത്രമായിരുന്നു. അദ്ദേഹം എന്റെ വിദ്യാഭ്യാസത്തിൽ യാതൊരു താല്പര്യവും കാട്ടിയിരുന്നില്ല. എന്നാൽ എന്നെ വേദനിപ്പിക്കുന്ന തരത്തിലുള്ള ഒരൊറ്റ വാക്കുപോലും അദ്ദേഹം പറഞ്ഞിരുന്നുമില്ല. എന്റെ സ്വാതന്ത്ര്യത്തെ അദ്ദേഹം ആദരിച്ചിരുന്നു. അദ്ദേഹം വിനയസമന്വിതനായിട്ടാണ്—അങ്ങനെ പറയാമെങ്കിൽ—എന്നോടു പെരുമാറിയിരുന്നത്. എന്നാൽ ഒരിക്കലും അടുപ്പം കാണിക്കാൻ അദ്ദേഹം എന്നെ അനുവദിച്ചിരുന്നില്ല. ഞാൻ അദ്ദേഹത്തെ ഗാഢമായി സ്നേഹിച്ചിരുന്നു, അദ്ദേഹത്തെപ്പറ്റി അഭിമാനിച്ചിരുന്നു, പുരുഷവർഗ്ഗത്തിന്റെ ഉത്തമമാതൃകയായി അദ്ദേഹത്തെ കണക്കാക്കിയിരുന്നു. ദൈവമേ, മനപ്പൂർവ്വം അദ്ദേഹം എന്നെ തന്നിൽനിന്ന് തള്ളിമാറ്റുകയാണെന്ന തോന്നലില്ലായിരുന്നെങ്കിൽ ഞാൻ അദ്ദേഹത്തോട് എത്രമാത്രം അടുക്കുമായിരുന്നു! വേണമെന്നു തോന്നുമ്പോൾ ക്ഷണനേരംകൊണ്ട്, ഒരു വാക്കും ഒരു ചലനവുംകൊണ്ട്, എന്റെ നിസ്സീമമായ വിശ്വാസമാർജ്ജിക്കാൻ അദ്ദേഹത്തിനു കഴിഞ്ഞിരുന്നു. അത്തരം നിമിഷങ്ങളിൽ എന്റെ ആത്മാവ് വിടരും, വിവേകശാലിയായ ഒരു സുഹൃത്തിനോടോ ദയാലുവായ ഒരു ഗുരുവിനോടോ എന്നപോലെ ഞാൻ അദ്ദേഹത്തോട് വാതോരാതെ സംസാരിക്കും... ക്ഷണനേരംകൊണ്ട് വീണ്ടും അദ്ദേഹം എന്നെ ഉപേക്ഷിക്കും, വീണ്ടും അദ്ദേഹം എന്നെ തന്നിൽനിന്ന് തള്ളിമാറ്റുകയായിരുന്നു, വളരെ സൗമ്യമായാണെങ്കിലും തള്ളിമാറ്റുകയാണെന്ന്, എനിക്ക് തോന്നും.

ചിലപ്പോൾ അദ്ദേഹം തികച്ചും ഉല്ലാസഭരിതനാകാറുണ്ട്. അപ്പോൾ ഒരു കൊച്ചു കുട്ടിയെപ്പോലെ അദ്ദേഹം എന്നോടൊപ്പം ഓടിക്കളിക്കുകയും തുള്ളിച്ചാടുകയും ചെയ്യും(ആയാസകരമായി എല്ലാം വ്യായാമങ്ങളും അച്ഛന് ഇഷ്ടമായിരുന്നു) ഒരിക്കൽ—ഒരിക്കൽ മാത്രം!—അദ്ദേഹം എന്നെ അളവറ്റ വാത്സല്യത്തോടെ തലോടിയിട്ടുണ്ട്. അപ്പോൾ വാസ്തവത്തിൽ എന്റെ കണ്ണു നിറഞ്ഞുപോയി... എന്നാൽ അദ്ദേഹത്തിന്റെ ഉത്സാഹവും അദ്ദേഹത്തിന്റെ വാത്സല്യവും യാതൊരു അടയാളവും

അവശേഷിപ്പിക്കാതെ—അത്തരമൊരു അവസരം വീണ്ടും ഉണ്ടാകുമെന്നുള്ള പ്രതീക്ഷയ്ക്ക് ഇടതരാതെ—എങ്ങോ പോയ് മറഞ്ഞു. അതെല്ലാം വെറുമൊരു സ്വപ്നം മാത്രമായിരുന്നെന്ന് പിന്നീട് എനിക്കു തോന്നി. ബുദ്ധികൂർമ്മതയും സൗന്ദര്യവും വഴിഞ്ഞൊഴുകുന്ന ആ തേജസ്സുറ്റ മുഖത്തേക്ക് ചിലപ്പോൾ ഞാൻ നിർന്നിമേഷം നോക്കിയിരിക്കും, അപ്പോൾ എന്റെ ഹൃദയം ശക്തിയായി മിടിക്കും, എന്റെ ദേഹം മുഴുവൻ അദ്ദേഹത്തിന്റെ നേർക്ക് ചായും... അത്തരം സന്ദർഭങ്ങളിൽ എന്റെ മാനോവ്യാപാരം മനസ്സിലാക്കിയിട്ടെന്നപോലെ അച്ഛൻ അലക്ഷ്യമായി എന്റെ കവിളിൽ ഒന്നു തട്ടിയിട്ട് മുറിവിട്ടുപോവുകയോ മറ്റെന്തെങ്കിലും കാര്യത്തിലേക്കു ശ്രദ്ധ തിരിക്കുകയോ ആണു പതിവ്, ചിലപ്പോൾ അദ്ദേഹം മഞ്ഞുകട്ടപോലെ തണുത്ത് വികാരശൂന്യമായ ഒരു ഭാവം കൈക്കൊള്ളും—അത്രയേറെ ശൈത്യം സ്ഫുരിക്കുന്ന ഒരു ഭാവം കൈക്കൊള്ളാൻ അദ്ദേഹത്തിനു മാത്രമേ കഴിയൂ. അച്ഛന്റെ ആ മരവിച്ച മുഖഭാവം കാണുമ്പോൾ ഞാനും സ്വയം ഉള്ളിലേക്കു വലിയും, എന്റെ വികാരങ്ങളും മരവിക്കും. വളരെ വിരളമായി അദ്ദേഹം എന്നോടു കാണിച്ചിരുന്ന ദാക്ഷിണ്യം എന്റെ നിശ്ശബ്ദമെങ്കിലും സ്പഷ്ടമായ പ്രാർത്ഥനയുടെ ഫലമായിരുന്നില്ല; തികച്ചും അപ്രതീക്ഷിതമായിട്ടാണ് അതു സംഭവിച്ചിരുന്നത്.

പിൽക്കാലത്ത് അച്ഛന്റെ സ്വഭാവത്തെപ്പറ്റി പരിചിന്തനം ചെയ്യുമ്പോഴെല്ലാം എനിക്കു തോന്നിയിട്ടുള്ളത് ഇതാണ്—അദ്ദേഹത്തിന് എന്നെപ്പറ്റിയും ഞങ്ങളുടെ കുടുംബജീവിതത്തെപ്പറ്റിയും മാത്രമല്ല മറ്റു പലതിനെപ്പറ്റിയും ചിന്തിക്കാനുണ്ടായിരുന്നു. അദ്ദേഹത്തിന്റെ മനസ്സ് മറ്റെന്തിലോ ആയിരുന്നു, അദ്ദേഹത്തിന് തികച്ചും ആത്മസംതൃപ്തി നൽകിയ മറ്റെന്തിലോ. "പറ്റുന്നതെല്ലാം കൈക്കലാക്കിക്കോളൂ, പക്ഷേ ഒരിക്കലും സ്വയം പണയപ്പെടുത്തരുത്." ഒരിക്കൽ അച്ഛൻ എന്നോടു—അതാണ് ജീവിതം." മറ്റൊരവസരത്തിൽ ഒരു യുവ ജനാധിപത്യവാദി എന്ന നിലയ്ക്ക് ഞാൻ അച്ഛനോട് സ്വാതന്ത്ര്യത്തെപ്പറ്റി എന്തോ പറഞ്ഞു. (അന്ന് അദ്ദേഹത്തിന് ദാക്ഷിണ്യഭാവമായിരുന്നു, അങ്ങനെയുള്ള ദിവസങ്ങളിൽ അദ്ദേഹത്തോട് എന്തുവേണമെങ്കിലും പറയാം.)

"സ്വാതന്ത്ര്യമോ?" അച്ഛൻ ചോദിച്ചു. "സ്വാതന്ത്ര്യം നേടാൻ ഒരാളെ സഹായിക്കുന്നതെന്താണെന്ന് നിനക്കറിയാമോ?"

"എന്താണ്?"

"ഇച്ഛ, സ്വന്തം ഇച്ഛ, അതവന് സ്വാതന്ത്ര്യം മാത്രമല്ല അധികാരവും നേടിക്കൊടുക്കുന്നു. അധികാരം ഏതു സ്വാതന്ത്ര്യത്തെക്കാളും മെച്ചമാണ്. സ്വന്തം ഇച്ഛ എന്താണെന്ന് സ്വയം മനസ്സിലാക്കാൻ പഠിക്കുക. അപ്പോൾ സ്വതന്ത്രനാകാം. മറ്റുള്ളവരെ ചൊല്പടിക്കു നിർത്താം."

ജീവിക്കുക എന്നതായിരുന്നു അച്ഛന്റെ പ്രഥമവും പ്രധാനവുമായ ലക്ഷ്യം, അദ്ദേഹം ജീവിക്കുകയും ചെയ്തു. "ജീവിതം എന്നു പറയുന്ന

സംഗതി” ആസ്വദിക്കാൻ തനിക്ക് സമയം കുറച്ചേയുള്ളെന്ന് ഒരുപക്ഷേ അദ്ദേഹത്തിന് മുൻകൂട്ടി തോന്നിയിരിക്കാം. നാല്പത്തിരണ്ടാം വയസ്സിൽ അദ്ദേഹം മരിച്ചു.

സസേകിൻ ഭവനത്തിലെ എന്റെ സന്ദർശനത്തെപ്പറ്റിയുള്ള സമ്പൂർണ്ണമായ ഒരു വിവരണം ഞാൻ അച്ഛനു നൽകി. ചാട്ടപ്പിടിയുടെ അഗ്രം താഴ്ത്തി മണലിൽ ചിത്രം വരച്ചുകൊണ്ട് ഒരു ബെഞ്ചിലിരുന്ന് അച്ഛൻ ഞാൻ പറയുന്നതു ശ്രദ്ധിച്ചു. അദ്ദേഹത്തിന്റെ ചിന്ത മറ്റെവിടെയോ ആണെന്നു തോന്നി. ഒന്നുരണ്ടു തവണ ഞാൻ പറയുന്നതുകേട്ട് അദ്ദേഹം പൊട്ടിച്ചിരിച്ചിട്ട് രസം പിടിച്ചിട്ടെന്നപോലെ ആഹ്ലാദഭരിതമായ കണ്ണുകളോടെ എന്നെ നോക്കി. ഇടയ്ക്ക് ചില ചോദ്യങ്ങൾ ചോദിച്ച് അച്ഛൻ എന്നെ പ്രോത്സാഹിപ്പിച്ചുകൊണ്ടിരുന്നു. ആദ്യം സിനയീദയുടെ പേരുച്ചരിക്കാൻ പോലും എനിക്കു ധൈര്യമില്ലായിരുന്നു, എന്നാൽ അധികനേരം അതു നീണ്ടുനിന്നില്ല. സ്വയം നിയന്ത്രിക്കാനാവാതെ ഞാൻ സിനയീദയുടെ ഗുണഗണങ്ങളെപ്പറ്റി പാടിപ്പുകഴ്ത്തി തുടങ്ങി. അച്ഛൻ ശബ്ദമടക്കി ചിരിച്ചു. പിന്നീട് അദ്ദേഹം ചിന്താമഗ്നനാകുന്നതു ഞാൻ കണ്ടു. ഒടുവിൽ മൂരിനിവർന്നു കൊണ്ട് അദ്ദേഹം ബഞ്ചിൽ നിന്നെണീറ്റു.

വീട്ടിൽ നിന്നിറങ്ങുമ്പോൾ കുതിരയെ കോപ്പണിയിക്കാൻ അച്ഛൻ കല്പനകൊടുത്തിരുന്നെന്ന് ഞാൻ ഓർമ്മിച്ചു. അദ്ദേഹം ഒന്നാന്തരം ഒരു സവാരിക്കാരനായിരുന്നു. ഏതു വെകിളിപിടിച്ച കുതിരയേയും മെരുക്കാൻ അദ്ദേഹത്തിന് ഒരു പ്രത്യേക കഴിവുണ്ടായിരുന്നു.

“ഞാനും കൂടെ വരട്ടേ, അച്ഛാ?” ഞാൻ ചോദിച്ചു.

“വേണ്ട,” അച്ഛൻ പറഞ്ഞു. എപ്പോഴുമുള്ള വാത്സല്യം നിറഞ്ഞ അലക്ഷ്യഭാവം വീണ്ടും ആ മുഖത്തു സ്ഥാനം പിടിച്ചു. “നീ വേണമെങ്കിൽ ഒറ്റയ്ക്ക് സവാരിക്കു പോയ്ക്കോളൂ. ഞാൻ ഇന്ന് കുതിരപ്പുറത്ത് പോകുന്നില്ലെന്ന് കുതിരക്കാരനോടു പറഞ്ഞേക്കൂ,”

അച്ഛൻ ചുറുചുറുക്കോടെ നടന്നകലുന്നതു ഞാൻ നോക്കിയിരുന്നു. അദ്ദേഹം ഗയിറ്റിനു പുറത്തു കടന്ന് അപ്രത്യക്ഷനായി. മതിലിന്റെ അരികെ ചേർന്ന് നീങ്ങിക്കൊണ്ടിരുന്ന തൊപ്പിയുടെ മുകൾഭാഗം മാത്രം എനിക്കു കാണാമായിരുന്നു. അല്പം കഴിഞ്ഞ് അദ്ദേഹം സസേകിന പ്രഭ്വിയുടെ വീട്ടിലേക്കു കയറുന്നതു ഞാൻ കണ്ടു.

ഒരു മണിക്കൂറിൽ കൂടുതൽ അച്ഛൻ അവിടെ ഇരുന്നില്ല. അവിടുന്ന് ഇറങ്ങിയ ഉടൻ അദ്ദേഹം നേരെ പട്ടണത്തിലേക്കു പോയി. അന്നു വൈകിട്ടാണ് അച്ഛൻ വീട്ടിൽ മടങ്ങിയെത്തിയത്.

ഉച്ചഭക്ഷണം കഴിഞ്ഞായുടൻ ഞാൻ സസേകിന പ്രഭ്വിയുടെ വീട്ടിലേക്കു പോയി. ഞാൻ ചെല്ലുമ്പോൾ സ്വീകരണമുറിയിൽ പ്രഭ്വി മാത്രമേ ഉണ്ടായിരുന്നുള്ളൂ. എന്നെ കണ്ടയുടൻ കമ്പിളിനൂൽ തുന്നുന്ന

സൂചികൊണ്ട് അവർ തല ചൊറിഞ്ഞുതുടങ്ങി. പൊടുന്നെ അവർ ചോദിച്ചു. "ഈ അപേക്ഷ ഒന്നു പകർത്തിത്തരാമോ?"

"ആകാമല്ലോ," എന്നു പറഞ്ഞുകൊണ്ട് ഞാൻ ഒരു കസേരയുടെ വക്കിൽ ഇരുന്നു.

"അക്ഷരങ്ങൾ കുറച്ചു വലുതായിട്ടെഴുതണം കേട്ടോ." പ്രഭ്വിപറഞ്ഞു. എന്തൊക്കെയോ കുത്തിക്കുറിച്ചിരുന്ന ഒരു കടലാസ് എന്റെ നേരെ നീട്ടിക്കൊണ്ട് അവർ ചോദിച്ചു. "ഇന്നുതന്നെ ഇതു എഴുതിത്തരാൻ പറ്റുമോ?"

"ഇന്നുതന്നെ എഴുതിത്തരാം."

അടുത്തമുറിയുടെ വാതിൽ ലേശം തുറക്കപ്പെട്ടു. സിനയീദയുടെ ചിന്താഭരിതമായ വിളർത്ത മുഖം അവിടെ പ്രത്യക്ഷപ്പെട്ടു. അവളുടെ മുടി അശ്രദ്ധമായി പിന്നിലേക്കു ചീകി വച്ചിരുന്നു. വികാരശൂന്യമായ വലിയ കണ്ണുകൾകൊണ്ട് എന്നെ ഒന്നു നോക്കിയിട്ട് അവൾ മെല്ലെ വാതിലടച്ചു.

"സീന! ഏയ് സീന" പ്രഭ്വി ഉറക്കെ വിളിച്ചു. എന്നാൽ അവൾ വിളി കേട്ടില്ല.

ഞാൻ പ്രഭ്വിയുടെ അപേക്ഷയുമായി വീട്ടിലേക്കു പോന്നു. അന്നത്തെ സായാഹ്നം മുഴുവൻ അതു പകർത്തുന്നതിൽ ഞാൻ വ്യാപൃതനായിരുന്നു.

IX

എന്റെ "അഭിനിവേശം" അന്നു തുടങ്ങിയതാണ്. പുതുതായി ജോലിയിൽ പ്രവേശിക്കുന്ന ഒരുവന്റെ മനോവികാരങ്ങളോട് സാമ്യമുള്ളവയായിരുന്നു എന്റെ മനോവികാരങ്ങൾ. ഇപ്പോൾ ഞാൻ കേവലം ഒരു ബാലനല്ല, ഒരു കമിതാവാണ്. എന്റെ അഭിനിവേശം അന്നു തുടങ്ങിയതാണെന്ന് ഞാൻ പറഞ്ഞല്ലോ, എന്റെ ദുഃഖവും അന്നു തന്നെ തുടങ്ങിയെന്നുകൂടി പറയേണ്ടിയിരിക്കുന്നു. സിനയീദയെ പിരിഞ്ഞിരിക്കുമ്പോഴൊക്കെ എന്റെ മനസ്സു നീറിക്കൊണ്ടിരുന്നു. ഒന്നിലും ശ്രദ്ധകേന്ദ്രീകരിക്കാൻ എനിക്കു കഴിയാതായി. അവളെപ്പറ്റിയുള്ള വിചാരം രാപകൽ എന്നെ അലട്ടിക്കൊണ്ടിരുന്നു... അവളെ പിരിഞ്ഞിരിക്കുമ്പോൾ എന്റെ മനസ്സു നീറിയിരുന്നു, എന്നാൽ അവളെ കാണുമ്പോഴുള്ള എന്റെ നില അതിലും പരിതാപകരമായിരുന്നു. അവളുടെ സാന്നിദ്ധ്യത്തിൽ ഞാൻ അസൂയയുക്തനാകും, എന്റെ അല്പതയെക്കുറിച്ചു ബോധവാനാകുകയും വിഡ്ഢിയെപ്പോലെ മുഖം കനപ്പിക്കുകയും ചെയ്യും. ഒരു വിഡ്ഢിയെപ്പോലെ അവളുടെ വാലിൽത്തൂങ്ങി നടക്കും. എങ്കിലും അപ്രതിഹതമായ ഒരു ശക്തി എന്നെ അവളുടെ അടുത്തേക്ക് പിടിച്ചുവലിച്ചുകൊണ്ടിരുന്നു. അവളുടെ മുറിയുടെ വാതിൽപ്പടി കടക്കുമ്പോഴെല്ലാം മധുരമായ ഒരു വേദന എന്റെ ഹൃദയത്തിൽ അനുഭവപ്പെട്ടിരുന്നു. ഞാൻ സിനയീദയിൽ

അനുരക്തനാണെന്ന് മനസ്സിലാക്കാൻ അവൾക്ക് അധിക സമയം വേണ്ടിവന്നില്ല. അതു ഒളിച്ചുവയ്ക്കണമെന്ന് ഞാൻ ആഗ്രഹിച്ചുമില്ല. എന്റെ ഈ ഭ്രമത്തിൽനിന്ന് സിനയീദ ചിരിക്കാൻ ധാരാളം വക കണ്ടെത്തി. അവൾ എന്നെ കളിയാക്കി. എന്നെ ലാളിച്ചു, എന്നെ പീഡിപ്പിച്ചു. മറ്റൊരാളുടെ ഏറ്റവും വലിയ സന്തുഷ്ടിയുടേയും ഏറ്റവും കൊടിയ ദുഃഖത്തിന്റേയും പരമവും അവിതർക്കിതവുമായ കാരണമായിരിക്കുക എന്നത്. ഒരേ ഒരു ഉറവിടമായിരിക്കുക എന്നത് മധുരമായ ഒരനുഭവമാണ്. അതുകൊണ്ട് സിനയീദയുടെ കൈകളിൽ ഞാൻ പതമുള്ള കളിമണ്ണായി മാറി. എന്നാൽ അവളെ പ്രേമിച്ചിരുന്നതു ഞാൻ മാത്രമായിരുന്നില്ല. അവളുടെ വീടുസന്ദർശിച്ചിരുന്ന എല്ലാ പുരുഷന്മാരും അവളിൽ ഭ്രമിച്ചു വശായിരുന്നു. അവളാകട്ടെ അവരെ എല്ലാവരേയും അവളുടെ കാൽച്ചുവട്ടിൽ തളച്ചിടുകയും ചെയ്തു. മാറിമാറി അവരിൽ ആശയും ആശങ്കയും വളർത്തുന്നത് അവളുടെ ഒരു വിനോദമായിരുന്നു. അവൾ അവരെ ചെറുവിരലിലിട്ട് കറക്കി (ഒരാളെക്കൊണ്ട് മറ്റൊരാളെ തള്ളിയിടുക എന്നാണ് അവൾ അതിനു കൊടുത്ത പേര്). എതിർക്കുന്നതിനെപ്പറ്റി ആലോചിക്കുകപോലും ചെയ്യാതെ അവരിൽ ഒരോരുത്തരും അവളുടെ ഇംഗിതത്തിന് സസന്തോഷം വഴങ്ങിക്കൊടുത്തിരുന്നു. അവളുടെ പ്രസരിപ്പാർന്ന സുന്ദരമായ രൂപമാകെത്തന്നെ കൗശലത്തിന്റേയും കരുതലില്ലായ്മയുടെയും, കൃത്രിമത്വത്തിന്റേയും ലാളിത്യത്തിന്റേയും, സമചിത്തതയുടേയും ആവേഗത്തിന്റേയും ഒരു സമ്മോഹന സമ്മിശ്രമായിരുന്നു. അവളുടെ ഓരോ വാക്കിലും ഓരോ പ്രവൃത്തിയിലും ഓരോ ചലനത്തിലും അസാധാരണമായ സൗകുമാര്യം വഴിഞ്ഞൊഴുകി. അസാധാരണമായ ഒരു ശക്തിവിശേഷത്തിന്റെ വിളയാട്ടം അവളെ സംബന്ധിച്ച എല്ലാറ്റിലും ദൃശ്യമായിരുന്നു. സദാ മാറിക്കൊണ്ടിരുന്ന ആ മുഖവും വിവിധ ഭാവങ്ങളുടെ ഒരു കേളീരംഗമായിരുന്നു—ഒരേ സമയംതന്നെ അവിടെ പരിഹാസവും ചിന്തയും ആവേശവും നിഴലിക്കുന്നതു കാണാം. വെയിലും കാറ്റുമുള്ള ദിവസങ്ങളിൽ മേഘങ്ങൾ വിരിക്കുന്ന ലോലവും ചടുലവുമായ നിഴലുകളെപ്പോലെ ഒന്നു മറ്റൊന്നിനെ തള്ളിമാറ്റിക്കൊണ്ട് അതിവേഗം കടന്നു പൊയ്ക്കൊണ്ടിരിക്കുന്ന പരസ്പര വിരുദ്ധങ്ങളായ വികാരങ്ങൾ അവളുടെ കണ്ണുകളേയും ചുണ്ടുകളേയും സദാ തഴുകിക്കൊണ്ടിരുന്നു.

തന്റെ ആരാധകന്മാരിൽ ഓരോരുത്തരേയും അവൾക്ക് ആവശ്യമായിരുന്നു. "എന്റെ മൃഗം" എന്നു ചിലപ്പോൾ "എന്റെ" എന്നു മാത്രവും അവൾ വിശേഷിപ്പിച്ചിരുന്ന ബെലൊവ് സൊറൊവ് അവൾക്കുവേണ്ടി തീയിൽച്ചാടാൻപോലും തയ്യാറായിരുന്നു. സ്വന്തം മാനസിക ശക്തിയിലും മറ്റു ഗുണങ്ങളിലും വിശ്വാസമില്ലാതിരുന്ന അയാൾ സിനയീദയോട് തന്നെ വിവാഹംചെയ്യണമെന്ന് പല തവണ അഭ്യർത്ഥിച്ചിട്ടുണ്ട്. മറ്റുള്ളവർക്കാർക്കും തന്നെപ്പോലെ ആത്മാർത്ഥതയില്ലെന്നും, അയാൾ സൂചിപ്പിക്കാറുണ്ടായിരുന്നു. കവിതയോട് സിനയീദയ്ക്കുണ്ടായിരുന്ന കമ്പത്തെയാണ് മയ്ദാനൊവ് സ്പർശിച്ചത്. ഭൂരിപക്ഷം

രചയിതാക്കളേയുംപോലെ അയാളും സ്വതേ തണുത്ത പ്രകൃതക്കാരനായിരുന്നെങ്കിലും സിനയീദയെ താൻ ഉള്ളഴിഞ്ഞു ആരാധിക്കുന്നുണ്ടെന്ന് അവളെ വിശ്വസിപ്പിക്കാനും ഒരുപക്ഷേ തന്നെത്തന്നെ വിശ്വസിപ്പിക്കാനും അയാൾക്കു കഴിഞ്ഞിരുന്നു. അയാൾ അവളെ സ്തുതിച്ചുകൊണ്ടുള്ള അനേകം ശ്ലോകങ്ങൾ എഴുതുകയും അസ്വാഭാവികവും അതേ സമയം തന്നെ ആത്മാർത്ഥവുമായ ഒരു തരം ആനന്ദനിർവൃതിയോടെ അവളെ അതു ചൊല്ലികേൾപ്പിക്കുകയും ചെയ്തിരുന്നു. സിനയീദയ്ക്ക് അയാളോട് പെരുമാറ്റത്തിൽ ചെറിയ ഒരു പുച്ഛരസം കലർന്നിരുന്നു. അവൾക്ക് അയാളിൽ വലിയ വിശ്വാസമുണ്ടായിരുന്നില്ല. അയാൾ രചിച്ച സ്തുതി ഗീതങ്ങൾ കേട്ടുകഴിഞ്ഞാലുടൻ അവൾ ആയാളെക്കൊണ്ടു പുഷ്കിന്റെ കവിത ചൊല്ലിക്കുക പതിവായിരുന്നു—അന്തരീക്ഷം ശുദ്ധീകരിക്കാനാണ് അതെന്ന് അവൾ പറയാറുണ്ടായിരുന്നു. എല്ലാറ്റിനേയും പുച്ഛിച്ച് സംസാരിക്കുന്ന സരസനായ ഡോക്ടർ ലൂഷിനാണ് സിനയീദയെ ഏറ്റവും നന്നായി മനസ്സിലാക്കിയതും ഏറ്റവും കൂടുതൽ സ്നേഹിച്ചതും. എങ്കിലും കേൾക്കയും കേൾക്കാതെയും അയാൾ അവളെ അധിക്ഷേപിക്കാറുണ്ടായിരുന്നു. അവൾ അയാളെ ആദരിച്ചിരുന്നെങ്കിലും അയാളോട് അല്പം പോലും ദയകാണിച്ചില്ല. അയാളും തന്റെ അധീനത്തിലാണെന്ന് അയാളെ ബോധ്യപ്പെടുത്തുന്നതിൽ അവൾ ക്രൂരമായ ഒരുതരം ആനന്ദം കണ്ടെത്തി. “ഞാൻ ഒരു കുഴഞ്ഞാടിയാണ്. ഹൃദയ ശൂന്യയാണ്, ജന്മനാ ഒരു നാട്യക്കാരിയാണ്, അല്ലേ?” ഒരിക്കൽ എന്റെ മുമ്പിൽവച്ച് അവൾ ലൂഷിനോടു പറഞ്ഞു. “എല്ലാം ശരിയാണ്. സമ്മതിച്ചു! ഇനി നിങ്ങൾ കൈ നീട്ടിത്തരൂ. ഞാൻ അതിൽ ഒരു മുട്ടുസൂചി കുത്തിക്കയറ്റും, നിങ്ങൾ വേദനകൊണ്ടു പിടയുമെങ്കിലും ചിരിക്കാനുള്ള സന്മനസ്സു കാണിക്കും, ഇല്ലേ ശ്രീമാൻ സത്യവാദി?” ലൂഷിന്റെ മുഖം ചുവന്നു, അയാൾ ചുണ്ടുകടിച്ചുകൊണ്ട് കുനിഞ്ഞിരുന്നു. എങ്കിലും കൈ നീട്ടാതിരുന്നില്ല. അവൾ അയാളുടെ കൈയിൽ മൊട്ടുസൂചികൊണ്ട് കുത്തി. അയാൾ വാസ്തവത്തിൽ ചിരിക്കുകയും ചെയ്തു. അവളും പൊട്ടിച്ചിരിച്ചു. അവളുടെ മുഖത്തു നോക്കാതിരിക്കാൻ വൃഥാ ശ്രമിച്ചുകൊണ്ടിരുന്ന അയാളുടെ കണ്ണുകളിലേക്ക് ഉറ്റുനോക്കിക്കൊണ്ട് അവൾ മൊട്ടുസൂചി കൂടുതൽ ആഴത്തിൽ കുത്തിയിറക്കി...

കൗണ്ട് മലേവ്സ്കിയും സിനയീദയും തമ്മിലുള്ള ബന്ധം എനിക്ക് തീരെ മനസ്സിലാക്കാൻ കഴിഞ്ഞില്ല. അയാൾ സുമുഖനും ജാഗ്രതയുള്ളവനും ബുദ്ധിശാലിയുമായിരുന്നെങ്കിലും കപടവും സംശയാസ്പദവുമായ എന്തോ ഒന്ന് അയാളിലുണ്ടായിരുന്നു. കേവലം ബാലനായിരുന്ന എനിക്കുപോലും അക്കാര്യം മനസ്സിലാക്കാൻ കഴിഞ്ഞ സ്ഥിതിക്ക് സിനയീദ അതു കാണാതിരുന്നതെന്തുകൊണ്ടാണെന്ന് ഞാൻ അത്ഭുതപ്പെട്ടു. ഒരുപക്ഷേ ഈ കാപട്യം കണ്ടിട്ടും അവൾ കാര്യമാക്കാതിരുന്നതാവാം!

അവൾക്കു ലഭിച്ച വിദ്യാഭ്യാസത്തിന്റെ പോരായ്മകളും വിചിത്ര സ്വഭാവക്കാരായ ശീലങ്ങളും അമ്മയുടെ നിരന്തരമായ സാന്നിദ്ധ്യവും വീട്ടിലെ ദാരിദ്ര്യവും ചിട്ടയില്ലായ്മയും എന്നുവേണ്ട ആ ചെറുപ്പക്കാരിയായ പെൺകിടാവിനു ലഭിച്ചിരുന്ന അമിതമായ സ്വാതന്ത്ര്യം മുതൽ പാർശ്വവർത്തികളെക്കാൾ താൻ മികച്ചവളാണെന്ന് അവൾക്കുണ്ടായിരുന്ന ബോധം വരെയുള്ള സർവ്വതും, പുച്ഛംകലർന്ന ഒരുതരം ഉദാസീനതയും ധാർമ്മികമായ ബോധരാഹിത്യവും അവളിൽ വളർത്തിയിരുന്നു. ആ വീട്ടിൽ എന്തു സംഭവിച്ചാലും അവൾക്കു യാതൊരു കലുക്കവുമില്ല—പഞ്ചസാരയില്ലെന്ന് ഭൃത്യൻ വന്നറിയിക്കുകയോ, വൃത്തികെട്ട ഏതെങ്കിലും അപവാദം പുറത്തു വരികയോ, അതിഥികൾ തമ്മിൽ വഴക്കിടുകയോ ചെയ്താൽ അളകങ്ങൾ പുറകോട്ട് കുടഞ്ഞുമാറ്റിക്കൊണ്ട് അവൾ ഇത്രമാത്രം പറയും: “അസംബന്ധം!!”

എന്നാൽ മലേവ്സ്കി ഒരു കുറുക്കന്റെ കൗശലത്തോടെ പതുങ്ങിച്ചെന്ന് സിനയീദയുടെ കസേരയുടെ പിന്നിൽ അന്തസ്സോടെ മുട്ടിയുരുമ്മി നില്ക്കുന്നതും ആത്മസംതൃപ്തി നിറഞ്ഞ വഴുവഴുത്ത ഒരു പുഞ്ചിരിയോടെ അവളുടെ കാതിൽ എന്തൊക്കെയോ മന്ത്രിക്കുന്നതും അവൾ കൈകൾ നെഞ്ചിൽ പിണച്ചുവച്ചുകൊണ്ട് ദത്തശ്രദ്ധയായി അയാളെ നോക്കി പുഞ്ചിരിക്കുന്നതും തലയാട്ടുന്നതും കാണുമ്പോൾ വാസ്തവത്തിൽ എന്റെ രക്തം തിളച്ചിരുന്നു.

“കൗണ്ട് മലേവ്സ്കിയെ സ്വീകരിക്കാൻ നിങ്ങളെ പ്രേരിപ്പിക്കുന്നതെന്താണ്?” ഒരിക്കൽ ഞാൻ സിനയീദയോട് ചോദിച്ചു.

“അയാളുടെ മേൽമീശയ്ക്ക് എന്തൊരു ഭംഗിയാണെന്നോ;” സിനയീദ ഉത്തരം പറഞ്ഞു. “പക്ഷേ നിനക്ക് അതൊന്നും മനസ്സിലാവുകയില്ല.”

“എനിക്ക് അയാളോടു പ്രേമമാണെന്നാണോ വിചാരം?” മറ്റൊരവസരത്തിൽ സിനയീദ എന്നോടു ചോദിച്ചു. “അതുപോലൊരു മനുഷ്യനെ, എനിക്കു ബഹുമാനിക്കാനാവാത്ത ഒരു മനുഷ്യനെ സ്നേഹിക്കാൻ എന്നെക്കൊണ്ടാവില്ല. എന്റെ ഇച്ഛാശക്തി തകർക്കാൻ കഴിവുള്ള ഒരാളെയാണ് എനിക്കു വേണ്ടത്. ഭാഗ്യത്തിന് അങ്ങനെ ഒരാളെ ഞാൻ ഒരിക്കലും കണ്ടുമുട്ടുകയില്ല! ഇല്ല, ഞാൻ ഒരിക്കലും ആരുടേയും കാൽച്ചുവട്ടിൽ വീഴുകയില്ല!”

“നിങ്ങൾ ഒരിക്കലും ആരേയും സ്നേഹിക്കയില്ലെന്നാണോ അതിന്റെ അർത്ഥം.”

“സ്വന്തം കാര്യം മറന്നോ? നിന്നെ ഞാൻ സ്നേഹിക്കുന്നില്ലേ?” എന്റെ മൂക്കിൽ കൈയുറയുടെ അറ്റംകൊണ്ട് അടിച്ചിട്ട് അവൾ തിരിച്ചു ചോദിച്ചു.

അതെ, എന്നെ കളിയാക്കിക്കൊണ്ട് സിനയീദ ധാരാളം രസിച്ചു. മൂന്നാഴ്ചക്കാലം ഞാൻ അവളെ നിത്യവും കണ്ടുകൊണ്ടിരുന്നു—അവൾ

എന്തെല്ലാമാണ് എന്നെകൊണ്ടു ചെയ്യിച്ചത്! അവൾ ഞങ്ങളുടെ വീട്ടിൽ അപൂർവ്വമായേ വരാറുണ്ടായിരുന്നുള്ളൂ. അതിൽ എനിക്കു പരാതിയുണ്ടായിരുന്നില്ല. കാരണം ഞങ്ങളുടെ വീട്ടിൽ വരുമ്പോഴെല്ലാം അവൾ ഒരു യുവമഹിളയുടെ, ഒരു പ്രഭുകുമാരിയുടെ ഭാവം കൈക്കൊള്ളും, എനിക്കാണെങ്കിൽ വല്ലാത്ത ലജ്ജയും അനുഭവപ്പെടും. അമ്മ എന്റെ രഹസ്യം മനസ്സിലാക്കുമോ എന്നായിരുന്നു എന്റെ പേടി. അമ്മയ്ക്ക് സിനയീദയെ തീരെ ഇഷ്ടമായിരുന്നില്ല. അമ്മ നീരസത്തോടെ ഞങ്ങളെ ശ്രദ്ധിച്ചുകൊണ്ടിരുന്നു.

അച്ഛനെ എനിക്ക് അത്ര പേടിയുണ്ടായിരുന്നില്ല. അദ്ദേഹം എന്നെ ശ്രദ്ധിക്കുകയില്ല, അവളോട് വളരെ വിരളമായേ എന്തെങ്കിലും പറയുകയുള്ളൂ. പക്ഷേ അവളോട് പറയുന്ന ഒരോ വാക്കിലും അദ്ദേഹത്തിന്റെ കുശാഗ്രബുദ്ധി തെളിഞ്ഞു കാണാമായിരുന്നു. ഞാൻ പഠിത്തവും വായനയും മാത്രമല്ല നാട്ടിൻപുറത്തു കൂടിയുള്ള ചുറ്റിത്തിരിയലും കുതിര സവാരിയും ഉപേക്ഷിച്ചു. നൂലുകൊണ്ട് കാലുകെട്ടിയ ഒരു വണ്ടിനെപ്പോലെ ഞാൻ പ്രിയങ്കരമായ ആ ചെറുഭവനത്തെ ചുറ്റിപ്പറ്റി നടന്നു. അവിടെത്തന്നെ സ്ഥിരതാമസമാക്കാൻപോലും ഞാൻ തയ്യാറായിരുന്നു, എന്നാൽ അതു സാദ്ധ്യമായിരുന്നില്ല. എന്റെ അമ്മ മറുമുറുത്തു. ചിലപ്പോൾ സിനയീദ എന്നെ അവിടുന്ന് ഓടിച്ചു. സിനയീദ എന്നെ മടക്കി അയയ്ക്കുമ്പോഴൊക്കെ ഞാൻ എന്റെ മുറിയിൽ ചെന്ന് വാതിലടച്ചിരിക്കുകയോ തോട്ടത്തിന്റെ മറ്റേ അറ്റത്തേക്ക് പോവുകയോ ചെയ്തിരുന്നു. തോട്ടത്തിന്റെ അങ്ങേയറ്റത്ത് പൊക്കമുള്ള ഇഷ്ടിക മതിലുകളാൽ ചുറ്റപ്പെട്ട ഒരു സസ്യസംരക്ഷണശാലയുണ്ടായിരുന്നു. അതിന്റെ റോഡിനഭിമുഖമായുള്ള ജീർണ്ണിച്ച മതിലിനു മുകളിൽ കയറി കാലുകൾ തൂക്കിയിട്ട്, ഒന്നും കാണാത്ത കണ്ണുകൾ കൊണ്ട് ചുറ്റും നോക്കി, ഞാൻ മണിക്കൂറുകളോളം വെറുതെ ഇരുന്നു. പൊടിപിടിച്ച ചൊറിയണച്ചെടികളുടെ മുകളിൽ വെളുത്ത ചിത്രശലഭങ്ങൾ മെല്ലെ പറന്നു നടന്നു. കുസൃതിക്കാരനായ ഒരു കുരുവി പൊളിഞ്ഞ ഒരിഷ്ടികയുടെ മുകളിൽ വന്നിരുന്ന് വാശിയോടെ ചിലയ്ക്കുകയും വട്ടം കറങ്ങുകയും വാലു വിടർത്തുകയും ചെയ്തു. എന്നെ ഇപ്പോഴും സംശയദൃഷ്ടിയോടെ ശ്രദ്ധിച്ചിരുന്ന കാക്കകൾ ഒരു ബർച്ച് മരത്തിന്റെ ഇലകളില്ലാത്ത കുടുന്നയിലിരുന്ന് ഇടയ്ക്കിടെ കാ-കാ എന്നു കരഞ്ഞു. ആ ബർട്ടിന്റെ വണ്ണം കുറഞ്ഞ കൊമ്പുകളെ വെയിലും കാറ്റും മെല്ലെ തലോടിക്കൊണ്ടിരുന്നു. ചിലപ്പോൾ ദോൻസ്കോയ് പള്ളി[3]യിലെ മണിയുടെ പ്രശാന്തമായ മുഴക്കം എനിക്കു കേൾക്കാൻ കഴിഞ്ഞിരുന്നു. ചുറ്റും നോക്കുകയും ചെവികൂർപ്പിച്ചു ശ്രദ്ധിക്കുകയും ചെയ്തുകൊണ്ട് അവിടെയിരിക്കുമ്പോൾ ഹൃദയത്തിൽ അനിർവ്വചനീയമായ ഒരനുഭൂതി നിറഞ്ഞു കവിയും. ദുഖവും സന്തോഷവും ഭാവിയെ പറ്റിയുള്ള

3 ദോൺസ്കോയ് പള്ളി—16-ാം നൂറ്റാണ്ടിൽ ഫ്യോദർ ഇവാനൊവിച്ച് എന്ന ചക്രവർത്തി ഉണ്ടാക്കിയിയ മോസ്കോയിലെ ഒരു പള്ളി.

ഉൽക്കണ്ഠയും ജീവിതാസക്തിയും, ജീവിതത്തെപ്പറ്റിയുള്ള ഭയവും എല്ലാമെല്ലാം അതിൽ അന്തർലീനമായിരുന്നു. എന്നാൽ ഇതൊന്നും അന്ന് എനിക്ക് മനസ്സിലായിരുന്നില്ല. എന്റെയുള്ളിൽ പതഞ്ഞുപൊങ്ങുന്ന വികാരത്തിന് ഒരു പേരു കണ്ടുപിടിക്കാൻ അന്നെനിക്കു കഴിയുമായിരുന്നില്ല. അഥവാ കഴിഞ്ഞിരുന്നെങ്കിൽത്തന്നെ അതു സിനയീദ എന്നല്ലാതെ മറ്റൊന്നുമായിരിക്കാൻ തരമില്ലായിരുന്നു.

അക്കാലമത്രയും പൂച്ച എലിയെ കളിപ്പിക്കുംപോലെ സിനയീദ എന്നെ ഇട്ടു കളിപ്പിച്ചുകൊണ്ടിരുന്നു. അവൾ എന്നോടു ശൃംഗരിക്കുമ്പോൾ ഞാൻ ഉരുകുകയും ഉദ്വേഗഭരിതനാകുകയുംചെയ്തു. അവൾ എന്നെ തള്ളി മാറ്റുമ്പോൾ അവളുടെ അടുത്തു പോകാനോ അവളുടെ മുഖത്തു നോക്കാനോ ധൈര്യമില്ലാതെ ഞാൻ ഉഴന്നു.

തുടർച്ചയായി കുറെ ദിവസത്തേക്ക് അവൾ എന്നിൽനിന്ന് അകന്നു നിന്നതായി ഞാൻ ഓർമ്മിക്കുന്നു. ഞാൻ നിരാശനായിത്തീർന്നു. അവളുടെ വീട്ടിലേക്ക് അറച്ചറച്ചു കടന്നു ചെന്ന് ഞാൻ പ്രഭ്വിയെ ചുറ്റിപ്പറ്റി നിന്നു. പ്രഭ്വി അങ്ങേയറ്റം ക്ഷോഭിച്ചിരുന്ന ഒരു സമയമായിരുന്നു അത്. അവരുടെ സാമ്പത്തിക സ്ഥിതി വളരെ മോശമായിരുന്നു. പോലീസ് സ്റ്റേഷനിൽ ചെന്ന് വിശദീകരണം കൊടുക്കാൻ അവർ രണ്ടുപ്രാവശ്യം നിർബന്ധിതയായി.

ഒരിക്കൽ തോട്ടത്തിലെ മതിലിനരികിലൂടെ നടന്നുപോകുമ്പോൾ ഞാൻ സിനയീദയെ കണ്ടു. കൈകൾ പിറകോട്ടുകുത്തി പുല്ലിൽ നിശ്ചലായി ഇരിക്കുകയായിരുന്നു അവൾ. ഞാൻ ശബ്ദമുണ്ടാക്കാതെ കടന്നുപോകാൻ ഭാവിച്ചതാണ്. എന്നാൽ ആ നിമിഷത്തിൽ അവൾ തലയുയർത്തി എന്തോ ഒരാംഗ്യം കാണിച്ചു. വേരു മുളച്ചതുപോലെ ഞാൻ അവിടെ നിന്നുപോയി. അവൾ എന്താണുദ്ദേശിച്ചതെന്ന് എനിക്കു പിടികിട്ടിയില്ല. അവൾ വീണ്ടും ശിരസ്സു ചലിപ്പിച്ചു. ഞാൻ മതിൽ ചാടിക്കടന്ന് ആഹ്ലാദഭരിതനായി അവളുടെ അടുത്തേക്ക് ഓടിച്ചെന്നു. എന്നാൽ അവളുടെ കണ്ണുകൾ എന്നെ തടഞ്ഞുനിർത്തി, അവൾ ഇരുന്നിരുന്നിടത്തു നിന്ന് രണ്ടു ചുവടകലെയുള്ള നടപ്പാതയിലേക്ക് ചൂണ്ടിക്കാട്ടി. എന്തു ചെയ്യണമെന്നറിയാതെ അമ്പരന്ന് ഞാൻ പാതയ്ക്കരികിൽ മുട്ടുകുത്തി നിന്നു. അവളുടെ വിളർച്ചയും ആ മുഖത്ത് പ്രകടമായിരുന്ന കഠിനമായ ദുഃഖവും പാരവശ്യവും കണ്ട് എന്റെ ഹൃദയം നീറി. അറിയാതെ ഞാൻ ചോദിച്ചുപോയി:

“എന്തു പറ്റി?”

സിനയീദ കൈ നീട്ടി ഒരു പുൽനാമ്പു പറിച്ചെടുത്തു. അവൾ അതു ചവച്ചിട്ട് ദൂരേയ്ക്കു വലിച്ചെറിഞ്ഞു.

“നിനക്ക് എന്നോടു സ്നേഹമുണ്ട്, ഇല്ലേ?” ഒടുവിൽ അവൾ ചോദിച്ചു. “പറയൂ.”

ഞാൻ ഉത്തരം പറഞ്ഞില്ല. വാസ്തവത്തിൽ അതിന്റെ ആവശ്യമുണ്ടായിരുന്നില്ല.

"ഉണ്ട്, എനിക്കറിയാം." എന്നെത്തന്നെ നോക്കിക്കൊണ്ടു അവൾ പറഞ്ഞു. "എനിക്കറിയാം. അതേ കണ്ണുകൾ," എന്ന് തുടർന്നു പറഞ്ഞിട്ട് അവൾ ചിന്താഭരിതയായി മുഖം പൊത്തി. "എനിക്ക് എല്ലാം മടുത്തു." അവൾ മന്ത്രിച്ചു. "ഭൂമിയുടെ അറ്റം വരെ പോകാൻ ഞാൻ തയ്യാറാണ്, എനിക്കതു സഹിക്കാൻ കഴിയുന്നില്ല. എനിക്കിതു താങ്ങാനാവില്ല... എന്തൊക്കെയാണ് എനിക്കു വരാൻ പോകുന്നത്? എത്ര കഠിനമാണിത്! ദൈവമേ, എത്ര ഭയങ്കരമാണിത്!"

"എന്താണെന്നു പറയൂ," ഞാൻ പേടിച്ചുപേടിച്ചു ചോദിച്ചു.

അതിനുത്തരമായി സിനയീദ തോളുകൾ ചലിപ്പിക്കുകമാത്രമാമാത്രമാണ് ചെയ്തത്. ഉൽക്കടമായ വിഷമത്തോടെ അവളെ ഉറ്റുനോക്കി കൊണ്ട് ഞാൻ അതേപടി നിന്നു. അവൾ ഉച്ചരിച്ച ഓരോ വാക്കും കഠാരിമുനപോലെ എന്റെ ഹൃദയത്തിൽ തറച്ചുകയറി. അവളുടെ ദുഃഖം അകറ്റാൻ വേണ്ടി എന്നെത്തന്നെ ബലികഴിക്കുവാൻ ആ നിമിഷത്തിൽ ഞാൻ തയ്യാറായിരുന്നു. അവളുടെ ദുഃഖത്തിനു കാരണമെന്തെന്ന് ഊഹിക്കാൻ കഴിയാതെ അവളെ നോക്കിയിരിക്കെ എന്റെ ഭാവനയിൽ ഒരു രംഗം തെളിഞ്ഞു വന്നു—സങ്കടം സഹിക്കാനാവാതെ അവൾ തോട്ടത്തിലേക്ക് ഓടിവരുന്നതും വെട്ടിയിട്ട തടിപോലെ നിലത്തു വീഴുന്നതും കൺമുന്നിൽ കാണുന്നതുപോലെ എനിക്കു തോന്നി. തോട്ടത്തിലുള്ള സർവ്വതും പച്ചനിറമാർന്ന്, വെളിച്ചത്തിൽ മുങ്ങിക്കിടന്നു. ഇളംകാറ്റ് ഇലകളെ മെല്ലെ ഉലച്ചു. ഇടയ്ക്കിടെ അത് സിനയീദയുടെ തലയ്ക്കുമുകളിലുണ്ടായിരുന്ന റാസ്ബെറി തണ്ടുകളെ പിടിച്ചുകലുക്കി.

ദൂരെ എവിടെയോ ഇരുന്ന് പ്രാവുകൾ കുറുങ്ങി. അനിബിഡമായി വളർന്നുനിന്ന പുല്ലിന്റെ മുകളിലൂടെ താണുപറന്നുകൊണ്ട് തേനീച്ചകൾ മുരണ്ടു. തലയ്ക്കു മുകളിൽ നീലാകാശം പുഞ്ചിരിതൂകിക്കൊണ്ടിരുന്നു. എങ്കിലും കഠിനമായ വിഷാദം എന്നെ ഗ്രസിച്ചു.

"ഏതെങ്കിലും ഒരു കവിത ചൊല്ലിക്കേൾപ്പിക്കൂ," ഒരു കൈമുട്ടൂന്നി ഇരുന്നുകൊണ്ട് സിനയീദ താണസ്വരത്തിൽ പറഞ്ഞു. "എനിക്കു നീ കവിത ചൊല്ലുന്നതു കേൾക്കാൻ ഇഷ്ടമാണ്. നീ അതു പാടുകയാണു ചെയ്യുന്നത്. പക്ഷേ അതു സാരമില്ല, അതിൽ യുവചൈതന്യം തുളുമ്പി നിൽക്കുന്നു, "ജോർജിയയിലെ കുന്നുകൾ[4] എന്ന കവിത ചൊല്ലൂ. പക്ഷേ ഇരുന്നിട്ട് തുടങ്ങിയാൽ മതി."

ഞാൻ പുല്ലിലിരുന്ന് കവിത ചൊല്ലിത്തുടങ്ങി.

---

4 "ജോർജിയയിലെ കുന്നുകൾ " (1829)...—അലക്സാണ്ടർ പുഷ്കിന്റെ ഒരു കവിത.

“പ്രേമിക്കാതിരിക്കുവാൻ കഴിവില്ലതിന്നേതും...[5] അവസാനത്തെ വരി സിനയീദ ഏറ്റുപാടി. “ഇതാണ് കവിതയുടെ മേന്മ. അത് ഇല്ലാത്ത വസ്തുക്കളെപ്പറ്റി പറയുകയും അവ യഥാർത്ഥത്തിൽ ഉള്ളവയെക്കാൾ കൂടുതൽ മെച്ചമാണെന്നു മാത്രമല്ല കൂടുതൽ യഥാർത്ഥമാണെന്നുകൂടി വിശ്വസിപ്പിക്കുകയും ചെയ്യുന്നു... ‘പ്രേമിക്കാതിരിക്കുവാൻ കഴിവില്ലതിന്നേതും.’—അതായത് പ്രേമിക്കാൻ ഹൃദയത്തിന് ആഗ്രഹമില്ല എങ്കിലും പ്രേമിക്കാതിരിക്കാൻ അതിനു കഴിയുകയും ഇല്ല എന്നർത്ഥം. കുറച്ചു നേരം മൗനം പൂണ്ടിരുന്നിട്ട് പെട്ടെന്ന് ഒരു ഞെട്ടലോടെ ചാടിയെണീറ്റു. “വരൂ! മയ്ദാനൊവ് അമ്മയുടെയടുത്ത് ഇരിക്കുന്നുണ്ട്. അയാൾ രചിച്ച കവിതയുമായി എന്നെ കാണാൻ വന്നതാണ്. ഞാൻ അവിടുന്ന് സ്ഥലം വിട്ടു. അയാളും വിഷണ്ണനാണ്... പക്ഷേ ഞാനെന്തുചെയ്യും? ഒരു ദിവസം നിനക്ക് എല്ലാം മനസ്സിലാകും... ഇപ്പോൾ എന്നോട് ദേഷ്യം തോന്നരുത്. കേട്ടോ!”

എന്റെ കയ്യിൽ ധൃതിയിൽ ഒന്നമർത്തിയിട്ട് സിനയീദ മുമ്പേ ഓടി. ഞങ്ങൾ ഒരുമിച്ചാണ് വീട്ടിനുള്ളിൽ കയറിയത്. അന്ന് അച്ചടിച്ചു പുറത്തിറങ്ങിയ “കൊലപാതകി” എന്ന തന്റെ കവിത മയ്ദാനൊവ് വായിച്ചു തുടങ്ങി. എന്നാൽ ഞാൻ അത് അശേഷം ശ്രദ്ധിച്ചില്ല. അയാൾ വലിച്ചു നീട്ടി പാടിയ ഏകാന്തരാന്ത്യ പ്രാസത്തോടുകൂടിയ ദ്വിമാത്രികം ഹിമശകടത്തിന്റെ മണിയടിപോലെ പൊള്ളയായി ഉറക്കെ മുഴങ്ങിക്കൊണ്ടിരുന്നു. സിനയീദ എന്നോടു പറഞ്ഞതിന്റെയൊക്കെ പൊരുൾ കണ്ടുപിടിക്കാനായി ഞാൻ അവളുടെ മുഖത്തുതന്നെ നോക്കിക്കൊണ്ടിരിക്കുകയായിരുന്നു അപ്പോൾ.

പെട്ടെന്നൊരു പ്രതിയോഗി
നിങ്ങളെ പിന്നിലാക്കിയോ?

മയ്ദാനോവ് അനുനാസികസ്വരത്തിൽ ഉറക്കെ പാടി. എന്റെ കണ്ണുകൾ സിനയീദയുടെ മിഴികളുമായി ഇടഞ്ഞു. അവൾ പെട്ടെന്ന് മിഴികൾ താഴ്ത്തി, അവളുടെ മുഖം തുടുക്കുന്നതു ഞാൻ കണ്ടു. അതു കണ്ടപ്പോൾ എന്റെ ഉള്ളു കത്തി. മുമ്പും അസൂയ എന്നെ പിടികൂടിയിട്ടുണ്ട്. എന്നാൽ അവൾ ആരെയെങ്കിലും പ്രേമിക്കുന്നുണ്ടെന്ന ചിന്ത അതിനു മുമ്പൊരിക്കലും എന്റെ മനസ്സിൽ ഉദിച്ചിരുന്നില്ല. “ദൈവമേ! അവൾ ആരെയോ പ്രേമിക്കുന്നുണ്ട്!”

---

5 പ്രേമിക്കാതിരിക്കുവാൻ കഴിവില്ലതിന്നേതും...—ജോർജിയയിലെ കുന്നുകൾ” എന്ന കവിതയിലെ അവസാനത്തെ വരി.

X

എന്റെ യഥാർത്ഥ ദണ്ഡന തുടങ്ങിയത് അപ്പോഴാണ്. ആലോചിച്ചാലോചിച്ച് ഞാൻ തല പുണ്ണാക്കി, കഴിയുന്നത്ര ഗോപ്യമായി നിരന്തരം സിനയീദയെ നിരീക്ഷിച്ചു തുടങ്ങി. അവൾക്ക് സ്പഷ്ടമായും ചില മാറ്റങ്ങൾ വന്നിരുന്നു. ഏകയായി ദീർഘനേരം നടക്കാൻ പോകുന്നത് അവൾ പതിവാക്കിത്തുടങ്ങി. ചിലപ്പോൾ സന്ദർശകരെ സ്വീകരിക്കാതെ അവൾ മണിക്കൂറുകളോളം സ്വന്തം മുറിയിൽ അടച്ചുപൂട്ടിയിരിക്കും. അതൊന്നും അവളുടെ പ്രകൃതമായിരുന്നില്ല. പെട്ടെന്ന് എനിക്ക് അസാധാരണമായ ദൃഷ്ടികൂർമ്മത കൈവന്നു—അഥവാ എനിക്കങ്ങിനെ തോന്നി. "ഇയാളാണോ? അതോ ഇയാളോ"? സിനയീദയുടെ ആരാധകരിൽ ഓരോരുത്തരേയും മാറി മാറി സംശയിച്ചുകൊണ്ടു ഞാൻ ഉൾകണ്ഠയോടെ സ്വയം ചോദിച്ചുകൊണ്ടിരുന്നു. കൂട്ടത്തിൽ ഏറ്റവും അപകടകാരി കൗണ്ട് മലേവ്സ്കിയാണെന്ന് ഞാൻ തീരുമാനിച്ചു. (അങ്ങനെ ഒരു നിഗമനത്തിലെത്തിയപ്പോൾ സിനയീദയെ ഓർത്ത് എനിക്ക് ലജ്ജ തോന്നി.)

എന്റെ നിരീക്ഷണം എന്റെ മൂക്കിന് താഴെ മാത്രം ഒതുങ്ങിനിന്നു, അതു ഗോപ്യമായി വയ്ക്കാനുള്ള എന്റെ ശ്രമം ആരേയും കബളിപ്പിച്ചുമില്ല. ഡോക്ടർ ലൂഷിന് അപ്പോൾത്തന്നെ കാര്യം പിടികിട്ടി. എന്നാൽ ആയിടെ അയാൾതന്നെ ആളാകെ മാറിയിരുന്നു. അയാളുടെ ദേഹം ക്ഷീണിച്ചു. അയാൾ പഴയതുപോലെതന്നെ ധാരാളം ചിരിക്കാറുണ്ടായിരുന്നെങ്കിലും അതിപ്പോൾ പൊള്ളയും കയ്പേറിയതും ഹ്രസ്വവുമായിരുന്നു. അയാളുടെ സംസാരത്തിൽ മുമ്പുണ്ടായിരുന്ന പരിഹാസച്ചുവയും മനപ്പൂർവ്വം പ്രകടമാക്കിയിരുന്ന സർവ്വപുച്ഛമനോഭാവവും ഇപ്പോൾ സ്വയം അടക്കാനാവാത്ത ഒരുതരം ഈർഷ്യക്ക് വഴി മാറിക്കൊടുത്തിരുന്നു. "ചെറുപ്പക്കാരാ, താൻ എപ്പോഴും ഇവിടെ വരുന്നതെന്തിനാണ്?" ഒരു ദിവസം ഞാനും ലൂഷിനും പ്രിൻസിയുടെ സ്വീകരണമുറിയിൽ ഒറ്റയ്ക്കിരിക്കുമ്പോൾ അയാൾ എന്നോടു ചോദിച്ചു.(സിനയീദ നടക്കാൻ പോയിട്ട് തിരിച്ചു വന്നിരുന്നില്ല. അവളുടെ അമ്മ കാതു തുളയ്ക്കുന്ന ശബ്ദത്തിൽ വേലക്കാരിയെ ശകാരിക്കുന്ന ശബ്ദം മാത്രം അവിടെ മുഴങ്ങിക്കൊണ്ടിരുന്നു.) "ഈ ചെറുപ്രായത്തിൽ താൻ പഠിക്കുകയും ജോലിചെയ്യുകയുമാണ് വേണ്ടത്—പക്ഷേ താൻ എന്താണു ചെയ്യുന്നത്?"

"ഞാൻ വീട്ടിലിരുന്നു ജോലി ചെയ്യുന്നില്ലെന്ന് നിങ്ങൾ എങ്ങനെയറിഞ്ഞു?" ധിക്കാരപൂർവ്വം അങ്ങനെ ഞാൻ ചോദിച്ചെങ്കിലും എന്റെ പരിഭ്രമം വെളിപ്പെടുത്താൻ മാത്രമാണ് അതുപകരിച്ചത്.

"അതെനിക്കറിഞ്ഞുകൂടേ? ജോലിയെപ്പറ്റിയല്ല ഇപ്പോൾ തന്റെ ചിന്ത. ഞാൻ തർക്കിക്കാനുദ്ദേശിക്കുന്നില്ല... തന്റെ പ്രായത്തിൽ ഇതു

സ്വാഭാവികമാണ്. പക്ഷേ താൻ തികച്ചും നിർഭാഗ്യകരമായ ഒരിടമാണു തിരഞ്ഞെടുത്തത്. ഇത് എങ്ങനെയുള്ള ഒരു വീടാണെന്ന് തനിക്കു കാണാൻ വയ്യേ?"

"എനിക്കു മനസ്സിലായില്ല," ഞാൻ പറഞ്ഞു.

"മനസ്സിലായില്ലേ? അതാണ് കൂടുതൽ കഷ്ടം! തനിക്കു മുന്നറിയിപ്പു തരേണ്ടത് എന്റെ കടമയാണെന്ന് ഞാൻ കരുതുന്നു. എന്നെപ്പോലുള്ള പ്രായംചെന്ന അവിവാഹിതർ ഇവിടെ വരുന്നതിൽ തെറ്റില്ല. ഞങ്ങൾ എന്തെല്ലാം കാണുകയും കേൾക്കുകയും ചെയ്തവരാണ്! ഞങ്ങൾക്കു ഒരു കേടും പറ്റാനില്ല. പക്ഷേ തന്റേത് ഇളം തൊലിയാണ്. ഈ അന്തരീക്ഷം തനിക്കു പറ്റിയതല്ല. എന്നെ വിശ്വസിക്കൂ. തനിക്കു രോഗം പിടിപെട്ടേക്കും.

"അതെങ്ങനെ?"

"ഞാൻ പറയാം. ഇപ്പോഴത്തെ തന്റെ അവസ്ഥ ആരോഗ്യകരമാണെന്ന് താൻ വിചാരിക്കുന്നുണ്ടോ? ഇതു ശരിയാണോ? ഇപ്പോഴത്തെ തന്റെ മനോവ്യാപാരങ്ങൾ തനിക്കു നല്ലതിനാണോ? പറയൂ."

"എന്റെ മനോവ്യാപരങ്ങളോ?" എന്നു ഞാൻ ചോദിച്ചെങ്കിലും ഡോക്ടർ പറയുന്നത് ശരിയാണെന്ന് എന്റെ ഉള്ളിന്റെ ഉള്ളിൽ എനിക്കറിയാമായിരുന്നു.

"ചെറുപ്പക്കാരാ! ചെറുപ്പക്കാരാ!" എനിക്ക് അങ്ങേയറ്റം അപമാനകരമായ എന്തോ ഒന്ന് അതിലടങ്ങിയിട്ടുണ്ടെന്ന മട്ടിൽ എന്നെ അങ്ങനെ തറപ്പിച്ചു വിളിച്ചുകൊണ്ട് ഡോക്ടർ തുടർന്നു. "താൻ ഒരു കൗശലക്കാരനല്ല, ഭാഗ്യവശാൽ തന്റെ മുഖം ഇപ്പോഴും ആത്മാവിന്റെ കണ്ണാടിയാണ്! പക്ഷേ സംസാരിക്കുന്നതു കൊണ്ടെന്തു ഫലം? ഞാനും..." (ഡോക്ടർ പല്ലുകടിച്ചുകൊണ്ടാണ് ബാക്കി പറഞ്ഞത്) "ഞാനും അത്തരം ഒരു വിഡ്ഢിയല്ലായിരുന്നെങ്കിൽ ഇവിടെ ഇങ്ങനെ ചുറ്റിപ്പറ്റി നടക്കുകയില്ലായിരുന്നു. ഒരു കാര്യം മാത്രം എനിക്കു മനസ്സിലാക്കാൻ കഴിയുന്നില്ല—അതായത് തന്നെപ്പോലെ ബുദ്ധിമാനായ ഒരാൾക്കു ഇവിടെ നടക്കുന്നതെന്താണെന്ന് കാണാൻ കഴിയാത്തതെന്തുകൊണ്ടാണ്?"

"എന്താണിവിടെ നടക്കുന്നത്?" ഞാൻ ചോദിച്ചു. പരിഹാസം കലർന്ന ഒരുതരം അനുകമ്പയോടെ ഡോക്ടർ എന്നെ നോക്കി.

"ഞാനും ആളു കൊള്ളാം! ഞാൻ എന്തിന് അയാളോട് ഇതൊക്കെ പറയുന്നു?" സ്വയം പിറുപിറുക്കുന്നതുപോലെ ഡോക്ടർ പറഞ്ഞു. അനന്തരം സ്വരം ഉയർത്തി അയാൾ തുടർന്നു: "ചുരുക്കിപ്പറഞ്ഞാൽ—ഞാൻ ആവർത്തിക്കുകയാണ്—ഈ അന്തരീക്ഷം തനിക്കു നല്ലതല്ല. തനിക്കിത് രസകരമായിരിക്കാം പക്ഷേ അതുകൊണ്ടെന്താ? ഒരു സസ്യോഷ്ണശാലയ്ക്കുള്ളിലും സുഖകരമായ വാസനയുണ്ടായിരിക്കും പക്ഷേ

അവിടെ മനുഷ്യർക്കു താമസിക്കാൻ കഴിയുകയില്ലല്ലോ. സുഹൃത്തേ, ഞാൻ പറയുന്നതു കേൾക്കൂ, പോയി പാഠപുസ്തകം കയ്യിലെടുക്കൂ."

ആ സമയം പ്രഭ്വി മുറിയിലേക്കു കയറി വന്ന് തനിക്ക് പല്ലുവേദനയാണെന്ന് ഡോക്ടറോടും പറഞ്ഞു. അല്പം കഴിഞ്ഞ് സിനയീദയും അവിടെ എത്തി.

"ഡോക്ടർ, ഇവളെ ഒന്നു ഗുണദോഷിക്കൂ," പ്രഭ്വി പറഞ്ഞു. "ഇവൾ നേരം വെളുക്കുമ്പോൾ മുതൽ ഐസിട്ട വെള്ളം കുടിച്ചുകൊണ്ടിരിക്കും. നെഞ്ചുവേദനക്കാരിയായ ഇവൾക്കിതു നല്ലതാണോ?"

"എന്തിനാണു നിങ്ങൾ ഇങ്ങനെ ചെയ്യുന്നത്?" ലൂഷിൻ സിനയീദയോടു ചോദിച്ചു.

"അതു കൊണ്ടെന്താ കുഴപ്പം?"

"കുഴപ്പമോ? തണുപ്പടിച്ച് നിങ്ങൾ മരിച്ചെന്നു വരാം."

"കാര്യമായി പറയുകയാണോ? അപ്പറഞ്ഞതു നേരാണോ? എങ്കിൽ ഞാൻ അതത്ര കാര്യമാക്കുന്നില്ല."

"ഓഹോ, അങ്ങനെയാണോ!" ഡോക്ടർ പിറുപിറുത്തു.

സിനയീദയുടെ അമ്മ ആ മുറിയിൽനിന്നു പോയി.

"അതെ, അങ്ങനെതന്നെയാണ്," സിനയീദ പറഞ്ഞു.

"അത്ര ആകർഷകമായ ഒരു സംഗതിയാണോ ജീവിതം? ചുറ്റും സൂക്ഷിച്ചുനോക്കൂ... എല്ലാം വളരെ നല്ലതാണെന്നു തോന്നുന്നുണ്ടോ? എനിക്കിതൊന്നും മനസ്സിലാകുന്നില്ലെന്നും ഇതൊന്നും എന്നെ സ്പർശിക്കുന്നില്ലെന്നുമാണോ നിങ്ങളുടെ വിചാരം? ഐസിട്ട വെള്ളം കുടിക്കുന്നത് എനിക്കൊരു സുഖമാണ്. സന്തുഷ്ടിയുടെ കാര്യം ഞാൻ പറയുന്നില്ല. സുഖത്തിനുവേണ്ടി, ഒരു നിമിഷത്തെ സുഖത്തിനുവേണ്ടി ഇത്തരമൊരു ജീവിതം അപകടപ്പെടുത്തരുതെന്ന് നിങ്ങൾ എന്നെ വിശ്വസിപ്പിക്കാൻ ശ്രമിക്കുന്നു."

"മനസ്സിലായി." ലൂഷിൻ അഭിപ്രായപ്പെട്ടു. "ചാപല്യവും സ്വാതന്ത്ര്യവും, ഇതു രണ്ടുമാണ് നിങ്ങളുടെ പ്രകൃതത്തിന്റെ ആകെത്തുക."

സിനയീദ സംഭ്രമത്തോടെ പൊട്ടിച്ചിരിച്ചു.

"എന്റെ പ്രിയപ്പെട്ട ഡോക്ടർ, നിങ്ങൾ പഴയ കാര്യമാണു പറയുന്നത്. നിങ്ങൾ ഒരു നല്ല നിരീക്ഷകനല്ല. നിങ്ങൾ കാലത്തിനു പിന്നിലാണ്. കണ്ണടവച്ചു സൂക്ഷിച്ചു നോക്കൂ. അപ്പോൾ നിങ്ങൾക്കു കാണാൻ കഴിയും ചാപല്യം കാണിക്കാനുള്ള ഒരവസ്ഥയിലല്ല ഞാനെന്ന്. നിങ്ങളെയെല്ലാവരേയും കൂട്ടത്തിൽ എന്നെത്തന്നേയും കബളിപ്പിക്കുന്നതു നല്ലൊരു നേരമ്പോക്കാണ്. പക്ഷേ സ്വാതന്ത്ര്യത്തിന്റെ കാര്യം പറഞ്ഞാൽ... മെസ്യേ വൊൽദെമാർ," പെട്ടെന്ന് അവൾ കാലു നിലത്ത്

ആഞ്ഞു ചവിട്ടിക്കൊണ്ട് എന്റെ നേരെ നോക്കി പറഞ്ഞു. “ഇങ്ങനെ മുഖം കോട്ടി നില്ക്കരുതേ, എന്നോട് സഹതാപം കാണിക്കുന്നത് എനിക്കു തീരെ ഇഷ്ടമല്ല.” അവൾ പെട്ടെന്ന് മുറിയിൽനിന്ന് ഇറങ്ങിപ്പോയി.

“ചെറുപ്പക്കാരാ, ഈ അന്തരീക്ഷം, മോശമാണ്. തീരെ മോശമാണ്.” ലൂഷിൻ ആവർത്തിച്ചു.

XI

ആ സായാഹ്നത്തിൽ പതിവു സന്ദർശകരെല്ലാം സസേകിൻ ഭവനത്തിൽ ഒത്തുകൂടി. ഞാനും കൂട്ടത്തിലുണ്ടായിരുന്നു.

മയ്ദാനൊവിന്റെ കവിതയെപ്പറ്റിയായിരുന്നു ചർച്ച. സിനയീദ ആത്മാർത്ഥമായി അതിനെ പുകഴ്ത്തി. “പക്ഷേ ഒരു കാര്യം പറയാം!” അവൾ പറഞ്ഞു. “ഞാൻ ഒരു കവിയായിരുന്നെങ്കിൽ കവിതയെഴുതാൻ മറ്റു ചില വിഷയങ്ങൾ തിരഞ്ഞെടുക്കുമായിരുന്നു. അസംബന്ധമായിരിക്കാം. എങ്കിലും ആകാശത്തിൽ ചാരനിറവും ഇളം ചുവപ്പുനിറവും പടർന്നു തുടങ്ങുന്ന വെളുപ്പാൻകാലത്ത്, ഉറക്കം വരാതെ കിടക്കുമ്പോൾ, വിചിത്രങ്ങളായ പല ആശയങ്ങളും എന്റെ തലയിൽ കടന്നുകൂടാറുണ്ട്. ഉദാഹരണത്തിന് ഞാൻ... ഞാനതു പറഞ്ഞാൽ നിങ്ങൾ എന്നെ പരിഹസിക്കും.”

“ഇല്ല, ഇല്ല,” എല്ലാവരും ഒരേസമയത്തു പറഞ്ഞു.

“എന്നാൽ പറയാം.” കൈ കെട്ടിയിരുന്ന് വിദൂരതയിലേക്കു നോക്കിക്കൊണ്ട് അവൾ തുടർന്നു. “രാത്രി സമയം. പ്രശാന്തമായ ഒരരുവിയിൽ ഒരു വലിയ വഞ്ചി നില്ക്കുന്നു, ഒരു സംഘം പെൺകിടാങ്ങൾ ആ വഞ്ചിയിലുണ്ട്. ചന്ദ്രബിംബം തിളങ്ങിക്കൊണ്ടിരിക്കുന്നു. ശുഭ്ര വസ്ത്രങ്ങളും വെളുത്ത പൂമാലകളും അണിഞ്ഞ ആ പെൺകൊടികൾ പ്രാർത്ഥനാഗാനം പോലെ തോന്നിക്കുന്ന ഒരു പാട്ടു പാടിക്കൊണ്ടിരിക്കുകയാണ്.”

“മനസ്സിലായി. മനസ്സിലായി, ബാക്കികൂടി പറയൂ.” മയ്ദാനൊവ് സ്വപ്നത്തിലെന്നപോലെ അർത്ഥഗർഭമായി പറഞ്ഞു

“പെട്ടെന്ന് കരയിൽ ആർപ്പുവിളികളും അട്ടഹാസങ്ങളും ചെണ്ടയുടെ ശബ്ദവും ഉയരുന്നു—പന്തങ്ങൾ പ്രത്യക്ഷപ്പെടുന്നു. പാട്ടുപാടുകയും വിളിച്ചുകൂവുകയും ചെയ്തുകൊണ്ട് ഒരു സംഘം മദ്യാരാധകർ അങ്ങോട്ട് ഓടിയെത്തുന്നു. ശ്രീമാൻ കവി, ഈ രംഗം ചിത്രീകരിക്കേണ്ടത് നിങ്ങളുടെ ജോലിയാണ്... എന്നാൽ എനിക്കു ചില നിർദ്ദേശങ്ങളുണ്ട്... പന്തങ്ങൾക്കു നല്ല ചുവപ്പായിരിക്കണം. ധാരാളം പുകയും വേണം, മദ്യാരാധകരുടെ തലയിൽ കറുത്ത പുഷ്പകിരീടങ്ങൾ വേണം, അവയ്ക്കിടയിൽ അവരുടെ

കണ്ണുകൾ തിളങ്ങിക്കൊണ്ടിരിക്കണം. കടുവാതോലുകളും ചഷകങ്ങളും സ്വർണ്ണവും—കണക്കില്ലാത്ത സ്വർണ്ണവും—ഉണ്ടായിരിക്കണം.

"സ്വർണ്ണം എവിടെ ചേർക്കണം?" തന്റെ കോലൻ മുടി പിന്നിലേക്കു കുടഞ്ഞിടുകയും നാസ്വാദ്വാരങ്ങൾ വിടർത്തുകയും ചെയ്തുകൊണ്ട് മയ്ദാനൊവ് പറഞ്ഞു.

"എവിടെ വേണമെന്നോ? തോളുകളിൽ, കൈത്തണ്ടകളിൽ, കാലുകളിൽ, എന്നു വേണ്ട സർവ്വാംഗം സ്വർണ്ണം അണിയിച്ചോളൂ. പഴയകാലത്ത് സ്ത്രീകൾ സ്വർണ്ണം കൊണ്ടുള്ള പാദസരങ്ങൾ അണിയാറുണ്ടായിരുന്നെന്നു കേട്ടിട്ടുണ്ട്. മദ്യാരാധകർ വഞ്ചിയിലിരിക്കുന്ന യുവതികളെ ഉറക്കെ വിളിച്ചു. യുവതികൾ പാട്ടു നിർത്തി—അവർക്കു പാടാൻ കഴിയുമായിരുന്നില്ല അവർ നിശ്ചലരായിരുന്നു. പെട്ടെന്ന് പെൺകിടാങ്ങളിലൊരുവൾ മെല്ലെ എണീറ്റുനിന്നു... ഈ ഭാഗം ഭംഗിയായി വർണ്ണിക്കണം. നിലാവെളിച്ചത്തിൽ അവൾ മന്ദം എഴുന്നേല്ക്കുന്നതും, അവളുടെ കൂട്ടുകാരികളുടെ അമ്പരപ്പും വർണ്ണിക്കാൻ നിന്ന് താഴെയിറങ്ങുന്നു. മദ്യാരാധകർ അവളെ വളയുകയും രാത്രിയുടെ ഇരുണ്ട കയങ്ങളിലേക്ക് അവളെ എടുത്തുകൊണ്ടു പോവുകയും ചെയ്യുന്നു... പുക, മേഘംപോലെ ഉയരുന്ന പുക എനിക്കു കാണാം, മദ്യാരാധകരുടെ ക്രൂക്കിവിളികളും അട്ടഹാസങ്ങളും എനിക്കു കേൾക്കാം... അവളുടെ വെളുത്ത പൂമാല മണല്പുറത്ത് അനാഥമായി കിടക്കുന്നതും എനിക്കു കാണാം."

സിനയീദ സംസാരം നിർത്തി. "അവൾ പ്രേമബദ്ധയാണു," ഞാൻ സ്വയം പറഞ്ഞു.

"കഴിഞ്ഞോ?" മയ്ദാനൊവ് ചോദിച്ചു.

"കഴിഞ്ഞു."

ഒരു നീണ്ട കവിതയ്ക്കു പറ്റിയ വിഷയമല്ല ഇത്," മയ്ദാനൊവ് ഗമയോടെ പറഞ്ഞു. "ഈ ആശയം ഒരു ഭാവഗീതത്തിൽ പ്രയോജനപ്പെടുത്താം."

"റൊമാന്റിക് ശൈലിയിലോ?" മലേവ്സ്കി ചോദിച്ചു.

"അതെ, റൊമാന്റിക് ശൈലിയിൽ തന്നെ, ബൈറന്റെ കവിതകൾ പോലെ."

"എനിക്ക് ബൈറനെക്കാൾ കൂടുതൽ ഇഷ്ടം വിക്ടർ ഹ്യൂഗോയെയാണ്." കൗണ്ട് മലേവിസ്കി തട്ടിവിട്ടു.

"വിക്ടർ ഹ്യൂഗോ ഒന്നാന്തരം ഒരു സാഹിത്യകാരനാണ്." മയ്ദാനൊവ് പറഞ്ഞു. "എന്റെ സുഹൃത്തായ തൊൺകോഷേയെവ് തന്റെ സ്പാനിഷ് നോവലായ എൽ—ത്രൊവദാർ..."

"ചോദ്യചിഹ്നങ്ങൾ തലതിരിച്ച് അച്ചടിച്ചിട്ടുള്ള പുസ്തകത്തെയാണോ ഉദ്ദേശിക്കുന്നത്?" സിനയീദ ചോദിച്ചു.

"അതെ, അതു സ്പെയിൻകാരുടെ ഒരു പതിവാണ്. ഞാൻ പറയാൻ വന്നത് തൊൺകൊഷെയെവ്..."

"ക്ലാസിക്കൽ സരണിയേയും റൊമാന്റിക് സരണിയേയും കുറിച്ചുള്ള തർക്കം വീണ്ടും തുടങ്ങാനാണ് നിങ്ങളുടെ ഭാവം!" പിന്നെയും അയാളെ തടസ്സപ്പെടുത്തിക്കൊണ്ടു സിനയീദ പറഞ്ഞു. "നമുക്ക് മറ്റെന്തെങ്കിലും ചെയ്യാം..."

" 'പിഴയടയ്ക്കൽ' കളിച്ചാലെന്താ?" ലീഷിൻ ചോദിച്ചു.

"അതു വേണ്ട. എനിക്കതു മടുത്തു. നമുക്ക് ഉപമ പറയാം." (ഇത് സിനയീദ കണ്ടുപിടിച്ച ഒരു കളിയാണ്. ഒരു വസ്തു തിരഞ്ഞെടുത്തിട്ട് അതിനെപ്പറ്റി ഓരോരുത്തരും ഓരോ ഉപമ പറയണം. ഏറ്റവും സന്തോഷപ്രദമായ ഉപമ പറയുന്ന ആൾക്കു സമ്മാനം കിട്ടും.)

സിനയീദ ജനലിനടുത്തേക്കു നടന്നു. സൂര്യൻ അസ്തമിച്ചതേയുള്ളൂ. ചുവപ്പുനിറമാർന്ന നീണ്ട മേഘങ്ങൾ ആകാശത്തിൽ ഉയർന്നുയർന്നു പൊയ്ക്കൊണ്ടിരുന്നു.

"ആ മേഘങ്ങൾ കണ്ടാൽ എന്താണെന്നു തോന്നും?" സിനയീദ ചോദിച്ചു. "ആന്റണിയെ കാണാൻ ചെന്ന ക്ലിയോപാട്രയുടെ സ്വർണ്ണനൗക[6]യിലെ ചുവന്ന കപ്പൽപാകൾ പോലെയാണ് അവയെന്ന് എനിക്കു തോന്നുന്നു. ഇന്നാളൊരിക്കൽ നിങ്ങൾ അതേപ്പറ്റി പറഞ്ഞതോർക്കുന്നുണ്ടോ മയ്ദാനോവ്?"

ആ മേഘങ്ങൾ ആ കപ്പൽപാകളെപ്പോലെ തന്നെയാണെന്നും അതിലും നല്ലൊരുപമ കണ്ടുപിടിക്കാൻ ആർക്കും കഴിയുന്നില്ലെന്നും ഞങ്ങളെല്ലാവരും പൊളേനിയസ്സിന്റെ ആധികാരിക ഭാവത്തോടെ തീരുമാനിച്ചു.

"ആന്റണിക്ക് അന്നെന്തു പ്രായമുണ്ടായിരുന്നു?" സിനയീദ ചോദിച്ചു.

"ചെറുപ്പമായിരുന്നിരിക്കണം." മലേവ്സ്കി അഭിപ്രായപ്പെട്ടു.

"അതെ, ചെറുപ്പമായിരുന്നു," മയ്ദാനൊവ് തീർത്തു പറഞ്ഞു.

"ക്ഷമിക്കണം. ആന്റണിക്ക് അന്ന് നാല്പതു വയസ്സിൽ കൂടുതലുണ്ടായിരുന്നു," ലൂഷിൻ തിരുത്തി.

"നാല്പതിൽ കൂടുതൽ!" ലൂഷിന്റെ നേരെ ഒന്നു നോക്കിയിട്ട് സിനയീദ അതാവർത്തിച്ചു.

---

6 ക്ലിയോപാട്രയുടെ സ്വർണ്ണനൗക...—യവന ചരിത്രകാരനും തത്വചിന്തകനും സാഹിത്യകാരനുമായ പ്ലൂട്ടാർക്കിന്റെ (ക്രി.മു. 83-30) ജീവചരിത്രഗ്രന്ഥത്തിലെ നായികാനായകന്മാരായിരുന്നു ക്ലിയോപാട്രയും ആൻറണിയും.

ഞാൻ വീട്ടിലേക്കു മടങ്ങി. “സിനയീദ ആരെയോ പ്രേമിക്കുന്നുണ്ട്,” ഞാൻ അറിയാതെ മന്ത്രിച്ചു. “പക്ഷേ ആരെയായിരിക്കും?”

XII

ദിവസങ്ങൾ കടന്നുപൊയ്ക്കൊണ്ടിരുന്നു. സിനയീദയുടെ പെരുമാറ്റം കൂടുതൽ വിചിത്രവും ദുർഗ്രഹവുമായിത്തീർന്നു. ഒരു ദിവസം ഞാൻ അവളുടെ മുറിയിൽ കടന്നുചെല്ലുമ്പോൾ മുഖം മേശപ്പുറത്ത് അമർത്തിക്കൊണ്ട് അവൾ ഒരു ചൂരൽക്കസേരയിൽ ഇരിക്കുകയായിരുന്നു. അവൾ നിവർന്നിരുന്നപ്പോൾ ആ കവിളുകളിൽ കണ്ണീരിന്റെ തിളക്കം ഞാൻ കണ്ടു.

“ഓ. ഇതു നീയാണോ?” ക്രൂരമായ പരിഹാസത്തോടെ അവൾ ചോദിച്ചു. “ഇവിടെ വരു!”

ഞാൻ അവളുടെ അടുത്തു ചെന്നിരുന്നു. അവൾ എന്റെ തലയിൽ കൈവച്ച് ഒരു മുടിച്ചുരുളിൽ പിടികൂടി അതു വലിച്ചു തുടങ്ങി.

“എനിക്കു വേദനിക്കുന്നുണ്ട്.” ഒടുവിൽ ഞാൻ പറഞ്ഞു.”വേദനയുണ്ട്, അല്ലേ? എനിക്ക് വേദനയില്ലെന്നാണോ വിചാരം?”

എന്റെ കുറേ മുടി അറിയാതെ അവൾ പിഴുതെടുത്തു. അതു കണ്ട് സ്വയം ഞെട്ടിക്കൊണ്ട് അവൾ പറഞ്ഞു. “അയ്യോ, ഞാനെന്താണു ചെയ്തത്! പാവം മെസ്യേ വൊൽദെമാർ!”

അവൾ ആ മുടി സൂക്ഷിച്ച് നിവർത്തിയെടുത്ത് ഒരു മോതിരംപോലെ വിരലിൽ ചുറ്റി.

“ഞാൻ ഈ മുടി എന്റെ ലോക്കറ്റിനുള്ളിൽവച്ച് കഴുത്തിലണിയും” നിറഞ്ഞ കണ്ണുകളോടെ അവൾ പറഞ്ഞു. “ഒരുപക്ഷേ അത് നിനക്ക് അല്പം ആശ്വാസം തരുമായിരിക്കും... ശരി, ഇപ്പോൾ പൊയ്ക്കോളൂ!”

ഞാൻ വീട്ടിൽ തിരിച്ചെത്തിയപ്പോൾ അവിടെ അസുഖകരമായ ഒരന്തരീക്ഷമായിരുന്നു. അച്ഛനും അമ്മയും തമ്മിൽ ചെറിയൊരു ഉരസൽ, അമ്മ എന്തോ കാര്യത്തിന് അച്ഛനെ കുറ്റപ്പെടുത്തിക്കൊണ്ടിരുന്നു. അച്ഛൻ തന്റെ പതിവുള്ള അക്ഷോഭ്യതയും സൗമ്യതയും കൈവെടിയാതെ മൗനം പൂണ്ട് അല്പനേരം ഇരുന്നിട്ട് അവിടുന്നു പോയി. അമ്മ പറഞ്ഞതെന്തെന്ന് ഞാൻ കേട്ടില്ല. പോരാത്തതിന് എനിക്കപ്പോൾ വേറെ പലതിനെപ്പറ്റിയും ചിന്തിക്കാനുണ്ടായിരുന്നല്ലോ. അച്ഛൻ പോയശേഷം അമ്മ എന്നെ അവരുടെ മുറിയിലേക്കു വിളിപ്പിച്ച്, ഞാൻ പ്രഭ്വിയുടെ വീട്ടിൽ പതിവായി പോകുന്നതിൽ അമർഷം പ്രകടിപ്പിച്ചു എന്നു മാത്രം ഞാൻ ഓർക്കുന്നു. പ്രഭ്വി എന്തിനും മടിക്കാത്ത ഒരു സ്ത്രീയാണെന്ന് അമ്മ പറഞ്ഞതും എനിക്കോർമ്മയുണ്ട്. ഞാൻ അമ്മയുടെ കൈ ചുംബിച്ചിട്ട്

(സംസാരത്തിനു വിരാമമിടാൻ അനുഗ്രഹിക്കുമ്പോഴൊക്കെ ഞാൻ അങ്ങനെ ചെയ്യാറുണ്ടായിരുന്നു) എന്റെ മുറിയിലേക്കു പോയി. സിനയീ ദയുടെ കണ്ണീർ എന്നെ ചിന്താക്കുഴപ്പത്തിലാക്കി. അതിന്റെ കാരണം മനസ്സിലാക്കാൻ കഴിയാത്തതിനാൽ എനിക്കുതന്നെ കരച്ചിൽവന്നു. പതിനാറ് വയസ്സുണ്ടായിരുന്നെങ്കിലും ഞാൻ അപ്പോഴും വാസ്തവത്തിൽ ഒരു കൊച്ചുകുട്ടിയായിരുന്നു. മലേവ്സ്കിയെപ്പറ്റി കൂടുതൽ ചിന്തിച്ച ഞാൻ മനസ്സപുണ്ണാക്കിയില്ല. എന്നാൽ ബെലൊവ്സൊറൊവ് കൂടുതൽ രൗദ്ര തയോടെ അയാളെ നോക്കിക്കൊണ്ടിരുന്നു. ചെന്നായ് ആട്ടിൻ കുട്ടിയെ നോക്കുന്നതുപോലെയായിരുന്നു ആ നോട്ടം. വാസ്തവം പറഞ്ഞാൽ ഞാൻ ആരെപ്പറ്റിയും, ഒന്നിനെപ്പറ്റിയും ചിന്തിച്ചിരുന്നില്ല. ഞാൻ വിജനമായ മൂലകളിൽ ചെന്നിരുന്ന് ഊഹാപോഹങ്ങൾ നടത്തുന്നതിൽ മുഴുകി. ഇടിഞ്ഞുപൊളിഞ്ഞ സസ്യസംരക്ഷണശാലയോട് എനിക്ക് പ്രത്യേകിച്ചൊരു പ്രതിപത്തി തോന്നി. ഞാൻ അതിന്റെ പൊക്കമുള്ള മതിലിലേക്കു വലിഞ്ഞു കയറി. ദുഃഖിതനും ഏകാകിയും എന്നോടുതന്നെ യുള്ള അനുകമ്പയാൽ ആർദ്രനുമായി വളരെ നേരം അവിടെ ഇരിക്കും. ആ വിഷാദവികാരങ്ങളിൽ ഞാൻ ആനന്ദം കണ്ടെത്തി. ഞാനവയിൽ നീന്തിത്തുടിച്ചു!

ഒരു ദിവസം പള്ളിയിലെ മണിയടിയും ശ്രദ്ധിച്ചുകൊണ്ട് ഞാൻ ആ മതിലിന്റെ മുകളിൽ ഇരിക്കയായിരുന്നു. പെട്ടെന്ന് ദേഹമാകെ കുളിരുകോരുന്നതുപോലെ ഒരു തോന്നൽ എനിക്കുണ്ടായി. കുളിർ കാറ്റു തട്ടുമ്പോഴുള്ള അനുഭവമോ പെട്ടെന്നുണ്ടായ ഞെട്ടലോ ആയിരുന്നില്ല അത്.. ആരെങ്കിലും അടുത്തുവന്നു നില്ക്കുമ്പോഴുള്ള ഒരു തരം അനുഭവ മായിരുന്നു അത്... ഞാൻ താഴത്തേക്കു നോക്കി. റോഡിലൂടെ സിനയീദ ധൃതിയിൽ നടന്നു വരുന്നതു ഞാൻ കണ്ടു. അവൾ ഇളംചാരനിറത്തിലേ ക്കു ഒരു ഉടുപ്പാണ് ധരിച്ചിരുന്നത്. റോസ് നിറമുള്ള ഒരു സൺഷെയ്ഡ് അവളുടെ ഒരു തോളിൽ വിശ്രമിച്ചിരുന്നു. അവളും എന്നെ കണ്ടു. ഹാറ്റിന്റെ വക്കുയർത്തി പുഷ്പമൃദുലങ്ങളായ മിഴികൾ എന്റെ മേൽ പതിപ്പിച്ചുകൊണ്ട് അവൾ നടപ്പു നിർത്തി.

"ഇത്ര ഉയരത്തിൽ കയറിയിരുന്ന് എന്തു ചെയ്യുകയാണ്?" വിചിത്ര മായ ഒരു പുഞ്ചിരിയോടെ അവൾ ചോദിച്ചു. "ഇതു കേൾക്കൂ! നിനക്ക് എന്നോടു വലിയ സ്നേഹമാണെന്നല്ലേ പറയുന്നത്—അതു സത്യമാണെ ങ്കിൽ ഈ റോഡിലേക്കു ചാടൂ. കാണട്ടെ."

അവൾ അതു പറഞ്ഞു തീരാത്ത താമസം പിന്നിൽനിന്ന് ആരോ തള്ളിയിട്ടെന്നപോലെ ഞാൻ താഴേക്കു ചാടി മതിലിന് ഏകദേശം രണ്ടാൾ പൊക്കമുണ്ടായിരുന്നു. ഞാൻ കാലുകുത്തിയാണു നിലത്തു പതിച്ചതെങ്കിലും ഭയങ്കരമായ ആഘാതം കൊണ്ട് മറിഞ്ഞുവീണു. നിമി ഷനേരത്തേക്ക് ഞാൻ ബോധരഹിതനായി.

ബോധം വീണെങ്കിലും കണ്ണുതുറക്കാതെ അവിടെ കിടക്കുമ്പോൾ എനിക്ക് സിനയീദയുടെ സാമീപ്യം അനുഭവപ്പെട്ടു.

"എന്റെ പൊന്നേ എന്തു പറ്റി?" അവൾ എന്റെ നേരെ കുനിഞ്ഞ് ഉൽകണ്ഠാകുലയായി ചോദിച്ചു. ആ സ്വരം സ്നേഹമസൃണമായിരുന്നു. "എന്തിനാണിതു ചെയ്തത്? ഞാൻ പറഞ്ഞത് അനുസരിച്ചതെന്തിനാണ്? എനിക്ക് നിന്നെ ഇഷ്ടമാണ്. എണീക്കൂ എണീക്കൂ!"

അവളുടെ നെഞ്ച് എന്റെ തൊട്ടടുത്ത് പൊങ്ങുകയും താഴുകയും ചെയ്യുന്നത് എനിക്കനുഭവപ്പെട്ടു. അവളുടെ കൈകൾ മെല്ലെ എന്റെ തലയിൽ തലോടി, അതു കഴിഞ്ഞ്—അതു കഴിഞ്ഞ്... ആ ചെഞ്ചുണ്ടുകൾ... എന്റെ മുഖം ചുംബനങ്ങൾകൊണ്ടു മൂടി, എന്റെ ചുണ്ടുകളെ അവ സ്പർശിക്കുകപോലും ചെയ്തു... എന്നാൽ സിനയീദയ്ക്കു മനസ്സിലായെന്നു തോന്നുന്നു, അവൾ പെട്ടെന്ന് ചാടിയെണീറ്റുകൊണ്ട് പരുഷമായി പറഞ്ഞു:

"വേഗം എണീക്ക്! മണ്ണിൽ കിടക്കേണ്ട! വേഗമാകട്ടെ!" ഞാൻ എണീറ്റുനിന്നു. "എന്റെ സൺഷെയ്ഡ് എടുത്തു തരൂ." സിനയീദ തുടർന്നു. "എന്നെ ഇങ്ങനെ നോക്കിനില്ക്കാതെ വേഗം അതു നോക്കിയെടുക്കൂ! വീഴ്ചയിൽ ചതവോ മുറിവോ വല്ലതും പറ്റിയിട്ടുണ്ടോ? ചൊറിയണം കടിച്ചിട്ടുണ്ടെന്നു തോന്നുന്നു. എന്നെ ഇങ്ങനെ നോക്കരുതെന്നല്ലേ പറഞ്ഞത്! ഓ, ചെവി കേൾക്കാൻ പാടില്ലായിരിക്കും. നാക്കിറങ്ങിപ്പോയെന്നും തോന്നുന്നു. മെസ്യേ വൊൽദെമാർ വേഗം വീട്ടിൽ ചെന്ന് വസ്ത്രങ്ങളിലെ പൊടി തുടച്ചു കളയൂ. പിന്നെ ഒരു കാര്യം. എന്റെ പിന്നാലെ വരരുത്. വന്നാൽ ഞാൻ പിണങ്ങും. പിന്നിടൊരിക്കലും..."

ആ വാചകം മുഴുവനാക്കാതെ അവൾ ധൃതിയിൽ നടന്നകന്നു. എന്റെ കാലുകൾ വിറച്ചുകൊണ്ടിരുന്നതിനാൽ ഞാൻ വഴിവക്കിൽ ഇരുന്നു. എന്റെ കൈകളിൽ ചൊറിയണം കടിച്ചിരുന്നു. എന്റെ പുറം വേദനിച്ചു. എനിക്കു തല ചുറ്റി. എങ്കിലും അതിനുശേഷം ജീവിതത്തിലൊരിക്കലും അത്ര വലിയ ഒരാനന്ദം എനിക്കുണ്ടായിട്ടില്ല. ആ മധുരവേദന എന്റെ സർവ്വാംഗം അനുഭവപ്പെട്ടു. ഒടുവിൽ ആഹ്ലാദഭരിതമായ ചാട്ടങ്ങളിലും ശബ്ദങ്ങളിലും കൂടി അതു ബഹിർഗ്ഗമിച്ചു. വാസ്തവത്തിൽ അപ്പോഴും ഞാൻ ഒരു കുട്ടിയായിരുന്നു.

XIII

അന്നു മുഴുവൻ ഞാൻ സന്തുഷ്ടനും അഭിമാനവിജൃംഭിതനുമായി നടന്നു. സിനയീദയുടെ ചുംബനത്തിന്റെ അനുഭൂതി അല്പംപോലും മങ്ങാതെ അപ്പോഴും എന്റെ മുഖത്ത് അനുഭവപ്പെട്ടു. അവൾ പറഞ്ഞ ഒരോ വാക്കും ആനന്ദാതിരേകം ഉളവാക്കിയ ഒരുതരം വിറയലോടെ ഞാൻ ഓർത്തു. ഓർക്കാപ്പുറത്ത് എനിക്കു കൈവന്നിരിക്കുന്ന ആ സൗഭാഗ്യം ഭദ്രമായി സൂക്ഷിക്കാൻ ഞാൻ ആഗ്രഹിച്ചു. അതു നഷ്ടപ്പെട്ടേക്കുമോ എന്ന ഭയംകൊണ്ട് അവളെ കാണാൻപോലും എനിക്ക് ആഗ്രഹമില്ലാതായി. വിധി എനിക്കു തരേണ്ടതെല്ലാം തന്നു കഴിഞ്ഞെന്നും "അവസാനമായി ഒന്നു നിശ്വസിച്ചിട്ട് മരിക്കാൻ" സമയമായെന്നും എനിക്കു തോന്നി. എന്നാൽ പിറ്റേദിവസം സിനയീദയുടെ വീട്ടിലെത്തിയപ്പോൾ വല്ലാത്ത ഒരു പരിഭ്രമം എന്നെ ബാധിച്ചിരുന്നു. വിനയാന്വിതമായ അടുപ്പത്തിന്റെ പൊയ്മുഖം ധരിച്ച്—ഒരു രഹസ്യം ഒളിച്ചുവയ്ക്കാൻ കഴിയുമെന്നു കാണിക്കാനാഗ്രഹിക്കുന്ന ഒരാൾക്ക് അത്തരം ഒരു പൊയ്മുഖം ഭൂഷണമായിരിക്കുമെന്നു ഞാൻ കരുതി— എന്റെ പരിഭ്രമം ഒളിച്ചുവയ്ക്കാൻ ഞാൻ ഒരു വിഫലശ്രമം നടത്തി. സിനയീദ എന്നെ എന്നത്തേയും പോലെതന്നെയാണു സ്വീകരിച്ചത്. യാതൊരു വികാരവും അവൾ പുറത്തു കാട്ടിയില്ല. എന്റെ നേരെ വിരൽ കുലുക്കിക്കൊണ്ട് എനിക്കു മുറിവുവല്ലതും പറ്റിയിട്ടുണ്ടോ എന്ന് അവൾ അന്വേഷിച്ചു. തൽക്ഷണം തന്നെ വിനയാന്വിതമായ അടുപ്പവും നിഗൂഢതയും കൂടിച്ചേർന്ന എന്റെ ഭാവം ഓടിയകന്നു. അതോടൊപ്പം എന്റെ പരിഭ്രമവും അപ്രത്യക്ഷമായി. വലിയ വികാരപ്രകടനമൊന്നും ഞാൻ സിനയീദയിൽനിന്നു പ്രതീക്ഷിച്ചിരുന്നില്ല. എങ്കിലും അവളുടെ അക്ഷോഭ്യത എന്റെമേൽ തണുത്തവെള്ളം കോരിച്ചൊരിഞ്ഞു. ഞാൻ അവളുടെ കണ്ണിൽ വെറും ഒരു കുട്ടിമാത്രമാണെന്ന് തൽക്ഷണം എനിക്കു മനസ്സിലായി—ഹാ, അതെത്രയാണ് എന്നെ നൊമ്പരപ്പെടുത്തിയത്! സിനയീദ മുറിയിൽ ഉലാത്തിക്കൊണ്ടിരുന്നു. അവളുടെ കണ്ണുകൾ എന്റെമേൽ പതിയുമ്പോഴെല്ലാം ഒരു നേരിയ പുഞ്ചിരി അവൾ എനിക്കു സമ്മാനിച്ചുകൊണ്ടിരുന്നെങ്കിലും അവളുടെ മനസ്സ് മറ്റെവിടെയോ ആണെന്ന് ഞാൻ ഊഹിച്ചു. "ഇന്നലത്തെ സംഭവത്തെപറ്റി ഞാൻ അങ്ങോട്ടു കയറി എന്തെങ്കിലും പറഞ്ഞാലോ?" ഞാൻ ആലോചിച്ചു. "അവൾ ഇന്നലെ ധൃതിയിൽ എങ്ങോട്ടു പോവുകയായിരുന്നെന്ന് നേരെ ചോദിച്ച് എന്റെ സംശയത്തിന് അറുതിവരുത്തിയാലോ?..." എന്നാൽ ഉടൻതന്നെ ഞാൻ ആ ആശയം ഉപേക്ഷിച്ചു. മുറിയുടെ ഒരു ഒഴിഞ്ഞ കോണിൽ ചെന്ന് മിണ്ടാതെ ഇരിക്കുകയാണ് ഞാൻ ചെയ്തത്.

ബെലൊവ്സൊരൊവ് മുറിയിലേക്കു കടന്നു വന്നത് എനിക്കു വലിയൊരനുഗ്രഹമായി തോന്നി.

“ശാന്തനായ ഒരു സവാരിക്കുതിരയെ കണ്ടുപിടിക്കാൻ എനിക്കു കഴിഞ്ഞില്ല.” വന്നപാടെ അയാൾ കർക്കശമായ ശബ്ദത്തിൽ പറഞ്ഞു. ഫ്രെയ്റ്റാഗ്[7] ഒന്നിനെ തരാമെന്നു പറഞ്ഞിട്ടുണ്ട്. പക്ഷേ അത് ബഹളക്കാരനാണോ എന്നാണ് എന്റെ പേടി.”

“നിങ്ങൾ എന്തിനാണ് ഇത്ര പേടിക്കുന്നത്? ദയവുചെയ്തു പറഞ്ഞുതരൂ.” സിനയീദ പറഞ്ഞു.

“എന്തിനാണെന്നോ? കൊള്ളാം! നിങ്ങൾക്കു ശരിക്കു കുതിരയോടിക്കാൻ അറിയില്ല. എന്തെങ്കിലും പറ്റിയാലോ? ദൈവം അങ്ങനെ വരുത്താതിരിക്കട്ടെ! എന്നാൽ പെട്ടെന്ന് നിങ്ങൾക്ക് കുതിര സവാരിയിൽ താല്പര്യം തോന്നാൻ കാരണമെന്താണ്?”

“എന്റെ പ്രിയപ്പെട്ട മൃഗമേ! അത് അന്വേഷിക്കേണ്ട കാര്യം നിങ്ങൾക്കില്ല. അത് പോകട്ടെ. കുതിരയുടെ കാര്യം ഞാൻ പ്യോത്തർ വസീല്യേവിച്ചിനോടു ചോദിച്ചുകൊള്ളാം...” (എന്റെ അച്ഛന്റെ പേർ പ്യോത്തർ വസീല്യേവിച്ച് എന്നായിരുന്നു. തന്റെ അപേക്ഷ അദ്ദേഹം തള്ളിക്കളയുകയില്ലെന്ന ആത്മവിശ്വാസത്തോടെ അലക്ഷ്യഭാവത്തിൽ അനായാസമായി അവൾ ആ പേരുച്ചരിക്കുന്നത് കേട്ട് ഞാൻ അത്ഭുതപ്പെട്ടു.)

“ഓഹോ, അപ്പോൾ അദ്ദേഹത്തിന്റെ കൂടെ സവാരിക്കു പോകുവാനാണ് നിങ്ങളുടെ ഉദ്ദേശം!” ബെലൊവ്സൊറൊവ് പറഞ്ഞു.

“ഞാൻ അദ്ദേഹത്തോടൊപ്പം പോയാലും മറ്റൊരാളോടൊപ്പം പോയാലും നിങ്ങളെ സംബന്ധിച്ചിടത്തോളം വ്യത്യാസമൊന്നുമില്ല. എന്തായാലും ഞാൻ നിങ്ങളോടൊപ്പമല്ല പോകുന്നതെന്ന് തീർച്ച.”

“എന്നോടൊപ്പമല്ല,” ബൊലൊവ്സോറൊവ് ആവർത്തിച്ചു. “നിങ്ങളുടെ ഇഷ്ടംപോലെ ആകട്ടെ. ശരി, ഞാൻ കുതിരയെ ഏർപ്പാടു ചെയ്യാം.”

“പക്ഷേ അതൊരു കുതിരയായിരിക്കണം കേട്ടോ, ഒരു പശുവിനെ എനിക്കു വേണ്ട. അതിനെ കുതിച്ചോടിക്കാനാണ് ഞാൻ ഉദ്ദേശിക്കുന്നത്.”

“കുതിച്ചോടിക്കണമെങ്കിൽ കുതിച്ചോടിച്ചോളൂ! മലേവ്സ്കിയുടെ കൂടെയാണോ നിങ്ങൾ പോകുന്നത്?”

“ഹേ, ധീരനായ പടയാളി, മലോവ്സ്കി ആയാൽ എന്താ കുഴപ്പം? മതി, മതി. ഇങ്ങനെ ക്ഷോഭിക്കേണ്ട! ഞാൻ നിങ്ങളെക്കൂടി കൊണ്ടുപോകാം. ഇങ്ങനെ കണ്ണുരുട്ടേണ്ട. മലേവ്സ്കിയെ ഇപ്പോൾ ഞാൻ എങ്ങനെ കാണുന്നുവെന്നു നിങ്ങൾക്കറിയാമല്ലോ—ഫൂ!” അവൾ തല കുടഞ്ഞു.

---

7 ഫ്രെയ്റ്റാഗ്—1830 കളിൽ മോസ്കോയിൽ സവാരിക്കുതിരകളെ പരിശീലിപ്പിക്കുകയും ഒരു കുതിരലായം സൂക്ഷിക്കുകയും ചെയ്തിരുന്ന വ്യക്തി.

“എന്നെ സമാശ്വസിപ്പിക്കാൻ മാത്രമാണ് നിങ്ങൾ ഇങ്ങനെ പറയു ന്നത്.” ബെലൊവ്സൊറൊവ് പിറുപിറുത്തു. സിനയീദ കണ്ണിറുക്കിപ്പിടി ച്ചുകൊണ്ട് അയാളെ നോക്കി.

“അതു നിങ്ങളെ സമാശ്വസിപ്പിക്കുന്നുണ്ടോ... പടയാളീ?” അവൾ ചോദിച്ചു. മറ്റൊരു വിശേഷണം കണ്ടുപിടിക്കാൻ കഴിയാത്തതിനാ ലാണ് അവൾ പടയാളീ എന്നു വിളിച്ചതെന്നു തോന്നി.. “മെസ്യേവൊൽ ദെമാർ, ഞങ്ങളോടൊപ്പം വരുന്നോ?”

“ഞാൻ... എനിക്ക് ഒരുപാട് ആളുകളോടൊപ്പം പോകാൻ ഇഷ്ടമി ല്ല...” ഞാൻ പറഞ്ഞു.

“ഓഹോ, നിനക്ക് സ്വൈരസല്ലാപമാണ് ഇഷ്ടം. അല്ലേ? ശരി, ഓരോരുത്തരും അവരവരുടെ ഇഷ്ടംപോലെ.” നെടുവീർപ്പിട്ടുകൊണ്ട് അവൾ പറഞ്ഞു. “ബെലൊവ്സൊറൊവ് പോയി ശ്രമിച്ചു നോക്കൂ! എനിക്കു കുതിരയെ നാളെ കിട്ടണം!”

“ഇതിനൊക്കെ പണം എവിടുന്നാണ്?” പ്രഭ്വി ഇടയ്ക്കു കയറി ചോദിച്ചു.

സിനയീദ മുഖം ചുളിച്ചു.

“ഞാൻ അമ്മയോടു ചോദിക്കയില്ല. ബെലൊവ്സൊറോവ് എന്നെ വിശ്വസിക്കും.”

“വിശ്വസിക്കും... വിശ്വസിക്കും,” പ്രഭ്വി പിറുപിറുത്തു. പെട്ടെന്ന് അവർ തൊള്ള തുറന്ന് വിളിച്ചു: “ദുന്യാഷ്ക!”

“അമ്മേ—ഞാൻ മണി മേടിച്ചുതന്നതെന്തിനാണ്?”

“ദുന്യാഷ്ക!” വൃദ്ധ വീണ്ടും ഉറക്കെ വിളിച്ചു. ബെലൊവ്സൊരൊവ് പോയി. ഞാനും അയാളോടൊപ്പം പുറത്തിറങ്ങി... സിനയീദ എന്നെ തടയാൻ ശ്രമിച്ചില്ല.

XIV

പിറ്റേദിവസം അതിരാവിലെ ഞാൻ എണീറ്റു. ഒരു വടി വെട്ടിയെടു ത്ത് അതുമായി ഞാൻ പട്ടണത്തിന്റെ പുറത്തു കടന്നു. എങ്ങോ ട്ടെങ്കിലും പോയി എന്റെ ദുഃഖഭാരം കുടഞ്ഞുമാറ്റാൻ കഴിയുമോ എന്നു നോക്കാം. ഞാൻ മനസ്സിൽ പറഞ്ഞു. വലിയ ചൂടില്ലാത്ത തെളിഞ്ഞ ഒരു ദിവസമായിരുന്നു അത്. കുളിർമ്മയുള്ള ഒരു കുസൃതിക്കാറ്റ്.നേരിയ മർമ്മ രമുതിർത്തുകൊണ്ട് കണ്ണിൽക്കണ്ട സർവ്വതിനേയും തൊട്ടുതലോടി, എന്നാൽ ഒന്നിനേയും ഇളക്കിമറിക്കാതെ, വയലുകൾക്കു മുകളിൽ തത്തിക്കളിച്ചുകൊണ്ടിരുന്നു. ഞാൻ കുന്നുകളിലും കാടുകളിലും വളരെ നേരം അലഞ്ഞുനടന്നു. എന്നാൽ എനിക്ക് അല്പംപോലും സന്തോഷം

തോന്നിയില്ല. കാരണം സ്വൈരമായിരുന്ന് എന്റെ ദുഃഖത്തെ താലോലിക്കാനാണ് ഞാൻ വീട്ടിൽനിന്നിറങ്ങിയത്. എങ്കിലും യുവത്വത്തിന്റെ ചൈതന്യവായ്പ്പും സുന്ദരമായ കാലാവസ്ഥയും ശുദ്ധവായുവും വേഗം നടക്കുന്നതിൽനിന്നുണ്ടാകുന്ന ഉന്മേഷവും ഏകാകിയായി പുല്പരപ്പിൽ കിടക്കുന്നതിന്റെ സുഖവും എന്നെ സ്പർശിക്കാതിരുന്നില്ല മറക്കാനാവാത്ത ആ വാചകങ്ങളുടേയും ആ ചുംബനങ്ങളുടേയും ഓർമ്മ വീണ്ടും എന്റെ ആത്മാവിൽ നിറഞ്ഞു. എന്റെ നിശ്ചയദാർഢ്യത്തെയും ധൈര്യത്തെയും വിലമതിക്കാതിരിക്കാൻ സിനയീദയ്ക്കു സാദ്ധ്യമല്ല എന്ന ചിന്ത എനിക്ക് ആത്മസംതൃപ്തി നല്കി. അവൾക്ക് എന്നേക്കാളിഷ്ടം മറ്റുള്ളവരോടാണെങ്കിൽ ആയിക്കോട്ടെ! പക്ഷേ മറ്റുള്ളവർ വാക്കുകളിലൂടെ പറയുന്നത് ഞാൻ പ്രവർത്തിയിലൂടെ കാണിച്ചുകൊടുത്തു! ഇന്നലെ ഞാൻ ചെയ്തത് എത്രയോ നിസ്സാരമാണ്! അവൾക്കു വേണ്ടി ഇതിലും എത്രയോ വലിയ കാര്യങ്ങൾ എനിക്കു ചെയ്യാൻ കഴിയും!..."

എന്റെ ഭാവന ചിറകുവിടർത്തി. അവളെ ഞാൻ ശത്രുക്കളുടെ കൈകളിൽ നിന്നു രക്ഷിക്കുന്നതായും, അടിമുടി രക്തമൊലിപ്പിച്ചുകൊണ്ട് ഒരു അഗാധഗഹ്വരത്തിൽ നിന്നു പുറത്തുകടത്തുന്നതായും, അവളുടെ കാൽച്ചുവട്ടിൽ വീണ് മരിക്കുന്നതായും ഞാൻ സങ്കൽപിച്ചു. മാലെക്-അഡെൽ മാറ്റിൽഡ[8]യെ തന്റെ കുതിരപ്പുറത്തു കയറ്റിക്കൊണ്ടു പോകുന്ന ചിത്രം എനിക്കോർമ്മ വന്നു. ഞങ്ങളുടെ സ്വീകരണമുറിയിൽ ആ ചിത്രം തൂക്കിയിരുന്നു. പിന്നീട് പുള്ളികളുള്ള ഒരു വലിയ മരംകൊത്തി എന്റെ ശ്രദ്ധയിൽപ്പെട്ടു. അത് ഇടത്തോട്ടും വലത്തോട്ടും കഴുത്തു ചലിപ്പിച്ചുകൊണ്ട് ഒരു ബർച്ച് മരത്തിന്റെ തായിത്തടിയിലൂടെ ധൃതിയിൽ മുകളിലേയ്ക്കു കയറുകയായിരുന്നു.

അല്പം കഴിഞ്ഞ് ഞാൻ ഒരു റഷ്യൻ നാടോടിപ്പാട്ടു പാടിത്തുടങ്ങി: "വെളുത്തു കണ്ട മഞ്ഞല്ല." [9]അപ്പോൾ അക്കാലത്തു പ്രചാരത്തിലിരുന്ന ഒരു ബല്ലാഡ് എനിക്കോർമ്മ വന്നു: "കാറ്റു പുല്ലാങ്കുഴലൂതുമ്പോൾ... നിന്നെ ഞാൻ കാത്തിരിക്കും."[10] അതു കഴിഞ്ഞ് ഹെമ്യാക്കോവിന്റെ ദുരന്തകഥയിൽ "എർമാക്"[11] നക്ഷത്രങ്ങളെ അഭിസംബോധന ചെയ്യുന്ന ഭാഗം ഞാൻ ഉറക്കെ വിളിച്ചുപറഞ്ഞു തുടങ്ങി. വികാരപ്രധാനമായ എന്തെങ്കിലും സ്വയം കണ്ടുപിടിക്കാൻ ഞാൻ ശ്രമിച്ചു. അതിന്റെ

---

8 മാലെക്—ആഡെൽ—ഒരു ഫ്രഞ്ച് സാഹിത്യകാരിയായ സി. കോട്ടൻ (മാരി—സോഫി—റിസ്റ്റോ) എഴുതിയ (1805) "മാറ്റിൽഡ അഥവാ കുരിശുയുദ്ധങ്ങളുടെ ചിത്രത്തിൽ നിന്നുള്ള ചില ഏടുകൾ" എന്ന ഗ്രന്ഥത്തിലെ കഥാപാത്രം.

9 "വെളുത്തു കണ്ട മഞ്ഞല്ല"...—പൗരാണിക റഷ്യൻ നാടോടിപ്പാട്ട്.

10 "കാറ്റു പുല്ലാങ്കുഴലൂതുമ്പോൾ..."—കവിയും നിരൂപകനുമായിരുന്ന പ്യോത്തർ വ്യാസെംസ്കി(1816) എഴുതിയ ഗാനം.

11 ഹൊമ്യാക്കോവിന്റെ ദുരന്തകഥയിലെ എർമാക്"...—അലെക്സേയ് ഹൊമ്യാക്കോവ് (1804-1860) എഴുതിയ "എർമാക്" എന്ന ദുഃഖപര്യവസായിയായ കവിതയിലെ നായകൻ.

അവസാനം "ഹാ, സിനയീദ! സിനയീദ!" എന്നായിരിക്കണമെന്നു ഞാൻ തീരുമാനിക്കുകയും ചെയ്തു. എന്നാൽ എന്റെ ശ്രമം വിജയിച്ചില്ല. ഉച്ചഭക്ഷണത്തിനുള്ള സമയം അടുത്തടുത്തു വന്നുകൊണ്ടിരുന്നു. ഞാൻ താഴ്വരയിലേക്കിറങ്ങി. മണൽനിറഞ്ഞ വളഞ്ഞു പുളഞ്ഞ് ഒരു പാത അവിടെനിന്നും പട്ടണംവരെ നീണ്ടു കിടന്നിരുന്നു. ഞാൻ ആ പാതയിലൂടെ അല്പദൂരം നടന്നപ്പോൾ പിന്നിൽ നിന്ന് കുതിരകളുടെ കുളമ്പടി ശബ്ദം മുഴങ്ങിക്കേട്ടുതുടങ്ങി. ഞാൻ തിരിഞ്ഞു നോക്കി. ഞാൻ അറിയാതെതന്നെ നടപ്പ നിർത്തുകയും തൊപ്പി എടുത്തു കയ്യിൽ പിടിക്കുകയും ചെയ്തു—കാരണം കുതിരപ്പുറത്തു വന്നത് എന്റെ അച്ഛനും സിനയീദയുമായിരുന്നു. അവർ ഒപ്പത്തിനൊപ്പം സവാരിചെയ്യുകയായിരുന്നു. അച്ഛൻ ജീനിപ്പുറത്തുനിന്നും എത്തിവലിഞ്ഞ് സിനയീദയോട് എന്തോ പറയുകയായിരുന്നു. അദ്ദേഹത്തിന്റെ കൈകൾ കുതിരയുടെ കഴുത്തിൽ വിശ്രമിച്ചു. അച്ഛൻ പുഞ്ചിരിക്കുന്നതു ഞാൻ കണ്ടു. സിനയീദ ചുണ്ടുകൾ അമർത്തിപ്പിടിച്ചുകൊണ്ട് മിഴികൾ താഴ്ത്തി നിശ്ശബ്ദയായി അതു കേട്ടുകൊണ്ടിരുന്നു. ആദ്യം ഞാൻ അവരെ രണ്ടുപേരെ മാത്രമേ കണ്ടുള്ളൂ. ഏതാനും നിമിഷങ്ങൾ കഴിഞ്ഞ് ബെലൊവ്സോറൊവ് ഒരു വളവു തിരിഞ്ഞ് പ്രത്യക്ഷപ്പെട്ടു. ഹുസാർ യൂണിഫോറവും രോമം വച്ചുപിടിപ്പിച്ച മേലങ്കിയും ധരിച്ചിരുന്ന അയാൾ കരിപോലെ കറുത്ത ഒരു കുതിരയുടെ പുറത്താണ് സവാരി ചെയ്തിരുന്നത്. ആ ഉഗ്രൻ കുതിര തലയാട്ടുകയും ചീറ്റുകയും തുള്ളിച്ചാടുകയും ചെയ്തുകൊണ്ടിരുന്നു. സവാരിക്കാരൻ കുതിരയെ കടിഞ്ഞാൺ പിടിച്ചു നിയന്ത്രിച്ചു നിർത്തുകയും അതേ സമയം തന്നെ കുതിമുള്ളുകൊണ്ട് തള്ളി മുമ്പോട്ടു പോകാൻ അതിനെ പ്രേരിപ്പിക്കുകയും ചെയ്തുകൊണ്ടിരുന്നു. ഞാൻ വഴിയുടെ അരികിലേക്കു മാറിനിന്നു. അച്ഛൻ കടിഞ്ഞാൺ കയ്യിലെടുത്തുകൊണ്ട് സിനയീദയുടെ അടുത്തുനിന്ന് അകന്നു മാറി. അവൾ അദ്ദേഹത്തെ മെല്ലെ ഒന്നു കടാക്ഷിച്ചു. അവർ കുതിരകളെ കുതിച്ചോടിച്ച് എന്നെ കടന്നുപോയി. ബെലൊവ്സോറൊവ് അതിശീഘ്രം അവരുടെ പിന്നാലെ പാഞ്ഞു. അയാളുടെ വാൾ കിലുങ്ങുന്നുണ്ടായിരുന്നു... "അയാൾ ചെമ്പരത്തിപ്പൂപോലെ ചുവന്നിരിക്കുന്നു..." ഞാൻ വിചാരിച്ചു. "പക്ഷേ അവൾ ഇത്ര വിളറിയിരിക്കാൻ കാരണമെന്താണ്? രാവിലെ മുതൽ കുതിരസ്സവാരി ചെയ്തിട്ടും വിളറിയിരിക്കുകയോ?"

ഞാൻ നടപ്പിന്റെ വേഗത കൂട്ടി കൃത്യസമയത്തിന് വീട്ടിലെത്തി. അച്ഛൻ വീട്ടിലെത്തി മേല്ക്കഴുകി വസ്ത്രങ്ങൾ മാറ്റി അമ്മയുടെ കസേരയ്ക്കരികിൽ ഇരുന്ന് തന്റെ ഇമ്പമുള്ള പതറാത്ത ശബ്ദത്തിൽ ഒരു ഫ്രെഞ്ച് പത്രത്തിൽനിന്ന് ഒരു ലേഖനം അമ്മയെ വായിച്ചുകേൾപ്പിക്കുകയായിരുന്നു. അമ്മ അന്യമനസ്കയായി അതു കേട്ടുകൊണ്ടിരുന്നു. ഞാൻ രാവിലെ മുതൽ എന്തു ചെയ്യുകയായിരുന്നെന്ന് എന്നെ കണ്ട മാത്രയിൽ

അമ്മ ചോദിച്ചു. തോന്നിയ സ്ഥലത്ത് തോന്നിയ ആൾക്കാരോടൊപ്പം സമയം കളയുന്ന ഏർപ്പാട് തനിക്ക് തീരെ ഇഷ്ടമല്ലെന്നും അവർ പറഞ്ഞു. ഞാൻ ഒറ്റയ്ക്ക് നടക്കാൻ പോയിരിക്കയായിരുന്നുവെന്ന് പറയാൻ ഒരുങ്ങിയതാണ്. എന്നാൽ അച്ഛനെ ഒന്നു നോക്കിയപ്പോൾ ഒന്നും മിണ്ടാതിരിക്കുന്നതാണ് നല്ലതെന്ന് ഞാൻ തീരുമാനിച്ചു.

XV

തുടർന്ന് അഞ്ചാറു ദിവസത്തേക്ക് സിനയീദയെ വളരെ അപൂർവ്വമായേ കാണാൻ കഴിഞ്ഞൊള്ളൂ. തനിക്കു സുഖമില്ലെന്നു പറഞ്ഞ് അവൾ ഒഴിഞ്ഞുമാറി. എങ്കിലും അവിടുത്തെ സ്ഥിരം സന്ദർശകരിലാരും അവിടെ ദിവസവും പോകുന്ന പതിവ് അവരുടെ ഭാഷയിൽ പറഞ്ഞാൽ "ഡ്യൂട്ടിക്ക് ഹാജരാകുന്ന" പതിവ്—മുടക്കിയില്ല.

മയ്ദാനൊവ് മാത്രമായിരുന്നു അതിനൊരു അപവാദം. ആവേശം പകരാൻ ഒന്നുമില്ലാത്തപ്പോഴൊക്കെ മനസ്സിടിഞ്ഞ് വിഷാദമൂകനായി പിൻവാങ്ങുന്ന സ്വഭാവക്കാരനായിരുന്നു അയാൾ. കഴുത്തുവരെ ബട്ടണിട്ട് മുറുക്കിയ കോട്ടണിഞ്ഞ ബെലൊവ്സൊറവ് ചുവന്നമുഖവുമായി തന്റെ മൂലയിൽ ചെന്നിരുന്ന് മൗനം ഭജിച്ചു. കൗണ്ട് മലേവ്സ്കിയുടെ സുന്ദരമായ മുഖത്ത് കുടിലമായ ഒരു പുഞ്ചിരി സ്ഥിരമായി സ്ഥാനം പിടിച്ചു. എന്തുകൊണ്ടോ സിനയീദയുടെ അപ്രീതിക്കു പാത്രമായി ത്തീർന്ന അയാൾ വൃദ്ധയായ പ്രഭ്വിയെ പ്രീണിപ്പിക്കുന്നതിൽ കൂടുതൽ താല്പര്യം കാണിച്ചു തുടങ്ങി. അയാൾ പ്രഭ്വിയെ ഒരു വാടക വണ്ടിയിൽ കയറ്റി ഗവർണ്ണറുടെ അടുത്തു കൊണ്ടു പോവുകപോലും ചെയ്തു. എന്നാൽ ആ സന്ദർശനം വിജയകരമായില്ലെന്ന് മാത്രമല്ല മലേവ്സ്കിയെ സംബന്ധിച്ചിടത്തോളം അസുഖകരമായിത്തീരുകയും ചെയ്തു. പീരങ്കിപ്പടയിലെ ചില ഓഫീസർമാരുമായി ബന്ധപ്പെട്ട ഏതോ ഒരു സംഭവത്തിൽ തനിക്കുണ്ടായിരുന്ന പങ്കിനെപ്പറ്റി ഒരു വിശദീകരണം കൊടുക്കാൻ മലേവ്സ്കി നിർബന്ധിതനായി. അക്കാലത്തെ തന്റെ പരിചയക്കുറവു മാത്രമാണ് ഒരു ഒഴികഴിവായി അയാൾക്കു പൊക്കിപിടിക്കാൻ ഉണ്ടായിരുന്നത്. ലൂഷിൻ ദിവസവും ഒന്നോ രണ്ടോ തവണ സിനയീദയുടെ വീട്ടിൽ വരാറുണ്ടായിരുന്നെങ്കിലും കൂടുതൽ സമയം തങ്ങാതെ ഉടൻ തിരിച്ചുപോകും. ഞങ്ങൾ തമ്മിൽ നടന്ന അവസാനത്തെ സംഭാഷണത്തിനുശേഷം എനിക്ക് അയാളെ അല്പം ഭയമായിരുന്നു. എന്നാൽ അതേ സമയം തന്നെ മാനസികമായ ഒരടുപ്പം എനിക്ക് അയാളോടു തോന്നിയിരുന്നു. ഒരിക്കൽ നെസ്കുചിനി തോട്ടത്തിൽ ഞങ്ങൾ ഇരുവരും ഒരുമിച്ചു നടക്കാൻ പോയി. അവിടെക്കണ്ട ചെടികളുടേയും പുഷ്പങ്ങളുടെയും പേരും അവയുടെ പ്രത്യേകതകളും സൗഹൃദപൂർവ്വം അയാൾ

എനിക്കു വിവരിച്ചു തന്നുകൊണ്ടിരുന്നു. പൊടുന്നനെ നെറ്റിച്ചുളിച്ചുകൊണ്ട് അയാൾ അതുമായി യാതൊരു ബന്ധവുമില്ലാതെ ഇങ്ങനെ പറഞ്ഞു. "വിഡ്ഢിയായ ഞാൻ വിചാരിച്ചത് അവൾ ഒരു വെറും കുഴഞ്ഞാടിപ്പെണ്ണാണെന്നാണ്! എന്നാൽ ആത്മത്യാഗം ചെയ്യുന്നതിൽ ആനന്ദം കൊള്ളുന്ന ആളുകൾ ഉണ്ടെന്ന് ഇപ്പോൾ മനസ്സിലായി."

"എന്താണ് ഉദ്ദേശിക്കുന്നത്?"

"ഒന്നുമില്ല, ചുരുങ്ങിയപക്ഷം തന്നോടു പറയാൻ ഒന്നുമില്ല!" ലൂഷിൻ കർക്കശമായി പറഞ്ഞു

സിനയീദ എന്നിൽനിന്നും ഒഴിഞ്ഞുമാറി. എന്നെ കാണുന്നതു തന്നെ അവൾക്കു വെറുപ്പാണെന്ന് താമസിയാതെ എനിക്കു ബോദ്ധ്യമായി. എന്നെ കണ്ടാലുടൻ അവൾ അറിയാതെ മുഖം തിരിക്കും: അതായിരുന്നു എന്നെ ഏറ്റവും കൂടുതൽ നൊമ്പരപ്പെടുത്തിയത്. അതെനിക്ക് സഹിക്കാൻ കഴിഞ്ഞില്ല. പക്ഷേ എന്തു ചെയ്യാനാണ്? അവളുടെ കൺമുമ്പിൽ പ്രത്യക്ഷപ്പെടാതെ ദൂരെ മാറിനിന്ന് അവളെ കണ്ടു തൃപ്തിപ്പെടാൻ ഞാൻ ശ്രമിച്ചു. എന്നാൽ പലപ്പോഴും ആ ശ്രമം പരാജയപ്പെട്ടു. ദുർഗ്രഹമായ എന്തോ ഒന്ന് അവളുടെ ഉള്ളിൽ പ്രവർത്തിച്ചുകൊണ്ടിരുന്നു. അവളുടെ മുഖഭാവം മാറിയിരുന്നു, അവൾ ആകെത്തന്നെ മാറി. ചൂടുള്ള പ്രശാന്തമായ ഒരു സായാഹ്നത്തിലാണ് അവൾക്കു വന്നിട്ടുള്ള മാറ്റം ശരിക്കും എനിക്ക് അനുഭവപ്പെട്ടത്. പടർന്നു പന്തലിച്ചു നിന്ന ഒരു മരച്ചുവട്ടിൽ, പൊക്കം കുറഞ്ഞ ഒരു ബെഞ്ചിൽ, ഞാനിരിക്കുകയായിരുന്നു. എനിക്ക് വളരെ ഇഷ്ടപ്പെട്ട ഒരിടമായിരുന്നു അത്. അവിടെയിരുന്നാൽ സിനയീദയുടെ ജനൽ കാണാം. ഞാൻ അവിടെ അങ്ങനെ ഇരിക്കുമ്പോൾ തലയ്ക്കു മുകളിലുള്ള ഇരുണ്ടു തുടങ്ങിയ ഇലകൾക്കിടയിൽ ഒരു ചെറുകിളി പറന്നു നടന്നു. ചാരനിറമുള്ള ഒരു പൂച്ച മൂരിനിവർന്നുകൊണ്ട് പതുങ്ങിപ്പതുങ്ങി തോട്ടത്തിലേയ്ക്കു കയറി. നേരത്തെ പുറത്തിറങ്ങിയ കുറെ നിശാവണ്ടുകൾ മൂളിക്കൊണ്ട് വെളിച്ചം മറഞ്ഞു കഴിഞ്ഞെങ്കിലും അപ്പോഴും സുതാര്യമായിരുന്ന വായുവിൽ പറന്നു നടന്നു. ഞാൻ സിനയീദയുടെ ജനലിലേക്കു കണ്ണുംനട്ടിരുന്നു. അതു തുറക്കുമെന്ന പ്രതീക്ഷയോടെ. അല്പം കഴിഞ്ഞപ്പോൾ വാസ്തവത്തിൽ അതു തുറക്കപ്പെടുകയും ചെയ്തു—സിനയീദയുടെ രൂപം അവിടെ പ്രത്യക്ഷപ്പെട്ടു. അവൾ ഒരു തൂവെള്ള ഉടുപ്പാണു ധരിച്ചിരുന്നത്. അവളുടെ മുഖവും തോളുകളും കൈത്തണ്ടകളും ആ ഉടുപ്പിനോളം തന്നെ വെളുത്തതായിരുന്നു. പുരികക്കൊടികൾ വളച്ചുപിടിച്ചുകൊണ്ട് അവൾ വളരെ നേരം നേരെ മുമ്പോട്ടുതന്നെ നോക്കി നിന്നു. അവൾ അങ്ങനെ നോക്കി നിൽക്കുന്നത് അതിനു മുമ്പൊരിക്കലും ഞാൻ കണ്ടിട്ടില്ല. അല്പം കഴിഞ്ഞ് അവൾ കൈവിരലുകൾ കോർത്തുപിടിച്ച് ആദ്യം ചുണ്ടിലും പിന്നീട് നെറ്റിയിലും മുട്ടിച്ചു. പെട്ടെന്ന് അവൾ വിരലുകൾ വിടർത്തിയിട്ട് മുടി

ചെവിക്കു പിന്നിലേയ്ക്കു മാടി വയ്ക്കുകയും തല കുലുക്കുകയും ചെയ്യുന്നതു ഞാൻ കണ്ടു. ഒടുവിൽ നിശ്ചയദാർഢ്യത്തോടെ ഒരൊറ്റത്തവണ തല ആട്ടിയിട്ട് അവൾ ജനൽ കൊട്ടിയടച്ചു.

മൂന്നു ദിവസം കഴിഞ്ഞ് തോട്ടത്തിൽവച്ച് അവൾ എന്നെ യാദൃച്ഛിക മായി കണ്ടുമുട്ടി. ഞാൻ തിരിഞ്ഞു നടക്കാൻ ഭാവിച്ചതാണ്, എന്നാൽ അവൾ എന്നെ തടഞ്ഞുനിർത്തി.

"വരൂ, എനിക്കു കൈ തരൂ," അവൾ പഴയതുപോലെ സ്നേഹമസൃ ണമായ സ്വരത്തിൽ എന്നോടു പറഞ്ഞു. "നമ്മൾ തമ്മിൽ സംസാരിച്ചിട്ട് വളരെക്കാലമായി."

ഞാൻ അവളെ നോക്കി. അവളുടെ കണ്ണുകൾ സൗമ്യമായി തിളങ്ങി. മൂടൽമഞ്ഞിനിടയിലൂടെ അവൾ പുഞ്ചിരിക്കയാണെന്ന് എനിക്കു തോന്നി.

"സുഖക്കേടു മാറിയില്ലേ?" ഞാൻ ചോദിച്ചു.

"അത് പണ്ടേ മാറി," ഒരു ചുവന്ന റോസാപ്പൂ പറിച്ചെടുത്തുകൊണ്ട് അവൾ മൊഴിഞ്ഞു. "ക്ഷീണം മുഴുവൻ മാറിയിട്ടില്ല. പക്ഷേ അതു വേഗം മാറിക്കൊള്ളും."

"നിങ്ങൾ വീണ്ടും പഴയതുപോലെ ആകുമോ?" ഞാൻ ചോദിച്ചു.

സിനയീദ റോസാപ്പൂ അവളുടെ മുഖത്തോടടുപ്പിച്ചു. ആ ചുവന്ന റോസാദലങ്ങൾ അവളുടെ കവിളുകളിൽ പ്രതിഫലിക്കുന്നതായി എനിക്കു തോന്നി.

"ഞാൻ മാറിയിട്ടുണ്ടോ?"

"ഉണ്ട്," ഞാൻ ശാന്തമായി പറഞ്ഞു.

"ഞാൻ നിന്നോട് ഹൃദയശൂന്യത കാണിച്ചു—എനിക്കറിയാം." സിനയീദ പറഞ്ഞു. "നീ അതത്ര കാര്യമാക്കേണ്ടിയിരുന്നില്ല... എനിക്കു മറ്റൊരുതരത്തിലാവാൻ കഴിയുമായിരുന്നില്ല... പക്ഷേ അതേപ്പറ്റി പറഞ്ഞിട്ടെന്തു കാര്യം?"

"ഞാൻ നിങ്ങളെ സ്നേഹിക്കുന്നതു നിങ്ങൾക്ക് ഇഷ്ടമല്ല. അതാണു കാര്യം!" പെട്ടെന്നുണ്ടായ ഒരു ഉൾപ്രേരണയാൽ വിഷാദഭരിതനായി ഞാൻ പറഞ്ഞു.

"ഇഷ്ടമാണ്, പക്ഷേ നീ മുമ്പ് എന്നെ സ്നേഹിച്ചിരുന്നതു പോലെയല്ല."

"പിന്നെങ്ങിനെ വേണമെന്നാണ്?"

"നമുക്കു സുഹൃത്തുക്കളാകാം, അതാണു വേണ്ടത്," സിനയീദ റോസാപ്പൂ എന്നെ മണപ്പിച്ചു. "ഞാൻ നിന്നെക്കാൾ വളരെ മൂത്തതാണ്. നിന്റെ കൊച്ചമ്മയോ, അല്ലെങ്കിൽ ചേച്ചിയോ ആകാനുള്ള പ്രായം എനിക്കുണ്ട്. നീ ഇപ്പോഴും...'

“ഞാനിപ്പോഴും ഒരു കുട്ടിയാണെന്നല്ലേ പറയാൻ വന്നത്.”

“അതെ, നീ തീർച്ചയായും ഒരു കുട്ടിയാണ്. എനിക്കു വളരെ ഇഷ്ടമുള്ള ബുദ്ധിമാനും സുശീലനും സുന്ദരനുമായ ഒരു കുട്ടി. ഞാൻ പറയുന്നതു കേൾക്കൂ! ഇന്നു മുതൽ ഞാൻ നിന്നെ എന്റെ പ്രധാനസേവകനായി നിയമിക്കുയാണ്. ഒരു സേവകൻ ഒരിക്കലും അയാളുടെ രാജ്ഞിയെ ഉപേക്ഷിച്ചു പോകാൻ പാടില്ലെന്ന് അറിയാമല്ലോ. ഇതാ അതിന്റെ ചിഹ്നം,” എന്നു പറഞ്ഞുകൊണ്ട് അവൾ റോസാപ്പൂ എന്റെ ബട്ടൺഹോളിൽ തിരുകിവച്ചു. “നമ്മുടെ മൈത്രിയുടെ പ്രതീകമായി ഇതിരിക്കട്ടെ.”

“നിങ്ങൾ മൈത്രിയുടെ പ്രതീകമായി മുമ്പ് വേറെ ചിലതു സമ്മാനിച്ചിട്ടുണ്ട്.” ഞാൻ പറഞ്ഞു.

“എന്തൊരു ഓർമ്മശക്തി! ശരി, ഞാൻ ഇപ്പോൾ മറ്റൊന്നു സമ്മാനിക്കാം,” സിനയീദ പറഞ്ഞു.

അവൾ എന്റെ നെറ്റിയിൽ പരിശുദ്ധവും പ്രശാന്തവുമായ ഒരു ചുംബനം ചാർത്തി.

ഞാൻ അവളെ നോക്കിക്കൊണ്ടുനിന്നതേയുള്ളൂ. അവൾ തിരിഞ്ഞു നടന്നുകൊണ്ട് പറഞ്ഞു. “പ്രധാനസേവകാ രാജ്ഞിയുടെ പിന്നാലെ വരൂ.” ഞാൻ അത്ഭുതപരതന്ത്രനായി അവളുടെ പിന്നാലെ നടന്നു. “സൗമ്യയും വിവേകശാലിയുമായ ഈ പെൺകുട്ടി ഞാൻ മുമ്പു കണ്ടിട്ടുള്ള സിനയീദ തന്നെയാണോ?” ഞാൻ സ്വയം ചോദിച്ചു. അവളുടെ നടത്തത്തിൽതന്നെ ഇപ്പോൾ കൂടുതൽ ശാലീനത കൈവന്നിട്ടുണ്ടെന്ന് എനിക്കു തോന്നി. അവളുടെ ദേഹത്തിന് കൂടുതൽ പ്രൗഢിയും സൗകുമാര്യവും കൈവന്നു...

എന്നാൽ ദൈവമേ, എന്റെ പ്രേമം ആളികത്തുകയാണു ചെയ്തത്.

XVI

ഉച്ചഭക്ഷണം കഴിഞ്ഞ് പതിവു സന്ദർശകർ സിനയീദയുടെ വീട്ടിൽ കൂടി. അവരെ സ്വീകരിക്കാൻ സിനയീദ അവളുടെ മുറിയിൽനിന്നു പുറത്തുവന്നു. ആദ്യത്തെ അവിസ്മരണീയമായ ആ സായാഹ്നത്തിലുണ്ടായിരുന്ന എല്ലാവരും അവിടെ ഹാജരായിരുന്നു. നിർമാത്സ്കിപോലും ഇഴഞ്ഞുവലിഞ്ഞ് അവിടെ എത്തിയിരുന്നു. ആദ്യം എത്തിയത് മയ്ദാനൊവാണ്. അയാൾ പുതിയ ഒരു കവിതയുമായാണ് വന്നത്. ഞങ്ങൾ “പിഴയൊടുക്കൽ” കളിച്ചെങ്കിലും അതു പഴയതിൽനിന്ന് തുലോം വിഭിന്നമായിരുന്നു. പഴയ തകർപ്പും ബഹളവും അതിർകവിഞ്ഞ തമാശയും

ഒന്നും അന്നുണ്ടായിരുന്നില്ല, ആരും ജിപ്സികളെ അനുകരിച്ചുമില്ല. നേരമ്പോക്കുകൾക്ക് സിനയീദ പുതിയ ഒരു ഭാവം പകർന്നു. സേവകൻ എന്ന നിലയിൽ ഞാൻ അവളുടെ തൊട്ടടുത്ത് ഇരുന്നു. അന്ന് അവൾ കണ്ടുപിടിച്ച പിഴകളിലൊന്ന് പിഴയെടുക്കേണ്ടയാൾ അയാൾ കണ്ടിട്ടുള്ള ഒരു സ്വപ്നം വിവരിക്കണം എന്നായിരുന്നു. എന്നാൽ അതു വിജയിച്ചില്ല. സ്വപ്നങ്ങൾ ഒന്നുകിൽ തീരെ വിരസമോ അല്ലെങ്കിൽ തികച്ചും അസ്വാഭാവികമോ കെട്ടിച്ചമച്ചതോ ആയിരുന്നു. ബെലൊവ്സൊറൊവ് സ്വപ്നം കണ്ടത് മരത്തലയുള്ള ഒരു കുതിരയ്ക്ക് അയാൾ മത്സ്യം തീറ്റകൊടുത്തുവെന്നാണ്. മയ്ദാനൊവാകട്ടെ ഒരു നോവൽതന്നെ കെട്ടിച്ചമച്ചു. ശവപ്പെട്ടികളേയും, വീണവായിക്കുന്ന മാലാഖമാരേയും സംസാരിക്കുന്ന പുഷ്പങ്ങളേയും അശരീരികളേയും അയാൾ വർണ്ണിച്ചുതുടങ്ങി... ഒടുവിൽ സിനയീദ അയാളെ തടഞ്ഞു. "കഥ കെട്ടിച്ചമയ്ക്കാനാണ ഭാവമെങ്കിൽ നമുക്ക് മറ്റൊരു മാർഗ്ഗം കണ്ടുപിടിക്കാം." സിനയീദ പറഞ്ഞു. "ഒരിക്കലും സംഭവിച്ചിട്ടില്ലാത്ത ഓരോ കാര്യം ഓരോരുത്തരും പറയട്ടെ." ഇത്തവണയും ബൊലൊവ്സൊറൊവിനാണ് ആദ്യം ചീട്ടു കിട്ടിയത്.

ആ യുവഹുസാർ അമ്പരന്ന് നിന്നതേയുള്ളൂ. "എനിക്ക് ഒന്നും തോന്നുന്നില്ല," അയാൾ പറഞ്ഞു.

"അസംബന്ധം!" സിനയീദ വിളിച്ചു പറഞ്ഞു. "നിങ്ങൾ വിവാഹിതനാണെന്നു സങ്കല്പിക്കൂ. നിങ്ങൾ ഭാര്യയോടു എങ്ങനെ പെരുമാറുമെന്നു പറയൂ. നിങ്ങൾ അവളെ പൂട്ടിയിടുമോ?"

"തീർച്ചയായും പൂട്ടിയിടും."

"ശരി. അവൾ നിങ്ങളെ വഞ്ചിച്ചാലോ?"

"ഞാൻ അവളെ കൊല്ലും."

"അവൾ ഓടിപ്പോയാലോ?"

"ഞാൻ പിന്നാലെ ചെന്ന് കൊല്ലും."

"ശരി, ഞാനായിരുന്നു നിങ്ങളുടെ ഭാര്യയെന്ന് സങ്കൽപ്പിക്കുക. അപ്പോൾ നിങ്ങൾ എന്തു ചെയ്യുമായിരുന്നു.?"

ബെലൊവ്സോറൊവ് അല്പനേരം മിണ്ടാതെ നിന്നു.

"ഞാൻ ആത്മഹത്യചെയ്യേനെ."

സിനയീദ പൊട്ടിച്ചിരിച്ചു.

"നിങ്ങളുടെ കഥ വളരെ ഹ്രസ്വമാണ്." അവൾ പറഞ്ഞു. അടുത്ത ഊഴം സിനയീദയുടേതായിരുന്നു. അവൾ മച്ചിലേക്കു നോക്കിക്കൊണ്ട് അല്പനേരം ആലോചിച്ചു.

"പറയാം. കേട്ടോളൂ," ഒടുവിൽ അവൾ പറയാനാരംഭിച്ചു. "ഞാൻ കണ്ടുപിടിച്ച കഥ ഇതാണ്. മനോഹരമായ ഒരു കൊട്ടാരം. ഒരു

ഗ്രീഷ്മരാത്രിയിൽ അവിടെ ഒരു നൃത്താഘോഷം നടക്കുയാണ്. യുവതിയായ രാജ്ഞി അതിഥികളെ സ്വീകരിച്ചുകൊണ്ടിരിക്കുന്നു. നോക്കുന്നിടത്തെല്ലാം സ്വർണ്ണവും മാർബിളും പട്ടും ശരറാന്തലുകളും നവരത്നങ്ങളും പൂക്കളും ചന്ദനത്തിരികളും എന്നു വേണ്ട ലോകത്തുള്ള സകല ആർഭാടവസ്തുക്കളും മാത്രം.

"നിങ്ങൾക്കു അതൊക്കെ ഇഷ്ടമാണ്. അല്ലേ?" ലൂഷിൻ ഇടയ്ക്കു ചോദിച്ചു.

"അവയ്ക്കെല്ലാം നല്ല മോടിയുണ്ട്. എനിക്ക് മോടി ഇഷ്ടമാണ്." സിനയീദ മറുപടി പറഞ്ഞു.

"സൗന്ദര്യത്തേക്കാൾ ഇഷ്ടം മോടിയാണോ?"

"ഡോക്ടർ, നിങ്ങൾ അതിബുദ്ധിമാനാണ്. നിങ്ങൾ ഉദ്ദേശിക്കുന്ന തെന്താണെന്ന് എനിക്കു മനസ്സിലാകുന്നില്ല. ഇനി തടസ്സപ്പെടുത്താതെ കഥ കേൾക്കൂ. നൃത്താഘോഷം അതിഭംഗീരമാണ്. അതിഥികൾക്കു കണക്കും കയ്യുമില്ല—എല്ലാവരും ചെറുപ്പക്കാരും സുമുഖന്മാരും ധൈര്യ ശാലികളുമാണ്. മാത്രവുമല്ല അവരിൽ ഓരോരുത്തരും രാജ്ഞിയിൽ അനുരക്തരുമാണ്.

"അതിഥികളുടെ കൂട്ടത്തിൽ സ്ത്രീകളാരുമില്ലേ?" മലേവ്സ്കി ചോദിച്ചു.

"ഇല്ല... ഒരു നിമിഷം... ഞാൻ ഒന്ന് ആലോചിച്ചുനോക്കട്ടെ, ഉണ്ട് സ്ത്രീകളുമുണ്ട്."

"എല്ലാം വിരൂപികൾ?"

"അല്ല. സുന്ദരിമാരാണ്. പക്ഷേ പുരുഷന്മാർക്കു രാജ്ഞിയെ മാത്രമേ നോട്ടമുള്ളൂ. നല്ല ഉയരമുള്ള ഒരു കൃശാംഗിയാണ് രാജ്ഞി. അവർ കറുത്ത നിബിഡമായ മുടിയിൽ സ്വർണ്ണം കൊണ്ടുള്ള മുടിപ്പു ചൂടിയിട്ടുണ്ട്.

ഞാൻ സിനയീദയെ നോക്കി. ആ നിമിഷത്തിൽ അവൾക്ക് ഞങ്ങ ളേക്കാളെല്ലാം പൊക്കമുണ്ടെന്നു തോന്നി. അവളുടെ വെളുത്ത നെറ്റിയും വളവില്ലാത്ത പുരികക്കൊടികളും അസാധാരണമായ ആജ്ഞാശ ക്തിയേയും ബുദ്ധിവൈഭവത്തേയും വിളംബരം ചെയ്യുന്നവയായിരുന്നു. "ഇവൾ തന്നെയാണ് രാജ്ഞി," ഞാൻ മനസ്സിൽ പറഞ്ഞു.

"എല്ലാവരും രാജ്ഞിയെ ചുറ്റും കൂടിനിന്ന് അവളെ മുഗ്ദ്ധകണ്ഠം പ്ര ശംസിക്കുകയാണ്." സിനയീദ തുടർന്നു.

"പ്രശംസ അവൾക്കു ഇഷ്ടമാണ്. അല്ലേ?" ലൂഷിൻ ചോദിച്ചു.

"നിങ്ങളെക്കൊണ്ടു തോറ്റു. എപ്പോഴും തടസ്സപ്പെടുത്തുകയാണ്... പ്രശംസ ആർക്കാണ് ഇഷ്ടമില്ലാത്തത്?"

"ഒരു ചോദ്യം കൂടി." മലേവ്സ്കി പറഞ്ഞു. "രാജ്ഞിക്കു ഭർത്താവു ണ്ടോ?"

"അക്കാര്യം ഞാൻ ആലോചിച്ചില്ല. ഇല്ല. അവൾക്കു ഭർത്താവെന്തിനാണ്?"

"നിശ്ശബ്ദത പാലിക്കൂ!" മയ്ദാനൊവ് തന്റെ പൊട്ടഫ്രഞ്ചിൽ പറഞ്ഞു.

സിനയീദ അയാളോട് ഫ്രഞ്ചിൽ നന്ദി പറഞ്ഞിട്ട് തുടർന്നു: "പ്രശംസകളും സംഗീതവും ശ്രദ്ധിച്ചുകൊണ്ട് രാജ്ഞി അവിടെ ഇരുന്നു. എന്നാൽ അവൾ അതിഥികളിൽ ഒരാളെപ്പോലും നോക്കുന്നില്ല. നിലം മുതൽ മച്ചുവരെ ഉയരമുള്ള ആറു ജനലുകൾ തുറന്നു കിടക്കുകയാണ്. അവയ്ക്കപ്പുറത്ത് നക്ഷത്രങ്ങൾ മിന്നിത്തിളങ്ങുന്ന ആകാശവും കൂറ്റൻ വൃക്ഷങ്ങൾ തിങ്ങിവളരുന്ന തോപ്പും കാണാം. ഇരുണ്ട മരങ്ങൾക്കിടയിൽ പ്രേതത്തെപ്പോലെ ഉയർന്നുയർന്നു പോകുന്ന ഒരു വെളുത്ത ജലധാരായന്ത്രമുണ്ട്. ആളുകളുടേയും സംഗീതത്തിന്റേയും ശബ്ദകോലാഹലത്തിനിടയിൽ വെള്ളം തെറിച്ചുവീഴുന്ന മൃദുധ്വനി രാജ്ഞിക്കു കേൾക്കാം. ജനലിനു വെളിയിലേക്കു നോക്കിക്കൊണ്ടിരിക്കെ രാജ്ഞി വിചാരിച്ചു: "മാന്യരെ, നിങ്ങളെല്ലാവരും കുലീനന്മാരും ധനികരും ബുദ്ധിശാലികളുമാണ്. നിങ്ങൾ എന്നെ ചുറ്റിനില്ക്കുന്നു. ഞാൻ പറയുന്ന ഓരോ വാക്കും നിങ്ങൾ വേദവാക്യമായി കരുതുന്നു. എന്റെ കാല്ക്കൽ വീണു മരിക്കാൻ നിങ്ങൾ ഓരൊരുത്തരും തയ്യാറാണ്. നിങ്ങളെല്ലാവരും എന്റെ അടിമകളാണ്... എന്നാൽ അതാ അക്കാണുന്ന ജലധാരയുടെ ചുവട്ടിൽ ഞാൻ സ്നേഹിക്കുന്ന ആൾ എന്നെ അടിമയാക്കിയ ആൾ എന്നെ കാത്തുനില്ക്കുന്നുണ്ട്. അദ്ദേഹത്തിന് വിലപിടിച്ച വേഷഭൂഷാദികളോ രത്നങ്ങളോ ഇല്ല. പക്ഷേ അദ്ദേഹം എന്നെ കാത്തുനില്ക്കുകയാണ്. ഞാൻ ചെല്ലുമെന്ന് അദ്ദേഹത്തിനുറപ്പുണ്ട്. ഞാൻ തീർച്ചയായും ചെല്ലും. അദ്ദേഹത്തിന്റെയടുത്തേക്കു പോകാനും അദ്ദേഹത്തോടൊപ്പം നില്ക്കാനും മരങ്ങൾ മർമ്മരമുതിർക്കുകയും ജലധാരകൾ വെള്ളം തെറിപ്പിക്കുകയും ചെയ്യുന്ന ആ ഇരുണ്ട തോപ്പിൽ അദ്ദേഹത്തോടൊപ്പം സ്വയം നഷ്ടപ്പെടാനും ഞാൻ ആഗ്രഹിക്കുന്നുണ്ടെങ്കിൽ എന്നെ തടയാൻ ഒരു ശക്തിക്കും കഴിയുകയില്ല..."

സിനയീദ സംസാരം നിർത്തി.

"ഇത് വെറും... കഥയാണോ?" മലേവ്സ്കി അർത്ഥംവച്ച് ചോദിച്ചു.

അയാളെ ഒന്നു നോക്കാൻപോലും സിനയീദ കൂട്ടാക്കിയില്ല.

"മാന്യരെ, നമ്മൾ ആ അതിഥികളുടെ ഇടയിൽ ഉണ്ടായിരുന്നെന്നു സങ്കല്പിക്കുക." പെട്ടെന്ന് ലൂഷിൻ പറഞ്ഞു. "ആ ഭാഗ്യവാൻ ജലധാരയുടെ സമീപം നില്ക്കുന്നുണ്ടെന്നറിഞ്ഞാൽ നമ്മിൽ ഓരോരുത്തരും എന്തു ചെയ്യുമായിരുന്നു?"

"ഒരു നിമിഷം!" സിനയീദ ഇടയ്ക്കുകയറി പറഞ്ഞു. "നിങ്ങളോരോരുത്തരും എന്തു ചെയ്യുമായിരുന്നെന്ന് ഞാൻ പറയാം. ബെലൊവ്സൊറൊവ്

അയാളെ ദ്വന്ദയുദ്ധത്തിനു ക്ഷണിക്കുമായിരുന്നു. മയ്ദാനൊവ് ഒരു സൂക്തം എഴുതിയേനെ... ഇല്ലില്ല, സൂക്തമെഴുതാൻ നിങ്ങൾക്കറിഞ്ഞുകൂടാ. നിങ്ങൾ ബർബ്യോയുടെ[12] മാതൃകയിൽ നീണ്ട ദ്വിമാത്രികങ്ങളെഴുതി "ടെലിഗ്രാഫിൽ"[13] പ്രസിദ്ധപ്പെടുത്തിയേനെ. നമ്മുടെ നിർമാത്സ്കി എന്തു ചെയ്യുമായിരുന്നെന്നോ? അയാളോടു പണം കടം വാങ്ങിയേനെ, അല്ല, കൂടിയ പലിശയ്ക്ക് അയാൾക്കു പണം കടം കൊടുത്തേനേ. ഡോക്ടർ ലൂഷിൻ"—അവൾ തെല്ലിട മിണ്ടാതിരുന്നിട്ട് പറഞ്ഞു—"ലൂഷിൻ എന്തു ചെയ്യുമെന്ന് എനിക്കറിഞ്ഞുകൂടാ?"

"കൊട്ടാരം ഡോക്ടർ എന്ന നിലയ്ക്ക് ഞാൻ രാജ്ഞിയെ ഉപദേശിച്ചേനെ." ലൂഷിൻ പറഞ്ഞു. "അതിഥികളെ സൽക്കരിക്കാൻ ആഗ്രഹം തോന്നാത്ത ഒരവസരത്തിൽ നൃത്താഘോഷം നടത്തരുത് എന്നു ഞാൻ അവരോടു പറയുമായിരുന്നു."

"ആ ഉപദേശം ഒരുപക്ഷേ ശരിയായിരുന്നിരിക്കാം. കൗണ്ട് മലേവ്സ്കി, നിങ്ങൾ എന്തു ചെയ്യുമായിരുന്നു?"

"ഞാനോ?" തന്റെ കുടിലമായ പുഞ്ചിരിയോടെ മലേവ്സ്കി ചോദിച്ചു.

"നിങ്ങൾ അയാൾക്കു വിഷംചേർത്ത മിഠായി കൊടുത്തേനെ."

മലേവ്സ്കി ഒന്നു പരുങ്ങി, അപ്പോൾ അയാളുടെ മുഖഭാവം ഒരു കൗശലക്കാരന്റേതായിരുന്നു. എന്നാൽ അടുത്ത നിമിഷം അയാൾ പൊട്ടിച്ചിരിച്ചു.

"മെസ്യേ വൊൽദെമാർ എന്തു ചെയ്യുമായിരുന്നെന്നു നോക്കാം. സിനയീദ പറഞ്ഞു. "അല്ലെങ്കിൽ വേണ്ട, നമുക്ക് ഈ വിനോദം നിർത്തി മറ്റു വല്ലതും കളിക്കാം."

"രാജ്ഞി തോട്ടത്തിലേയ്ക്കോടുമ്പോൾ വിശ്വസ്തസേവകൻ എന്ന നിലയ്ക്ക് മെസ്യേ വൊൽദെമാർ രാജ്ഞിയുടെ കുപ്പായത്തിന്റെ തൊങ്ങൽ പൊക്കിപ്പിടിച്ചുകൊണ്ട് പിന്നാലെ ചെല്ലും." മലേവ്സ്കി വിഷം പുരണ്ട വാക്കുകളിൽ അഭിപ്രായം പ്രകടിപ്പിച്ചു.

എന്റെ മുഖം ചുവന്നു. സിനയീദ എന്റെ തോളിൽ കൈവച്ചുകൊണ്ട് എണീറ്റുനിന്ന് വിറയാർന്ന ശബ്ദത്തിൽ പറഞ്ഞു.

"കൗണ്ട്! ഔദ്ധത്യം കാണിക്കാൻ ഞാൻ നിങ്ങൾക്ക് അവകാശം തന്നിട്ടില്ല. അതിനാൽ ഈ നിമിഷം ഇവിടുന്നു പുറത്തു പോകാൻ ഞാൻ നിങ്ങളോട് അപേക്ഷിക്കുന്നു," അവൾ വാതില്ക്കലേക്കു കൈ ചൂണ്ടി.

"ദയകാണിക്കു പ്രഭുകുമാരി!" വിവർണ്ണ വദനനായിത്തീർന്ന മലേവ്സ്കി പറഞ്ഞു.

---

12 ബർബ്യോ(Barbier, 1803-1882) ഫ്രഞ്ച് വിപ്ലവ കവി.

13 "ടെലഗ്രാഫ്"—"മോസ്കോ ടെലഗ്രാഫ്" എന്ന സാഹിത്യനിരൂപണ മാസിക (1925—1834)

“പ്രഭുകുമാരി ചെയ്തത് ശരിയാണ്” എന്നു പറഞ്ഞുകൊണ്ട് ബെലൊവ് സോബവും എണീറ്റു നിന്നു.

“ഇത് ഞാൻ തീരെ പ്രതീക്ഷിച്ചില്ല!” മേലേവ്സ്കി തുടർന്നു. “ഞാൻ യാതൊന്നും ഉദ്ദേശിച്ചു പറഞ്ഞതല്ല. നിങ്ങളെ ആക്ഷേപിക്കണമെന്ന് ഞാൻ സ്വപ്നത്തിൽപ്പോലും വിചാരിച്ചിട്ടില്ല... ക്ഷമിക്കണം.”

സിനയീദ അയാളുടെനേരെ ശൈത്യംസ്ഫുരിക്കുന്ന ഒരു നോട്ടം എറിഞ്ഞു. തണുത്ത ഒരു ചിരി അവളുടെ ചുണ്ടിൽ വിരിഞ്ഞു.

“ശരി, ഇവിടെത്തന്നെ നിന്നോളൂ,” ഉദാസീനമായി കൈവീശിക്കൊണ്ട് സിനയീദ പറഞ്ഞു. “മെസ്യേ വൊൽദെമാറിനും എനിക്കും ശുണ്ഠി വന്നതിൽ ഖേദിക്കുന്നു. നിങ്ങൾക്ക് കടന്നലിനെപ്പോലെ കുത്താൻ ഇഷ്ടമാണ്. ഇഷ്ടംപോലെ കുത്തി രസിച്ചോളൂ!”

“ഞാൻ ക്ഷമാപണം ചെയ്യുന്നു.” മലേവ്സ്കി ആവർത്തിച്ചു. സിനയീദയുടെ പെരുമാറ്റം ശ്രദ്ധിച്ചുകൊണ്ടിരുന്ന എനിക്കു തോന്നി, തന്റെ അപ്രീതിക്കു പാത്രമായ ഒരാളെ തന്റെ സദസ്സിൽനിന്ന് ഇത്രയേറെ അന്തസ്സോടെ നിഷ്കാസനം ചെയ്യാൻ ഒരു യഥാർത്ഥ രാജ്ഞിക്കുപോലും കഴിയുകയില്ലെന്ന്.

പിഴയൊടുക്കൽ കളി പിന്നീട് അധികനേരം നീണ്ടുനിന്നില്ല. എല്ലാവരേയും ഒരുതരം മൗഢ്യം ബാധിച്ചിരുന്നു, എന്നാൽ മേല്പറഞ്ഞ അസുഖകരമായ ചെറിയ സംഭവം മാത്രമായിരുന്നില്ല അതിന്റെ കാരണം. അനിർവ്വചനീയവും അസഹ്യവുമായ ഒരു വികാരം എല്ലാവരുടേയും മനസ്സിനെ മഥിച്ചുകൊണ്ടിരുന്നു. ആരും അതേപ്പറ്റി ഒരക്ഷരം പുറത്തു പറഞ്ഞില്ലെങ്കിലും ഒരോരുത്തർക്കും അതനുഭവപ്പെട്ടിരുന്നു. തന്റെ ചുറ്റുമുള്ള എല്ലാവർക്കും അതനുഭവപ്പെടുന്നുണ്ടെന്ന് അവരിൽ ഓരോരുത്തർക്കും മനസ്സിലാവുകയും ചെയ്തു. മയ്ദാനൊവ് തന്റെ കവിത ചൊല്ലി, മലേവ്സ്കി അതിശയോക്തി കലർന്ന ആവേശത്തോടെ അതിനെ പ്രശംസിച്ചു.

“തന്റെ സദ്ഭാവം വെളിപ്പെടുത്താൻ അയാൾ ഇപ്പോൾ എത്ര പാടുപെടുന്നുണ്ടെന്നു നോക്കൂ!” ലൂഷിൻ എന്റെ ചെവിയിൽ മന്ത്രിച്ചു.

താമസിയാതെ ഞങ്ങൾ പിരിഞ്ഞു. പെട്ടെന്ന് സിനയീദ ചിന്താഗ്രസ്തയായിത്തീർന്നു. വൃദ്ധയായ പ്രഭ്വി തലവേദനയാണെന്ന് അറിയിച്ചു. നിർമാത്സ്കിയെ വാതം ശല്യപ്പെടുത്തി തുടങ്ങി,

വളരെ നേരത്തേക്ക് എനിക്ക് ഉറങ്ങാൻ കഴിഞ്ഞില്ല—സിനയീദ പറഞ്ഞ കഥ എന്റെ മനസ്സിൽ പതിഞ്ഞുകിടന്നു.

“അതിൽ എന്തെങ്കിലും ഒരു സൂചന ഉണ്ടായിരുന്നോ?” ഞാൻ സ്വയം ചോദിച്ചു.

"ഉണ്ടായിരുന്നെങ്കിൽ എന്താണത്? ആരെയാണ് അവൾ ഉദ്ദേശിക്കു ന്നത്? അതിൽ യാഥാർത്ഥ്യത്തിന്റെ കണികയെങ്കിലും ഉണ്ടായിരുന്നെങ്കിൽ അവൾ അതിനു ധൈര്യപ്പെട്ടുമായിരുന്നോ? ഇല്ല, തീർച്ചയായും ഇല്ല," ചുട്ടുപൊള്ളുന്ന കവിളുകൾ തലയിണയിൽ അമർത്തിക്കൊണ്ട് ഞാൻ മന്ത്രിച്ചു... ആ കഥ പറഞ്ഞപ്പോഴുള്ള സിനയീദയുടെ മുഖഭാവം ഞാൻ ഓർത്തു... നെസ്കുച്നി തോട്ടത്തിൽ നടക്കാൻ പോയപ്പോൾ ലൂഷിന്റെ നാവിൽ നിന്ന് അറിയാതെ പുറത്തു ചാടിയ വാക്കുകൾ എനിക്ക് ഓർമ്മ വന്നു... അവളുടെ എന്നോടുള്ള പെരുമാറ്റത്തിൽ പൊടുന്നനെ വന്ന മാറ്റത്തെപ്പറ്റി ഞാൻ ആലോചിച്ചു... ഊഹാപോഹങ്ങൾ നടത്താനുള്ള ശ്രമത്തിൽ ഞാൻ മുഴുകി.

"ആരാണ് അത്?" ഇരുട്ടിൽ തീകൊണ്ടു കുറിച്ചിട്ടതു പോലെ ആ വാക്കുകൾ എന്റെ കൺമുമ്പിൽ സദാ പ്രത്യക്ഷപ്പെട്ടിരുന്നു. അശുഭസൂചകമായ ഒരു മേഘം താണുവന്ന് എന്റെ തലയ്ക്കു മുകളിൽ തൂങ്ങിനില്ക്കുന്നുണ്ടെന്ന് എനിക്കു തോന്നി. അതേതു നിമിഷവും പൊട്ടിത്തെറിക്കുമെന്നു ഞാൻ ഭയന്നു. അടുത്തകാലത്തായി ഞാൻ അസാധാരണമായ പലതും കാണുകയും കേൾക്കുകയും അതുമായി പഴകുകയും ചെയ്തുകഴിഞ്ഞിരുന്നു. പ്രഭ്വിയുടെ വീട്ടിൽ കണ്ട ചിട്ടയില്ലായ്മയും കൊഴുപ്പുകൊണ്ടുണ്ടാക്കിയ മെഴുകുതിരികളുടെ അറ്റങ്ങളും ഒടിഞ്ഞ കത്തികളും മുള്ളുകളും വൊനിഫാതിയുടെ മ്ലാനമായ മുഖവും മുഷിഞ്ഞ വസ്ത്രങ്ങളണിഞ്ഞ വേലക്കാരികളും, പ്രഭ്വികളുടെ വിചിത്രമായ പെരുമാറ്റരീതിയും, ആ വീട്ടിലുള്ളവരുടെ വിചിത്രമായ ജീവിതരീതി ആകെത്തന്നെയും ഇപ്പോൾ എന്നെ അത്ഭുതപ്പെടുത്താതായി... എന്നാൽ സിനയീദയെപ്പറ്റി അസ്പഷ്ടമായി എന്റെ മനസ്സിലേക്കു കടന്നു വന്ന ചില കാര്യങ്ങളുമായി പൊരുത്തപ്പെടാൻ എനിക്കു കഴിഞ്ഞില്ല... എന്റെ അമ്മ ഒരിക്കൽ അവളെപ്പറ്റി ഒരുമ്പെട്ടവൾ എന്നു പറയുന്നതു ഞാൻ കേട്ടു. എന്റെ ആരാധനാ വിഗ്രഹം, എന്റെ ദേവത ഒരുമ്പെട്ടവളെന്നോ! ആ വാക്ക് എന്നെ കുത്തി നോവിച്ചു. തലയിണയിൽ മുഖം മറച്ച് അതിൽ നിന്നു രക്ഷപ്പെടാൻ ഞാൻ ശ്രമിച്ചു. അതു കുടഞ്ഞു കളയാൻ ഞാൻ ശ്രമിച്ചു... അതേസമയം തന്നെ ജലധാരയുടെ അടുത്തു കാത്തുനില്ക്കുന്ന ആ ഭാഗ്യവാനാകാൻ ഞാനെത്ര കൊതിച്ചെന്നോ! അതിനു വേണ്ടി എന്തു ത്യാഗവും സഹിക്കാൻ ഞാൻ സന്നദ്ധനായിരുന്നു.

എന്റെ സിരകളിൽ രക്തം തിളച്ചുമറിഞ്ഞു. "മരത്തോപ്പ്... ജലധാരായന്ത്രം..." ഞാൻ ആലോചിച്ചു. "ആ മരത്തോപ്പിൽ പോയി നിന്നാലോ?" നിമിഷംകൊണ്ട് ഞാൻ വസ്ത്രം ധരിച്ച് പുറത്തു കടന്നു. നല്ല ഇരുട്ടുള്ള ഒരു രാത്രിയായിരുന്നു അത്. മരങ്ങൾ മൃദുസ്വരത്തിൽ എന്തോ മന്ത്രിച്ചുകൊണ്ടിരുന്നു. ആകാശം പ്രശാന്തമായ കുളിർ പൊഴിച്ചുകൊണ്ടിരുന്നു. മലക്കറിത്തോട്ടത്തിൽ നിന്നും പെരിംജീരകച്ചെടിയുടെ നേരിയ

സുഗന്ധം പ്രവഹിച്ചു. മരത്തോപ്പിലുള്ള എല്ലാ നടക്കാവുകളിലൂടെയും ഞാൻ നടന്നു. എന്റെ പതിഞ്ഞ കാലടി ശബ്ദം എന്നെ ഭയപ്പെടുത്തുകയും എന്നെ ഉത്സാഹഭരിതനാക്കുകയും ചെയ്തുകൊണ്ടിരുന്നു. ഇടയ്ക്കിടെ നടപ്പു നിർത്തി ഞാൻ എന്റെ ഹൃദയമിടിപ്പ് ശ്രദ്ധിച്ചു—അതു ദ്രുതഗതിയിൽ ശക്തിയായി മിടിച്ചുകൊണ്ടിരുന്നു. ഒടുവിൽ ഞാൻ വേലിക്കടുത്തുചെന്ന് അതിന്റെ വണ്ണം കുറഞ്ഞ തൂണിൽ ചാരിനിന്നു. പെട്ടെന്ന് ഒരു സ്ത്രീരൂപം എന്നെ കടന്നുപോയി—അതോ എനിക്കു വെറുതെ തോന്നിയതാണോ? ശ്വാസമടക്കിപ്പിടിച്ചുകൊണ്ട് ഞാൻ ഇരുട്ടിലേക്കു കണ്ണുമിഴിച്ച് നോക്കി... എന്താണീ കേൾക്കുന്നത്? ആരുടെയെങ്കിലും കാൽപ്പെരുമാറ്റമാണോ അതോ എന്റെ സ്വന്തം ഹൃദയമിടിപ്പാണോ? "ആരാണത്?" എന്റെ ചുണ്ടുകൾ മന്ത്രിച്ചു. വീണ്ടും ഞാൻ കാതോർത്തു നിന്നു. അടക്കിപ്പിടിച്ച ഒരു ചിരിയാണോ കേൾക്കുന്നത്... അതോ മരക്കൊമ്പ് ഉലയുന്ന ശബ്ദമാണോ? എന്റെ ചെവിയുടെ തൊട്ടടുത്ത് ആരോ നെടുവീർപ്പിടുന്നുണ്ടോ? ഞാൻ ആകെ പരിഭ്രമിച്ചു. "ആരാണത്"? ഞാൻ വീണ്ടും മന്ത്രിച്ചു.

നിമിഷനേരത്തേക്ക് ഒരു ഇളംകാറ്റു വീശി. ആകാശത്തിൽ എന്തോ ഒന്ന് പാഞ്ഞുപോയി—നക്ഷത്രപ്പകർച്ച. "സിനയീദയാണോ" എന്നു ചോദിക്കാൻ എനിക്ക് ആഗ്രഹമുണ്ടായിരുന്നു. എന്നാൽ എന്റെ ചുണ്ടുകളിൽനിന്ന് അതു പുറത്തു വന്നില്ല. പൊടുന്നനെ, അർദ്ധരാത്രിയിൽ പലപ്പോഴും സംഭവിക്കാറുള്ളപോലെ ഗാഢമായ നിശ്ശബ്ദത സർവ്വത്ര വ്യാപിച്ചു... ചീവീടുകൾപോലും മൗനം പൂണ്ടു. എവിടെയോ ഒരു ജനൽ അടയുന്ന ശബ്ദം കേട്ടു. ഞാൻ അല്പനേരം അവിടെ നിന്നിട്ട് എന്റെ മുറിയിലേക്കു തിരിച്ചുപോയി തണുത്ത മെത്തയിൽ അഭയം തേടി. വിചിത്രമായ ഒരു ഉദ്വേഗം എനിക്കനുഭവപ്പെട്ടു—ഞാൻ ഒരു സമാഗമത്തിനു പോയെന്നും എന്നാൽ അവിടെ ഞാൻ ഒറ്റയ്ക്കായിരുന്നെന്നും മറ്റൊരാളുടെ സൗഭാഗ്യത്തെ ഞാൻ മറികടന്നുപോയെന്നും എനിക്കു തോന്നി.

XVII

പിറ്റേന്ന് സിനയീദയെ ഒരു നോക്കു കാണാൻ മാത്രമേ എനിക്കു കഴിഞ്ഞുള്ളൂ. അവൾ പ്രഭ്വിയോടൊപ്പം കുതിരവണ്ടിയിൽ കയറി എങ്ങോട്ടോ പോവുകയായിരുന്നു. അന്നു ലൂഷിനെ ഞാൻ കണ്ടുമുട്ടി. എന്നാൽ അയാൾ എന്നെ അഭിവാദ്യം ചെയ്തിട്ട് കടന്നുപോവുകയാണുണ്ടായത്. മലേവ്സ്കിയേയും അന്നു ഞാൻ കണ്ടു. യുവാവായ ആ കൗണ്ട് എന്നെ നോക്കി ചിരിച്ചുകാണിക്കുകയും സൗഹൃദഭാവത്തിൽ എന്നോടു സംസാരിക്കുകയും ചെയ്തു. പ്രഭ്വിയുടെ വസതിയിലെ സന്ദർശകരുടെ കൂട്ടത്തിൽ മലേവ്സ്കി ഒരാൾക്കു മാത്രമേ ഞങ്ങളുടെ വീട്ടിൽ കടന്നുവരാനും

അമ്മയുടെ പ്രീതി സമ്പാദിക്കാനും കഴിഞ്ഞുള്ളൂ. എന്നാൽ എന്റെ അച്ഛന് അയാളെ പിടിച്ചില്ല. അവജ്ഞകലർന്ന വിനയഭാവത്തോടെയാണ് അദ്ദേഹം അയാളോടു പെരുമാറിയിരുന്നത്.

"ഇതാ, നമ്മുടെ രാജസേവകൻ!" എന്നു പറഞ്ഞാണ് മലേവ്സ്കി എന്നെ അഭിവാദ്യം ചെയ്തത്. "എന്തൊക്കെയാണു വിശേഷം? സുന്ദരിയായ നിങ്ങളുടെ രാജ്ഞി എന്തു ചെയ്യുന്നു?"

അഴകും ആരോഗ്യവും ഒത്തിണങ്ങിയ ആ മുഖവും അവഹേളനവും പരിഹാസവും കലർന്ന അയാളുടെ നോട്ടവും അപ്പോൾ എനിക്ക് അങ്ങേയറ്റം അരോചകമായി തോന്നിയതിനാൽ ഞാൻ മറുപടി ഒന്നും പറഞ്ഞില്ല. പിണക്കം മാറിയില്ലേ?" അയാൾ തുടർന്നു. "എന്നോടു പിണങ്ങേണ്ട കാര്യമില്ല. നിങ്ങളെ സേവകൻ എന്നു വിളിച്ചത് ഞാനല്ലല്ലോ. സാധാരണയായി രാജ്ഞിമാർക്കാണ് സേവകന്മാർ ഉള്ളത്. അതെന്തായാലും നിങ്ങൾ നിങ്ങളുടെ കടമ ശരിക്കു നിർവ്വഹിക്കുന്നില്ലെന്നു പറയാതെ തരമില്ല.'

"എന്റെ കടമയോ?"

"അതെ. ഒരു സേവകൻ തന്റെ യജമാനത്തിയുടെ സമീപത്തു നിന്ന് ഒരിക്കലും മാറാൻ പാടില്ല. യജമാനത്തി എന്തു ചെയ്യുകയാണെന്ന് സദാ, അതായത് രാപകൽ, ഒരു സേവകൻ അറിഞ്ഞിരിക്കേണ്ടതാണ്. പകൽ നല്ല വെളിച്ചമുണ്ട്, ചുറ്റുപാടും ധാരാളം ആളുകളുമുണ്ട്. എന്നാൽ രാത്രിയിൽ അങ്ങനെയല്ല—അപ്പോഴാണ് നിങ്ങൾ ജാഗ്രത പാലിക്കേണ്ടത്. നിങ്ങൾ രാത്രിയിൽ ഉറങ്ങാതെ കാത്തിരിക്കണം എന്നാണ് എന്റെ അഭിപ്രായം. കണ്ണു തുറന്ന് കാത്തിരിക്കുക. മരത്തോപ്പും രാത്രിയും ജലധാരായന്ത്രവും ഓർമ്മയുണ്ടല്ലോ—അവിടെയാണ് കാത്തിരിക്കേണ്ടത്. ഈ ഉപദേശം തരുന്നതിന് ഒരിക്കൽ നിങ്ങൾ എന്നോട് നന്ദി പറയും."

മലേവ്സ്കി ചിരിച്ചുകൊണ്ട് തിരിച്ചുനടന്നു. താൻ പറഞ്ഞ വാക്കുകൾക്ക് അയാൾ വലിയ പ്രാധാന്യമൊന്നും കല്പിച്ചിരുന്നില്ലെന്നു തോന്നി. ആളുകളെ വെറുതെ പറ്റിക്കാൻ അയാൾക്കിഷ്ടമായിരുന്നെന്ന് എല്ലാവർക്കും അറിയാം. പൊയ് മുഖനൃത്തങ്ങളിൽ ആളുകളെ കബളിപ്പിക്കാൻ അയാൾക്കൊരു പ്രത്യേക വിരുതുണ്ടായിരുന്നു. അയാളുടെ സ്വഭാവത്തിന്റെ ഒരു ഭാഗമായിത്തീർന്നിരുന്ന കാപട്യം അയാളെ അതിനു സഹായിച്ചിരുന്നുവെന്നു വേണം ഊഹിക്കാൻ... അയാൾ എന്നെ പരിഹസിക്കാൻവേണ്ടി മാത്രം പറഞ്ഞതാണെങ്കിലും ആ വാക്കുകൾ ഓരോന്നും ഓരോ വിഷബിന്ദുവായി എന്റെ സിരകളിൽ പടർന്നു. എന്റെ തലയ്ക്കുള്ളിലേക്ക് രക്തം ഇരച്ചുകയറി. "ഓഹോ, അപ്പോൾ അതാണു കാര്യം!" ഞാൻ സ്വയം പറഞ്ഞു. "കൊള്ളാം! മരത്തോപ്പിലേക്ക് പോകാൻ എനിക്കു തോന്നിയത് വെറുതെയായിരുന്നില്ലെന്നർത്ഥം! ഇത് അനുവദിച്ചുകൂടാ!" കൈ ചുരുട്ടി നെഞ്ചിലിടിച്ചുകൊണ്ട് ഞാൻ ഉറക്കെ

പറഞ്ഞു. എന്നാൽ എന്താണ് അനുവദിച്ചുകൂടാത്തതെന്ന് എനിക്കുതന്നെ നിശ്ചയമില്ലായിരുന്നു. "മലേവ്സ്കിയായിരിക്കുമോ തോപ്പിൽ എത്തുന്നത്?" ഞാൻ ആലോചിച്ചു. "അയാൾ സ്വന്തം രഹസ്യം പുറത്തുവിട്ടതാണെന്നു വരാം. അയാൾ അതിനു മടിക്കുന്നവനല്ല, അതോ മറ്റാരെങ്കിലും ആയിരിക്കുമോ?" (ഞങ്ങളുടെ തോപ്പിനു ചുറ്റുമുള്ള മതിലിനു പൊക്കം കുറവാണ്, അതു ചാടിക്കടക്കാൻ ആർക്കും കഴിയും) "വരുന്നത് ആരുതന്നെയായാലും കരുതിയിരിക്കട്ടെ! അയാൾക്ക് എന്നെ നേരിടേണ്ടിവരും! പ്രതികാരം വീട്ടാൻ എനിക്കറിയാമെന്ന് ഞാൻ മാലോകരേയും ആ കാപട്യക്കാരിയേയും (അതെ. കാപട്യക്കാരി എന്നുതന്നെയാണു ഞാൻ അവളെ വിളിച്ചത്!) കാണിച്ചു കൊടുക്കും!"

ഞാൻ എന്റെ മുറിയിൽ ചെന്ന് മേശവലിപ്പു തുറന്ന് ഒരു പേനാക്കത്തി പുറത്തെടുത്തു. അത് ആയിടെ വാങ്ങിയതായിരുന്നു. ഞാനതിന്റെ തണുത്ത വായ്ത്തല തൊട്ടുനോക്കി. കരുതിക്കൂട്ടി എല്ലാം നിശ്ചയിച്ച് ഉറച്ച പരിചയസമ്പന്നനായ ഒരുവന്റെ ഭാവത്തോടെ ഞാനതു പോക്കറ്റിലിട്ടു. എന്റെ ഹൃദയം കോപം കൊണ്ടു വിറച്ചു. പിന്നീട് അതു ശിലപോലെ മരവിച്ചെന്നു തോന്നി. നെറ്റി ചുളിക്കുകയും ചുണ്ടുകൾ അമർത്തിപ്പിടിക്കുകയും ചെയ്തുകൊണ്ട് ഞാൻ അന്നു പകൽ മുഴുവൻ എന്റെ മുറിയിൽ അങ്ങോട്ടുമിങ്ങോട്ടും നടന്നുകൊണ്ടിരുന്നു. എന്റെ പോക്കറ്റിൽ കിടന്ന് ചൂടായ പേനാക്കത്തിയിൽ കൈ വച്ചുകൊണ്ട് ഭയങ്കരമായ എന്തോ ഒരു സംഭവത്തെ അഭിമുഖീകരിക്കാൻ ഞാൻ തയ്യാറെടുത്തുകൊണ്ടിരുന്നു. ഈ പുതിയ അനുഭൂതി എനിക്കു പുത്തരിയായിരുന്നതുകൊണ്ട് ഞാൻ അതിൽ ആമഗ്നനായി, അതിൽ ആഹ്ലാദം കണ്ടെത്തുകപോലും ചെയ്തു. അങ്ങനെ ഞാൻ സിനയീദയെ തന്നെ മറന്നു. അലേക്കൊയേയും യുവജിപ്സിയേയും എനിക്ക് ഓർമ്മ വന്നു. "യുവാവേ, നീ എങ്ങോട്ടാണ്? അവിടെ കിടക്കൂ!...[14] എന്നും "നിന്റെ ദേഹമാകെ ചോരയിൽ മുങ്ങിയിരിക്കുന്നു! ഹാ, നീ എന്താണു ചെയ്തത്?" "ഒന്നുമില്ല!" എന്നുമുള്ള വരികൾ ഞാൻ ഉരുവിട്ടുകൊണ്ടിരുന്നു. ദുഷ്ടതനിറഞ്ഞ ഒരു പുഞ്ചിരിയോടെ ഞാൻ ആവർത്തിച്ചു: "ഒന്നുമില്ല!" അച്ഛൻ വീട്ടിലുണ്ടായിരുന്നില്ല. എന്നാൽ ഈയിടെയായി അടക്കാനാവാത്ത ഈർഷ്യകൊണ്ട് സദാ അസ്വസ്ഥയായിക്കഴിഞ്ഞിരുന്ന എന്റെ അമ്മ ഏതോ ഒരത്യാഹിതത്തിന്റെ സൂചന ഒളിഞ്ഞിരുന്ന എന്റെ മുഖഭാവം കണ്ടിട്ട് അത്താഴസമയത്ത് എന്നോടു ചോദിച്ചു: "നീ എന്താണ് എലിയെ കണ്ട പൂച്ചയെപ്പോലിരിക്കുന്നത്? കാര്യമെന്താണ്?"

അതിനു മറുപടിയായി ഞാൻ ദാക്ഷിണ്യപൂർവ്വം ഒന്നു പുഞ്ചിരിക്കുക മാത്രമാണു ചെയ്തത്. "അവർ ഇതറിഞ്ഞിരുന്നെങ്കിൽ!" എന്നു ഞാൻ

---

14 യുവാവേ നീ എങ്ങോട്ടാണ്?... പുഷ്കിന്റെ റൊമാന്റിക് കവിതയായ "ജിപ്സി" യിലെ കഥാനായകനായ അലേക്കൊയുടെ വാക്കുകളാണ് ഇവയെല്ലാം.

മനസ്സിൽ വിചാരിച്ചു. മണി പതിനൊന്നടിച്ചു. ഞാൻ എന്റെ മുറിയിലേക്കു പോയി. എന്നാൽ വസ്ത്രങ്ങൾ മാറ്റിയില്ല. പാതിരായാകാൻ കാത്തിരിക്കുകയായിരുന്നു ഞാൻ. ഒടുവിൽ മണി മുഴങ്ങി. "സമയമായി!" പല്ലു കടിച്ചുകൊണ്ട് അങ്ങനെ പറഞ്ഞിട്ടു ഞാൻ തോട്ടത്തിലേക്കിറങ്ങി.വീട്ടിൽ നിന്നിറങ്ങുന്നതിനുമുമ്പ് ഞാൻ ഒരു മുൻകരുതൽ എന്ന നിലയ്ക്ക് എന്റെ ജാക്കറ്റിന്റെ ബട്ടണുകൾ എല്ലാം ഇടുകയും കൈതെറുത്തു വയ്ക്കുകയും ചെയ്തു.

കാത്തിരിക്കേണ്ട സ്ഥലം ഏതെന്ന് ഞാൻ നേരത്തേതന്നെ തീരുമാനിച്ചിരുന്നു. തോട്ടത്തിന്റെ അങ്ങേയറ്റത്ത്, ഞങ്ങളുടെ ഭാഗവും പ്രഭ്വിയുടെ ഭാഗവും തമ്മിൽ വേർതിരിക്കുന്ന വേലിപുരയിടത്തിനു ചുറ്റുമുള്ള പൊതുവായ മതിലിൽ ചെന്ന് മുട്ടുന്നിടത്ത് ഒറ്റതിരിഞ്ഞു നില്ക്കുന്ന ഒരു ഫെർമരമുണ്ടായിരുന്നു. അതിന്റെ താണു കിടക്കുന്ന ശിഖരങ്ങൾക്കിടയിൽ ഒളിച്ചിരുന്നാൽ ചുറ്റുമുള്ളതെല്ലാം കാണാം, അതായത് ഇരുട്ട് അനുവദിക്കുന്നിടത്തോളം. അവിടെ ഒരു ചെറിയ പാതയുണ്ടായിരുന്നു. ആ പാതയെ ചുറ്റിപറ്റി എന്തൊക്കെയോ രഹസ്യങ്ങളുണ്ടെന്ന് എനിക്ക് പലപ്പോഴും തോന്നിയിട്ടുണ്ട്. അത് വേലിക്കടിയിലേക്ക് പാമ്പിനെപ്പോലെ വളഞ്ഞു കയറിക്കിടന്നിരുന്ന ഒരിടമുണ്ട്. ആ പ്രത്യേകസ്ഥലം വേലി ചാടികടക്കുന്നവരുടെ കാലുകൾ ചവിട്ടിമെതിച്ച നിലയിലായിരുന്നു കാണപ്പെട്ടത്. അവിടുന്ന് അക്കേഷ്യാ ചെടികൾ വളർന്നുണ്ടായ വൃത്താകൃതിയിലുള്ള ഒരു വള്ളിക്കുടിലിലേക്ക് ആ പാത നീണ്ടു കിടന്നു. ഞാൻ ഫെർമരത്തിന്റെ ചുവട്ടിൽ ചെന്ന് അതിന്റെ തടിയിൽ ചാരിനിന്നുകൊണ്ട് ചുറ്റുപാടും നിരീക്ഷിച്ചു തുടങ്ങി.

തലേ രാത്രി പോലെ തന്നെ നിശ്ചലമായ ഒരു രാത്രിയായിരുന്നു അത്. എന്നാൽ ആകാശത്തിൽ കാർമേഘങ്ങൾ കുറവായിരുന്നു. അതിനാൽ കുറ്റിച്ചെടികളുടേയും പൊക്കമുള്ള പൂച്ചെടികളുടേയും രൂപങ്ങൾ കൂടുതൽ സ്പഷ്ടമായി കാണാൻ കഴിഞ്ഞു. കാത്തുനില്പിന്റെ ആദ്യത്തെ കുറെ നിമിഷങ്ങൾ ആയാസകരം മാത്രമല്ല ഭയാനകം പോലുമായിരുന്നു. ഞാൻ എന്തിനും തയ്യാറായിരുന്നു! എന്നാൽ എങ്ങനെ കാര്യം നടത്തണമെന്ന് ഇനിയും ഞാൻ തീരുമാനിച്ചു കഴിഞ്ഞിരുന്നില്ല. "എവിടെ പോകുന്നു! നില്ക്കുവിടെ! സത്യം പറഞ്ഞില്ലെങ്കിൽ കൊല്ലും!" എന്നൊക്കെ വിളിച്ചു പറയണമെന്നോ അതോ ഇരുട്ടത്ത് മിണ്ടാതെ ചെന്ന് കുത്തിയാൽ മതിയോ? കരിയിലെ അനങ്ങുന്ന ശബ്ദവും കാറ്റടിക്കുന്ന ശബ്ദവും എന്നുവേണ്ട ഏതു ശബ്ദവും തികച്ചും അസാധാരണവും പ്രാധാന്യമർഹിക്കുന്നതുമാണെന്ന് എനിക്കു തോന്നി... ഞാൻ ചാടിവീഴാൻ തയ്യാറായി മുന്നോട്ടാഞ്ഞു നിന്നു... അങ്ങനെ അരമണിക്കൂർ കഴിഞ്ഞു, ഒരു മണിക്കൂർ കഴിഞ്ഞു. ഞാൻ ശാന്തനായിത്തീർന്നു. ആദ്യത്തെ ആവേശം അല്പം തണുത്തു. ഞാൻ ഇറങ്ങിപ്പുറപ്പെട്ടത് വെറുതെയാണെന്നും സ്വയം വിഡ്ഢിയാവുകമാത്രമാണ് ഞാൻ

ചെയ്യുന്നതെന്നും മലേവ്സ്കി എന്നെ പരിഹസിക്കുകയായിരുന്നെന്നും ക്രമേണ എനിക്കു മനസ്സിലായി. ഞാൻ എന്റെ ഒളിസ്ഥലം വിട്ട് തോട്ടത്തിൽ ചുറ്റി നടന്നു. എന്നെ പരിഹസിക്കാനായി തോട്ടവും പരിസരവും മനപ്പൂർവ്വം മൗനം ഭജിക്കുകയാണെന്ന് എനിക്കു തോന്നി—അവിടെ അത്രയ്ക്ക് നിശ്ശബ്ദമായിരുന്നു. ഞങ്ങളുടെ പട്ടിപോലും തോട്ടവാതിലിനടുത്ത് ചുരുണ്ടുകൂടി കിടന്ന് ഉറങ്ങുകയായിരുന്നു. ഞാൻ പൊളിഞ്ഞു കിടന്ന സസ്യസംരക്ഷണശാലയുടെ മതിലിൽ കയറി ദൂരെയുള്ള വയലുകളിലേക്കു നോക്കി ഇരുന്നു. സിനയീദയെ അവിടെവച്ച് കണ്ടുമുട്ടിയതിന്റെ ഓർമ്മകൾ അയവിറക്കിക്കൊണ്ട് ഞാൻ മനോരാജ്യത്തിൽ മുഴുകി.

പെട്ടെന്ന് ഞാൻ ഞെട്ടി... എവിടെയോ ഒരു വാതിൽ കിരുകിരുക്കുന്ന ശബ്ദം കേട്ടെന്ന് എനിക്കു തോന്നി. ചുള്ളിക്കമ്പുകൾ ഞെരിഞ്ഞൊടിയുന്ന നേരിയ ശബ്ദവും ഞാൻ കേട്ടു. രണ്ടു ചാട്ടം കൊണ്ട് നിലത്തിറങ്ങിയ ഞാൻ അവിടെത്തന്നെ മരവിച്ചു നിന്നുപോയി! ഒച്ചകേൾപ്പിക്കാതെ ധൃതിയിൽ തോട്ടത്തിലൂടെ നടന്നുവരുന്ന പതിഞ്ഞ കാലടിശബ്ദം വ്യക്തമായി കേൾക്കാമായിരുന്നു... അത് അടുത്തടുത്തു വന്നുകൊണ്ടിരുന്നു. "ഒടുവിൽ അയാൾ വന്നു," ഞാൻ വിചാരിച്ചു. അടിമുടി വിറച്ചുകൊണ്ട് ഞാൻ പോക്കറ്റിൽ നിന്ന് കത്തി പുറത്തെടുത്ത് നിവർത്തി—എന്റെ കണ്ണിനു മുമ്പിൽ ചുവന്ന തീപ്പൊരികൾ വട്ടം കറങ്ങി, ഭയവും കോപവും കൊണ്ട് എന്റെ രോമങ്ങൾ എഴുന്നുനിന്നു... ഞാൻ നിന്നിരുന്ന അതേ സ്ഥലത്തേക്കുതന്നെയാണ് ആ കാലുകൾ നടന്നടുത്തതു—കാലൊച്ച കേൾക്കുന്നിടത്തേക്ക് തലനീട്ടി ഞാൻ നിലത്തു പതുങ്ങിയിരുന്നു... ഒരു മനുഷ്യൻ അവിടെ പ്രത്യക്ഷപ്പെട്ടു—ദൈവമേ! അതെന്റെ അച്ഛനായിരുന്നു!

ഒരു കറുത്ത മേലങ്കികൊണ്ട് ദേഹവും തൊപ്പികൊണ്ട് മുഖത്തിന്റെ പകുതിഭാഗവും മറച്ചാണ് അച്ഛൻ നടന്നിരുന്നതെങ്കിലും ഒറ്റ നോട്ടത്തിൽത്തന്നെ ഞാൻ അദ്ദേഹത്തെ തിരിച്ചറിഞ്ഞു. അദ്ദേഹം പെരുവിരൽ കുത്തിനടന്ന് എന്നെ കടന്നുപോയി. യാതൊരു മറയുമില്ലാതെയാണ് ഞാൻ ഇരുന്നിരുന്നതെങ്കിലും അദ്ദേഹം എന്നെ കണ്ടില്ല, കാരണം ഞാൻ മണ്ണിനോടു ചേർന്ന് കുനിഞ്ഞുകൂടി മണ്ണിന്റെ തന്നെ ഭാഗമായിത്തീർന്നതുപോലെ ഇരിക്കുകയായിരുന്നു. ഒരൊറ്റ നിമിഷംകൊണ്ട് രക്തദാഹിയായ ഒഥല്ലോ ഒരു സ്കൂൾക്കുട്ടിയായി മാറി... തികച്ചും അപ്രതീക്ഷിതമായി അച്ഛന്റെ രൂപം കൺമുമ്പിൽ പ്രത്യക്ഷപ്പെട്ടതു കണ്ടു ദയവിഹ്വലനായിത്തീർന്ന ഞാൻ അദ്ദേഹം എവിടുന്നാണു വന്നതെന്നോ എങ്ങോട്ടാണു പോകുന്നതെന്നോ ആദ്യം ശ്രദ്ധിച്ചതേയില്ല. ചുറ്റുപാടും വീണ്ടും നിശ്ശബ്ദത പരന്നശേഷം കൈകാലുകൾ നിവർത്തിക്കൊണ്ട് ഞാൻ ആലോചിച്ചു. "അച്ഛൻ ഈ അസമയത്ത് തോട്ടത്തിൽ എന്തു ചെയ്യുകയായിരുന്നു?" പേടികൊണ്ട് എന്റെ കയ്യിൽനിന്ന് കത്തി വീണുപോയിരുന്നു. എന്നാൽ അതു തപ്പിയെടുക്കാൻ എനിക്കു ലജ്ജതോന്നി.

പെട്ടെന്ന് എനിക്ക് സമചിത്തത കൈവന്നു. എന്നാൽ വീട്ടിലേക്കു തിരിച്ചു പോകുന്ന വഴി എൽഡർമരത്തിന്റെ ചുവട്ടിലുള്ള എന്റെ ബഞ്ചിനടുത്തു ചെന്ന് നിന്ന് സിനയീദയുടെ ജനലിലേക്കു നോക്കാതിരിക്കാൻ എനിക്കു കഴിഞ്ഞില്ല. അല്പം ഉന്തിനിന്ന ജനാലച്ചില്ലുകൾ നേരിയ നിശാവെളിച്ച മേറ്റ് ഇളം നീല നിറത്തിൽ തിളങ്ങി. പെട്ടെന്ന് അവയ്ക്ക് നിറഭേദം വന്നു... അവയ്ക്കു പിന്നിൽ ഇളം നിറത്തിലുള്ള ഒരു കർട്ടൻ മെല്ലെ താണുവന്ന് ജനാല മുഴുവൻ മൂടുന്നതു വ്യക്തമായി ഞാൻ കണ്ടു. കർട്ടന്റെ അടിവശം ജന്നല്പടിയിൽ വന്നു വിശ്രമിച്ചു.

"ഇതിന്റെയെല്ലാം അർത്ഥമെന്താണ്." മുറിയിൽ തിരിച്ചെത്തിയ ഞാൻ അറിയാതെ ഉറക്കെ ചോദിച്ചുപോയി.

"ഇതൊരു സ്വപ്നമോ യാദൃച്ഛിക സംഭവമോ ആണോ? അതോ?..." അപ്പോൾ എന്റെ മനസ്സിലേക്കു പൊന്തിവന്ന സംശയം തികച്ചും പുതിയതും അതിവിചിത്രവുമായിരുന്നു—അതേപ്പറ്റി ചിന്തിക്കാൻപോലും ഞാൻ ധൈര്യപ്പെട്ടില്ല.

XVIII

കഠിനമായ തലവേദനയുമായാണ് പിറ്റേന്നു ഞാൻ ഉറക്കമുണർന്നത്. തലേ ദിവസത്തെ ഉദ്വേഗം അപ്രത്യക്ഷമായിക്കഴിഞ്ഞിരുന്നു. നൊമ്പരപ്പെടുത്തുന്ന ഒരുതരം അമ്പരപ്പും ദുഃഖവും അതിന്റെ സ്ഥാനം ഏറ്റെടുത്തു. എന്റെ ഉള്ളിൽ എന്തോ ഒന്ന് മരിച്ചുകൊണ്ടിരിക്കുകയാണെന്ന് എനിക്കു തോന്നി. അത്തരം ഒരവസ്ഥ ജീവിതത്തിൽ അതിനു മുമ്പൊരിക്കലും ഉണ്ടായിട്ടില്ല.

"തലച്ചോറിന്റെ പകുതിഭാഗം നീക്കം ചെയ്ത ഒരു മുയലിനെപ്പോലെയാണ് ഇപ്പോൾ താനിരിക്കുന്നത്," യാദൃശ്ചികമായി എന്നെ കണ്ടുമുട്ടിയ ലൂഷിൻ പറഞ്ഞു.

രാവിലെ കാപ്പികുടിച്ചുകൊണ്ടിരിക്കുമ്പോൾ ഞാൻ രഹസ്യമായി അച്ഛനേയും അമ്മയേയും നോക്കി. അച്ഛൻ പതിവുപോലെ ശാന്തനായിരുന്നു. പതിവുപോലെ അന്നും അമ്മയ്ക്ക് അടക്കിപ്പിടിച്ച ഈർഷ്യകൊണ്ട് വീർപ്പുമുട്ടുന്നുണ്ടെന്നു തോന്നി. ഇടയ്ക്കു ചിലപ്പോൾ ചെയ്യാറുള്ളതുപോലെ അച്ഛൻ എന്നോട് എന്തെങ്കിലും ഒരു നല്ലവാക്കു പറയുമെന്ന് ഞാൻ പ്രതീക്ഷിച്ചു. എന്നാൽ ഇത്തവണ, ദിവസവും പതിവുള്ള നിർവ്വികാരമായ ലാളനപോലും അച്ഛനിൽനിന്ന് എനിക്ക് ലഭിച്ചില്ല. "സിനയീദയോട് എല്ലാം പറഞ്ഞാലോ?" ഞാൻ ആലോചിച്ചു. "ഇനി എല്ലാം ഒരുപോലെയാണ്, ഞങ്ങൾ തമ്മിൽ ഉള്ള ബന്ധം അവസാനിച്ചിരിക്കുന്നു." ഞാൻ അവളുടെ വീട്ടിലേക്കു പോയി. എന്നാൽ അക്കാര്യം പറയാൻ പോയിട്ട്

അവളോട് ഒന്നു മിണ്ടാൻ പോലും എനിക്ക് അവസരം കിട്ടിയില്ല. പ്രഭ്വിയുടെ മകൻ അവധിക്ക് വീട്ടിലെത്തിയിരുന്നു. പന്ത്രണ്ടു വയസ്സുള്ള ആ ബാലൻ സെന്റ്പീറ്റേഴ്സ് ബർഗിലെ ഒരു സൈനിക വിദ്യാലയത്തിൽ പഠിക്കുകയായിരുന്നു. സിനയീദ അനുജനെ അപ്പോൾത്തന്നെ എന്നെ ഏല്പിച്ചു. "പ്രിയപ്പെട്ട വളോദ്യാ, ഇതാ ഒരു കൂട്ടുകാരൻ," അവൾ എന്നോടു പറഞ്ഞു. ആദ്യമായാണ് അവൾ എന്നെ വളോദ്യയെന്ന്[15] വിളിച്ചത്."ഇവന്റെ പേരും വളോദ്യയെന്നുതന്നെയാണ്. നിനക്ക് ഇവനെ ഇഷ്ടമാകുമെന്നു പ്രതീക്ഷിക്കുന്നു. നാണം കുണുങ്ങിയാണെങ്കിലും ഇവന്റെ മനസ്സു നല്ലതാണ്. ഇവന് നസ്ക്കുരച്നി ഉദ്യാനം കാണിച്ചുകൊടുക്കൂ. ഇവനെ നടക്കാൻ കൂട്ടിക്കൊണ്ടുപോകൂ. ചുരുക്കിപ്പറഞ്ഞാൽ ഇവന്റെ മേൽനോട്ടം ഞാൻ നിന്നെ ഏല്പിക്കുകയാണ്. വിരോധമില്ലല്ലോ? നീ നല്ല മനസ്ഥിതിയുള്ള ഒരു കുട്ടിയാണെന്ന് എനിക്കറിയാം!"

അവൾ വാത്സല്യപൂർവ്വം കൈകൾ എന്റെ ചുമലിൽ വച്ചു. വീണ്ടും എന്റെ ഹൃദയം അവളുടേതായിത്തീർന്നു. ആ ബാലന്റെ ആഗമനം എന്നെ വീണ്ടും ഒരു ബാലനാക്കിയിരുന്നു. ഞാൻ അവനെ നിശ്ശബ്ദം നോക്കിനിന്നു, അവൻ എന്നേയും, സിനയീദ പൊട്ടിച്ചിരിച്ചുകൊണ്ട് ഞങ്ങളെ തള്ളി അടുപ്പിച്ചു.

"കുട്ടികളെ, പരസ്പരം കെട്ടിപ്പിടിക്കൂ!"

ഞങ്ങൾ അനുസരിച്ചു.

"നിനക്കു മരത്തോപ്പു ചുറ്റി നടന്നു കാണാൻ ഇഷ്ടമാണോ?" ഞാൻ ചോദിച്ചു. "അതെ, സർ," ഒരു യഥാർത്ഥ സൈനിക വിദ്യാർത്ഥിയുടെ ഗമയോടെ കനത്ത ശബ്ദത്തിൽ അവൻ പറഞ്ഞു.

സിനയീദ വീണ്ടും പൊട്ടിച്ചിരിച്ചു... അവളുടെ കവിളുകൾ അത്രയേറെ തുടുത്തിരിക്കുന്നത് ഞാൻ അതിനു മുമ്പൊരിക്കലും കണ്ടിട്ടില്ല. ഞാനും ബാലനും മരത്തോപ്പിലേക്കു പോയി ഞങ്ങളുടെ തോട്ടത്തിൽ ഒരു ഊഞ്ഞാലുണ്ടായിരുന്നു. ഞാൻ അവനെ അതിൽ കയറ്റിയിരുത്തി ആട്ടി. സ്വർണ്ണനിറത്തിലുള്ള പട്ടകൾ വച്ചുപിടിപ്പിച്ച കട്ടിയുള്ള പുത്തൻ യൂണിഫോം ധരിച്ചിരുന്ന ആ ബാലൻ ഊഞ്ഞാലിന്റെ കയറുകളിൽ മുറുകെ പിടിച്ചുകൊണ്ട് വടിപോലെ ഇരുന്നു.

"കോളറിന്റെ ബട്ടൺ അഴിക്കാത്തതെന്താ?" ഞാൻ ചോദിച്ചു.

"ഓ, ഞങ്ങൾക്ക് ഇതു ശീലമായിക്കഴിഞ്ഞു." കണ്ഠശുദ്ധിവരുത്തിക്കൊണ്ട് അവൻ പറഞ്ഞു.

അവന് ചേച്ചിയുടെ നല്ല ഛായയുണ്ടായിരുന്നു, പ്രത്യേകിച്ച് ആ കണ്ണുകൾക്ക്. അവന്റെ മേൽനോട്ടം വഹിക്കുന്നത് എനിക്ക്

15 വളോദ്യ, വ്ലദീമിർ—എന്ന പേരിൽ നിന്നുണ്ടായ ഓമനപ്പേർ. വോൽദെമാർ ഈ പേര് ഫ്രഞ്ച് ഭാഷയിൽ.

ഉല്ലാസകരമായിരുന്നു. എന്നാൽ പഴയ ദുഃഖം അപ്പോഴും എന്റെ ഹൃദയത്തെ കാർന്നുതിന്നുകൊണ്ടിരുന്നു. “ഇന്ന് ഞാൻ വെറും ബാലനാണ്.” ഞാൻ സ്വയം പറഞ്ഞു, “എന്നാൽ ഇന്നലെ...” എന്റെ പേനാകത്തി വീണുപോയതെവിടെയാണെന്ന് പെട്ടെന്ന് എനിക്ക് ഓർമ്മ വന്നു. ഞാൻ അവിടെ ചെന്ന് അതു നോക്കിയെടുത്തു. സിനയീദയുടെ അനുജൻ അത് എന്റെ കയ്യിൽനിന്നു വാങ്ങി ഒരു ചെടിയുടെ പൊള്ളയായ കനത്ത തണ്ട് മുറിച്ചെടുത്ത് അതുകൊണ്ട് ഒരു വിസിലുണ്ടാക്കി ഊതിത്തുടങ്ങി. ഒഥല്ലോയും അല്പനേരം വിസിലൂതി കളിച്ചു.

എന്നാൽ അന്നു വേകുന്നേരം ഒഥല്ലോ സിനയീദയുടെ കൈകളിൽ വീണ് തേങ്ങിക്കരഞ്ഞു. തോട്ടത്തിലെ ഒരു ഒഴിഞ്ഞ കോണിൽ ഞാൻ ഒറ്റയ്ക്കിരിക്കുന്നതു കണ്ടപ്പോൾ ഞാൻ ഇത്രയേറെ ദുഃഖിതനായിരിക്കാൻ കാരണമെന്തെന്ന് സിനയീദ എന്നോടു ചോദിച്ചു. എന്റെ കണ്ണുനീർ അണപൊട്ടി ഒഴുകുന്നതു കണ്ട് അവൾ അമ്പരന്നുപോയി.

“എന്തുപറ്റി, വള്ളോദ്യ, എന്തുപറ്റി? പറയൂ!” അവൾ പലതവണ എന്നോടു ചോദിച്ചു. ഉത്തരം പറയാതെ ഞാൻ കരച്ചിൽ തുടരുന്നത് കണ്ടപ്പോൾ അവൾ എന്റെ നനഞ്ഞ കവിളിൽ ചുംബിക്കാനൊരുങ്ങി.

എന്നാൽ മുഖം തിരിച്ചുകൊണ്ട് തേങ്ങലുകൾക്കിടിയിലൂടെ ഞാൻ പറഞ്ഞു. “എനിക്കെല്ലാം മനസ്സിലായി. നിങ്ങൾ എന്തിനാണ് എന്നെ കരഞ്ഞു കളിപ്പിക്കുന്നത്? എന്റെ സ്നേഹം നിങ്ങൾക്ക് എന്തിനായിരുന്നു?”

“വള്ളോദ്യ, ഞാൻ കുറ്റക്കാരിയാണ്.” സിനയീദ പറഞ്ഞു. കൈകൾ കൂട്ടിപ്പിടിച്ചുകൊണ്ട് അവൾ തുടർന്നു: “ഞാൻ കുറ്റക്കാരിയാണെന്ന് എനിക്കറിയാം. തിന്മയും ഇരുട്ടും പാപവും എന്നിലുണ്ട്... എന്നാൽ ഇപ്പോൾ ഞാൻ നിന്നെ കളിപ്പിക്കുകയല്ല, വാസ്തവത്തിൽ എനിക്കു നിന്നെ ഇഷ്ടമാണ്. അതിനു കാരണമെന്തെന്ന് നിനക്ക് ഊഹിക്കാൻ കഴിയുകയില്ല... പക്ഷേ... നിനക്ക് എന്താണു മനസ്സിലായത്?”

ഞാൻ എന്തു മറുപടി പറയും? അവൾ എന്നെ നോക്കിക്കൊണ്ട് അവിടെ നിന്നു. അപ്പോൾ ഞാൻ അവളുടേതായിരുന്നു. അടിമുടി അവളുടേതായിരുന്നു. അവൾ എന്നെ നോക്കുമ്പോഴൊക്കെ എനിക്കത് അനുഭവപ്പെട്ടു... കാൽമണിക്കൂർ കഴിഞ്ഞ്, ഞാൻ സിനയീദയോടും അവളുടെ അനുജനോടുമൊപ്പം ഓടിക്കളിക്കുന്നതിൽ മുഴുകി. ഞാനപ്പോൾ കരയുകയല്ല ചിരിക്കുകയാണു ചെയ്തത്. എന്നാൽ ചിരിച്ചപ്പോൾ വീങ്ങിയ കൺപോളകളിൽനിന്ന് കണ്ണീർ ഇറ്റുവീണുകൊണ്ടിരുന്നു. ഞാൻ സിനയീദയുടെ ഒരു റിബൺ ടൈയ്ക്കു പകരം കഴുത്തിൽ കെട്ടിയിരുന്നു. ഓടിക്കളിക്കുന്നതിനിടയിൽ അവളുടെ അരക്കെട്ടിൽ പിടികിട്ടുമ്പോഴെല്ലാം ഞാൻ ആഹ്ലാദഭരിതനായി ആർത്തു വിളിച്ചുകൊണ്ടിരുന്നു. അവൾക്ക് എന്നെക്കൊണ്ട് എന്തും ചെയ്യിക്കാൻ കഴിയുമായിരുന്നു.

XIX

പരാജയമടഞ്ഞ നിശാകാലോദ്യമത്തെ തുടർന്നുള്ള ഒരാഴ്ചക്കാലത്തെ എന്റെ മാനസികാവസ്ഥ എന്തായിരുന്നെന്നു വിശദമായി പറയാൻ എന്നോട് ആവശ്യപ്പെട്ടാൽ ഞാൻ ബുദ്ധിമുട്ടും. ചുഴലിക്കാറ്റിൽപ്പെട്ടു കറങ്ങിക്കൊണ്ടിരുന്ന പരസ്പരം വിരുദ്ധങ്ങളായ വികാരങ്ങളുടേയും വിചാരങ്ങളുടേയും ആശയുടേയും ആശങ്കയുടേയും സന്തോഷത്തിന്റേയും സന്താപത്തിന്റേയും ഒരുതരം സങ്കീർണ്ണതയായിരുന്നു വിചിത്രവും പ്രക്ഷുബ്ധവുമായ ആ കാലഘട്ടം. ഒരു ഹൃദയപരിശോധന നടത്താൻ—പതിനാറു വയസ്സുകാരനായ ഒരു ബാലനു് അതു കഴിയുമായിരുന്നെങ്കിൽ—എനിക്കു ഭയമായിരുന്നു; ഗൗരവപൂർവ്വം എന്തിനെപ്പറ്റിയെങ്കിലും ചിന്തിക്കാൻ എനിക്കു ഭയമായിരുന്നു. പ്രഭാതം മുതൽ പ്രദോഷം വരെയുള്ള സമയം ഞാൻ തിരക്കിട്ടു ചെലവഴിച്ചു. രാത്രിയിൽ സുഖമായി ഉറങ്ങി... ബാലസഹജമായ ലഘുചിത്തത എന്നെ അതിനു സഹായിച്ചു. എന്നെ സ്നേഹിക്കുന്നുണ്ടോ എന്ന് അറിയാൻ ഞാൻ ആഗ്രഹിച്ചില്ല; എന്നെ സ്നേഹിക്കുന്നില്ല എന്ന് സ്വയം സമ്മതിക്കാൻ ഞാൻ ആഗ്രഹിച്ചില്ല. ഞാൻ എന്റെ അച്ഛനിൽ നിന്നും ഒഴിഞ്ഞുമാറി നടന്നു. എന്നാൽ സിനയീദയിൽ നിന്നകന്നു നില്ക്കാൻ എനിക്കു കഴിഞ്ഞില്ല... അവളുടെ സാന്നിധ്യം അഗ്നിപോലെ എന്നെ ദഹിപ്പിച്ചുകൊണ്ടിരുന്നു... എന്നെ നീറ്റുകയും ഉരുക്കുകയും ചെയ്യുന്ന ആ അഗ്നി എത്തരത്തിലുള്ളതാണെന്ന് ഞാൻ അന്വേഷിച്ചില്ല. കാരണം ആ നീറ്റലും ഉരുകലും എനിക്ക് മധുരമായ ഒരനുഭവമായിരുന്നു. എന്നെ തേടിവന്ന അനുഭൂതികളക്ക് അപ്പപ്പോൾ വഴങ്ങിക്കൊടുത്തുകൊണ്ട് ഞാൻ എന്നിൽനിന്നു തന്നെ ഒളിച്ചു കളിച്ചു. എന്റെ സ്മരണകളെ അകറ്റി നിർത്തുകയും വരാൻ പോകുന്നതെന്ന് ഞാൻ ഭയന്നതെന്തോ അതിന്റെ നേരെ കണ്ണടയ്ക്കുകയും ചെയ്തു... ആ പ്രക്ഷുബ്ധമായ അവസ്ഥ അധികകാലം തുടരാൻ നിർവ്വാഹമില്ലായിരുന്നു. ഒരു അശനീപാതം അതിനു വിരാമമിട്ടു. എന്റെ ജീവിതഗതിതന്നെ അതു മാറ്റിമറിക്കുകയും ചെയ്തു.

ഒരു ദിവസം ഉച്ചയ്ക്ക് ഒരു നീണ്ട നടപ്പുകഴിഞ്ഞ് വീട്ടിലെത്തിയ എനിക്ക് ഒറ്റയ്ക്കിരുന്ന് ഭക്ഷണം കഴിക്കേണ്ടിവന്നത് എന്നെ അത്ഭുതപ്പെടുത്തി. അച്ഛൻ വീട്ടിലുണ്ടായിരുന്നില്ല. അമ്മ സുഖമില്ലെന്നും ആഹാരം വേണ്ടെന്നും പറഞ്ഞ് അവരുടെ മുറിയിൽ കയറി വാതിലടച്ച് ഇരിക്കുകയായിരുന്നു. അസാധാരണമായ എന്തോ സംഭവിച്ചിട്ടുണ്ടെന്ന് വേലക്കാരുടെ മുഖഭാവത്തിൽ നിന്ന് ഞാൻ ഊഹിച്ചു... അവരെ ചോദ്യം ചെയ്യാൻ ഞാൻ ധൈര്യപ്പെട്ടില്ല. എന്നാൽ അവരുടെയിടയിൽ എനിക്കൊരു സുഹൃത്തുണ്ടായിരുന്നു—ഫിലിപ്പ് എന്നു പേരുള്ള ഒരു യുവ പരിചാരകൻ. കവിതയിൽ കലശലായ ഭ്രമമുണ്ടായിരുന്ന ഫിലിപ്പ് നല്ലൊരു ഗിത്താറു വായനക്കാരൻകൂടിയായിരുന്നു. അന്ന് അച്ഛനും അമ്മയും

തമ്മിൽ വലിയൊരു വഴക്കുണ്ടായെന്ന് ഞാനറിഞ്ഞു (അവർ പറഞ്ഞതു മുഴുവൻ വേലക്കാരികളുടെ മുറിയിൽ ഇരുന്നാൽ കേൾക്കാമായിരുന്നു, ഫ്രഞ്ചിലാണ് അവർ സംസാരിച്ചിരുന്നതെങ്കിലും പാരീസിൽനിന്നു വന്ന ഒരു തുന്നൽക്കാരിയുടെ വീട്ടിൽ മുമ്പ് അഞ്ചു വർഷം ജോലിചെയ്തിട്ടുള്ള മാഷ എന്ന പരിചാരികക്ക് അതെല്ലാം മനസ്സിലായി) അച്ഛൻ അമ്മയോട് വഞ്ചന കാട്ടിയെന്നും അടുത്ത വീട്ടിലെ യുവതിയുമായി വേഴ്ചയിലേർപ്പെട്ടെന്നും അമ്മ ആരോപണം ഉന്നയിച്ചത്രെ. ആദ്യം അച്ഛൻ അതു നിഷേധിച്ചു. എന്നാൽ പിന്നീട് ആദ്ദേഹം പൊട്ടിത്തെറിച്ചുകൊണ്ട്. "ഈ പ്രായത്തിൽ ഒരു സ്ത്രീ" എന്നു തുടങ്ങി അമ്മയെപ്പറ്റി നിർദ്ദയമായി എന്തോ പറഞ്ഞു. അമ്മ അതു കേട്ട് കരഞ്ഞത്രെ. അച്ഛൻ വൃദ്ധയായ പ്രഭ്വിക്ക് കൊടുക്കാനുദ്ദേശിച്ച ഏതോ ഒരു പ്രോമിസറി നോട്ടിനെപ്പറ്റി അമ്മ സൂചിപ്പിക്കുകയും പ്രഭ്വിയേയും മകളേയും പറ്റി ദുഷിച്ചു സംസാരിക്കുകയും ചെയ്തപ്പോഴാണ് അച്ഛൻ പൊട്ടിത്തെറിച്ചത്.

"ഇതിനെല്ലാം കാരണം ഈ ഊമകത്താണ്." ഫിലിപ്പ് പറഞ്ഞു. "ആരാണത് എഴുതിയതെന്ന് അറിയില്ല. അങ്ങനെയാണ് ഇത് പുറത്തു വന്നത്. അല്ലെങ്കിൽ ആരും ഇതൊന്നും അറിയുകയില്ലായിരുന്നു."

"അതിന്—എന്തെങ്കിലും ഉണ്ടായിരുന്നോ?" ഞാൻ ധൈര്യം സംഭരിച്ച് അവനോടു ചോദിച്ചു. എന്റെ കൈകാലുകൾ തണുക്കുകയും ഉള്ളിൽ എന്തോ ഇരുന്നു വിറയ്ക്കുകയും ചെയ്തു. ഫിലിപ്പ് അർത്ഥഗർഭമായി കണ്ണിറുക്കി.

"ഉണ്ടായിരുന്നു, ഇതൊന്നും ഒളിച്ചുവെയ്ക്കാൻ പറ്റില്ല. ഇത്തവണ യജമാനൻ വളരെ കരുതലോടെയാണ് എല്ലാം ചെയ്തത്. എങ്കിലും വണ്ടി വിളിച്ചോണ്ടുവരാനും മറ്റും വേലക്കാരുടെ സഹായമില്ലാതെ പറ്റില്ലല്ലോ."

ഫിലിപ്പിനെ പറഞ്ഞയച്ചിട്ട് ഞാൻ കിടക്കയിലേക്കു വീണു. ഞാൻ കണ്ണീരൊഴുക്കുകയോ ഭഗ്നാശയനായിത്തീരുകയോ ചെയ്തില്ല. എങ്ങനെ, എന്ന് ഇതൊക്കെ സംഭവിച്ചെന്ന് ആലോചിച്ചില്ല. ഞാൻ ഇത് പണ്ടേ മനസ്സിലാക്കാതിരുന്നത് എന്തുകൊണ്ടാണെന്ന് സ്വയം ചോദിച്ചില്ല. എന്റെ അച്ഛനെതിരായി ഞാൻ മുറുമുറുത്തില്ല... അപ്പോൾ കേട്ട കാര്യങ്ങൾ എനിക്ക് താങ്ങാവുന്നതിൽ കൂടുതലായിരുന്നു. പെട്ടെന്നുള്ള ആ അറിവ് എന്നെ അമ്പെതകർത്തു... എല്ലാം അവസാനിച്ചു. എന്റെ പൂക്കളെല്ലാം വേരോടെ പിഴുതെറിയപ്പെട്ടു. ചവിട്ടി മെതിച്ചനിലയിൽ അവ എന്റെ ചുറ്റും ചിതറിക്കിടന്നു.

XX

പട്ടണത്തിലേക്കു തിരിച്ചുപോകാൻ തീരുമാനിച്ചെന്ന് പിറ്റേ ദിവസം അമ്മ വെളിപ്പെടുത്തി. അന്നു രാവിലെ അച്ഛൻ അമ്മയുടെ മുറിയിൽ ചെന്ന് വളരെ നേരം സംസാരിച്ചു. അദ്ദേഹം പറഞ്ഞതെന്താണെന്ന് ആരും കേട്ടില്ല. എന്നാൽ അമ്മ കരച്ചിൽ നിർത്തി. അവരുടെ ക്ഷോഭം അടങ്ങി. പ്രാതൽ കൊണ്ടു ചെല്ലാൻ അവർ ആവശ്യപ്പെട്ടു. എന്നാൽ അവർ മുറിവിട്ടിറങ്ങുകയോ തന്റെ തീരുമാനം മാറ്റുകയോ ചെയ്തില്ല. ഞാൻ അന്നു പകൽ മുഴുവൻ പുറത്ത് ചുറ്റിക്കറങ്ങി, എന്നാൽ ആ ചെറിയ വീടിന്റെ അടുത്തുള്ള തോട്ടത്തിലേക്കു ചെന്നില്ല. അന്നു വൈകുന്നേരം അസാധാരണമായ ഒരു സംഭവത്തിനു ഞാൻ ദൃക്സാക്ഷിയായി. കൗണ്ട് മലേവ്സ്കിയെ ഞങ്ങളുടെ സ്വീകരണ മുറിയിൽനിന്ന് കൈയ്യു പിടിച്ച് പുറത്തേക്കിറക്കിക്കൊണ്ട് എന്റെ അച്ഛൻ വേലക്കാർ കേൾക്കേ പരുഷമായി ഇങ്ങനെ പറഞ്ഞു: "ഏതാനും ദിവസങ്ങൾക്കു മുമ്പ് താങ്കളെ ഒരു വീട്ടിൽ നിന്ന് പുറത്താക്കി; ഇപ്പോൾ വിശദീകരണത്തിനൊന്നും ഒരുങ്ങാതെ ഒരു കാര്യം താങ്കളെ അറിയിക്കാൻ ഞാൻ ആഗ്രഹിക്കുന്നു—എന്റെ വീട്ടിൽ ഇനി കാലുകുത്തിയാൽ താങ്കളെ ഞാൻ ജനലിൽക്കൂടി പുറത്തേയ്ക്കെറിയും. എനിക്ക് താങ്കളുടെ കൈയക്ഷരം ഇഷ്ടമായില്ല." കൗണ്ട് പല്ലുകടിച്ചുകൊണ്ട് തോൾ ചലിപ്പിച്ചിട്ട് തലതാഴ്ത്തി നടന്നകന്നു.

പട്ടണത്തിൽ അർബാത് തെരുവിലുള്ള ഞങ്ങളുടെ വീട്ടിലേക്കു താമസം മാറ്റാനുള്ള ഒരുക്കങ്ങൾ തുടങ്ങി. നാട്ടിൻപുറത്തു തുടർന്നു താമസിക്കാൻ അച്ഛനും ആഗ്രഹമില്ലായിരുന്നു എന്നുവേണം ഊഹിക്കാൻ. എന്നാൽ അപവാദത്തിനിടകൊടുക്കാതെ എല്ലാം സാധാരണ മട്ടിൽ ചെയ്യാൻ അച്ഛൻ അമ്മയെ പറഞ്ഞു സമ്മതിപ്പിച്ചിരിക്കണം. ധൃതികൂട്ടാതെ സാവധാനത്തിലാണ് അമ്മ വീടുമാറാനുള്ള ഒരുക്കങ്ങൾ ചെയ്തത്. ചെറിയ ദേഹാസ്വാസ്ഥ്യം മൂലം തനിക്കു നേരിട്ടു കണ്ട് യാത്ര ചോദിക്കാൻ കഴിയാത്തതിൽ ഖേദിക്കുന്നു എന്നു പറയുന്ന ഒരു കത്ത് അമ്മ പ്രഭ്വിക്ക് കൊടുത്തയ്ക്കുകപോലും ചെയ്തു. ഞാൻ പ്രേതബാധിതനെപ്പോലെ അലഞ്ഞു നടന്നു. കഴിയുന്നതും വേഗം ഇതൊക്കെ ഒന്നവസാനിപ്പിച്ചാൽ മതി എന്ന ഒരൊറ്റ ആഗ്രഹം മാത്രമേ എനിക്കുണ്ടായിരുന്നുള്ളൂ. ഒരു ചിന്ത മാത്രം മനസ്സിൽ നിന്നു കളയാൻ എനിക്കു കഴിഞ്ഞില്ല—ചെറുപ്പക്കാരിയും പോരാത്തതിന് ഒരു പ്രഭുകുമാരിയുമായ അവൾ എന്തിനിതു ചെയ്തു? എന്റെ അച്ഛൻ സ്വതന്ത്രൻ അല്ലെന്നും അവൾക്കറിയാം. അവൾക്ക് വേണമെങ്കിൽ നിഷ്പ്രയാസം മറ്റൊരാളെ, ഉദാഹരണത്തിന് ബെലൊവ് സോറോവിനെ, വിവാഹം ചെയ്യാൻ കഴിയുമെന്നും അവൾക്കറിയാം. പിന്നെന്തിനാണവൾ ഇത്തരമൊരു ബന്ധത്തിലേർപ്പെട്ടത്? ഇതിൽനിന്ന് അവൾ എന്താണു പ്രതീക്ഷിക്കുന്നത്?

സ്വന്തം ഭാവി നശിപ്പിക്കാൻ അവൾക്കു ഭയമില്ലേ? "ഇതാണ് പ്രേമം," ഞാൻ വിചാരിച്ചു. "ഇതാണ് അഭിനിവേശം, ഇതാണ് ആത്മാർപ്പണം." ലൂഷിർ മുമ്പൊരിക്കൽ പറഞ്ഞ വാക്കുകൾ എനിക്കോർമ്മവന്നു; "ആത്മത്യാഗം ചെയ്യുന്നതിൽ ആനന്ദം കണ്ടെത്തുന്ന ചിലരുണ്ട്." ആയിടയ്ക്ക് ഒരിക്കൽ പ്രഭ്വിയുടെ വീട്ടിലെ ഒരു ജനലിനു പിന്നിൽ വിളറിയ എന്തോ ഒന്ന് പ്രത്യക്ഷപ്പെടുന്നതു ഞാൻ കണ്ടു..." അതു സിന യീദയുടെ മുഖമാണോ?" ഞാൻ ആലോചിച്ചു. അതെ, അത് അവളുടെ മുഖം തന്നെ ആയിരുന്നു... എനിക്ക് പിടിച്ചുനില്ക്കാൻ കഴിഞ്ഞില്ല. വിട പറയാതെ അവളെ പിരിഞ്ഞുപോകാൻ ഞാൻ അശക്തനായിരുന്നു. പറ്റിയ അവസരം കൈവന്നപ്പോൾ ഞാൻ അവളുടെ വീട്ടിലേക്കു ചെന്നു.

സ്വതസ്സിദ്ധമായ അലക്ഷ്യഭാവത്തോടെ പ്രഭ്വി സ്വീകരണമുറിയിൽ എന്നെ സ്വീകരിച്ചു.

"നിങ്ങളുടെ വീട്ടുകാർ ഇത്ര നേരത്തെ പട്ടണത്തിലേക്കു പോകാൻ തീരുമാനിച്ചതെന്താണ്?" മൂക്കിലേക്കു പൊടി വലിച്ചു കയറ്റിക്കൊണ്ട് പ്രഭ്വി ചോദിച്ചു.

ഞാൻ അവരെ സൂക്ഷിച്ചു നോക്കി. പെട്ടെന്ന് ചുമലിൽ നിന്ന് ഒരു വലിയ ഭാരം ഇറക്കിവെച്ച ആശ്വാസം എനിക്കു തോന്നി. ഫിലിപ്പ് പ്രോ മിസറിനോട്ടിനെപ്പറ്റി സൂചിപ്പിച്ചപ്പോൾ മുതൽ അതെന്നെ ദണ്ഡിപ്പിച്ചു കൊണ്ടിരുന്നു. പ്രഭ്വി ഒന്നും അറിഞ്ഞിട്ടില്ലെന്ന് എനിക്കു മനസ്സിലായി. ചുരുങ്ങിയപക്ഷം എനിക്ക് അപ്പോൾ അങ്ങനെയാണു തോന്നിയത്. അടുത്ത മുറിയിൽനിന്ന് സിനയീദ ഇറങ്ങിവന്നു. കറുത്ത നിറമുള്ള ഒരു ഉടുപ്പാണ് അവൾ അണിഞ്ഞിരുന്നത്. മുടി ചുരുട്ടിവയ്ക്കാതെ അഴിച്ചിട്ടിരിക്കുകയായിരുന്നു. അവൾ കൂടുതൽ വിളറിയിട്ടുണ്ടെന്ന് എനിക്കു തോന്നി. ഒന്നും മിണ്ടാതെ കൈയ്ക്കു പിടിച്ച് അവൾ എന്നെ അവളുടെ മുറിയിലേക്കു കൂട്ടിക്കൊണ്ടു പോയി.

"ഞാൻ നിന്റെ ശബ്ദം കേട്ടു വന്നതാണ്." അവൾ പറഞ്ഞു. "ഞങ്ങളെ നിഷ്പ്രയാസം ഉപേക്ഷിച്ചുപോകാൻ നിനക്ക് എങ്ങനെ കഴിയും? നിർദ്ദയനായ കുട്ടി!"

"പ്രഭുകുമാരീ, ഞാൻ നിങ്ങളോട് വിട പറയാൻ വന്നതാണ്." ഞാൻ മറുപടി പറഞ്ഞു. "ഇനി നമ്മൾ കണ്ടുമുട്ടിയെന്നു വരില്ല. ഞങ്ങൾ പട്ടണത്തിലേക്കു താമസം മാറ്റുകയാണെന്ന് അറിഞ്ഞില്ലേ?"

സിനയീദ എന്നെ സൂക്ഷിച്ചുനോക്കിയിട്ട് പറഞ്ഞു:

"അറിഞ്ഞു. വന്നതിനു നന്ദി. നിന്നെ ഇനി കാണാൻ സാധിക്കയില്ലെന്നാണ് ഞാൻ വിചാരിച്ചത്. എന്നെപ്പറ്റി കഴിയുമെങ്കിൽ നല്ലതു വിചാരിക്കു. ഞാൻ നിന്നെ വേദനിപ്പിച്ചിട്ടുണ്ടെന്ന് എനിക്കറിയാം. എന്നാൽ ഞാൻ നീ വിചാരിക്കുന്ന തരത്തിലുള്ളവരല്ല."

അവൾ തിരിഞ്ഞ് ജനൽപ്പടിയിൽ ചാരി നിന്നു.

"സത്യത്തിൽ ഞാൻ അത്തരത്തിലുള്ളവളല്ല. നിനക്ക് എന്നെപ്പറ്റി മോശമായ അഭിപ്രായമാണുള്ളതെന്ന് എനിക്കറിയാം."

"എനിക്ക് മോശമായ അഭിപ്രായമാണെന്നോ?"

"അതെ, നിനക്ക്... നിനക്ക്."

"എനിക്കോ?" സങ്കടത്തോടെ ഞാൻ ആവർത്തിച്ചു. അവളുടെ അവർണ്ണനീയവും ചെറുത്തുനില്ക്കാനാവാത്തതുമായ വശ്യതയുടെ മോഹവലയത്തിൽ കുടുങ്ങിയ എന്റെ ഹൃദയം വീണ്ടും മുമ്പത്തെപ്പോലെ വിറകൊണ്ടു. "എനിക്കോ? സിനയീദ അലക്സാന്ദ്രോവ്ന! എന്നെ വിശ്വസിക്കൂ, നിങ്ങൾ എന്നോട് എന്തു ചെയ്തിട്ടുണ്ടെങ്കിലും എന്നെ എത്ര വേദനിപ്പിച്ചിട്ടുണ്ടെങ്കിലും ഞാൻ ജീവിതകാലം മുഴുവൻ നിങ്ങളെ സ്നേഹിക്കുകയും ആരാധിക്കുകയും ചെയ്യും."

അവൾ പെട്ടെന്ന് എന്റെ നേരെ തിരിഞ്ഞു നിന്ന് കൈകൾ എന്റെ കഴുത്തിൽ ചുറ്റി എന്നെ ആവേശപൂർവ്വം അമർത്തി ചുംബിച്ചു. വിടപറഞ്ഞുകൊണ്ടുള്ള ആ നീണ്ട ചുംബനം ആരെ ഉദ്ദേശിച്ചായിരുന്നെന്ന് ഈശ്വരനറിയാം. എന്നാൽ ഞാൻ അതിന്റെ മാധുര്യം ആർത്തിയോടെ നുകരുന്നു, അതൊരിക്കലും ആവർത്തിക്കപ്പെടുകയില്ലെന്ന് എനിക്കറിയാമായിരുന്നു. "വിട തരൂ, വിട തരൂ," ഞാൻ വീണ്ടും വീണ്ടും പറഞ്ഞു.

അവൾ എന്റെ കഴുത്തിൽ നിന്ന് കൈകൾ അടർത്തിയെടുത്തുകൊണ്ട് മുറിവിട്ടോടി. ഞാനും അവിടെ നിന്നിറങ്ങി. അപ്പോൾ മനസ്സിൽ നിറഞ്ഞുനിന്ന വികാരം എന്തായിരുന്നെന്നു വർണ്ണിക്കാൻ ഞാൻ അശക്തനാണ്. അതു വീണ്ടും അനുഭവിക്കാൻ എനിക്ക് അശേഷം ആഗ്രഹമില്ല. എന്നാൽ ഒരിക്കലും അതനുഭവിച്ചിരുന്നില്ലെങ്കിൽ ഒരു നിർഭാഗ്യവാനായി ഞാൻ സ്വയം കണക്കാക്കുമായിരുന്നു.

ഞങ്ങൾ പട്ടണത്തിലേക്കു താമസം മാറ്റി. ഭൂതകാല സ്മരണകളിൽ നിന്നു വിടുതി നേടി പഠിത്തത്തിൽ വീണ്ടും മുഴുകാൻ ഞാൻ വളരെ നാളെടുത്തു. സാവധാനത്തിലാണ് എന്റെ മുറിവ് ഉണങ്ങിത്തുടങ്ങിയത്. എന്നാൽ അച്ഛനോട് എനിക്ക് ഒരിക്കലും വിരോധം തോന്നിയില്ല. നേരെ മറിച്ച് അദ്ദേഹം എന്റെ കണ്ണിൽ കൂടുതൽ വലുതാകുകയാണ് ചെയ്തത്. മനശ്ശാസ്ത്ര വിദഗ്ദ്ധന്മാർ ഈ വിരോധാഭാസത്തിന് വിശദീകരണം കണ്ടുപിടിക്കുമായിരിക്കും. ഒരു ദിവസം തെരുവിലൂടെ നടക്കുമ്പോൾ ഞാൻ ലൂഷിനെ കണ്ടുമുട്ടി. എനിക്കുണ്ടായ സന്തോഷം വർണ്ണിക്കാനാവില്ല! ആത്മാർത്ഥത നിറഞ്ഞ അയാളുടെ തുറന്ന പെരുമാറ്റം എനിക്ക് ഇഷ്ടമായിരുന്നു. അയാളെ കണ്ടയുടൻ ഞാൻ അടുക്കലേക്ക് ഓടിച്ചെന്നു.

"അല്ല, ഇതാര്!" പുരികങ്ങൾ ചുളിച്ചുകൊണ്ട് അയാൾ പറഞ്ഞു. "ചെറുപ്പക്കാരാ, ഞാൻ തന്നെ ഒന്നു പരിശോധിക്കട്ടെ. ഇപ്പോഴും കുറേശ്ശെ വിളർച്ചയുണ്ട്. എങ്കിലും കണ്ണിലെ ദയനീയഭാവം മാറിയിരിക്കുന്നു. ഇപ്പോൾ താൻ ഒരു മനുഷ്യനെപ്പോലെയാണിരിക്കുന്നത്. ഒരു പട്ടിക്കുട്ടിയെപ്പോലെയല്ല. അത് നല്ല ലക്ഷണമാണ്. ഇനി കാര്യങ്ങളൊക്കെ എങ്ങനെ നടക്കുന്നെന്നു പറയൂ. പഠിത്തം തുടങ്ങിയോ?"

ഞാൻ നെടുവീർപ്പിട്ടു. എനിക്ക് നുണപറയാൻ ഇഷ്ടമില്ലായിരുന്നു എന്നാൽ സത്യം തുറന്നു പറയാൻ നാണക്കേടു തോന്നി.

"സാരമില്ല, ഇതൊന്നുമോർത്ത് വിഷമിക്കേണ്ട!" ലൂഷിൻ പറഞ്ഞു. "പ്രധാന സംഗതി വികാരങ്ങൾക്ക് അടിമയാകാതെ ഒരു സാധാരണ ജീവിതം നയിക്കുക എന്നതാണ്. വികാരത്തിനടിപെടുന്നതുകൊണ്ട് എന്തു നേടാൻ കഴിയും? തിര എങ്ങോട്ടു കൊണ്ടുപോയാലും ഫലം മോശമാണ്. എന്നാൽ കാൽച്ചുവട്ടിൽ ഒരു ചെറിയ കല്ലെങ്കിലും ഉള്ളിടത്തോളം കാലം ഒരാൾക്ക് സ്വന്തം കാലിൽ ഊന്നി നില്ക്കുകയെങ്കിലും ചെയ്യാം. ഞാൻ ചുമച്ചുകൊണ്ടു നടക്കുകയല്ലാതെ മറ്റൊന്നും ചെയ്യുന്നില്ല. ബെലൊവ് സൊറോവാണെങ്കിൽ—താൻ അയാളുടെ കാര്യം കേട്ടില്ലേ?"

"ഇല്ല, എന്തു പറ്റി?"

"അയാളെ കാണാനില്ല. ചിലർ പറയുന്നത് അയാൾ കോക്കസസ്സിലേക്കു പോയെന്നാണ്.[16] ചെറുപ്പക്കാരാ! ഇത് തനിക്ക് ഒരു പാഠമായിരിക്കട്ടെ. പിരിയേണ്ടത് എപ്പോഴെന്ന് വലപൊട്ടിച്ച് പുറത്തു കടക്കേണ്ടത് എപ്പോഴെന്ന് ആളുകൾക്കറിയില്ല. അതാണ് കുഴപ്പം. താൻ പോറലൊന്നും ഏല്ക്കാതെ പുറത്തുകടന്നെന്നു തോന്നുന്നു. ഇനി ഒരിക്കലും വലയിൽ കുടുങ്ങാതിരിക്കാൻ ശ്രമിക്കുക! ശരി, പിന്നെ കാണാം."

"ഇനി ഒരിക്കലും ഞാൻ കുടുങ്ങുയില്ല." ഞാൻ വിചാരിച്ചു. "ഇനി ഒരിക്കലും ഞാൻ സിനയീദയെ കാണുകയില്ല..." എന്നാൽ അവളെ ഒരിക്കൽക്കൂടി കാണാൻ വിധി എന്നെ അനുവദിച്ചു.

---

16 കോക്കസസ്സിലേക്കു പോയെന്നാണ്—1817 നും 1864 നും ഇടയ്ക്കുള്ള കാലഘട്ടത്തിൽ റഷ്യൻ പട്ടാളം കോക്കസസ്സിന്റെ ചില ഭാഗങ്ങൾ പിടിച്ചടക്കാൻ വേണ്ടി യുദ്ധം ചെയ്തുകൊണ്ടിരുന്നു. കോക്കസസ്സിലെ ജനങ്ങൾ റഷ്യൻ പട്ടണത്തെ വാശിയോടെ ചെറുത്തു നിന്നു.

XXI

അച്ഛൻ എല്ലാദിവസവും കുതിര സവാരി ചെയ്യുക പതിവാക്കിയിരുന്നു. ചടച്ച നീണ്ട കഴുത്തും നീണ്ടകാലുകളുമുള്ള ഒന്നാന്തരം ഒരു ഇംഗ്ലീഷ് കുതിര അദ്ദേഹത്തിനുണ്ടായിരുന്നു. ആരേയും അനുസരിക്കാത്തവനും ബഹളക്കാരനുമായിരുന്ന ഇലക്ട്രിക് എന്ന പേരുള്ള ആ കുതിര. എന്റെ അച്ഛനൊഴികെ മറ്റാർക്കും അതിനെ അടക്കി നിർത്താൻ കഴിഞ്ഞിരുന്നില്ല. ഒരു ദിവസം അച്ഛൻ സൗമനസ്യം സ്ഫുരിക്കുന്ന മുഖവുമായി എന്റെ മുറിയിൽ കയറി വന്നു—ആയിടെ അച്ഛനെ അങ്ങനെ കാണുന്നത് അപൂർവ്വമായിരുന്നു. അദ്ദേഹം സവാരി പോകാനുള്ള വേഷത്തിലാണു വന്നത്. എന്നേക്കൂടെ ഒപ്പം കൊണ്ടുപോകാൻ ഞാൻ അച്ഛനോട് അപേക്ഷിച്ചു.

"അതിലും നല്ലത് നമ്മൾ തവളചാട്ടം കളിക്കുന്നതാണ്." അച്ഛൻ പറഞ്ഞു. "നിന്റെ ജർമ്മൻ മട്ടക്കുതിരയുടെ പുറത്ത് നിനക്ക് എന്നോടൊപ്പം എത്താൻ പറ്റില്ല."

"പറ്റും, പറ്റും. ഞാൻ കുതിരമുള്ള് ധരിക്കാം."

"എന്നാൽ വരൂ!"

ഞങ്ങൾ പുറപ്പെട്ടു. എനിക്ക് കറുത്ത നിറമുള്ള ഒരു ചിടയൻ കുതിരക്കുട്ടി ഉണ്ടായിരുന്നു. നല്ല ഉശിരും അച്ചടക്കവുമുള്ള കുതിരക്കുട്ടിയായിരുന്നു അത്. ഇലക്ട്രിക്ക് മെല്ലെ ഓടുമ്പോൾത്തന്നെ അതിനോടൊപ്പമെത്താൻ എന്റെ കുതിരയ്ക്ക് കുതിച്ചോടേണ്ടിവന്നു. എങ്കിലും ഞാൻ പിന്നിലായില്ല. എന്റെ അച്ഛനെപ്പോലെ സമർത്ഥനായ ഒരു കുതിര സവാരിക്കാരനെ ഞാൻ മറ്റെങ്ങും കണ്ടിട്ടില്ല. എത്ര അനായാസമായും അന്തസ്സോടെയുമാണ് അദ്ദേഹം കുതിരപ്പുറത്തിരിക്കുന്നത്! കുതിരയ്ക്ക് അതു മനസ്സിലാകുന്നുണ്ടെന്നും ഇത്ര നല്ല ഒരു സവാരിക്കാരനെ കിട്ടിയതിൽ അത് അഭിമാനം കൊള്ളുന്നുണ്ടെന്നും തോന്നി. ഞങ്ങൾ തെരുവീഥികളിലൂടെ സഞ്ചരിച്ചു. ദേവിച്ചിപ്പോലെ[17]യിൽ കുറെ സമയം ചെലവഴിച്ചു. അനേകം വേലികൾ ചാടിക്കടന്നു. ആദ്യം എനിക്ക് കുതിരയെ വേലികൾക്കു മുകളിലൂടെ ചാടിക്കാൻ ഭയമായിരുന്നു. എന്നാൽ എന്റെ അച്ഛൻ പേടിത്തൊണ്ടന്മാരെ വെറുത്തിരുന്നുവെന്ന് അറിയാമായിരുന്നതുകൊണ്ട് ഞാൻ ഭയത്തെ കീഴടങ്ങി. ഞങ്ങൾ രണ്ടു തവണ മോസ്കോ നദി തരണം ചെയ്തു. എന്റെ കുതിര ക്ഷീണിച്ചെന്ന് അച്ഛൻ പറഞ്ഞതുകൊണ്ട് ഞാൻ വിചാരിച്ചു ഞങ്ങൾ വീട്ടിലേക്കു മടങ്ങുകയാണെന്ന്.

---

17 ദേവിച്ചിപ്പോലെ-തുർഗേനെവിന്റെ കാലത്ത് മോസ്കോ പട്ടണത്തിന്റെ തെക്കു പടിഞ്ഞാറെ അതിർത്തിയായി വർത്തിച്ച ഒരു മൈതാനം. അന്നത് സൈനിക പരിശീലനത്തിനും സായാഹ്നസവാരിക്കും ഉള്ള സ്ഥലമായിരുന്നു.

എന്നാൽ പെട്ടന്നനെ അച്ഛൻ തിരിഞ്ഞ് പുഴവക്കിലൂടെ ക്രീംസ്കി കടത്തി[18] നടുത്തേക്ക കുതിരയെ കുതിച്ചോടിച്ചു. ഞാനും പിന്നാലെ പാഞ്ഞു. പഴയ തടികൾ ക്ലൂട്ടിയിട്ടിരുന്ന വലിയൊരു കൂനയുടെ അടുത്തെത്തിയപ്പോൾ അച്ഛൻ മെല്ലെ നിലത്തേക്ക ചാടിയിറങ്ങിയിട്ട് എന്നോട് താഴെയിറങ്ങാൻ പറഞ്ഞു. തടിക്കൂനയ്ക്കടുത്തുതന്നെ കുതിരകളേയും കൊണ്ട് കാത്തു നില്ക്കണമെന്ന് പറഞ്ഞുകൊണ്ട് അദ്ദേഹം കടിഞ്ഞാൺ എന്നെ ഏല്പിച്ചു. അനന്തരം ഇടുങ്ങിയ ഒരു ഇടവഴിയിലേക്ക കയറി അദ്ദേഹം നടന്നു മറഞ്ഞു. ഞാൻ രണ്ടു കുതിരകളേയുംകൊണ്ട് പുഴവക്കിലൂടെ അങ്ങോട്ടുമിങ്ങോട്ടും പലതവണ നടന്നു. തല കുലുക്കുകയും ദേഹം വിറപ്പിക്കുകയും ചീറ്റുകയും ചിനയ്ക്കുകയും മറ്റും ചെയ്തുകൊണ്ടിരുന്ന ഇലക്ട്രിക്കിനെ എനിക്ക് പലപ്പോഴും ശകാരിക്കേണ്ടിവന്നു. ഞാൻ നടപ്പനിർത്തിയാലുടൻ അവൻ തറമാന്തുകയും ഒച്ചവെയ്ക്കുകയും എന്റെ മട്ടക്കുതിരയുടെ കഴുത്തിൽ കടിക്കുകയും ചെയ്തു തുടങ്ങും. ചുരുക്കിപ്പറഞ്ഞാൽ വഷളാക്കപ്പെട്ട ഒരു മേൽത്തരം കുതിരയുടെ തനിനിറം അവൻ പ്രകടിപ്പിച്ചുകൊണ്ടിരുന്നു. വളരെ നേരം കഴിഞ്ഞിട്ടും അച്ഛൻ തിരിച്ചുവന്നില്ല. പുഴയിൽനിന്നും അസുഖകരമായ ഈർപ്പം ഉയർന്നുകൊണ്ടിരുന്നു. ഒച്ചവെയ്ക്കാതെ പെയ്തുകൊണ്ടിരുന്ന ചാറ്റൽ മഴ ചാരനിറത്തിലുള്ള തടികളുടെ പുറത്ത് ചെറിയ കറുത്ത പാടുകൾ സൃഷ്ടിച്ചുകൊണ്ടിരുന്നു. വിരസമായ ആ തടിക്കൂനയ്ക്കു ചുറ്റും നടന്നുനടന്ന് എനിക്ക് മനം മടുത്തു. മുഷിവും വിഷാദവും എന്നെ പിടികൂടി. എന്നിട്ടും അച്ഛനെ കണ്ടില്ല. ചാരനിറത്തിലുള്ള വേഷവും കുടംപോലുള്ള വലിയ ഒരു തൊപ്പിയും കയ്യിൽ കുന്തവും ധരിച്ച ഒരു പോലീസുകാരൻ—അയാൾ ഒരു ഫിൻലണ്ടുകാരനാണെന്നു തോന്നി—ആ വഴിവന്നു. മോസ്കോ നദിയുടെ കരയിൽ ഒരു പോലീസുകാരൻ എന്തിനാണെന്ന് ഞാൻ അത്ഭുതപ്പെട്ടു. ജരാനര ബാധിച്ച ഒരു വൃദ്ധയുടേതുപോലുള്ള മുഖം എന്റെ നേരെ തിരിച്ചുകൊണ്ട് അയാൾ ചോദിച്ചു:

"ഈ കുതിരകളേയും കൊണ്ട് കുട്ടി ഇവിടെ എന്തു ചെയ്യുകയാണ്? ഞാൻ കുറേനേരം ഇവയെ പിടിച്ചോളാം."

ഞാൻ ഒന്നും മിണ്ടിയില്ല. അയാൾ എന്നോടു കുറച്ചു പുകയില ചോദിച്ചു. അയാളിൽനിന്ന് ഒഴിഞ്ഞുമാറാനും എന്റെ ക്ഷമനശിച്ചിരുന്നതുകൊണ്ടും ഞാൻ അച്ഛൻ പോയ വഴിയിലൂടെ ഏതാനും ചുവടു നടന്നു. ഇടവഴിയിലേക്ക കയറി ഒരു വളവു തിരിഞ്ഞയുടൻ ഞാൻ ഞെട്ടി തരിച്ചുനിന്നുപോയി! ഏതാണ്ട് അമ്പതടി അകലെ തടികൊണ്ടുപണിത ഒരു ചെറിയ വീടിന്റെ തുറന്നുകിടന്ന ജനലിനു പുറത്തു എന്റെ അച്ഛൻ നിന്നിരുന്നു. അദ്ദേഹം ജനല്പടിയിൽ ചാരി അകത്തേക്ക നോക്കി നില്ക്കുകയായിരുന്നു. കറുത്ത ഉടുപ്പു ധരിച്ച ഒരു സ്ത്രീ കർട്ടനു പാതിമറിഞ്ഞ്

18 ക്രീംസ്കി കടത്ത്—മോസ്കോ നദി തരണം ചെയ്യാനുള്ള ഒരു കടത്ത്. 19-ാം നൂറ്റാണ്ടിന്റെ പകുതിവരെ അവിടെ പാലം ഉണ്ടായിരുന്നില്ല.

അകത്തിരിക്കുന്നത് ഞാൻ കണ്ടു. സിനയീദയായിരുന്നു അത്.

ഞാൻ അന്തംവിട്ടു നിന്നു. ഇത് ഞാൻ ഒരിക്കലും പ്രതീക്ഷിച്ചിരുന്നതല്ല. തിരിച്ചു നടക്കാനാണ് ആദ്യം തോന്നിയത്. "അച്ഛൻ എങ്ങാനും തിരിഞ്ഞു നോക്കിയാൽ തീർന്നു." ഞാൻ വിചാരിച്ചു. എന്നാൽ ജിജ്ഞാസയെക്കാളും ഭയത്തെക്കാളും എന്നല്ല അസൂയയെക്കാൾപോലും ശക്തമായ ഒരു വിചിത്രവികാരം എന്നെ അവിടെതന്നെ പിടിച്ചുനിർത്തി. അവർ പറയുന്നതെന്താണെന്നു കേൾക്കാൻ ചെവികൂർപ്പിച്ചുകൊണ്ട് ഞാൻ അങ്ങോട്ടുതന്നെ നോക്കിനിന്നു. അച്ഛൻ എന്തോ കാര്യത്തിന് സിനയീദയെ നിർബ്ബന്ധിക്കയാണെന്നും അവൾ അതിനു വിസമ്മതം പ്രകടിപ്പിക്കുകയാണെന്നും എനിക്കു തോന്നി. ഇപ്പോഴും സിനയീദയുടെ മുഖം എന്റെ കൺമുമ്പിൽ തെളിഞ്ഞു കാണാം—ദുഃഖവും ഗൗരവവും സ്ഫുരിക്കുന്ന ആ സുന്ദരമായ മുഖത്ത് ആത്മാർപ്പണവും വിഷാദവും സ്നേഹവും നിരാശയും കൂടിക്കലർന്നുണ്ടായ ഒരു ഭാവ വിശേഷം തളംകെട്ടി നിന്നിരുന്നു—അതിനൊരു പേരു പറയാൻ എനിക്കറിയില്ല. മിഴികളുയർത്തി വിനീതമായ പുഞ്ചിരിതൂകിക്കൊണ്ട് അവൾ അച്ഛനോട് ഒന്നും രണ്ടും വാക്കുകൾ മാത്രം പറഞ്ഞുകൊണ്ടിരുന്നു. ആ പുഞ്ചിരി ഒന്നു മാത്രം മതിയായിരുന്നു സിനയീദയെ തിരിച്ചറിയാൻ. അച്ഛൻ ചുമലു കുലുക്കുകയും തൊപ്പി നേരെ പിടിച്ചുവയ്ക്കുകയും ചെയ്യുന്നതു ഞാൻ കണ്ടു—അക്ഷമനാകുമ്പോഴൊക്കെ അച്ഛൻ അങ്ങനെ ചെയ്യാറുണ്ടായിരുന്നു... പിന്നീട് അച്ഛൻ ഫ്രഞ്ചിൽ ഇങ്ങനെ പറയുന്നത് എനിക്ക് കേൾക്കാൻ കഴിഞ്ഞു: "നീ ഇതിൽനിന്ന് അകന്നു നില്ക്കണം..." സിനയീദ നിവർന്നിരുന്നുകൊണ്ട് കൈ നീട്ടിപ്പിടിച്ചു. തികച്ചും അസാധാരണമായ ഒരു കാഴ്ചയാണ് പിന്നീട് ഞാൻ കണ്ടത്: എന്റെ അച്ഛൻ കയ്യിലിരുന്ന കുതിരച്ചാട്ട ഉയർത്തി സിനയീദയുടെ നഗ്നമായ കൈത്തണ്ടയിൽ ഒരടി കൊടുത്തു. ഉറക്കെ നിലവിളിക്കാതിരിക്കാൻ ഞാൻ നാക്കു കടിച്ചു. എന്നാൽ സിനയീദ ഒന്നു ഞെട്ടുകമാത്രമാണു ചെയ്തത്. അവൾ നിശ്ശബ്ദം അച്ഛനെ നോക്കിക്കൊണ്ട് കൈത്തണ്ട മെല്ലെ ചുണ്ടിനോടടുപ്പിച്ച് അടികൊണ്ടു തിണർത്ത ഭാഗം ചുംബിച്ചു. ചാട്ട ദൂരെ എറിഞ്ഞിട്ട് അച്ഛൻ പടവുകൾ ചാടിക്കയറി വീട്ടിനുള്ളിലേക്ക് കടന്നു... സിനയീദ തല പിന്നാക്കം പിടിച്ച് രണ്ടു കൈകളും നീട്ടി ജനലിനടുത്തുനിന്ന് മറഞ്ഞു...

ഭയംകൊണ്ട് അസ്തപ്രജ്ഞനായി ഞാൻ തിരിഞ്ഞു നടന്നു. ഭയാനകമായ ഒരു തരം അമ്പരപ്പ് എന്റെ ഹൃദയത്തെ ഗ്രസിച്ചിരുന്നു. ഞാൻ ഇടവഴിയുടെ അറ്റത്തേക്ക് ഓടി—ഇലക്ട്രിക് ഭാഗ്യത്തിന് വിട്ടുപോയില്ലെന്നേയുള്ളു. ഞാൻ വീണ്ടും പുഴക്കരയിൽ ചെന്നുനിന്നു. എനിക്ക് ഒന്നിനെപ്പറ്റിയും ചിന്തിക്കാൻ കഴിഞ്ഞില്ല. സാധാരണ നിർവ്വികാരനും മിതഭാഷിയുമായ എന്റെ അച്ഛൻ ചിലപ്പോൾ പെട്ടെന്നു ക്ഷോഭിക്കാറുണ്ടെന്ന്

എനിക്കറിയാമായിരുന്നു. എന്നാൽ ഇപ്പോൾ ഞാൻ കണ്ടതെന്തെന്ന് ഒരു തരത്തിലും എനിക്ക് മനസ്സിലാക്കാൻ കഴിഞ്ഞില്ല... എങ്കിലും സിനയീദയുടെ പ്രതികരണവും ആ നോട്ടവും പുഞ്ചിരിയും ഒരിക്കലും മറക്കാൻ കഴിയുകയില്ലെന്ന് എനിക്ക് അറിയാമായിരുന്നു. പെട്ടെന്ന് എന്റെ കൺമുമ്പിൽ അനാച്ഛാദിതമായ അവളുടെ ഈ പുതിയ രൂപം എന്റെ ഓർമ്മയിൽ എന്നെന്നും പതിഞ്ഞു കിടക്കും. കവിളിലൂടെ കണ്ണീർ ഒലിച്ചിറങ്ങുന്നത് ഞാൻ അറിഞ്ഞില്ല. ഒന്നും കാണാത്ത കണ്ണുകളോടെ ഞാൻ പുഴയിലേക്കു ഉറ്റു നോക്കി. "അവളെ അടിച്ചു," ഞാൻ ഉരുവിട്ടു. "അടിച്ചു... അടിച്ചു..."

"ആ കടിഞ്ഞാൺ ഇങ്ങോട്ടു തരൂ!" പിന്നിൽ അച്ഛന്റെ ശബ്ദം മുഴങ്ങി.

യാന്ത്രികമായി ഞാൻ കടിഞ്ഞാൺ അച്ഛനെ ഏല്പിച്ചു. അച്ഛൻ ഇലക്ട്രിക്കിന്റെ പുറത്തേക്കു ചാടിക്കയറി... ദീർഘനേരത്തെ കാത്തുനില്പു കൊണ്ട് തണുത്ത കുതിര മുൻകാലുകളുയർത്തി നിന്നിട്ട് ഉദ്ദേശം പത്തടി ദൂരത്തേക്ക് കുതിച്ചു ചാടി. കുതിമുള്ളുകൊണ്ട് കുതിരയുടെ പാർശ്വങ്ങളിൽ അമർത്തുകയും കഴുത്തിൽ മുഷ്ടിചുരുട്ടി ഇടിക്കുകയും ചെയ്തുകൊണ്ട് അച്ഛൻ വളരെ വേഗംതന്നെ അതിനെ നിലയ്ക്കുനിർത്തി. "കഷ്ടം! ചാട്ട യില്ലാതെ പോയി!" അച്ഛൻ പിറുപിറുത്തു.

ആ ചാട്ട ഉയർന്നുതാണ ശബ്ദത്തെപ്പറ്റി ഒരു ഞെട്ടലോടെ ഞാൻ ഓർത്തു.

"അതെവിടെ പോയി?" അല്പനേരത്തെ മൗനത്തിനുശേഷം ഞാൻ ചോദിച്ചു.

ഉത്തരമൊന്നും പറയാതെ അച്ഛൻ മുന്നോട്ടു പോയി. ഞാൻ അതിവേഗം കുതിര ഓടിച്ച് അദ്ദേഹത്തിന്റെ മുമ്പിൽ കയറി. അദ്ദേഹത്തി ന്റെ മുഖം കാണണമെന്ന ആഗ്രഹം എനിക്ക് അടക്കാൻ കഴിഞ്ഞില്ല.

"നീ കാത്തുനിന്നു മുഷിഞ്ഞോ?" അച്ഛൻ കടിച്ചുപിടിച്ച പല്ലുകൾക്കി ടയിലൂടെ ചോദിച്ചു.

"അതു സാരമില്ല. പക്ഷേ ചാട്ട എവിടെയാണ് വീണു പോയത്?"

അച്ഛൻ എന്റെനേരെ ഒരു നിമിഷം നോക്കി.

"അതു വീണുപോയതല്ല," അദ്ദേഹം പറഞ്ഞു. "ഞാനത് വലിച്ചെ റിഞ്ഞതാണ്."

അദ്ദേഹം ചിന്താമഗ്നനായി കുനിഞ്ഞിരുന്നു... കർക്കശമായ ആ മുഖം അത്രയേറെ സ്നേഹമസൃണവും അനുകമ്പാർദ്രവുമാകുന്നത് ആദ്യമായും ഒരുപക്ഷേ അവസാനമായും ഞാൻ കണ്ടത് അപ്പോഴാണ്.

വീണ്ടും അച്ഛൻ കുതിരയെ കുതിച്ചോടിച്ചു. ഇത്തവണ അദ്ദേഹത്തി ന്റെ മുമ്പിൽക്കയറാൻ എനിക്കു കഴിഞ്ഞില്ല. അച്ഛൻ വീട്ടിലെത്തി കാൽ മണിക്കൂർ കഴിഞ്ഞാണ് ഞാനെത്തിയത്.

"ഇതാണ് പ്രേമം!" പുസ്തകങ്ങളും നോട്ടുബുക്കുകളും കുറേശ്ശെയായി കുന്നുകൂടിത്തുടങ്ങിയ എന്റെ മേശയ്ക്കരികിലിരുന്ന് അന്നു രാത്രി ഞാൻ വീണ്ടും പറഞ്ഞു. "ഇതാണ് അഭിനിവേശം! അടിക്കുന്നത് എത്രതന്നെ പ്രിയപ്പെട്ട ഒരാളാണെങ്കിലും അടികൊള്ളുന്നവർക്ക് അത് സഹിക്കയില്ലെന്നും ആരും അടികൊള്ളാൻ സ്വയം നിന്നു കൊടുക്കുകയില്ലെന്നു മാണ് നമ്മുടെ ധാരണ. എന്നാൽ സ്നേഹമുണ്ടെങ്കിൽ ആളുകൾ അതും അതിനപ്പുറവും സഹിക്കുമെന്ന് ഇപ്പോൾ തെളിഞ്ഞു... എന്നിട്ട് ഞാൻ... ഞാൻ വിചാരിച്ചു..."

ആ ഒരു മാസംകൊണ്ട് എനിക്കു വളരെയേറെ പാകത കൈവന്നു കഴിഞ്ഞിരുന്നു.

അജ്ഞാതവും, എനിക്കു ഊഹിക്കാൻ മാത്രം കഴിയുന്നതും, മൂടലിനിടയിലൂടെ തിരിച്ചറിയാനാവാത്ത സുന്ദരമെങ്കിലും കർക്കശമായ ഒരു അപരിചിത മുഖം പോലെ ഭീതിദവുമായ മറ്റൊന്നിന്റെ മുമ്പിൽ എന്റെ പ്രേമവും അതു വരുത്തിവച്ച സ്തോഭവും ദണ്ഡനയും കേവലം ക്ഷുദ്രവും ബാലിശവും നിരർത്ഥകവുമാണെന്ന് എനിക്കു തോന്നിത്തുടങ്ങി.

അന്നു രാത്രി ഞാൻ അതിവിചിത്രവും ഭയങ്കരവുമായ ഒരു സ്വപ്നം കണ്ടു. പൊക്കം കുറഞ്ഞ ഇരുണ്ട ഒരു മുറിയിലേക്കു ഞാൻ കയറിച്ചെന്നു... ചാട്ട കയ്യിൽ പിടിച്ചുകൊണ്ട് അച്ഛൻ കാൽ നിലത്തു ആഞ്ഞു ചവിട്ടി. സിനയീദ ഒരു മൂലയിൽ കുനിഞ്ഞുകൂടി ഇരിക്കുന്നു. അവളുടെ കൈത്തണ്ടയിലല്ല നെറ്റിയിൽ ചുവന്ന ഒരു പാടുണ്ട്. പിന്നിൽ രക്താഭിഷിക്തനായി ബെലൊവ്സോരൊവ് നില്ക്കുന്നു. അയാൾ വിളറിയ ചുണ്ടുകൾ വിടർത്തി എന്റെ അച്ഛനെ ഭയങ്കരമായി ഭീഷണിപ്പെടുത്തുകയാണ്.

രണ്ടുമാസം കഴിഞ്ഞ് ഞാൻ സർവ്വകലാശാലയിൽ പ്രവേശിച്ചു. ആറുമാസം കഴിഞ്ഞ് ഞങ്ങൾ സെന്റ് പീറ്റേഴ്സ് ബർഗിലേക്കു താമസം മാറ്റിയ ഇടയ്ക്ക് ഹൃദയസ്തംഭനം മൂലം അച്ഛൻ മരിച്ചു. മരിക്കുന്നതിന് ഏതാനും ദിവസങ്ങൾക്കു മുമ്പ് മോസ്ക്കോയിൽ നിന്ന് അദ്ദേഹത്തിനൊരു കത്തു കിട്ടി. ആ കത്ത് അച്ഛന് കടുത്ത മനക്ഷോഭമുളവാക്കി. അദ്ദേഹം എന്റെ അമ്മയുടെ അടുത്തു ചെന്ന് എന്തിനോ വേണ്ടി കെഞ്ചിയെന്നും കരയുകപോലും ചെയ്തെന്നും ഞാനറിഞ്ഞു—അതെ എന്റെ അച്ഛൻ കരഞ്ഞു! മരിക്കുന്ന ദിവസം രാവിലെ അദ്ദേഹം എനിക്കൊരു കത്ത് തുടങ്ങി വച്ചു. ഫ്രഞ്ചു ഭാഷയിലുള്ള ആ കത്തിൽ അദ്ദേഹം എഴുതിയിരുന്നു: "മോനേ. സ്ത്രീയുടെ പ്രേമമെന്ന ആനന്ദത്തെ, വിഷത്തെ, സൂക്ഷിക്കുക..." അച്ഛന്റെ മരണാനന്തരം അമ്മ ഒരു വൻതുക മോസ്ക്കോയിലേക്ക് അയയ്ക്കുകയുണ്ടായി

XXII

മൂന്നാല്ല വർഷങ്ങൾ കഴിഞ്ഞു. ഞാൻ സർവ്വകലാശാലയിലെ വിദ്യാഭ്യാസം പൂർത്തിയാക്കിക്കഴിഞ്ഞു. എങ്കിലും ഏതു വഴിക്കു തിരിയണമെന്നോ ഏതു വാതിലിൽ മുട്ടണമെന്നോ എനിക്കു നിശ്ചയമില്ലായിരുന്നു. ഞാൻ വെറുതേ സമയം കളഞ്ഞുകൊണ്ടിരുന്നു. ഒരു ദിവസം തിയേറ്ററിൽവച്ച് ഞാൻ മയ്ദാനൊവിനെ കണ്ടുമുട്ടി. അയാൾ വിവാഹിതനാവുകയും ഒരു സർക്കാർ ഉദ്യോഗം സ്വീകരിക്കുകയും ചെയ്തിരുന്നെങ്കിലും കാര്യമായ മാറ്റങ്ങളൊന്നും അയാളിൽ കാണാൻ എനിക്കു കഴിഞ്ഞില്ല. കാര്യമില്ലാതെ ആവേശം കൊള്ളുകയും അകാരണമായി വിഷാദമൂകനാകുകയും ചെയ്യുന്ന സ്വഭാവം ഇപ്പോഴും അയാളെ വിട്ടുമാറിയിരുന്നില്ല.

"മാഡം ദോൽസ്കയ ഇവിടെ ഉള്ള കാര്യം അറിഞ്ഞോ?" അയാൾ സംസാരമദ്ധ്യേ ചോദിച്ചു.

"ആരാണത്?"

"നിങ്ങൾ അവരെ മറന്നു കഴിഞ്ഞോ? നമ്മുടെ പഴയ സസേകിന പ്രഭുകുമാരിയെ? നെസ്കുച്നി തോട്ടത്തിനടുത്തു താമസിക്കുമ്പോൾ നമ്മളെല്ലാവരും അവരിൽ ഭ്രമിച്ചു വശായിരുന്ന കാര്യം ഓർക്കുന്നില്ലേ?

"അവർ ദോൽസ്കിയെ കല്യാണം കഴിച്ചോ?"

"അതെ."

"അവർ ഇപ്പോൾ ഈ തീയേറ്ററിൽ ഉണ്ടോ?"

"ഇല്ല, അവർ പിറ്റേഴ്സ്ബർഗിലെത്തിയിട്ടുണ്ട്. അവർ വിദേശത്തേക്കു പോകാൻ ഒരുങ്ങുകയാണ്."

"അവരുടെ ഭർത്താവ് എങ്ങനെയുള്ള ആളാണ്?"

"വളരെ നല്ല മനുഷ്യനാണ്. സ്വത്തും ധാരാളം. മോസ്കോയിൽ ഞങ്ങൾ ഒരുമിച്ചു ജോലി ചെയ്തിട്ടുണ്ട്. ആ സംഭവത്തിനു ശേഷം— അതൊക്കെ നിങ്ങൾക്കറിയാമല്ലോ." അർത്ഥഗർഭമായി ഒന്നു ചിരിച്ചിട്ട് മയ്ദാനൊവ് തുടർന്നു. "ആ സംഭവത്തിനുശേഷം ഒരു ഭർത്താവിനെ കണ്ടുപിടിക്കാൻ അവർക്ക് കുറച്ച് ബുദ്ധിമുട്ടായിരുന്നു. അതിനു ചില അനന്തരഫലങ്ങളുണ്ടായിരുന്നു... പക്ഷേ അവരെപ്പോലെ കഴിവുള്ള ഒരു സ്ത്രീ വിചാരിച്ചാൽ എന്തും സാധിക്കും. അവരെ പോയി കാണൂ. അവർക്കു അതു തീർച്ചയായും സന്തോഷമായിരിക്കും. അവരുടെ സൗന്ദര്യം കൂടിയിട്ടേയുള്ളൂ, കുറഞ്ഞിട്ടില്ല."

മയ്ദാനൊവ് എനിക്കു സിനയീദയുടെ മേൽവിലാസം തന്നു. ദെമൂത് എന്ന ഹോട്ടലിലാണ് അവൾ താമസിച്ചിരുന്നത്. പൂർവ്വകാലസ്മരണകൾ എന്നിലുണർന്നു... എന്റെ പഴയ "ആവേശത്തെ"

പിറ്റേന്നുതന്നെ ചെന്നു കാണുമെന്ന് ഞാൻ സ്വയം പ്രതിജ്ഞ ചെയ്തു. എന്നാൽ നിനച്ചിരിക്കാതെ ഉണ്ടായ ഓരോരോ കാരണങ്ങളാൽ ആ ആഴ്ച എനിക്കു പോകാൻ കഴിഞ്ഞില്ല. വീണ്ടും ഒരാഴ്ചകൂടി അങ്ങനെതന്നെ കടന്നുപോയി. ഒടുവിൽ ഒരു ദിവസം ഹോട്ടലിൽ ചെന്ന് മാഡം ദോൽസ്കയയെ തിരക്കിയപ്പോൾ നാലുദിവസം മുമ്പ് പ്രസവത്തെത്തുടർന്ന് തികച്ചും ആകസ്മികമായി അവൾ മരിച്ചുപോയി എന്ന വിവരമാണ് ഞാനറിഞ്ഞത്.

എന്റെ നെഞ്ചിൽ ആരോ ശക്തിയായി ഇടിച്ചതുപോലെ എനിക്കു തോന്നി. അവളെ കാണാനുള്ള അവസരമുണ്ടായിരുന്നിട്ട് ഞാൻ ചെന്നു കാണാത്തതിലുള്ള കുറ്റബോധവും ഇനിയൊരിക്കലും അവളെ കാണാൻ കഴിയുകയില്ലെന്ന ദുഃഖസത്യവും എന്റെ ഹൃദയത്തെ കരണ്ടു തിന്നുകൊണ്ടിരുന്നു. "മരിച്ചുപോയി!" കാവൽക്കാരൻ പറഞ്ഞ വാക്ക് യാന്ത്രികമായി ഏറ്റുപറഞ്ഞുകൊണ്ട് ഞാൻ അന്തംവിട്ട് അയാളെ അല്പനേരം നോക്കിനിന്നു. പിന്നീട് നിശ്ശബ്ദം തെരുവിലേക്കിറങ്ങി എങ്ങോട്ടെന്നറിയാതെ ഞാൻ നടന്നു. ഭൂതകാലം മുഴുവൻ എന്റെ കൺമുമ്പിലേക്കു ഇരമ്പിവന്നു. പ്രതീക്ഷാനിർഭരവും ഉജ്ജ്വലവുമായ ഒരു യുവജീവിതത്തിന്റെ അവസാനം ഇങ്ങനെയായിരുന്നു! അക്ഷമയോടും ആവേശത്തോടും കൂടി അവൾ കാത്തിരുന്നത് ഈ വിധിയെയാണ്! ഞാൻ ആലോചിച്ചുപോയി. ആ പ്രിയപ്പെട്ട ഓമനമുഖവും ആ കണ്ണുകളും ആ അളകങ്ങളും എല്ലാം ഒരു ഇടുങ്ങിയ മരപ്പെട്ടിയിൽ അടച്ചുപൂട്ടി നനഞ്ഞ മണ്ണിനടിയിലെ ഇരുട്ടിലെവിടെയോ വിശ്രമിക്കുകയാണ്. അത് എന്നിൽ നിന്ന്—ജീവിച്ചിരിക്കുന്ന എന്നിൽനിന്ന്—വളരെ അകലെ ആയിരിക്കയില്ല. ഒരുപക്ഷേ എന്റെ അച്ഛൻ കിടക്കുന്നിടത്തു നിന്ന് ഏതാനും ചുവടകലെ മാത്രമായിരിക്കാം അത്. ഞാൻ അതേപ്പറ്റി ഏകാഗ്രമായി ആലോചിക്കാൻ ശ്രമിച്ചു. എന്നാൽ ഒരു ഈരടിയിലെ വാക്കുകൾ എന്റെ ആത്മാവിൽ പ്രതിദ്ധ്വനിക്കുകയാണു ചെയ്തത്.

അലക്ഷ്യമായ ചുണ്ടുകളിൽ നിന്ന്,
അലക്ഷ്യമായ ചെവികൾക്കൊണ്ട്,
ഞാൻ മരണത്തെപ്പറ്റി കേട്ടു[19]

ഹാ, യുവത്വമേ! നിനക്ക് സർവ്വതും തൃണസമാനമാണ്! പ്രപഞ്ചത്തിലെ നിധികൾ മുഴുവൻ നിന്റെ ചൊല്പടിയിലാണെന്നു തോന്നും. ദുഃഖത്തിൽപ്പോലും നീ ആഹ്ലാദം കണ്ടെത്തുന്നു! വിഷാദം പോലും നിനക്കൊരു ഭൂഷണമാണ്! ആത്മവിശ്വാസത്തോടും അഹന്തയോടും കൂടി നീ ഉൽഘോഷിക്കും: "നോക്കൂ, ഞാൻ മാത്രം ജീവിക്കുന്നു!" എന്നാൽ നിന്റെ ദിവസങ്ങൾ ഒന്നും അവശേഷിപ്പിക്കാതെ ഓടി

19 അലക്ഷ്യമായ ചുണ്ടുകളിൽ നിന്ന്...—പുഷ്കിന്റെ "ജന്മനാടിന്റെ നീലാകാശത്തിനു കീഴിൽ" എന്ന കവിതയിൽ നിന്നുള്ള ഈരടികൾ.

മറഞ്ഞുകൊണ്ടിരിക്കയാണ്. വെയിലത്ത് ഉരുകുന്ന മെഴുകുപോലെ... മഞ്ഞുപോലെ... നിന്റെ ഉള്ളിലുള്ളതെല്ലാം അപ്രത്യക്ഷമാകുന്നു... എന്തും നേടാനുള്ള കഴിവിലല്ല എന്തും നേടാമെന്നു വിശ്വസിക്കാനുള്ള കഴിവിലാണ് നിന്റെ വശ്യതയുടെ രഹസ്യം കുടികൊള്ളുന്നത്. നിനക്ക് മറ്റൊരു തരത്തിലും പ്രയോജനപ്പെടുത്താനാവാത്ത ശക്തികളെ നിശ്ശങ്കം കാറ്റിൽ പറത്തുന്നതിലാണ് ആ രഹസ്യം ഒളിഞ്ഞിരിക്കുന്നത്. "എന്റെ സമയം അങ്ങനെ പാഴാക്കി കളഞ്ഞില്ലായിരുന്നെങ്കിൽ എനിക്ക് എന്തെല്ലാം ചെയ്യാൻ കഴിയുമായിരുന്നു!" എന്നു പറയാനുള്ള അവകാശം അവരവർക്കുണ്ടെന്ന് നമ്മിൽ ഓരോരുത്തരും ഉറച്ചുവിശ്വസിക്കുന്നു എന്ന വസ്തുതയിലാണ് ആ രഹസ്യം ഒളിഞ്ഞിരിക്കുന്നത്.

എന്നെത്തന്നെ ഉദാഹരണമായെടുക്കാം. ഒരു നെടുവീർപ്പിടുകയോ ഒരിറ്റു കണ്ണീരൊഴുക്കുകയോ ചെയ്യാതെ എന്റെ ആദ്യ പ്രേമത്തിന്റെ മൃതാവശിഷ്ടങ്ങളോടു വിട പറയുമ്പോൾ ഞാൻ മുന്നിൽക്കണ്ട ഉജ്ജ്വലമായ ഭാവി എന്തായിരുന്നു? എന്റെ പ്രതീക്ഷകൾ എന്തായിരുന്നു? ഏതടിത്തറയിലാണ് ഞാനവ പടുത്തുയർത്തിയത്?

എന്റെ പ്രതീക്ഷകളിൽ ഏതെങ്കിലും സഫലമായോ? ഇപ്പോൾ നിഴലുകൾ വീണുതുടങ്ങിയ ഈ ജീവിതസായാഹ്നത്തിൽ എനിക്ക് ഓർക്കാൻ എന്താനുള്ളത്? വസന്തത്തിലെ ഒരു പ്രഭാതത്തിന്റെ ആദ്യയാമങ്ങളിൽ ആഞ്ഞടിച്ച ക്ഷണികമായ ഒരു കൊടുങ്കാറ്റിന്റെ ഓർമ്മയേക്കാൾ വിലപ്പെട്ടതോ സജീവമോ ആയ എന്തെങ്കിലും എന്റെ സ്മൃതിപഥത്തിലുണ്ടോ?

പക്ഷേ ഞാൻ ഇങ്ങനെ സ്വയം നിന്ദിക്കുന്നതെന്തിനാണ്? നവയൗവ്വനത്തിന്റെ വിവേകശൂന്യമായ ആ കാലഘട്ടത്തിൽപ്പോലും എന്റെ കാതുകളിലെത്തിയ ദയനീയ ശബ്ദങ്ങൾ ഞാൻ ചെവിക്കൊള്ളാതിരുന്നില്ല, കുഴിമാടത്തിൽ നിന്ന് എന്നെ തേടിവന്ന ഗംഭീര ശബ്ദം ഞാൻ കേൾക്കാതിരുന്നില്ല. സിനയീദയുടെ മരണ വാർത്ത അറിഞ്ഞ് ഏതാനും ദിവസങ്ങൾക്കകം തടുക്കാനാവാത്ത ഒരു അന്തർപ്രേരണയ്ക്കു വശംവദനായി ഞാൻ സ്വമനസ്സാലെ ഒരു പാവപ്പെട്ട വൃദ്ധയുടെ മരണശയ്യയ്ക്കരികിലിരുന്ന് അവരെ ശുശ്രൂഷിച്ചു. ഞാൻ താമസിച്ചിരുന്ന അതേ കെട്ടിടത്തിൽ തന്നെയായിരുന്നു അവരും താമസിച്ചിരുന്നത്. പരുപരുത്ത രണ്ട് പലകക്കഷ്ണങ്ങൾ കിടക്കയാക്കി ഒരു ചാക്കുകെട്ടിൽ തലവച്ച് കീറത്തുണികൾ പുതച്ച് കിടന്നിരുന്ന ആ വൃദ്ധ മരണവേദനയോടെ പിടഞ്ഞുകൊണ്ടിരുന്നു. നിത്യദാരിദ്ര്യവുമായുള്ള ഒരു കൊടും സമരമായിരുന്നു അവരുടെ ജീവിതം. സന്തോഷം എന്തെന്ന് അവർ ഒരിക്കലും അറിഞ്ഞിട്ടില്ല. സൗഭാഗ്യത്തിന്റെ മാധുര്യം അവർ ഒരിക്കൽപ്പോലും നുണഞ്ഞിട്ടില്ല. മരണം അവർക്കൊരു അനുഗ്രഹമായിരിക്കുമെന്നും മരണത്തിൽ അവർ ശാന്തിയും മുക്തിയും കണ്ടെത്തുമെന്നുമാണ് നാം

സ്വാഭാവികമായും പ്രതീക്ഷിക്കുക. എങ്കിലും ആ ജീർണ്ണിച്ച ശരീരത്തെ ഞെരിച്ച് കൊണ്ടിരുന്ന മരണത്തിന്റെ തണുത്തുറഞ്ഞ കരങ്ങൾക്കുള്ളിൽ കിടന്നു പിടയുന്ന ആ നെഞ്ച് അവസാനത്തെ തവണ ഉയർന്നു താഴുന്നത് വരെ, ശക്തിയുടെ അവസാനത്തെ കണിക പറന്നു പോകുന്നതുവരെ, ആ വൃദ്ധ കുരിശു വരയ്ക്കുകയും ഇങ്ങനെ പിറുപിറുക്കുകയും ചെയ്തുകൊണ്ടിരുന്നു: "കർത്താവേ, എന്റെ പാപങ്ങൾ പൊറുക്കണമേ..." ബോധത്തിന്റെ അവസാന തീപ്പൊരി അണഞ്ഞു കഴിഞ്ഞപ്പോൾ മാത്രമാണ് ഭീതി, മരണത്തെപ്പറ്റിയുള്ള ഭയം, ആ കണ്ണുകളിൽനിന്ന് അപ്രത്യക്ഷമായത്. ആ പാവപ്പെട്ട വൃദ്ധയുടെ മരണശയ്യയ്ക്കരികിൽ നില്ക്കുമ്പോൾ ദുസ്സഹമായ ദുഃഖത്തോടെ ഞാൻ സിനയീദയെ ഓർത്തു. പ്രാർത്ഥിക്കാൻ—അവൾക്കുവേണ്ടിയും എന്റെ അച്ഛനുവേണ്ടിയും എനിക്കുവേണ്ടിത്തന്നെയും പ്രാർത്ഥിക്കാൻ—ഞാൻ ആഗ്രഹിച്ചു.

1860

വാസന്ത
പ്രവാഹങ്ങൾ

സുദിനങ്ങളും...
സുവർണ്ണ കാലങ്ങളും...
വാസന്തപ്രവാഹം പോൽ...
ക്ഷണമങ്ങു കടന്നുപോയ്.
(ഒരു പഴയ പ്രേമഗാനം)

വൈളുപ്പിന് ഒരു മണിക്കാണ് അദ്ദേഹം തന്റെ ഓഫീസു മുറിയിൽ തിരിച്ചെത്തിയത്. മെഴുകുതിരി കത്തിക്കാനെത്തിയ ഭൃത്യനെ പറഞ്ഞയച്ചിട്ട് തീക്കുണ്ഡത്തിനടുത്തുള്ള ഒരു ചാരുകസേരയിലേക്ക് തളർന്നു വീണ് അദ്ദേഹം കൈപ്പടങ്ങൾകൊണ്ട് മുഖംപൊത്തി. മാനസികവും ശാരീരികവുമായി അദ്ദേഹം ഇതിനു മുമ്പൊരിക്കലും ഇത്രയേറെ പരവശനായിട്ടില്ല. സംസ്കാരസമ്പന്നരായ പുരുഷന്മാരോടും രമ്യകളായ സ്ത്രീകളോടുമൊപ്പമാണ് അദ്ദേഹം ആ സായാഹ്നം ചെലവഴിച്ചത്. സ്ത്രീകളിൽ പലരും സുന്ദരിമാരായിരുന്നു. ബുദ്ധിശക്തിയിലും കഴിവിലും മികച്ചു നിന്ന പുരുഷന്മാരാണ് അവിടെ കൂടിയിരുന്നത്. അന്നത്തെ സംഭാഷണങ്ങളിലെല്ലാം അദ്ദേഹം സജീവമായി പങ്കെടുത്തെന്നു മാത്രമല്ല അതിൽ നിസ്സംശയമായും ശോഭിക്കുകയും ചെയ്തു... എന്നിട്ടും പുരാതന റോമാക്കാർക്ക് അനുഭവപ്പെട്ടിരുന്ന തരത്തിലുള്ള "ജീവിത വിരക്തി" അദ്ദേഹത്തിന് അതിശക്തിയായി അനുഭവപ്പെട്ടു. ജീവിതത്തോടുള്ള വിരക്തി ഇതിനു മുമ്പൊരിക്കലും അദ്ദേഹത്തെ ഇത്ര ശക്തിയായി വീർപ്പുമുട്ടിച്ചിട്ടില്ല. കുറേക്കൂടി ചെറുപ്പമായിരുന്നെങ്കിൽ ഈ ദുസ്സഹമായ വിഷാദവും വിരസതയും ഈർഷ്യയും മൂലം അദ്ദേഹം പൊട്ടിക്കരഞ്ഞേനെ. കാഞ്ഞിരത്തടിയുടേതുപോലുള്ള രൂക്ഷമായ, നീറിപ്പുകയുന്ന, ഒരു തരം കയ്പ് അദ്ദേഹത്തിന്റെ ഹൃദയത്തിൽ നിറഞ്ഞു. ഗർഹണീയവും വീർപ്പുമുട്ടിക്കുന്നതുമായ എന്തോ ഒന്ന് ഒരു ഇരുണ്ട ശരല്ക്കാല രാത്രിയെപ്പോലെ നാലുവശത്തുനിന്നും ഇഴഞ്ഞു വന്ന് തന്നെ പൊതിയുന്നതായി അദ്ദേഹത്തിനു തോന്നി. ആ ഇരുട്ടിൽനിന്നും ആ കയ്പിൽ നിന്നും എങ്ങനെ രക്ഷപ്പെടണമെന്ന് അദ്ദേഹത്തിനു നിശ്ചമില്ലായിരുന്നു. ഉറങ്ങാനാവില്ലെന്ന് ഉറപ്പുണ്ടായിരുന്നതുകൊണ്ട് അദ്ദേഹം അതിനു ശ്രമിച്ചില്ല.

അദ്ദേഹം മന്ദവും തരളവും ദുഃഖപൂർണ്ണവുമായ ചിന്തകളിൽ മുഴുകി.

മനുഷ്യജീവിതത്തെ സംബന്ധിച്ച എല്ലാറ്റിലുമുള്ള പൊങ്ങച്ചത്തേയും വ്യർത്ഥതയേയും കാപട്യത്തേയും പൊള്ളത്തരത്തേയും കുറിച്ച് ചിന്തിച്ചു. ഒന്നിനു പിറകെ ഒന്നായി മനുഷ്യന്റെ എല്ലാ പ്രായവും പരിചിന്തന വിധേയമാക്കി (അദ്ദേഹത്തിന് അപ്പോൾ അമ്പത്തിരണ്ടു വയസ്സു കഴിഞ്ഞിരുന്നു). അവയിൽ ഒന്നിനോടുപോലും അദ്ദേഹത്തിന് മമത തോന്നിയില്ല. എവിടെ നോക്കിയാലും ഒരേതരത്തിലുള്ള അർത്ഥശൂന്യമായ പ്രവർത്തനങ്ങളുടെ നിരന്തരപ്രവാഹം, ഓജസ്സിന്റെ നിഷ്ഫലമായ വിനിയോഗം, പാതി സത്യവും പാതി കപടവുമായ ആത്മവഞ്ചന—വിനോദത്തിനു വേണ്ടിയുള്ള പരക്കം പാച്ചിൽ, പൊടുന്നനെ ഒരശനിപാതം പോലെ വാർദ്ധക്യം ഒരുവന്റെമേൽ വന്നു വീഴുന്നു. അതോടെ അനുനിമിഷം വളർന്നുകൊണ്ടിരിക്കുന്ന മരണഭയം സർവ്വതിനേയും കാർന്നു തിന്നുതുടങ്ങും, പിന്നീട്... പിന്നീട് വാപിളർന്നു നില്ക്കുന്ന അഗാധഗർത്തം. അതു മാത്രമായിരുന്നെങ്കിൽ സാരമില്ലായിരുന്നു. പക്ഷേ അന്ത്യത്തിനു മുമ്പ് ബലക്ഷയവും വേദനയും പിടികൂടും—ഉരുക്കിൽ തുരുമ്പെന്നപോലെ... സംസാരസാഗരം കവികൾ വർണ്ണിക്കുന്നതുപോലെ ആർത്തിരമ്പുന്ന അലയാളിയായി ഒരിക്കലും അദ്ദേഹത്തിന്റെ മുമ്പിൽ പ്രത്യക്ഷപ്പെട്ടിട്ടില്ല. ഓളങ്ങളില്ലാത്ത പ്രശാന്തവും സ്ഫടികനിർമ്മലവുമായ ഒരു കടലായിട്ടാണ് അദ്ദേഹം അതിനെ വിഭാവനം ചെയ്തത്. സുതാര്യമായ ആ ജലപ്പരപ്പിലൂടെ ചളി നിറഞ്ഞ അടിത്തട്ടു തെളിഞ്ഞു കാണാം. താൻ ഒരു കൊതുമ്പുവള്ളത്തിൽ ഇരിക്കുകയാണ്, അടിത്തട്ടിലെ ഇരുണ്ട ചളിയിൽ ഭീമാകാരം പൂണ്ട ഭീകരസത്വങ്ങൾ കൂറ്റൻ മത്സ്യങ്ങളെപ്പോലെ നീന്തിനടക്കുന്നത് അസ്പഷ്ടമായി കാണാം. ജീവിതത്തിന്റെ കൂടെപ്പിറപ്പുകളായ ദുഃഖങ്ങളാണവ—രോഗം, ദൗർഭാഗ്യം, ഉന്മാദം, ദാരിദ്ര്യം, അന്ധത... അടിത്തട്ടിലേക്ക് അദ്ദേഹം ഉറ്റുനോക്കി—അതാ അന്ധകാരത്തിനടിയിൽനിന്ന് ഭീകരസത്വങ്ങളിലൊന്ന് പൊങ്ങിവരുന്നു. അത് അനുനിമിഷം ഉയർന്നുയർന്നു വരികയാണ്, അതിന്റെ രൂപം കൂടുതൽ തെളിഞ്ഞു തെളിഞ്ഞു വരികയാണ്. അത് കൂടുതൽ കൂടുതൽ ബീഭത്സമായിക്കൊണ്ടിരിക്കയാണ്... അടുത്ത നിമിഷം അത് തന്റെ കൊതുമ്പുവള്ളം മറിച്ചിടും... ഇല്ല, അതിന്റെ രൂപം മങ്ങുകയാണ്, അത് അകന്നകന്നു പോവുകയാണ്, അടിത്തട്ടിലേക്കു താഴുകയാണ്, ചിറകുകൾ അദൃശ്യമായി മന്ദം മന്ദം ചലിപ്പിച്ചുകൊണ്ട് അതവിടെ വിശ്രമിക്കുകയാണ്... പക്ഷേ സമയമാകുമ്പോൾ അതു വീണ്ടും പൊങ്ങിവന്ന് തോണി മറിക്കുകതന്നെ ചെയ്യും.

അദ്ദേഹം തല പിന്നിലേക്കു ചെരിച്ചു പിടിച്ചുകൊണ്ട് ചാടിയെണീറ്റു മുറിയിലൂടെ ഒന്നുരണ്ടു തവണ ഉലാത്തി. അനന്തരം തന്റെ മേശയ്ക്കരികിലേക്കു ചെന്ന് അതിന്റെ വലിപ്പുകൾ ഓരോന്നായി തുറന്ന് എന്തോ തിരഞ്ഞു തുടങ്ങി. എന്താണു തിരയുന്നതെന്ന് അദ്ദേഹത്തിനു തന്നെ

നിശ്ചയമില്ലായിരുന്നു. തന്നെ മഥിക്കുന്ന ചിന്തകളിൽനിന്ന് വിമുക്തനാകാൻ വേണ്ടി എന്തെങ്കിലും ഒന്നു ചെയ്തുകൊണ്ടിരിക്കുക എന്നതായിരുന്നു അദ്ദേഹത്തിന്റെ ഉദ്ദേശം. വലിപ്പുകളിലുള്ള കടലാസുകളെല്ലാം പഴയ എഴുത്തുകളായിരുന്നു—അധികവും സ്ത്രീകൾ അയച്ച കത്തുകൾ—അവയിൽ പലതും വെറുതെ അദ്ദേഹം മറിച്ചുനോക്കി. നിറംമങ്ങിയ റിബൺകൊണ്ടു ബന്ധിച്ച ഉണങ്ങിയ ഒരു പൂവ് അവയിലൊന്നിൽ ഉണ്ടായിരുന്നു. തീക്കുണ്ഡത്തിനു നേരെ ദൃഷ്ടികളയച്ചിട്ട് അദ്ദേഹം കത്തുകളെല്ലാം ഒരുവശത്തേക്കു മാറ്റിവെച്ചു—ആ അനാവശ്യ വസ്തുക്കളെല്ലാം കത്തിച്ചു കളയണമെന്ന് അദ്ദേഹത്തിന് തോന്നിയിരിക്കാം. പിന്നെയും അദ്ദേഹം വലിപ്പുകൾ ഓരോന്നായി തുറന്നുകൊണ്ടിരുന്നു. പെട്ടെന്ന് ആ കണ്ണുകൾ വിടർന്നു—പഴയ മാതൃകയിൽ തീർത്ത എട്ടുകോണുകളുള്ള ഒരു ചെറിയ പെട്ടി പുറത്തെടുത്ത് അദ്ദേഹം മെല്ലെ തുറന്നു. അതിനുള്ളിൽ മഞ്ഞനിറമാർന്ന രണ്ടടുക്ക് പഞ്ഞിയുടെ അടിയിലായി ഗാർനറ്റിൽ നിർമ്മിച്ച ഒരു ചെറിയ കുരിശ് കിടന്നിരുന്നു.

നിമിഷങ്ങളോളം ആ കുരിശിൽ തന്നെ അത്ഭുതത്തോടെ ഉറ്റുനോക്കിക്കൊണ്ട് അദ്ദേഹം നിന്നു. പെട്ടെന്ന് ഒരു ആശ്ചര്യശബ്ദം ആ ചുണ്ടുകളിൽ നിന്നുതിർന്നു. സന്തോഷസന്താപ സമ്മിശ്രമായ ഒരു ഭാവം ആ മുഖത്തു പ്രകടമായി. താൻ അതിരറ്റു സ്നേഹിച്ചിരുന്ന ഒരാളെ ചിരകാലത്തെ വേർപാടിനുശേഷം വിചാരിച്ചിരിക്കാതെ കണ്ടുമുട്ടുന്ന ഒരാളുടെ മുഖഭാവമായിരുന്നു അത്. കാലം പല മാറ്റങ്ങളും വരുത്തിയിട്ടുണ്ടെങ്കിലും മുമ്പിരുന്ന അതേ രൂപത്തിൽ തന്നെ തന്റെ പ്രേമഭാജനം പൊടുന്നനെ കൺമുമ്പിൽ പ്രത്യക്ഷപ്പെടുമ്പോൾ ഒരുവനുണ്ടാകുന്ന ഭാവം.

അദ്ദേഹം എണീറ്റ് തീക്കുണ്ഡത്തിനടുത്തുള്ള ചാരുകസേരയിൽ ചെന്നിരുന്ന് വീണ്ടും കൈപ്പടംകൊണ്ടു മുഖം പൊത്തി... "ഇന്ന്... ഈ ദിവസം തന്നെ എന്തിനിത്?" അദ്ദേഹം സ്വയം ചോദിച്ചു. വളരെക്കാലം മുമ്പു നടന്ന സംഭവങ്ങൾ അദ്ദേഹത്തിന്റെ സ്മൃതിപഥത്തിലേക്ക് ഓടിയെത്തി.

അദ്ദേഹത്തിന്റെ ഓർമ്മകൾ ഇവിടെ പകർത്തുന്നു...

എന്നാൽ അതിനുമുമ്പ് അദ്ദേഹത്തിന്റെ പേരും ഇരട്ടപ്പേരും പറയാം. ദ്മീത്രി പാവ്‌ലൊവിച്ച് സാനിൻ എന്നായിരുന്നു അദ്ദേഹത്തിന്റെ പൂർണ്ണമായ നാമധേയം.

അദ്ദേഹം ഓർമ്മിച്ചത് ഇതാണ്:

I

1840-ലെ വേനല്ക്കാലം. സാനിന് ഇരുപത്തിരണ്ടു വയസ്സ തികഞ്ഞത് ആയിടയ്ക്കായിരുന്നു. അയാൾ ഇറ്റലിയിൽ നിന്ന് റഷ്യയിലേക്കു മടങ്ങുന്ന വഴി ഫ്രാങ്ക്ഫർട്ടിൽ എത്തി. തുച്ഛമായ സ്വത്തേ അയാൾക്കുണ്ടായിരുന്നുള്ളൂ. എങ്കിലും അയാൾ സ്വതന്ത്രനായിരുന്നു. അയാൾക്കു ബന്ധുക്കളായി ആരും ഉണ്ടായിരുന്നില്ല. ഒരു അകന്ന ബന്ധുവിന്റെ മരണത്തെത്തുടർന്ന് അയാൾക്ക് കുറേ പണം ഒസ്യത്തായി കിട്ടി. ഉപജീവനത്തിനുവേണ്ടി സർക്കാർ സേവനത്തിൽ പ്രവേശിക്കുന്നതിനു മുമ്പ്, അതായത് ഉദ്യോഗത്തിന്റെ നുകം തോളിലേറ്റുന്നതിനു മുമ്പ് (അതില്ലാതെ ജീവിക്കാനുള്ള വക അയാൾക്കുണ്ടായിരുന്നില്ല) ആ പണമുപയോഗിച്ച് ഒരു വിദേശയാത്ര നടത്താൻ അയാൾ തീരുമാനിക്കുകയാണു ചെയ്തത്. സാനിൻ പണം വളരെ സൂക്ഷിച്ച് കൈകാര്യം ചെയ്ത് ആ പദ്ധതി വിജയകരമായി നിറവേറ്റി. ഫ്രാങ്ക്ഫർട്ടിൽ എത്തിയ ദിവസം അയാളുടെ കയ്യിൽ പീറ്റേഴ്സ്ബർഗിൽ തിരിച്ചെത്താൻ വേണ്ടത്ര പണം മിച്ചമുണ്ടായിരുന്നു. 1840-ൽ യൂറോപ്പിൽ റയിൽപാതകൾ ഇല്ലായിരുന്നെന്നുതന്നെ പറയാം. സഞ്ചാരികൾ ഡിലിജൻസിലാണ് (നാലുചക്രമുള്ള കുതിര വണ്ടി) യാത്ര ചെയ്തിരുന്നത്. "ബെയ് വാഗൻ" എന്ന പേരിലുള്ള അത്തരമൊരു വണ്ടിയിൽ സാനിൻ ഒരു സീറ്റു ബുക്കു ചെയ്തിരുന്നു. എന്നാൽ അത് രാത്രി പത്തുമണിക്കേ പുറപ്പെടുകയുള്ളൂ. അതൊരു നീണ്ട കാത്തിരിപ്പായിരുന്നു. ഭാഗ്യവശാൽ കാലാവസ്ഥ നല്ലതായിരുന്നു. സാനിൻ അക്കാലത്തു പേരു കേട്ട "വെളുത്ത അരഞ്ഞാണം" എന്ന ഹോട്ടലിൽനിന്ന് ഉച്ചഭക്ഷണം കഴിച്ചിട്ട് പട്ടണം കാണാൻ പുറപ്പെട്ടു. അയാൾ ഡന്നേക്കറുടെ അരിയാഡ്ന[1] കണ്ടു. പക്ഷേ അത് അയാൾക്ക് അത്ര ഇഷ്ടപ്പെട്ടില്ല. പിന്നീടയാൾ ഗേഥെയുടെ ഭവനം[2] സന്ദർശിച്ചു. അദ്ദേഹത്തിന്റെ കൃതികളിൽ "വെർതറിന്റെ ദുഃഖങ്ങൾ" മാത്രമേ അയാൾ വായിച്ചിരുന്നുള്ളൂ-സത്യത്തിൽ അതിന്റെ ഫ്രഞ്ചു പരിഭാഷയാണ് അയാൾ വായിച്ചത്. മാന്യനായ ഒരു സഞ്ചാരിക്കു ചേർന്ന വിരസഭാവത്തോടെ അയാൾ മൈൻ നദീതീരത്തുകൂടെ നടന്നു. വൈകുന്നേരം ഏതാണ്ട് ആറുമണിയോടടുത്തപ്പോൾ തളർന്ന കാലുകളും പൊടിപിടിച്ച ബൂട്ടുകളുമായി സാനിൻ ഫ്രാങ്ക്ഫർട്ടിലെ അപ്രധാനമായ തെരുവുകളിലൊന്നിലെത്തി. ആ തെരുവ് പിന്നീട് വളരെക്കാലം അയാളുടെ ഓർമ്മയിൽ തങ്ങിനിന്നു. ആ തെരുവിൽ വളരെ കുറച്ചു വീടുകളെ ഉണ്ടായിരുന്നുള്ളൂ. ഇവയിലൊന്നിന്റെ മുൻവശത്തു

---

1 സുപ്രസിദ്ധ ജർമ്മൻ ശില്പിയായ ഡന്നേക്കറുടെ (1758-1841) "അരിയാഡ്ന പുള്ളിപ്പുലിയുടെ പുറത്ത് എന്ന പ്രതിമ. ഇത് ഫ്രാങ്ക്ഫർട്ടിലെ ഒരു മ്യൂസിയത്തിൽ സൂക്ഷിച്ചിരുന്നു.

2 സുപ്രസിദ്ധ ജർമ്മൻ സാഹിത്യകാരനായ ഗേഥെ (1749-1832) മൈൻ നദീതീരത്തെ ഫ്രാങ്ക്ഫർട്ടിലാണ് ജനിച്ചത്.

"ജ്യോവാണി റെസെല്ലിയുടെ ഇറ്റാലിയൻ മധുരപലഹാര വില്പനശാല" എന്നെഴുതിയ ഒരു ബോർഡുണ്ടായിരുന്നു. ഒരു ഗ്ലാസ് ലെമണേഡ് കുടിക്കാനായി സാനിൻ അങ്ങോട്ടു കയറി. മുൻവശത്തു കണ്ട മുറിയിൽ മരുന്നു വില്പനശാലകളിലെ അലമാരകളെപ്പോലിരുന്ന ചായമടിച്ച അലമാരകളിൽ ഗിൽട്ട് ലേബലൊട്ടിച്ച ഏതാനും കുപ്പികളും, റസ്കുകളും ചോക്കലേറ്റും മിഠായികളും നിറച്ച ഏതാനും സ്ഫടിക ഭരണികളും നിരത്തി വച്ചിരുന്നു. എന്നാൽ ആളുകളെ ആരേയും അവിടെ കണ്ടില്ല. ജനലിനടുത്തു കിടന്ന പൊക്കമുള്ള ഒരു ചൂരൽക്കസേരയിലിരുന്ന് ചാരനിറമുള്ള ഒരു പൂച്ച കണ്ണുചിമ്മുകയും കുറുങ്ങുകയും നഖങ്ങൾ നീട്ടുകയും ഉള്ളിലേക്കു വലിക്കുകയും ചെയ്യുന്നുണ്ട്. കൊത്തുപണികളുള്ള ഒരു പെട്ടി തറയിൽ മറിഞ്ഞു വീണു കിടന്നിരുന്നു. അതിനടുത്തായി സായാഹ്ന സൂര്യന്റെ ചെരിഞ്ഞ രശ്മികളേറ്റ് കടും ചുവപ്പു നിറമാർന്ന ഒരുണ്ട കമ്പിളിനൂൽ കിടക്കുന്നത് സാനിൻ കണ്ടു. അടുത്ത മുറിയിൽ നിന്ന് അസ്പഷ്ടമായ ചില ശബ്ദങ്ങൾ ഉയർന്നുകൊണ്ടിരുന്നു. വാതിലിനുമുകളിലുണ്ടായിരുന്ന മണിയുടെ മുഴക്കം നിലയ്ക്കുന്നതുവരെ കാത്തിരുന്നിട്ട് സാനിൻ ശബ്ദമുയർത്തി ചോദിച്ചു: "ഇവിടെ ആരുമില്ലേ?" ആ നിമിഷത്തിൽ അടുത്ത മുറിയുടെ വാതിൽ തുറക്കപ്പെട്ടു. അപ്പോൾ കണ്ട കാഴ്ച സാനിനെ അത്ഭുതപരതന്ത്രനാക്കി.

II

ഏകദേശം പത്തൊൻപതു വയസ്സു പ്രായമുള്ള ഒരു യുവതി മുൻവശത്തെ മുറിയിലേക്ക് ഓടിവന്നു. അവളുടെ കറുത്ത ചുരുണ്ട മുടി നഗ്നമായ ചുമലുകളിലേക്ക് വീണു കിടന്നു. നഗ്നമായ കൈത്തണ്ടകൾ നീട്ടിപ്പിടിച്ചുകൊണ്ടാണ് അവൾ ഓടിവന്നത്. സാനിനെ കണ്ടയുടൻ ഓടിച്ചെന്ന് അയാളുടെ കൈയ്ക്കു പിടിച്ചുവലിച്ചുകൊണ്ട് കിതപ്പോടെ അവൾ പറഞ്ഞു. "വേഗം വരൂ! അവനെ രക്ഷിക്കൂ!" എന്നാൽ സാനിൻ വേരുറപ്പിച്ചെട്ടെന്നപോലെ അവിടെ നിന്നതല്ലാതെ അവളുടെ പിന്നാലെ ചെന്നില്ല. അവളെ അനുസരിക്കാനുള്ള മടികൊണ്ടായിരുന്നില്ല അത്. വാസ്തവത്തിലൊരിക്കലും അയാൾ ഇത്രയേറെ സൗന്ദര്യവതിയായ ഒരു പെൺകുട്ടിയെ കണ്ടിട്ടില്ല. അവൾ തിരിഞ്ഞു നിന്ന് വീണ്ടും വിളിച്ചു പറഞ്ഞു. "വരൂ! അവളുടെ ശബ്ദത്തിലും നോട്ടത്തിലും വിളർത്ത കവിളിൽ ചേർത്തു പിടിച്ചിരുന്ന ചുരുട്ടിയ കൈയുടെ ചലനത്തിലും പ്രകടമായിരുന്ന പരിഭ്രമവും സ്തോഭവും അയാളെ തട്ടിയുണർത്തി. അയാൾ സംശയിച്ചുനില്ക്കാതെ തൽക്ഷണം തന്നെ അവളുടെ പിന്നാലെ അടുത്ത മുറിയിലേക്കു പാഞ്ഞു.

അടുത്ത മുറിയിൽ കുതിരരോമം നിറച്ച ഒരു പഴയ സോഫയിൽ അവളുടെ നല്ല ഛായയുള്ള ഒരു ബാലൻ കിടന്നിരുന്നു. ഉദ്ദേശം

പതിന്നാലു വയസ്സു തോന്നിച്ച ആ ബാലൻ അവളുടെ അനുജനായി രിക്കണം. അവന്റെ മുഖം ക്രമാതീതമായി വിളറിയിരുന്നു. വെളുത്ത് തെല്ലൊരു മഞ്ഞച്ഛവി പൂണ്ട ആ മുഖം മെഴുകോ പുരാതനമായ വെണ്ണ ക്കല്ലോ കൊണ്ടുണ്ടാക്കപ്പെട്ടതാണെന്നു തോന്നി. അവന്റെ കണ്ണുകൾ അടഞ്ഞിരുന്നു. കറുത്ത് ഇടതൂർന്ന അവന്റെ മുടി ശില കടഞ്ഞെടുത്ത തുപോലുള്ള നെറ്റിയുടെയും നിശ്ചലമായ വടിവൊത്ത പുരികക്കൊ ടികളുടേയും മീതെ നിഴൽ വീശി. നീലനിറമാർന്ന ചുണ്ടുകൾക്കിടയി ലൂടെ കടിച്ചുപിടിച്ച അവന്റെ പല്ലുകൾ കാണാമായിരുന്നു. അവന്റെ ശ്വാസോച്ഛ്വാസം നിലച്ചുപോയെന്നു തോന്നി. ഒരു കൈ നിലത്തേക്കു തൂങ്ങിക്കിടന്നു, മറ്റേ കൈ തലയ്ക്കു മുകളിൽ വച്ചിരുന്നു. കുടുക്കുകൾ ഇട്ട് മുറുക്കിയ ഒരു ജാക്കറ്റ് അവൻ ധരിച്ചിരുന്നു. കഴുത്തിൽ കെട്ടിയ ടൈ അവന്റെ തൊണ്ടയെ ഞെരിക്കുന്നുണ്ടെന്നു തോന്നി.

യുവതി കരഞ്ഞുകൊണ്ട് അവന്റെ അടുത്തേക്ക് ഓടിച്ചെന്നു. "അവൻ മരിച്ചു. അവൻ മരിച്ചു!" അവൾ പറഞ്ഞു. "ഒരു നിമിഷം മുമ്പ് എന്നോടു വർത്തമാനം പറഞ്ഞുകൊണ്ട് അവൻ ഇവിടെ ഇരിക്കുകയായിരുന്നു. പെട്ടെന്ന് മറിഞ്ഞു വീണ് അനക്കമില്ലാതെ കിടന്നു... ദൈവമേ! നമുക്ക് ഒന്നും ചെയ്യാൻ കഴിയില്ലേ! അമ്മ വീട്ടിലില്ല. പൻറലിയോണെ! ഡോക്ടർ എവിടെ?" അവൾ ഇറ്റാലിയനിൽ വിളിച്ചുചോദിച്ചു. "നിങ്ങൾ ഡോക്ടറെ വിളിക്കാൻ പോയില്ലേ?"

"ഞാൻ പോയില്ല, ലൂയിസയെ അയച്ചിട്ടുണ്ട്," വാതിക്കൽ നിന്നും പരുപരുത്ത ഒരു ശബ്ദം ഉത്തരം പറഞ്ഞു. കറുത്ത ബട്ടണുകളുള്ള ഊതനിറത്തിലുള്ള ഒരു ഫ്രാക് കോട്ടും ഇറക്കം കുറഞ്ഞ കാൽച്ചട്ട യും നീല കമ്പിളി സോക്സും ധരിച്ച ഒരു കൊച്ചു വൃദ്ധൻ മുടന്തി മുടന്തി മുറിയിലേക്കു കടന്നുവന്നു. കടുംചാരനിറമുള്ള നിബിഢമായ തലമുടി അയാളുടെ ചെറിയ മുഖത്തെ മിക്കവാറും മറച്ചിരുന്നു. കുറ്റിപോലെ എല്ലാ ദിശകളിലേയ്ക്കും എഴുന്നു നില്ക്കുകയും ചിടപിടിച്ച പിന്നിലേക്കു നീണ്ടുകിടക്കുകയും ചെയ്ത ആ മുടി വൃദ്ധന്റെ ആകാരത്തിന് തലയിൽ പൂവുള്ള ഒരു പക്ഷിയുടെ ഛായ നൽകി. ഇരുണ്ടചാരനിറമുള്ള മുടിയ്ക്കി ടയിലൂടെ പുറത്തു കാണാൻ കഴിഞ്ഞ കൂർത്ത മൂക്കും മഞ്ഞ നിറമുള്ള വട്ടക്കണ്ണുകളും ആ സാദൃശ്യം കൂടുതൽ മിഴിവുറ്റതാക്കി.

"ലൂയിസ എന്നേക്കാൾ വേഗം അവിടെയെത്തും, എനിക്ക് ഓടാൻ വയ്യ," വൃദ്ധൻ ഇറ്റാലിയനിൽ പറഞ്ഞു. ലേസ് കെട്ടിയ ബൂട്ട്സ് അണിഞ്ഞ രക്തവാതം പിടിച്ച പരന്ന പാദങ്ങൾ മാറിമാറി ഊന്നിക്കൊണ്ടാണ് അയാൾ നിന്നത്. "ഞാൻ കുറച്ചു വെള്ളം കൊണ്ടുവന്നിട്ടുണ്ട്."

ഞരമ്പുകെട്ടുപിണഞ്ഞ ശുഷ്കിച്ച വിരലുകൾകൊണ്ട് നീണ്ട കഴുത്തുള്ള ഒരു കുപ്പി അയാൾ മുറുകെ പിടിച്ചിരുന്നു.

"പക്ഷേ ഡോക്ടർ വരുന്നതിനു മുമ്പ് എമിൽ മരിച്ചുപോകും!" സാനിന്റെ നേർക്ക് കൈകൾ നീട്ടിക്കൊണ്ട് പെൺകുട്ടി പറഞ്ഞു.

"സാറെ, താങ്കൾക്ക് എന്തെങ്കിലും ചെയ്യാൻ കഴിയുകയില്ലേ?"

"അവന്റെ ചോര വാർന്നു കളയേണ്ടിവരും. ഇത് ഹൃദയസ്തംഭനമാണ്," ചെറുപ്പക്കാരി പൻറലിയോണെ എന്ന് അഭിസംബോധന ചെയ്ത വൃദ്ധൻ പറഞ്ഞു.

സാനിന് വൈദ്യശാസ്ത്രത്തിൽ യാതൊരു പരിജ്ഞാനവുമുണ്ടായിരുന്നില്ലെങ്കിലും ഒരു കാര്യം അയാൾക്ക് തീർച്ചയുണ്ടായിരുന്നു—പതിന്നാലു വയസ്സുള്ള കുട്ടികൾക്ക് ഹൃദയസ്തംഭനം വരാറില്ല.

"ഇത് വെറും ബോധക്കേടാണ്. ഹൃദയസ്തംഭനമല്ല," ഇയാൾ പൻറലിയോണയോടു പറഞ്ഞു. "ഇവിടെ ബ്രഷ് ഉണ്ടെങ്കിൽ എടുത്തുകൊണ്ടുവരൂ."

വൃദ്ധൻ മുഖം ഉയർത്തിക്കൊണ്ടു ചോദിച്ചു: "എന്ത്?"

"ബ്രഷ്, ബ്രഷ്," സാനിൻ ആദ്യം ജർമ്മനിലും പിന്നിട് ഫ്രഞ്ചിലും ആവർത്തിച്ചു. അയാൾ കോട്ടു തുടയ്ക്കുന്നമാതിരി ആംഗ്യം കാണിച്ചുകൊണ്ട് വീണ്ടും പറഞ്ഞു: "ബ്രഷ്."

ഒടുവിൽ വൃദ്ധന് കാര്യം പിടികിട്ടി. "ബ്രഷ്! Spazzette!*[3] ഇപ്പോൾ കൊണ്ടുവരാം."

"വേഗം കൊണ്ടുവരൂ നമുക്ക് ഇവന്റെ കോട്ടൂരി മാറ്റിയിട്ട് ദേഹം ബ്രഷുകൊണ്ട് തടവണം."

"കൊള്ളാം! തലയിൽ വെള്ളമൊഴിക്കണോ?"

"വേണ്ട. അതു പിന്നീടാകാം. കഴിയുന്നതും വേഗം ബ്രഷ് കൊണ്ടുവരൂ."

പൻറലിയോണെ കുപ്പി മേശപ്പുറത്തു വച്ചിട്ട് ഓടിപ്പോയി രണ്ടു ബ്രഷുകൾ എടുത്തുകൊണ്ടു വന്നു—ഒന്ന് വസ്ത്രങ്ങൾ തുടയ്ക്കാനുള്ളതും ഒന്ന് മുടി ചീകാനുള്ളതും. ചുരുണ്ട രോമമുള്ള ഒരു പട്ടി അയാളുടെ പിന്നാലെ മുറിയിലേക്കു വന്നു. ഇവിടെ എന്താണ് നടക്കുന്നതെന്ന് മനസ്സിലാക്കാനെന്നവണ്ണം അത് വൃദ്ധനേയും പെൺകുട്ടിയേയും സാനിനേയും മാറി മാറി നോക്കി.

സാനിൻ ബാലന്റെ കോട്ട് അഴിച്ചു മാറ്റി, ടൈ അയച്ചു. ഷർട്ടിന്റെ കൈകൾ തെറുത്തുകയറ്റി. അനന്തരം ബ്രഷ് കയ്യിലെടുത്ത് അയാൾ ബാലന്റെ നെഞ്ചിലും ഭുജങ്ങളിലും സർവ്വ ശക്തിയുമെടുത്ത് ഉരച്ചു തുടങ്ങി. പിന്റലിയോന മറ്റേ ബ്രഷ്–മുടി ചീകുന്ന ബ്രഷ്—കൈയിലെടുത്ത് ചുറുചുറുക്കോടെ ബാലന്റെ ട്രൗസറിന്റെ ബൂട്ടുകളിലും ഉരച്ചു.

3 ബ്രഷ് (ഇറ്റാലിയൻ ഭാഷയിൽ)എ.ഡി.

പെൺകുട്ടി തലയിൽ അള്ളിപ്പിടിച്ചുകൊണ്ട് സോഫയ്ക്കരിൽ മുട്ടുകുത്തിയിരുന്ന് അനുജന്റെ മുഖത്തേക്ക് നിർന്നിമേഷം നോക്കുകയായിരുന്നു.

ബ്രഷുകൊണ്ട് തടവുന്നതിനിടയിൽ സാനിൻ ഇടം കണ്ണിട്ട് അവളെ നോക്കി. ദൈവമേ! എന്തൊരു സൗന്ദര്യമാണ് ഈ പെൺകിടാവിന്!

III

അല്പം നീളം കൂടിയതെങ്കിലും അറ്റം വളഞ്ഞ് മനോഹരമായ മൂക്കായിരുന്നു അവളുടേത്. മേൽച്ചുണ്ടുകൾക്ക് മുകളിൽ ഉണ്ടായിരുന്ന മൃദുരോമങ്ങൾ അവളുടെ സൗന്ദര്യത്തിന് മാറ്റുകൂട്ടി. ആനക്കൊമ്പിനോടോ വെളുത്ത ആംബറിനോടോ കിടപിടിക്കുന്നതായിരുന്നു അവളുടെ നിറം. പ്ലാസോ പിറ്റിയിലെ ജൂഡിത്തി[4]ന്റേതു പോലെ മനോഹരമായ കറുത്തു മിന്നുന്ന ചുരുൾമുടി.

കൃഷ്ണമണികൾക്കു ചുറ്റും കറുത്ത പരിവേഷമുള്ള ആ കടുംചാരമിഴികളിൽ, ഭയവും വിസ്മയാവഹമായ വിജയപ്രകർഷവും തിരതല്ലിയിരുന്നു. താൻ തൊട്ടുമുമ്പ് കടന്നുപോന്ന അത്ഭുതകരമായ രാജ്യത്തെക്കുറിച്ച് സാനിൻ അനുസ്മരിച്ചു... ഇറ്റലിയിൽപ്പോലും ഇതുപോലൊരു സുന്ദരിയെ അയാൾ കണ്ടിട്ടില്ല. തന്നോടൊപ്പം അനുജനും ശ്വസിച്ചു തുടങ്ങുമെന്ന് പ്രതീക്ഷിച്ചിട്ടെന്നപോലെ പെൺകുട്ടി ഇടവിട്ടും താളം തെറ്റിയുമാണ് ശ്വാസോച്ഛ്വാസം ചെയ്തിരുന്നത്.

സാനിൻ തടവൽ തുടർന്നു. എന്നാൽ പെൺകുട്ടി മാത്രമല്ല അയാളുടെ ശ്രദ്ധ ആകർഷിച്ചത്. ആയാസംകൊണ്ടു തളർന്ന് കിതച്ചുകൊണ്ടിരുന്ന വൃദ്ധൻ ബ്രഷിന്റെ ഓരോ ചലനത്തിനുമൊത്ത് ചാടുകയും ദയനീയമായി ഞരങ്ങുകയും ചെയ്തുകൊണ്ടിരുന്നു. വെള്ളപ്പാച്ചിലിൽപെട്ട ഒരു വൻചെടിയുടെ നഗ്നമായിത്തീർന്ന വേരുകൾപോലെ അയാളുടെ വിയർപ്പിൽ കുതിർന്ന ജടകൾ ഒരു വശത്തുനിന്ന് മറുവശത്തേക്ക് മെല്ലെ ആടിക്കൊണ്ടിരുന്നു.

"അവന്റെ ബൂട്ടുകൾ ഊരിമാറ്റുകയെങ്കിലും ചെയ്യൂ" എന്നു പറയാൻ സാനിൻ ആഗ്രഹിച്ചു...

ഈ അസാധാരണ സംഭവങ്ങളൊക്കെ കണ്ട് പരിഭ്രാന്തനായതുകൊണ്ടാവാം പട്ടി മുൻകാലുകൾ മടക്കി കിടന്നുകൊണ്ട് കുരച്ചു തുടങ്ങി.

"Tartaglia-canaglia!" [5]വൃദ്ധൻ പട്ടിയെ നോക്കി പിറുപിറുത്തു.

ആ നിമിഷത്തിൽ പെൺകുട്ടിയുടെ മുഖഭാവം പെട്ടെന്ന് മാറുന്നത്

4 ജൂഡിത്—സുപ്രസിദ്ധ ഇറ്റാലിയൻ കഥാകാരനായ ക്രിസ്റ്റഫാനോ അലേറി(1577-1621) വരച്ച ചിത്രം. ഇതു ഫ്ലോറൻസിലെ പ്ലാസോ പിറ്റിയിൽ സൂക്ഷിച്ചിരുന്നു.

5 തർതാലി-തട്ടിപ്പുകാരാ!" (ഇറ്റാലിയൻ ഭാഷയിൽ)- എഡി.

സാനിൻ കണ്ടു. അവളുടെ പുരികക്കൊടികൾ മേല്പോട്ടുയർന്നു, കണ്ണുകൾ കൂടുതൽ വലുതായെന്നു തോന്നി. ആ മുഖം സന്തോഷംകൊണ്ട് ദീപ്തമായി...

സാനിൻ തിരിഞ്ഞു നോക്കി... ബാലന്റെ മുഖത്ത് രക്തപ്രസാദം കണ്ടുതുടങ്ങി. അവന്റെ കണ്ണുകൾ പിടഞ്ഞു. നാസാരന്ധ്രങ്ങൾ വിറച്ചു. കൂട്ടിക്കടിച്ചിരുന്ന പല്ലുകൾക്കിടയിലൂടെ വായു ഉള്ളിലേക്കു വലിച്ചെടുത്തിട്ട് അവൻ നിശ്വസിച്ചു...

"എമിൽ!" പെൺകുട്ടി വിളിച്ചു. "എന്റെ എമിലിയോ!"

ബാലൻ വലിയ കറുത്ത കണ്ണുകൾ മെല്ലെ തുറന്നു. ആദ്യം ആ നോട്ടം തികച്ചും ശൂന്യമായിരുന്നു. എന്നാൽ ക്രമേണ ഒരു നേരിയ പുഞ്ചിരി അവയിൽ പ്രത്യക്ഷപ്പെട്ടു. അതേ പുഞ്ചിരി അവന്റെ ചുണ്ടുകളിലേക്കും വ്യാപിച്ചു. തൂക്കിയിട്ടിരുന്ന കൈ ഉയർത്തി അവൻ നെഞ്ചിൽ ചേർത്തു വച്ചു.

"എമിലിയോ." എന്നു വീണ്ടും വിളിച്ചുകൊണ്ട് പെൺകുട്ടി ചാടിയെണീറ്റു. അവൾ ഒന്നുകിൽ പൊട്ടിക്കരയുകയോ അല്ലെങ്കിൽ പൊട്ടിച്ചിരിക്കുകയോ ചെയ്യുമെന്നു തോന്നി. അത്രയ്ക്കു വികാരതീവ്രമായിരുന്നു ആ മുഖം.

"എമിൽ! എമിൽ! എന്തു പറ്റി?" വാതിലിന്റെ മറുവശത്തുനിന്നും ആരോ വിളിച്ചു ചോദിച്ചു. വെള്ളിപോലുള്ള തലമുടിയും ഇരുണ്ടനിറവുമുള്ള ഒരു മഹിള ധൃതിയിൽ നടന്ന് മുറിയിലെത്തി. ഭംഗിയായി വസ്ത്രധാരണം ചെയ്തിരുന്ന ആ മഹിളയുടെ പിന്നാലെ പ്രായംചെന്ന ഒരു മനുഷ്യനും അകത്തുകടന്നു. അവർക്കു പിന്നിലായി ഒരു വേലക്കാരിയുടെ മുഖം മിന്നിമറയുന്നതു കണ്ടു.

പെൺകുട്ടി അവരുടെ അടുത്തേക്ക് ഓടിച്ചെന്നു.

"അമ്മേ, അവൻ രക്ഷപ്പെട്ടു!" അവൾ ആ മഹിളയെ കൈപിടിച്ചുകൊണ്ട് വിളിച്ചുപറഞ്ഞു.

"പക്ഷേ എന്താണുണ്ടായത്? മഹിള വീണ്ടും ചോദിച്ചു.

"ഞാൻ വീട്ടിലെത്തിയപ്പോൾ ഡോക്ടറും ലൂയിസയും ഇങ്ങോട്ടു കയറുന്നതാണു കണ്ടത്."

നടന്നതെന്താണെന്ന് യുവതി വിശദീകരിച്ചു. ഡോക്ടർ രോഗിയുടെ അടുത്തെത്തി. ബോധം വീണ്ടെടുത്ത ബാലൻ പുഞ്ചിരിതൂകിക്കൊണ്ടിരുന്നു. ഈ ബഹളത്തിനെല്ലാം കാരണക്കാരനായതിൽ അവൻ ലജ്ജിതനാണെന്നു തോന്നി.

"നിങ്ങൾ ബ്രഷുകൊണ്ട് തടവുകയായിരുന്നു. അല്ലേ?"

ഡോക്ടർ സാനിനോടും പൻറലിയോണെയോടും ചോദിച്ചു. "അതു

നന്നായി. അതു വളരെ ഫലപ്രദമാണ്... ഇനി മറ്റെന്തെങ്കിലും ചികിത്സ ആവശ്യമാണോ എന്നു നോക്കട്ടെ..." ഡോക്ടർ ബാലന്റെ നാഡി പിടിച്ചു പരിശോധിച്ചു. "ശരി, നാക്ക് ഒന്നു നോക്കട്ടെ."

മഹിള ഉൽകണ്ഠാകുലയായി ബാലന്റെ അടുത്തുചെന്ന് കുനിഞ്ഞു നിന്നു. അവൻ ചുണ്ടുകൾ കൂടുതൽ വിടർത്തി പുഞ്ചിരിച്ചുകൊണ്ട് അവരുടെ കണ്ണുകളിലേക്കു നോക്കി. അവന്റെ മുഖം തുടുത്തു.

താൻ ഇനി ഇവിടെ നില്ക്കേണ്ട കാര്യമില്ലെന്ന് സാനിനു തോന്നി. അയാൾ മുൻവശത്തുള്ള കടയിലേക്കു തിരിച്ചുപോയി. എന്നാൽ പുറത്തേയ്ക്കുള്ള വാതിൽ തുറക്കാൻ അയാൾക്കു സമയം കിട്ടുന്നതിനു മുമ്പ് പെൺകുട്ടി ഓടിവന്ന് അയാളെ തടഞ്ഞുനിർത്തി.

"താങ്കൾ പോവുകയാണോ?" അവൾ കൃതജ്ഞതയോടെ അയാളുടെ മുഖത്തു നോക്കിക്കൊണ്ടു ചോദിച്ചു. "ഞാൻ താങ്കളെ തടയുന്നില്ല. പക്ഷേ ഇന്നു വൈകുന്നേരം ഞങ്ങളെ വന്നു കാണാൻ ദയവുണ്ടാകണം. ഞങ്ങൾ താങ്കളോട് കടപ്പെട്ടിരിക്കുന്നു. താങ്കൾ വന്നില്ലായിരുന്നെങ്കിൽ എന്റെ അനിയൻ മരിച്ചുപോകുമായിരുന്നു. താങ്കളോട് നന്ദി പറയാൻ അമ്മയ്ക്ക് അതിയായ ആഗ്രഹമുണ്ട്. താങ്കളാരാണെന്ന് ഞങ്ങളോടു പറയണം. ഞങ്ങളുടെ സന്തോഷത്തിൽ പങ്കുകൊള്ളണം..."

"പക്ഷേ ഇന്നു രാത്രി ഞാൻ ബർലിനിലേക്കു പോകുകയാണല്ലോ," സാനിൻ വിക്കി വിക്കി പറഞ്ഞു.

"അതിന് ധാരാളം സമയമുണ്ട്." പെൺകുട്ടി നിർബന്ധമായി പറഞ്ഞു. "ഒരു മണിക്കൂർ കഴിഞ്ഞ് ഇവിടെ വന്ന് ഞങ്ങളോടൊപ്പം ഒരു കപ്പ് ചോക്കലേറ്റ് കുടിച്ചിട്ട് പോകാം. തീർച്ചയായും വരുമല്ലോ, ഇല്ലേ?"

സാനിൻ എന്തു ചെയ്യും?

"വരാം," അയാൾ സമ്മതിച്ചു.

ആ സുന്ദരിയായ യുവതി അയാളുടെ കൈപിടിച്ച് അമർത്തിയിട്ട് ഓടിപ്പോയി. സാനിൻ തെരുവിലേയ്ക്കിറങ്ങി.

IV

ഒന്നര മണിക്കൂർ കഴിഞ്ഞ് സാനിൻ മിഠായി വില്പനക്കാരുടെ വസതിയിൽ തിരിച്ചെത്തിയപ്പോൾ ഒരു കുടുംബാംഗത്തെപ്പോലെയാണ് അവർ അയാളെ സ്വീകരിച്ചത്. എമിൽ നേരത്തെ കിടന്നിരുന്ന സോഫയിൽ ഇപ്പോൾ എണീറ്റിരിക്കുകയായിരുന്നു. ഡോക്ടർ അവന് കഴിക്കാൻ ചില മരുന്നുകൾ നിർദ്ദേശിച്ചു. കൂടാതെ ഹൃദ്രോഗം ബാധിക്കാൻ സാദ്ധ്യതയുള്ള ഒരു ഞരമ്പുരോഗിയാണ് അവനെന്നും

അതുകൊണ്ട് ഉദ്വേഗജനകങ്ങളായ കാര്യങ്ങൾ കഴിവതും ഒഴിവാക്കാൻ ശ്രമിക്കണമെന്നും അദ്ദേഹം മുന്നറിയിപ്പുകൊടുക്കുകയും ചെയ്തിരുന്നു. അവന് മുമ്പും ബോധക്കേടുണ്ടായിട്ടുണ്ട്. ഇത്രയധികം സമയം നീണ്ടുനിന്നിട്ടുമില്ല. എങ്കിലും ഇപ്പോൾ അപകടമൊന്നുമില്ലെന്ന് ഡോക്ടർ ഉറപ്പിച്ചു പറഞ്ഞു. എമിൽ രോഗം പൊറുത്തു തുടങ്ങിയ ഒരാൾക്കു ചേർന്നവിധം അയഞ്ഞ ഒരു ഗൗണാണ് ധരിച്ചിരുന്നത്. നീല നിറത്തിലുള്ള ഒരു കമ്പിളി സ്കാർഫ് അമ്മ അവന്റെ കഴുത്തിൽ ചുറ്റിക്കൊടുത്തു. എങ്കിലും അവൻ ഉല്ലാസഭരിതനായിരുന്നു. ഒരു വിശേഷദിവസം ആഘോഷിക്കുന്ന മട്ടായിരുന്നു അവന്, വാസ്തവത്തിൽ, ചുറ്റുമുള്ളതെല്ലാം തന്നെ ഒരു ആഘോഷപ്രതീതി ഉളവാക്കി. സോഫയ്ക്കടുത്ത്, അലക്കി തേച്ച മേശവിരികൊണ്ടു മൂടിയ ഒരു വട്ടമേശയുടെ പുറത്ത് ചോക്കലേറ്റ് നിറച്ച മനോഹരമായ ഒരു വലിയ കാപ്പിപ്പാത്രം ഇരിപ്പുണ്ട്. സിറപ്പും ബിസ്കറ്റും ബണ്ണുകളും നിറച്ച കിണ്ണങ്ങളും കപ്പുകളും ചുറ്റും നിരത്തിവച്ചിരിക്കുന്നു. പൂക്കൾപോലും മേശപ്പുറത്തുണ്ടായിരുന്നു. വെള്ളിയിൽ തീർത്ത പഴക്കം ചെന്ന മെഴുകുതിരിക്കാലുകളിൽ ആറു നീണ്ട മെഴുകുതിരികൾ കത്തിക്കൊണ്ടിരുന്നു. സോഫയുടെ ഒരു വശത്തായി അതിഥികളെ സ്വാഗതം ചെയ്തുകൊണ്ട് സുഖപ്രദമായ ഒരു ചാരുകസേര കിടന്നിരുന്നു. സാനിനെ അതിലാണ് ഇരുത്തിയത്. തർതാലിയ എന്ന പട്ടിയും പൂച്ചയും ഉൾപ്പെടെ അന്നു അവിടെയുണ്ടായിരുന്ന എല്ലാവരും അങ്ങേയറ്റം സന്തുഷ്ടരായി കാണപ്പെട്ടു. പട്ടി സംതൃപ്തിയോടെ തുമ്മുകപോലും ചെയ്തു. പൂച്ചമാത്രം നിസ്സംഗനായി പഴയതുപോലെ കണ്ണുചിമ്മുകയും കുറുങ്ങുകയും ചെയ്തുകൊണ്ടിരുന്നു. താൻ ആരാണെന്നും എവിടെ നിന്നു വരികയാണെന്നും തന്റെ പേരെന്താണെന്നും സാനിൻ അവരോടു പറഞ്ഞു. താൻ ഒരു റഷ്യക്കാരനാണെന്നു സാനിൻ പറഞ്ഞപ്പോൾ സ്ത്രീകൾക്കു രണ്ടുപേർക്കും ആശ്ചര്യം അടക്കാൻ കഴിഞ്ഞില്ല. അയാൾ വളരെ ഭംഗിയായി ജർമ്മൻ പറയുന്നുണ്ടെന്നും എങ്കിലും സംഭാഷണം വേണമെങ്കിൽ ഫ്രഞ്ചിലാക്കാമെന്നും തങ്ങൾക്ക് ഫ്രഞ്ചു ഭാഷ നന്നായറിയാമെന്നും അവർ ഇരുവരും ഒരേ സമയം പറഞ്ഞു. ആ നിർദ്ദേശം സ്വീകരിക്കാൻ സാനിന് രണ്ടാമത് ആലോചിക്കേണ്ടിയിരുന്നില്ല. "സാനിൻ! സാനിൻ!" ഇത്ര നിഷ്പ്രയാസം ഉച്ചരിക്കാൻ കഴിയുന്ന ഒരു റഷ്യൻ പേര് അവർ ആദ്യമായാണ് കേൾക്കുന്നത്. ദ്മീത്രി എന്ന അയാളുടെ ആദ്യത്തെ പേരും അവർക്ക് ഇഷ്ടമായി. "ദെമത്രിയോ എ പോലീബ്യോ"[6]എന്നു പേരുള്ള ഒരു ഓപ്പറ താൻ ചെറുപ്പത്തിൽ കേട്ടിട്ടുണ്ടെന്നും ദ്മീത്രി എന്ന പേരാണ് ദെമത്രിയോ എന്ന പേരിനേക്കാൾ തനിക്കിഷ്ടമെന്നും പ്രായം കൂടിയ സ്ത്രീ പറഞ്ഞു. സാനിൻ ഏതാണ്ട് ഒരു മണിക്കൂറോളം അവരുമായി സംസാരിച്ചുകൊണ്ടിരുന്നു. സ്ത്രീകൾ അവരുടെ സ്വകാര്യജീവിതത്തിലെ എല്ലാ വിശദാംശങ്ങളും അയാളോടു പറഞ്ഞു. അമ്മ, വെള്ളി തലമുടിയുള്ള

6 "ദെമെത്രിയോ എപൊലീബ്യോ"—റൊസ്സീനിയുടെ ആദ്യകാല ഓപ്പെറകളിലൊന്ന്, 1812 ൽ റോമിലാണ് അത് ആദ്യമായി അരങ്ങേറിയത്.

മഹിള, സംസാരത്തിന്റെ സിംഹഭാഗവും ഏറ്റെടുത്തു. അവരുടെ പേര് ലിയൊനൊറ റൊസെല്ലി എന്നാണെന്നും ജ്യോവാണി ബാറ്റിസ്റ്റ റൊസെല്ലി എന്നായിരുന്നു അവരുടെ ഭർത്താവിന്റെ പേരെന്നും സാനിൻ മനസ്സിലാക്കി. ഭർത്താവൊന്നിച്ച് ഇരുപത്തഞ്ചുവർഷം മുമ്പ് അവർ ഫ്രാങ്ക്ഫർട്ടിലെത്തിയതാണ്. മിഠായി നിർമ്മാതാവായിരുന്ന അദ്ദേഹത്തിന്റെ മരണശേഷം അവർ ഒരു വിധവയായി തന്നെ തുടർന്നു. വിസെൻസാക്കാരനായിരുന്ന ജ്യോവാണി റൊസെല്ലി മുൻകോപിയും കലഹപ്രിയനും ഒരു റിപ്പബ്ലിക്കനുമായിരുന്നെങ്കിലും വളരെ നല്ല മനുഷ്യനായിരുന്നുവെന്ന് അവർ സാനിനോടു പറഞ്ഞു. സോഫയുടെ മുകളിലായി തൂക്കിയിട്ടിരുന്ന അദ്ദേഹത്തിന്റെ എണ്ണച്ചായ ചിത്രം അവർ അയാൾക്കു കാട്ടിക്കൊടുത്തു. അതു വരച്ച കലാകാരനും "ഒരു റിപ്പബ്ലിക്കനായിരുന്നു" എന്ന് ഒരു ദീർഘനിശ്വാസത്തോടെ മാഡം റൊസെല്ലി അനുസ്മരിച്ചു. ആ പടത്തിൽ അദ്ദേഹത്തിന്റെ ഛായ ശരിക്കു പകർത്താൻ കലാകാരനു കഴിഞ്ഞില്ലെന്നു തോന്നുന്നു. കാരണം അതിൽ അദ്ദേഹത്തെ ദുർമ്മുഖനായ ഒരു കൊള്ളക്കാരനെപ്പോലെ, ഒരു റിനാൾഡോ-റിനാൾഡിനി[7]യെപ്പോലെയാണ് ചിത്രീകരിച്ചിരുന്നത്. മാഡം റൊസെല്ലി "പുരാതനവും മനോഹരവുമായ പാർമ" പട്ടണത്തിലാണ് ജനിച്ചത്. "അനശ്വരനായ കൊറേജിയോ[8] വരച്ച അതിമനോഹരമായ ഒരു ചുവർചിത്രത്തോടുകൂടിയ പ്രസിദ്ധമായ ഒരു പള്ളിമേട അവിടെയുണ്ട്." അവർ പറഞ്ഞു. വളരെക്കാലം ജർമ്മനിയിൽ താമസിച്ചതിനാൽ താൻ തികച്ചും ഒരു ട്യൂടോണിക് ആയിമാറിപ്പോയെന്ന് അവർ പരാതിപ്പെട്ടു. വ്യസനത്തോടെ തലകുലുക്കിക്കൊണ്ട് അവർ കുട്ടികളെ ചൂണ്ടിക്കാട്ടിയിട്ടു പറഞ്ഞു: "എനിക്ക് ഈയൊരു മകനും ഈ മകളും മാത്രമേയുള്ളു" മകളുടെ പേര് ജെമ്മ എന്നും മകന്റെ പേര് എമിലിയോ എന്നുമാണ്. അവർ രണ്ടുപേരും നല്ല അനുസരണയുള്ള കുട്ടികളാണ്, പ്രത്യേകിച്ച് എമിലിയൊ, എന്ന് അമ്മ പറഞ്ഞപ്പോൾ മകൾ ചോദിച്ചു. "ഞാൻ അനുസരണയില്ലാത്തവളാണോ?" "നീയും ഒരു റിപ്പബ്ലിക്കനാണ്." എന്നായിരുന്നു അമ്മയുടെ മറുപടി. ഭർത്താവു ജീവിച്ചിരുന്ന കാലത്തേക്കാൾ മോശമാണ് ഇപ്പോൾ കച്ചവടമെന്നും അദ്ദേഹം മിഠായി ഉണ്ടാക്കുന്ന കലയിൽ ഒരു നിപുണനായിരുന്നെന്നും അവർ തുടർന്നു പറഞ്ഞു... പക്ഷേ തനിക്ക് പരാതിപ്പെടാൻ ഒന്നുമില്ല എന്നവർ ഒടുവിൽ സമ്മതിക്കുകയും ചെയ്തു.

---

7 റിനാൾഡോ—റിനാൾഡിനി—വുൽപിയൂസ് (1762—1827) എന്ന ജർമ്മൻ സാഹിത്യകാരന്റെ "റിനാൾഡോ—റിനാൾഡിനി" എന്ന നോവലിലെ കൊള്ള സംഘത്തലവനായ കഥാനായകൻ.

8 അനശ്വരനായ കൊറേജിയോ വരച്ച...—കൊറേജിയോ എന്ന സുപ്രസിദ്ധ ചുവർചിത്രകാരൻ വരച്ച ആകാശത്തിലേക്ക് ഉയരുന്ന ദൈവമാതാവ്," എന്ന ചുവർചിത്രമുള്ള (16-ാം നൂറ്റാണ്ട്) പാർമയിലെ പള്ളിമേടയാണ് ഇവിടെ പരാമർശിക്കുന്നത്.

V

പുഞ്ചിരിതൂകുകയും, നെടുവീർപ്പിടുകയും, അമ്മയുടെ ചുമലിൽ തലോടുകയും അവരുടെനേരെ വിരൽ കുലുക്കുകയും ഇടയ്ക്കിടെ സാനിനെ നോക്കുകയും ചെയ്തുകൊണ്ട് ജെമ്മ അമ്മയുടെ സംസാരം കേട്ടുകൊണ്ടിരുന്നു. അല്പം കഴിഞ്ഞപ്പോൾ അവൾ എണീറ്റ് അമ്മയുടെ അടുത്തുചെന്ന് അവരെ കെട്ടിപ്പിടിക്കുകയും താടിക്കിടയിലായി അവരുടെ കഴുത്തിൽ ചുംബിക്കുകയും ചെയ്തു. ഇക്കിളികൂടിയിട്ട് അവർ ചിരിക്കുകയും ശബ്ദമുണ്ടാക്കുകയും ചെയ്തു.

പൻറലിയോണെയേയും സാനിനു പരിചയപ്പെടുത്തിക്കൊടുത്തു. പണ്ടെങ്ങോ അയാൾ ഒരു ഓപ്പറെ പാട്ടുകാരനായിരുന്നു, എന്നാൽ അതെല്ലാം ഉപേക്ഷിച്ച് അയാൾ റൊസെല്ലി കുടുംബത്തിലെ ഒരംഗമായി തീർന്നിട്ട് കാലം ഏറെയായി. ഒരു കുടുംബ സുഹൃത്തിന്റേയും ഒരു ഭൃത്യന്റേയും നിലയിലായിരുന്നു അയാൾ. വളരെക്കാലം ജർമ്മനിയിൽ താമസിച്ചിട്ടും ജർമ്മൻഭാഷ അയാൾക്കു വഴങ്ങിയില്ല. ജർമ്മൻ ഭാഷയിൽ ചീത്തപറയാൻ മാത്രം അയാൾക്കറിയാം. അതുപോലും ഒരു ഭാഷാവധമാണെന്നു പറയുന്നതായിരിക്കും ശരി. സിനഗാളിയക്കാരനായിരുന്ന അയാൾ ഇറ്റാലിയൻ ഭാഷ ഭംഗിയായി സംസാരിച്ചിരുന്നു.

എമിലിയോ സന്തുഷ്ടനായി വെറുതെ ഇരിക്കുകയായിരുന്നു. അവൻ അപകടത്തിൽ നിന്ന് രക്ഷപ്പെട്ടതിന്റെ ആനന്ദം അനുഭവിക്കുകയായിരിക്കാം, അല്ലെങ്കിൽ ക്ഷീണം മാറ്റുകയായിരിക്കാം. വീട്ടിലെ അരുമസന്താനമാണ് അവനെന്ന് ഊഹിക്കാൻ പ്രയാസമുണ്ടായിരുന്നില്ല. അവൻ നാണംകുണുങ്ങിക്കൊണ്ട് സാനിനോട് നന്ദി പറഞ്ഞു. എങ്കിലും അധിക സമയവും അവന്റെ ശ്രദ്ധ സിറപ്പുകളിലും മിഠായികളിലുമായിരുന്നു. നല്ല സ്വാദുള്ള രണ്ടു കപ്പ് ചോക്കലേറ്റ് കുടിക്കാൻ സാനിൻ നിർബ്ബന്ധിതനായി. ധാരാളം ബിസ്കറ്റുകളും അയാൾ അകത്താക്കി. അയാൾ ഒരെണ്ണം തിന്നു തീർന്നാലുടൻ ജെമ്മ അയാൾക്കു മറ്റൊന്ന് നീട്ടും. അതു വാങ്ങാതിരിക്കാൻ നിർവ്വാഹമുണ്ടായിരുന്നില്ല. ക്രമേണ അയാളുടെ അപരിചിതത്വം മാറി. അവിശ്വസനീയമായ വേഗതയോടെ സമയം പറന്നു പോയ്ക്കൊണ്ടിരുന്നു. റഷ്യയെപ്പറ്റി പലതും അറിയാൻ അവർ ആഗ്രഹം പ്രകടിപ്പിച്ചു. റഷ്യൻ സമൂഹത്തെപ്പറ്റിയും റഷ്യൻ കൃഷിക്കാരെപ്പറ്റിയും പ്രത്യേകിച്ചും കൊസാക്കുകളെപ്പറ്റിയും അയാൾ ധാരാളം സംസാരിച്ചു. 1812-ലെ യുദ്ധത്തെപ്പറ്റിയും മഹാനായ പീറ്ററെപ്പറ്റിയും ക്രെംലിനെപ്പറ്റിയും റഷ്യൻ ഗാനങ്ങളെപ്പറ്റിയും റഷ്യൻ പള്ളിമണികളെപ്പറ്റിയും അയാൾ പറഞ്ഞതെല്ലാം അവർ അത്ഭുതത്തോടെ കേട്ടുകൊണ്ടിരുന്നു. വിദൂരസ്ഥിരമായ നമ്മുടെ വിശാലമായ രാജ്യത്തെക്കുറിച്ച് അവർക്ക് അവ്യക്തമായ ചില സങ്കല്പങ്ങളേയുള്ളൂ.

കഴിഞ്ഞ നൂറ്റാണ്ടിൽ പീറ്റേഴ്സ് ബർഗിൽ ഉയർത്തപ്പെട്ട "ഹിമഭവനം"[9] ഇപ്പോഴുമുണ്ടോയെന്ന് മാഡം റൊസെല്ലി—അവരെ ഫ്രോ ലെനോറെ എന്നാണ് മിക്കവരും വിളിച്ചിരുന്നത്—ചോദിച്ചതു കേട്ട് സാനിൻ അത്ഭുതപ്പെട്ടു. മരിച്ചു പോയ തന്റെ ഭർത്താവിന്റെ പുസ്തകങ്ങളിലൊന്ന് താൻ ആയിടെ വായിച്ചിട്ടുണ്ടെന്നും അവർ പറഞ്ഞു. "റഷ്യയിൽ ഒരിക്കലും വേനൽക്കാലം ഇല്ലെന്നാണോ നിങ്ങൾ ധരിച്ചിരിക്കുന്നത്?" എന്ന് സാനിൻ അവരോടു ചോദിച്ചു. റഷ്യയിൽ എപ്പോഴും മഞ്ഞുകാലമാണെന്നും അവിടെയുള്ളവരെല്ലാം ചൂടുള്ള രോമക്കോട്ടിട്ടുകൊണ്ടാണ് എപ്പോഴും നടക്കുന്നതെന്നും അവിടുത്തെ പുരുഷന്മാർ എല്ലാവരും സൈനിക സേവനം അനുഷ്ഠിക്കുന്നവരും അതിഥിസൽക്കാരപ്രിയരുമാണെന്നും അവിടുത്തെ കർഷകർ മര്യാദക്കാരനാണെന്നുമാണ് താൻ ഇതേവരെ ധരിച്ചിരുന്നതെന്ന് മാഡം റൊസെല്ലി തുറന്നു പറഞ്ഞു. സാനിൻ അവർക്കും മകൾക്കും കുറേക്കൂടി കൃത്യമായി കാര്യങ്ങൾ വിശദീകരിച്ചുകൊടുത്തു. അയാൾ റഷ്യൻ സംഗീതത്തെപ്പറ്റി പറഞ്ഞപ്പോൾ അയാൾ ഒരു റഷ്യൻ പാട്ടുപാടണമെന്ന് അവർ ആവശ്യപ്പെട്ടു. കറുത്ത കട്ടകളുടെ സ്ഥാനത്തു വെളുത്ത കട്ടകളും വെളുത്ത കട്ടകളുടെ സ്ഥാനത്ത് കറുത്ത കട്ടകളുമുള്ള ഒരു ചെറിയ പിയാനോ മുറിയുടെ ഒരു മൂലയിലിരിക്കുന്നത് സാനിൻകണ്ടു. കൂടുതൽ നിർബ്ബന്ധിക്കാൻ കാത്തുനിൽക്കാതെ അയാൾ അതിനടുത്തു ചെന്നിരുന്ന് വലത്തു കയ്യിലെ രണ്ടു വിരലുകളും ഇടത്തുകയ്യിലെ മൂന്നു വിരലുകളുമപയോഗിച്ച് പിയാനൊ വായിച്ചുകൊണ്ട് പാടിത്തുടങ്ങി. ഉച്ചസ്ഥായിയിലുള്ള അനുനാസികശബ്ദമായിരുന്നു അയാളുടേത്. "ചുവന്ന കുപ്പായം" എന്ന ഗാനവും "വഴിവക്കിൽ" എന്ന ഗാനവുമാണ് അയാൾ ആലപിച്ചത്. സ്ത്രീകൾ അയാളുടെ ശബ്ദത്തേയും സംഗീതത്തേയും പ്രശംസിച്ചു. എന്നാൽ റഷ്യൻ ഭാഷയുടെ സ്വരമാധുര്യത്തേയും ശാലീനതയേയുമാണ് അവർ കൂടുതൽ പുകഴ്ത്തിയത്. ആ വാക്കുകളുടെ അർത്ഥം പരിഭാഷപ്പെടുത്തിക്കൊടുക്കാൻ അവർ അയാളെ നിർബ്ബന്ധിച്ചു. സാനിൻ അതനുസരിച്ചു. എങ്കിലും മേല്പറഞ്ഞ രണ്ടു ഗാനങ്ങളുടേയും വരികളിൽ നിന്ന് തന്റെ ശ്രോതാക്കൾക്ക് റഷ്യൻ കവിതയെപ്പറ്റി ഒരു നല്ല അഭിപ്രായം രൂപീകരിക്കാൻ കഴിയുകയില്ലെന്ന് അയാൾക്കു തന്നെ അറിയാമായിരുന്നതിനാൽ പുഷ്കിന്റെ ഒരു കവിത അവരെ കേൾപ്പിക്കാൻ അയാൾ തീരുമാനിച്ചു. പുഷ്കിന്റെ "അവിസ്മരണീയമായ നിർവൃതിയുടെ മുഹൂർത്തം," എന്ന കവിതയാണ് അയാൾ തിരഞ്ഞെടുത്തത്. ഗ്ലീൻക അതിനു സംഗീതം പകർന്നിരുന്നു. സാനിൻ ആദ്യം കവിത ചൊല്ലി. പിന്നീട് അതു പരിഭാഷപ്പെടുത്തിക്കൊടുത്തു, ഒടുവിൽ പാടി, ഇത്തവണ സ്ത്രീകളിൽ അതു മതിപ്പുളവാക്കി. മാഡം റൊസെല്ലി റഷ്യനും ഇറ്റാലിയനും ഭാഷകൾ തമ്മിൽ അസാധാരണമായ

9 ഹിമഭവനം—1740-ൽ ആന്ന ഈയൊയാനൊവ്ന എന്ന ചക്രവർത്തിനിയുടെ കല്പന അനുസരിച്ച് പീറ്റേഴ്സ്ബർഗിൽ മഞ്ഞുകൊണ്ടുണ്ടാക്കിയ ഒരു മന്ദിരം.

ഒരു സാമ്യം കണ്ടുപിടിക്കുക പോലും ചെയ്തു. പുഷ്കിൻ (അവർ അതു പുസ്സേകിൻ എന്നാണുച്ചരിച്ചത്) എന്ന പേരും ഗ്ലിൻക എന്ന പേരും അവർക്കു അപരിചിതമായി തോന്നിയില്ല. പിന്നീട് പാട്ടുപാടാൻ സാനിൻ സ്ത്രീകളോട് അഭ്യർത്ഥിച്ചു. യാതൊരു മടിയും കൂടാതെ അവർ അതു സമ്മതിച്ചു. ഫ്രൗ ലെനോറെ പിയാനോ വായിച്ചു. അവരും ജെമ്മയും കൂടി പല പാട്ടുകളും പാടി. അമ്മ പണ്ട് ഒരു നല്ല പാട്ടുകാരിയായിരുന്നെന്നു തോന്നി. മകളുടെ ശബ്ദം ശക്തമായിരുന്നില്ലെങ്കിലും കർണ്ണാനന്ദകരമായിരുന്നു.

VI

എന്നാൽ ജെമ്മയുടെ ശബ്ദത്തെക്കാളേറെ സാനിനെ ആകർഷിച്ചത് അവളുടെ ആകാരമായിരുന്നു. അയാൾ അവൾക്കു പിന്നിലായി ഒരു വശത്തേക്കു മാറി ഇരിക്കുകയായിരുന്നു.

അവളുടെ ചാരുതയാർന്ന കൃശാംഗത്തോട് ഉപമിക്കാവുന്ന ഒരൊറ്റ ചെടിയോ ലതയോ ഭൂമുഖത്തില്ലെന്ന്, അന്നത്തെ പ്രചാരമുള്ള റഷ്യൻ കവിയായ ബെനെദീക്തെവി[10]ന്റെ ഭാവനയിൽ പോലും ഇല്ലെന്ന് സാനിനു തോന്നി. ഹൃദയസ്പർശിയായി പാടുമ്പോൾ അവൾ കണ്ണുകൾ ഉയർത്തി മുകളിലേക്കു നോക്കും. ആ നോട്ടം ആകാശത്തെപ്പോലും അലിയിക്കാൻ പോന്നതായിരുന്നു. കട്ടിളയിൽ ചാരിനിന്ന് ഒരു വിദഗ്ധനു ചേർന്ന ഗംഭീര ഭാവത്തോടെ പാട്ടു കേട്ടുകൊണ്ടിരുന്ന വൃദ്ധനായ പൻറലിയോണെയുടെ മുഖംപോലും ആ സൗന്ദര്യത്തിടമ്പിന്റെ മുഖത്തേക്കു നോക്കിയപ്പോൾ ആർദ്രമായി—അയാൾ തീർച്ചയായും ആ കാഴ്ച ആദ്യമായിട്ടായിരിക്കയില്ല കാണുന്നത്. എന്നിട്ടും, മകളോടൊപ്പം യുഗ്മഗാനം പാടിക്കഴിഞ്ഞ് ഫ്രൗ ലെനോറെ എമിലിന്റെ ശബ്ദത്തെപ്പറ്റി പുകഴ്ത്തി പറഞ്ഞു: ഒന്നാന്തരം വെള്ളിമണിയുടെ ശബ്ദമായിരുന്നു അവന്റേത്, എന്നാൽ ഇപ്പോൾ അവന് ശബ്ദം മാറുന്ന പ്രായമാണ്. (അതു ശരിയായിരുന്നു, പതറിയ ശബ്ദത്തിലാണ് അവൻ ഇപ്പോൾ സംസാരിച്ചിരുന്നത്) അതുകൊണ്ട് അവന് ഇപ്പോൾ പാടിക്കൂടാ, അനന്തരം അവർ പൻറലിയോണയോട് അതിഥിയോടുള്ള ബഹുമാനാർത്ഥം പാടാൻ അഭ്യർത്ഥിച്ചു. പൻറലിയോണെ ഉടൻ തന്നെ മുഖം വീർപ്പിക്കുകയും മുടിയിൽ വിരലോടിച്ചുകൊണ്ട് താനതൊക്കെ പണ്ടേ നിർത്തിയെന്നു പറയുകയും ചെയ്തു.

എന്നാൽ തന്റെ ചെറുപ്പത്തിൽ ക്ലാസിക്കൽ സംഗീതം—ഇപ്പോഴത്തെ കൂക്കിവിളിയല്ല യഥാർത്ഥ ക്ലാസിക്കൽ സംഗീതം—ഉണ്ടായിരുന്ന

10 ബെനൊദീക്തൊവ് വ്ലദിമീർ(1908-1873)—റഷ്യൻ കവി

കാലത്ത് തനിക്ക് ശ്രോതാക്കളെ പിടിച്ചിരുത്തുവാൻ കഴിയുമായിരുന്നെന്ന് അയാൾ അവകാശപ്പെട്ടു. ഒരിക്കൽ മൊഡേനയിൽവച്ച് തനിക്ക്, അതായത് വരേസിലെ പൻറലിയോണെ ചിപ്പിടോളയ്ക്ക്, ബഹുമാന സൂചകമായ ഒരു പർണ്ണകിരീടം ലഭിച്ചെന്നും അപ്പോൾ തിയേറ്ററിൽ വെളുത്ത പ്രാവുകളെ പറത്തുകയുണ്ടായെന്നും അയാൾ അനുസ്മരിച്ചു. റഷ്യക്കാരനായ തർബുസ്കി എന്ന ഒരു പ്രഭുവിനെ തനിക്ക് അടുത്ത പരിചയമുണ്ടായിരുന്നെന്നും അദ്ദേഹം അത്താഴവേളയിൽ തന്നെ പല പ്രാവശ്യം റഷ്യയിലേക്കു ചെല്ലാൻ ക്ഷണിച്ചിട്ടുണ്ടെന്നും തനിക്ക് സ്വർണ്ണം വാരിക്കോരിതരാമെന്ന് വാഗ്ദാനം ചെയ്തിട്ടുണ്ടെന്നും അയാൾ സാനിനോടു പറഞ്ഞു. എന്നാൽ അക്കാലത്ത് ഇറ്റലി വിട്ടുപോകുന്ന കാര്യം—ദാന്തെയുടെ നാടായ ഇറ്റലി വിട്ടുപോകുന്ന കാര്യം ചിന്തിക്കാൻ പോലും അയാൾ അശക്തനായിരുന്നു. പിന്നീട് നിർഭാഗ്യകരമായ പല സംഭവങ്ങളും ഉണ്ടായി. അയാൾ വേണ്ടത്ര കരുതലില്ലാതെ പ്രവർത്തിച്ചു... അതു പറയുമ്പോൾ വൃദ്ധന്റെ കണ്ഠമിടറി. അയാൾ ഇമകൾ താഴ്ത്തി ഒന്നുരണ്ടുതവണ നെടുതായി നിശ്വസിച്ചിട്ട് ശാസ്ത്രീയ സംഗീതാലാപനത്തെപ്പറ്റിയും ഗാർഷ്യ[11]യുടെ ഒരിക്കലും മറക്കാനാവാത്ത ശബ്ദത്തെപ്പറ്റിയും വശ്യതയെപ്പറ്റിയും നിസ്സീമമായ ആദരവോടെ സംസാരിച്ചുതുടങ്ങി.

"അദ്ദേഹം ഒരു വലിയ മനുഷ്യനായിരുന്നു!" അയാൾ പറഞ്ഞു. "ഇപ്പോഴത്തെ പീറ പാട്ടുകാരെപ്പോലെ ഒരിക്കലും അദ്ദേഹം ഒരു അപസ്വരം ആലപിച്ച് സ്വയം തരംതാഴ്ത്തിയിട്ടില്ല. ആത്മാവിൽനിന്നുയരുന്ന ശബ്ദമായിരുന്നു അദ്ദേഹത്തിന്റേത്!" ശുഷ്കിച്ച ചെറിയ മുഷ്ടികൾ ചുരുട്ടി വൃദ്ധൻ തന്റെ ഷർട്ടിന്റെ ഫ്രില്ലിൽ ഇടിച്ചുകൊണ്ട് തുടർന്നു: "എത്ര അനുഗൃഹീതനായ ഒരു നടനായിരുന്നു അദ്ദേഹം! അദ്ദേഹത്തോടൊപ്പം സംഗീതസാമ്രാട്ടായ റൊസീന്നിയുടെ "ഒഥല്ലോ," എന്ന ഓപ്പെറയിൽ പാടാനുള്ള മഹാഭാഗ്യം എനിക്കു സിദ്ധിച്ചിട്ടുണ്ട്! ഇയാഗോയുടെ ഭാഗമായിരുന്നു എന്റേത്..."

പൻറലിയോണെ സ്റ്റേജിൽ നിൽക്കുന്നതുപോലെ നിന്നു കൊണ്ട് വിറയ്ക്കുന്ന അടഞ്ഞ ശബ്ദത്തിൽ ആ ഓപ്പെറയിലെ രണ്ടുവരി പാടിയിട്ട് പറഞ്ഞു:

"അദ്ദേഹം ഇങ്ങനെ പാടിയപ്പോൾ കെട്ടിടം മുഴുവൻ കിടിലം കൊണ്ടു എങ്കിലും ഞാൻ വിട്ടുകൊടുത്തില്ല. ഞാൻ എന്റെ ഭാഗം പാടി,"

അയാൾ അതു പാടിക്കേൾപ്പിച്ചിട്ടു തുടർന്നു:

"അതു കേട്ട് അദ്ദേഹം ഇടിമിന്നൽപോലെ, ഒരു കടുവയെപ്പോലെ ഗർജ്ജിച്ചു: "മരണം... പ്രതികാരം!"

---

11 ഗാർഷ്യ—മാനുവേൽ ഗാർഷ്യ (1775-1832) ലോകപ്രസിദ്ധനായ സ്പാനിഷ് ഓപ്പെറ ഗായകനും സംഗീതസംവിധായകനും. തുർഗേനെവിന് വളരെ അടുപ്പമുണ്ടായിരുന്ന പലീന വിയാർഡോ ഗാർഷ്യ എന്ന ഗായികയുടെ പിതാവ്.

"രഹസ്യം വിവാഹം" എന്ന ഓപ്പെറയിലെ ആരിയ അദ്ദേഹം പാടുന്നത് കേൾക്കേണ്ടതുതന്നെയായിരുന്നു! എത്ര ഗംഭീരമായിരുന്നു അത്!" വൃദ്ധൻ അസാധാരണമായ ഒരു ഓപ്പെറാഗാനശകലം പാടി ത്തുടങ്ങിയെങ്കിലും പാതിയിൽവച്ച് അതു നിർത്തിക്കൊണ്ട് പിറുപിറുത്തു: "എന്നെ ഇങ്ങനെ ദണ്ഡിപ്പിക്കുന്നതെന്തിനാണ്?" ജെമ്മ തൽക്ഷണം ചാടിയെണീറ്റ് കൈകൊട്ടിക്കൊണ്ട് "ഭേഷ്! ഭേഷ്! എന്നു വിളിച്ചു പറഞ്ഞു. അവൾ ആ മുൻ ഇയാഗോയുടെ അടുത്തേക്ക് ഓടിച്ചെന്ന് അയാളുടെ ചുമലുകളിൽ ഇരുകൈകളും കൊണ്ട് സ്നേഹപൂർവ്വം തലോടി. എമിൽ മാത്രം നിർദ്ദയം പൊട്ടിച്ചിരിച്ചുകൊണ്ടിരുന്നു. വളരെ ക്കാലം മുമ്പ് ഫ്രഞ്ച് എഴുത്തുകാരനായ ലാഫോണ്ടെൻ എഴുതിയിട്ടുണ്ട്: "യൗവനം-സഹതാപം എന്തെന്ന് അറിയാത്ത പ്രായമാണിത്."

ആ വൃദ്ധഗായകനെ സമാശ്വസിപ്പിക്കുവാൻ ശ്രമിച്ചുകൊണ്ട് സാനിൻ ഇറ്റാലിയനിൽ സംസാരിച്ചുതുടങ്ങി. (ഇറ്റലിയിലൂടെയുള്ള യാത്രക്കിട യിൽ അയാൾ ആ ഭാഷ അല്പസ്വല്പം വശത്താക്കിയിരുന്നു) എന്നാൽ പൻറലിയോണെയെ ശാന്തനാക്കാൻ അയാൾക്കു കഴിഞ്ഞില്ല. താടി കണ്ഠവസ്ത്രത്തിനുള്ളിലേയ്ക്കു കൂടുതൽ താഴ്ത്തിവച്ച്, പരുഷമായി കണ്ണുരു ട്ടിക്കൊണ്ട് നിന്നപ്പോൾ വൃദ്ധന് പക്ഷിയുമായുള്ള സാമ്യം കൂടുതൽ പ്രകടമായി, ഇപ്പോൾ അയാൾക്ക് ക്രൂദ്ധനായ ഒരു മലങ്കാക്കയുടെയോ കഴുകന്റെയോ ഛായയായിരുന്നു. പിന്നീട് എമിൽ ലാളിച്ചു വളർത്ത പ്പെടുന്ന കുട്ടികൾക്കു സഹജമായ തെല്ലൊരു ലജ്ജയോടെ ചേച്ചിയുടെ നേരെ തിരിഞ്ഞ് മാത്സിന്റെ കോമഡികളിലൊന്ന് അതിഥിയെ വായി ച്ചുകേൾപ്പിക്കാൻ ആവശ്യപ്പെട്ടു. ചേച്ചി അത് വളരെ ഭംഗിയായിട്ടാണു വായിക്കുന്നതെന്നും അത് അതിഥിയെ രസിപ്പിക്കാതിരിക്കയില്ലെന്നും അവൻ പറഞ്ഞപ്പോൾ ജെമ്മ പൊട്ടിച്ചിരിച്ചുകൊണ്ട് അവന്റെ തോളിൽ തട്ടുകയും അവൻ ഒരു കൊച്ചു കോമാളിയാണെന്നു പറയുകയും ചെയ്തു. എങ്കിലും അപ്പോൾതന്നെ അവൾ പുസ്തകം എടുത്തുകൊണ്ടുവന്നു. മേശയ്ക്കരിൽ വിളക്കിനടുത്തു ചെന്നിരുന്നിട്ട്. "നിശ്ശബ്ദത പാലിക്കുക" എന്നു പറയുന്ന മട്ടിൽ ഒരു വിരൽ ഉയർത്തി—ഇറ്റലിക്കാരുടെ ഒരു ശീലമാണത്—ചുറ്റും ഒന്നു നോക്കിയിട്ട് അവൾ പുസ്തകം തുറന്ന് വായന തുടങ്ങി.

VII

1830കളിൽ ഫ്രാങ്ക്ഫർട്ടിൽ താമസിച്ചിരുന്ന ഒരു സാഹിത്യകാരനാണ് മാത്സ്. പ്രാദേശിക ഗ്രാമ്യഭാഷയിൽ പ്രാദേശിക കഥാപാത്രങ്ങളെ ഗഹനമായിട്ടെങ്കിലും സരസമായും നർമ്മബോധത്തോടെയും വർണ്ണിക്കുന്ന ലഘുവായ ഫലിതകൃതികൾ എഴുതുന്നതിൽ സമർത്ഥനായിരുന്നു അദ്ദേഹം. ജെമ്മയുടെ പാരായണ പാടവത്തെപ്പറ്റി എമിലിയൊ പറഞ്ഞതു സത്യമാണെന്നു തെളിഞ്ഞു—ഒരു യഥാർത്ഥ നടിയുടെ പാടവത്തോടെയാണ് അവൾ അതു വായിച്ചത്. ഇറ്റാലിയൻ രക്തത്തോടൊപ്പം പൈതൃകമായിക്കിട്ടിയ അഭിനയചാതുരിയോടെ ഓരോ കഥാപാത്രത്തിന്റേയും സവിശേഷതകൾ അവൾ എടുത്തു കാട്ടി. അരക്കിറുക്കിയായ ഒരു വൃദ്ധയെയോ വിഡ്ഢിയായ ഒരു നഗരാദ്ധ്യക്ഷനെയോ പ്രതിനിധീകരിക്കുമ്പോൾ അവൾ തന്റെ മധുരമായ ശബ്ദത്തെയോ സുന്ദരമായ മുഖത്തെയോ വികൃതപ്പെടുത്താൻ മടിച്ചിരുന്നില്ല. അവൾ കണ്ണുകൾ ഇറുക്കുകയും മൂക്കു ചുളിക്കുകയും ആരേയും ചിരിപ്പിക്കുംവണ്ണം മുഖം കൊണ്ട് ഗോഷ്ടി കാണിക്കുകയും വിക്കുകയും ക്ലുക്കിവിളിക്കുകയും ഒക്കെ ചെയ്തുകൊണ്ടിരുന്നു... വായിച്ചുകൊണ്ടിരിക്കുന്നതിനിടയിൽ ഒരിക്കൽപ്പോലും അവൾ ചിരിച്ചിരുന്നില്ല, എന്നാൽ ശ്രോതാക്കൾ (അതായത്, പാന്റലിയോണെ ഒഴികെ മറ്റെല്ലാവരും: അയാൾ ഏതോ, "ഒരു ശപിക്കപ്പെട്ട ജർമ്മൻകാരന്റെ പേരു" കേട്ട മാത്രയിൽ സ്ഥലംവിട്ടിരുന്നു) ചിരിയുടെ മാലപ്പടക്കം പൊട്ടിച്ച് അവളെ തടസ്സപ്പെടുത്തിയാലുടൻ പുസ്തകം മടിയിൽ വച്ചിട്ട് തല പിന്നിലേക്കു ചെരിച്ചുപിടിച്ചുകൊണ്ട് മണി കിലുക്കുന്നതുപോലെ പൊട്ടിച്ചിരിക്കും. അപ്പോൾ അവളുടെ മനോഹരമായ കറുത്ത അളകങ്ങൾ, ഇളകിക്കൊണ്ടിരിക്കുന്ന കഴുത്തിലും ചുമലുകളിലും നൃത്തം ചെയ്യുന്നതു കാണാൻ നല്ല ചന്തമായിരുന്നു. ചിരി ഒന്നടങ്ങിയാലുടൻ അവൾ വീണ്ടും പുസ്തകം കയ്യിലെടുത്ത് മുഖത്ത് ഉചിതമായ ഭാവം ആരാധനാഭാവത്തോടെ അവളെ നോക്കിയിരുന്നു. ക്ലാസിക്കൽ ശൈലിയിലുള്ള ലക്ഷണങ്ങളെല്ലാം ഒത്തിണങ്ങിയ ഒരു സുന്ദരമായ മുഖത്ത് നിമിഷംകൊണ്ട് പരിഹാസ്യവും സാധാരണവുമായ ഭാവം കൈവരുത്താനുള്ള അവളുടെ അസാധാരണ പാടവം കണ്ട് അയാൾ അത്ഭുതപ്പെട്ടു. ചെറുപ്പക്കാരി പെൺകുട്ടികളുടെ ഭാഗത്തിൽ ജെമ്മ അത്ര ശോഭിച്ചില്ല. പ്രേമരംഗങ്ങളിൽ അവൾ തികച്ചും ഒരു പരാജയമായിരുന്നു. അക്കാര്യം അവൾക്കു തന്നെ അറിയാമായിരുന്നുതാനും. അതിനാൽ അത്തരം ഗംഭീര പ്രതിജ്ഞകളിലും വർണ്ണശബളമായ വാക്കുകളിലും തനിക്ക് വിശ്വാസമില്ലെന്ന മട്ടിൽ ഹാസ്യത്തിന്റെ മേമ്പൊടി ചേർത്താണ് അവൾ ആ ഭാഗങ്ങൾ വായിച്ചിരുന്നത്. ഭാഗ്യവശാൽ ഗ്രന്ഥകർത്താവുതന്നെ അത്തരം സന്ദർഭങ്ങൾ കഴിവതും ഒഴിവാക്കിയിരുന്നു.

സമയം കടന്നു പോയത് സാനിൻ അറിഞ്ഞില്ല. പത്തുമണി അടിക്കുന്ന ശബ്ദം കേട്ടപ്പോഴാണ് അയാൾക്ക് തന്റെ യാത്രയെക്കുറിച്ച് ഓർമ്മ വന്നത്. അയാൾ ഞെട്ടി എഴുന്നേറ്റു.

"എന്തു പറ്റി?" ഫ്രൗ ലെനോറെ ചോദിച്ചു.

"എനിക്ക് ഇപ്പോൾത്തന്നെ ബർലിനിലേക്കു പോകണം. ഇന്നത്തെ വണ്ടിയിൽ ഞാൻ നേരത്തെതന്നെ ടിക്കറ്റ് ബുക്ക് ചെയ്തിട്ടുണ്ട്."

"എത്ര മണിക്കാണ് അതു പുറപ്പെടുന്നത്?"

"പത്തരയ്ക്ക്"

"അങ്ങനെയാണെങ്കിൽ താങ്കൾ ഇതിനകം തന്നെ വൈകിക്കഴിഞ്ഞു." ജെമ്മ പറഞ്ഞു. "ഇരിക്കൂ... ഞാൻ വായന തുടരാം."

"താങ്കൾ ടിക്കറ്റിന്റെ പണം മുഴുവൻ കൊടുത്തു കഴിഞ്ഞോ?" ഫ്രൗ ലെനോറെ അന്വേഷിച്ചു.

"മുഴുവൻ കൊടുത്തു," സാനിൻ ശോകാകുലനായി പറഞ്ഞു.

ജെമ്മ കണ്ണുകൾ പാതി അടച്ചുകൊണ്ട് അയാളെ നോക്കി ചിരിച്ചു. അമ്മ അവളെ അതിനു ശകാരിച്ചു.

"ഈ മാന്യയുവാവിന്റെ പണം വെറുതെ നഷ്ടമായി. എന്നിട്ടു നീ ചിരിക്കുകയാണോ!"

"സാരമില്ല!" ജെമ്മ പറഞ്ഞു. "ഇത് അദ്ദേഹത്തെ തളർത്തുകയില്ല. നമുക്ക് അദ്ദേഹത്തെ സമാധാനിപ്പിക്കാൻ ശ്രമിക്കാം. ഇതാ, ഈ ലെമണേഡ് കുടിക്കൂ."

സാനിൻ ലെമണേഡ് കുടിച്ചു, ജെമ്മ വീണ്ടും പുസ്തക പാരായണം തുടർന്നു. എല്ലാവരും വീണ്ടും ഉന്മേഷഭരിതരായിത്തീർന്നു.

മണി പന്ത്രണ്ടടിച്ചപ്പോൾ സാനിൻ പോകാൻ എഴുന്നേറ്റു.

"ഇനിയിപ്പോൾ താങ്കൾക്ക് ഫ്രാങ്ക്ഫർട്ടിൽ ഏതാനും ദിവസംകൂടി താമസിക്കേണ്ടിവരും." ജെമ്മ പറഞ്ഞു. "ഇവിടുന്ന് പോകാൻ ധൃതി കൂട്ടുന്നത് എന്തിനാണ്? ഇത്ര ഉല്ലാസകരമായ പട്ടണം മറ്റെങ്ങും ഇല്ല." അല്പനേരത്തെ മൗനത്തിനുശേഷം അവൾ പുഞ്ചിരിച്ചുകൊണ്ടു പറഞ്ഞു, "ഇതു സത്യമാണ്."

സാനിൻ ഉത്തരമൊന്നും പറഞ്ഞില്ല. ഇഷ്ടമാണെങ്കിലും അല്ലെങ്കിലും തന്റെ ഒഴിഞ്ഞ കീശ തന്നെ ഇവിടെ ഏതാനും ദിവസങ്ങൾ തങ്ങാൻ നിർബ്ബന്ധിതനാക്കിയിരിക്കയാണെന്ന് അയാൾ മനസ്സിൽ പറഞ്ഞു. ബർലിനിലുള്ള ഒരു സ്നേഹിതന് എഴുത്തയച്ച് പണം വരുത്തിയിട്ടേ ഇവിടം വിടാൻ കഴിയൂ.

"ശരിയാണ്, കുറച്ചു ദിവസം ഈ പട്ടണത്തിൽ താമസിക്കൂ." ഫ്രൗ ലെനോറെ പറഞ്ഞു." ജെമ്മയുടെ പ്രതിശ്രുതവരനായ ഹെർ കാറൽ

ക്ലബറെ പരിചയപ്പെടുത്തിത്തരാം. കടയിൽ നിന്ന് പോരാൻ നിവൃത്തിയില്ലാത്തിനാലാണ് അയാൾ ഇന്നു വരാതിരുന്നത്... പട്ടണത്തിലെ ഏറ്റവും വലിയ പട്ടു വില്പനശാല തലവനാണ് അയാൾ. എങ്കിലും അയാൾക്കു താങ്കളെ പരിചയപ്പെടാൻ സന്തോഷമായിരിക്കും."

ഈ വാർത്ത അകാരണമായി സാനിനിൽ ദുഃഖമുളവാക്കി. "ഭാഗ്യവാൻ", അയാൾ മനസ്സിൽ പറഞ്ഞു. അയാൾ ജെമ്മയെ നോക്കി. അവളുടെ കണ്ണുകളിൽ പരിഹാസഭാവം ഒളിഞ്ഞിരിക്കുന്നുണ്ടെന്ന് അയാൾക്കു തോന്നി. അയാൾ യാത്ര പറഞ്ഞ് ഇറങ്ങി.

"നാളെ കാണാം. താങ്കൾ തീർച്ചയായും വരുമല്ലോ, ഇല്ലേ?" ഫ്രൗലെനോറ ചോദിച്ചു.

"നാളെ കാണാം," അക്കാര്യത്തിൽ സംശമേയില്ല എന്ന മട്ടിൽ ജെമ്മ പറഞ്ഞു.

"ശരി, നാളെ കാണാം," സാനിൻ പ്രതിവചിച്ചു.

എമിലും പൻറലിയോണെയും തർതാലിയ എന്ന പട്ടിയും സാനിനെ തെരുവിന്റെ മൂലവരെ അനുഗമിച്ചു. ജെമ്മയുടെ വായനയെക്കുറിച്ച് പരാതിപ്പെടാതിരിക്കാൻ പൻറലിയോണെയ്ക്ക് കഴിഞ്ഞില്ല.

"അവൾക്ക് ലജ്ജയില്ല! ഗോഷ്ടി കാണിക്കുകയും കൂക്കി വിളിക്കുകയും മറ്റും ചെയ്തുകൊണ്ട് ഏതോ ഒരു നശിച്ച ജർമ്മൻകാരന്റെ പുസ്തകം എന്തിനാണ് അവൾ വായിക്കുന്നത്? മെറോപ്പയേയോ ക്ലീതെംനേസ്ത്രയേയോ[12] പോലുള്ള ദുരന്തനായികമാരുടെ ഗംഭീര റോളുകളാണ് അവൾ അഭിനയിക്കേണ്ടത്. കോമാളി വേഷം കെട്ടാൻ എനിക്കുപോലും കഴിയും," വിരലുകൾ വിടർത്തിപ്പിടിക്കുകയും കവിളു വീർപ്പിക്കുകയും ചെയ്തുകൊണ്ട് അയാൾ പറഞ്ഞു.

തർതാലിയ അയാളെ നോക്കി കുരച്ചു. എമിൽ പൊട്ടിച്ചിരിച്ചു. വൃദ്ധൻ പെട്ടെന്ന് തിരിഞ്ഞു നടന്നു.

സാനിൻ "വെളുത്ത അരയന്നം" എന്ന ഹോട്ടലിൽ തിരിച്ചെത്തി. (അയാൾ സാമാനങ്ങൾ അവിടെയാണ് സൂക്ഷിച്ചിരുന്നത്) അയാൾക്ക് ഒരു തരം മാന്ദ്യം അനുഭവപ്പെട്ടു. ജർമ്മനും ഫ്രഞ്ചും ഇറ്റാലിയനും കൂട്ടിക്കുഴഞ്ഞ സംസാരം അയാളുടെ ചെവികളിൽ അപ്പോഴും മുഴങ്ങിക്കൊണ്ടിരുന്നെന്നു തോന്നി. ഹോട്ടലിലെ വാടക കുറഞ്ഞ ഒരു മുറിയിൽ ഉറങ്ങാൻ കിടക്കുമ്പോൾ സാനിൻ വിചാരിച്ചു: "അപ്പോൾ അവളുടെ വിവാഹനിശ്ചയം കഴിഞ്ഞിരിക്കുന്നു. എങ്കിലും എന്തൊരു സൗന്ദര്യമാണ്

12 മെറോപ്പ—ഒരു പഴയ ഐതിഹ്യത്തിലെ നായിക. ക്രെസ്പ്പൊണ്ട രാതാവിന്റെ പത്നി. തന്റെ ഭർത്താവിനേയും പുത്രന്മാരേയും വധിച്ച ദുഷ്ടന്റെ പത്നിയാവാൻ അവൾ നിർബ്ബന്ധിതയായി.
ക്ലീതെനേസ്ത്ര—യവനപുരാണത്തിലെ അംഗമെനോൺ രാജാവിന്റെ പത്നി. അവൾ ഭർത്താവിനെ വധിക്കുകയും പുത്രനാൽ വധിക്കപ്പെടുകയും ചെയ്തു.

അവൾക്ക്! പക്ഷേ ഞാൻ എന്തിനാണ് ഇവിടെ തങ്ങുന്നത്?"

പിറ്റേന്ന് അയാൾ ബർലിനിലുള്ള തന്റെ സ്നേഹിതന് ഒരു കത്തെഴുതി.

VIII

സാനിൻ എണീറ്റ് തയ്യാറാകുന്നതിനു മുമ്പു തന്നെ രണ്ട് മാന്യന്മാർ അയാളെ കാണാൻ വന്നിട്ടുണ്ടെന്ന് വെയിറ്റർ വന്നറിയിച്ചു. അവരിൽ ഒരാൾ എമിലും പ്രായപൂർത്തിയെത്തിയ സുഭഗനും സുന്ദരനുമായ അപരൻ ജെമ്മയുടെ പ്രതിശ്രുതവരനായ ഹെർ ക്ലൂബറുമായിരുന്നു.

ഫ്രാങ്ക്ഫർട്ടിലെ കടകളായ കടകൾ മുഴുവൻ തിരഞ്ഞാലും ഹെർ ക്ലൂബറെക്കാൾ സംസ്ക്കാരസമ്പന്നനും മാന്യനും ഗൗരവക്കാരനും മര്യാദക്കാരനുമായ ഒരു വില്പനക്കാരനെ കണ്ടുമുട്ടാൻ കഴിയുകയില്ലെന്നു തോന്നി. അയാളുടെ അന്തസ്സിനും ഇംഗ്ലീഷുകാരെ അനുസ്മരിപ്പിക്കുന്ന (അയാൾ രണ്ടു വർഷം ഇംഗ്ലണ്ടിലായിരുന്നു) ഔപചാരികത്വത്തോടും കരുതലോടും കൂടിയതെങ്കിലും അങ്ങേയറ്റം ഹൃദ്യമായ പെരുമാറ്റത്തിനും തികച്ചും യോജിച്ചതായിരുന്നു കുറ്റമറ്റ അയാളുടെ വസ്ത്രങ്ങൾ. സുമുഖനും ഏറെക്കുറെ ഗൗരവക്കാരനും സുശിക്ഷിതനും ശുചിത്വമുള്ളവനുമായ ഈ യുവാവ് മേലധികാരികളെ അനുസരിച്ചും കീഴ്ജീവനക്കാരെ അനുസരിപ്പിച്ചും ശീലിച്ചവനാണെന്നും കൗണ്ടറിനു പിന്നിൽ നില്ക്കുമ്പോൾ ഉപഭോക്താക്കളുടെ തന്നെ ആദരവ് നേടിയെടുക്കാൻ ബാദ്ധ്യസ്ഥനാണെന്നും ഒറ്റ നോട്ടത്തിൽ തന്നെ മനസ്സിലാകും. അയാളുടെ അതിശയകരമായ സത്യസന്ധതയിൽ ആർക്കും നേരിയ സംശയം പോലും തോന്നാൻ വഴിയില്ല—പശയിട്ടു തേച്ച വടിപോലെയാക്കിയ ആ കോളർ കണ്ടാൽ അക്കാര്യം ബോദ്ധ്യമാകും! രൂപഭാവാദികൾക്ക് തികച്ചും അനുയോജ്യമായ ശബ്ദമായിരുന്നു അയാളുടേത്. ആത്മവിശ്വാസത്തിന്റെ മുഴക്കമുള്ള കനത്ത ശബ്ദത്തിൽ തെല്ലൊരു മൃദുലഭാവം കലർത്തി പതിഞ്ഞ സ്വരത്തിലായിരുന്നു അയാളുടെ സംസാരം. "ആ ചുവന്ന വെൽവെറ്റ് ഒന്നു നിവർത്തി കാണിക്കൂ!" എന്നോ "ഈ മഹിളക്കിരിക്കാൻ ഒരു കസേര കൊണ്ടുവരൂ!" എന്നോ കടയിലെ വില്പനക്കാർക്കു കല്പന കൊടുക്കാൻ പറ്റിയ ശബ്ദമായിരുന്നു അത്. സ്വയം പരിചയപ്പെടുത്തിക്കൊണ്ട് ഹെർ ക്ലൂബർ സംസാരത്തിനു തുടക്കമിട്ടു. ആ സമയത്തെ അയാളുടെ ആഭിജാത്യം തുളുമ്പുന്ന അംഗചലനങ്ങളും ഉപചാരപൂർവ്വം ഉപ്പൂറ്റി കൂട്ടിമുട്ടിക്കുന്ന രീതിയും കണ്ടാൽ ആർക്കും ഇങ്ങനെ തോന്നുമായിരുന്നു: "ഈ മനുഷ്യന്റെ അടിയുടുപ്പുകളും ആത്മീയഗുണങ്ങളും കുറ്റമറ്റതായിരിക്കണം!" തുകൽ കയ്യുറയണിഞ്ഞ ഇടത്തെ കയ്യിൽ

കണ്ണാടിപോലെ മിന്നുന്ന ഒരു തൊപ്പിയും അതിനുള്ളിൽ വലത്തെ കയ്യുറയും ഇരുന്നിരുന്നു. ഉറയണിയാത്ത വലത്തെ കൈ അയാൾ സാനിന്റെ നേരെ നീട്ടി. അവിശ്വസനീയമാംവണ്ണം സുന്ദരമായിരുന്നു ആ വിരലുകളിലെ നഖങ്ങൾ. ഓരോന്നും ഓരോ കലാസൃഷ്ടികളാണെന്നു തോന്നി. കറകളഞ്ഞ ജർമ്മൻ ഭാഷയിലാണ് അയാൾ സംസാരിച്ചത്. തന്റെ ബന്ധുവാകാൻ പോകുന്ന ഒരാളെ, തന്റെ പ്രതിശ്രുതവധുവിന്റെ സഹോദരനെ, തക്കസമയത്ത് സഹായിച്ച വിദേശമാന്യനോട് അകമഴിഞ്ഞ കൃതജ്ഞത രേഖപ്പെടുത്താനാണ് താൻ വന്നതെന്ന് ഹാറ്റു പിടിച്ച ഇടത്തു കൈ എമിലിന്റെ നേരെ ചൂണ്ടിക്കാണിച്ചുകൊണ്ട് അയാൾ സാനിനോടു പറഞ്ഞു. എമിൽ ലജ്ജയാലെന്നവണ്ണം നഖം കടിച്ചുകൊണ്ട് ജനാലയുടെ നേരെ മുഖം തിരിക്കുകയാണു ചെയ്തത്. വിദേശമാന്യന് എന്തെങ്കിലും തരത്തിൽ പ്രത്യുപകാരം ചെയ്യാൻ കഴിഞ്ഞാൽ അതൊരു ഭാഗ്യമായി താൻ കരുതുമെന്നും, ഹെർ ക്ലൂബർ പറഞ്ഞു. അവരുമായി പരിചയപ്പെട്ടതിൽ തനിക്കു സന്തോഷമുണ്ടെന്നും താൻ ചെയ്ത സഹായം നിസ്സാരമാണെന്നും തന്റെ മുറി ജർമ്മനിൽ പറഞ്ഞിട്ട് സാനിൻ സന്ദർശകരോട് ഇരിക്കാൻ അപേക്ഷിച്ചു. ഹെർ ക്ലൂബർ അയാളോടു നന്ദി പറഞ്ഞുകൊണ്ട് ചുറുചുറുക്കോടെ കോട്ടിന്റെ വാലുകൾ വിടർത്തി കസേരയിലിരുന്നു. എന്നാൽ അയാൾ മര്യാദ ഒന്നുകൊണ്ടു മാത്രമാണ് അവിടെ ഇരിക്കുന്നതെന്നും അടുത്ത നിമിഷംതന്നെ എണീറ്റു പോകുമെന്നും മുള്ളിന്മേലിരിക്കുന്നതുപോലുള്ള ആ ഇരുപ്പു കണ്ടാൽ ആർക്കും മനസ്സിലാകുമായിരുന്നു. നൃത്തം ചെയ്യുന്നതു പോലെ ഒരു ചുവടു വച്ചുകൊണ്ട് അയാൾ പോകാൻ എണീറ്റു. എനിക്കു കൂടുതൽ സമയം അവിടെ ഇരിക്കാൻ നിർവ്വാഹമില്ലാത്തതിൽ ഖേദിക്കുന്നുവെന്നും തനിക്കു കടയിലേക്കു പോകാൻ സമയമായെന്നും—എന്തു ചെയ്യാം ജോലിയാണല്ലോ പ്രധാനം—അയാൾ പറഞ്ഞു. പിറ്റേ ദിവസം ഞായറാഴ്ചയാകയാൽ താൻ ഫ്രൗ ലെനോറയുടേയും ഫ്രൗലെൻ ജെമ്മയുടേയും അനുവാദത്തോടെ ഒരു വിനോദയാത്രക്ക് പരിപാടിയിട്ടിട്ടുണ്ടെന്നും വിദേശ മാന്യൻ തന്റെ സാന്നിദ്ധ്യംകൊണ്ട് അത് ധന്യമാക്കാൻ വിസമ്മതിക്കയില്ലെന്ന് താൻ പ്രതീക്ഷിക്കുന്നുവെന്നും അയാൾ തുടർന്നു പറഞ്ഞു. സാനിൻ തന്റെ സാന്നിദ്ധ്യം കൊണ്ട് അതു ധന്യമാക്കാൻ വിസമ്മതിച്ചില്ല. ഹെർ ക്ലൂബർ ബഹുമാനപുരസ്സരം വിടവാങ്ങി. അയാൾ തിരിച്ചു നടക്കുമ്പോൾ ഇളം പച്ചനിറത്തിലുള്ള അയാളുടെ ട്രൗസർ ചന്തത്തിൽ തിളങ്ങി. കണ്ണാടിപോലെ മിന്നുന്ന പുത്തൻ ബൂട്ടുകൾ സുഖകരമായ കിരുകിര ശബ്ദം പുറപ്പെടുവിച്ചു.

IX

സാനിൻ ക്ഷണിച്ചിട്ടും ഇരിക്കാൻ കൂട്ടാക്കാതെ പുറത്തേക്കു നോക്കി ജനലിനടുത്തുതന്നെ നിന്നിരുന്ന എമിൽ തന്റെ അളിയനാകാൻ പോകുന്ന മനുഷ്യൻ സ്ഥലം വിട്ട ഉടൻതന്നെ തിരിഞ്ഞു നിന്നു. താൻ അല്പസമയം കൂടി അവിടെ നിന്നോട്ടേയെന്ന് കൊച്ചുകുട്ടികളെപ്പോലെ ചുണ്ടുകൂർപ്പിച്ചുകൊണ്ട് തുടുത്ത മുഖത്തോടെ, അവൻ സാനിനോട് ചോദിച്ചു. "എനിക്കിന്ന് നല്ല സുഖം തോന്നുന്നുണ്ട്." അവൻ പറഞ്ഞു. "പക്ഷേ ജോലി ചെയ്യാൻ ഡോക്ടർ സമ്മതിക്കുന്നില്ല."

"എത്രനേരം വേണമെങ്കിലും ഇവിടെ നിന്നോളൂ! എനിക്ക് അതുകൊണ്ട് യാതൊരു ബുദ്ധിമുട്ടുമില്ല." സാനിൻ സസന്തോഷം അവനോടു പറഞ്ഞു. ഏതൊരു യഥാർത്ഥ റഷ്യക്കാരനെയും പോലെ ഒന്നും ചെയ്യാതിരിക്കാൻ ഒരു ഒഴികഴിവു കണ്ടു കിട്ടിയാൽ അതു വെറുതെ കളയുന്ന കൂട്ടത്തിലല്ല അയാളും.

എമിൽ അയാളോടു നന്ദി പറഞ്ഞു. അവന്റെ അപരിചിതത്വം നിമിഷംകൊണ്ട് മാറി. അവൻ മുറിയാകെ പരിശോധിച്ചു. സാനിന്റെ സാധനങ്ങൾ ഓരോന്നും എടുത്തു നോക്കിയിട്ട് അത് എവിടുന്നു വാങ്ങിയതാണെന്നും എന്തിനാണെന്നും അവൻ ചോദിച്ചുകൊണ്ടിരുന്നു. അവൻ മുഖം വടിക്കാൻ സാനിനെ സഹായിക്കുകയും സാനിൻ മേൽമീശ വളർത്തിയാൽ നന്നായിരിക്കുമെന്ന് അഭിപ്രായപ്പെടുകയും ചെയ്തു. അമ്മയേയും ചേച്ചിയേയും പൻറലിയോണെയേയും പറ്റിയുള്ള സകല വിവരങ്ങൾക്കും പുറമെ തർതാലിയ എന്ന പട്ടിയെപ്പറ്റിയുള്ള വിവരങ്ങളും അവൻ സാനിനോടു പറഞ്ഞുകൊണ്ടിരുന്നു. അവന് മുമ്പുണ്ടായിരുന്ന സങ്കോചം പാടെ അപ്രത്യക്ഷമായി. ആ ബാലന് സാനിനോട് പറഞ്ഞറിയിക്കാനാവാത്ത അടുപ്പംതോന്നി. എന്നാൽ അത് അയാൾ തലേ ദിവസം തന്റെ ജീവൻ രക്ഷിച്ചതുകൊണ്ടായിരുന്നില്ല. സാനിൻ വളരെ നല്ല ഒരു മനുഷ്യനായിരുന്നു—അതാണ് അവനെ ആകർഷിച്ചത്. തന്റെ എല്ലാ രഹസ്യങ്ങളും അവൻ സാനിനോടു പറഞ്ഞു. തന്നെ ഒരു കച്ചവടക്കാരനാക്കണമെന്നാണ് അമ്മ അഗ്രഹിക്കുന്നതെന്നും എന്നാൽ താൻ ഒരു കലാകാരൻ—ഗായകൻ—ആകാൻ ജനിച്ചവനാണെന്നും നാടകവേദിയിൽ പ്രവേശിക്കാനാണ് താൻ ഇഷ്ടപ്പെടുന്നതെന്നും അവൻ സാനിനെ അറിയിച്ചു. പൻറലിയോണെ അവന്റെ ഭാഗത്താണെങ്കിലും ഹെർ ക്ലൂബർ അമ്മയുടെ ഭാഗത്താണത്രെ. ഹെർ ക്ലൂബർക്ക് അമ്മയുടെ മേൽ വലിയ സ്വാധീനമുണ്ടെന്നും തന്നെ ഒരു കച്ചവടക്കാരനാക്കണമെന്ന ആശയം അമ്മയ്ക്കുണ്ടായതുതന്നെ അയാൾ കാരണമാണെന്നും അവൻ തുറന്നു പറഞ്ഞു. ഹെർ ക്ലൂബറുടെ അഭിപ്രായത്തിൽ കച്ചവടക്കാരന്റേതിനേക്കാൾ മാന്യമായ ഒരു തൊഴിൽ വേറെ

ഇല്ലത്രെ! തുണിത്തരങ്ങളും വെൽവറ്റും മുറിച്ചുകൊടുക്കുകയും വാങ്ങാൻ വരുന്നവരെ കബളിപ്പിക്കുകയും വിഡ്ഢികളുടെ അഥവാ റഷ്യാക്കാരുടെ വില[13] ഈടാക്കുകയും ചെയ്യുന്നതാണത്രെ അഭി കാമ്യം!

"ശരി, ഇനി നമുക്ക് ഒരുമിച്ച് വീട്ടിലേക്കു പോകാം." സാനിൻ വസ്ത്രം ധരിക്കുകയും ബർലിനിലേക്കുള്ള കത്തു പൂർത്തിയാക്കുകയും ചെയ്തയുടൻ എമിൽ പറഞ്ഞു.

"ഇത്ര നേരത്തേയോ?" സാനിൻ ചോദിച്ചു.

"അതു സാരമില്ല," അയാളെ മുട്ടിയുരുമ്മി നിന്നുകൊണ്ട് എമിൽ പറഞ്ഞു. "നമുക്ക് പോകാം! ആദ്യം പോസ്റ്റോഫീസിൽ പോയിട്ട് അവിടുന്ന് വീട്ടിലേക്കു പോകാം. താങ്കളെ കാണുമ്പോൾ ജെമ്മയ്ക്കു വലിയ സന്തോഷമായിരിക്കും! ഞങ്ങളോടൊപ്പം പ്രാതൽ കഴിക്കാം... എന്റെ കാര്യം, എന്റെ ഭാവിയെപ്പറ്റി, താങ്കൾ അമ്മയോട് സംസാരിക്കാണം..."

"ശരി, എന്നാൽ നമുക്കു പോകാം," സാനിൻ സമ്മതിച്ചു. അവർ പുറപ്പെട്ടു.

X

സാനിനെ കണ്ടപ്പോൾ വാസ്തവത്തിൽ ജെമ്മയ്ക്കു സന്തോഷമായെന്നു തോന്നി. ഫ്രൗ ലെനോറെ അയാളെ വാത്സല്യപൂർവ്വം സ്വാഗതം ചെയ്തു. തലേ ദിവസത്തെ അയാളുടെ പെരുമാറ്റം സ്ത്രീകളിൽ മതിപ്പുണ്ടാക്കിയെന്നു സ്പഷ്ടമായിരുന്നു. പ്രാതൽ കൊണ്ടുവരാൻ പറയാനായി എമിൽ മറുവശത്തേക്ക് ഓടി. അതിനുമുമ്പ് അവൻ സാനിന്റെ ചെവിയിൽ മന്ത്രിച്ചു: "എന്റെ കാര്യം മറക്കരുത്!"

"ഇല്ല," സാനിൻ പറഞ്ഞു.

ഫ്രൗ ലെനോറെയ്ക്ക് അന്നു നല്ല സുഖമില്ലായിരുന്നു—കഠിനമായ തലവേദന. ഒരു ചാരുകസേരയിൽ അവർ അനങ്ങാതെ ചാരി കിടന്നു. മഞ്ഞ നിറമുള്ള അയഞ്ഞ ഒരു കുപ്പായമാണ് ജെമ്മ ധരിച്ചിരുന്നത്. ഒരു കറുത്ത അരപ്പട്ടയും അവൾ ധരിച്ചിരുന്നു. അവൾക്കും നല്ല ക്ഷീണം തോന്നിച്ചു. അവൾ അല്പം വിളറിയിരുന്നു. കണ്ണുകൾക്കു താഴെ കറുത്ത വളയങ്ങൾ സ്ഥാനം പിടിച്ചിരുന്നു. എന്നാൽ അവയുടെ തിളക്കത്തിന് അല്പംപോലും മങ്ങലേറ്റിരുന്നില്ല. അവളുടെ വിളർച്ച ഗൗരവം സ്ഫുരിക്കുന്ന ആ മുഖത്തിന് നിഗൂഢവും വശ്യവുമായ ഏതോ ഒരു പുതിയ ഭാവം

13 പണ്ട്—ഇപ്പോഴും അങ്ങനെതന്നെയാണ്—മേമാസത്തിൽ റഷ്യൻ സഞ്ചാരികളുടെ ആഗമനത്തോടെ ഫ്രാങ്ക്ഫർട്ടിൽ സാധനങ്ങളുടെ വില കുതിച്ചു കയറുക പതിവായിരുന്നു. അത് "റഷ്യൻ വില" അഥവാ "വിഡ്ഢികളുടെ വില" എന്നായിരുന്നു നിർഭാഗ്യവശാൽ അറിയപ്പെട്ടിരുന്നത്—ഗ്രന്ഥകാരന്റെ കുറിപ്പ്.

പകർന്നു കൊടുത്തിരുന്നു. അവളുടെ കൈകളുടെ അഴകും സൗകുമാര്യ വുമാണ് ഇന്ന് സാനിനെ വിസ്മയഭരിതനാക്കിയത്. കറുത്തു മിന്നുന്ന കുറുനിരകൾ മാടിയൊതുക്കാനായി അവൾ കൈകളുയർത്തിയപ്പോൾ അവളുടെ നീണ്ടു മെലിഞ്ഞ സുന്ദരമായ മൃദുലാംഗുലികളിൽനിന്ന് കണ്ണെ ടുക്കാൻ അയാൾക്കു കഴിഞ്ഞില്ല. റാഫേലിന്റെ ഫോർനറീനയുടെ[14] വിരലുകളേയാണ് അവ അനുസ്മരിപ്പിച്ചത്.

അസാമാന്യമായ ചൂടുള്ള ഒരു ദിവസമായിരുന്നു അന്ന്, പ്രാതൽ കഴിഞ്ഞ് സാനിൻ പോകാൻ എഴുന്നേറ്റെങ്കിലും ഇതുപോലെ ചൂടുള്ള ഒരു ദിവസം പുറത്തിറങ്ങാതിരിക്കുന്നതാണ് നല്ലതെന്ന് എല്ലാവരും അഭിപ്രായപ്പെട്ടു. സാനിൻ അതനുസരിച്ചു. ആതിഥേയകളോടൊപ്പം സാനിൻ ഇരുന്നിരുന്ന പിൻവശത്തെ മുറി സുഖകരവും കുളിർമ്മയുള്ള തുമായിരുന്നു. അക്കേഷ്യാചെടികൾ വളർന്നു നില്ക്കുന്ന ഒരു ചെറിയ തോട്ടത്തിലേക്കാണ് അതിന്റെ ജനലുകൾ തുറന്നിരുന്നത്. സുവർണ്ണ നിറമുള്ള പൂങ്കുലകൾ കൊണ്ട് സമലംകൃതമായ ഇലകൾക്കിടയിൽ ശലഭങ്ങളും വണ്ടുകളും മൂളിക്കൊണ്ടിരുന്നു. പാതി അടച്ച ജനവാതിലു കളുടേയും താഴ്ത്തിയിട്ട കർട്ടനുകളുടേയും ഇടയിലൂടെ അവയുടെ അവിരാ മമായ മുരളൽ മുറിയിലേക്ക് അരിച്ചുകയറി. പുറത്തെ വീർപ്പുമുട്ടിക്കുന്ന ചൂടിനെ അതു വിളംബരം ചെയ്തു. അതിനാൽ ശീതളവും സുഖകരവുമായ ആ മുറിക്കുള്ളിലെ അന്തരീക്ഷം കൂടുതൽ പ്രിയങ്കരമായി തോന്നി.

തലേ ദിവസത്തെപ്പോലെ തന്നെ സാനിൻ അന്നും ധാരാളം സംസാരിച്ചു. എന്നാൽ അത് റഷ്യയെപ്പറ്റിയും റഷ്യക്കാരെപ്പറ്റിയും ആയിരുന്നില്ല. പ്രാതൽ കഴിഞ്ഞ ഉടൻ തന്നെ ബുക്ക് കീപ്പിംഗ് പഠി ക്കാൻവേണ്ടി ഹെർ ക്ലൂബറുടെ അടുത്തേക്ക് അയക്കപ്പെട്ട തന്റെ യുവ സുഹൃത്തിനെ സന്തോഷിപ്പിക്കണം എന്ന ഉദ്ദേശത്തോടെ സാനിൻ കലകളുടെയും കച്ചവടത്തിന്റെയും മെച്ചങ്ങളേയും ദോഷങ്ങളേയും പറ്റി സംസാരിച്ചുതുടങ്ങിയ ഫ്രൗ ലെനോറെ കച്ചവടത്തിന്റെ വക്കാലത്തു പിടിച്ചത് സാനിനെ അത്ഭുതപ്പെടുത്തിയില്ല. അയാൾ അതു പ്രതീക്ഷിച്ച താണ്. എന്നാൽ ജെമ്മയ്ക്കും അമ്മയുടെ അഭിപ്രായം തന്നെയായിരുന്നു.

"ഒരാൾ ഒരു കലാകാരനാണെങ്കിൽ, പ്രത്യേകിച്ചും ഒരു ഗായക നാണെങ്കിൽ അയാൾ മേൽത്തട്ടിൽ നില്ക്കുന്ന ആളായിരിക്കണം." ശക്തിയായി കൈ വീശിക്കൊണ്ട് ജെമ്മ ഊന്നിപ്പറഞ്ഞു. "അല്ലെ ങ്കിൽപ്പിന്നെ അതുകൊണ്ടു ഗുണമൊന്നുമില്ല. പക്ഷേ ഒരാൾ അവിടെ എത്തുമെന്നുള്ളതിന് എന്താണുറപ്പ്?"

---

14 ഫോർനറീന—റഫേയലിന്റെ ജീവചരിത്രത്തെക്കുറിച്ചുള്ള ഐതിഹ്യങ്ങളനുസ രിച്ച് അദ്ദേഹത്തിന്റെ പ്രേമഭാജനമായിരുന്ന ഒരു നിർദ്ധനയായ പെൺകുട്ടി. റോമിലെ ബാർബെറിൽ കൊട്ടാരത്തിലുള്ള ഒരു ഛായാചിത്രത്തിന് ആ പേരാണ് കെടുത്തിട്ടുള്ളത്.

പൻറലിയോണെയും ചർച്ചയിൽ പങ്കെടുത്തു. (അയാളുടെ ദീർഘകാലത്തെ സേവനവും പ്രായാധിക്യവും യജമാനത്തിമാരോടൊപ്പം ഇരിക്കാനുള്ള അവകാശം അയാൾക്കു നേടികൊടുത്തിരുന്നു. അല്ലെങ്കിൽത്തന്നെ ഇറ്റലിക്കാർക്ക് ഉപചാരങ്ങളിലൊന്നും വലിയ വിശ്വാസമില്ല.) പാന്റലിയോനെ കലയുടെ പക്ഷത്തായിരുന്നുവെന്നു പറയേണ്ടതില്ലല്ലോ. സത്യം പറഞ്ഞാൽ വൃദ്ധൻ ഉന്നയിച്ച വാദങ്ങൾ ദുർബ്ബലങ്ങളായിരുന്നു. പ്രചോദനത്തിൽ നിന്നും ഉടലെടുക്കുന്ന ഒരു തരം ആവേശം ഉണ്ടായിരിക്കുക എന്നതാണ് ഒരു കലാകാരനെ സംബന്ധിച്ചിടത്തോളം ഏറ്റവും പ്രധാനം എന്നു പറഞ്ഞാണ് അയാൾ വാദം തുടങ്ങിയത്. ഫ്രൗ ലെനോറെ അതിന് മറുപടി പറഞ്ഞതിങ്ങനെയാണ്.

"നിങ്ങൾക്ക് ആ ആവേശം വേണ്ടത്രയുണ്ട്. എന്നിട്ടും..."

"എനിക്ക് ശത്രുക്കളുണ്ടായിരുന്നു," മുഖം വീർപ്പിച്ചുകൊണ്ട് പൻറലിയോണെ പറഞ്ഞു.

"എമിലിന് ആ ആവേശം ഉണ്ടെന്നു വയ്ക്കാം, പക്ഷേ അവനും ശത്രുക്കളുണ്ടാവുകയില്ലെന്ന് എങ്ങനെ അറിയാം?"

"ശരി, ശരി, അവനെ ഒരു വില്പനക്കാരനാക്കിക്കൊള്ളൂ," ശുണ്ഠിയോടെ പൻറലിയോണെ പറഞ്ഞു. "പക്ഷേ സ്വയം ഒരു മിഠായിവില്പനക്കാരനായിരുന്നെങ്കിലും ജ്യോവാൻ ബറ്റിസ്റ്റ മകനെ ഒരിക്കലും ആ വഴിക്കു വിടുകയില്ലായിരുന്നു."

"ജ്യോവാൻ ബറ്റിസ്റ്റ, എന്റെ ഭർത്താവ്, വിവേകമുള്ള ഒരു മനുഷ്യനായിരുന്നു—ചെറുപ്പത്തിൽ കുറച്ചൊക്കെ എടുത്തു ചാട്ടമുണ്ടായിരുന്നെങ്കിലും അദ്ദേഹം..."

എന്നാൽ മുഴുവൻ കേൾക്കാൻ നിൽക്കാതെ, "ആ, ജ്യോവൻ ബറ്റിസ്റ്റ," എന്ന് കുറ്റപ്പെടുത്തുന്നമട്ടിൽ ആവർത്തിച്ചുകൊണ്ട് വൃദ്ധൻ അവിടുന്ന് എണീറ്റു പോയി.

ദേശാഭിമാനത്താൽ ഉത്തേജിതനായി ഇറ്റലിയുടെ വിമോചനത്തിനുവേണ്ടി ജീവിതം ഉഴിഞ്ഞുവയ്ക്കാനാണ് എമിൽ ആഗ്രഹിക്കുന്നതെങ്കിൽ ആ മഹത്തും പരിപാവനവുമായ ലക്ഷ്യത്തിനുവേണ്ടി നല്ലൊരു ഭാവി ബലികഴിക്കുന്നതിൽ തെറ്റൊന്നുമില്ലെന്നും എന്നാൽ നാടകവേദിയിൽ ചേരാൻ വേണ്ടി അങ്ങനെ ചെയ്യുന്നത് അനുവദനീയമല്ലെന്നും ജെമ്മ പറഞ്ഞു. അതു കേട്ടപ്പോൾ ഫ്രൗ ലെനോറെയുടെ മുഖം ഉൽകണ്ഠാകുലമായി. സ്വയം ഒരു റിപ്പബ്ലിക്കൻ പക്ഷവാദിയായ ജെമ്മ അതുകൊണ്ടു തൃപ്തിപ്പെടണമെന്നും അനിയനെക്കൂടി വഴിതെറ്റിക്കരുതെന്നും അവർ മകളോട് അപേക്ഷിച്ചു. അതു കഴിഞ്ഞ് അവർ തലവേദന സഹിക്കാനാവുന്നില്ലെന്നും തല "പൊട്ടിപ്പോകുമെന്നും" പറഞ്ഞ് ഞരങ്ങുകയും മൂളുകയും ചെയ്യു തുടങ്ങി. അവർ അതിഥിയോടുള്ള ബഹുമാനസൂചകമായി ഫ്രഞ്ചിലാണ് മകളോടു സംസാരിച്ചത്.

ജെമ്മ അമ്മയെ ശുശ്രൂഷിക്കുന്നതിൽ മുഴുകി. അവൾ അവരുടെ നെറ്റിയിൽ യൂഡികൊളോൺ പുരട്ടിക്കൊടുക്കുകയും മെല്ലെ ഊതുകയും അവരുടെ കവിളിൽ മെല്ലെ ചുംബിക്കുകയും അവരുടെ തല തലയിണയിൽ ശരിക്കു വയ്ക്കുകയും സംസാരിക്കരുതെന്ന് പറയുകയും വീണ്ടും ചുംബിക്കുകയും ചെയ്തു. അവൾ സാനിന്റെ നേരെ തിരിഞ്ഞ് തന്റെ അമ്മയെപ്പറ്റി പുകഴ്ത്തി സംസാരിക്കുകയും അവർ ഒരു സുന്ദരിയായിരുന്നെന്ന് പറയുകയും ചെയ്തു. തമാശമട്ടിലാണ് അവളതു പറഞ്ഞതെങ്കിലും അവയിലെ ആത്മാർത്ഥത മറച്ചു വയ്ക്കാൻ അവൾക്കു കഴിഞ്ഞില്ല. "എന്റെ അമ്മ സുന്ദരിയായിരുന്നെന്ന് അവൾ പറഞ്ഞതു ശരിയല്ല—അവർ ഇപ്പോഴും സുന്ദരിയാണ്! നോക്കു, എന്തൊരു ഭംഗിയാണ് അമ്മയുടെ കണ്ണുകൾക്ക്!"

ജെമ്മ പോക്കറ്റിൽ നിന്ന് ഒരു വെളുത്ത ഉറുമാലെടുത്ത് അമ്മയുടെ മുഖം മൂടി, പിന്നീട് അവൾ അതു മെല്ലെ അടിയിലേയ്ക്കു വലിച്ച് ഫ്രൗ ലെനോറെയുടെ നെറ്റിയും പുരികങ്ങളും കണ്ണുകളും പുറത്തുകാട്ടി. ഒരു നിമിഷം കാത്തിരുന്നിട്ട് കണ്ണുതുറക്കാൻ അവൾ അമ്മയോടു പറഞ്ഞു. അമ്മ കണ്ണു തുറന്നു. ജെമ്മ ആരാധനാസൂചകമായ ഒരു ശബ്ദം പുറപ്പെടുവിച്ചു. (വാസ്തവത്തിൽ ഫ്രൗ ലെനോറെയുടെ കണ്ണുകൾ അതിമനോഹരങ്ങളായിരുന്നു) പിന്നീട് ടവ്വാല അമ്മയുടെ മുഖത്തിന്റെ കീഴ്ഭാഗത്തേക്ക് വലിച്ചു നീക്കിയിട്ട് ജെമ്മ വീണ്ടും അവരെ ചുംബിച്ചു തുടങ്ങി. ഫ്രൗ ലെനോറെ ചിരിച്ചു. അവർ ദേഷ്യം നടിച്ചുകൊണ്ട് മകളെ തള്ളി മാറ്റാൻ തുടങ്ങി. ജെമ്മ ചെറുത്തു നില്ക്കുന്നതായി ഭാവിച്ചുകൊണ്ട് അവരെ വീണ്ടും വീണ്ടും ചുംബിച്ചുകൊണ്ടിരുന്നു. ഫ്രഞ്ചുകാരുടെ പതിഞ്ഞ മട്ടിലുള്ള പരിലാളനമായിരുന്നില്ല. ഇറ്റലിക്കാരുടെ ആവേശപൂർവ്വമുള്ള ശക്തിയായ സ്നേഹപ്രകടനമായിരുന്നു അത്.

ഒടുവിൽ താൻ ക്ഷീണിച്ചെന്ന് ഫ്രൗ ലെനോറെ പറഞ്ഞു... ചാരു കസേരയിൽത്തന്നെ കിടന്നുകൊണ്ട് അല്പം ഉറങ്ങുന്നതു നന്നായിരിക്കുമെന്ന് ജെമ്മ അഭിപ്രായപ്പെട്ടു. "റഷ്യൻമാന്യനും ഞാനും ചുണ്ടെലികളെപ്പോലെ പതുങ്ങി ഇരുന്നു കൊള്ളാം," അവൾ വാഗ്ദാനം ചെയ്തു. ഫ്രൗ ലെനോറെ പുഞ്ചിരിച്ചുകൊണ്ട് കണ്ണുകളടച്ചു. ഒന്നു രണ്ടു തവണ നെടുവീർപ്പിട്ടശേഷം അവൾ മെല്ലെ മയങ്ങി. ജെമ്മ ശബ്ദമുണ്ടാക്കാതെ അവരുടെ അടുത്തുള്ള കസേരയിൽ നിശ്ചലയായി ഇരുന്നു. അവൾ ഒരു കൈകൊണ്ട് അമ്മയുടെ തലയിണ താങ്ങിപ്പിടിച്ചിരുന്നു. സാനിൻ അല്പമൊന്ന് അനങ്ങിയാലുടൻ അവൾ മറ്റെ കൈയുടെ വിരൽ ചുണ്ടോടു ചേർത്ത് "ശ്" എന്നു പറഞ്ഞുകൊണ്ട് അയാളെ ഒളിഞ്ഞുനോക്കും. ഒടുവിൽ തന്റെ മുമ്പിലുള്ള ചിത്രം കണ്ണുകളാൽ നുകർന്നുകൊണ്ട് നിശ്ചലനായിരുന്ന സാനിനും മെല്ലെ മയക്കത്തിലേക്കു വഴുതിവീണു. പച്ചനിറമുള്ള പഴക്കം ചെന്ന പൂപ്പാത്രങ്ങളിൽ അങ്ങിങ്ങു വച്ചിരിക്കുന്ന

ചുവന്ന പനിനീർപ്പൂക്കൾ വർണ്ണശബളമാക്കിയ അരണ്ടവെളിച്ചമുള്ള ഒരു മുറി; വിനയാന്വിതയായ കൈകൾ കൂപ്പി കരുണാർദ്രമായ ക്ഷീണിച്ച മുഖം തൂവെള്ള തലയിണയിൽവച്ച് ഉറങ്ങിക്കിടക്കുന്ന ഒരു സ്ത്രീ; അടുത്തു നിശ്ചലമായി കാത്തിരിക്കുന്ന ജാഗരൂകയായ ഒരു പെൺകിടാവ്, അവാച്യമായ സൗന്ദര്യവും നൈർമ്മല്യവും ഔദാര്യവും ബുദ്ധിശക്തിയും ഒത്തിണങ്ങിയ ആ പെൺകുട്ടിയുടെ അഗാധവും അർദ്ധനിമീലിതവുമായ കരിമിഴികളുടെ തിളക്കം... ഇതെല്ലാം ഒരു സ്വപ്നമാണോ? അതോ ഒരു യക്ഷിക്കഥയോ? പക്ഷേ, താനിവിടെ എങ്ങനെ എത്തി?

XI

തെരുവിൽ നിന്നുള്ള വാതിലിന്റെ മുകളിലെ മണി മുഴങ്ങി. രോമത്തൊപ്പിയും ചുവന്ന വെയ്സ്റ്റ് കോട്ടും ധരിച്ച ഒരു കർഷക ബാലൻ കടയിൽ പ്രവേശിച്ചു. അന്നു നേരം വെളുത്തിട്ട് പലഹാരം വാങ്ങാൻ കടയിൽ അതേവരെ ആരും വന്നിരുന്നില്ല. "ഞങ്ങളുടെ കച്ചവടം എത്ര മോശമാണെന്നു കണ്ടില്ലേ!" പ്രാതലിനിടയിൽ ഫ്രൗ ലെനോറെ ഒരു നെടുവീർപ്പോടെ സാനിനോടു പറയുകയുണ്ടായി. ഇപ്പോൾ അവർ ഉറങ്ങുകയാണ്. മണിയടിശബ്ദം അവരെ ശല്യപ്പെടുത്തിയില്ല. തലയിണയുടെ കീഴിൽ നിന്നും കൈ മാറ്റിയാൽ അമ്മ ഉണരുമെന്നു പേടിച്ച് അനങ്ങാതിരുന്നുകൊണ്ട് ജെമ്മ സാനിനോട് ശബ്ദമടക്കി പറഞ്ഞു:

"ദയവുചെയ്ത് എനിക്കു വേണ്ടി അല്പനേരത്തേക്കു കടയിലെ കാര്യം ഒന്നു നോക്കണം."

സാനിൻ ശബ്ദമുണ്ടാക്കാതെ എണീറ്റ് കടയിലേക്കു ചെന്നു. കർഷക ബാലൻ കാൽ പൗണ്ട് മിഠായി വേണമെന്നു പറഞ്ഞു.

"അതിന്റെ വില എന്താണ്?" വാതിലിനടിയിലൂടെ സാനിൻ അടക്കിയ സ്വരത്തിൽ ചോദിച്ചു.

"ആറ് ക്രൈയ്റ്റ്സർ," ജെമ്മ മന്ത്രിച്ചു.

സാനിൻ മിഠായി തൂക്കിയെടുത്ത് ഒരു കടലാസു കുമ്പിളുണ്ടാക്കി അതിലേക്കിട്ടു. അതു താഴെ വീണു. അയാൾ വീണ്ടും കടലാസു കോട്ടി കുമ്പിളാക്കി മിഠായി അതിൽ പെറുക്കിയിട്ടു. വീണ്ടും അതു താഴെവീണു. മൂന്നാമത്തെ തവണ അയാൾ അതിൽ വിജയിച്ചു. പൊതി പയ്യനു കൊടുത്തിട്ട് അയാൾ പണം വാങ്ങിവച്ചു... തൊപ്പി വയറ്റത്തു ചേർത്ത് അമർത്തിക്കൊണ്ട് ബാലൻ അത്ഭുതത്തോടെ അയാളെ നോക്കി നില്ക്കുകയായിരുന്നു. പിന്നിലുള്ള മുറിയിൽ ഇരുന്നിരുന്ന ജെമ്മ കൈപ്പടം കൊണ്ട് വായ് മൂടി ചിരി അമർത്താൻ പാടുപെടുകയായിരുന്നു. ബാലൻ പോയ

ഉടൻ തന്നെ മറ്റൊരാളും തുടർന്ന് മൂന്നാമതൊരാളും മിഠായി വാങ്ങാൻ വന്നു. "ഞാൻ നല്ല നേരത്താണ് ഇവിടെ വന്നതെന്നു തോന്നുന്നു." സാനിൻ വിചാരിച്ചു. രണ്ടാമൻ ഒരു ഗ്ലാസ് സിറപ്പും മൂന്നാമൻ അര പൗണ്ട് മിഠായിയും ആവശ്യപ്പെട്ടു. കരണ്ടികൾ കൂട്ടിമുട്ടിക്കുകയും പാത്രങ്ങൾ മാറ്റി വയ്ക്കുകയും പലതരം ഭരണികൾ കൂട്ടിമുട്ടിക്കുകയും പാത്രങ്ങൾ മാറ്റി വയ്ക്കുകയും പലതരം ഭരണികളിൽ ചുറ്റുചുറുക്കോടെ കയ്യിടുകയും ചെയ്തു കൊണ്ട് സാനിൻ അവരുടെ ആവശ്യം നിറവേറ്റി. ഒടുവിൽ കണക്കു കൂട്ടി നോക്കിയപ്പോൾ സിറപ്പ് വില കുറച്ചാണ് താൻ വിറ്റതെന്നും മിഠായിക്ക് രണ്ട് ക്രൈയ്റ്റ്സർ കൂടുതൽ വാങ്ങിയെന്നും അയാൾക്ക് മനസ്സിലായി. ജെമ്മയ്ക്ക് ചിരിയടക്കാൻ കഴിഞ്ഞില്ല. സാനിനു തന്നെ എന്തെന്നില്ലാത്ത ഒരു ഉന്മേഷവും ഉത്സാഹവും തോന്നി. സൗഹൃദം തുളു മ്പുന്ന പരിഹാസഭാവത്തിൽ തന്നെ ഒളികണ്ണിട്ടു നോക്കിക്കൊണ്ട് ഈ സുന്ദരിയായ പെൺകുട്ടി തുറന്നു കിടക്കുന്ന വാതിലിനപ്പുറത്ത് ഇങ്ങനെ ഇരിക്കുകയാണെങ്കിൽ ജീവിതകാലം മുഴുവൻ മിഠായി പൊതിഞ്ഞു കൊടുക്കാനും സിറപ്പു പകർന്നു കൊടുക്കാനും അയാൾ തയ്യാറാകുമായി രുന്നു. ജനലിനു വെളിയിൽ നിന്നിരുന്ന ചെസ്റ്റ്നട്ട് മരങ്ങളുടെ ഇടതൂർന്ന ഇലകൾക്കിടയിലൂടെ അരിച്ചിറങ്ങിയ ഗ്രീഷ്മസൂര്യന്റെ ഉജ്ജ്വലപ്രകാശം മദ്ധ്യാഹ്നത്തിന്റെ ഹരിതാഭമായ സുവർണ്ണകിരണങ്ങളെക്കൊണ്ടും നിഴലുകളെക്കൊണ്ടും മുറിയാകെ വിതാനിച്ചു മാധുര്യമേറിയ ഒരുതരം ആലസ്യവും ആനന്ദവും യുവചൈതന്യവും അയാളുടെ ഹൃദയത്തെ കീഴടക്കി—യൗവനത്തിന്റെ ശക്തമായ ആദ്യത്തെ തുടിപ്പ് അയാൾക്ക് അനുഭവപ്പെട്ടു.

നാലാമത് കടയിൽ വന്നയാൾ ഒരു കപ്പു കാപ്പിയാണ് ആവശ്യപ്പെ ട്ടത്; അപ്പോൾ പൻറലിയോണെയെ വിളിക്കേണ്ടി വന്നു. (എമിൽ ഹെർ ക്ലൂബറുടെ പീടികയിൽ നിന്ന് തിരിച്ചുവന്നിരുന്നില്ല). സാനിൻ അകത്തെ മുറിയിൽ തിരിച്ചെത്തി ജെമ്മയുടെ അടുത്തു ഇരുന്നു. അമ്മ അപ്പോഴും ഉറങ്ങുകയായിരുന്നു. അത് ജെമ്മയെ അതീവ സന്തുഷ്ടയാക്കി. "ശരിക്കു റങ്ങിയാൽ അമ്മയുടെ തലവേദന മാറും," അവൾ പറഞ്ഞു. അടക്കിയശ ബ്ദത്തിൽ സാനിൻ തന്റെ അന്നത്തെ "കച്ചവടത്തെ"പ്പറ്റി ജെമ്മയോടു പറഞ്ഞു. ജെമ്മ ഓരോ സാധനങ്ങളുടേയും വില എന്തെന്ന് അയാളോട് സഗൗരവം പറഞ്ഞുകൊണ്ടിരുന്നു. അയാൾ അത് ഗൗരവം വിടാതെ ശ്രദ്ധിച്ചു കേൾക്കുകയും ചെയ്തു. എന്നാൽ അതേ സമയംതന്നെ തങ്ങൾ രസകരമായ ഒരു കോമഡി അഭിനയിക്കുകയാണെന്ന് തോന്നിയിട്ടെന്ന പോലെ രണ്ടുപേരും ഉള്ളാലെ ചിരിക്കുകയായിരുന്നു. പെട്ടെന്ന് പുറത്തു നിന്ന് ഒരു തെരുവുഗായകന്റെ ഗാനാലാപം മുഴങ്ങി. ജെമ്മ അത് കേട്ട് ഞെട്ടി. "അയാൾ അമ്മയെ ഉണർത്തും," അവൾ പറഞ്ഞു. സാനിൻ ധൃതിയിൽ പുറത്തേക്കു ചെന്ന് ഏതാനും നാണയത്തുട്ടുകൾ കൊടുത്ത്

അയാളെ അവിടുന്ന് പറഞ്ഞയച്ചു. സാനിൻ തിരിച്ചു വന്നപ്പോൾ ജെമ്മ തല മെല്ലെ ആട്ടി അയാളോട് കൃതജ്ഞത പ്രകടിപ്പിച്ചു. ചിന്താമഗ്നയായി പുഞ്ചിരിതൂകിക്കൊണ്ട് പുറത്തു കേൾക്കാത്തത്ര പതുക്കെ അവൾ ഒരു പാട്ടു മൂളിത്തുടങ്ങി. വെബറുടെ[15] മനോജ്ഞമായ ഒരു ഗാനമായിരുന്നു അത്. ആദ്യപ്രേമത്തിന്റെ മാസ്മരികശക്തിയെപ്പറ്റി അതിൽ ഭംഗിയായി വർണ്ണിച്ചിരുന്നു. വെബറെ സാനിന് ഇഷ്ടമാണോ എന്നവൾ ചോദിച്ചു. താൻ ഇറ്റലിക്കാരിയാണെങ്കിലും തനിക്ക് വെബറിന്റെ ശൈലിയിലുള്ള ഗാനങ്ങൾ വളരെ ഇഷ്ടമാണെന്ന് അവൾ അയാളോട് തുടർന്ന് പറഞ്ഞു. സംസാരം കവിതയേയും റൊമാന്റിസിസത്തേയും ഹോഫ്മനേയും[16] കുറിച്ചായിരുന്നു. ഹോഫ്മന്റെ കൃതികൾക്ക് അക്കാലത്തും നല്ല പ്രചാരമുണ്ടായിരുന്നു.

ഫ്രൗ ലെനൊറെ ചെറുതായി കൂർക്കം വലിച്ചുകൊണ്ട് അപ്പോഴും ഉറങ്ങുകയായിരുന്നു. ജനൽവാതിലുകളുടെ ഇടയിലൂടെ നേർത്ത പാളികളായി അകത്തേക്കു കടന്നുവന്ന സൂര്യകിരണങ്ങൾ അദൃശ്യമായി നിരന്തരം ചലിച്ചുകൊണ്ട് തറയിലും മരസ്സാമാനങ്ങളിലും ജെമ്മയുടെ ഉടുപ്പിലും ഇലകളിലും പുഷ്പദലങ്ങളിലും തത്തിക്കളിച്ചു.

XII

ജെമ്മയ്ക്ക് ഹോഫ്മന്റെ കൃതികൾ അത്ര ഇഷ്ടമായിരുന്നില്ല. വാസ്തവത്തിൽ അവ അവളെ മുഷിപ്പിച്ചിരുന്നു. അവയിലെ അവ്യക്തവും സാങ്കല്പികവുമായ വടക്കൻ ഘടകം തെക്കൻ നാടിന്റെ സന്തതിയായ അവളുടെ ഉജ്ജ്വല പ്രകൃതത്തിന് അന്യമായിരുന്നു. “അവ വെറും യക്ഷിക്കഥകളാണ്, അവ കുട്ടികൾക്കു വേണ്ടി എഴുതപ്പെട്ടതാണ്!” അവൾ അവജ്ഞയോടെ ഉൽഘോഷിച്ചു. ഹോഫ്മന്റെ കഥകൾ കാവ്യാത്മകമല്ലെന്നും അവൾക്ക് വളരെ ഇഷ്ടപ്പെട്ട ഒരു കഥ ഉണ്ടായിരുന്നു. പേര് അവൾക്കിപ്പോൾ ഓർമ്മയില്ല. വാസ്തവത്തിൽ അതിന്റെ ആദ്യഭാഗമാണ് അവൾക്കിഷ്ടപ്പെട്ടത്. അവസാനഭാഗം അവൾ വായിച്ചില്ല, അഥവാ വായിച്ചിട്ടുണ്ടെങ്കിൽ തന്നെ ഓർമ്മയില്ല. ഒരു യുവാവ് അതിസുന്ദരിയായ ഒരു ഗ്രീക്ക് യുവതിയെ കണ്ടുമുട്ടുന്നതാണ് അതിലെ ഇതിവൃത്തം. അവർ കണ്ടുമുട്ടിയത് ഒരു മിഠായിക്കടയിൽവച്ചാണ്. ആ പെൺകുട്ടി പോകുന്നിടത്തെല്ലാം ദുഷ്ടനായ ഒരു വൃദ്ധനും അവളെ അനുഗമിക്കുക പതിവായിരുന്നു. യുവാവ് പ്രഥമ വീക്ഷണത്തിൽത്തന്നെ അവളിൽ അനുരക്തനായി. തന്നെ രക്ഷിക്കണേയെന്ന് അഭ്യർത്ഥിക്കും വണ്ണം ദയനീയമായി പെൺകുട്ടി അയാളെ നോക്കി. അയാൾ ഒരു

15 വെബർ (1786-1826)—ഒരു ജർമ്മൻ സംഗീതരചയിതാവ്.

16 ഹോഫ്മൻ (1776-1822) ജർമ്മൻ സാഹിത്യകാരനും സംഗീതരചയിതാവ്.

നിമിഷനേരത്തേക്ക് മിഠായിക്കടയിൽനിന്നു പുറത്തുപോയി. തിരിച്ചു വന്നപ്പോൾ കടയിൽ പെൺകുട്ടിയുമില്ല വൃദ്ധനുമില്ല. അയാൾ അവളെ തിരക്കി ഇറങ്ങി. അയാൾ പലതവണ വൃദ്ധന്റേയും പെൺകുട്ടിയുടേയും കാൽപ്പാടുകൾ കണ്ടു. നിമിഷനേരം പോലും നില്ക്കാതെ അവരെ പിൻതുടർന്നു, എന്നിട്ടും ഒരിക്കലും അയാൾക്ക് അവരുടെ ഒപ്പമെത്താൻ കഴിഞ്ഞില്ല. താൻ തന്റെ ജീവിതത്തിന്റെ മുഴുവൻ സൗഭാഗ്യവും കൈവിട്ടുകളഞ്ഞു എന്ന ചിന്ത അയാളെ സദാ അലട്ടിക്കൊണ്ടിരുന്നു.

ഒരുപക്ഷേ ഹോഫന്റെ കഥയുടെ അവസാനം അങ്ങനെയായിരുന്നിരിക്കില്ല. പക്ഷേ അതിങ്ങനെ അവസാനിക്കുന്നതായിട്ടാണ് ജെമ്മ ഓർക്കുന്നത്.

"അത്തരം കൂടിക്കാഴ്ചകളും വേർപാടുകളും നമ്മൾ വിചാരിക്കുന്നതിലും കൂടുതൽ സാധാരണമാണ്." അവൾ പറഞ്ഞു.

സാനിൻ മൗനം ഭജിച്ചു... എന്നാൽ അല്പം കഴിഞ്ഞ് അയാൾ സംഭാഷണം ഹെർ ക്ലൂബറിലേയ്ക്കു തിരിച്ചു വിട്ടു. ആദ്യമായാണ് സാനിൻ അയാളെപ്പറ്റി അവളോടു സംസാരിക്കുന്നത്. അതേവരെ സാനിൻ ആ മനുഷ്യനെപ്പറ്റി ആലോചിക്കാൻ മിനക്കെട്ടിരുന്നില്ല.

ഇപ്പോൾ മൗനം പൂണ്ടത് ജെമ്മയാണ്. അവൾ അയാളുടെ മുഖത്തു നോക്കാതെ നഖം കടിച്ചുകൊണ്ടിരുന്നു. തെല്ലിട കഴിഞ്ഞ് അവൾ തന്റെ പ്രതിശ്രുതവരനെ പ്രശംസിച്ചുകൊണ്ട് സംസാരിച്ചു തുടങ്ങി. പിറ്റേ ദിവസത്തെ വിനോദയാത്രയെക്കുറിച്ചും അവൾ പറഞ്ഞു. പൊടുന്നനെ അവൾ സാനിനെ ഒന്നു നോക്കിയിട്ട് വീണ്ടും നിശ്ശബ്ദയായി. എന്തു സംസാരിക്കണമെന്നറിയാതെ സാനിൻ കുഴങ്ങി.

എമിൽ മുറിയിലേക്ക് ഓടിക്കയറി വന്നു. ആ ശബ്ദം ഫ്രൗലെനോറെയെ ഉണർത്തി... ആ സമയത്ത് എമിൽ വന്നതു സാനിന് വലിയൊരു അനുഗ്രഹമായി തോന്നി.

ഫ്രൗ ലെനോറെ കസേരയിൽ നിന്ന് എണീറ്റു. ഉച്ചഭക്ഷണം തയ്യാറായെന്ന് പൻറലിയോണെ വന്നറിയിച്ചു. കുടുംബസുഹൃത്തും പഴയ ഓപ്പെറാ ഗായകനും പരിചാരകനുമായ ആ വൃദ്ധൻ പാചകക്കാരന്റെ ജോലികൂടി നിർവ്വഹിച്ചിരുന്നു.

XIII

ഉച്ചഭക്ഷണം കഴിഞ്ഞിട്ടും സാനിൻ അവിടെത്തന്നെ ഇരുന്നു. അസഹ്യമായ ചൂട് അയാളെ അവിടെ പിടിച്ചുനിർത്താൻ ഒരു ഒഴികഴിവായിത്തീർന്നു. ചൂട് അല്പം ഒന്നാറിയപ്പോൾ തോട്ടത്തിലെ അക്കേഷ്യാ ചെടികളുടെ തണലിലിരുന്ന് കാപ്പ് കുടിക്കാൻ അവൾ അയാളെ ക്ഷണിച്ചു. സാനിൻ അതു സ്വീകരിക്കുകയും ചെയ്തു. അയാൾ ഏറെ സന്തുഷ്ടനായിരുന്നു. ജീവിതത്തിന്റെ ഏകപ്രകാരവും പ്രശാന്തവും മന്ദവുമായ പ്രവാഹത്തിനിരയിൽ എവിടെയോ അസാധാരണമായ ഒരു വശ്യത ഒളിഞ്ഞിരിപ്പുണ്ട്. സാനിൻ സസന്തോഷം അതിനു കീഴടങ്ങി. അയാൾ ഇന്നിൽനിന്ന് ഒന്നും ആവശ്യപ്പെട്ടില്ല. നാളയെപ്പറ്റി ആലോചിച്ചില്ല. ഇന്നലെയെപ്പറ്റി ഓർമ്മിച്ചില്ല. ജെമ്മയെപ്പോലുള്ള ഒരു പെൺകുട്ടിയുടെ അടുത്തിരിക്കാൻ കഴിയുന്നതുതന്നെ വലിയ സൗഭാഗ്യമാണ്. താമസിയാതെ അയാൾക്ക് അവളോട് വിടപറയേണ്ടിവരുമെന്ന്, മിക്കവാറും എന്നെന്നേക്കുമായി വിടപറയേണ്ടിവരുമെന്ന് തീർച്ചയായിരുന്നു. എങ്കിലും ഉലാണ്ടിന്റെ[17] കഥാഗിതത്തിലെപ്പോലെ ഒരുത്തുതനൗക അനായാസമായൊഴുകുന്ന ജീവിത നദിയിലൂടെ ഇരുവരേയും വഹിച്ചുകൊണ്ടു പോകുകയാണെങ്കിൽ യാത്രക്കാരാ, നീ ആഹ്ലാദിക്കൂ! ഭാഗ്യവാനായ ആ യാത്രക്കാരന് എല്ലാം ഹൃദ്യവും ഉല്ലാസകരവുമായി തോന്നി. ഫ്രൗ ലെനോറെ ഒരുതരം ഇറ്റാലിയൻ ചീട്ടുകളി അയാളെ പഠിപ്പിച്ചു. ഫ്രൗ ലെനോറെയും പൻറലിയോണെയും അയാളും കൂടി അതു കളിച്ചു. അയാളിൽനിന്നും അവർ ഏതാനും ക്രെയ്റ്റ്സെരകൾ നേടി. അയാൾക്ക് അതെല്ലാം വളരെ രസിച്ചു. ജെമ്മയുടെ അഭ്യർത്ഥനയനുസരിച്ച് പൻറലിയോണെ തർതാലിയയെക്കൊണ്ട് ചില വേലകളൊക്കെ ചെയ്യിച്ചു. അത് ഒരു വടിയുടെ മുകളിലൂടെ ചാടുകയും സംസാരിക്കുകയും (അതായത് കുരയ്ക്കുകയും) തുമ്മുകയും മൂക്കുകൊണ്ട് തള്ളി വാതിലടയ്ക്കുകയും യജമാനന് ഒരു പഴയ ചെരിപ്പ് എടുത്തുകൊണ്ടുക്കൊടുക്കുകയും ചെയ്തു. ഒടുവിൽ അത് ഒരു പഴയ സൈനികത്തൊപ്പി ധരിച്ചുകൊണ്ട്, വഞ്ചന കാട്ടിയതിന് നെപ്പോളിയന്റെ കഠിനമായ ഭർത്സനത്തിനു പാത്രമാകുന്ന മാർഷൽ ബെർനഡൊറ്റിന്റെ[18] ഭാഗം അഭിനയിച്ചു. നെപ്പോളിയന്റെ ഭാഗം അഭിനയിച്ചത് പൻറലിയോണെയായിരുന്നെന്ന് പറയേണ്ടതില്ലല്ലോ. അയാൾ ആ ഭാഗം ഭംഗിയായി അഭിനയിക്കുകയും ചെയ്തു. അയാൾ കൈകൾ നെഞ്ചിൽ പിണച്ചുവയ്ക്കുകയും ഒരു കൂർത്തതൊപ്പി കണ്ണിനു മുകളിലേക്കു താഴ്ത്തിവെയ്ക്കുകയും ചെയ്തുകൊണ്ട് ഫ്രഞ്ചുഭാഷയിൽ ശകാരിച്ചു

---

17 ജർമ്മൻ റൊമാന്റിക് കവിയായ ലൂദ് വിംഗ് ഉലാണ്ട് (1787-1862) എഴുതി "Das schieffelin" എന്ന കഥാഗീതത്തെയാണ് ഇവിടെ പരാമർശിക്കുന്നത്.

18 ബെർനഡൊറ്റ് (1764-1844) ഫ്രഷ് മാർഷൽ. ഇദ്ദേഹം നെപ്പോളിയനെതിരായ ഒരു നിലപാടെടുക്കുകയും 1813ൽ ഫ്രാൻസിനെതിരായ യുദ്ധത്തിൽ സ്വീഡന്റെ സൈന്യങ്ങളെ നയിക്കുകയും ചെയ്തു. 1818-ൽ സ്വീഡനിലെ രാജിവായിത്തീർന്നു.

തുടങ്ങി. പക്ഷേ ദൈവമേ, എന്തൊരു ഫ്രഞ്ചായിരുന്നു അത്! തൊപ്പി യ്ക്കിടയിലൂടെ യജമാനനെ ചെരിഞ്ഞു നോക്കുകയും കുറ്റബോധത്തോടെ കൺചിമ്മുകയും ചെയ്തുകൊണ്ട് തർകാലിയ കാലുകൾക്കിടയിൽ വാൽ തിരുകി യജമാനന്റെ കാൽക്കീഴിൽ കുനിക്കൂടി ഇരുന്നു. നെപ്പോളിയൻ ശബ്ദമുയർത്തിയാലുടൻ ബെർനഡോട്ട് പിൻകാലുകൾ കുത്തി എണീറ്റ് നില്ക്കും. ഒടുവിൽ "കടക്കു പുറത്ത്, രാജ്യദ്രോഹി!!" എന്ന് നെപ്പോളിയൻ ഇറ്റാലിയനിൽ അലറി—അവസാനം വരെ ഫ്രഞ്ചിലാണു സംസാരി ക്കേണ്ടതെന്ന് വികാരക്ഷോഭത്താൽ അയാൾ മറന്നു പോയിരുന്നു. ബെർനഡോട്ട് സോഫയുടെ അടിയിലേക്ക് ഓടി. എന്നാൽ നിമിഷങ്ങൾ ക്കുള്ളിൽ അത് സന്തോഷത്തോടെ കുരച്ചുകൊണ്ട് തിരിച്ചു വന്നു. നാടകം അവസാനിച്ചു എന്നതിന്റെ സൂചനയായിരുന്നു അത്. കാണികൾ ചിരിച്ചു ചിരിച്ചു മണ്ണു കപ്പി, സാനിനാണ് ഏറ്റവും കൂടുതൽ ചിരിച്ചത്.

തുടർച്ചയായ മണികിലുക്കം പോലുള്ള ഇമ്പമുള്ള ചിരിയായിരുന്നു ജെമ്മയുടേത്... എത്ര ആകർഷകമായിരുന്നു ആ ചിരി. ആ ചിരിക്കുവേണ്ടി മാത്രം സാനിൻ അവളെ ചുംബിക്കാൻ തയ്യാറായിരുന്നു!

ഒടുവിൽ നേരം ഇരുട്ടി. സാനിന് തിരിച്ചു പോകാൻ സമയമായി. 'നാളെ കാണാം", എന്ന് ഓരോരുത്തരോടും വീണ്ടും വീണ്ടും പറഞ്ഞുകൊണ്ട് സാനിൻ അവിടുന്നിറങ്ങി. വാസ്തവത്തിൽ അയാളും എമിലും പരസ്പരം ചുംബിക്കുകപോലും ചെയ്തു. മാറി മാറി ഉല്ലാസവതിയും ചിന്താനിരതനും ശാന്തയും ഉദാസീനയുമാകുന്ന, എല്ലാ ഭാവത്തിലും ഒരുപോലെ ആകർ ഷികമായ, ആ പെൺകുട്ടിയുടെ രൂപവും മനസ്സിൽ പേറിക്കൊണ്ടാണ് സാനിൻ ഹോട്ടൽ മുറിയിൽ തിരിച്ചെത്തിയത്. അവളുടെ കണ്ണുകൾ— ചിലപ്പോൾ പൂർണ്ണമായി വിടർന്ന് പകലിന്റെ ഉല്ലാസഭരിതമായ തിളക്കം ആർജ്ജിക്കുകയും ചിലപ്പോൾ ഇമകൾക്കിടയിൽ പാതി കൂമ്പി രാത്രിയുടെ അഗാധമായ ഇരുട്ടിനെ ഉൾക്കൊള്ളുകയും ചെയ്യുന്ന ആ മനോഹരമായ മിഴികൾ —അയാളുടെ മനോമുകുരത്തിൽ സദാ തെളിഞ്ഞുകൊണ്ടിരുന്നു. വിചിത്രമായ ഒരുതരം മാധുര്യം പകർന്നുകൊണ്ട് മറ്റെല്ലാ പ്രതിച്ഛായക ളേയും സങ്കല്പങ്ങളേയും അവ തുടച്ചുമാറ്റി.

ഹെർ ക്ലൂബറെപ്പറ്റിയും താൻ ഫ്രാങ്കിഫർട്ടിൽ താമസിക്കുന്നതെ ന്തിന് എന്നതിനെപ്പറ്റിയും–ചുരുക്കിപ്പറഞ്ഞാൽ തലേ രാത്രി അയാളെ അലട്ടിയ പ്രശ്നങ്ങളെപ്പറ്റി—ഇപ്പോൾ അയാൾ ചിന്തിച്ചതേയില്ല.

XIV

സാനിനെപ്പറ്റി ഏതാനും വാക്കുകൾ പറയാനുള്ള സമയമായെന്നു തോന്നുന്നു. ഒന്നാമതായി ആരേയും ആകർഷിക്കാൻ പോന്ന ഒരു വ്യക്തിത്വമായിരുന്നു സാനിന്റേത്. മെലിഞ്ഞ് നീണ്ട ദൃഢമായ ശരീരം, രമ്യമായ മുഖം, ആർദ്രമായ നീലക്കണ്ണുകൾ, സ്വർണ്ണനിറമുള്ള തലമുടി. വെളുത്ത ചുവന്ന നിറം, സർവ്വോപരി ലാളിത്യമാർന്നതും അല്ലലില്ലാത്തതും നിശ്ശങ്കവും നിർവ്യാജവുമായ മുഖഭാവം—ഇതെല്ലാം സാനിന്റെ സവിശേഷതകളായിരുന്നു. പ്രഥമ ദൃഷ്ടിയിൽ തെല്ലൊരു മൗഢ്യം കലർന്നതെന്നു തോന്നിക്കുന്ന അത്തരം മുഖഭാവംനോക്കി അന്തസ്സും ആഭിജാത്യവുമുള്ള സമ്പന്ന കുടുംബങ്ങളിലെ സന്തതികളെ—നമ്മുടെ അർദ്ധസ്റ്റെപ്പി പ്രദേശങ്ങളിൽ ജനിച്ചു വളർന്ന സൽപ്പുത്രന്മാരായ മാന്യയുവാക്കളെ—മുൻകാലങ്ങളിൽ വളരെ വേഗം തിരിച്ചറിയാൻ കഴിയുമായിരുന്നു. ലേശം മുടന്തിയുള്ള നടപ്പും ചെറിയ കൊഞ്ഞയോടുകൂടിയ സംസാരരീതിയും, ആരെങ്കിലും തന്റെ നേരെ നോക്കിയാലുടൻ ചുണ്ടിൽ പൊട്ടിവരിയുന്ന നിഷ്കളങ്കമായ പുഞ്ചിരിയും ഉന്മേഷവും, ആരോഗ്യവും, മൃദുലഭാവവും—മുൻപറഞ്ഞ സവിശേഷതകൾ കൂടി കൂട്ടിച്ചേർത്താൽ സാനിന്റെ ചിത്രം പൂർണ്ണമാകും. രണ്ടാമതായി എടുത്തു പറയാനുള്ളത് അയാൾ ഒരു വിഡ്ഢിയായിരുന്നില്ല. നല്ല പഠിപ്പുള്ള ഒരു യുവാവായിരുന്നു എന്നതാണ്. വിദേശയാത്ര നടത്തിയിട്ടും അയാളുടെ ഉന്മേഷം നഷ്ടപ്പെട്ടിരുന്നില്ല. അക്കാലത്തെ യുവാക്കളിൽ ഒരു നല്ല വിഭാഗത്തെ അലട്ടിയിരുന്ന ഉൽക്കടമായ ഉൽകണ്ഠ സാനിന് അജ്ഞാതമായിരുന്നു.

"പുതിയ മുഖങ്ങളെ" അന്വേഷിച്ചുള്ള വിഫലമായ തെരച്ചിലിനു ശേഷം ഈ അടുത്ത കാലത്തായി നമ്മുടെ സാഹിത്യകാരന്മാർ, എന്തു വിലകൊടുത്തും മനസ്സിന്റെ പുതുമ നശിക്കാതെ സൂക്ഷിക്കുമെന്ന ദൃഢപ്രതിജ്ഞയെടുത്ത ഒരു കൂട്ടം യുവാക്കളെ അവതരിപ്പിച്ചു തുടങ്ങിയിട്ടുണ്ട്. ഫ്ലെൻസ്ബർഗിൽനിന്ന് സെന്റ് പീറ്റേഴ്സ്ബർഗിലേക്കു ഇറക്കുമതി ചെയ്യുന്ന ഓയിസ്റ്റർ പോലുള്ള അക്കൂട്ടരുമായി സാനിന് യാതൊരു സാദൃശ്യവുമില്ല. ഉപമ വേണമെന്നു നിർബന്ധമാണെങ്കിൽ നമുക്ക് അയാളെ കറുത്തമണ്ണുള്ള നമ്മുടെ തോട്ടത്തിലേക്ക് ഈയിടെ മാത്രം പറിച്ചു നട്ട നല്ല വളർച്ചയുള്ള ഒരു ആപ്പിൾമരത്തെയോട് ഉപമിക്കാം. ഒരുപക്ഷേ അതിലും നല്ലത് പഴയ കാലത്തെ ഒരു പ്രഭുവിന്റെ ലായത്തിൽ നിന്നു വന്ന നന്നായി പോറ്റി വളർത്തിയ മൂന്നു വയസ്സുള്ള ഒരു കുതിരക്കുട്ടിയോട് ഉപമിക്കുന്നതായിരിക്കും—തിളങ്ങുന്ന ദേഹവും തടിച്ച കണങ്കാലും സൽപ്രകൃതവുമുള്ള ഈയിടെ മാത്രം മെരുക്കപ്പെട്ട ഒരു കുതിരക്കുട്ടി. പില്ക്കാലത്ത്, ജീവിതം അയാളെ ക്ഷതമേല്പിക്കുകയും അയാളുടെ യുവസഹജമായ ദേഹപുഷ്ടി നഷ്ടപ്പെടുകയും

ചെയ്ത ശേഷം അയാളുമായി പരിചയപ്പെട്ടവർ തികച്ചും വ്യത്യസ്തനായ ഒരു മനുഷ്യനെയാണ് കണ്ടത്.

* * *

പിറ്റേന്നു രാവിലെ സാനിൻ കിടക്കയിൽനിന്ന് എണീക്കുന്നതിനു മുമ്പുതന്നെ എമിൽ മുറിയിലേക്കു കയറിവന്നു. വിശേഷദിവസങ്ങളിൽ ധരിക്കാനുള്ള വസ്ത്രങ്ങൾ ധരിച്ച്. സുഗന്ധതൈലം പുരട്ടി മുടി ചീകി മിനുക്കി കയ്യിൽ ഒരു ചൂരലും പിടിച്ചാണ് അവൻ വന്നു കയറിയത്. ഹെർ ക്ലൂബർ വണ്ടിയുമായി ഉടൻ അവിടെ എത്തുമെന്നും അന്നത്തെ കാലാവസ്ഥ വളരെ നല്ലതാണെന്നും എല്ലാവരും തയ്യാറായിക്കഴിഞ്ഞെന്നും എന്നാൽ തലവേദന വീണ്ടും തുടങ്ങിയതിനാൽ അമ്മ മാത്രം വരുന്നില്ലെന്നും അവൻ പറഞ്ഞു. ഒരു നിമിഷം പോലും കളയാനില്ലെന്നും സാനിൻ തിരക്കിട്ടു വസ്ത്രം ധരിക്കണമെന്നും അവൻ അറിയിച്ചു. അവൻ പറഞ്ഞതു വാസ്തവമാണെന്നു തെളിഞ്ഞു—സാനിൻ തയ്യാറാകുന്നതിനു മുമ്പുതന്നെ ഹെർ ക്ലൂബർ അവിടെ എത്തി. അയാൾ വാതിലിൽ മുട്ടിയിട്ട് അകത്തു കടന്ന് തലകുനിച്ച് വന്ദിച്ചുകൊണ്ട് താൻ എത്രനേരം വേണമെങ്കിലും കാത്തിരിക്കാൻ തയ്യാറാണെന്ന് സാനിനോടു പറഞ്ഞു. തൊപ്പി മുട്ടിന്മേൽ വെച്ചുകൊണ്ട് അയാൾ ഇരുന്നു. യോഗ്യനായ ആ കച്ചവടക്കാരൻ അന്ന് ആകാവുന്നത്ര അണിഞ്ഞൊരുങ്ങിയിരുന്നു. സെന്റ് നിർലോഭം പുരട്ടിയിരുന്ന ആ മനുഷ്യൻ ഒന്നനങ്ങിയാലുടൻ നേരിയ പരിമളം മുറിയിൽ പ്രസരിക്കും. ലണ്ടാവു എന്ന പേരിലറിയപ്പെടുന്ന വലിയ ഒരുതരം കുതിരവണ്ടിയിലാണ് അയാൾ വന്നത്. കാണാൻ വലിയ ചന്തമൊന്നുമില്ലെങ്കിലും നല്ല പൊക്കവും കരുത്തുമുള്ള രണ്ട് കുതിരകളെ ആ തുറന്ന വണ്ടിയിൽ പൂട്ടിയിരുന്നു. കാൽമണിക്കൂർ കഴിഞ്ഞ് സാനിനും ഹെർ ക്ലൂബെറും എമിലും ആ വണ്ടിയിൽക്കയറി മിഠായി പീടികയുടെ മുൻവശത്ത് അന്തസ്സോടെ വന്നിറങ്ങി. ഫ്രൗ ലെനോറെ വിനോദയാത്രയ്ക്ക് വരുന്നില്ലെന്ന് ഉറപ്പിച്ചു പറഞ്ഞു. ജെമ്മ അമ്മയോടൊപ്പം വീട്ടിൽത്തന്നെ നില്ക്കാൻ ആഗ്രഹിച്ചെങ്കിലും അവർ അവളെ നിർബ്ബന്ധിച്ചു പറഞ്ഞയച്ചു.

"എന്റെയടുത്ത് ആരും നിൽക്കേണ്ട," അവൾ പറഞ്ഞു. "ഞാൻ ഉറങ്ങാൻ പോവുകയാണ്. കടയിൽ നില്ക്കാൻ ആരെങ്കിലുമുണ്ടായിരുന്നെങ്കിൽ ഞാൻ പൻറലിയോനെ നിങ്ങളോടൊപ്പം അയയ്ക്കുമായിരുന്നു."

"തർതാലിയയെക്കൂടി കൊണ്ടുപൊയ്ക്കോട്ടേ?" എമിൽ അപേക്ഷിച്ചു.

"ശരി, കൊണ്ടുപൊയ്ക്കോ!"

തർതാലിയ ഉടൻ തന്നെ സന്തോഷത്തോടെ വണ്ടിയിൽ തനിക്കുള്ള സ്ഥാനത്തേക്കു വലിഞ്ഞു കയറി ഇരുന്നുകൊണ്ട് ചിറി നക്കിത്തുടങ്ങി. അതിന് ഇത്തരം യാത്രകൾ പുത്തരിയല്ലെന്ന് തീർച്ചയായിരുന്നു.

തവിട്ടുനിറത്തിലുള്ള റിബൺ വച്ചുപിടിപ്പിച്ച വലിയൊരു സ്ട്രാഹാറ്റ് ജെമ്മ ധരിച്ചിരുന്നു. അതിന്റെ വക്ക് ജെമ്മയുടെ മുഖത്തിന്റെ മുക്കാൽഭാഗവും വെയിലിൽനിന്നും മറച്ചു. അതിന്റെ നിഴൽ അവളുടെ ചുണ്ടിനു തൊട്ടുമുകളിലാണ് അവസാനിച്ചത്. അച്ചുംബിതമായ ചുവന്ന റോസാദലങ്ങൾ പോലെ മൃദുലകോമളമായ ആ ചുവന്ന ചുണ്ടുകൾക്കിടയിലൂടെ അവളുടെ തിളങ്ങുന്ന കൊച്ചരിപ്പല്ലുകൾ നാണിച്ചു നാണിച്ച് പുറത്തേക്കെത്തിനോക്കി. പിൻസീറ്റിൽ സാനിന്റെ തൊട്ടടുത്താണ് ജെമ്മ ഇരുന്നത്. ഹെർക്ലുബറും എമിലും നേരെ എതിർവശത്തിരുന്നു. ഫ്രൗ ലെനോറെയുടെ വെളുത്ത ആകാരം ജനലിനു പിന്നിൽ പ്രത്യക്ഷപ്പെട്ടു. ജെമ്മ കൈലേസു വീശി. കുതിരകൾ മെല്ലെ ഓടിത്തുടങ്ങി.

XV

ഫ്രാങ്ക്ഫർട്ടിനടുത്തുള്ള ഒരു ചെറിയ പട്ടണമാണ് സോഡെൻ. ടൗനസ് കുന്നുകളുടെ ഇടയിലെ പ്രകൃതിസുന്ദരമായ ഒരു സ്ഥാനത്തു സ്ഥിതിചെയ്യുന്ന ആ പട്ടണം റഷ്യയിൽ വളരെ പ്രസിദ്ധമാണ്. ശ്വാസകോശ സംബന്ധമായ അസുഖമുള്ള ആളുകൾക്ക് ഗുണകരമാണ് അവിടുത്തെ ധാതുജല ഉറവകൾ എന്ന വിശ്വാസമായിരുന്നു ഈ പ്രസിദ്ധിക്കു നിദാനം. ഫ്രാങ്ക്ഫർട്ടിലെ ജനങ്ങൾ പ്രധാനമായും അവിടെ പോയിരുന്നത് വിനോദത്തിനു വേണ്ടിയാണ്. സൊഡെനിൽ നല്ലൊരു പാർക്കും പൊക്കമുള്ള ലിൻഡൻ മരങ്ങളുടേയും മാപ്പിൾ മരങ്ങളുടേയും തണലിലിരുന്ന് ബിയറും കാപ്പിയും കുടിക്കാൻ സൗകര്യമുള്ള അനേകം ഹോട്ടലുകളും ഉണ്ടായിരുന്നു. മൈയെൻ നദിയുടെ വലത്തെ കരയിലൂടെ ഫ്രാങ്ക്ഫർട്ടിൽനിന്നു സോഡേനിലേക്കുള്ള റോഡ് നീണ്ടു കിടന്നു. അതിന്റെ ഇരുവശങ്ങളിലും ഫലവൃക്ഷങ്ങൾ നിരനിരയായി നിന്നിരുന്നു. ആ ഒന്നാംതരം റോഡിലൂടെ വണ്ടി നിഷ്പ്രയാസം ഉരുണ്ടു പൊയ്ക്കൊണ്ടിരിക്കെ സാനിൻ, ജെമ്മയും അവളുടെ പ്രതിശ്രുതവരനും തമ്മിലുള്ള ബന്ധമെന്തെന്ന് രഹസ്യമായി ഇരിക്കുകയായിരുന്നു. എങ്കിലും അവൾ അന്ന് പതിവിൽക്കൂടുതൽ മിതഭാഷിയും ഗൗരവക്കാരിയുമാണെന്നു തോന്നി. തന്നെത്താന്നേയും തന്റെ ശിഷ്യന്മാരേയും നിർദ്ദോഷങ്ങളായ ചില ലഘുവിനോദങ്ങളിൽ ഏർപ്പെടാൻ അനുവദിക്കുന്ന ശിഷ്യവത്സലനായ ഒരു അധ്യാപകന്റെ മട്ടായിരുന്നു ഹെർക്ലുബർക്ക് ജെമ്മയ്ക്ക്. അയാളുടെ പ്രത്യേക ശ്രദ്ധയോ പരിഗണനയോ ലഭിക്കുന്നില്ല എന്ന് സാനിന് മനസ്സിലായി. ഈ നിസ്സാര കാര്യം തീരുമാനിക്കപ്പെട്ടു കഴിഞ്ഞെന്നും അതിനാൽ ഇനി അക്കാര്യത്തിൽ വേവലാതിപ്പെടുകയോ ആവേശം കാട്ടുകയോ ചെയ്യേണ്ട കാര്യമൊന്നുമില്ലെന്നുമാവാം അയാൾ ചിന്തിച്ചിരുന്നത്. എങ്കിലും തന്റെ ദാക്ഷിണ്യഭാവം

ഒരു നിമിഷത്തേക്കു പോലും—ഉച്ചഭക്ഷണത്തിനുമുമ്പ് സോഡെനു ചുറ്റുമുള്ള കുന്നിൽ ചെരിവുകളിലും അടിവാരങ്ങളിലും ദീർഘനേരം ചുറ്റി നടന്ന് പ്രകൃതി സൗന്ദര്യം ആസ്വദിക്കുമ്പോൾ പോലും—അയാളെ വിട്ടുപിരിഞ്ഞിരുന്നില്ല. എന്നു മാത്രമല്ല സാക്ഷാൽ പ്രകൃതിയോടുതന്നെ ദാക്ഷിണ്യം കാണിക്കുന്നു എന്ന മട്ടിലായിരുന്നു അയാളുടെ പെരുമാറ്റം. ഇടയ്ക്കിടയ്ക്ക് ഒരു മേലുദ്യോഗസ്ഥന്റെ ഗർവ്വം അയാൾ പുറത്തു കാട്ടിക്കൊണ്ടിരുന്നു. ഒരു ഉദാഹരണം പറയാം: ഒരു അരുവിയെപ്പറ്റി അയാൾ അഭിപ്രായപ്പെട്ടത് അത് തീരെ ഋജുവായിപ്പോയെന്നും അല്പം കൂടി വളഞ്ഞു പുളഞ്ഞ് ഒഴുകേണ്ടതായിരുന്നു എന്നുമാണ്. ഒരു പക്ഷിയുടെ കൂജനവും അയാൾക്കിഷ്ടപ്പെട്ടില്ല. അത് ഏകപ്രകാരമായിപ്പോയത്രെ. ജെമ്മ അല്പംപോലും മുഷിവു പുറത്തു കാട്ടിയില്ല. എന്നു മാത്രമല്ല എല്ലാം അവൾക്കു രസിക്കുന്നുണ്ടെന്നും തോന്നി. എങ്കിലും താൻ മുമ്പു കണ്ടിട്ടുള്ള ജെമ്മയെ അവളിൽ കണ്ടെത്താൻ സാനിനു കഴിഞ്ഞില്ല. അവളുടെ സൗന്ദര്യത്തിന് മങ്ങലേറ്റതുകൊണ്ടായിരുന്നില്ല അത്—അവൾ അന്ന് മുമ്പെന്നത്തെക്കാളും സുന്ദരിയായിരുന്നു. എന്നാൽ അവളുടെ ആത്മാവ് സ്വയം ഉള്ളിലേക്കു പിൻവാങ്ങിയെന്നു നല്ല രീതിയിൽ വളർത്തപ്പെട്ട ഒരു യുവതിക്കു ചേർന്ന വിധം മന്ദം മന്ദം അവൾ നടന്നു. അവൾ വളരെ കുറച്ചേ സംസാരിച്ചിരുന്നുള്ളൂ. എമിലിനും ഒരുതരം വീർപ്പുമുട്ടൽ അനുഭവപ്പെടുന്നുണ്ടെന്നു തോന്നി. എന്നാൽ സാനിനാണ് അത് ഏറ്റവും കൂടുതൽ അനുഭവപ്പെട്ടത്. മറ്റു കാരണങ്ങൾക്കും പുറമെ സംഭാഷണം ജർമ്മനിലായിരുന്നു എന്നതും അയാളുടെ മനപ്രയാസത്തിനു കാരണമായിത്തീർന്നു. തർതാലിയ്ക്കു മാത്രം യാതൊരു കുസലുമുണ്ടായിരുന്നില്ല. അവർ കണ്ണിൽക്കണ്ട പക്ഷികളുടെ നേരെ കുരച്ചുകൊണ്ട് ഓടിച്ചെന്നു, കുഴികളും മരക്കുറ്റികളും കടപുഴകി വീണമരങ്ങളും ചാടിക്കടന്നു, ചിലപ്പോൾ നേരെ ചെന്ന് വെള്ളക്കുഴികളിൽ ചാടി, അവിടെ നിന്ന് ധൃതിയിൽ പിടഞ്ഞെണീറ്റ് ദേഹം കുടയുകയും മോങ്ങുകയും ചെയ്തിട്ട് അടുത്ത നിമിഷത്തിൽ ശരം വിട്ടതുപോലെ വീണ്ടും ഓടി. ആ സമയമെല്ലാം അവന്റെ ചുവന്ന നാക്ക് തൂങ്ങിക്കിടന്നു. തന്റെ അതിഥികളെ രസിപ്പിക്കാൻ ആവശ്യം ചെയ്യേണ്ടതെന്ന് തനിക്കു തോന്നിയ എല്ലാ കാര്യങ്ങളും ഹെർ ക്ലൂബർ ചെയ്തു. പന്തലിച്ചു നിന്ന ഒരു ഓക്കുമരത്തിന്റെ ചുവട്ടിൽ ഇരിക്കാൻ എല്ലാവരേയും ക്ഷണിച്ചിട്ട് തമാശകളടങ്ങിയ ഒരു ചെറിയ പുസ്തകം വശത്തെ പോക്കറ്റിൽ നിന്ന് പുറത്തേടുത്ത് പന്ത്രണ്ടോളം നേരമ്പോക്കുകൾ ഉറക്കെ വായിച്ചു. എന്നാൽ അതിലെ ഫലിതങ്ങൾ ആരേയും ചിരിപ്പിച്ചില്ല. മര്യാദയുടെ പേരിൽ സാനിൻ ചിരിക്കുന്നതായി ഭാവിച്ചു. ഓരോ ഫലിതം വായിച്ചു കഴിയുമ്പോഴും ഹെർ ക്ലൂബർ ഹ്രസ്വവും കാര്യമാത്ര പ്രസക്തവും അതേ സമയംതന്നെ ദാക്ഷിണ്യപൂർവ്വവുമായ ഒരു ചിരി ചിരിക്കാൻ മറന്നിരുന്നില്ല. പന്ത്രണ്ടു മണിയോടുകൂടി സോഡെനിലുള്ള ഏറ്റവും നല്ല സത്രത്തിലേക്ക് അവർ എല്ലാവരും മടങ്ങി.

ഉച്ചഭക്ഷണത്തിനു സമയമായിരുന്നു.

നാലുവശവും അടുച്ചകെട്ടിയ "ഗാർട്ടെൻ സലൂൺ" എന്ന ഭക്ഷണശാലയിൽ ആഹാരം കഴിക്കാമെന്ന് ഹെർ ക്ലൂബർ നിർദ്ദേശിച്ചു. എന്നാൽ തികച്ചും അപ്രതീക്ഷിതമായി ജെമ്മ അതിനെ എതിർത്തു. സത്രത്തിന്റെ മുൻവശത്തെ തുറസ്സായ തോട്ടത്തിലിട്ടിരിക്കുന്ന ചെറിയ മേശകളിലൊന്നിന്റെ ചുറ്റുമിരുന്നു ഭക്ഷണം കഴിച്ചാൽ മതിയെന്ന് അവൾ തീർത്തു പറഞ്ഞു. ഒരേ മുഖങ്ങൾ കണ്ട് അവൾക്കു മുഷിഞ്ഞിരുന്നു. തോട്ടത്തിലെ മേശകൾക്കു ചുറ്റും പുതുതായി വന്ന അതിഥികൾ സ്ഥലം പിടിച്ചുതുടങ്ങിയിരുന്നു. പുതിയ മുഖങ്ങൾ കാണാൻ അവൾ ആഗ്രഹിച്ചു.

ഹെർ ക്ലൂബർ ദാക്ഷിണ്യപൂർവ്വം തന്റെ "പ്രതിശ്രുതവധുവിന്റെ തോന്നിവാസ"ത്തിനു വഴങ്ങി ഒർഡർ കൊടുക്കാൻ പ്രധാന വെയിറ്ററുടെ അടുത്തേക്കു നടന്നു. ആ സമയത്ത് ചുണ്ടുകൾ അമർത്തിപ്പിടിച്ച് മിഴികൾ താഴ്ത്തി നിശ്ചലയായി നില്ക്കുകയായിരുന്നു ജെമ്മ. സാനിൻ ചോദ്യഭാവത്തിൽ കണ്ണിമയ്ക്കാതെ അവളെത്തന്നെ നോക്കിനിൽക്കുകയാണെന്ന് ജെമ്മയ്ക്കു മനസ്സിലായി. അതവളെ അലട്ടുന്നുണ്ടെന്നു തോന്നി. ഒടുവിൽ ഹെർ ക്ലൂബർ തിരിച്ചു വന്നു. അര മണിക്കൂറിനകം ഭക്ഷണം തയ്യാറാകുമെന്നും അതുവരെ പന്തേറു കളിക്കാമെന്നും അയാൾ പറഞ്ഞു. അപ്പോൾ നല്ല വിശപ്പുണ്ടാകുമെന്ന് ഒരു പൊള്ള ചിരിയോടെ അയാൾ കൂട്ടിച്ചേർത്തു. ഒരു നല്ല കളിക്കാരനായിരുന്നു അയാൾ. മരപ്പന്തുകൾ എറിയുന്നതിനു മുമ്പ് അയാൾ നാടകീയമായ ഒരു "പോസിൽ" നില്ക്കും, പിന്നീട് മസിലുകളുടെ ചലനം പ്രദർശിപ്പിച്ചുകൊണ്ട് ഒരു കാൽ പൊക്കി ബാലൻസുപിടിച്ച് കൈപൊക്കി ചുണയായി എറിയും. അയാളുടെ രീതിയിൽ അയാൾ ഒരു കായികാഭ്യാസിയായിരുന്നു—അയാളുടെ ശരീരവും അതിന് ചേർന്നതായിരുന്നു. വെളുത്തതും ഭംഗിയുള്ളതുമായിരുന്നു ആ കൈകൾ. കസവു പൂക്കളുള്ള വിലപിടിച്ച ഒരു ഇന്ത്യൻ പട്ടുറുമാലിലാണ് അയാൾ കൈ തുടച്ചിരുന്നത്.

ഭക്ഷണം കഴിക്കാൻ സമയമായപ്പോൾ അവരെല്ലാവരും മേശയ്ക്കടുത്തേക്കു നടന്നു.

XVI

ജർമ്മൻ ആഹാരം എത്തരത്തിലുള്ളതാണെന്ന് എല്ലാവർക്കും അറിയാം. കറുവാപട്ടയും ആകൃതിയില്ലാത്ത മാംസക്കൊഴുക്കട്ടയും ചേർന്ന വെള്ളം പോലുള്ള സൂപ്പ്, കൊഴുപ്പിന്റെ കഷണങ്ങൾ പറ്റിപ്പിടിച്ചിരിക്കുന്ന കോർക്കുപോലെ ഉണങ്ങിയ വേവിച്ച ഗോമാംസം, പശപോലെ ഒട്ടുന്ന ഉരുളക്കിഴങ്ങ്, വരട്ടിയ ബീറ്റ്റൂട്ട്, ചവച്ചരച്ചതു

പോലിരിക്കുന്ന ഹോഴ്സ്റ്റഡിഷ്, നീല നിറമാർന്ന ഒരുതരം മത്സ്യം, മാംസത്തോടൊപ്പം വിളമ്പുന്ന ജെല്ലി, ചുവന്ന നിറവും പുളിരസവും ഉള്ള ചാറോടു കൂടിയ "മെൽസ്പെയിസ്" എന്നു പേരുള്ള ഒരുതരം പുഡ്ഡിംഗ്, ഇതൊക്കെയാണ് സ്ഥിരം വിഭവങ്ങൾ. എന്നാൽ അവരുടെ ബിയറും വീഞ്ഞുകളും കിടയറ്റതാണ്. സൊഡെനിലെ ആ സത്രമുടമയും അതേ വിഭവങ്ങൾ തന്നെയാണ് വിളമ്പിയത്. എങ്കിലും ഭക്ഷണവേള സാമാന്യം തൃപ്തികരമായിരുന്നു. എന്നാൽ അത് ഉല്ലാസകരമായിരുന്നു എന്നു പറഞ്ഞുകൂടാ. "നാം ഏറ്റവും കൂടുതൽ സ്നേഹിക്കുന്നതെന്തോ അതിന്," എന്നു പറഞ്ഞുകൊണ്ട് ഹെർ ക്ലൂബർ പാനോപചാരം നടത്തിയപ്പോൾപ്പോലും ആരിലും വലിയ ഉത്സാഹമൊന്നും കണ്ടില്ല. എങ്കിലും അത് തികച്ചും അന്തസ്സുറ്റതും മാന്യവുമായ ഒരു ചടങ്ങായിരുന്നു. അവസാനം കാപ്പ് കൊണ്ടുവന്നു—ഇളം തവിട്ടുനിറമുള്ള വീര്യകുറഞ്ഞ അസ്സൽ ജർമ്മൻ കാപ്പി, ഒരു യഥാർത്ഥ മാന്യനു ചേർന്നവിധം ഹെർ ക്ലൂബർ സിഗാർ വലിക്കാൻ ജെമ്മയോട് അനുവാദം ചോദിച്ചു. പെട്ടെന്ന് തികച്ചും അപ്രതീക്ഷിതവും അസുഖകരവും അപമാനകരവുമായ ഒരു സംഭവം ഉണ്ടായി.

അടുത്തു കിടന്ന മറ്റൊരു മേശയ്ക്കു ചുറ്റും ഏതാനും പട്ടാള ഓഫീസർമാർ ഇരുന്നു ഭക്ഷണം കഴിക്കുന്നുണ്ടായിരുന്നു. ജെമ്മയുടെ സൗന്ദര്യം അവരെ ഹഠാദാകർഷിച്ചുവെന്ന് അവരുടെ നോട്ടങ്ങളും കുശുകുശുക്കലും വ്യക്തമാക്കി. അവർ കുടിച്ചുകൊണ്ടിരിക്കുകയായിരുന്നു. മേശപ്പുറത്തിരുന്ന ഒഴിഞ്ഞ കുപ്പികൾ അവർ അതിനകംതന്നെ ധാരാളം കുടിച്ചു എന്നതിനു സാക്ഷ്യം വഹിച്ചു. അവരിലൊരാൾ—അയാൾ ഫ്രാങ്ക്ഫർട്ടുകാരനായിരുന്നിരിക്കണം—മുമ്പ് കണ്ടിട്ടുണ്ട് എന്ന മട്ടിൽ ജെമ്മയെത്തന്നെ നോക്കിക്കൊണ്ടിരുന്നു. അവൾ ആരാണെന്ന് അയാൾക്ക് അറിയാമായിരുന്നെന്നു തോന്നി. പെട്ടെന്ന് അയാൾ കയ്യിൽ ഒരു ഗ്ലാസുമായി ജെമ്മയുടെ അടുത്തേക്ക് ചെന്നു. തീരെ ചെറുപ്പക്കാരനായിരുന്ന ഒരു യുവാവിന്റെ ആരേയും ആകർഷിക്കാൻ പോന്ന സുന്ദരമായ മുഖം അപ്പോൾ മദ്യത്തിന്റെ ലഹരിക്കടിപെട്ട് അങ്ങേയറ്റം വികൃതമായിത്തീർന്നിരുന്നു. ആ കവിളുകൾ പിടഞ്ഞുകൊണ്ടിരുന്നു. ചോരക്കണ്ണുകൾ ഉരുട്ടിക്കൊണ്ട് ധിക്കാരത്തോടെ അയാൾ നടന്നടുത്തു. അയാളുടെ സ്നേഹിതന്മാർ ആദ്യം അയാളെ തടയാൻ ശ്രമിച്ചെങ്കിലും ഉടൻ തന്നെ ആ സംരംഭം ഉപേക്ഷിച്ചു—ഇനി എന്താണു നടക്കാൻ പോകുന്നതെന്നു കാണാൻ അവരും ഉത്സുകരായിരുന്നു.

കുറച്ചൊന്ന് ആടിക്കൊണ്ട് ഓഫീസർ ജെമ്മയുടെ തൊട്ടുമുമ്പിൽ ചെന്നു നിന്നു. ഉള്ളിലെ അങ്കലാപ്പു മറച്ചുവയ്ക്കാൻ ശ്രമിച്ചുകൊണ്ട് അയാൾ മനപ്പൂർവ്വം ശബ്ദമുയർത്തി പറഞ്ഞു: "ഫ്രാക് ഫർട്ടിലെ ഏറ്റവും സുന്ദരിയായ വില്പനക്കാരി പെൺകുട്ടിയുടെ, ലോകത്തിലെ ഏറ്റവും സുന്ദരിയായ വില്പനക്കാരി പെൺകുട്ടിയുടെ, ആരോഗ്യത്തിനുവേണ്ടി ഞാനിതാ

കുടിക്കുന്നു." ഗ്ലാസിലുണ്ടായിരുന്ന മദ്യം മുഴുവൻ ഒറ്റ ഇറക്കിനു കുടിച്ചു തീർത്തിട്ട് അയാൾ തുടർന്നു: 'അവളുടെ പരിശുദ്ധമായ വിരലുകൾ ഇറുത്തെടുത്ത ഈ പനിനീർപ്പൂവാണ് എനിക്കുള്ള പ്രതിഫലം" ജെമ്മയുടെ പ്ലെയിറ്റിനടുത്ത് വച്ചിരുന്ന റോസാപ്പൂ അയാൾ കൈവശപ്പെടുത്തി. ആദ്യം അത്ഭുതവും ഭയവും കൊണ്ട് അവളുടെ മുഖം വിളറിവെളുത്തു, എന്നാൽ അടുത്ത ക്ഷണം തന്നെ ഭയം രോഷത്തിനു വഴിമാറിക്കൊടുത്തു. ആ മുഖം ചെമ്പരത്തിപ്പൂപോലെ ചുവന്നു. കുറ്റവാളിയെ തറപ്പിച്ചു നോക്കിക്കൊണ്ടിരുന്ന ആ കണ്ണുകൾ ഒരേ സമയം തന്നെ ഇരുളുകയും ജ്വലിക്കുകയും ചെയ്തു. അവയിൽ വിഷാദവും അടക്കാനാവാത്ത രോഷത്തിന്റെ തിളക്കവും മാറിമാറി പ്രത്യക്ഷപ്പെട്ടു. ആ നോട്ടത്തിനുമുമ്പിൽ ഓഫീസർ ചൂളിപ്പോയെന്നു തോന്നി. അയാൾ അസ്പഷ്ടമായി എന്തോ പിറുപിറുത്തുകൊണ്ട് തലകുനിച്ചിട്ട് തന്റെ സ്നേഹിതന്മാരുടെ അടുത്തേക്കു തിരിച്ചു പോയി. അവർ അയാളെ അട്ടഹാസങ്ങളും പരിഹാസിച്ചുള്ള കയ്യടികളുംകൊണ്ട് സ്വീകരിച്ചു.

ഹെർ ക്ലൂബർ പെട്ടെന്ന് എഴുന്നേറ്റ് നിവർന്നു നിന്ന് തൊപ്പി കയ്യിലെടുത്തുകൊണ്ട് അധികം ഉറക്കെയല്ലെങ്കിലും ഗംഭീരമായ ശബ്ദത്തിൽ പറഞ്ഞു: "അക്രമം! എന്തൊരക്രമം!" ഉടൻ തന്നെ അയാൾ അതേ കർക്കശസ്വരത്തിൽ വെയിറ്ററെ വിളിച്ച് ബില്ലുകൊണ്ടുവരാൻ ആവശ്യപ്പെട്ടു... കൂടാതെ തനിക്ക് പോകാനുള്ള വണ്ടി ഉടൻ അവിടെ എത്തിക്കണമെന്നും അയാൾ ആജ്ഞാപിച്ചു. മാനം മര്യാദയായി ജീവിക്കുന്നവർക്ക് ആ സത്രത്തിൽ വരാൻ നിവൃത്തിയില്ലാത്ത ഒരു സ്ഥിതിയായിരിക്കുന്നെന്നും വന്നാൽ അവർ അപമാനിതരായേക്കുമെന്നും അയാൾ പറഞ്ഞു. അതു കേട്ടപ്പോൾ ആയാസപ്പെട്ടു ശ്വാസംവിട്ടുകൊണ്ട് നിശ്ചലയായി ഇരുന്നിരുന്ന ജെമ്മ ഓഫീസറെ നോക്കിയതുപോലെ തറപ്പിച്ച് അയാളെയും നോക്കി... എമിൽ കോപം അടക്കാനാവാതെ ഇരുന്നു വിറച്ചു.

"എണീക്കൂ, പോകാം," കർക്കശസ്വരത്തിൽത്തന്നെ ഹേർ ക്ലൂബർ ജെമ്മയോടു പറഞ്ഞു. "നീ ഇവിടെ ഇരിക്കുന്നതു ശരിയല്ല. നമുക്ക് സത്രത്തിന്റെ അകത്തേക്കു പോകാം."

ജെമ്മ നിശ്ശബ്ദം എണീറ്റു. അയാൾ കൈമുട്ടു വളച്ചുപിടിച്ചു. ജെമ്മ അതിനുള്ളിലൂടെ കയ്യിട്ട് അയാളുടെ കൈത്തണ്ടയിൽ പിടിച്ച് നടന്നു തുടങ്ങി. അയാൾ പ്രൗഢിയോടെ ചുവടുകൾ മുന്നോട്ടു വച്ചു അവളെ സത്രത്തിനുള്ളിലേക്കു നയിച്ചു. ഇരുന്നു ഭക്ഷണം കഴിച്ചിടത്തുനിന്ന് അകലുന്തോറും അയാളുടെ ചുവടുവെയ്പിന്റേയും അയാളുടെ ആകാരത്തിന്റെ ആകെത്തന്നേയും പ്രൗഢിയും ഡംഭും കൂടിക്കൊണ്ടിരുന്നു. പാവം എമിൽ നിരുന്മേഷനായി അവരുടെ പിന്നാലെ ചെന്നു.

ഹെർ ക്ലൂബർ ശിക്ഷയെന്ന നിലയിൽ വെയിറ്റർക്ക് ഒറ്റ കാശുപോലും ടിപ്പ കൊടുക്കാതെയാണ് കണക്കു തീർത്തത്. അയാൾ വെയിറ്ററുമായി കണക്കു പറഞ്ഞുകൊണ്ടുനില്ക്കുമ്പോൾ സാനിൻ ധൃതിയിൽ നടന്ന് ഓഫീസർമാർ ഇരുന്നിരുന്ന മേശയ്ക്കടുത്തെത്തി. ജെമ്മയെ അപമാനിച്ചയാൾ അപ്പോൾ ആ റോസാപ്പൂ കൂട്ടുകാർക്കു മണക്കാൻ കൊടുക്കുയായിരുന്നു. അയാളുടെ മുമ്പിൽ ചെന്നു നിന്നുകൊണ്ട് സാനിൻ ഫ്രഞ്ചിൽ സ്പഷ്ടമായി ഇങ്ങനെ പറഞ്ഞു:

"ഒരു മാന്യനു യോജിച്ച തരത്തിലോ താങ്കൾ ധരിച്ചിരിക്കുന്ന യൂണിഫോറത്തിന്റെ അന്തസ്സിനു യോജിച്ച തരത്തിലോ അല്ല താങ്കൾ അല്പം മുമ്പ് പെരുമാറിയത്. താങ്കൾ സംസ്കാരമില്ലാത്ത ഒരു മനുഷ്യനാണെന്നു പറയാനാണ് ഞാൻ വന്നത്!"

ചെറുപ്പക്കാർ ചാടിയെണീറ്റു, എന്നാൽ അയാളെക്കാൾ പ്രായം കൂടിയ ഒരാഫീസർ അയാളെ തടഞ്ഞിട്ട് സാനിനോട് ഫ്രഞ്ചിൽ ചോദിച്ചു:

"താങ്കൾ ആരാണ്? ആ യുവതിയുടെ ബന്ധുവോ സഹോദരനോ അതോ പ്രതിശ്രുതവരനോ?"

"ഞാൻ വെറും ഒരു പരിചയക്കാരൻ മാത്രമാണ്." സാനിൻ പറഞ്ഞു. "ഒരു റഷ്യാക്കാരനാണു ഞാൻ. എന്നാൽ എനിക്ക് ഇത്തരമൊരു ധിക്കാരം കയ്യും കെട്ടി നോക്കിക്കൊണ്ടിരിക്കാൻ സാദ്ധ്യമല്ല. ഇതാ എന്റെ മേൽവിലാസമെഴുതിയ കാർഡ്—ഹെർ ഓഫീസർക്ക് എന്നെ കണ്ടുപിടിക്കാൻ വിഷമമുണ്ടായിരിക്കയില്ല."

ഇത്രയും പറഞ്ഞിട്ട് സാനിൻ ഒരു വിസിറ്റിംഗ് കാർഡ് മേശപ്പുറത്തേക്കിടുകയും ഓഫീസർമാരിലൊരാളുടെ പ്ലേറ്റിനകത്ത് വിശ്രമിച്ചിരുന്ന റോസാപ്പൂ കയ്യിലെടുക്കുകയും ചെയ്തു. ചെറുപ്പക്കാരൻ വീണ്ടും ചാടിയെണീക്കാൻ ഭാവിച്ചു. എന്നാൽ അയാളുടെ സഹപ്രവർത്തകൻ "അടങ്ങിയിരിക്ക്, ഡോൻഹോഫ്," എന്നു പറഞ്ഞുകൊണ്ട് അയാളെ വീണ്ടും തടഞ്ഞു നിർത്തിയിട്ട് എണീറ്റു നിന്ന് സാനിനെ സല്യൂട്ടുചെയ്യുകയും ചെയ്തു: "നാളെ രാവിലെ ഞങ്ങളുടെ റെജിമെന്റിലെ ഒരു ഓഫീസർ താങ്കളെ ഹോട്ടലിൽ വന്നു സന്ദർശിക്കുന്നതായിരിക്കും." സാനിൻ തലയാട്ടി സമ്മതം പ്രകടിപ്പിച്ചിട്ട് ധൃതിയിൽ തിരിച്ചു നടന്നു.

* * *

ഹെർ ക്ലൂബർ സാനിന്റെ അഭാവമോ ഓഫീസർമാരുമായുള്ള അയാളുടെ സംഭാഷണമോ അറിഞ്ഞതായി ഭാവിച്ചില്ല. കുതിരകളെ വണ്ടിയിൽ പൂട്ടിക്കൊണ്ടിരുന്ന വണ്ടിക്കാരന്റെ നേരെ ആ ജോലി കുറച്ചുകൂടി വേഗം ചെയ്യണമെന്നും പറഞ്ഞ് അയാൾ തട്ടിക്കയറി. ജെമ്മയും സാനിനോട് ഒന്നു ചോദിച്ചില്ല. അവൾ അയാളുടെ നേരെ നോക്കുകപോലും ചെയ്തില്ല. എന്നാൽ അവളുടെ അമർത്തിപ്പിടിച്ച

വിളർത്ത ചുണ്ടുകളും ഉയർന്ന പുരികക്കൊടികളും നിശ്ചലമായ ഇരിപ്പും അവളുടെ ഉള്ളിലെ ക്ഷോഭം പുറത്തുകാട്ടി. സാനിനോടു സംസാരിക്കാനും നടന്നതെന്തെന്ന് ചോദിച്ചറിയാനോ വളരെയേറെ ആഗ്രഹമുള്ള ഒരാൾ അവിടെയുണ്ടായിരുന്നു—എമിൽ. സാനിൻ ഓഫീസർമാരുടെ അടുത്തേക്കു ചെല്ലുന്നതും ഒരുതുണ്ടു കടലാസ്—ഒരു കാർഡോ ഒരു കുറിപ്പോ എന്തോ ഒന്ന്—അവരെ ഏല്പിക്കുന്നതും അവൻ കണ്ടിരുന്നു. ആ പാവം കുട്ടിയുടെ ഹൃദയം ശക്തിയായി മിടിച്ചു. അവന്റെ കവിളുകൾ ചുട്ടുപൊള്ളി. സാനിന്റെ കഴുത്തിൽ കൈ ചുറ്റി പൊട്ടിക്കരയാനോ അപ്പോൾത്തന്നെ അയാളോടൊപ്പം ചെന്ന് ആ ദുഷ്ടന്മാരായ ഓഫീസർമാരെ അടിച്ചു ചമ്മന്തിയാക്കാനോ ഉള്ള ഉൽക്കടമായ ആവേശം അവനുണ്ടായിരുന്നു. എന്നാൽ അവൻ അതു സ്വയം നിയന്ത്രിച്ച്. മാന്യനായ തന്റെ റഷ്യൻ സുഹൃത്തിന്റെ ഓരോ ചലനവും ശ്രദ്ധയോടെ വീക്ഷിക്കുന്നതിൽ വ്യാപൃതനായി.

ഒടുവിൽ വണ്ടി തയ്യാറായി. എല്ലാവരും അതിൽ കയറിയിരുന്നു. വണ്ടിക്കാരന്റെ അടുത്തുള്ള സീറ്റിലേക്ക് എമിൽ തർതാലിയയോടൊപ്പം ചാടിക്കയറി. അവൻ അവിടെ ഇരിക്കാനാണ് കൂടുതൽ ഇഷ്ടപ്പെട്ടത്. അവിടെയിരുന്നാൽ താൻ ഇപ്പോൾ സർവ്വാത്മനാ വെറുക്കുന്ന ഹെർ ക്ലൂബറുടെ മുഖം കാണേണ്ടിവരില്ല.

ഹെർ ക്ലൂബർ വഴിനീളെ വാതോരാതെ സംസാരിച്ചുകൊണ്ടിരുന്നു.. അയാൾ മാത്രമേ വാതുറന്നുള്ളുതാനും. ആരും അയാളെ എതിർത്തില്ല. ആരും അനുകൂലിച്ചുമില്ല. താൻ പറഞ്ഞതനുസരിച്ച് മുറിക്കുള്ളിൽ ഇരുന്നു ഭക്ഷണം കഴിക്കാതിരുന്നത് വലിയ അവിവേകമായിപ്പോയെന്ന് അയാൾ സ്ഥാപിച്ചു. അങ്ങനെയായിരുന്നെങ്കിൽ ഈ അസുഖകരമായ സംഭവങ്ങളൊന്നും ഉണ്ടാവുകയില്ലായിരുന്നത്രെ. പിന്നീട് പട്ടാള ഓഫീസർമാർക്ക് അതിൽ കവിഞ്ഞ പരിഗണന കൊടുക്കുകയും അവരുടെ അച്ചടക്കത്തിൽ വേണ്ടത്ര ശ്രദ്ധിക്കാതിരിക്കുകയും സാധാരണ പൗരന്മാരെ അവഗണിക്കുകയും ചെയ്യുന്ന ഗവർമ്മെന്റിനെ അല്പം ലിബറലിസത്തിന്റെ മോമ്പൊടി ചേർത്ത് അയാൾ നിശിതമായി വിമർശിച്ചു. ഇക്കാരണത്താൽ ജനങ്ങളുടെ ഇടയിൽ അതൃപ്തി വർദ്ധിച്ചു വരികയാണെന്നും ഇത്തരം അതൃപ്തിയാണ് വിപ്ലവത്തിലേക്കു നയിക്കുന്നതെന്നും അതിന്റെ ഒരു ദുഃഖകരമായ ഉദാഹരണമാണ് ഫ്രാൻസെന്നും (അതു പറയുമ്പോൾ അയാൾ ഒന്നു നെടുവീർപ്പിടുകപോലും ചെയ്തു.) അയാൾ സമർത്ഥിച്ചു. താൻ അധികാരികളെ ബഹുമാനിക്കുന്ന ആളാണെന്നും ഒരിക്കലും താനൊരു വിപ്ലകാരിയാവുകയില്ലെന്നും എങ്കിലും ഇത്തരം താന്തോന്നിത്തരം കണ്ടാൽ അതിൽ പ്രതിഷേധിക്കാതിരിക്കാൻ തനിക്കു കഴിയുകയില്ലെന്നും അയാൾ പറയാൻ മറന്നില്ല. സദാചാരത്തെയും മാന്യതയേയും ആത്മാഭിമാനത്തേയും പറ്റി സാധാരണ

കേൾക്കാറുള്ള കുറെ വാക്കുകൾ അയാൾ അവിടെ വിളമ്പുകയും ചെയ്തു.

ഹെർ ക്ലുബറുടെ ആ പ്രഭാഷണം കേട്ടുകൊണ്ടിരുന്ന ജെമ്മയുക്കു തന്റെ പ്രതിശ്രുതവരനെപ്പറ്റി വല്ലാത്ത നാണക്കേടു തോന്നുന്നുണ്ടെന്ന് അവളുടെ മുഖം വിളിച്ചറിയിച്ചു. വാസ്തവത്തിൽ ഉച്ച ഭക്ഷണത്തിനു മുമ്പ് നടക്കാൻ പോയപ്പോൾത്തന്നെ അവൾക്ക് ഹെർ ക്ലുബറോട് നീരസം തോന്നിയിരുന്നു—അതുകൊണ്ടാണ് അവൾ സാനിനിൽനിന്ന് ഒഴിഞ്ഞുമാറിയത്, അത്തരം ഒരു സന്ദർഭത്തിൽ സാനിന്റെ സാന്നിധ്യം അവർക്ക് മനക്ലേശമുണ്ടാക്കിയിരുന്നെന്നു തോന്നി. യാത്രയുടെ അവസാനമാകാറായപ്പോഴേക്കും അവളുടെ മനക്ലേശം വർദ്ധിച്ചു. സാനിനോട് അവൾ ഒരക്ഷരം ഉരിയാടിയില്ലെങ്കിലും അവളുടെ കണ്ണുകൾ യാചനാഭാവത്തിൽ അയാളെ ഒന്നു നോക്കി... സാനിന്റെ ഹൃദയത്തിലാകട്ടെ അവളോടുള്ള സഹതാപമാണ് ഹെർ ക്ലുബറോടുള്ള അമർഷത്തേക്കാൾ മുന്നിട്ടുനിന്നത്. പിറ്റേദിവസം ഒരു ദ്വന്ദയുദ്ധത്തിന്റെ ഭീഷണി തന്നെ കാത്തിരിക്കുന്നുണ്ടെന്നറിയാമായിരുന്നെങ്കിലും അന്നത്തെ സംഭവങ്ങൾ അയാളുടെ ഹൃദയത്തിൽ അസ്പഷ്ടമായ ഒരാനന്ദം ഉളവാക്കി.

ഒടുവിൽ അസുഖരകമായ ആ "വിനോദയാത്ര" അവസാനിച്ചു. ജെമ്മയെ അവളുടെ വീടിന്റെ നടയിൽവച്ച് വണ്ടിയിൽ നിന്നിറങ്ങാൻ സഹായിക്കുന്നതിനിടയിൽ സാനിൻ താൻ വീണ്ടെടുത്ത റോസാപ്പുഷ്പം അവളുടെ കയ്യിൽ കൊടുത്തു. അവളുടെ മുഖം ചെമ്പരത്തിപ്പൂപോലെ തുടുത്തു. അവൾ അയാളുടെ കയ്യിൽ ഒരു നിമിഷനേരം അമർത്തിയിട്ട് ആ പൂവ് എവിടെയോ ഒളിച്ചുവച്ചു. നേരം അധികമായിരുന്നില്ലെങ്കിലും അകത്തേക്കു ചെല്ലാൻ സാനിൻ അപ്പോൾ ആഗ്രഹിച്ചില്ല. അവൾ അയാളെ ക്ഷണിച്ചതുമില്ല. പോരെങ്കിൽ ഫ്രൗ ലെനോറെ കിടക്കുകയാണെന്ന് പൻറലിയോണെ വന്ന് അറിയിക്കുകയും ചെയ്തു. എമിൽ ലജ്ജയോടെ അയാളോടു വിട പറഞ്ഞു. അവൻ വാസ്തവത്തിൽ അവളിൽനിന്ന് ഒഴിഞ്ഞുമാറുകയായിരുന്നെന്നു തോന്നി—സാനിന്റെ അന്നത്തെ പെരുമാറ്റം അത്രയേറെ അവനെ അത്ഭുതപരതന്ത്രനാക്കിയിരുന്നു. ക്ലുബർ സാനിനെ വണ്ടിയിൽ ഹോട്ടലുവരെ കൊണ്ടാക്കുകയും ഉപചാരപൂർവ്വം അയാളോടു വിടപറയുകയും ചെയ്തു. അസാധാരണ ആത്മവിശ്വാസമുള്ള ആ സമചിത്തനായ ജർമ്മൻക്കാരനു പോലും ഒരുതരം വല്ലായ്മ തോന്നി. വാസ്തവത്തിൽ എല്ലാവർക്കും അതനുഭവപ്പെട്ടിരുന്നു.

സാനിൻ വേഗം തന്നെ ആ വല്ലായ്മയെ ആട്ടിയോടിച്ചു. അതിന്റെ സ്ഥനത്ത് അസ്പഷ്ടമെങ്കിലും സുഖകരവും സന്തോഷകരവുമായ ഒരു വികാരം സ്ഥാനം പിടിച്ചു. എല്ലാം ചിന്തികളേയും മനസ്സിൽനിന്ന് നിഷ്കാസനം ചെയ്തുകൊണ്ട് അയാൾ മുറിയിലൂടെ ഉലാത്തി. എന്തെന്നില്ലാത്ത ആത്മസംതൃപ്തി അയാൾക്കു അനുഭവപ്പെട്ടു.

XVII

"പത്തു മണിവരെ ഓഫീസറുടെ കാത്ത് ഇവിടെ തന്നെ ഇരിക്കാം, അയാൾ പറയാനുള്ളത് പറയട്ടെ," പ്രഭാതകൃത്യങ്ങൾ നിറവേറ്റുന്നതിനിടയിൽ സാനിൻ വിചാരിച്ചു. "അതു കഴിഞ്ഞാണ വരുന്നതെങ്കിൽ അയാൾ എന്നെ തേടി പിടിക്കട്ടെ." എന്നാൽ ജർമ്മൻകാർ പൊതുവെ നേരത്തെ എണീക്കുന്നവരാണ്. അതിനാൽ മണി ഒൻപതു അടിച്ചപ്പോഴേയ്ക്ക് ഒരു പരിചാരകൻ കടന്നുവന്ന് ലെഫ്റ്റനന്റ് ഫോൻ റിഹ്റ്റർ വന്നിട്ടുണ്ട് എന്ന് സാനിനെ അറിയിച്ചു. സാനിൻ ധൃതിയിൽ കോട്ടെടുത്ത് ധരിച്ചുകൊണ്ട് സന്ദർശകനെ അകത്തേയ്ക്കു കൂട്ടിക്കൊണ്ടു വരാൻ നിർദ്ദേശം കൊടുത്തു.

ആഗതന്റെ പ്രായക്കുറവ് സാനിനെ അത്ഭുതപ്പെടുത്തി—അയാൾ കൗമാരപ്രായം കടന്നിട്ടില്ലാത്ത ഒരു ബാലനെപ്പോലെയാണിരുന്നിരുന്നത്. ഹെർ ഫോൻ റിഹ്റ്റർ മീശ വളർന്നിട്ടില്ലാത്ത തന്റെ മുഖത്ത് ഗൗരവം കൈവരുത്താൻ കിണഞ്ഞു ശ്രമിച്ചിരുന്നെങ്കിലും അതിൽ തെല്ലും വിജയിച്ചില്ല. എന്നു മാത്രമല്ല തന്റെ ജാള്യത മറച്ചുവയ്ക്കാൻ അയാൾക്കു സാധിച്ചതുമില്ല. ഒരു കസേരയിൽ ഇരിക്കാനുള്ള ശ്രമത്തിനിടയിൽ അയാൾ സ്വന്തം വാളിൽ കാൽതട്ടി വീഴാൻ പോകുകപോലും ചെയ്തു. തലേദിവസം അവഹേളനപരമായി സംസാരിച്ചതിന് സാനിൻ ക്ഷമാപണം ചെയ്യണമെന്ന് ആവശ്യപ്പെടാൻ ഡോൺഹോഫ് പ്രഭു തന്നെ ഭാരമേല്പിച്ചിരിക്കുകയാണെന്ന് അയാൾ പൊട്ട ഫ്രഞ്ചിൽ മുക്കിമൂളി പറഞ്ഞൊപ്പിച്ചു. സാനിൻ അതിനു സമ്മതിച്ചില്ലെങ്കിൽ ഫോൻ ഡോൺഹോഫ് ദ്വന്ദയുദ്ധമാണ് ആവശ്യപ്പെടുന്നതെന്നും അയാൾ സാനിനെ അറിയിച്ചു. താൻ ക്ഷമാപണം ചെയ്യാൻ തയ്യാറില്ലെന്നും ദ്വന്ദയുദ്ധത്തിനു തയ്യാറാണെന്നുമായിരുന്നു സാനിന്റെ മറുപടി. ആരോട് എവിടെവച്ച് എപ്പോൾ അതിന് ആവശ്യം വേണ്ട തയ്യാറെടുപ്പിനെപ്പറ്റി തനിക്കു ചർച്ച ചെയ്യാൻ കഴിയുമെന്ന് വിക്കി വിക്കി ഹെർ ഫോൺ ദിഹ്റാൻ ആരാഞ്ഞു. രണ്ടുമണിക്കൂർ കഴിഞ്ഞ് ഫൊൻ റിഹ്റ്റർ തിരിച്ചുവന്നാൽ മതിയെന്നും അതിനുള്ളിൽ താൻ ഒരു സഹായിയെ കണ്ടു പിടിക്കാൻ ശ്രമിക്കാമെന്നും സാനിൻ അയാളോടു പറഞ്ഞു.(എന്നാൽ, "ഞാൻ ഏതു പിശാചിനെയാണ കണ്ടുപിടിക്കുക?" എന്നായിരുന്നു ആ സമയം അയാളുടെ ഉള്ളിലൂടെ കടന്നുപോയ ചിന്ത). ഹെർ ഫൊൻ റിഹ്റ്റർ പോകാൻ എണീറ്റു. എന്നാൽ വാതില്ക്കൽവച്ച് പശ്ചാത്താപത്താലെന്നവണ്ണം അയാൾ തിരിഞ്ഞു നിന്നു: തലേ ദിവസത്തെ സംഭവത്തിൽ ഒരു പരിധിവരെ തന്റെ സ്നേഹിതൻ തന്നെയായിരുന്നു കുറ്റക്കാരനെന്ന് അയാൾ തന്നോടു ഏറ്റു പറയുകയുണ്ടായെന്നും അതിനാൽ നാമമാത്രമായ ക്ഷമാപണം കൊണ്ട് അയാൾ തൃപ്തിപ്പെടുമെന്നും ഫെർഫോൻ

റിഹ്റ്റർ സാനിനോടു പറഞ്ഞു. താൻ യാതൊരു തരത്തിലും കുറ്റക്കാര നല്ലെന്നും അതിനാൽ നാമമാത്രമായിപ്പോലും ക്ഷമാപണം ചെയ്യാൻ താനൊരുക്കമല്ലെന്നുമായിരുന്നു സാനിന്റെ മറുപടി.

"അങ്ങനെയാണെങ്കിൽ... പേരിന് ഓരോ വെടിവച്ചിട്ട്... പിരിയാം," ലജ്ജകൊണ്ട് തുടുത്ത് അയാൾ പറഞ്ഞു.

"അതെങ്ങനെ എന്ന് എനിക്ക് മനസ്സിലായില്ല," സാനിൻ പറഞ്ഞു. "ആകാശത്തിലേക്കു വെടിവയ്ക്കണമെന്നാണോ?"

"അല്ലല്ല, അതല്ല!" ലജ്ജയാൽ ചൂളിക്കൊണ്ട് റിഹ്റ്റർ പറഞ്ഞു. "രണ്ടുപേരും മാന്യന്മാരായതുകൊണ്ട് ഞാൻ വിചാരിച്ചു... ഏതായാലും ഞാൻ താങ്കളുടെ സഹായിയോട് സംസാരിക്കട്ടെ..." എന്നു പറഞ്ഞു കൊണ്ട് അയാൾ സ്ഥലം വിട്ടു.

അയാൾ പോയ ഉടൻ തന്നെ സാനിൻ ഒരു കസേരയിലേക്കു വീണു തറയിൽ തുറിച്ചുനോക്കിക്കൊണ്ടിരുന്നു. "എന്താണ് നടക്കുന്നത്? എന്റെ ജീവിതം പെട്ടെന്ന് എത്ര വിചിത്രമായ ഒരു ഗതിയാണ് കൈക്കൊണ്ടത്! എന്റെ മുഴുവൻ ഭൂതകാലവും ഭാവിയും പെട്ടെന്ന് നിരർത്ഥകമായി ത്തീർന്നിരിക്കുന്നു. ഫ്രഞ്ച് ഫർട്ടിൽ ഒരു ദ്വന്ദയുദ്ധം നടത്തുക എന്നതു മാത്രമാണ് അവശേഷിച്ചിട്ടുള്ളത്." കിറുക്കിയായ തന്റെ ഒരു അമ്മായി നിർത്താതെ ഒരു പാട്ടു പാടി ഡാൻസു ചെയ്തിരുന്നത് അയാൾ ഓർത്തു. ആ പാട്ട് ഇതായിരുന്നു.

"ഇങ്ങു വാ, ഇങ്ങു വാ!
ലെഫ്റ്റനന്റ് തങ്കമേ!
ആടുവാൻ കൂടെവാ!
ലെഫ്റ്റനന്റ് തങ്കമേ!"

അയാൾ പൊട്ടിച്ചിരിച്ചുകൊണ്ട് ആ കിറുക്കി തള്ളയെപ്പോലെ പാടിത്തുടങ്ങി:

"ഇങ്ങു വാ, ഇങ്ങു വാ ലെഫ്റ്റനന്റ് തങ്കമേ!"

"പക്ഷേ ഇങ്ങനെ ഇരുന്നാൽ പോരല്ലോ, എന്തെങ്കിലും ചെയ്യണം. സമയം ഇല്ല!" ചാടിയെണീറ്റുകൊണ്ട് അയാൾ ഉറക്കെ പറഞ്ഞു. കൈയിൽ ഒരു കുറിപ്പും പിടിച്ചുകൊണ്ട് തന്റെ കൺമുമ്പിൽ പിന്റലിയോണെ നില്ക്കുന്നതാണ് അയാൾ കണ്ടത്.

"ഞാൻ പലതവണ മുട്ടി നോക്കി. പക്ഷേ താങ്കൾ ഉത്തരമൊന്നും പറഞ്ഞില്ല. താങ്കൾ പുറത്തു പോയിരിക്കുകയാണെന്നു താൻ കരുതി. സിഞ്ഞ്യോറീന ജെമ്മ തന്നയച്ച ഒരു കുറിപ്പ് ഇതാ."

സാനിൻ യാന്ത്രികമായി ആ കത്തു വാങ്ങി തുറന്ന് അതിലൂടെ കണ്ണോടിച്ചു. ആ സംഭവത്തിന്റെ പേരിൽ താൻ അതിയായ മനക്ലേശം

അനുഭവിക്കുന്നുണ്ടെന്നും സാനിനെ ഉടൻ കാണാൻ താല്പര്യപ്പെടുന്നു വെന്നുമായിരുന്നു കത്തിന്റെ സാരം.

"സിഞ്ഞ്യോറീന വളരെ ഉൽകണ്ഠപ്പെട്ടിരിക്കയാണ്." കത്തിലെ ഉള്ളടക്കം മനസ്സിലാക്കിയിരുന്ന പൻറലിയോണെ പറഞ്ഞു. "താങ്കൾ എന്തു ചെയ്യുകയാണെന്നു വന്നു നോക്കാനും താങ്കളെ കൂട്ടിക്കൊണ്ടു ചെല്ലാനുമാണ് എന്നെ ഇങ്ങോട്ടയച്ചത്."

സാനിൻ വൃദ്ധനായ ആ ഇറ്റലിക്കാരനെ നോക്കിക്കൊണ്ട് സ്വന്തം ചിന്തകളിൽ മുഴുകി. പെട്ടെന്ന് അയാൾക്ക് ഒരു ആശയം തോന്നി. ആദ്യം അത് അയാൾക്കു തീരെ അസാദ്ധ്യമെന്നുതന്നെ തോന്നി.

"എങ്കിലും... എന്തുകൊണ്ട് പാടില്ല?" അയാൾ സ്വയം ചോദിച്ചു.

"സിഞ്ഞ്യോർ പൻറലിയോണെ!" സാനിൻ ഉറക്കെ വിളിച്ചു.

വൃദ്ധൻ ഞെട്ടിത്തെറിച്ചു കവിൾ കോളറിനോടു ചേർത്തു പിടിച്ചുകൊണ്ട് സാനിനെ തുറിച്ചു നോക്കി.

"ഇന്നലെ നടന്നതെന്താണെന്ന് നിങ്ങൾക്ക് അറിയാമോ?" സാനിൻ ചോദിച്ചു.

നെറ്റിയിൽ വീണുകിടന്ന കനത്തമുടിച്ചുരുൾ പിന്നിലേക്കു കുടഞ്ഞു മാറ്റിക്കൊണ്ട് പൻറലിയോണെ ചുണ്ടനക്കി.

"എനിക്കറിയാം."

(വീട്ടിലെത്തി ഉടൻ തന്നെ എമിൽ എല്ലാക്കാര്യങ്ങളും അയാളോടു പറഞ്ഞിരുന്നു)

"അറിയാം, അല്ലേ... അതു നന്നായി. എന്നെ കാണാൻ ഇപ്പോൾ ഒരു ഓഫീസർ വന്നിരുന്നു. ആ തെമ്മാടി എന്നെ ദ്വന്ദയുദ്ധത്തിനു വെല്ലുവിളിച്ചിരിക്കയാണ്. ഞാൻ അതു സ്വീകരിക്കുകയും ചെയ്തു. പക്ഷേ എനിക്ക് ഒരു സഹായിയില്ല. എന്റെ സഹായിയാകാൻ നിങ്ങൾക്ക് സമ്മതമാണോ?" പൻറലിയോണെ വീണ്ടും ഞെട്ടി. അയാളുടെ പുരികക്കൊടികൾ മേലോട്ടുയർന്ന് തൂങ്ങിക്കിടക്കുന്ന മുടിച്ചുരുളുകളുടെ അടിയിൽ മറഞ്ഞു.

"ദ്വന്ദയുദ്ധം ചെയ്തേ തീരൂ എന്നു നിർബന്ധമുണ്ടോ?" ഒടുവിൽ അയാൾ ഇറ്റാലിയനിൽ ചോദിച്ചു. അതുവരെ അയാള ഫ്രഞ്ചിലാണ് സംസാരിച്ചിരുന്നത്.

"ഉണ്ട്, അല്ലെങ്കിൽ ജീവിതകാലം മുഴുവൻ എനിക്ക് അതൊരു അപകീർത്തിയായിരിക്കും."

"ഉം. ഞാൻ താങ്കളുടെ സഹായിയാകാൻ വിസമ്മതിച്ചാൽ താങ്കൾ മറ്റൊരാളെ അന്വേഷിക്കുമോ?"

"തീർച്ചയായും."

പൻറലിയോണെ കണ്ണുകൾ താഴ്ത്തി. "സിഞ്ഞ്യോർ സാനിൻ. ഈ ദ്വന്ദ്വയുദ്ധം നടത്തിയാൽ അത് ഒരു വ്യക്തിയുടെ സൽപ്പേരിനു കളങ്കം ചാർത്തുകയില്ലേ?"

"ഇല്ലെന്നാണ് എന്റെ വിശ്വാസം. അതെങ്ങനെയായാലും മറ്റു മാർഗ്ഗമൊന്നുമില്ല."

പൻറലിയോണെയുടെ മുഖം കോളറിനുള്ളിലേക്കു കൂടുതൽ താണു. "ഹെർ ക്ലൂബറോ?" മുഖമുയർത്തിക്കൊണ്ട് പെട്ടെന്ന് അയാൾ ഉറക്കെ ചോദിച്ചു.

"അയാളോ? വെറുതെയിരിക്കുന്നു."

"ച്ഛേ!" പൻറലിയോണെ പുച്ഛച്ചോടെ ചുമൽ കുലുക്കി. അല്പനേരത്തെ മൗനത്തിനുശേഷം അയാൾ വിറയാർന്ന ശബ്ദത്തിൽ പറഞ്ഞു: "എന്റെ ഈ അപമാനകരമായ അവസ്ഥയിൽപ്പോലും എന്നെ ഒരു മാന്യനായി, ഒരു ജെന്റിൽമാനായി., കണക്കാക്കുന്നതിന് താങ്കളുടെ നന്ദി പറയാൻ ഞാൻ ബാദ്ധ്യസ്ഥനാണ്. എങ്കിലും താങ്കളുടെ നിർദ്ദേശം സ്വീകരിക്കുന്നതിനെപ്പറ്റി എനിക്ക് അല്പം ചിന്തിക്കേണ്ടിയിരിക്കുന്നു."

"അതിനു സമയമില്ലല്ലോ, പ്രിയപ്പെട്ട മെസ്യേ, ചി...ചിപ്പ..."

"... ടോല," വൃദ്ധൻ പൂരിപ്പിച്ചു. "എനിക്കു ഒരു മണിക്കൂർ തന്നാൽ മതി. എന്റെ അന്നദാതാക്കളുടെ പുത്രിയെ സ്പർശിക്കുന്ന കാര്യമാണിത്... എനിക്ക് ഇതേപ്പറ്റി ചിന്തിക്കണം, അതെന്റെ കടമയാണ്... എന്റെ തീരുമാനമെന്തെന്ന് ഒരു മണിക്കൂറിനകം—മുക്കാൽ മണിക്കൂറിനകം—താങ്കളെ അറിയിക്കാം."

"ശരി. ഞാൻ കാത്തിരിക്കാം"

"ഇപ്പോൾ... സിഞ്ഞ്യോറീന ജെമ്മയ്ക്കുള്ള മറുപടി എന്താണ്?"

സാനിൻ ഒരു കടലാസെടുത്ത് അതിൽ കുത്തിക്കുറിച്ചു: "പ്രിയ സുഹൃത്തോ, ഉൽക്കണ്ഠപ്പെടേണ്ട, മൂന്നു മണിക്കൂറിനുള്ളിൽ ഞാൻ അവിടെ നിന്ന് കാര്യങ്ങളെല്ലാം നേരിട്ടു പറയാം. നിങ്ങളുടെ സഹതാപത്തിന് അകമഴിഞ്ഞ നന്ദി." ആ കുറിപ്പ് അയാൾ പൻറലിയോണെ ഏല്പിച്ചു.

വൃദ്ധൻ അത് തന്റെ പോകറ്റിൽ നിക്ഷേപിച്ചിട്ട് വാതില്ക്കലേക്കു നടക്കുന്നതിനിടയിൽ "ഒരു മണിക്കൂർ കഴിഞ്ഞു" എന്ന് വീണ്ടും ആവർത്തിച്ചു. എന്നാൽ വാതില്ക്കൽ എത്തിയപ്പോൾ അയാൾ പെട്ടെന്ന് തിരിഞ്ഞ് സാനിന്റെ അടുത്തേക്ക് ഓടിച്ചെന്ന് അയാളുടെ കരംഗ്രഹിച്ച് മാറോടു ചേർത്തു കൊണ്ട് ഉൽഘോഷിച്ചു:

"മാന്യയുവാവേ! വിശാലഹൃദയനായ മനുഷ്യാ! ധീരനായ താങ്കളുടെ കരം പിടിച്ചമർത്താൻ ദുർബ്ബലനായ ഈ വൃദ്ധനെ അനുവദിച്ചാലും."

അയാൾ ഒരു ചുവടു പിന്നിലേക്കു ചാടി മാറിക്കൊണ്ട് ഇരുകൈകളും ഉയർത്തിപ്പിടിച്ചിട്ട് അവടെ നിന്ന് പോയി.

സാനിൻ വൃദ്ധൻ പോയ വഴിയെ നോക്കിയിരുന്നു. ഒരു പത്രം കയ്യിലെടുത്ത് അയാൾ അതു വായിക്കാൻ ശ്രമിച്ചു. എന്നാൽ ഒരക്ഷരം അയാളുടെ മനസ്സിൽ പതിഞ്ഞില്ല...

XVIII

ഒരു മണിക്കൂർ കഴിഞ്ഞ് വെയിറ്റർ വീണ്ടും സാനിന്റെ മുറിയിൽ പ്രവേശിച്ചു. കാലപ്പഴക്കം കൊണ്ട് ജീർണ്ണിച്ച് നിറം മങ്ങിയ ഒരു വിസ്റ്റിംഗ് കാർഡ് സാനിനെ ഏല്പിക്കാനാണ് ഇത്തവണ അയാൾ വന്നത്. "പൻറലിയോണെ ചിപ്പടോല വരേസ, മൊഡോൻസ്കിലെ ഡ്യൂക്ക് തിരുമനസ്സിന്റെ കൊട്ടാരം ഗായകൻ," എന്ന് അതിൽ മുദ്രണം ചെയ്തിരുന്നു. വെയിറ്ററുടെ തൊട്ടുപിന്നാലെതന്നെ പൻറലിയോണെയും എത്തി. അടിമുടി മാറിയിരുന്നു അയാളുടെ രൂപം. ഒരു കറുത്ത ഫ്രോക്ക് കോട്ടും വെളുത്ത വെയിസ്റ്റ് കോട്ടും ആണ് അയാൾ ഇപ്പോൾ ധരിച്ചിരുന്നത്. വെയിസ്റ്റ് കോട്ടിന്റെ മീതെ തുമ്പാക്കുകൊണ്ടു നിർമ്മിച്ച ഒരു ചെയിൻ പിടിപ്പിച്ചിരുന്നു. ഇറുകിക്കിടക്കുന്ന കറുത്ത ട്രൗസറിൽ കനത്ത ഒരു വൈരക്കൽ മുദ്ര ഞാന്നു കിടന്നു. മുയലിന്റെ തുകൽക്കൊണ്ടുണ്ടാക്കിയ ഒരു കറുത്ത തൊപ്പി അയാൾ മുഖത്തു കയ്യിൽ പിടിച്ചിരുന്നു. ഇടത്തെ കയ്യിൽ മേൽത്തരം തുകൽ കൊണ്ടുള്ള ഒരു ജോടി കയ്യുറകളും. അയാളുടെ കണ്ഠവസ്ത്രം കുറെക്കൂടെ വീതിയുള്ളതും ഉയർന്നതുമായിരുന്നു. "പൂച്ചക്കണ്ണ്," എന്നറിയപ്പെടുന്ന ഒരുതരം കല്ലു പതിച്ച ഒരു പിൻ ഷർട്ടിന്റെ പശയിട്ടു വടിപോലാക്കിയ ഫ്രില്ലിൽ കുത്തിയിരുന്നു. ജ്വലിക്കുന്ന ഒരു ഹൃദയയം ഇരുവശത്തുനിന്നും താങ്ങിയിട്ടുള്ള രണ്ട് കരങ്ങൾ മുദ്രണം ചെയ്ത ഒരു മോതിരം അയാളുടെ വലത്തെ ചൂണ്ടുവിരലിനെ അലങ്കരിച്ചിരുന്നു.കർപ്പൂരത്തിന്റേയും കസ്തൂരിയുടേയും കൂടികലർന്ന പഴകിയ ഒരു ഗന്ധം അയാളുടെ വസ്ത്രങ്ങളിൽനിന്ന് പ്രസരിച്ചു. വൃദ്ധന്റെ ഉൽകണ്ഠാകുലമായ ഗാംഭീര്യം അങ്ങേയറ്റം ആശ്രദ്ധനായ ഒരു കാണിയെപ്പോലും പിടിച്ചുനിർത്താൻ പോന്നതായിരുന്നു. സാനിൻ അയാളെ സ്വീകരിക്കാനായി എണീറ്റു.

"ഞാൻ താങ്കളുടെ സഹായിയാണ്." നൃത്തക്കാരെപ്പോലെ ബൂട്ടുകളുടെ അറ്റം അകറ്റിപ്പിടിച്ച് കുനിഞ്ഞു വണങ്ങിക്കൊണ്ട് പൻറലിയോണെ ഫ്രഞ്ചിൽ പറഞ്ഞു. "താങ്കളുടെ നിർദ്ദേശങ്ങൾ ആരായാൻ വന്നതാണ് ഞാൻ. ദുഃഖകരമായ അന്ത്യംവരെ യുദ്ധം ചെയ്യണമെന്നാണോ താങ്കളുടെ ആഗ്രഹം?"

"ദുഃഖകരമായ അന്ത്യം എന്തിനാണ് എന്റെ പ്രിയപ്പെട്ട സിഞ്ഞ്യോർ ചിപ്പടോല? ഇന്നലെ പറഞ്ഞ വാക്കുകൾ പിൻവലിക്കാൻ എനിക്കു യാതൊരുദ്ദേശവുമില്ല, എങ്കിലും ഞാൻ ഒരു രക്തദാഹിയല്ല. അല്പം കാത്തു നിൽക്കൂ. എന്റെ എതിരാളിയുടെ സഹായി ഉടൻ ഇവിടെ എത്തും. നിങ്ങൾ സംസാരിച്ച് ഒരു തീരുമാനത്തിലെത്തുംവരെ ഞാൻ അടുത്ത മുറിയിൽ ഇരിക്കാം. എന്നെ വിശ്വസിക്കൂ, ഞാൻ നിങ്ങളുടെ ഈ സഹായം ഒരിക്കലും മറക്കില്ല. എന്റെ അകമഴിഞ്ഞ കൃതജ്ഞത."

"അഭിമാനമാണ് ഏറ്റവും വലുത്." എന്നു പറഞ്ഞുകൊണ്ട് സാനിൻ ക്ഷണിക്കുന്നതു കാത്തുനിൽക്കാതെതന്നെ പിന്റലിയോണെ ഒരു കസേരയിൽ അമർന്നിരുന്നു. " ആ കൊള്ളത്താത്ത കച്ചവടക്കാരൻ ക്ലൂ ബർക്ക് അയാളുടെ കടമയെന്തെന്ന് അറിയില്ലെങ്കിൽ അയാൾ പോയി തുലയട്ടെ! അയാളൊരു കൊള്ളരുതാത്തവനാണ്! ദ്വന്ദയുദ്ധത്തിന്റെ ചട്ടങ്ങളെപ്പറ്റി ഞാൻ ചർച്ച ചെയ്തുകൊള്ളാം. ഞാൻ താങ്കളുടെ സഹായിയാണ്—താങ്കളുടെ താല്പര്യം പരിരക്ഷിക്കുക എന്നത് എന്റെ പരിപാവനമായ കർത്തവ്യമാണ്. ഞാൻ പഡ്യൂവയിൽ താമസിച്ചിരുന്ന കാലത്ത് ഒരു പട്ടാള റെജിമെന്റ് അവിടെ താവളമടിച്ചിരുന്നു. അതിലെ ഓഫീസർമാരിൽ പലരും എന്റെ ഉറ്റ സുഹൃത്തുക്കളുമായിരുന്നു. അവരുടെ പെരുമാറ്റ ചട്ടങ്ങളെല്ലാം എനിക്കു നന്നായറിയാം. അക്കാര്യങ്ങളെപ്പറ്റി നിങ്ങളുടെ ടർബ്യസ്കി പ്രഭുവുമായി പലപ്പോഴും ഞാൻ ചർച്ച ചെയ്തിരുന്നു... എതിരാളിയുടെ സഹായി താമസിയാതെ ഇവിടെ എത്തുമോ?"

"ഏതു നിമിഷവും അയാളെ പ്രതീക്ഷിക്കാം—അതാ, അയാൾ എത്തിക്കഴിഞ്ഞു!" ജനലിലൂടെ പുറത്തേക്കു നോക്കിക്കൊണ്ട് സാനിൻ പറഞ്ഞു.

പൻറലിയോണെ എണീറ്റു നിന്നു, അയാൾ വാച്ചുനോക്കി, മുൻവശത്തെ അളകങ്ങൾ ശരിയാക്കിവച്ചു. ട്രൗസറിന്റെ കാലിൽ നിന്നു തൂങ്ങിക്കിടന്ന ഒരു നാട ബൂട്ടിന്റെ ഉള്ളിലേക്കു ധൃതിയിൽ തിരുകിവെച്ചു. ചെറുപ്പക്കാരനായ ലെഫ്റ്റനന്റ് മുറിയിൽ പ്രവേശിച്ചു. അപ്പോഴും അയാളുടെ മുഖം സങ്കോചംകൊണ്ട് തുടുത്തിരുന്നു.

സാനിൻ സഹായികളെ പരസ്പരം പരിചയപ്പെടുത്തി—"ഹെർ റിഫ്റ്റർ, സെക്കന്റ് ലെഫ്റ്റന്റ്! സിഞ്ഞ്യോർ ചിപ്പടോല, ഗായകൻ!"

യുവ ലെഫ്റ്റന്റ് വൃദ്ധന്റെ വേഷം കണ്ട് തെല്ലൊന്ന് അമ്പരന്നു. തന്റെ മുമ്പിൽ നില്ക്കുന്ന ആ ഗായകൻ പാചകകലയിൽ ഒരു വിദഗ്ദൻ കൂടിയാണെന്ന് ആരെങ്കിലും അയാളുടെ ചെവിയിൽ മന്ത്രിച്ചാൽ. അയാൾ എന്തു പറയുമായിരുന്നോ ആവോ! എന്നാൽ ദ്വന്ദയുദ്ധം ഏർപ്പാടുചെയ്യുന്നത് തന്റെ നിത്യത്തൊഴിലാണെന്ന ഭാവം കൈക്കൊള്ളാൻ ശ്രമിച്ചുകൊണ്ടിരുന്ന ആ പഴയഗായകൻ. നാടകവേദിയുമായുള്ള തന്റെ മുൻകാല

പരിചയം അതിന് അയാളെ സഹായിക്കുകയും ചെയ്തു—നാടകത്തിലെ ഒരു ഭാഗം അഭിനയിക്കുന്നതുപോലെ തന്മയത്വമായി അയാൾ ദ്വന്ദയുദ്ധത്തിലെ സഹായിയുടെ ഭാഗം അഭിനയിച്ചു. രണ്ടുകൂട്ടരും അല്പനേരെ മൗനം ഭജിച്ചു.

പൻറലിയോണെ ആണ് അതു ഭജ്ഞിച്ചത്.

"തുടങ്ങരുതോ?" വൈരമുദ്ര തിരുപ്പിടിച്ചുകൊണ്ട് അയാൾ ചോദിച്ചു.

"ശരി, തുടങ്ങാം," ലെഫ്റ്റന്റ് മറുപടി പറഞ്ഞു, പക്ഷേ... എതിരാളികളിലൊരാളുടെ സാന്നിദ്ധ്യം..."

"മാന്യരെ, ഞാൻ ഇപ്പോൾത്തന്നെ ഇവിടെനിന്നു പോകാം!" എന്നു പറഞ്ഞുകൊണ്ട് സാനിൻ ഉടൻ തന്നെ കിടക്കമുറിയിൽ കയറി കതകടച്ചു.

കിടക്കയിലേക്കു വീണ് അയാൾ ജെമ്മയെക്കുറിച്ചുള്ള ആലോചനയിൽ മുഴുകി... എങ്കിലും അടഞ്ഞുകിടക്കുന്ന വാതിലിനപ്പുറത്തു നടക്കുന്ന സംഭാഷണത്തിന്റെ ശകലങ്ങൾ അയാളുടെ കാതുകളിലേക്ക് അരിച്ചെത്താതിരുന്നില്ല. അതു ഫ്രഞ്ചിലായിരുന്നു. ആ ഭാഷയെ നിർദ്ദയം വധിക്കുന്നതിൽ ഇരുവരും വിജയിക്കുന്നു. ആ ഭാഷയെ നിർദ്ദയം വധിക്കുന്നതിൽ ഇരുവരും വിജയിച്ചു. പഡൂവിലെ റെജിമെന്റിനെപ്പറ്റിയും പ്രിൻസ് തർബ്വസ്കിയെപ്പറ്റിയും പൻറലിയോണെ വീണ്ടും പരാമർശിക്കുന്നതു കേട്ടു പേരിന് ക്ഷമാപണം ചെയ്യണമെന്ന നിർദ്ദേശം യുവലെഫ്റ്റന്റ് വീണ്ടും മുന്നോട്ടു വച്ചു. എന്നാൽ വൃദ്ധൻ അതേപ്പറ്റി ചിന്തിക്കാൻ പോലും തയ്യാറായില്ലായിരുന്നു. പെട്ടെന്ന് വൃദ്ധൻ നിഷ്കളങ്കയായ ഒരു യുവതിയെപ്പറ്റി പ്രസംഗിച്ചുതുടങ്ങിയത് സാനിന് അതിയായ മനക്ലേശത്തിനിടയാക്കി. ലോകത്തിലെ എല്ലാ പട്ടാള ഓഫീസർമാരെക്കാളും വിലപിടിച്ചതാണ് ആ പെൺകുട്ടിയുടെ ഒരു ചെറുവിരൽ എന്ന വൃദ്ധൻ തട്ടിവിട്ടു. "ഇതൊരു അപമാനമാണ്, അപമാനം," എന്ന് അയാൾ പലതവണ ഉരുവിട്ടു. ആദ്യം യുവലെഫ്റ്റനന്റ് അതു ശ്രദ്ധിച്ചില്ല. എന്നാൽ അല്പം കഴിഞ്ഞപ്പോൾ അയാളുടെ ശബ്ദം രോഷാകുലമായിത്തീർന്നു. താൻ സദാചാരത്തെപ്പറ്റിയുള്ള ഒരു പ്രസംഗം കേൾക്കാനല്ല ഇവിടെയെത്തിയിരിക്കുന്നതെന്ന് അയാൾ പറഞ്ഞു...

"നിങ്ങളുടെ പ്രായത്തിൽ കുറെ ന്യായ വചനങ്ങൾ കേൾക്കുന്നതു നല്ലതാണ്!" പൻറലിയോണെ തിരിച്ചടിച്ചു.

ബഹുമാന്യരായ സഹായികൾ തമ്മിലുള്ള സംഭാഷണം ഇടയ്ക്കിടെ ചൂടുപിടിച്ചുകൊണ്ടിരുന്നു. ഏതാണ്ട് ഒരു മണിക്കൂർ സമയം അതു നീണ്ടുനിന്നു. ഒടുവിൽ താഴെപ്പറയുന്ന വ്യവസ്ഥകൾ അവർ അംഗീകരിച്ചു: "ഹനാവുവിനടുത്തുള്ള ഒരു ചെറിയ കാട്ടിൽ പിറ്റേ ദിവസം രാവിലെ പത്തുമണിക്ക് ഡോൺഹോഫി പ്രഭുവും സാനിനും എത്തിച്ചേരണം.

ഇരുപതു ചുവട് അകലെ നിന്നുകൊണ്ട് സഹായികളുടെ സൂചന ലഭിച്ചാലുടൻ ഓരോരുത്തരും ഈരണ്ടു തവണ വെടിവെയ്ക്കണം. ഒറ്റ കാഞ്ചിയുള്ള തോക്കായിരിക്കണം, ചൂറക്കുഴൽ തോക്കുപയോഗിക്കാൻ പാടില്ല." ഹെർ ഫോൻ റിഷ്റ്റർ അവിടുന്ന് പോയി. ഉടൻ തന്നെ പൻറ ലിയോണെ കിടക്കമുറിയുടെ വാതിൽ തുറന്ന് തങ്ങളുടെ തീരുമാനം ഔപചാരികമായി സാനിനെ അറിയിച്ചു. "Bravo, Russo! Bravo, giovanotto!"[19] എന്നിങ്ങനെ വിളിച്ചു പറഞ്ഞുകൊണ്ടിരുന്നു ആ വൃദ്ധൻ.

ഏതാനും മിനിട്ടുകൾ കഴിഞ്ഞ് അവർ ഇരുവരും റൊസെല്ലി മിഠാ യിക്കടയിലേക്കു തിരിച്ചു. ദ്വന്ദ്വയുദ്ധത്തിന്റെ കാര്യം പരമ രഹസ്യമായി സൂക്ഷിക്കാമെന്ന് വാഗ്ദാനം ചെയ്യാൻ സാനിൻ പൻറലിയോണെയോട് ആവശ്യപ്പെട്ടു. അതിനു മറുപടിയായി പൻറലിയോണെ ഒരു വിരൽ ഉയർത്തിപ്പിടിക്കുകയും കണ്ണിറുക്കുകയും ചെയ്തുകൊണ്ട് രണ്ടുതവണ ഇങ്ങനെ മന്ത്രിച്ചു: "രഹസ്യം! രഹസ്യം!" അയാൾക്ക് പെട്ടെന്ന് പ്രായം കുറഞ്ഞതായി തോന്നി.

അയാളുടെ നടത്തയിൽത്തന്നെ കൂടുതൽ ലാഘവത്വവും ചുറുചുറുക്കും ദൃഷ്ടിഗോചരമായി. അന്നത്തെ അസാധാരണ സംഭവങ്ങൾ —അവ തികച്ചും അസുഖകരങ്ങളായിരുന്നെങ്കിൽപ്പോലും —നാടകവേദിയിൽ വച്ച് താൻ വെല്ലുവിളികൾ നടത്തുകയും സ്വീകരിക്കുകയും ചെയ്തിരുന്ന തന്റെ സുവർണ്ണക്കാലത്തേക്ക് ആ വൃദ്ധനെ കൂട്ടിക്കൊണ്ടുപോയി. ഗായകനടന്മാർക്ക് ഞെളിഞ്ഞുനടക്കാൻ വലിയ ഇഷ്ടമാണെന്ന് നിങ്ങൾക്കറിയാമല്ലൊ.

XIX

സാനിനെ സ്വീകരിക്കാൻ എമിൽ പുറത്തേക്ക് ഓടി വന്നു—അവൻ ഒരു മണിക്കൂറായി അയാളുടെ വരവും കാത്തിരിക്കയായിരുന്നു. തലേദിവസം നടന്ന അസുഖകരമായ സംഭവം അമ്മ അറിഞ്ഞിട്ടില്ലെന്നും സംഭാഷണമദ്ധ്യേ അതേപ്പറ്റി ഒന്നുംതന്നെ പരാമർശിക്കാതിരിക്കാൻ സാനിൻ പ്രത്യേകം ശ്രദ്ധിക്കണമെന്നും അവൻ അയാളോടു സ്വകാര്യം പറഞ്ഞു. തന്നെ ഇപ്പോൾ അമ്മ കടയിലേക്ക് അയച്ചതാണെന്നും എന്നാൽ താൻ അങ്ങോട്ടു പോകാതെ അവൻ സാനിനെ അറിയിച്ചു. ഏതാനും നിമിഷങ്ങൾകൊണ്ട് ഇതെല്ലാം പറഞ്ഞു തീർത്തിട്ട് എമിൽ സാനിന്റെ തോളിൽ ചാരിനിന്ന് അയാളെ ആവേശപൂർവ്വം ചുംബിച്ചു. അടുത്ത നിമിഷം അവർ തെരുവിലൂടെ ഓടി മറഞ്ഞു. കടയ്ക്കുള്ളിൽവച്ച് ജെമ്മ സാനിനെ സ്വാഗതം ചെയ്തു. അവൾ

---

19 റഷ്യാക്കാരാ, ഭേഷ്! യുവാവെ, ഭേഷ്! (ഇറ്റലിയൻ) എഡി.)

എന്തോ പറയാൻ ശ്രമിച്ചെങ്കിലും വാക്കുകൾ പുറത്തുവന്നില്ല. അവളുടെ ചുണ്ടുകൾ മെല്ലെ വിറച്ചു. പാതി കൂമ്പിയ മിഴികൾ ദ്രുതഗതിയിൽ ചലിച്ചുകൊണ്ടിരുന്നു. തലേദിവസത്തെ സംഭവം താനേ കെട്ടടങ്ങിയെന്നു പറഞ്ഞ് സാനിൻ അവളെ ആശ്വസിപ്പിക്കാൻ ശ്രമിച്ചു.

"താങ്കളെ കാണാൻ ഇന്നു രാവിലെ ആരും വന്നില്ലേ?" അവൾ ചോദിച്ചു.

"ഒരാൾ വന്നിരുന്നു—ഞങ്ങൾ കാര്യങ്ങളെല്ലാം ചർച്ച ചെയ്തു... എല്ലാം മംഗളമായി പര്യവസാനിച്ചു."

ജെമ്മ കൗണ്ടറിന്റെ പിന്നിലേക്കു തിരിച്ചുപോയി.

"അവൾക്ക് അതു വിശ്വാസമായിട്ടില്ല," സാനിൻ വിചാരിച്ചു... എങ്കിലും അവിടെ നില്ക്കാതെ അയാൾ അകത്തേക മുറിയിലേക്കു പോവുകയാണു ചെയ്തത്. ഫ്രൗ ലെനോറെ അകത്തുണ്ടായിരുന്നു.

തലവേദന മാറിയിരുന്നെങ്കിലും അവർ വിഷാദഗ്രസ്തയായി കാണപ്പെട്ടു. സൗഹാർദപൂർവ്വം പുഞ്ചിരിതൂകികൊണ്ട് അവര സാനിനെ സ്വീകരിച്ചു. എങ്കിലും അതിഥിയെ യഥോചിതം സൽക്കാരിക്കാനുള്ള ഒരു മാനസികാവസ്ഥയല്ല ഇപ്പോൾ തന്റേതെന്ന് അവർ അയാൾക്കു മുന്നറിയിപ്പുകൊടുക്കാതിരുന്നില്ല. സാനിൻ അവരുടെ അടുത്ത് ഇരുന്നു. അവരുടെ കൺപോളകൾ ചുവന്നു വീർത്തിരിക്കുന്നത് അപ്പോഴാണ് അയാളുടെ ശ്രദ്ധയിൽപ്പെട്ടത്.

"ഫ്രൗ ലെനോറെ, എന്തുപറ്റി? കരയുകയായിരുന്നോ?"

"ശ്!.." മകൾ നിൽക്കുന്ന മുറിയുടെ വാതിലിനുനേരെ ചൂണ്ടിക്കാട്ടിക്കൊണ്ട് അവർ മന്ത്രിച്ചു. "അക്കാര്യം ഉറക്കെ പറയരുത്."

"പക്ഷേ കരയാൻ കാരണമെന്തായിരുന്നു?"

"സുഹൃത്തേ, എനിക്കുതന്നെ അതെന്തെന്ന് നിശ്ചയമില്ല."

"ആരെങ്കിലും നിങ്ങളുടെ മനസ്സു വേദനിപ്പിച്ചോ?"

"ഇല്ലില്ല... അങ്ങനെയൊന്നുമിണ്ടായില്ല. പെട്ടെന്ന് എനിക്ക് അതിയായ ദുഃഖം തോന്നി. എന്റെ ഭർത്താവിനെപ്പറ്റിയും എന്റെ യൗവനത്തെപ്പറ്റിയും ഞാൻ ഓർത്തു.. എല്ലാം എത്ര വേഗമാണ് കടന്നുപോയത്! ഞാൻ ഒരു വൃദ്ധയായി മാറുകയാണ്, സുഹൃത്തേ, എനിക്ക് അതുമായി പൊരുത്തപ്പെടാൻ കഴിയുന്നില്ല. ഞാൻ ഇപ്പോഴും പഴയ ഞാൻ തന്നെയാണ് പക്ഷേ... വാർദ്ധക്യം ഇതാ ഇവിടെ എത്തിക്കഴിഞ്ഞു!" ഫ്രൗ ലെനോറെയുടെ കണ്ണുകൾ നിറഞ്ഞു. "താങ്കൾക്ക് ഇതു കേട്ട് അത്ഭുതം തോന്നുന്നുണ്ടാവാം... പക്ഷേ വാർദ്ധക്യം ഒരു കാലത്ത് താങ്കളേയും പിടികൂടും, സുഹൃത്തേ, അതെത്ര കയ്പേറിയതാണെന്ന് അന്നു താങ്കൾക്കു മനസ്സിലാകും!" സാനിൻ അവരെ ആശ്വസിപ്പിക്കാൻ ശ്രമിച്ചുകൊണ്ടിരുന്നു. മക്കളിൽക്കൂടി അവരുടെ യൗവനം പുനർജ്ജീവിക്കുകയാണെന്ന് അയാൾ പറഞ്ഞുനോക്കി. ഫ്രൗ ലെനോറെയ്ക്ക് ഇപ്പോൾ

ചെറുപ്പമാണെന്ന് താൻ പറയുന്നതു കേൾക്കാൻ വേണ്ടി അവർ ദുഃഖം അഭിനയിക്കയാണെന്നു പറഞ്ഞ് അയാള അവരെ കളിയാക്കുകപോലും ചെയ്തു. എന്നാൽ അതു നിർത്താൻ കളിതമാശ തൊട്ടുതീണ്ടിയിട്ടില്ലാത്ത ശബ്ദത്തിൽ ഫ്രൗ ലെനോറെ അയാളോടപക്ഷിച്ചു. ഈ ദുഃഖം, വാർദ്ധക്യം പിടിപെട്ടുവെന്ന ബോധത്തിൽ നിന്നുളവാകുന്ന ഈ വേദന തുടച്ചുമാറ്റാനോ ചിരിച്ചുതള്ളാനോ ആവുന്ന ഒന്നല്ലെന്ന് ജീവിതത്തിൽ അന്നാദ്യമായി സാനിനു ബോധ്യമായി. അത് താനേ കടന്നു പോകുന്ന തുവരെ കാത്തിരിക്കുക മാത്രമേ നിവൃത്തിയുള്ളൂ. ചീട്ടുകളിക്കാൻ അയാൾ അവരെ ക്ഷണിച്ചു. അതു പാലിക്കുകയും ചെയ്തു. ഫ്രൗ ലെനോറെ അതു സസന്തോഷം സ്വീകരിച്ചു. അവരുടെ വിഷാദം അകന്നെന്നു തോന്നി.

ഉച്ചഭക്ഷണത്തിനു സമയമാകുന്നതുവരെയും ഭക്ഷണത്തിനു ശേഷവും സാനിൻ ചീട്ടുകളിച്ചു. പൻറലിയോണെയും കളിയിൽ പങ്കെടുത്തു. അയാളുടെ മുടിച്ചുരുളുകൾ നെറ്റിയിലേക്ക് അത്രയേറെ താണു കിടക്കുന്നതോ അയാളുടെ താടി കണ്ഠവസ്ത്രത്തിലേക്ക് അത്രയേറെ അമർന്നിരിക്കുന്നതോ അതിനു മുമ്പ് ആരും കണ്ടിട്ടില്ല. ഓരോ ചലനത്തിലും അയാൾ പ്രകടിപ്പിച്ചിരുന്ന സംഘർഷപൂർണ്ണമായ ഗാംഭീര്യം കണ്ടാൽ അയാൾ ഏതോ ഒരു വൻ രഹസ്യം മറച്ചു വയ്ക്കാൻ കഠിനയത്നം ചെയ്യുകയാണെന്ന് ആർക്കും തോന്നുമായിരുന്നു.

അതെ—രഹസ്യം, രഹസ്യം!

സാനിനോട് തനിക്കുള്ള അഗാധമായ ആദരവ് ആവും വിധം പ്രകടിപ്പിക്കുവാൻ അന്നു മുഴുവൻ പൻറലിയോണെ കിണഞ്ഞു ശ്രമിച്ചുകൊണ്ടിരുന്നു. ഭക്ഷണ വേളയിൽ സഗൗരവം അയാൾ സ്ത്രീകളെ കടന്നുപോയി ആദ്യം സാനിന് വിളമ്പി, ചീട്ടുകളിക്കിടയിൽ അയാൾ ഒരു കൈ സാനിനു വിട്ടുകൊടുക്കുകയും സാനിൻ അതു പടിച്ചെടുത്തപ്പോൾ മൗനം ഭജിക്കുകയും ചെയ്തു. റഷ്യക്കാരെപ്പോലെ മഹാമനസ്കതയുടെ ധൈര്യവും നിശ്ചയദാർഢ്യവുമുള്ള മറ്റൊരു ജനത ലോകത്തിലില്ലെന്ന് അയാൾ യാതൊരു ഔചിത്യദീക്ഷയുമില്ലാതെ തട്ടിവിട്ടു.

“കൗശലക്കാരനായ വൃദ്ധൻ!” സാനിൻ മനസ്സിൽ പറഞ്ഞു.

മാഡം റൊസെല്ലിയുടെ തികച്ചും അപ്രതീക്ഷിതമായ മാനസികാവസ്ഥയെക്കാൾ കൂടുതൽ സാനിനെ അത്ഭുതപ്പെടുത്തിയത് അവരുടെ മകളുടെ അന്നത്തെ പെരുമാറ്റമായിരുന്നു. അവൾ അയാളിൽനിന്ന് ഒഴിഞ്ഞുമാറാൻ ശ്രമിച്ചു എന്നു പറയുന്നത്. ശരിയായിരിക്കയില്ല. വാസ്തവത്തിൽ അയാൾ പറയുന്നതെല്ലാം ശ്രദ്ധിച്ചുകൊണ്ടും അയാളെ ഉറ്റുനോക്കിക്കൊണ്ടും അധികസമയവും അവൾ സംഭാഷണത്തിൽ പങ്കെടുത്തില്ല. അയാൾ അവളോട് എന്തെങ്കിലും ചോദിച്ചാലുടൻ അവൾ എഴുന്നേറ്റ് അപ്പുറത്തേക്കു പോകും. അല്പം കഴിഞ്ഞ് തിരിച്ചു വന്ന് ധ്യാനനിമഗ്നയെപ്പോലെ ഏതെങ്കിലും ഒരു മൂലയിൽ ചെന്ന്

നിശ്ചലയായിരിക്കും. അവൾ എന്തിനെപ്പറ്റിയോ അത്ഭുതപ്പെടുകയാണെന്നു തോന്നി... അതെ, അത്ഭുതമായിരുന്നു അവളിൽ മുന്നിട്ടുനിന്നത്. ഒടുവിൽ അവളുടെ ആ അസാധാരണമായ പെരുമാറ്റം ഫ്രൗ ലെനോറെ പോലും ശ്രദ്ധിച്ചു. കാര്യമെന്താണെന്ന് അവർ മകളോടു ചോദിക്കുകയും ചെയ്തു.

"ഒന്നുമില്ല," ജെമ്മ മറുപടി പറഞ്ഞു. "ഞാൻ ചിലപ്പോൾ ഇങ്ങനെയാണെന്ന് അമ്മയ്ക്കറിയാമല്ലോ."

"അതു ശരിയാണ്," അമ്മ സമ്മതിച്ചു. അങ്ങനെ ഒരു നീണ്ട ദിവസം കടന്നുപോയി—സജീവമെന്നോ ചൈതന്യരഹിതമെന്നോ വിശേഷിപ്പിക്കാനാവാത്ത, ഉല്ലാസകരമോ വിരസമോ അല്ലാത്ത ഒരു ദിവസം, ജെമ്മയുടെ പെരുമാറ്റം മറ്റൊരു വിധത്തിലായിരുന്നെങ്കിൽ ഒരുപക്ഷേ അല്പം മേനിനടിക്കാനുള്ള പ്രലോഭനത്തെ ചെറുത്തുനില്ക്കാൻ സാനിനു കഴിയാതെ വന്നേനെ. അതുമല്ലെങ്കിൽ വേർപിരിയുന്നതിനുമുമ്പ്—അതു എന്നെന്നേക്കുമായുള്ള വേർപാടാണെന്നു വരാം—അയാളുടെ ഹൃദയത്തിന് കീഴടങ്ങിയെന്നും വരാം. എന്നാൽ ജെമ്മയോട് ഒന്നും സംസാരിക്കാൻ അവസരം കിട്ടാതിരുന്നതിനാൽ അയാൾക്ക് പിയാനോ വായനയിൽ സംതൃപ്തി കണ്ടെത്തേണ്ടി വന്നു. കാപ്പി കുടിക്കുന്നതിനു മുമ്പുള്ള കാൽമണിക്കൂർ സമയം അയാൾ അങ്ങനെയാണു ചെലവഴിച്ചത്.

എമിൽ താമസിച്ചു വീട്ടിലെത്തുകയും നേരത്തെ ഉറങ്ങാൻ പോവുകയും ചെയ്തു. ഹെർ ക്ലൂബറെപ്പറ്റിയുള്ള ചോദ്യങ്ങളിൽനിന്ന് രക്ഷപ്പെടാനാണ് അവർ അങ്ങനെ ചെയ്തത്. സാനിന് പിരിയാൻ സമയമായി.

അയാൾ ജെമ്മയോട് യാത്ര പറയാൻ ഒരുങ്ങി. പുഷ്കിന്റെ യെവ്ഗേനി ഒനേഗിനിലെ ലേൻസ്കിയും ഓൾഗയും വേർപിടിയുന്ന രംഗം എന്തുകൊണ്ടോ ആ സമയം അയാൾ ഓർമ്മിച്ചു. അയാൾ അവളുടെ കരം പിടിച്ച് അമർത്തിക്കൊണ്ട് ആ മുഖത്തേക്കു നോക്കാൻ ശ്രമിച്ചു. എന്നാൽ അവൾ മുഖം അല്പം തിരിക്കുകയും തന്റെ വിരലുകൾ സ്വതന്ത്യമാക്കുകയുമാണു ചെയ്തത്.

XX

സാനിൻ പുറത്തു കടന്നപ്പോൾ നക്ഷത്രങ്ങളെല്ലാം തെളിഞ്ഞു കഴിഞ്ഞിരുന്നു. മഞ്ഞയും ചുവപ്പും വെളുപ്പും നിറമുള്ള ചെറുതും വലുതുമായ എണ്ണമറ്റ നക്ഷത്രങ്ങൾ! അവ മിനുങ്ങിയും മിന്നിയും അവിരാമം കൺചിമ്മിക്കൊണ്ടിരുന്നു. ആകാശത്തിന്റെ അമ്പിളി

ഇല്ലായിരുന്നെങ്കിലും നിഴലില്ലാത്ത നേരിയ ആ സന്ധ്യാ വേളയിൽ എല്ലാ വസ്തുക്കളും സ്പഷ്ടമായി കാണാമായിരുന്നു. സാനിൻ തെരുവിന്റെ അറ്റംവരെ നടന്നു... അപ്പോൾ താമസസ്ഥലത്തേക്ക് തിരിച്ചുപോകാൻ അയാൾ തീരെ ആഗ്രഹിച്ചില്ല. കുളിർമയുള്ള ആ ശുദ്ധവായു നുകർന്നു കൊണ്ട് തെരുവിൽ ചുറ്റിക്കറങ്ങി നടക്കണമെന്നാണ് അയാൾക്കു തോന്നിയത്. അയാൾ തിരിച്ചു നടന്നു. റൊസെല്ലി മിഠായിക്കടയിരിക്കുന്ന കെട്ടിടത്തിന്റെ മുമ്പിൽ എത്തിയപ്പോഴേക്കും തെരുവിലേക്കുള്ള ഒരു ജനൻ ആരോ തുറക്കുന്ന ശബ്ദം അയാള കേട്ടു. ആ ജനലിന്റെ ശൂന്യമായ കറുത്ത ചതുരത്തിൽ (മുറിയിൽ വെളിച്ചമുണ്ടായിരുന്നില്ല) ഒരു സ്ത്രീയുടെ രൂപം പ്രത്യക്ഷപ്പെട്ടു. ആരോ അയാളുടെ പേര് വിളിച്ചു.

"മെസ്യേ ദിമീത്രി!"

ജെമ്മയായിരുന്നു അത്. അയാൾ ജനലിനടുത്തേക്കു ധൃതിയിൽ നടന്നു.

ജെമ്മ കുനിഞ്ഞ് ജനലിനു പുറത്തേക്കു തല നീട്ടി.

"മെസ്യേ ദിമീത്രി," വളരെ കരുതലോടെ അവൾ സംസാരിച്ചുതുടങ്ങി. "താങ്കൾക്ക് ഒരു സാധനം തരണമെന്ന് ഇന്നു രാവിലെ മുതൽ എനിക്ക് ആഗ്രഹമുണ്ടായിരുന്നു. പക്ഷേ എനിക്കൊരു തീരുമാനമെടുക്കാൻ കഴിഞ്ഞില്ല. എന്നാൽ ഇപ്പോൾ പൊടുന്നനെ താങ്കളെ വീണ്ടും കണ്ട സ്ഥിതിക്ക് ഇതായിരിക്കും വിധി..."

ഇത്രയുമായപ്പോൾ അറിയാതെ ജെമ്മയുടെ സംസാരം നിലച്ചു. തുടരാൻ അവൾ അശക്തയായിരുന്നു. ആ സമയത്ത് തികച്ചും അസാധാരണമായ ഒന്നു സംഭവിച്ചു.

മേഘത്തിന്റെ ലാഞ്ഛനപോലുമില്ലാതെ ആകാശവും ഭൂമിയും അഗാധമായൊരു നിശ്ചലതയിൽ അമർന്നു നിലക്കെ എവിടെനിന്നോ ഒരു കൊടുങ്കാറ്റയർന്നു. അതിന്റെ ശക്തികൊണ്ട് ഭൂമിയാകെ ഒരു കൊടുങ്കാറ്റയർന്നു. അതിന്റെ ശക്തികൊണ്ട് ഭൂമിയാകെ കിടിലംകൊണ്ടു. നക്ഷത്രങ്ങളുടെ സുതാര്യപ്രഭ വിറയ്ക്കുകയും മങ്ങുകയും ചെയ്തു. അന്തരീക്ഷം ആകെത്തന്നെ ഇളകി മറിയുകയാണെന്നു തോന്നി. കുളിർമ്മയില്ലാത്ത ഊഷ്മളമായ ആ വരണ്ട കാറ്റ് മരങ്ങളെ ഉലച്ചു. കെട്ടിടങ്ങളുടെ ഭിത്തികളിലും മേല്പുരകളിലും ആഞ്ഞടിച്ചു. റോഡിലൂടെ ചീറിപ്പാഞ്ഞു. അത് സാനിന്റെ തൊപ്പി പറത്തിക്കൊണ്ടുപോയി. ജെമ്മയുടെ കറുത്ത അളകങ്ങളെ അലങ്കോലപ്പെടുത്തി. സാനിന്റെ തല ജനൽപ്പടിക്കൊപ്പമായിരുന്നു. അയാൾ അറിയാതെ അതിനോടു കൂടുതൽ ചേർന്നു നിന്നു. ജെമ്മയാകട്ടെ ഇരുകൈകളും കൊണ്ട് അയാളുടെ ചമലുകളിൽ അള്ളിപ്പിടിച്ചു. അവളുടെ നെഞ്ച് അയാളുടെ തലയിൽ അമർന്നു. ഭയങ്കരമായ ഒരു കൊടുങ്കാറ്റ് ഒരു മിനിട്ടോളം നീണ്ടുനിന്നു. പിന്നീട് ശക്തി മുഴുവൻ വിനിയോഗിച്ചു കഴിഞ്ഞ കൊടുങ്കാറ്റ് ഒരു പറ്റം കൂറ്റൻ പക്ഷികൾ

പറന്നകലുന്നതുപോലെ കടന്നുപോയി... വീണ്ടും അഗാധമായ നശ്ചല തയിൽ സർവ്വതും അമർന്നു.

സാനിൻ തലയുയർത്തി. ദയവിഹ്വലവും ഉദ്വേഗഭരിതവും സുന്ദര വുമായ ഒരു മുഖവും ഗാംഭീര്യം തുളുമ്പുന്ന അതിമനോഹരമായ രണ്ടു വലിയ കണ്ണുകളാണ് അയാളുടെ മുമ്പിൽ പ്രത്യക്ഷപ്പെട്ടത്. ആ സൗന്ദ ര്യപ്രകർഷം കണ്ട് നിമിഷനേരത്തേക്ക് അയാളുടെ ഹൃദയമിടിപ്പ് നില ച്ചുപോയെന്നു തോന്നി. തന്റെ മുറിയിലേക്കു വഴുതിവീണ പട്ടുപോലെ മൃദുലമായ ഒരു മുടിച്ചുരുളിൽ ചുണ്ടമർത്തിക്കൊണ്ട്, "ഹാ! ജെമ്മ!" എന്നു മന്ത്രിക്കാൻ മാത്രമേ അയാൾക്കു കഴിഞ്ഞുള്ളൂ.

"അതെന്തായിരുന്നു? മിന്നലോ?" അയാളുടെ ചുമലിൽ നിന്നും തന്റെ നഗ്നമായ കൈത്തണ്ടകൾ മാറ്റാതെ വിടർന്ന നയനങ്ങളോടെ വിദൂരതയിലേക്കു നോക്കിക്കൊണ്ട് അവൾ ചോദിച്ചു.

"ജെമ്മ!" സാനിൻ വീണ്ടും മന്ത്രിച്ചു.

ജെമ്മ ഒരു നെടുവീർപ്പോടെ തിരിഞ്ഞ് മുറിക്കുള്ളിലേക്കു കണ്ണോ ടിച്ചിട്ട് ധൃതിയിൽ കുപ്പായത്തിന്റെ മുൻവശത്തുനിന്നും വാടിയ ഒരു പൂവെടുത്ത് സാനിന് ഇട്ടുകൊടുത്തു.

"ഈ പൂവ് താങ്കൾക്കു തരണമെന്നായിരുന്നു എന്റെ അഗ്രഹം..."

തലേ ദിവസം താൻ വീണ്ടെടുത്ത റോസാപ്പൂവാണ് അതെന്ന് സാനിനു മനസ്സിലായി.

എന്നാൽ തൽക്ഷണംതന്നെ ജനൽ കൊട്ടി അടഞ്ഞു. ഇരുണ്ട ജനാ ലച്ചില്ലിനു പിന്നിൽ ഒന്നുംതന്നെ കാണാനില്ലായിരുന്നു. വെളുപ്പിന്റെ ഒരു ലാഞ്ഛന പോലും...

തൊപ്പിയില്ലാതെയാണ് സാനിൻ ഹോട്ടലിൽ തിരിച്ചെത്തിയത്... അതു നഷ്ടപ്പെട്ട കാര്യം അയാൾ അറിഞ്ഞതുപോലുമില്ല.

XXI

വെളുപ്പാൻകാലത്താണ് അയാൾക്ക് ഉറങ്ങാൻ കഴിഞ്ഞത്. അതിൽ അത്ഭുതപ്പെടാൻ എന്തിരിക്കുന്നു! പെട്ടെന്ന് പൊട്ടി പ്പുറപ്പെട്ട ആ ഗ്രീഷ്മകാലക്കൊടുകാറ്റിന്റെ താണ്ഡവനൃത്തത്തിന്നിടയിൽ അത്രതന്നെ പെട്ടെന്ന് അയാൾക്ക് ഒരു തോന്നലുണ്ടായിയ—ജെമ്മ അസാധാരണ സൗന്ദര്യമുള്ള ഒരു പെൺകുട്ടിയാണെന്നും അവളിൽ താൻ വളരെയേറെ ആകൃഷ്ടനാണെന്നുമുള്ള വസ്തുതയായിരുന്നില്ല അത്, അക്കാര്യം അയാൾക്കു പണ്ടേ അറിയാമായിരുന്നു... അവളിൽ താൻ... അനുരക്തനല്ലേ എന്ന തോന്നലായിരുന്നു അത്. ആ

ചുഴലിക്കാറ്റിനെപ്പോലെതന്നെ പൊടുന്നനെയാണ് പ്രേമം അയാളെ പിടികൂടിയത്. ഇപ്പോൾ ഇതാ ദ്വന്ദയുദ്ധം എന്ന ഈ വിഡ്ഢിത്തത്തിൽ താൻ ചെന്നു ചാടിയിരിക്കുന്നു! അശുഭചിന്തകൾ അയാളുടെ ഹൃദയത്തെ അസ്വസ്ഥമാക്കി. ദ്വന്ദയുദ്ധത്തിൽ താൻ മരിച്ചില്ലെങ്കിൽത്തന്നെ... ഈ യുവതിയോടുള്ള തന്റെ പ്രേമം കൊണ്ടെന്തു ഫലം? അവൾ മറ്റൊരാളുടെ പ്രതിശ്രുതവധുവാണല്ലോ! ആ "ആൾ" അപകടകാരിയായ ഒരു എതിരാളിയല്ലെന്ന് തെളിഞ്ഞു കഴിഞ്ഞിട്ടുണ്ടെങ്കിലും ജെമ്മ അയാളിൽ അനുരക്തയാവുകയാണെങ്കിൽ അഥവാ ഇതിനകം തന്നെ അവൾ അയാളിൽ അനുരക്തയായിക്കഴിഞ്ഞിട്ടുണ്ടെങ്കിൽ എന്തു ചെയ്യും? പക്ഷേ... എന്തിനാണ് ഇങ്ങനെ ഒരു ചോദ്യം? ഇത്ര സുന്ദരിയായ ഒരു പെൺകുട്ടി...

അയാൾ മുറിയിൽ അങ്ങോട്ടുമിങ്ങോട്ടും അല്പനേരം ഉലാത്തി. അനന്തരം മേശയ്ക്കടുത്തു ചെന്നിരുന്ന് ഒരു കടലാസെടുത്ത് അതിൽ ഏതാനും വരികൾ കുത്തിക്കുറിച്ച—ഉടൻതന്നെ അതു വെട്ടിക്കളയുകയും ചെയ്തു... അയാൾ ജെമ്മയെക്കുറിച്ച് ആലോചിച്ചു. ഇരുണ്ട ജനാലയ്ക്ക് പിന്നിൽ കാറ്റിൽ ഉലഞ്ഞ മുടിയുമായി നില്ക്കുന്ന ജെമ്മയുടെ രൂപം—നക്ഷത്രങ്ങളുടെ നേരിയ വെളിച്ചത്തിൽ താൻ കണ്ട ആ മനോഹര രൂപം—വീണ്ടും അയാളുടെ മനോമുകരത്തിൽ പ്രത്യക്ഷപ്പെട്ടു. ഒരു യവന ദേവതയുടേതു പോലുള്ള കടഞ്ഞെടുത്ത ആ കൈകളുടെ സചേതനസ്പർശം വീണ്ടും തന്റെ തോളുകളിൽ അനുഭവപ്പെടുന്നതായി അയാൾക്ക് തോന്നി... അവർ ഇട്ടുകൊടുത്ത റോസാപ്പൂ അയാൾ കയ്യിലെടുത്തു. സാധാരണ പനിനീർപ്പൂക്കളുടെ സൗരഭ്യത്തെ അതിശയിക്കുന്ന ഹൃദ്യമായ ഒരു സൗരഭ്യം അതിന്റെ വാടിയ ദലങ്ങളിൽനിന്ന് പ്രസരിക്കുന്നുണ്ടെന്ന് തോന്നി സാനിന്.

"താൻ കൊല്ലപ്പെടുകയോ അംഗഹീനനാകുകയോ ചെയ്താലോ!"

കിടക്കുകയോ വസ്ത്രങ്ങൾ മാറ്റുകയോ ചെയ്യാതെ സോഫയിൽത്തന്നെ ഇരുന്ന് അയാൾ ഉറങ്ങി

* * *

ആരോ തോളിൽ തട്ടിയപ്പോഴാണ് അയാൾ കണ്ണു തുറന്നത്. അതാ, പൻറലിയോണെ മുമ്പിൽ നിൽക്കുന്നു.

"മഹാനായ അലക്സാണ്ടർ ബാബിലോൺ യുദ്ധത്തിനു മുമ്പ് ഉറങ്ങിയതുപോലെയാണ് ഇദ്ദേഹം ഉറങ്ങുന്നത്!" വൃദ്ധൻ ഉൽഘോഷിച്ചു.

"സമയം എന്തായി?"

"ആറേമുക്കാൽ. ഹാനുവിലെത്താൻ രണ്ടുമണിക്കൂർ വേണം. ആദ്യം എത്തേണ്ടത് നമ്മളാണ്. റഷ്യാക്കാർ എപ്പോഴും ശത്രുക്കളെക്കാൾ മുന്നിലായിരിക്കും. ഫ്രാങ്ക്ഫർട്ടിലെ ഏറ്റവും നല്ല കുതിരവണ്ടി

ഞാൻ വാടകയ്ക്കെടുത്തിട്ടുണ്ട്.

സാനിൻ മുഖം കഴുകാൻ ആരംഭിച്ചു.

"കൈത്തോക്കുകൾ എവിടെ?"

"ശപിക്കപ്പെട്ട ജർമ്മൻകാരൻ കൊണ്ടുവരും. അയാൾ ഒരു ഡോക്ടറേയും കൊണ്ടുവരാമെന്ന് ഏറ്റിട്ടുണ്ട്.

തലേദിവസത്തെ ഉന്മേഷം കൈമോശം വരാതിരിക്കാൻ പൻറലിയോണെ കിണഞ്ഞു ശ്രമിച്ചുകൊണ്ടിരുന്നു. എന്നാൽ വണ്ടിയിൽ സാനിനോടൊപ്പം ഇരിക്കുകയും വണ്ടിക്കാരൻ ചാട്ട വീശി കുതിരകളെ മുമ്പോട്ടു പായിക്കുകയും ചെയ്ത നിമിഷം തന്നെ അയാളുടെ ഭാവം മാറി. അയാൾ സംഭ്രാന്തനും ഭയവിഹ്വലനുമായിത്തീർന്നു. അയാളുടെ ഉള്ളിൽ എന്തോ ഒന്ന് തകർന്നു വീണെന്നു തോന്നി—ശരിയായി കെട്ടിപ്പടുക്കാത്ത ഒരു മതിൽപോലെ.

"ദൈവമേ, എന്താണ് ഞങ്ങൾ ചെയ്യുന്നത്? എന്റെ കന്യാമറിയമേ!" തലമുടിയുടെ കടയ്ക്കൽ അള്ളിപ്പിടിച്ചുകൊണ്ട് തുളച്ചു കയറുന്ന ശബ്ദത്തിൽ വൃദ്ധൻ പുലമ്പി. "ഞാൻ എന്താണു ചെയ്യുന്നത്? വിഡ്ഢിയായ ഈ കിഴവന് ഭ്രാന്താണ്—ഭ്രാന്ത്."

സാനിൻ അത്ഭുതത്തോടെ പൊട്ടിച്ചിരിച്ചുകൊണ്ട് അയാളുടെ അരയിൽ കൈ ചുറ്റുകയും തുടങ്ങിവച്ചാൽ മുഴുവനാക്കണം എന്നർത്ഥം വരുന്ന ഒരു ഫ്രഞ്ച് പഴമൊഴി ഉദ്ധരിക്കുകയും ചെയ്തു.

"അതെ, അതെ" വൃദ്ധൻ പറഞ്ഞു. "നമ്മൾ ഇത് മുഴുവനാക്കുമെന്നു തീർച്ച—എങ്കിലും ഞാൻ ഒരു കിറുക്കൻ തന്നെയാണ്. അതെ ഒരു കിറുക്കൻ. സർവ്വതും പ്രശാന്തവും സുന്ദരവുമായിരുന്നു... പെട്ടെന്ന് ട-ട-ട, ട-ട-ട!"

"ഓർക്കസ്ട്ര അവസാന ഭാഗം വായിക്കുന്നതു പോലെ, അല്ലേ?" ഒരു ചിരി ക്ഷണിച്ചു വരുത്തിക്കൊണ്ട് സാനിൻ പറഞ്ഞു. "പക്ഷേ അത് നിങ്ങളുടെ കുറ്റമല്ല."

"അതെനിക്കറിയാം. അതങ്ങിനെയാവുകയില്ലെന്ന് ഞാൻ ആശിക്കുന്നു. എങ്കിലും... ഇത് ഒരു എടുത്തു ചാട്ടമായിപ്പോയി! " ഇത്രയും പറഞ്ഞിട്ട് ഒരു നെടുവീർപ്പോടെ വൃദ്ധൻ തലമുടി പിന്നിലേക്കു കുടഞ്ഞിടുകയും "Diavolo! Diavolo"[20] എന്ന് ആവർത്തിക്കുകയും ചെയ്തു. വണ്ടി മുമ്പോട്ട് പാഞ്ഞുകൊണ്ടിരുന്നു.

സുന്ദരമായ ഒരു പ്രഭാതമായിരുന്നു അത്. നിദ്രയിൽനിന്നുണർന്നു തുടങ്ങിയ ഫ്രാങ്ക്ഫർട്ടിലെ തെരുവീഥികൾ വെടിപ്പും വൃത്തിയുമുള്ളവയായിരുന്നു. ജനലുകൾ നാകത്തകിടുപോലെ വെട്ടിത്തിളങ്ങി. ടോൾ ഗെയിറ്റിനു പുറത്തു കടന്നപ്പോൾ തലയ്ക്കു മുകളിൽ, വിളർച്ച

20 ചെകുത്താൻ! ചെകുത്താൻ (ഇറ്റലിയൻ)—എഡി.

മാറിയിട്ടില്ലാത്ത നീലാകാശത്തിനു കീഴിൽ, വാനം പാടികൾ കളക ളാരവം പൊഴിക്കുന്നതു കേൾക്കാമായിരുന്നു. റോഡിന്റെ ഒരു തിരിവിൽ വണ്ടിയെത്തി.

പെട്ടെന്ന് പൊക്കമുള്ള ഒരു പോപ്ലാർ മരത്തിന്റെ പിന്നിൽനിന്ന് സുപരിചിതമായ ഒരു രൂപം മുന്നോട്ടു വന്നു. വണ്ടിയുടെ നേർക്ക് ഏതാനും ചുവടുകൾ വച്ചിട്ട് അതു നടപ്പു നിർത്തി. സാനിൻ സൂക്ഷിച്ചു നോക്കി—ദൈവമേ! എമിൽ!

"അവൻ എന്തെങ്കിലും അറിഞ്ഞിട്ടുണ്ടോ?" സാനിൻ തിരിഞ്ഞ് പൻറ ലിയോണെയോടു ചോദിച്ചു.

"ഞാൻ ഒരു കിറുക്കനാണെന്ന് നേരത്തെ പറഞ്ഞല്ലോ," നിർഭാഗ്യ വാനായ വൃദ്ധൻ നിരാശകൊണ്ട് തളർന്ന ശബ്ദത്തിൽ പറഞ്ഞു. "ആ ഗുരുത്വംകെട്ട ചെറുക്കൻ രാത്രി മുഴവൻ എന്നെ അലട്ടിക്കൊണ്ടിരുന്നു. ഒടുവിൽ ഇന്നു രാവിലെ എല്ലാം ഞാൻ അവനോടു തുറന്നു പറഞ്ഞു."

"ഇങ്ങനെയാണ് നിങ്ങളുടെ 'രഹസ്യം'!" സാനിൻ സ്വയം പറഞ്ഞു.

വണ്ടി എമിൽ നിന്നിടത്തെത്തിയപ്പോൾ കുതിരകളെ നിർത്താൻ സാനിൻ വണ്ടിക്കാരനോടു പറഞ്ഞു. "ആ ഗുരുത്വം കെട്ട ചെറുക്കനെ" സാനിൻ അടുത്തേക്കു വിളിച്ചു. എമിൽ വേച്ചു വേച്ച് മുന്നോട്ടു ചെന്നു. ഹൃദ്രോഗബാധിതനായ ദിവസത്തെപ്പോലെ വിളറിയാണ് ഇന്നു അവർ ഇരുന്നിരുന്നത്. നില്ക്കാൻതന്നെ അവൻ അശക്തനായിരുന്നു.

"നീ ഇവിടെ എന്തു ചെയ്യുകയാണ്?" സാനിൻ കർക്കശമായി ചോദിച്ചു. "വീട്ടിൽനിന്നു പോന്നതെന്തിനാണ്?"

"എന്നെക്കൂടെ കൊണ്ടുപോകൂ!" കൈകൾ കൂപ്പിനിന്ന് ദയനീയ സ്വ രത്തിൽ എമിൽ യാചിച്ചു. ജ്വരബാധിതനെപ്പോലെ അവന്റെ പല്ലുകൾ കൂട്ടിയടിച്ചുകൊണ്ടിരുന്നു. "ഞാൻ നിങ്ങളെ തടസ്സപ്പെടുത്തുകയില്ല! ദയവുചെയ്ത് എന്നെക്കൂടെ കൊണ്ടു പോകൂ!"

"നിനക്കു എന്നോടു അല്പമെങ്കിലും സ്നേഹമോ ബഹുമാനമോ ഉണ്ടെ ങ്കിൽ ഇപ്പോൾതന്നെ, നീ വീട്ടിലേക്കോ ഹർ ക്ലൂബറുടെ കടയിലേക്കോ തിരിച്ചുപോയി ഞാൻ മടങ്ങിവരുന്നതും കാത്തിരിക്കണം—ഇതേപ്പറ്റി ഒരക്ഷരം ആരോടും പറയാനും പാടില്ല." സാനിൻ പറഞ്ഞു.

"മടങ്ങിവരുന്നതോ? എമിൽ ഗദ്ഗദത്തോടെ ചോദിച്ചു.

"പക്ഷേ താങ്കൾ..."

"എമിൽ!" വണ്ടിക്കാരന്റെ നേരെ കണ്ണുകാണിച്ചുകൊണ്ട് താക്കീ തുചെയ്യുന്ന സ്വരത്തിൽ സാനിൻ പറഞ്ഞു. "സമചിത്തത വീണ്ടെടുക്കൂ! എമിൽ, നീ ഇപ്പോൾ വീട്ടിൽ പോകണമെന്ന് ഞാൻ നിന്നോട് അപേക്ഷിക്കുന്നു. സ്നേഹിതാ ഞാൻ പറയുന്നതു കേൾക്കൂ. നിനക്ക്

എന്നോട് വലിയ സ്നേഹമാണെന്ന് നീ എപ്പോഴും പറയാറുണ്ടല്ലോ. ഇപ്പോൾ നിനക്കുവേണ്ടി നീ വീട്ടിൽ പോകൂ!"

സാനിൻ കൈ നീട്ടി. എമിൽ തേങ്ങിക്കൊണ്ട് മുന്നോട്ടു ചാടി. അയാളുടെ കരം ചുണ്ടോടടമർത്തി. അടുത്ത നിമിഷംതന്നെ അവൻറോഡുവിട്ട് വലയിലൂടെ ഫ്രാങ്ക്ഫർട്ടിനെ ലക്ഷ്യമാക്കി ഓടിത്തുടങ്ങി.

"നല്ല ഹൃദയമുള്ള മറ്റൊരാൾ," പൻറലിയോണെ പിറുപിറുത്തു. എന്നാൽ സാനിൻ മുഖംവീർപ്പിച്ചുകൊണ്ട് തന്റെ നേരെ നോക്കുന്നതു കണ്ട് അയാൾ തന്റെ സീറ്റിൽ കുനിക്കൂടി ഇരുന്നു. താൻ കുറ്റക്കാരനാണെന്ന് അയാൾക്കു മനസ്സിലായി. നിമിഷങ്ങൾ കഴിയുന്തോറും അയാൾ കൂടുതൽ കൂടുതൽ അത്ഭുതഭരിതനായിക്കൊണ്ടിരുന്നു—ദ്വന്ദയുദ്ധത്തിലെ സഹായി വാസ്തവത്തിൽ താൻ തന്നെയാണോ? വണ്ടി വിളിച്ചതും മറ്റേർപ്പാടുകൾ ചെയ്തതും രാവിലെ ആറുമണിക്ക് പ്രശാന്തമായ തന്റെ പാർപ്പിടം വിട്ടിറങ്ങിയതും താൻ തന്നെയായിരുന്നോ? ഈദൃശചിന്തകൾക്കും പുറമെ കാലുകളുടെ വേദനയും വൃദ്ധനെ വല്ലാതെ അലട്ടിയിരുന്നു.

വൃദ്ധന്റെ മ്ലാനത മാറ്റാൻ എന്തെങ്കിലും ചെയ്യേണ്ടതാവശ്യമാണെന്ന് സാനിനു തോന്നി. വൃദ്ധനെ ഉത്തേജിതനാക്കാൻ പറ്റിയ വാക്കുകൾ അയാൾ കണ്ടുപിടിക്കുകയും ചെയ്തു.

"ബഹുമാന്യനായ സിഞ്ഞ്യോർ ചിപ്പടോല, നിങ്ങളുടെ പഴയ പരാക്രമം എവിടെ പോയി?"

സിഞ്ഞ്യോർ ചിപ്പിടോല ഒന്നു ഞെളിഞ്ഞിരുന്നു.

"പഴയ പരാക്രമമോ?" ആഴമുള്ള ശബ്ദത്തിൽ അയാൾ പറഞ്ഞു. "ഇപ്പോഴും അല്പം ബാക്കിയുണ്ട്—പഴയ പരാക്രമം"

ഒന്നുകൂടി ഞെളിഞ്ഞിരുന്നുകൊണ്ട് അയാൾ താൻ ഒരു ഗായകനായിരുന്ന കാലത്തെപ്പറ്റിയും ഓപ്പെറെയെപ്പറ്റിയും ഗാർഷ്യ എന്ന മഹാനായ ഗായകന്റെ ശബ്ദഗാംഭീര്യത്തെപ്പറ്റിയും സംസാരിച്ചു തുടങ്ങി. ഹനാവ്വിലെത്തിയപ്പോഴേക്കും അയാൾ തികച്ചും മറ്റൊരു മനുഷ്യനായി മാറിയിരുന്നു. ഒന്നാലോചിച്ചാൽ വാക്കുകളെക്കാൾ ശക്തവും വാക്കുകളെക്കാൾ ദുർബ്ബലവുമായ മറ്റെന്തെങ്കിലും ലോകത്തിലുണ്ടോ?!

XXII

ഹനാവ്വിൽ നിന്നും ഉദ്ദേശം കാൽ മൈൽ ദൂരെയുള്ള ഒരു ചെറിയ കാടാണ് ദ്വന്ദയുദ്ധത്തിനു തിരഞ്ഞെടുത്തിരുന്നത്. പൻറലിയോണെ പ്രവചിച്ചതുപോലെ സാനിനും അയാളും അവിടെ

ആദ്യം എത്തി. കാടിന്റെ അതിരിൽ കാത്തു നിൽക്കാൻ വണ്ടിക്കാരനു നിർദ്ദേശം കൊടുത്തിട്ട് വൃക്ഷങ്ങൾ സാമാന്യം നിബിഡമായി വളർന്നിരുന്ന ആ കാട്ടിനുള്ളിലേക്ക് അവർ കടന്നു. ഏകദേശം ഒരു മണിക്കൂറോളം അവർക്കു കാത്തു നില്‌ക്കേണ്ടി വന്നു.

ആ കാത്തുനില്പ് സാനിനെ തെല്ലും അസഹ്യപ്പെടുത്തിയില്ല. പക്ഷികളുടെ കളകൂജനം ശ്രദ്ധിക്കുകയും പറന്നുനടക്കുന്ന തുമ്പികളെ നിരീക്ഷിക്കുകയും ചെയ്തുകൊണ്ട് ഇടുങ്ങിയ കാട്ടുപാതയിലൂടെ അയാൾ അങ്ങോട്ടുമിങ്ങോട്ടും നടന്നു. അത്തരം ഒരു സന്ദർഭത്തിൽ ഭൂരിപക്ഷം റഷ്യക്കാരും ചെയ്യുന്നതുപോലെ ഒന്നിനെപ്പറ്റിയും ചിന്തിക്കാതിരിക്കാൻ അയാളും ശ്രമിച്ചു. വഴിയിൽ വീണു കിടന്ന, ഇലകൾ കരിഞ്ഞ, ഒരു ലിണ്ടൻമരത്തെ കണ്ടപ്പോൾ മാത്രമാണ് അയാൾ—ചിന്താധീനനായത്. ആ തൈമരം തലേദിവത്തെ കൊടുങ്കാറ്റിൽപ്പെട്ട് കടപുഴകി വീണതാവാം,

"ഇതൊരു ദുശ്ശകുനമാണോ?" എന്ന ചിന്ത അയാളുടെ മനസ്സിലൂടെ മിന്നിമറഞ്ഞു. എന്നാൽ അടുത്ത നിമിഷംതന്നെ ചുളമടിച്ചുകൊണ്ട് വീണുകിടന്ന മരത്തിന്റെ തടി ചാടിക്കടന്ന് അയാൾ നടപ്പു തുടർന്നു. പൻറലിയോണയുടെ സ്ഥിതിയാകട്ടെ നേരെമറിച്ചായിരുന്നു. അയാൾ നിറുത്താതെ പിറുപിറുക്കുകയും ജർമ്മൻകാരെ പ്രാകുകയും. ചുമയ്ക്കുകയും സ്വന്തം പുറം തടവുകയും കാൽമുട്ടുകൾ തിരുമ്മുകയും ഒക്കെ ചെയ്തുകൊണ്ട് അങ്ങേയറ്റത്തെ അസ്വസ്ഥതവെളിപ്പെടുത്തി. വാസ്തവത്തിൽ അയാൾ കോട്ടുവായിടുകപോലും ചെയ്തു. അപ്പോഴത്തെ അയാളുടെ മുഖഭാവം കണ്ടപ്പോൾ ചിരിയടക്കാതിരിക്കാൻ സാനിൻ തന്നേ പാടുപെട്ടു.

ഒടുവിൽ മൺപാതയിലൂടെ വണ്ടിച്ചക്രം ഉരുളുന്ന ശബ്ദം കേട്ടുതുടങ്ങി. "അവർ വരുന്നുണ്ട്," എന്നു പറഞ്ഞുകൊണ്ട് പൻറലിയോണെ നിവർന്ന് ജാഗ്രതയായി നിന്നു. എന്നാൽ സംഭ്രമം മൂലം അയാളുടെ ദേഹം തെല്ലൊന്നുവിറയ്ക്കാതിരുന്നില്ല. അതു മറച്ചുവയ്ക്കാനായി അയാൾ ഉറക്കെ "ബ്ർ—ർ—ർ" എന്ന ശബ്ദം പുറപ്പെടുവിക്കുകയും രാവിലെ നല്ല തണുപ്പുണ്ട് എന്ന് പറയുകയും ചെയ്തു. ഇലകളിലും പുൽക്കൊടികളിലും മഞ്ഞുതുള്ളികൾ ധാരാളം പറ്റിപ്പിടിച്ചിരുന്നുവെങ്കിലും വീർപ്പുമുട്ടിക്കുന്ന ചൂട് കാടിന്റെ ഉള്ളിലേക്ക് തള്ളിക്കയറിക്കൊണ്ടിരുന്നു.

താമസിയാതെ പട്ടാളഓഫീസർമാർ ഇരുവരും മരത്തണലിൽ പ്രത്യക്ഷപ്പെട്ടു. അവരോടൊപ്പം ഉദാസീനമായ, ഏതാണ്ട് ഉറക്കംതൂങ്ങുന്ന മട്ടിലുള്ള മുഖത്തോടുകൂടിയ തടിച്ചു കുള്ളനായ ഒരു മനുഷ്യനും ഉണ്ടായിരുന്നു. റെജിമെന്റിലെ ഡോക്ടറായിരുന്നു അയാൾ. വേണ്ടിവന്നാൽ ഉപയോഗിക്കാനായി വെള്ളം നിറച്ച ഒരു കൂജയും അയാൾ ഒരു കയ്യിൽ പിടിച്ചിരുന്നു. ശസ്ത്രക്രിയയ്ക്കുള്ള ഉപകരണങ്ങളും ബാൻഡേജുകളും മറ്റും

അടങ്ങുന്ന സഞ്ചി അയാളുടെ ഇടത്തെ തോളിൽനിന്നു തൂങ്ങിക്കിടന്നു. ഇത്തരം സംഭവങ്ങളുമായി അയാൾക്കു ധാരാളം പരിചയമുണ്ടെന്നു തോന്നി. വാസ്തവത്തിൽ അത് അയാളുടെ വരുമാനമാർഗ്ഗങ്ങളിലൊന്നായിരുന്നു—ഓരോ ദ്വന്ദയുദ്ധവും അയാൾക്ക് എട്ടു സ്വർണ്ണനാണയങ്ങൾ നേടിക്കൊടുത്തിരുന്നു, ഇരുകക്ഷികളിൽ നിന്നും നന്നാലു വീതം, ഹെർ ഫോൻ റിഹ്റ്റർ കൈത്തോക്കുകളടങ്ങിയ പെട്ടി പിടിച്ചിരുന്നു. ഹെർ ഫോൻ ഡോൻഹോഫ് ഒരു ചെറിയ ചാട്ടക്കമ്പി കയ്യിൽപ്പിടിച്ചു ചുഴറ്റിക്കൊണ്ടിരുന്നു—അതു വലിയ "മേനി" യാണെന്ന് അയാൾക്ക് തോന്നിയിരിക്കണം.

"പൻറലിയോണെ." സാനിൻ വൃദ്ധന്റെ ചെവിയിൽ മന്ത്രിച്ചു. "ഞാൻ കൊല്ലപ്പെടുകയാണെങ്കിൽ—എന്തും സംഭവിക്കാമെന്ന് നിങ്ങൾക്കറിയാമല്ലോ—എന്റെ പോക്കറ്റിൽ ഒരു കടലാസിൽ പൊതിഞ്ഞുവെച്ചിരിക്കുന്ന പൂവെടുത്ത് സിഞ്യോറീന ജെമ്മക്ക് കൊടുക്കണം. ഞാൻ പറഞ്ഞതു മനസ്സിലായോ? അങ്ങനെ ചെയ്യാമെന്നു സമ്മതിച്ചോ?"

വൃദ്ധൻ വിഷാദഭരിതനായി സാനിനെ നോക്കി സമ്മതഭാവത്തിൽ തലയാട്ടി... പക്ഷേ സാനിൻ പറഞ്ഞത് അയാൾക്ക് മനസ്സിലായോന്ന് ദൈവത്തിനറിയാം.

എതിരാളികളും സഹായികളും തലകുമ്പിട്ട് പരസ്പരം വണങ്ങി. തികച്ചും നിർവ്വികാരനായി നിന്ന ഒരേ ഒരാൾ ഡോക്ടറായിരുന്നു. കോട്ടുവായിട്ടുകൊണ്ട് അയാൾ പുല്ലിൽ ചടഞ്ഞിരുന്നു. "ഔപചാരികമായി വണങ്ങേണ്ട കാര്യമൊന്നും എനിക്കില്ല." എന്ന് അയാൾ സ്വയം പറയുകയാണെന്നു തോന്നി. ഫെർ ഫോൻ റിഹ്റ്റർ, ഹെർ "ശിബഡോല"യെ പറ്റിയ ഒരിടം തെരഞ്ഞെടുക്കാൻ ക്ഷണിച്ചു. ഗെർ "ശിബഡോല" വികാരനിർഭരമായ കനത്ത ശബ്ദത്തിൽ (അയാളുടെ ഉള്ളിലെ മതിൽ വീണ്ടും ഇടിഞ്ഞുവീണിരുന്നു) അതിനു മറുപടി പറഞ്ഞു: "വേണ്ടതെന്താണെന്നു വച്ചാൽ താങ്കൾതന്നെ ചെയ്തോളൂ, ഞാൻ വെറുതെ നോക്കി നിന്നോളാം..."

ഹെർ റിഹ്റ്റർ പ്രവർത്തനം തുടങ്ങി. കാട്ടിനുള്ളിലൊരിടത്ത് പൂക്കൾ കൊണ്ടു പൊട്ടുകുത്തിയ മനോഹരമായ ഒരു വെളിമ്പ്രദേശം അയാൾ കണ്ടുപിടിച്ച് ചുവടുകൾ അളന്ന് രണ്ടുവശത്തും കുറ്റികൾ നാട്ടി. അനന്തരം നിലത്തിരുന്ന് പെട്ടിയിൽ നിന്ന് തോക്കുകൾ പുറത്തെടുത്ത് നിറയ്ക്കുന്നതിൽ വ്യാപൃതനായി. ചുരുക്കിപ്പറഞ്ഞാൽ ഒരു വെളുത്ത കൈലേസുകൊണ്ട് മുഖത്തെ വിയർപ്പ് ഇടയ്ക്കിടെ ഒപ്പിക്കളഞ്ഞിട്ട് അയാൾ തന്നാലാവുന്നതെല്ലാം ചെയ്തു. എല്ലായിടത്തും അയാളെ പിൻതുടർന്നിരുന്ന പൻറലിയോണെ ശൈത്യബാധിതനായ ഒരു മനുഷ്യനെപ്പോലിരുന്നു. ഈ ഒരുക്കങ്ങൾ നടന്നുകൊണ്ടിരുന്നപ്പോഴെല്ലാം എതിരാളികൾ ഇരുവരും അല്പം മാറി ഒരിടത്തു നില്ക്കുകയായിരുന്നു—ശിക്ഷിക്കപ്പെട്ടതിന് മുഖം

വീർപ്പിച്ച നിൽക്കുന്ന രണ്ടു സ്കൂൾ ബാലന്മാരെപ്പോലെ കാണപ്പെട്ടു അവർ.

നിർണ്ണായക നിമിഷം സമാഗതമായി...

"ഇരുവരും കൈത്തോക്കു കരസ്ഥമാക്കി..."[21]

"ഒന്നു! രണ്ട്! മൂന്ന്!" എന്നു വിളിച്ചുപറഞ്ഞ് ദ്വന്ദയുദ്ധം തുടങ്ങാൻ അടയാളം കൊടുക്കുന്നതിനു മുമ്പ് ഇരുകൂട്ടരേയും ഗുണദോഷിക്കുകയും രഞ്ജിപ്പിലെത്തണമെന്നു അവരോട് ആവശ്യപ്പെടുകയും ചെയ്യേണ്ടത് ദ്വന്ദയുദ്ധത്തിന്റെ നിയമപ്രകാരം ഒഴിവാക്കാനാവാത്ത ഒരു ചടങ്ങാണെന്നും അതു പൻറലിയോണെ നിർവ്വഹിക്കണമെന്നും ഹെർ റിഹ്റ്റർ അയാളെ അറിയിച്ചു. വാസ്തവത്തിൽ ആ ഗുണദോഷിക്കൽ കൊണ്ട് യാതൊരു ഫലവും ആരും പ്രതീക്ഷിക്കുന്നില്ല. അതു വെറുമൊരു ചടങ്ങാണ്. എങ്കിലും ഹെർ "ശിബഡോല" ആ ചുമതല നിർവ്വഹിച്ചാൽ തന്റെ ഭാരം അല്പം ലഘൂകരിക്കപ്പെടുമെന്നും ഹെർ റിഹ്റ്റർ വൃദ്ധനോടു പറഞ്ഞു. സാധാരണയായി കക്ഷിരഹിതനായ ഒരു മൂന്നാമനാണ് അതു നിർവ്വഹിക്കേണ്ടത്. എന്നാൽ ഇവിടെ അങ്ങനെ ഒരാൾ ഇല്ലാത്തതിനാൽ ഈ ചുമതല സഹായികളിൽ പ്രായംകൂടിയ ആളെ താൻ സ്വമനസ്സാലെ ഏല്പിക്കുകയാണെന്നും അയാൾ പ്രസ്താവിച്ചു. കുറ്റക്കാരനായ ഓഫീസറെ കാണാതിരിക്കാൻ വേണ്ടി അതിനകം തന്നെ ഒരു കുറ്റിച്ചെടിയുടെ പിന്നിൽ മറഞ്ഞുനിന്നിരുന്ന പൻറലിയോണെയ്ക്ക് ഹെർ ഫോൻ റിഹ്റ്റർ പറഞ്ഞത് എന്തെന്ന് ആദ്യം പിടികിട്ടിയില്ല. എന്നാൽ അടുത്ത നിമിഷം തന്നെ അയാൾ പുറത്തേക്കു ചാടിവന്ന് ശക്തിയായി നെഞ്ചത്തടിച്ചുകൊണ്ട് ഭാഷകൾ പരിഹാസ്യമാം വണ്ണം കൂട്ടിക്കലർത്തി ഉറക്കെ വിളിച്ചുപറഞ്ഞു. "എന്തൊരു മൃഗീയത! രണ്ടു ചെറുപ്പക്കാർ യുദ്ധം ചെയ്യുന്നു! എന്തിനു വേണ്ടിയാണിത്! എന്തൊരു നാശം! വീട്ടിൽ പോകൂ!"

"ഞാൻ അനുരഞ്ജനത്തിനു തയാറില്ല," സാനിൻ ധൃതിയിൽ വിളിച്ചു പറഞ്ഞു.

"ഞാനും തയ്യാറായില്ല," എതിരാളിയും അതുതന്നെ ആവർത്തിച്ചു.

"ഇനി ഒന്ന്, രണ്ട്, മൂന്ന് എന്നു വിളിച്ചു പറയൂ," അമ്പരന്നുനിന്ന പൻറലിയോണയോട് ഫോൻ റിഹ്റ്റർ പറഞ്ഞു. പൻറലിയോമെ ഉടൻ തന്നെ കുറ്റിച്ചെടിയുടെ പിന്നിൽ ഒളിച്ചു. മരവിച്ച കൈകാലുകളു കുനിച്ച തലമുടിയും അടച്ച കണ്ണുകളുമായിട്ടാണെങ്കിലും അയാൾ തൊള്ളതുറന്ന് ഇങ്ങനെ വിളിച്ചു പറഞ്ഞു. "ഒന്ന്... രണ്ട്... മൂന്ന്!"

സാനിനാണ് ആദ്യം വെടിവെച്ചത്—അത് ലക്ഷ്യം തെറ്റി ഒരു മരത്തിൽ ചെന്നുകൊണ്ടു. തൽക്ഷണം തന്നെ ഫോൻ ഡോൻഹോഫ് വെടിവച്ചു—അയാൾ മനപ്പൂർവ്വം ഒരു വശത്തേക്കു ചരിച്ച്

---

21 ഇരുവരും കൈത്തോക്കു കരസ്ഥമാക്കി...—പുഷ്കിന്റെ "യെവ്ഗേനി ഒനേഗിനിൽ" നിന്നുള്ള ഉദ്ധരണി.

ആകാശത്തിലേക്കു വെടിവെയ്ക്കുകയാണു ചെയ്തത്.

സംഘർഷപൂർണ്ണമായ ഒരു നിശ്ശബ്ദത അവിടെ പരന്നു... ആരും അനങ്ങിയില്ല. പൻറലിയോണെ പതിഞ്ഞ ശബ്ദത്തിൽ ഒന്നു നിലവിളിച്ചു.

"നമ്മൾ ഇനിയും വെടിവയ്ക്കണമെന്ന് താങ്കൾ ആഗ്രഹിക്കുന്നുണ്ടോ?" ഡോൺഹോഫ് ചോദിച്ചു.

"താങ്കൾ ആകാശത്തിലേക്കു വെടിവെച്ചതെന്തിനാണ്?" സാനിൻ ചോദിച്ചു.

"എനിക്കിഷ്ടമുള്ളതു ഞാൻ ചെയ്യും!"

"അടുത്ത തവണയും ആകാശത്തിലേക്കു വെടിവെയ്ക്കാനാണോ താങ്കൾ ഉദ്ദേശിക്കുന്നത്?"

"ആണെന്നു വരാം. എനിക്കു തീർച്ചയില്ല."

"മാന്യരെ! എതിരാളികൾ തമ്മിൽ നേരിട്ട് സംസാരിക്കാൻ പാടില്ല!" ഫോൻ റിഹ്റ്റർ പറഞ്ഞു. "അതു ശരിയല്ല."

"വെടിവയ്ക്കാനുള്ള എന്റെ അവകാശം ഞാൻ വേണ്ടെന്നു വയ്ക്കുന്നു." എന്നു പറഞ്ഞുകൊണ്ട് സാനിൻ തോക്കു താഴെയിട്ടു.

"ദ്വന്ദയുദ്ധം തുടരാൻ എനിക്ക് ആഗ്രഹമില്ല," തോക്കു താഴെയിട്ടു കൊണ്ട് ഫോൻ ഡോൺഹോഫും വിളിച്ചു പറഞ്ഞു. "മാത്രവുമല്ല, അന്ന്... ഞാൻ ചെയ്തതു ശരിയായില്ല എന്നു ഞാൻ സമ്മതിക്കുകയും ചെയ്യുന്നു."

ഒരു നിമിഷം ശങ്കിച്ചു നിന്നിട്ട് അയാൾ മെല്ലെ കൈ നീട്ടി. സാനിൻ ധൃതിയിൽ നടന്നുചെന്ന് അയാളുടെ കൈ പിടിച്ചു കുലുക്കി. ആ യുവാക്കൾ പുഞ്ചിരി തൂകിക്കൊണ്ട് പരസ്പരം നോക്കി. ഇരുവരുടേയും കപോലങ്ങൾ തുടുത്തിരുന്നു.

"ഭേഷ്! ഭേഷ്" കയ്യടിച്ചുകൊണ്ട് പൻറലിയോണെ ഭ്രാന്തനെപ്പോലെ വിളിച്ചു പറഞ്ഞു. അയാൾ ഒരു കമ്പത്തിൽ കുത്താടിയെപ്പോലെ കുറ്റിക്കാട്ടിൽനിന്ന് ചാടിചാടി പുറത്തു വന്നു. അല്പം അകലെ വീണുകിടന്ന ഒരു മരത്തിന്റെ തടിയിൽ ഇരിപ്പുറപ്പിച്ചിരുന്ന ഡോക്ടർ എണീറ്റു കൂജയിലെ വെള്ളം കമഴ്ത്തിക്കളഞ്ഞിട്ട് മെല്ലെ കാടിന്റെ അതിരിലേക്കു നടന്നു.

"മാനം വീണ്ടെടുക്കപ്പെട്ടിരിക്കുന്നു. ദ്വന്ദയുദ്ധം അവസാനിച്ചു" ഫോൻ റിഹ്റ്റർ പ്രഖ്യാപിച്ചു.

"ഭേഷ്!" എന്ന് വീണ്ടും പൻറലിയോണെ വിളിച്ചുകൂവി. അയാളുടെ മനസ്സ് പൂർവ്വകാലസ്മരണയിൽ മുഴുകി.

* * *

ജർമ്മൻ ഓഫീസർമാരോട് യാത്രപറഞ്ഞ് സാനിൻ വണ്ടിയിൽ കയറി ഇരുന്നു. അയാൾ സന്തോഷഭരിതനായിരുന്നു എന്നു പറഞ്ഞാൽ അതു ശരിയായിരിക്കയില്ല. എന്നാൽ വലിയൊരു ഓപ്പറേഷൻ കഴിയുമ്പോൾ ഉണ്ടാകുന്നതുപോലുള്ള ഒരുതരം ആശ്വാസം അയാളുടെ ദേഹത്തിലുള്ള ഓരോ അണുവിലും അനുഭവപ്പെട്ടു. എന്നാൽ മറ്റൊരു വികാരവും അയാൾക്കു അനുഭവപ്പെട്ടിരുന്നു—ഒരുതരം ലജ്ജ... തൊട്ടു മുമ്പ് താൻ പങ്കെടുത്ത സംഭവം ആത്മാർത്ഥത തൊട്ടുതീണ്ടാത്ത ഔപചാരികമായ ഒരു കീഴ്വഴക്കം മാത്രമായിരുന്നെന്നും അയാൾക്കു തോന്നി—ഓഫീസർമാരും വിദ്യാർത്ഥികളും തമ്മിൽ സാധാരണ നടക്കാറുള്ള ഏറ്റുമുട്ടലുകളിൽ ഒന്ന്. താനും ഫോൻ ഡോൻഹോഫും ഏതാണ്ടു സുഹൃത്തുക്കളെപ്പോലെ കാടിനു പുറത്തേക്കു നടന്നു വന്നപ്പോൾ ഡോക്ടർ പുഞ്ചിരിച്ചത് കൂടുതൽ ശരിയായി പറഞ്ഞാൽ മൂക്കു ചുളിച്ചത് സാനിന് ഓർമ്മ വന്നു. പിന്നീട് പൻറലിയോണെ ഫീസായി നാലു സ്വർണ്ണ നാണയങ്ങൾ കൊടുത്തപ്പോഴും ആ പുഞ്ചിരി ഡോക്ടറുടെ മുഖത്തു പ്രത്യക്ഷപ്പെട്ടു... ഛേ... ഇതിലെല്ലാം എന്തോ ഒരു പന്തികേടുണ്ട്!

സാനിന് തെല്ലൊരു ലജ്ജയും കുറ്റബോധവും തോന്നി. പക്ഷേ അയാൾക്ക് മറ്റെന്തെങ്കിലും ചെയ്യാൻ കഴിയുമായിരുന്നോ? ആ ധിക്കാരിയായ ഓഫീസറെ ശിക്ഷിക്കാതെ പാട്ടിനുവിടാൻ അയാൾക്കു കഴിയുമായിരുന്നില്ല. ഹെർ ക്ലൂബറെ അനുകരിക്കാനും അയാളെക്കൊണ്ട് പറ്റില്ലായിരുന്നു. അയാൾ ജെമ്മയുടെ മാനംകാക്കാനാണ് മുന്നോട്ടു വന്നത്. അതൊക്കെ ശരിതന്നെ. എങ്കിലും അയാളുടെ മനസ്സ് അസ്വസ്ഥമായി. അയാൾക്ക് ലജ്ജയും കുറ്റബോധവും തോന്നി.

എന്നാൽ പൻറലിയോണെയുടെ സ്ഥിതി അതായിരുന്നില്ല. അയാൾ വിജയോന്മത്തനും അഭിമാനവിജൃംഭിതനും ആയിത്തീർന്നു. യുദ്ധക്കളത്തിൽ നിന്ന് വിജയശ്രീലാളിതനായി മടങ്ങിവരുന്ന ഒരു സൈന്യാധിപനുപോലും ഇത്രയേറെ ആത്മസംതൃപ്തിയും ആഹ്ലാദവും തോന്നാനിടയില്ല. ദ്വന്ദയുദ്ധവേളയിലെ സാനിന്റെ പെരുമാറ്റം വൃദ്ധനെ ആവേശം കൊള്ളിച്ചു. അയാളുടെ കണ്ണിൽ സാനിൻ ഒരു വീരപുരുഷനായിത്തീർന്നു. സാനിന്റെ വിലക്കലോ യാചനയോ അയാൾ ചെവിക്കൊണ്ടില്ല. മാർബിളോ വെള്ളോടോ കൊണ്ടുണ്ടാക്കപ്പെട്ട ഒരു പ്രതിമയോട്—ഡോൺ ജുവാനിലെ കമാണ്ടറുടെ പ്രതിമയോട്—അയാൾ സാനിനെ ഉപമിച്ചു. തനിക്ക് തെല്ലൊരു സംഭ്രമം ബാധിച്ചിട്ടുണ്ടെന്ന് തുറന്നു പറയാൻ വൃദ്ധൻ മടിച്ചില്ല. "പക്ഷേ ഞാൻ ഒരു ഗായകനാണ്, പെട്ടെന്ന് ക്ഷോഭിക്കുന്ന പ്രകൃതമാണ് എന്റേത്. താങ്കളാകട്ടെ മഞ്ഞിന്റേയും ഉറപ്പുള്ള പാറക്കെട്ടുകളുടേയും സന്താനമാണ്."

ഉദ്വേഗഭരിതനായ ആ വൃദ്ധഗായകനെ ശാന്തനാക്കാൻ മാർഗ്ഗമെന്തെന്നറിയാതെ സാനിൻ കുഴങ്ങി.

* * *

രണ്ടുമണിക്കൂറുകൾക്കു മുമ്പ് എമിലിനെ കണ്ടുമുട്ടിയ ഏതാണ്ട് അതേസ്ഥലത്തുവച്ചുതന്നെ മടക്കയാത്രയിലും അവർ കണ്ടുമുട്ടി. ഇത്തവണയും അവൻ ഒരു മരത്തിനുപിന്നിൽ നിന്ന് ചാടി മുമ്പോട്ടു വരികയാണു ചെയ്തത്. ആഹ്ലാദപൂർവ്വം എന്തോ വിളിച്ചു കൂവുകയും തൊപ്പി വീശുകയും തുള്ളിച്ചാടുകയും ചെയ്തുകൊണ്ട് അവൻ വണ്ടിക്കടുത്തേക്ക് ഓടി. വണ്ടിച്ചക്രത്തിനടിയിൽപ്പെടാതെ കഷ്ടിച്ച് രക്ഷപ്പെട്ട ആ ബാലൻ വണ്ടി നിർത്തുന്നതിനുമുമ്പുതന്നെ അതിലേക്കു ചാടിക്കയറി സാനിനെ കെട്ടിപ്പിടിച്ചു.

"താങ്കൾ മരിച്ചില്ല, താങ്കൾക്കു മുറിവൊന്നും പറ്റിയിട്ടില്ല!" അവൻ ഉറക്കെ പറഞ്ഞു. "എന്നോടു ക്ഷമിക്കണം. താങ്കൾ പറഞ്ഞത് ഞാൻ അനുസരിച്ചില്ല. ഫ്രാങ്ക്ഫർട്ടിലേക്കു തിരിച്ചുപോയില്ല. എനിക്ക് അതിനു ശക്തിയില്ലായിരുന്നു. ഞാൻ നിങ്ങളെ കാത്തിരിക്കയായിരുന്നു... എന്നോട് എല്ലാം പറയൂ. താങ്കൾ അയാളെ കൊന്നോ?"

വളരെ പണിപ്പെട്ട് സാനിൻ എമിലിനെ ശാന്തനാക്കി വണ്ടിയിൽ ഇരുത്തി.

ദ്വന്ദയുദ്ധത്തിന്റെ വിശദാംശങ്ങളെല്ലാം പൻറലിയോണെ വാചാലതയോടെ വർണ്ണിച്ചു കേൾപ്പിച്ചു. വൃദ്ധന് അത് അനല്പമായ സന്തോഷം നല്കിയിരുന്നു എന്ന് സ്പഷ്ടം. വെള്ളോടുകൊണ്ടുള്ള കമാണ്ടറുടെ പ്രതിമയോട് സാനിനെ ഉപമിക്കാൻ വൃദ്ധൻ മറന്നില്ല. വാസ്തവത്തിൽ അയാൾ എഴുന്നേറ്റ്, വീഴാതിരിക്കാൻ കാലുകൾ അകറ്റി വയ്ക്കുകയും കൈകൾ നെഞ്ചിൽ പിണച്ചു വെയ്ക്കുകയും തോളിനു മുകളിലൂടെ പിന്നിലേക്ക് ഒന്നു നോക്കുകയും ചെയ്തിട്ട്. "കമാണ്ടർ സാനിനെ" പ്രതിനിധീകരിക്കാൻ ഒരു പ്രതിമപോലെ നിന്നു. ഇടയ്ക്കിടെ ആശ്ചര്യശബ്ദം പുറപ്പെടുവിക്കുകയും തന്റെ ധീരനായ സുഹൃത്തിനെ ധൃതിയിൽ ചുംബിക്കുകയും ചെയ്തുകൊണ്ട് എമിൽ അത്യാദരവോടെ ആ കഥ കേട്ടു.

വണ്ടിച്ചക്രങ്ങൾ ഫ്രാങ്ക്ഫർട്ടിലെ തെരുവീഥികളിലൂടെ മുന്നോട്ടു പോയ്ക്കൊണ്ടിരുന്നു. ഒടുവിൽ സാനിൻ താമസിച്ചിരുന്ന ഹോട്ടലിനു മുമ്പിൽ വണ്ടി നിന്നു.

സാനിൻ തന്റെ രണ്ട് അനുയായികളോടുമൊപ്പം രണ്ടാം നിലയിലേക്കുള്ള കോണികയറാൻ ഭാവിച്ചപ്പോൾ ഇടനാഴിയിലെ ഇരുട്ടിൽനിന്നു മൂടുപടം ധരിച്ച ഒരു സ്ത്രീ ആവേശപൂർവ്വം മുമ്പോട്ട് നടന്നു വന്നു. സാനിന്റെ മുമ്പിലെത്തിയപ്പോൾ അവൾ നടപ്പു നിർത്തി. അവളുടെ കാലിടറിയെന്നു തോന്നി. വിറയാർന്ന ഒരു നെടുവീർപ്പ് അവളിൽ നിന്നുയർന്നു. അടുത്ത ക്ഷണത്തിൽ തന്നെ വാണം വിട്ടതുപോലെ ഓടി കോണിയിറങ്ങി അവൾ തെരുവിൽ മറഞ്ഞു. അത് ഹോട്ടൽ വെയിറ്ററെ വല്ലാതെ

അത്ഭുതപ്പെടുത്തി. ആ മഹിള വിദേശിയായ മാന്യൻ വരുന്നതും കാത്ത് ഒരു മണിക്കൂറിൽ കൂടുതലായി അവിടെ ഇരിക്കുകയായിരുന്നുവെന്ന് അയാൾ സാനിനോടു പറഞ്ഞു. ഒരു നിമിഷനേരത്തേക്കു മാത്രം മുമ്പിൽ പ്രത്യക്ഷപ്പെട്ട ആ സ്ത്രീ രൂപം ജെമ്മയുടേതാണെന്ന് അയാൾ നിഷ്പ്രയാസം തിരിച്ചറിഞ്ഞു.

"അപ്പോൾ ഫ്രൗലെൻ ജെമ്മയ്ക്ക് ഇതറിയാം. അല്ലേ?" തൊട്ടുപിന്നാലെ നടന്നിരുന്ന എമിലിനേയും പൻറലിയോണെയേയും തിരിഞ്ഞുനോക്കിക്കൊണ്ട് സാനിൻ ഈർഷ്യയോടെ ജർമ്മനിൽ ചോദിച്ചു.

എമിലിന്റെ മുഖം ചുവന്നു. അവൻ നിന്നു പരുങ്ങി.

"എനിക്ക് അതു പറയേണ്ടിവന്നു." ഒടുവിൽ അവൻ അറച്ചറച്ച് പറഞ്ഞു. "ചേച്ചി ഇക്കാര്യം നേരത്തെ തന്നെ ഊഹിച്ചിരുന്നു—ആ സ്ഥിതിക്ക് എനിക്ക് എല്ലാം തുറന്നു പറയേണ്ടിവന്നു... പക്ഷേ ഇനി അതുകൊണ്ട് കുഴപ്പമൊന്നുമില്ലല്ലോ." പെട്ടെന്ന് അവൻ ഉത്സാഹഭരിതനായിത്തീർന്നു. "എല്ലാം ഭംഗിയായി കലാശിച്ചു. താങ്കൾക്കു യാതൊരപകടവും പറ്റിയിട്ടില്ലെന്ന് ചേച്ചി ഇപ്പോൾ നേരിട്ടു കാണുകയും ചെയ്തു!" അവൻ കൂട്ടിച്ചേർത്തു.

സാനിൻ മുഖം തിരിച്ചു.

"രണ്ടു വായാടികൾ!" എന്ന് ഈർഷ്യയോടെ പിറുപിറുത്തുകൊണ്ട് അയാൾ മുറിയിലേക്കു കടന്നു ഒരു കസേരയിൽ ഇരുന്നു.

"എന്നോട് പിണങ്ങരുത്." എമിൽ അപേക്ഷിച്ചു.

"ശരി, എനിക്കു പിണക്കമൊന്നുമില്ല." സാനിൻ പറഞ്ഞു. (വാസ്തവത്തിൽ സാനിന് കോപം തോന്നിയിരുന്നില്ല. കാരണം ജെമ്മ ഇതെപ്പറ്റി ഒന്നുംതന്നെ അറിയരുതെന്ന് അയാൾക്ക് ആഗ്രഹമില്ലായിരുന്നു...) "പക്ഷേ കെട്ടിപ്പിടിച്ചതു മതി... ഇപ്പോൾ നീ വീട്ടിലേക്കു പോകൂ... എനിക്ക് കുറച്ച് സമയം ഒറ്റയ്ക്കിരിക്കണം. ഞാൻ ക്ഷീണിച്ചു. എനിക്ക് അല്പം ഉറങ്ങണം."

"നല്ല കാര്യം!" പൻറലിയോണെ ഉറക്കെ പറഞ്ഞു. "താങ്കൾ വിശ്രമിക്കേണ്ടതാവശ്യമാണ്. ബഹുമാന്യ മിത്രമേ, താങ്കൾ അതിന് അർഹനാണ്. എമിൽ വരൂ. ഒച്ച കേൾപ്പിക്കാതെ പുറത്തു കടക്കാം! ശ്..."

താൻ ഉറങ്ങാൻ പോവുകയാണെന്നു സാനിൻ പറഞ്ഞതു അവരെ പറഞ്ഞയക്കാൻ വേണ്ടിയായിരുന്നു. എന്നാൽ മുറിയിൽ ഒറ്റയ്ക്കായപ്പോൾ വാസ്തവത്തിൽ അയാൾക്ക് തന്റെ ദേഹം മുഴുവൻ തളരുന്നതുപോലെ തോന്നി. തലേ രാത്രിയിൽ അയാൾ ഒറ്റപ്പോള കണ്ണടച്ചിരുന്നില്ല. അയാൾ കിടക്കയിലേക്കു വീണ് അപ്പോൾത്തന്നെ ഗാഢനിദ്രയിലാണ്ടു.

XXIII

വളരെ നേരം അയാൾ ഗാഢമായി ഉറങ്ങി. പിന്നീട് വീണ്ടും താൻ ദ്വന്ദയുദ്ധം നടത്തുന്നതായി അയാൾ സ്വപ്നം കണ്ടു. ഹെർ ക്ലൂബാറാ യിരുന്നു എതിരാളി. മരക്കൊമ്പിലിരുന്ന് ഒരു തരം ഒന്ന്... രണ്ട്... മൂന്ന്... എന്ന് ഉരുവിട്ടു—പൻറലിയോണെയായിരുന്ന ആ തത്ത. അത് വീണ്ടും ആവർത്തിച്ചു. "ഒന്ന്... രണ്ട്... മൂന്ന്... മൂന്ന്... മൂന്ന്... മൂന്ന്" മൂന്ന്... മൂന്ന്... എന്ന ശബ്ദം കൂടുതൽ ഉറക്കെ കേട്ടു തുടങ്ങി... അയാൾ കണ്ണു തുറന്നു... ആരോ വാതിലിൽ മുട്ടുന്നുണ്ട്.

"അകത്തു വരൂ!" സാനിൻ വിളിച്ചു പറഞ്ഞു. വെയിറ്റർ അകത്തു കടന്നു. ഒരു മഹിള സാനിനെ കാണാൻ അത്യാകാംക്ഷയോടെ കാത്തി രിക്കുന്നുവെന്ന് അയാൾ അറിയിച്ചു.

"ജെമ്മ!" സാനിൻ വിചാരിച്ചു. എന്നാൽ കടന്നുവന്നത് ജെമ്മയുടെ അമ്മയായിരുന്നു—ഫ്രൗ ലെനോറെ.

മുറിയിൽ പ്രവേശിച്ചയുടൻ അവർ ഒരു കസേരയിലേക്കു വീണ് പൊട്ടിക്കരഞ്ഞു.

"പ്രിയപ്പെട്ട മാഡം റൊലെല്ലി, എന്തു പറ്റി?" അവരുടെ അടുത്തു ചെന്നിരുന്ന് സ്നേഹപൂർവ്വം മെല്ലെ അവരുടെ കൈ തടവിക്കൊണ്ട് സാനിൻ ചോദിച്ചു. "എന്താണുണ്ടായത്? ദയവുചെയ്ത് ശാന്തയാകൂ— ഞാൻ നിങ്ങളോടു യാചിക്കുന്നു!"

"ഹാ! ഹെർ ദിമീത്രി, ഞാൻ അത്യന്തം ദുഃഖിതയാണ്."

"നിങ്ങൾ ദുഃഖിതയാണെന്നോ?"

"അതെ! ഇങ്ങനെയൊക്കെ വരുമെന്ന് ഞാൻ ഒട്ടും പ്രതീക്ഷിച്ചില്ല. ഓർക്കാപ്പുറത്ത് ഒരു ഇടിത്തീപോലെ..."

അവർ വല്ലാതെ കിതച്ചു.

"പക്ഷേ കാര്യമെന്താണെന്നു പറയൂ! കുടിക്കാൻ കുറച്ചു വെള്ളം കൊണ്ടുവരട്ടെ?"

"വേണ്ട," ഫ്രൗ ലെനോറെ ഒരു കൈലേസുകൊണ്ട് കണ്ണുതുടച്ചിട്ട് കൂടുതൽ ശക്തിയായി കരഞ്ഞുതുടങ്ങി.

"എനിക്ക് എല്ലാം അറിയാം. എല്ലാം."

"എല്ലാം എന്നു വെച്ചാൽ?"

"ഇന്നു നടന്നതെല്ലാം. അതിന്റെ കാരണവും എനിക്കറിയാം. താങ്കൾ ഒരു യഥാർത്ഥ മാന്യനു ചേർന്ന അന്തസ്സോടെ പെരുമാറി. പക്ഷേ എന്തൊരു ദുരവസ്ഥയാണു വന്നുചേർന്നിരിക്കുന്നത്! സോഡനിലേക്കുള്ള ആ വിനോദയാത്രയെ ഞാൻ എതിർത്തത്

വെറുതെയായിരുന്നില്ല...!" (വിനോദയാത്ര നടന്ന ദിവസം ഫ്രൗ ലെനോറെ ഒന്നും സൂചിപ്പിച്ചിരുന്നില്ല. എന്നാൽ "എല്ലാം" തനിക്കു മുൻകൂട്ടി അറിയാമായിരുന്നു എന്നാണ് ഇപ്പോൾ അവരുടെ വിശ്വാസം.) "എനിക്കു താങ്കളെ അഞ്ചുദിവസത്തെ പരിചയമേയുള്ളൂ. എങ്കിലും താങ്കളെ ഒരു മാന്യനും സുഹൃത്തുമായി കണക്കാക്കി ഞാൻ ഇവിടെ വന്നിരിക്കയാണ്... ഞാൻ ഒരു വിധവയാണെന്ന് താങ്കൾക്കറിയാമല്ലോ. എനിക്കാരുമില്ല... എന്റെ മകൾ..."

കണ്ണീർകൊണ്ട് ഫ്രൗ ലെനോറെയുടെ ശബ്ദം അടഞ്ഞു.

എന്തു ചെയ്യേണ്ടു എന്നറിയാതെ സാനിൻ കുഴങ്ങി. "നിങ്ങളുടെ മകൾ?" അയാൾ ചോദിച്ചു.

"എന്റെ മകൾ ജെമ്മ..." കണ്ണീരിൽ കുതിർന്ന കൈലേസിനിട യിലൂടെ ഒരു തേങ്ങലുപോലെ ഫ്രൗ ലെനോറെയുടെ ശബ്ദം പുറത്തു വന്നു. "ഹെർ ക്ലൂബറെ കല്യാണം കഴിക്കയില്ലെന്നും അക്കാര്യം ഞാൻ അയാളെ അറിയിക്കണമെന്നും ഇന്ന് എന്നോടു പറഞ്ഞു."

സാനിൻ ചെറുതായി ഒന്നു ഞെട്ടി—അയാൾ ആ വാർത്ത തീരെ പ്രതീക്ഷിച്ചിരുന്നതല്ല.

"പ്രതിശ്രുതവരനെ ഒരു പെൺകുട്ടി വേണ്ടെന്നു പറയുന്നതിലുള്ള നാണക്കേടു മാത്രമല്ല," ഫ്രൗ ലെനോറെ തുടർന്നു. "ഇതു ഞങ്ങളുടെ നാശം കൂടിയായിരിക്കും!" തന്റെ ദുഃഖം മുഴുവൻ ആ കൈലേസിനു ള്ളിൽ ഒതുക്കിവയ്ക്കാനെന്നവണ്ണം അവർ ശക്തിയായി അതു ചുരുട്ടിക്കൂട്ടി ഒരു പന്തുപോലാക്കി. "കടയിൽനിന്നുള്ള വരുമാനംകൊണ്ടു മാത്രം ഞങ്ങൾക്ക് ഇനി ജീവിക്കാൻ സാദ്ധ്യമല്ല. ഹെർ ക്ലൂബർ പണക്കാര നാണ്. അയാൾ ഇനിയും കൂടുതൽ സമ്പാദിക്കുകയും ചെയ്യും. അയാളെ എന്തിനാണ് തള്ളിക്കളയുന്നത്? പ്രതിശ്രുതവരനുവേണ്ടി മുന്നോട്ടു വരാ ത്തതിനോ? അയാൾ അതു ചെയ്യാതിരുന്നത്. മോശമായിപ്പോയെന്നു ഞാനും സമ്മതിക്കുന്നു. പക്ഷേ അയാൾ വെറും ഒരു സാധാരണ പൗരൻ മാത്രമാണ്, സർവ്വകലാശാലയിലെ വിദ്യാഭ്യാസവും അയാൾക്കില്ല. എവിടുന്നോ വന്ന ഒരു ഓഫീസർ പയ്യന്റെ കഴമ്പില്ലാത്ത പ്രവൃത്തി പുച്ഛിച്ചു തള്ളാൻ മാന്യമായ ആ കച്ചവടക്കാരനു കഴിയും. വാസ്തവത്തിൽ അത് അത്ര വലിയ ഒരു തെറ്റായിരുന്നോ?"

"ക്ഷമിക്കണം ഫ്രൗ ലെനോറെ, നിങ്ങൾ എന്നെ കുറ്റപ്പെടുത്തുകയാ ണെന്നു തോന്നുന്നു..."

"ഇല്ല, ഞാൻ താങ്കളെ ഒന്നിനും കുറ്റപ്പെടുത്തുകയല്ല. താങ്കൾ ഇതിൽ നിന്നെല്ലാം വ്യത്യസ്തനായ ഒരു വ്യക്തിയാണ്—എല്ലാ റഷ്യക്കാരെയും പോലെ താങ്കളും സൈനിക സേവനം അനുഷ്ഠിക്കുന്ന ഒരാളാണ്..."

"ക്ഷമിക്കണം, അതു ശരിയല്ല..."

"താങ്കൾ ഒരു വിദേശിയാണ്, ഒരു സന്ദർശകനാണ് എനിക്ക് താങ്കളോട് കൃതജ്ഞതയുണ്ട്." സാനിൻ പറഞ്ഞതു ശ്രദ്ധിക്കാതെ ഫ്രൗ ലെനോറെ തുടർന്നു. അവർ വിമ്മിഷ്ടപ്പെട്ടു ശ്വാസം വിടുകയും കൈ വീശുകയും കൈലേസു നിവർത്തി മൂക്കു ചീറ്റുകയും ചെയ്തു. അവർ തന്റെ ദുഃഖം പ്രകടിപ്പിച്ച രീതികൊണ്ടുതന്നെ മനസ്സിലാക്കാമായിരുന്ന അവർ വടക്കൻ പ്രദേശത്തു ജനിച്ചതല്ലെന്ന്!

"തന്റെ പതിവുകാരുമായി വഴക്കടിക്കാൻ പോയാൽ ഹെർ ക്ലൂബർക്ക് എങ്ങനെ ഒരു വില്പനക്കാരനായി ജോലി ചെയ്യാൻ കഴിയും? അതു സാദ്ധ്യമല്ല! അയാളെ ജെമ്മ വേണ്ടെന്നുവെച്ചെന്ന് ഞാൻ എങ്ങനെ അയാളോട് ചെന്നു പറയും? ഞങ്ങൾ എങ്ങനെ കാലക്ഷേപം കഴിക്കും? മുമ്പ് എയിഞ്ചൽ കേക്കുകളും നൗട്ട് എന്ന പലഹാരവും ഉണ്ടാക്കിയിരുന്ന ഒരേയൊരു കട ഞങ്ങളുടേതായിരുന്നു. അന്ന് ഞങ്ങൾക്ക് നല്ല വരുമാനവും കിട്ടിയിരുന്നു. ഇപ്പോൾ എല്ലാവരും അതുണ്ടാക്കുന്നുണ്ട്. ഇതിനൊക്കെ പുറമെ നിങ്ങള നടത്തിയ ദ്വന്ദയുദ്ധത്തെപ്പറ്റിയുള്ള വാർത്ത പട്ടണമാകെ സംസാരവിഷയമായിത്തീരും... ഇതൊന്നും ഒളിച്ചുവയ്ക്കാൻ സാദ്ധ്യമല്ല. പോരാത്തതിന് ഈ കല്യാണം മുടങ്ങലും... ദൈവമേ എന്തൊക്കെ കിംവദന്തികൾ കേൾക്കേണ്ടിവരും! ജെമ്മ ഒരു നല്ല കുട്ടിയാണ്. അവൾക്ക് എന്നോട് സ്നേഹമുണ്ട്. പക്ഷേ അവൾ പിടിവാശിക്കാരിയായ ഒരു റിപ്പബ്ലിക്കനാണ്. പൊതുജനാഭിപ്രായം അവൾക്കു പുല്ലാണ്. താങ്കൾ ഒരാൾക്കു മാത്രമേ അവളെ പറഞ്ഞു മനസ്സിലാക്കാൻ പറ്റും!"

സാനിൻ കൂടുതൽ വിസ്മയഭരിതനായിത്തീർന്നു.

"ഞാനോ, ഫ്രൗ ലെനോറെ?'

"അതെ, താങ്കൾ—താങ്കൾ മാത്രം! അതുകൊണ്ടാണ് ഞാൻ ഇങ്ങോട്ടു വന്നത്. എനിക്ക് മറ്റൊരു ഉപായവും തോന്നിയില്ല. താങ്കൾ ബുദ്ധിയുള്ളവനും സന്മനസ്സുള്ളവനുമാണ്. താങ്കൾ അവധിക്കു വേണ്ടി ദ്വന്ദയുദ്ധം ചെയ്തു. അവൾ താങ്കളെ വിശ്വസിക്കും. അവൾക്ക് വിശ്വസിക്കാതിരിക്കാൻ കഴിയില്ല—താങ്കൾ അവളക്കുവേണ്ടി ജീവൻ പണയംവച്ച ആളാണ്. അവൾ സ്വയം നശിക്കുകയും ഞങ്ങളെ നശിപ്പിക്കുകയും ചെയ്യുമെന്നു അവളെ പറഞ്ഞു മനസ്സിലാക്കാൻ താങ്കൾക്കു കഴിയും. താങ്കൾ എന്റെ മകനെ രക്ഷിച്ചു. എന്റെ മകളെക്കൂടി രക്ഷിക്കൂ! ദൈവമാണ് താങ്കളെ ഇങ്ങോട്ടയച്ചത്... ഞാൻ താങ്കളുടെ മുമ്പിൽ മുട്ടുകുത്തിനിന്ന് യാചിക്കാം..."

സാനിന്റെ കാൽക്കൽ വീഴാനായി ഫ്രൗ ലെനോറെ കസേരയിൽ നിന്നെണീറ്റു. സാനിൻ അവരെ തടഞ്ഞുനിർത്തി.

"ഫ്രൗ ലെനോറെ! ദൈവത്തെ ഓർത്ത് അരുത്!"

അവർ അയാളുടെ കൈകളിൽ അമർത്തിപ്പിടിച്ചു.

"എനിക്കു വാക്കു തരൂ!"

"ഫ്രൗ ലെനോറെ, ഒന്നാലോചിച്ചു നോക്കൂ—ഞാനെങ്ങിനെ വാക്കു തരും?"

"വാക്കു തന്നേ പറ്റൂ. അല്ലെങ്കിൽ ഞാൻ ഇപ്പോൾ താങ്കളുടെ കാൽച്ചുവട്ടിൽ മരിച്ചു വീഴും."

സാനിൻ ഇതികർത്തവ്യാമൂഢനായി നിന്നു. വികാരതീവ്രമായ ഇറ്റാലിയൻ സ്വഭാവത്തിന്റെ അസ്സൽ രൂപം അയാൾ ജീവിതത്തിൽ ആദ്യമായാണ് നേരിട്ടുകാണുന്നത്.

"ഞാൻ എന്തു വേണമെങ്കിലും ചെയ്യാം." അയാൾ പറഞ്ഞു. "ഫ്രൗലെൻ ജെമ്മയോട് സംസാരിക്കാം..."

ഫ്രൗ ലെനോറെ സന്തോഷസൂചകമായ ഒരു ശബ്ദം പുറപ്പെടുവിച്ചു.

"പക്ഷേ അതുകൊണ്ടു ഫലമുണ്ടാകുമോ എന്ന് എനിക്കു തീർച്ചയില്ല." സാനിൻ തുടർന്നു.

"അയ്യോ, അങ്ങനെ പറയരുതേ!" ഫ്രൗ ലെനോറെ കെഞ്ചി. "താങ്കൾ എനിക്കു വാക്കുതന്നതാണ്. താങ്കൾ സംസാരിക്കുന്നതുകൊണ്ട് തീർച്ചയായും ഫലമുണ്ടാകും. ഏതായാലും എനിക്കിനി മറ്റൊന്നും ചെയ്യാനില്ല. ഞാൻ പറഞ്ഞാൽ അവൾ കേൾക്കുകയുമില്ല."

"ഹെർ ക്ലൂബറെ കല്യാണം കഴിക്കയില്ലെന്ന് അവൾ തീർത്തു പറഞ്ഞോ?" അല്പനേരത്തെ മൗനത്തിനുശേഷം സാനിൻ ചോദിച്ചു.

"അവൾ അതു പാടെ നിരസിച്ചു. അവൾ അവളുടെ അച്ഛൻ ജ്യോവൺ ബറ്റിസ്റ്റയെപ്പോലാണ്—ഒരു എടുത്തുചാട്ടക്കാരി."

"എടുത്തു ചാട്ടക്കാരിയോ? ജെമ്മയോ? സാനിൻ മെല്ലെ ചോദിച്ചു.

"അതെ, അതുതന്നെ. പക്ഷേ അവൾ ഒരു മാലാഖകൂടിയാണ്. അവൾ താങ്കളെ അനുസരിക്കും. താങ്കൾ ഒന്നു വേഗം വരൂ! പ്രിയപ്പെട്ട റഷ്യൻ സുഹൃത്തേ, വേഗം!" ഫ്രൗ ലെനോറെ ആവേശപൂർവ്വം ചാടിയെണീറ്റു. അതേ ആവേശത്തോടെ അവർ കസേരയിൽ ഇരുന്നിരുന്ന സാനിന്റെ കഴുത്തിൽ കെട്ടിപ്പിടിച്ചുകൊണ്ട് പറഞ്ഞു. "ഒരമ്മയുടെ ആശീർവാദം സ്വീകരിക്കൂ! എനിക്കു കുറച്ചു വെള്ളം വേണം!"

സാനിൻ മാഡം റൊസെല്ലിക്ക് ഒരു ഗ്ലാസ് വെള്ളം പകർന്നു കൊടുത്തു. ഉടൻ തന്നെ താൻ വരാം എന്ന് അവർക്ക് ഉറപ്പു കൊടുത്തിട്ട് അവരെ തെരുവുവരെ അനുഗമിച്ചശേഷം മുറിയിൽ തിരിച്ചു വന്ന് അയാൾ ഇതികർത്തവ്യതാമൂഢനായി ശൂന്യതയിലേക്കു തുറിച്ചു നോക്കിക്കൊണ്ടു നിന്നു.

"സംഭവങ്ങൾ അതിവേഗം നീങ്ങിത്തുടങ്ങി!" അയാൾ വിചാരിച്ചു.

"അതിന്റെ വേഗതകൊണ്ട് എനിക്കു തല ചുറ്റുന്നു. ഒരു ഹൃദയപരിശോധന നടത്താനും തന്റെ ഉള്ളിൽ നടക്കുന്നതെന്താണെന്ന് മനസ്സിലാക്കാനും അയാൾ ശ്രമിച്ചതേയില്ല. സംഗതികളാകെ കുഴഞ്ഞു മറിഞ്ഞു കിടക്കുകയാണെന്നു മാത്രം അയാൾക്ക് അറിയാമായിരുന്നു. "ദൈവമേ, വല്ലാത്ത ഒരു ദിവസം!" അയാളുടെ ചുണ്ടുകൾ അറിയാതെ മന്ത്രിച്ചുപോയി," അവൾ ഒരു എടുത്തുചാട്ടക്കാരിയാണോ? അവളുടെ സ്വന്തം അമ്മതന്നെ അങ്ങനെ പറയുന്നു... ഞാൻ അവളെ ഉപദേശിക്കണമത്രേ... അവളെ ഞാൻ ഉപദേശിക്കണം! അതും എന്തൊരു ഉപദേശം!"

വാസ്തവത്തിൽ സാനിന്റെ തലയ്ക്കുള്ളിൽ ഒരു ചുഴലിക്കാറ്റ് വീശുകയായിരുന്നു. വിവിധ വികാരങ്ങളുടേയും പ്രതീതികളുടേയും അപ്രകാശിത ചിന്തകളുടേയും ചുഴലിക്കു മുകളിൽ ജെമ്മയുടെ പ്രതിരൂപം ഒഴുകി നടന്നു—ആലക്തികപ്രഭാവമാർന്ന ആ ഊഷ്മള രാത്രിയിൽ താരാവലികളുടെ പ്രകാശത്തിൽ, ഇരുണ്ട ജനാലയുടെ ചട്ടക്കൂട്ടിനുള്ളിൽ തെളിഞ്ഞു കണ്ട ജെമ്മയുടെ പ്രതിരൂപം, അയാളുടെ ഹൃദയത്തിൽ മായ്ക്കാനാവാത്തവണ്ണം പതിഞ്ഞു കിടന്നു.

XXIV

പതറിയ മനസ്സോടെയാണ് സാനിൻ മാഡം റൊസെല്ലിയുടെ വീടിനെ സമീപിച്ചത്. അയാളുടെ ഹൃദയം ശക്തിയായി മിടിച്ചു. അത് തന്റെ വാരിയെല്ലിൽ വന്നു മുട്ടുന്നത് അയാൾ അറിഞ്ഞെന്നു മാത്രമല്ല അതിന്റെ ശബ്ദം അയാൾ കേൾക്കുകപോലും ചെയ്തു. ജെമ്മയോട് താൻ എന്തു പറയും? അവളോടു സംസാരിക്കേണ്ടതെങ്ങനെയാണ്? അയാൾ കടയിൽ കയറാതെ പിൻവശത്തെ വാതിൽ വഴി വീട്ടിനുള്ളിൽ പ്രവേശിച്ചു. പുറത്തെ ചെറിയ മുറിയിൽ ഫ്രൗ ലെനോറെ ഇരിക്കുന്നത് അവൾ കണ്ടു. സാനിനെ കണ്ടപ്പോൾ സന്തോഷവും അതേ സമയംതന്നെ തെല്ലൊരു ഭയവും അവരുടെ മുഖത്ത് ദൃശ്യമായി.

"ഞാൻ നിങ്ങളെ കാത്തിരിക്കയായിരുന്നു." ഇരുകൈകളാലും സാനിന്റെ കൈ പിടിച്ചമർത്തിക്കൊണ്ട് ഫ്രൗ ലെനോറെ മന്ത്രിച്ചു. "തോട്ടത്തിലേക്കു ചെല്ലൂ. അവൾ അവിടെയുണ്ട്. ഞാൻ നിങ്ങളിൽ വിശ്വാസം അർപ്പിച്ചിരിക്കയാണെന്ന് മറക്കരുത്!"

സാനിൻ തോട്ടത്തിലേക്കു നടന്നു.

ഒരു വലിയ കൂടയിൽനിന്ന് നന്നായി പഴുത്ത ചെറിപ്പഴങ്ങൾ തെരഞ്ഞെടുത്ത് പ്ലെയിറ്റിൽ നിരത്തിക്കൊണ്ട് ജെമ്മ നടക്കാവിനടുത്തുള്ള ഒരു ബഞ്ചിൽ ഇരിക്കുകയായിരുന്നു. മണി ഏഴോടടുത്തിരുന്നു.

ചക്രവാളസീമയിലെത്തിയ സൂര്യന്റെ ചെരിഞ്ഞു പതിച്ച വീതികൂടിയ ചെങ്കതിരുകൾ മാഡം റൊസെല്ലിയുടെ ചെറിയ ഉദ്യാനത്തെ തഴുകി. കഷ്ടിച്ച മാത്രം കേൾക്കാവുന്നത്ര മൃദുസ്വരത്തിൽ ഇലകൾ ഇടക്കിടെ എന്തോ മന്ത്രിച്ചുകൊണ്ടിരുന്നു. വൈകിയെത്തിയ തേനീച്ചകൾ മൂരണ്ടു കൊണ്ട് പൂക്കൾതോറും പറന്നു നടന്നു. ഒരു അരിപ്രാവ് ഒരേ സ്വരത്തിൽ അവിശ്രാന്തം കൂവിക്കൊണ്ടിരുന്നു.

സോഡനിലേക്കു പോയ ദിവസം ധരിച്ചിരുന്ന അതേ തൊപ്പിയാണ് ജെമ്മ അപ്പോഴും ധരിച്ചിരുന്നത്. അതിന്റെ വളഞ്ഞ വക്കിനടയിൽ നിന്ന് കണ്ണുകൾ ഉയർത്തി സാനിനെ ഒന്നു നോക്കിയിട്ട് ജെമ്മ വീണ്ടും കുനിഞ്ഞിരുന്ന് കുട്ടയിൽ പരതിത്തുടങ്ങി.

സാനിൻ ജെമ്മയുടെ അടുത്തേക്കു നടന്നുചെന്നു. അടുത്തടുത്തു ചെല്ലുന്തോറും അറിയാതെ അയാളുടെ നടപ്പിന്റെ വേഗം കുറഞ്ഞുകൊണ്ടിരുന്നു... അവൾ ചെറിപ്പഴങ്ങൾ തിരിഞ്ഞുപെറുക്കുന്നതെന്തിനെന്ന് ചോദിക്കാനാണ് അയാൾക്കു തോന്നിയത്.

അതിന് ഉത്തരം പറയാൻ ജെമ്മ കുറേ സമയമെടുത്തു.

"നന്നായി പഴുത്ത പഴങ്ങൾ ജാമുണ്ടാക്കാനും മറ്റുള്ളവ ചെറികേക്ക് ഉണ്ടാക്കാനുമാണ്." ഒടുവിൽ അവൾ പറഞ്ഞു. "ഞങ്ങൾ പഞ്ചസാരയിൽ പൊതിഞ്ഞ വട്ടത്തിലുള്ള ചെറികേക്ക് ഉണ്ടാക്കി വില്ക്കാറുണ്ടെന്ന് അറിയാമല്ലോ."

ഇങ്ങനെ പറഞ്ഞിട്ട് ജെമ്മ കുറെക്കൂടി കുനിഞ്ഞിരുന്നു. വിരലുകൾക്കിടയിൽ ഒരു ഇരട്ട ചെറിപ്പഴവും ഇറുക്കിപ്പിടിച്ചുകൊണ്ട് അവളുടെ വലതുകൈ കുട്ടയ്ക്കും പ്ലെയിറ്റിനും മദ്ധ്യത്തിൽ തൂങ്ങിക്കിടന്നു.

"ഞാൻ നിങ്ങളുടെ അടുത്ത് അല്പനേരം ഇരുന്നോട്ടേ?"

"ഇരുന്നോളൂ." ജെമ്മ അല്പം നീങ്ങിയിരുന്നു. സാനിൻ അവളുടെ അടുത്തിരുന്നു. "എങ്ങനെ തുടങ്ങണം?" അയാൾ ആലോചിച്ചു. എന്നാൽ ജെമ്മ അയാളുടെ സഹായത്തിനെത്തി.

"താങ്കൾ ഇന്ന് ഒരു ദ്വന്ദയുദ്ധം നടത്തി. ഇല്ലേ? പരിഭ്രമം കൊണ്ട് തുടുത്ത മനോഹരമായ മുഖം സാനിന്റെ നേരെ തിരിച്ചുകൊണ്ട് അവൾ താല്പര്യപൂർവ്വം ചോദിച്ചു—അഗാധമായ കൃതജ്ഞതകൊണ്ട് അപ്പോൾ അവളുടെ കണ്ണുകൾ തിളങ്ങുന്നുണ്ടായിരുന്നു. താങ്കൾ എത്ര ശാന്തനാണ്! ആപത്ത് എന്ന പദം താങ്കൾക്ക് അപരിചിതമാണെന്നു തോന്നുന്നു."

"അങ്ങനെയൊന്നുമില്ല! യാതൊരപകടവും വാസ്തവത്തിൽ ഇല്ലായിരുന്നു. കാര്യങ്ങളെല്ലാം ഭംഗിയായി ഒതുക്കിത്തീർത്തു."

ജെമ്മ കണ്ണിനു മുമ്പിൽ ഒരു വിരൽ വീശി—ഇറ്റാലിക്കാരുടെ അംഗവിക്ഷേപങ്ങളിലൊന്നാണ് അത്... "വേണ്ട, വേണ്ട! അങ്ങനെയൊന്നും

പറയേണ്ട. എന്നെ പറ്റിക്കാനാവില്ല. പൻറലിയോണെ എല്ലാ വിവരവും എന്നോടു പറഞ്ഞു!"

"നിങ്ങൾ അതെല്ലാം വിശ്വസിക്കുകയും ചെയ്തു. ഇല്ലേ? കമാണ്ടറുടെ പ്രതിമയോട് അയാൾ എന്നെ ഉപമിച്ചില്ലേ?"

"അയാളുടെ അലങ്കാര പ്രയോഗം പരിഹാസ്യമായിരിക്കാം. പക്ഷേ അയാളുടെ വികാരങ്ങളിലോ താങ്കളുടെ ഇന്നത്തെ പ്രവൃത്തിയിലോ പരിഹാസ്യമായി ഒന്നുമില്ല. എല്ലാം ഞാൻ കാരണമായിരുന്നു... എനുക്കു വേണ്ടിയായിരുന്നു... ഞാനിത് ഒരിക്കലും മറക്കില്ല..."

"ഫ്രൗലെൻ ജെമ്മ! ഞാൻ ഉറപ്പിച്ചു പറയുന്നു..."

"ഞാനിത് ഒരിക്കലും മറക്കില്ല." അയാളെ തന്നെ ഉറ്റുനോക്കിക്കൊണ്ട് ജെമ്മ അതു ഒരിക്കൽക്കൂടി തറപ്പിച്ചു പറഞ്ഞു." മുഖം തിരിച്ചു.

ഇപ്പോൾ അവളുടെ മുഖത്തിന്റെ വടിവൊത്ത പാർശ്വവീക്ഷണം അയാളുടെ കൺമുന്നിൽ പ്രത്യക്ഷപ്പെട്ടു. അത്ര സുന്ദരമായ ഒരു കാഴ്ച താൻ ജീവിത്തിലൊരിക്കലും കണ്ടിട്ടില്ലെന്ന് അയാൾ സ്വയം പറഞ്ഞു. ആ നിമിഷം അയാൾക്ക് ഉണ്ടായ ചേതോവികാരം അതിനു മുമ്പൊരിക്കലും അയാൾക്കുണ്ടായിട്ടില്ല. അയാളുടെ ആത്മാവിനു തീ പിടിച്ചു.

'എന്റെ വാഗ്ദാനം!" പെട്ടെന്ന് അയാൾ ഓർത്തു.

"ഫ്രൗലെൻ ജെമ്മ..." അയാൾ അല്പനേരം മടിച്ചുനിന്നിട്ട് വീണ്ടും പറയാനൊരുങ്ങി.

"എന്താണ്?"

അവൾ അയാളുടെ നേരെ മുഖം തിരിക്കാതെ ചെറിപ്പഴങ്ങൾ തെരഞ്ഞെടുക്കുന്നതിൽ മുഴുകി. വിരലുകൾ അറ്റം കൊണ്ട് ഓരോ പഴവും ഞെട്ടിൽ പിടിച്ചു പൊക്കി ഇലകൾ മെല്ലെ ഉയർത്തി അവൾ പരിശോധിച്ചുകൊണ്ടിരുന്നു... എങ്കിലും "എന്താണ്?" എന്ന ആ ഒറ്റ വാക്കിൽ അളവറ്റ സ്നേഹവും വിശ്വാസവും അടങ്ങിയിരുന്നു.

"അമ്മ നിങ്ങളോട്... ഒന്നും പറഞ്ഞില്ലേ?" സാനിൻ ചോദിച്ചു.

"എന്തിനെപ്പറ്റി?"

"എന്നെപ്പറ്റി." സാനിൻ പറഞ്ഞു.

കുട്ടയിൽ നിന്ന് കയ്യിലെടുത്ത ചെറിപ്പഴങ്ങൾ അവൾ ഉടൻ തന്നെ അതിലേക്കു തിരികെ ഇട്ടു.

"അമ്മ താങ്കളോട് സംസാരിച്ചോ?" അവൾ ചോദിച്ചു.

"ഉവ്വ്".

"എന്താണ് പറഞ്ഞത്?"

"നിങ്ങൾ പെട്ടെന്ന്... നിങ്ങളുടെ... മനസ്സുമാറ്റിയെന്ന് അവർ പറഞ്ഞു."

"ഏതു കാര്യത്തിൽ?"

"നിങ്ങളുടെ... ഭാവിയെ സംബന്ധിക്കുന്ന... കാര്യത്തിൽ."

"താങ്കൾ പറയുന്നത്... താങ്കളുദ്ദേശിക്കുന്നത് ഹെർ ക്ലൂബറുടെ കാര്യമാണോ?"

"അതെ."

"ഞാൻ ഹെർ ക്ലൂബറുടെ ഭാര്യയാകാൻ വിസമ്മതിക്കുന്നുവെന്ന് അമ്മ പറഞ്ഞോ?"

"പറഞ്ഞു."

ജെമ്മ ബഞ്ചിലിരുന്ന് ഒന്നിളകി. കുട്ട മറിഞ്ഞു താഴെ വീണു... ഏതാനും ചെറിപ്പഴങ്ങൾ നടപ്പാതയിലേക്ക് ഉരുണ്ടുപോയി. ഒന്നു രണ്ടു നിമിഷങ്ങൾ ഇഴഞ്ഞു നീങ്ങി...

"അമ്മ താങ്കളോട് അതു പറയാൻ കാരണമെന്താണ്?" ജെമ്മ തിരക്കി.

അപ്പോഴും സാനിന് അവളുടെ കഴുത്തു മാത്രമേ കാണാൻ കഴിഞ്ഞിരുന്നുള്ളൂ. അവളുടെ മാറിടം ദ്രുതഗതിയിൽ ഉയരുകയും താഴുകയും ചെയ്തുകൊണ്ടിരുന്നു.

"എന്നോടു പറയാൻ കാരണമെന്തെന്നോ? ചുരുങ്ങിയ കാലത്തെ പരിചയംകൊണ്ട് നമ്മൾ സുഹൃത്തുക്കളായി കഴിഞ്ഞെന്നും നിങ്ങൾക്ക് എന്നെ വിശ്വാസമാണെന്നും നിങ്ങളെ ഉപദേശിക്കാൻ എനിക്കു കഴിയുമെന്നും ഞാൻ പറഞ്ഞാൽ നിങ്ങൾ അനുസരിക്കുമെന്നാണ് അവരുടെ ധാരണ."

ജെമ്മയുടെ കൈകൾ മടിയിലേക്ക് മെല്ലെ വഴുതി വീണു. അവൾ പാവാടയുടെ ഞൊറിയിൽ തെരുപ്പിടിച്ചുതുടങ്ങി.

"മെസ്യേ ദിമീത്രി. എന്താണ് താങ്കളുടെ ഉപദേശം? അല്പനേരത്തെ മൗനത്തിനു ശേഷം അവൾ ചോദിച്ചു.

ജെമ്മയുടെ കൈകൾ വിറയ്ക്കുന്നതു സാനിൻ കണ്ടു. അതു മറച്ചുവയ്ക്കാൻ വേണ്ടിയാണ് അവൾ പാവാടയുടെ ഞൊറിയിൽ തെരുപ്പിടിച്ചുകൊണ്ടിരുന്നതെന്നും അയാൾക്കു മനസ്സിലായി. ആ വിറയാർന്ന വിളർത്ത ലോലാംഗുലികളെ സാനിൻ മെല്ലെ തന്റെ കൈപ്പടംകൊണ്ട് മൂടി.

ജെമ്മയുടെ കൈകൾ വിറയ്ക്കുന്നതു സാനിൻ കണ്ടു. അതു മറച്ചുവെയ്ക്കാൻ വേണ്ടിയാണ് അവൾ പാവാടയുടെ ഞൊറിയിൽ തെരുപ്പിട്ടുകൊണ്ടിരുന്നതെന്നും അയാൾക്കു മനസ്സിലായി. ആ വിറയാർന്ന വിളർത്ത ലോലാംഗുലികളെ സാനിൻ മെല്ലെ തന്റെ കൈപ്പടം കൊണ്ടു മൂടി.

"ജെമ്മ, നിങ്ങൾ എന്റെ മുഖത്തു നോക്കാത്തതെന്താണ്?"

പെട്ടെന്ന് ജെമ്മ തലയുയർത്തി മുമ്പത്തെപ്പോലെ വിശ്വാസവും കൃതജ്ഞതയും സ്ഫുരിക്കുന്ന മിഴികൾ അയാളുടെ മുഖത്തുന്നി. അയാൾ പറയാൻ പോകുന്നതെന്തെന്നു കേൾക്കാൻ കാതു കൂർപ്പിച്ച് അവളിരുന്നു. എന്നാൽ ആ മുഖം കണ്ട മാത്രയിൽ അവളുടെ കണ്ണഞ്ചിപ്പോയി. അയാളുടെ നാവിറങ്ങിപ്പോയി. യുവചൈതന്യമാർന്ന അവളുടെ മുഖം അസ്തമന സൂര്യന്റെ ഇളം ചൂടുള്ള കിരണങ്ങൾ പ്രഭാപൂരിതമാക്കിയിരുന്നു. എന്നാൽ ആ മുഖത്തു കണ്ട വികാരസാന്ദ്രത സൂര്യപ്രകാശത്തെക്കാൾ എത്രയോ കൂടുതൽ ഉജ്ജ്വലവും ചൈതന്യപൂർണ്ണവുമായിരുന്നു!

"ഞാൻ താങ്കളുടെ ഉപദേശം സ്വീകരിക്കാം. മെസ്യോ ദിമിത്രി." അവൾ പറഞ്ഞു. അവളുടെ ചുണ്ടുകളെ ഒരു നേരിയ പുഞ്ചിരി തഴുകി, ആ പുരികക്കൊടികൾ തെല്ലൊന്ന് ഉയർന്നു.

"എന്താണ് താങ്കളുടെ ഉപദേശം?"

"ഉപദേശമോ? പറയാം. അന്ന് എടുത്തു പറയത്തക്ക ധൈര്യം കാണിച്ചില്ല എന്ന ഒരൊറ്റ കാരണത്താൽ ഹെർ ക്ലൂബറെ നിങ്ങൾ നിരസിക്കുന്നതു ശരിയല്ലെന്നാണ് നിങ്ങളുടെ അമ്മയുടെ അഭിപ്രായം..."

"ആ ഒറ്റ കാരണം കൊണ്ടോ?" കുനിഞ്ഞ് കുട്ട എടുത്ത് ബെഞ്ചിൽ വയ്ക്കുന്നതിനിടയിൽ ജെമ്മ മന്ത്രിച്ചു.

"...പൊതുവേ പറഞ്ഞാൽ അതു... ബുദ്ധിപൂർവ്വകമല്ല... അങ്ങനെ ഒരു തീരുമാനം എടുക്കുന്നതിന് മുമ്പ് വരുംവരായ്കകളെപ്പറ്റി നന്നായി ചിന്തിച്ചുനോക്കണം. പോരാത്തതിന് നിങ്ങളുടെ കുടുംബത്തിന്റെ ഇപ്പോഴത്തെ സ്ഥിതി കണക്കിലെടുക്കാൻ കുടുംബാംഗങ്ങൾ ഓരോരുത്തരും ബാദ്ധ്യസ്ഥരുമാണ്..."

"ഇതെല്ലാം എന്റെ അമ്മയുടെ അഭിപ്രായങ്ങളാണ്," ജെമ്മ പറഞ്ഞു. "അമ്മയുടെ സ്വന്തം വാക്കുകളാണ്. എനിക്ക് അതെല്ലാം അറിയാം. താങ്കളുടെ അഭിപ്രായമെന്തെന്ന് പറയൂ.

"എന്റെ അഭിപ്രായമോ?" എന്നു ചോദിച്ചിട്ട് സാനിൻ നിശ്ശബ്ദനായി. എന്തോ ഒന്ന് തന്റെ തൊണ്ടയിൽ തടയുന്നതായും തനിക്കു വീർപ്പുമുട്ടുന്നതായും അയാൾക്കു തോന്നി. "അങ്ങനെ തന്നെയാണ് എന്റെയും..." വളരെ പ്രയാസപ്പെട്ട് അയാൾ അത്രയും പറഞ്ഞു.

ജെമ്മ നിവർന്നിരുന്നു. "എന്ത്? താങ്കളുടെ അഭിപ്രായവും അതാണെന്നോ?"

"അതെ, ഞാൻ പറയാനുദ്ദേശിച്ചത്..." തുടർന്ന് ഒരു വാക്കുപോലും പറയാൻ അയാൾക്കു കരുത്തുണ്ടായിരുന്നില്ല.

"കൊള്ളാം," ജെമ്മ പറഞ്ഞു. "എന്റെ തീരുമാനം മാറ്റണമെന്ന്... അതായത് എന്റെ പഴയ തീരുമാനം, മാറ്റരുതെന്ന്, എന്റെ സുഹൃത്തെന്ന നിലയിൽ താങ്കൾ എന്നോട് ഉപദേശിക്കയാണെങ്കിൽ

ഞാൻ അതേപ്പറ്റി ആലോചിക്കാം." താൻ ചെയ്യുന്നതെന്താണെന്ന് ശ്രദ്ധിക്കാതെ ജെമ്മ പ്ലേയിറ്റിലിരുന്ന ചെറുപ്പഴങ്ങൾ പെറുക്കി കുട്ടിയിലേക്കു തിരിച്ചിട്ടു തുടങ്ങി. "താങ്കൾ പറഞ്ഞാൽ ഞാൻ അനുസരിക്കുമെന്നാണ് അമ്മയുടെ പ്രതീക്ഷ... കൊള്ളാം. ഒരുപക്ഷേ ഞാൻ അങ്ങനെ ചെയ്യേന്നും വരാം..."

"ഫ്രൗലെൻ ജെമ്മ, നിങ്ങളെ അതിനു പ്രേരിപ്പിക്കുന്ന കാരണങ്ങൾ എന്തെന്ന് അറിഞ്ഞാൽ കൊള്ളാം..."

"താങ്കൾ പറയുന്നതു ഞാൻ കേൾക്കും," ജെമ്മ പറഞ്ഞു. അവളുടെ പുരികക്കൊടികൾ കൂട്ടിമുട്ടി. കവിൾത്തടങ്ങൾ വിളറി. അവൾ ചുണ്ടു കടിച്ചു. "താങ്കൾ എനിക്കുവേണ്ടി ഇത്രയേറെ ത്യാഗം സഹിച്ച സ്ഥിതിക്ക് താങ്കൾ ആവശ്യപ്പെടുന്നതെന്തും ചെയേണ്ടത് എന്റെ കടമയാണ്. താങ്കളുടെ ആഗ്രഹം നിറവേറ്റാൻ ബാദ്ധ്യസ്ഥയാണു ഞാൻ. അക്കാര്യത്തെപ്പറ്റി വീണ്ടും. ആലോചിക്കാമെന്ന് ഞാൻ അമ്മയോട് പറയാം. അതാ, അമ്മ ഇങ്ങോട്ട് വരുന്നു!"

ഫ്രൗ ലെനോറ തോട്ടത്തിലേക്കിറങ്ങാനുള്ള വാതില്ക്കൽ പ്രത്യക്ഷപ്പെട്ടു. ക്ഷമയോടെ കാത്തിരിക്കാൻ അവർ അശക്തയായിരുന്നു. സാനിൻ ജെമ്മയോട് സംസാരിച്ചു കഴിഞ്ഞിട്ട് വളരെ നേരമായിക്കാണുമെന്ന് അവർക്കു തോന്നി. വാസ്തവത്തിൽ അയാൾ വന്നിട്ട് കാൽ മണിക്കൂർ പോലും കഴിഞ്ഞിരുന്നില്ല.

"വേണ്ട, വേണ്ട, ദൈവത്തെ ഓർത്ത് അമ്മയോട് ഇപ്പോൾ ഒന്നും പറയണ്ട, ഒന്നും!" ഭയവിഹ്വലനെപ്പോലെ സാനിൻ എഴുതി അറിയിക്കുന്നതുവരെ തീരുമാനമൊന്നും എടുക്കരുത്... കാത്തിരിക്കു!"

അയാൾ ജെമ്മയുടെ കൈയിൽ അമർത്തിയിട്ട് ചാടിയെണീറ്റു. തൊപ്പി ഉയർത്തുകയും എന്തോ അസ്പഷ്ടമായി പിറുപിറുക്കുകയും ചെയ്തുകൊണ്ട് അയാൾ, വിസ്മയസ്തബ്ധയായി നിന്ന ഫ്രൗ ലെനോറെയെ കടന്ന് തെരുവിൽ മറഞ്ഞു.

ഫ്രൗ ലെനോറെ മകളുടെ അടുത്തെത്തി.

"ജെമ്മ, പറയൂ..."

ജെമ്മ ചാടിയെണീറ്റ് അമ്മയെ കെട്ടിപ്പിടിച്ചു.

"അമ്മ, അല്പംകൂടി ക്ഷമിച്ചിരിക്കു. ഒരു തരികൂടി, നാളെവരെ, സമ്മതിച്ചോ? നാളെയാകുന്നതുവരെ ഇതേപ്പറ്റി ഒന്നും ചോദിക്കേണ്ട!"

പെട്ടെന്ന് ജെമ്മയുടെ കവിളുകളിലൂടെ തിളങ്ങുന്ന കണ്ണുനീർ ധാരധാരയായി ഒഴുകി. അത് അവളെത്തന്നെ തെല്ലൊന്ന് അത്ഭുതപ്പെടുത്താതിരുന്നില്ല. അപ്പോൾ അവളുടെ മുഖത്ത് ദുഃഖത്തിന്റെ ലാഞ്ഛനപോലുമില്ലായിരുന്നു എന്ന വസ്തുതയാണ് ഫ്രൗ ലെനോറെയെ

അത്ഭുതപ്പെടുത്തിയത്. വാസ്തവത്തിൽ ജെമ്മയുടെ മുഖത്ത് നിഴലിച്ചിരുന്നത് ആനന്ദമായിരുന്നു.

"നിനക്കെന്തുപറ്റി?" ഫ്രൗ ലെനോറെ ചോദിച്ചു. "നീ ഒരിക്കലും കരയാറില്ലല്ലോ, പിന്നെ പെട്ടെന്നിപ്പോൾ എന്താണിങ്ങനെ?..."

"ഒന്നുമില്ലമ്മേ, ഒന്നുമില്ല. അല്പം കാത്തിരിക്കൂ. നമുക്ക് രണ്ടുപേർക്കും കാത്തിരിക്കാം. നാളെവരെ ഒന്നും എന്നോടു ചോദിക്കേണ്ട. വരൂ, ഇരുട്ടാകുന്നതിനു മുമ്പ് നമുക്ക് ഈ ചെറിപ്പഴങ്ങൾ തരം തിരിക്കാം."

"പക്ഷ നീ വിവേകപൂർവ്വം പെരുമാറും ഇല്ലേ?"

"തീർച്ചയായും. അക്കാര്യത്തിൽ സംശയംവേണ്ട," ജെമ്മ അർത്ഥഗർഭമായി തലയാട്ടി. അവൾ ചെറിപ്പഴങ്ങൾ ശേഖരിച്ചു തുടങ്ങി. അവ കലകളാക്കി അവൾ തന്റെ തുടുത്ത മുഖത്തോടു അടുപ്പിച്ചു പിടിച്ചു. അവൾ കണ്ണുനീർ തുള്ളികൾ തുടച്ചു കളയാൻ മിനക്കെട്ടില്ല. അവ അ കവിൾത്തടങ്ങളിൽ ഇരുന്ന് ഉണങ്ങി.

XXV

അതിവേഗം നടന്ന് സാനിൻ ഹോട്ടലിലെത്തി. മുറിയിൽ കുറെനേരം ഒറ്റയ്ക്കിരുന്നാൽ മാത്രമേ തന്റെ ഉള്ളിൽ നടക്കുന്നതെന്താണെന്നു തനിക്കു കണ്ടുപിടിക്കാൻ കഴിയുകയുള്ളൂ എന്ന് അയാൾക്കു ബോദ്ധ്യമുണ്ടായിരുന്നു. അത് ശരിയായിരുന്നുതാനും. മുറിയിലെത്തി മേശമേൽ കൈമുട്ടുകളൂന്നി കൈപ്പടങ്ങൾ കൊണ്ട് മുഖം താങ്ങി അയാളിരുന്നു. തൽക്ഷണം തന്നെ ശോകഭരിതമായ മുഴങ്ങുന്ന സ്വരത്തിൽ അയാൾ വിളിച്ചു പറഞ്ഞു. "എനിക്ക് അവളോടു പ്രേമമാണ്. കലശലായ പ്രേമം!" ചാരം തട്ടിക്കളഞ്ഞ ഒരു തീക്കനൽ പോലെ അയാളുടെ ഉള്ളാകെ ജ്വലിച്ചുകൊണ്ടിരുന്നു. ഒരു കൊച്ചു നിമിഷം എല്ലാം മാറ്റി മറിച്ചു... അവളുടെ കാൽക്കീഴിലെ ധൂളികളെപ്പോലും താൻ ആരാധിക്കുന്നുണ്ടെന്നും ചെറുപ്പക്കാർ പറയാറുള്ളതുപോലെ അവളുടെ "കാൽച്ചുവട്ടിൽ മരിച്ചു വീഴാൻ" താൻ സന്നദ്ധനാണെന്നും സ്വയം മനസ്സിലാക്കാതെ അവളുടെ തൊട്ടടുത്തിരിക്കാനും അവളോട് സംസാരിക്കാനും തനിക്കെങ്ങനെ കഴിഞ്ഞുവെന്ന് അയാൾ ഇപ്പോൾ അത്ഭുതപ്പെട്ടു. തോട്ടത്തിൽവച്ചു നടന്ന കൂടിക്കാഴ്ച എല്ലാം തീരുമാനിച്ചു. ഇപ്പോൾ അയാളുടെ മനോമുകുരത്തിൽ തെളിഞ്ഞത് കാറ്റിലുലയുന്ന അളകങ്ങളുമായി നക്ഷത്രങ്ങളുടെ നേരിയ പ്രകാശത്തിൽ പ്രത്യക്ഷപ്പെട്ട അവളുടെ രൂപമല്ല. തോട്ടത്തിലെ ബഞ്ചിലിരുന്ന് പെട്ടെന്ന് തലയുയർത്തി വിശ്വാസം കുറഞ്ഞ മിഴികളോടെ തന്നെ നോക്കുന്ന പെൺകുട്ടിയുടെ മുഖം മാത്രമേ അയാൾക്കിപ്പോൾ ഓർമ്മയുള്ളൂ...

പ്രേമത്തിനുവേണ്ടിയുള്ള ദാഹം അയാളുടെ ഞരമ്പുകളെ ത്രസിപ്പിച്ചു. രണ്ടു ദിവസമായി താൻ പോക്കറ്റിൽ സൂക്ഷിച്ചിരുന്ന പൂവിന്റെ കാര്യം പെട്ടെന്നയാൾ ഓർത്തു. അതെടുത്ത് ആവേശപൂർവ്വം ചുണ്ടോടമർത്തി—അതിന്റെ ശക്തികൊണ്ട് അയാളുടെ ചുണ്ടുകൾ വേദനിച്ചു. ഇപ്പോൾ അയാൾ യുക്തിവിചാരം ചെയ്യുകയോ ചിന്തിക്കുകയോ കണക്കുകൂട്ടുകയോ ഭാവിയിലേക്ക് ഉറ്റുനോക്കുകയോ ചെയ്തിരുന്നില്ല. തന്റെ ഭൂതകാലം പാടേ മറന്ന് അയാൾ വിരസമായ ഏകാന്ത ജീവിതത്തോട് തന്നെ ബന്ധിച്ചിരുന്ന ചങ്ങലപൊട്ടിച്ച് ആഹ്ലാദത്തിമിർപ്പോടെ കുത്തിയൊഴുകുന്ന ശക്തമായ ജലപ്രവാഹത്തിലേക്ക് എടുത്തു ചാടി. അത് തന്നെ എങ്ങോട്ടു കൊണ്ടു പോകുന്നുവെന്ന് അറിയാൻ അയാൾ ആഗ്രഹിച്ചില്ല. അയാളെ സംബന്ധിച്ചിടത്തോളം അത് അപ്രധാനമായിരുന്നു. തന്റെ ജീവിതനൗക ഏതെങ്കിലും ഒരു പാറയിൽ തട്ടി തകർന്നുപോകാൻ സാദ്ധ്യതയുണ്ടെന്ന് അയാൾ ആലോചിച്ചില്ല. ഈയിടെയായി അയാളെ താലോലമാട്ടി ഉറക്കിയിരുന്ന ഉലാണ്ട് കഥാഗീതത്തിലെ ചിറ്റോളങ്ങളല്ല ഇവിടെ... ശക്തവും അപ്രതിരോധ്യവുമായ വൻതിരമാലകളാണ്. അവ അയാളെയും വഹിച്ചുകൊണ്ട് ഇരമ്പിപാഞ്ഞുകൊണ്ടിരുന്നു.

ഒരു കടലാസു വലിച്ചെടുത്ത് ഒരൊറ്റ വെട്ടലോ തിരുത്തലോ ഇല്ലാതെ, പേന കടലാസിൽ നിന്നുയർത്താതെ അയാൾ ഇങ്ങനെ എഴുതി.

“പ്രിയപ്പെട്ട ജെമ്മ!

ഞാൻ നിങ്ങൾക്കു തന്നെ ഉപദേശം എന്തെന്നും നിങ്ങളുടെ അമ്മയുടെ ആഗ്രഹമെന്തെന്നും അവർ എന്നോട് ആവശ്യപ്പെട്ടതെന്തെന്നും നിങ്ങൾക്കറിയാം. എന്നാൽ നിങ്ങൾക്ക് അറിയാൻ പാടില്ലാത്ത ഒരു കാര്യം നിങ്ങളെ അറിയിക്കാൻ ഞാൻ ബാദ്ധ്യസ്ഥനാണെന്ന് എനിക്കു തോന്നുന്നു—അതായത് ഞാൻ നിങ്ങളെ പ്രേമിക്കുന്നു, ആദ്യാനുരാഗത്തിന്റെ മുഴുവൻ വികാരതീവ്രതയോടും കൂടി ഞാൻ നിങ്ങളെ പ്രേമിക്കുന്നു. തികച്ചും അവിചാരിതമായിട്ടാണ് ഈ ജ്വാല എന്റെയുള്ളിൽ ആളിപ്പടർന്നത്. എങ്കിലും അതെത്ര ശക്തമാണെന്നു വർണ്ണിക്കാൻ എനിക്കു വാക്കുകളില്ല. നിങ്ങളുടെ അമ്മ എന്റെയടുത്തുവന്ന് സഹായത്തിനഭ്യർത്ഥിച്ചപ്പോൾ അതു ചാരം മൂടിയ കനൽപോലെ എന്റെയുള്ളിൽ ഇരുന്നു നീറിക്കൊണ്ടിരുന്നതേയുള്ളു. അല്ലെങ്കിൽ സത്യസന്ധനായ ഒരു മനുഷ്യൻ എന്ന നിലക്കു ഞാൻ ആ ദൗത്യം നിർവ്വഹിക്കാൻ വിസമ്മതിക്കുകയായിരുന്നു... ഇപ്പോൾ ഞാൻ നടത്തുന്ന ഈ ഏറ്റുപറച്ചിൽ സത്യസന്ധനായ ഒരാളുടേതാണ്. എത്തരക്കാരനായ ഒരാളോടാണ് നിങ്ങൾ ഇടപെടുന്നതെന്ന് നിങ്ങൾ അറിഞ്ഞിരിക്കണം—നമുക്കിടയിൽ യാതൊരു തെറ്റിദ്ധാരണയും പാടില്ല. നിങ്ങളെ ഉപദേശിക്കാൻ ഞാൻ ആളല്ല... ഞാൻ നിങ്ങളെ

പ്രേമിക്കുന്നു... അഗാധമായി പ്രേമിക്കുന്നു—ഈ ഒരൊറ്റ ചിന്ത മാത്രമേ എന്റെ ഹൃദയത്തിലും ബുദ്ധിയിലും ഇപ്പോഴുള്ളൂ.

ദി. സാനിൻ”

എഴുത്തു മടക്കി ഒട്ടിച്ച ശേഷം സാനിൻ അല്പനേരം ആലോചിച്ചു നിന്നു. മണിയടിച്ച് വെയിറ്ററെ വിളിച്ച് അയാളുടെ കയ്യിൽ കത്തു കൊടുത്തയക്കാമെന്നാണ് ആദ്യം സാനിൻ വാചിരിച്ചത്. എന്നാൽ അതു ശരിയല്ലെന്ന് ഉടൻതന്നെ അയാൾക്കു തോന്നി. “വേണ്ട, അതു വേണ്ട, എമിലിനെ ഏല്പിച്ചാലോ? പക്ഷേ കടയിൽ ചെന്ന് മറ്റു വില്പനക്കാരുടെ ഇടയിൽനിന്ന് അവനെ അടുത്തേക്കു വിളിക്കാൻ നിവൃത്തിയില്ല. പോരെങ്കിൽ നേരം സന്ധ്യയായി, അവൻ കടയിൽ നിന്ന് ഇറങ്ങിക്കാണും.” അങ്ങനെ പലതും ആലോചിച്ചുകൊണ്ട് സാനിൻ തൊപ്പിയും കോട്ടും ധരിച്ച് പുറത്തേക്കിറങ്ങി. അയാൾ അനേകം തെരുവുകൾ പിന്നിട്ടു. ഒടുവിൽ ഒരു മൂല തിരിഞ്ഞപ്പോൾ തേടിയ വള്ളി കാലിൽ ചുറ്റി എന്നു പറഞ്ഞതുപോലെ അതാ എമിൽ! കക്ഷത്തിൽ പൊതിയുമായി ആ ബാലൻ വീട്ടിലേക്കു നടക്കുകയായിരുന്നു.

“ഓരോ കമിതാവിനും അയാളുടെ ഭാഗ്യനക്ഷത്രമുണ്ട്. എന്നു പറയുന്നത് നേരാണെന്നു തോന്നുന്നു,” സാനിൻ വിചാരിച്ചു. അയാൾ എമിലിനെ ഉറക്കെ വിളിച്ചു.

എമിൽ തിരിഞ്ഞുനോക്കി, തൽക്ഷണം തന്നെ സാനിന്റെ അടുത്തേക്ക് ഓടിച്ചെന്നു.

എന്നാൽ പതിവുപോലെ കൊഞ്ചാൻ സാനിൻ അവനെ അനുവദിച്ചില്ല. അയാൾ അവനെ കത്തേൽപ്പിച്ചിട്ട് അതാർക്ക് എങ്ങനെ കൊടുക്കണമെന്ന് വിശദീകരിച്ചു... എമിൽ അതു ശ്രദ്ധിച്ചു കേട്ടു.

“ആരും കാണാതെ കൊടുക്കണം, അല്ലേ?” പ്രമാണിത്തം നടിച്ചുകൊണ്ട് അവൻ ചോദിച്ചു. “ഇതെന്താണെന്ന് നമുക്കും അവർക്കും നന്നായറിയാം.” എന്നു പറയുന്ന മട്ടിലുള്ള നിഗൂഢഭാവം അവന്റെ മുഖത്തു ദൃശ്യമായി.

“അതേ, സ്നേഹിതാ,” സാനിൻ പറഞ്ഞു. തെല്ലൊരു സംഭ്രമം തോന്നിയെങ്കിലും അയാൾ എമിലിന്റെ കവിളിൽ തട്ടിക്കൊണ്ട് തുടർന്നു: “മറുപടി... ഉണ്ടെങ്കിൽ നീ എനിക്കു കൊണ്ടുവന്നു തരും, ഇല്ലേ? ഞാൻ മുറിയിൽ തന്നെ കാണും.”

“അതോർത്ത് വിഷമിക്കേണ്ട,” എന്ന് ആഹ്ലാദപൂർവ്വം മന്ത്രിച്ചുകൊണ്ട് എമിൽ അവിടെനിന്ന് ഓടി. ഓട്ടത്തിനിടയിൽ അവൻ ഒന്നു തിരിഞ്ഞുനോക്കുകയും തലകുലുക്കുകയും ചെയ്തു.

സാനിൻ മുറിയിൽ ചെന്ന് സോഫയിലേക്കു വീണു. മെഴുതിരികൾ കത്തിക്കാതെ, തലയ്ക്കു പിന്നിൽ കൈപ്പത്തികൾ ചേർത്തുവച്ച്

കിടന്നുകൊണ്ട് അയാൾ നറുംപ്രേമത്തിന്റെ വികാരപരവശ്യത്തിൽ മുഴുകി. അതിന്റെ വശ്യത ആർക്കാണു വർണ്ണിക്കാനാവുക! അതനുഭവിച്ചിട്ടുള്ളവരിലെല്ലാം തരളവും മധുരവുമായ ആ അനുഭൂതിയുടെ സ്മരണ ബാക്കിയുണ്ടാവും. അതൊരിക്കലും അനുഭവിച്ചിട്ടില്ലാത്തവരോട് അതു പറഞ്ഞു മനസ്സിലാക്കാൻ സാദ്ധ്യവുമില്ല.

വാതിൽ തുറന്ന് എമിൽ തല അകത്തേക്കു നീട്ടി.

"ഞാൻ കൊണ്ടുവന്നിട്ടുണ്ട്," അവൻ മന്ത്രിച്ചു. "ഇതാ മറുപടി."

മടക്കിയ ഒരു കഷ്ണം കടലാസു അവൻ തലയ്ക്കു മുകളിൽ വീശി.

സാനിൻ സോഫയിൽനിന്നു ചാടിയെണീറ്റ് അത് തട്ടിപ്പറിച്ചു. തന്റെ അഭിനിവേശം മറച്ചുവയ്ക്കണമെന്നോ അവളുടെ സഹോദരനായ ഈ ബാലന്റെ മുമ്പിലെങ്കിലും മര്യാദപാലിക്കണമെന്നോ വികാരാവേശത്തിന്റെ പാരമ്യത്തിലെത്തിയിരുന്ന ആ യുവാവിന് ഓർമ്മയുണ്ടായില്ല. മറ്റേതൊരു സന്ദർഭത്തിലായിരുന്നെങ്കിലും അയാൾ തീർച്ചയായും അവന്റെ മുമ്പിൽ ആത്മസംയമനം പാലിക്കുമായിരുന്നു—എന്നാൽ ഇപ്പോൾ അയാൾക്ക് അതിനു കഴിവുണ്ടായിരുന്നില്ല.

അയാൾ ജനലിനടുത്തു ചെന്നുനിന്ന് ഹോട്ടലിന്റെ മുമ്പിലുണ്ടായിരുന്ന ഒരു വഴിവിളക്കിന്റെ വെളിച്ചത്തിൽ ആ കുറിപ്പു വായിച്ചു.

"നാളെ ഞങ്ങളുടെ വീട്ടിൽ വരരുതെന്ന്, ഞങ്ങളുടെ മുമ്പിൽ പ്രത്യക്ഷപ്പെടരുതെന്ന് ഞാൻ അപേക്ഷിക്കുന്നു. അത് എന്നെ സംബന്ധിച്ചിടത്തോളം വളരെ പ്രധാനമാണ്—വളരെ വളരെ പ്രധാനം. അതിനുശേഷം എല്ലാം തീരുമാനിക്കപ്പെടും. എന്റെ അപേക്ഷ താങ്കൾ തള്ളിക്കളയുകയില്ലെന്ന് എനിക്കറിയാം കാരണം താങ്കൾ...

ജെമ്മ."

സാനിൻ അതു രണ്ടാവർത്തി വായിച്ചു. അവളുടെ കൈയക്ഷരം അതിമനോഹരമാണെന്ന് അയാൾക്കു തോന്നി. ഒരു നിമിഷത്തിനു ശേഷം അയാൾ എമിലിന്റെ നേരെ തിരിഞ്ഞ് ഉറക്കെ അവനെ പേരെടുത്തു വിളിച്ചു. താൻ വിവേകശാലിയായ ഒരു ചെറുപ്പക്കാരനാണെന്നു കാണിക്കാൻവേണ്ടി ഭിത്തിക്കഭിമുഖമായി നിന്നുകൊണ്ട് ചുമർകടലാസ് പരിശോധിക്കുകയായിരുന്നു എമിൽ. സാനിൻ വിളിച്ച മാത്രയിൽ അവൻ അയാളുടെ അടുത്തേക്ക് ഓടിച്ചെന്നു.

"എന്താണ്?"

"ഞാൻ പറയുന്നത് കേൾക്കു, സുഹൃത്തേ, ആവശ്യപ്പെട്ടതുപോലെ ചെയ്യാമെന്ന് ഞാൻ വാഗ്ദാനം ചെയ്യുന്നതായി നീ ഒരു വ്യക്തിയെ അറിയിക്കണം—ആരെയാണെന്ന് നിനക്കറിയാമല്ലോ." (എമിൽ ചുണ്ടുകൾ അമർത്തിപ്പിടിച്ചുകൊണ്ട് തലയാട്ടി.) "... ആട്ടെ, നീ നാളെ എന്തു ചെയ്യാൻ പോവുകയാണ്?"

"ഞാനോ? ഞാൻ എന്തു ചെയ്യണമെന്ന് പറഞ്ഞോളൂ."

"സൗകര്യപ്പെടുമെങ്കിൽ അതിരാവിലെ ഇങ്ങോട്ടു പോരണം. നമുക്ക് ഫ്രാങ്ക്ഫർട്ടിനു ചുറ്റുമുള്ള നാട്ടിൻപുറത്തു ചുറ്റിത്തിരിയാം. നിനക്ക് അതിഷ്ടമാണോ?"

എമിൽ സന്തോഷം കൊണ്ട് തുള്ളിച്ചാടി.

"അത്ര ചോദിക്കാനുണ്ടോ? അതില്പരം രസകരമായി വേറെ ഒന്നുമില്ല. താങ്കളോടൊപ്പം നടക്കാൻ പോവുക—ഹാ, എന്തു രസമായിരിക്കും! ഞാൻ തീർച്ചയായും വരാം."

"അവർ വിട്ടില്ലെങ്കിലോ?"

"വിടും"

"ശരി... നാളെ പകൽ മുഴുവൻ എന്നോടൊപ്പം ചെലവഴിക്കാൻ ഞാൻ നിന്നെ വിളിച്ചിരിക്കയാണെന്ന് പറയേണ്ട... ആരോടാണെന്ന് നിനക്കറിയാമല്ലോ?"

"ഞാൻ പറയുന്നതെന്തിനാണ്? ഞാൻ ഇങ്ങുപോരും, അത്രതന്നെ."

എമിൽ സാനിനെ ഗാഢമായി ചുംബിച്ചിട്ട് ഓടിപ്പോയി.

സാനിൻ വളരെനേരം മുറിയിൽ ഉലാത്തിക്കൊണ്ടിരുന്നു. വളരെ വൈകിയാണ് അയാൾ ഉറങ്ങാൻ കിടന്നത്. വീണ്ടും അയാൾ കുത്തിനോവിക്കുന്ന മധുരവികാരങ്ങൾക്ക് അടിമയായിത്തീർന്നു. തന്നെ കാത്തിരിക്കുന്ന പുതിയ ജീവിതത്തെപ്പറ്റിയുള്ള സന്തോഷവും അതേസമയം തന്നെ ഭയവും കൂടിക്കലർന്ന ഉൽകണ്ഠ അയാളെ തരളിതനാക്കി. പിറ്റേദിവസം മുഴുവൻ തന്നോടൊപ്പം ചെലവഴിക്കാൻ എമിലിനെ ക്ഷണിച്ചത് വളരെ നന്നായി എന്നയാൾക്കു തോന്നി. അവന് ചേച്ചിയുടെ നല്ല ഛായയുണ്ട്. "അവന്റെ മുഖം അവളുടെ മുഖത്തെ അനുസ്മരിപ്പിക്കും," സാനിൻ വിചാരിച്ചു.

എന്നാൽ മനസ്സിൻ നിന്ന് മറ്റെല്ലാ ചിന്തകളേയും അകറ്റിക്കൊണ്ട് ഒരു ചോദ്യം അയാളെ അലട്ടിക്കൊണ്ടിരുന്നു—ഇന്നലെ താൻ ഇന്നത്തേതിൽനിന്ന് തുലോം വിഭിന്നനായ ഒരു മനുഷ്യനായിരുന്നത് എങ്ങനെ? താൻ ജെമ്മയെ എന്നെന്നും സ്നേഹിച്ചിരുന്നുവെന്ന്—അയാൾക്കു തോന്നി.

XXVI

പിറ്റേന്നു രാവിലെ എട്ടുമണിക്ക് തർകാലിയയുടെ തുടലിൽ പിടിച്ചുകൊണ്ട് എമിൽ സാനിന്റെ മുറിയുടെ വാതില്ക്കലെത്തി.

ജർമ്മൻകാരെക്കാൾ കണിശമായിട്ടാണ് അവൻ സമയനിഷ്ഠ പാലിച്ചത്. അതിരാവിലെ സാനിനോടൊപ്പം നടക്കാൻ പോയിട്ട് അവിടുന്നു താൻ നേരെ കടയിലേക്കു പോകുമെന്ന് വീട്ടിലുള്ളവരോടു നുണ പറഞ്ഞിട്ടാണ് അവൻ വന്നത്. സാനിൻ വസ്ത്രം മാറുന്ന സമയത്ത് എമിൽ അയാളോട് മടിച്ചു മടിച്ചു ജെമ്മയെപ്പറ്റിയും അവൾ ഹെർ ക്ലൂബറോട് കലഹിച്ചതിനെപ്പറ്റിയും സംസാരിച്ചു തുടങ്ങി. എന്നാൽ സാനിൻ കർക്കശമായ മുഖഭാവത്തോടെ മൗനം ദീക്ഷിക്കുന്നതു കണ്ടപ്പോൾ അക്കാര്യത്തെപ്പറ്റി ഒരക്ഷരം മിണ്ടാതിരിക്കുന്നതാണ് നല്ലതെന്നു മനസ്സിലാക്കി അവൻ വിഷയം മാറ്റി. ഇടയ്ക്കിടെ അവന്റെ മുഖം ചിന്താനിരതവും ഗൗരവപൂർണ്ണവുമായിക്കൊണ്ടിരുന്നു.

കാപ്പികുടികഴിഞ്ഞ് അവർ ഇരുവരും കാൽനടയായി ഫ്രാങ്ക്ഫർട്ടിനടുത്തുള്ള ഹൗസെൻ എന്ന ഗ്രാമത്തിലേക്കു പുറപ്പെട്ടു. കാടുകളാൽ ചുറ്റപ്പെട്ട ഒരു ചെറുഗ്രാമമായിരുന്നു ഹൗസെൻ. അവിടെ നിന്നു നോക്കിയാൽ ടൗനസ് പർവ്വതനിര മുഴുവൻ കാണാം. തെളിഞ്ഞ ഒരു ദിവസമായിരുന്നു അത്. കഠിനമായ ചൂട് കൊണ്ട് ചുട്ടുപൊള്ളിക്കാതെ സുഖകരമായ ഇളംചൂട് പകർന്നുകൊണ്ട് സൂര്യബിംബം തിളങ്ങി. ഒരു ഇളംകാറ്റ്, പച്ചിലക്കാടുകളിൽ മർമ്മരശബ്ദമുയർത്തിക്കൊണ്ടിരുന്നു. വളരെ മുകളിലായി ആകാശത്തിൽ കല്ലോലമാലകൾപോലെ പ്രത്യക്ഷപ്പെട്ട മേഘപാളികൾ സൃഷ്ടിച്ച ചെറിയ നിഴലുകൾ ഭൂമിയുടെ ഉപരിതലത്തിലൂടെ ദ്രുതഗതിയിൽ അനായാസമായി വഴുതിപ്പൊയ്ക്കൊണ്ടിരുന്നു. ചങ്ങാതിമാർ പട്ടണത്തിന്റെ അതിർത്തി കടന്ന് മിനുസവും വൃത്തിയുമുള്ള പെരുവഴിയിലൂടെ നടപ്പു തുടർന്നു. കാട്ടിനുള്ളിൽ അവർ വളരെനേരം ചുറ്റി നടന്നു. ഒരു ഗ്രാമീണ സത്രത്തിൽ കയറി സുഖമായി ഭക്ഷണം കഴിച്ചു. പിന്നീട് അവർ ഒരു മലയുടെ മുകളിൽ കയറി. കൺമുന്നിൽ ചുരുളഴിഞ്ഞു മനോഹരമായ പ്രകൃതിദൃശ്യം മതിയാവോളം ആസ്വദിച്ചു. അവർ മലമുകളിൽനിന്ന് കല്ലുകൾ താഴത്തേക്ക് ഉരുട്ടിയിട്ട് രസിച്ചു. കല്ലുകൾ മലഞ്ചെരിവിലൂടെ മുയലുകളെപ്പോലെ ചാടിച്ചു: കല്ലുകൾ മലഞ്ചെരുവിലൂടെ മുയലുകളെപോലെ ചാടിച്ചാടി ഉരുണ്ടുപോകുന്നതു നോക്കി പൊട്ടിച്ചിരിച്ചു. അടിവാരത്തിലൂടെ കടന്നുപോയി അദൃശ്യമായ ഒരു വഴിപോക്കൻ ഉറക്കെ ചീത്തവിളിച്ചപ്പോൾ മാത്രമാണ് അവർ ആ വിനോദത്തിനു വിരാമമിട്ടത്. പിന്നീടവർ ഊതയും മഞ്ഞയും കലർന്ന നിറമുള്ള ഉണങ്ങിയ പായലിന്റെ മുകളിൽ കിടന്നു വിശ്രമിച്ചു: മറ്റൊരു സത്രത്തിൽ ചെന്ന് ബിയർ കുടിച്ചു: മത്സരിച്ച് ഓടുകയും ലോഗ്ജംപിൽ ആരാണ് മുന്നിലെന്ന് പരീക്ഷിച്ചുനോക്കുകയും ചെയ്തു. പിന്നീട് മാറ്റൊലി മുഴങ്ങിക്കേൾക്കുന്ന ഒരിടം കണ്ടുപിടിച്ച് അവർ പാട്ടുപാടുകയും

കൂവിവിളിക്കുകയും ചെയ്തു—എന്തിന് അവർ നൃത്തംമാടുകപോലും ചെയ്തു. തർതാലിയയും തന്നാലാവുംവിധം ഈ വിനോദങ്ങളിലൊക്കെ പങ്കുകൊണ്ടു. അവൻ കല്ലു തട്ടിക്കളിച്ചില്ലെങ്കിലും കല്ലുകളുടെ പിന്നാലെ ഉരുണ്ടു ചെന്നു, യുവസുഹൃത്തുക്കൾ പാട്ടുപാടിയപ്പോൾ മോങ്ങി, ബീയർ കുടിക്കുകപോലും ചെയ്തു. അവന്റെ പഴയ ഉടമസ്ഥനായ ഒരു വിദ്യാർത്ഥിയാണ് അതവനെ പഠിപ്പിച്ചത്. അവൻ തന്റെ യഥാർത്ഥ യജമാനനായ പൻറലിയോണെയോടു കാണിച്ചിരുന്ന അനുസരണ എമിലിനോടു കാട്ടിയില്ല. "സംസാരിക്ക്" എന്നോ "തുമ്മ്" എന്നോ എമിൽ പറഞ്ഞാൽ അവൻ വെറുതെ വാലാട്ടുകയും നാക്കുനീട്ടുകയും ദേഹം വളയ്ക്കുകയും മാത്രമേ ചെയ്തിരുന്നുള്ളൂ.

യുവാക്കൾക്ക് സംസാരിക്കാൻ ധാരാളം വിഷയങ്ങളുണ്ടായിരുന്നു. തുടക്കത്തിൽ സാനിൻ മുതിർന്നയാൾ എന്ന നിലയ്ക്ക് വിധിയെപ്പറ്റിയും മനുഷ്യന്റെ തൊഴിലിന്റെ സ്വഭാവത്തേയും പ്രധാന്യത്തേയും പറ്റിയും സംസാരിക്കാൻ ശ്രമിച്ചു. എന്നാൽ വേഗം തന്നെ സംസാരം സ്വയം ലളിതമായ കാര്യങ്ങളിലേക്കു വഴുതി വീഴുകയാണുണ്ടായത്. എമിൽ സാനിനോട് റഷ്യയെപ്പറ്റി ഓരോന്നു ചോദിച്ചു തുടങ്ങി. അവിടെ ദ്വന്ദയുദ്ധം നടത്തുന്നതെങ്ങനെയാണ്. അവിടുത്തെ സ്ത്രീകൾ സുന്ദരിമാരാണോ റഷ്യൻ ഭാഷ പഠിക്കാൻ പ്രയാസമാണോ എന്നു തുടങ്ങി പലതും അവന് അറിയണം. ഓഫീസർ സാനിന്റെ നേരെ തോക്കു ചൂണ്ടിയപ്പോൾ സാനിന് എന്താണു തോന്നിയത് എന്നും അവൻ കൂട്ടത്തിൽ ചോദിച്ചു.

എമിലിന്റെ അച്ഛനമ്മമാരെപ്പറ്റിയും കുടുംബത്തെപ്പറ്റിയും സാനിൻ അവനോടു പലതും ചോദിച്ചു മനസ്സിലാക്കി. ജെമ്മയെപ്പറ്റി പ്രത്യേകിച്ച് ഒന്നും ചോദിക്കാതിരിക്കാൻ അയാൾ നന്നേ പണിപ്പെട്ടു—എന്നാൽ അയാളുടെ ചിന്ത അവളെപ്പറ്റി മാത്രമായിരുന്നു. കൃത്യമായി പറഞ്ഞാൽ അയാൾ ജെമ്മയെപ്പറ്റിയായിരുന്നില്ല. പിറ്റേ ദിവസത്തെപ്പറ്റിയായിരുന്നു ചിന്തിച്ചിരുന്നത്. അത്ഭുതപൂർവ്വം നിസ്സീമവുമായ ആനന്ദം തനിക്ക് അരുളാൻ പോകുന്ന നാളെയെപ്പറ്റി. അയാളുടെ ഉൾക്കണ്ണുകൾക്കു മുമ്പിൽ കുട്ടികുറഞ്ഞ തുണികൊണ്ടുണ്ടാക്കിയ, ഇടയ്ക്കിടെ ഉലഞ്ഞുകൊണ്ടിരിക്കുന്ന ഒരു നേരിയ തിരശ്ശീലയുണ്ടെന്ന് തോന്നി. ആ തിരശ്ശീലയ്ക്കപ്പുറത്ത് ശുമന്ദഹാസം കൊണ്ട് വിടർന്ന ചുണ്ടുകളും കപടഗൗരവം കൈക്കൊണ്ട് താഴ്ത്തിപ്പിടിച്ച ഇമകളുമുള്ള ഒരു കോമളവദനം ഒളിഞ്ഞിരിപ്പുണ്ടെന്ന് അയാൾക്കു തോന്നി. അതു ജെമ്മയുടെ മുഖമായിരുന്നില്ല, അതു സാക്ഷാൽ സന്തുഷ്ടിയുടെ, സൗഭാഗ്യത്തിന്റെ മുഖമായിരുന്നു. ഒടുവിൽ ഇതാ ആ ശുഭമുഹൂർത്തം സമാഗതമായിരിക്കുന്നു—തിരശ്ശീല മെല്ലെ പൊങ്ങി, ചുണ്ടുകൾ വിടർന്നു, ഇമകൾ ഉയർന്നു, ഭാഗ്യദേവത

അയാളെ കടാക്ഷിച്ചു. ഇനി സർവ്വതും സൂര്യനെപ്പോലെ ജാജ്വല്യമാന മായിരിക്കും അനന്തമായ ആനന്ദലഹരിയായിരിക്കും! ആ ശുഭമുഹൂർത്ത ത്തെപ്പറ്റി, ആ നാളെയെപ്പറ്റി ആലോചിച്ചപ്പോൾ അയാളുടെ ഹൃദയം ആനന്ദപാരവശ്യം നിമിത്തം ഒരു നിമിഷത്തേക്കു നിശ്ചലമാകുന്നതായി അയാൾക്ക് അനുഭവപ്പെട്ടു. അതു കാത്തിരിപ്പിന്റെ ആനന്ദപ്രകർഷമാ യിരുന്നു. എന്നാൽ ഈ കാത്തിരിപ്പ്, ഈ ആകാംക്ഷ, മറ്റൊന്നിനേയും തടസ്സപ്പെടുത്തിയില്ല. അത് അയാളുടെ ഓരോ ചലനത്തേയും അകമ്പ ടിസേവിച്ചെങ്കിലും ഒന്നിനേയും വിഘ്നപ്പെടുത്തിയില്ല. എമിലിനോടൊപ്പം മറ്റൊരു സത്രത്തിൽ കയറി വിഭവസമൃദ്ധമായ ഉച്ചഭക്ഷണം കഴിക്കാൻ അതൊരു തടസ്സമായിരുന്നില്ല. ഇടയ്ക്കു ചിലപ്പോഴെല്ലാം അയാളുടെ മനസ്സിലൂടെ ഒരു ചിന്ത കൊള്ളിയാൻ പോലെ മിന്നിമറഞ്ഞിരുന്നെന്നു മാത്രം—ആളുകൾക്കും ഇത് അറിയാമായിരുന്നെങ്കിൽ! ഉച്ചഭക്ഷണ ത്തിനുശേഷം എമിലിനോടൊപ്പം തവളച്ചാട്ടം കളിക്കാൻ അയാളുടെ ആകാംക്ഷ ഒരു തടസ്സമായില്ല. വിശാലമായ ഒരു പച്ചപ്പുൽത്തകിടിയിൽ വച്ചാണ് അവർ ആ കളി കളിച്ചത് തർതാലിയയുടെ കരയുടെ അകമ്പ ടിയോടെ, എമിലിന്റെ കനിച്ചു പിടിച്ച തലയ്ക്കു മീതെക്കൂടി ചാടാനായി സാനിൻ കാൽ കവച്ചു മുകളിലേക്കു പൊങ്ങിയപ്പോൾ പുൽത്തകിടി യുടെ മറ്റെ അറ്റത്തു രണ്ട് ജർമ്മൻ ഓഫീസർമാർ നില്ക്കുന്നത് കാണാനി ടയായി. അയാൾക്കുണ്ടായ സംഭ്രമം ഞാനിങ്ങനെ വർണ്ണിക്കും! തലേ ദിവസത്തെ തന്റെ പ്രതിയോഗിയും സഹായിയുമായിരുന്ന അവരെന്ന് സാനിൻ ഉടൻ തിരിച്ചറിഞ്ഞു. അവർ ഇരുവരും ഓരോ ഒറ്റച്ചില്ലു കണ്ണട കണ്ണിൽ വച്ചുകൊണ്ട് സാനിനെ നോക്കിനിന്ന് ചിരിക്കുകയായിരുന്നു. സാനിൻ കാലു നിലത്തുകുത്തിനിന്നിട്ട് പെട്ടെന്ന് തിരിഞ്ഞ് പുല്ലിലി ട്ടിരുന്ന തന്റെ കോട്ടെടുത്തു ധരിച്ചു. അപ്രകാരം ചെയ്യാൻ അയാൾ എമിലിനും നിർദ്ദേശം കൊടുത്തു. എമിലും കോട്ടെടുത്തിട്ടു. അവർ ധൃതിയിൽ മറ്റൊരിടത്തേക്കു നടന്നു.

വൈകിയാണ് അവർ ഫ്രാങ്ക്ഫർട്ടിലെത്തിയത്.

“ഇന്ന് എനിക്കു വഴക്കു കിട്ടും,” പിരിയാൻനേരത്ത് എമിൽ പറഞ്ഞു.. “പക്ഷേ അതു സാരമില്ല. വളരെ വളരെ രസകരമായ ഒരു ദിവസമായി രുന്നു ഇന്ന്.”

ഹോട്ടൽ മുറിയിൽ ജെമ്മയുടെ ഒരു കുറിപ്പ് സാനിനെ കാത്തിരി ക്കുന്നുണ്ടായിരുന്നു. പിറ്റേ ദിവസം രാവിലെ ഏഴുമണിക്ക് തമ്മിൽ കാണണം എന്നവൾ അതിൽ കുറിച്ചിരുന്നു. ഫ്രാങ്ക്ഫർട്ടിന്റെ ചുറ്റും ഉണ്ടായിരുന്ന പൊതു പാർക്കുകളിലൊന്നായിരുന്നു കൂടിക്കാഴ്ചയ്ക്കു നിശ്ച യിച്ച സങ്കേതം.

സാനിന്റെ ഹൃദയം ത്രസിച്ചു! അവൾ പറഞ്ഞത് അക്ഷരം പ്രതി താൻ അനുസരിച്ചതിത് എത്ര നന്നായി എന്നയാൾക്കു തോന്നി. അസാധാരണവും, അവിശ്വസനീയവും, അതിവാര്യവുമായ "നാളെ" തനിക്ക് എന്താണ് വിധാനം ചെയ്യുന്നത്? ദൈവമേ—അത് എന്തുത ന്നെ വാഗ്ദാനം ചെയ്യുകയില്ല!

അയാളുടെ കണ്ണുകൾ ജെമ്മയുടെ കുറിപ്പ് സൂക്ഷ്മമായി പരിശോധി ച്ചു നോക്കി. അടിയിൽ കുറിച്ചിരുന്ന അവളുടെ പേരിന്റെ ആദ്യാക്ഷരം അവളുടെ മെലിഞ്ഞു നീണ്ട കാരാംഗുലികളെ അനുസ്മരിപ്പിച്ചു. ആ കരപ ല്ലവത്തിൽ താൻ ഒരിക്കൽപ്പോലും ചുണ്ടമർത്തിയിട്ടില്ലെന്ന് അയാൾ ഓർത്തു..." ഇറ്റലിക്കാരായ സ്ത്രീകൾ ശാലീനകളും തത്വദീക്ഷയുള്ളവരു മാണ്, അവരെപ്പറ്റി നേരെ മറിച്ചാണ് ആളുകൾ പറയാറുള്ളതെങ്കിലും" സാനിൻ വിചാരിച്ചു. "പ്രത്യേകിച്ചും ജെമ്മ... അവർ ഒരു റാണിയാണ്, ഒരു ദേവതയാണ്, മാർബിൾപോലെ പരിശുദ്ധയാണ്, ഒരു അചുംബിത കുസുമമാണ്..."

പക്ഷേ സമയമാകും, താമസിയാതെ സമയമാകും...

അന്നു രാത്രി അതീവ സന്തുഷ്ടനായ ഒരു മനുഷ്യൻ ഫ്രാങ്ക്ഫർട്ടിലു ണ്ടായിരുന്നു... അയാൾ ഉറങ്ങി. എങ്കിലും കവിയുടെ ഈ വാക്കുകൾ അയാൾക്ക് സ്വയം പറയാൻ കഴിയുമായിരുന്നു:

"ഞാൻ ഉറങ്ങുന്നു...
പക്ഷേ എന്റെ ഹൃദയം ഉണർന്നിരിക്കയാണ്."[22]

ഗ്രീഷ്മത്തിന്റെ പ്രകാശധോരണിയിൽ മുങ്ങി പൂവിന്റെ മീതെ വിശ്ര മിക്കുന്ന ശലഭത്തിന്റെ ലോലമായ ചിറകുപോലെ അതു മെല്ലെ പിട ഞ്ഞുകൊണ്ടിരുന്നു.

XXVII

സാനിൻ രാവിലെ അഞ്ചുമണിക്ക് ഉണർന്നു. ആറുമണിയാ യപ്പോഴേക്കും അയാൾ തയ്യാറായിക്കഴിഞ്ഞു. ആറരയ്ക്ക് അയാൾ പാർക്കിലെത്തി. ജെമ്മ കത്തിൽ സൂചിപ്പിച്ചിരുന്ന പാർക്കിലെ വേനല്ക്കാല വസതിയ്ക്കടുത്തായി അയാൾ ഉലാത്തിക്കൊണ്ടിരുന്നു.

ഇളം ചൂടുള്ള നിശ്ചലമായ ഒരു നരച്ച പ്രഭാതമായിരുന്നു അത്. ഏതു നിമിഷവും മഴപെയ്യേക്കുമെന്നു തോന്നി. എന്നാൽ കൈപ്പടം നീട്ടി

22 ഞാൻ ഉറങ്ങുന്നു...—ലെവ് മെയ് (1822-1862)എന്ന റഷ്യൻ കവിയുടെ കവിതകളിൽ നിന്നുള്ള ഉദ്ധരണി.

നോക്കിയാൽ മഴ ചാറുന്നത് അറിയാൻ കഴിയുമായിരുന്നില്ല. കോട്ടിന്റെ കൈ സസൂക്ഷമം പരിശോധിച്ചാലേ ചെറിയ മുത്തുമണിപോലുള്ള ജലകണികകൾ കാണാൻ കഴിയൂ. അതു വളരെ വേഗം നിലച്ചു. കാറ്റ് എന്നൊരു സാധനം ഭൂമുഖത്തില്ലെന്നുതന്നെ തോന്നി. ശബ്ദം സഞ്ചരിക്കാതെ വായുവിൽ തങ്ങിനിന്നു. അങ്ങുദൂരെ നേരിയ വെളുപ്പുകാണാമായിരുന്നു. വെളുത്ത അക്കേഷ്യ പൂക്കളുടേയും മിനോനെറ്റ് പുഷ്പങ്ങളുടേയും സൗരഭ്യം വായുവിൽ നിറഞ്ഞു നിന്നു.

കടകൾ തുറന്നിട്ടുണ്ടായിരുന്നില്ല. എങ്കിലും റോഡരികിലുള്ള നടപ്പാതകളിൽ ആളുകൾ അങ്ങോട്ടുമിങ്ങോട്ടും പൊയ്ക്കൊണ്ടിരുന്നു. ഇടയ്ക്കിടക്ക് ഒന്നും ഒറ്റയുമായി സഞ്ചരിക്കുന്ന വാഹനങ്ങളുടെ ശബ്ദം റോഡിൽ മുഴങ്ങിക്കൊണ്ടിരുന്നു. പാർക്കിൽ ആളുകളാരും ഉണ്ടായിരുന്നില്ല. ഒരു തോട്ടംജോലിക്കാരൻ സാവധാനം തുമ്പാകൊണ്ട് നടപ്പാത ചെത്തി വൃത്തിയാക്കിക്കൊണ്ടിരുന്നു. കറുത്ത മേലങ്കി ധരിച്ച ജരാനരബാധിച്ച ഒരു വൃദ്ധ വേച്ചുവേച്ചു നടന്നുപോയി. ആ അശ്രീകരംപിടിച്ച സ്ത്രീ ജെമ്മയായിരിക്കുമെന്ന് ഒരു നിമിഷത്തേക്കുപോലും സാനിൻ സംശയിച്ചില്ല. എങ്കിലും അയാളുടെ ഹൃദയം ശക്തിയായി തുടിച്ചു. ആ കറുത്ത വസ്ത്രം ദൃഷ്ടിയിൽനിന്നും മറയുന്നതുവരെ അയാൾ നോക്കിനിന്നു.

പള്ളിമേടയിലെ മണി ഏഴുതവണ മുഴങ്ങി.

സാനിൻ നടപ്പു നിർത്തി. അവൾ വരാതിരിക്കുമോ? തണുപ്പുകൊണ്ടെന്നപോലെ അയാളുടെ ദേഹമാകെ വിറച്ചു. ഒരുനിമിഷം കഴിഞ്ഞ് വീണ്ടും അയാൾക്ക് വിറയൻ അനുഭവപ്പെട്ടു. പക്ഷേ ഇത്തവണ അതിന്റെ കാരണം മറ്റൊന്നായിരുന്നു. തന്റെ പിന്നിൽ ആരുടെയോ പതിഞ്ഞ കാലടി ശബ്ദവും ഒരു സ്ത്രീയുടെ ഉടുപ്പ് ഉലയുന്ന ശബ്ദവും കേട്ട് അയാൾ തിരിഞ്ഞു നോക്കി... അതവളായിരുന്നു.

ജെമ്മ നടക്കാവിലൂടെ അയാളെ പിൻതുടർന്നു. ചാരനിറത്തിലുള്ള ഒരു മേലങ്കിയും ചെറിയ തൊപ്പിയുമാണ് അവൾ ധരിച്ചിരുന്നത്. അവൾ അയാളെ ഒന്നു നോക്കിയിട്ട് തല ഒരു വശത്തേക്ക് വെട്ടിത്തിരിച്ചു. അയാളോടൊപ്പം എത്തിയപ്പോൾ അവൾ ധൃതിയിൽ നടന്ന് അയാളുടെ മുമ്പിൽ കടന്നു.

"ജെമ്മേ!" കഷ്ടിച്ചു മാത്രം കേൾക്കാവുന്ന ശബ്ദത്തിൽ സാനിൻ വിളിച്ചു.

അവൾ തല മെല്ലെ ഒന്നുക്കിയിട്ട് നടപ്പു തുടർന്നു. അയാളും പിന്നാലെ ചെന്നു. അയാൾ കിതയ്ക്കുന്നുണ്ടായിരുന്നു. സ്വന്തം കാലുകൾ അയാളെ അനുസരിക്കാൻ മടിച്ചു.

ജെമ്മ വേനല്ക്കാലവസതി കടന്ന് വലത്തോട്ടു തിരിഞ്ഞ് ആഴം കുറഞ്ഞ ഒരു ജലധാരായന്ത്രത്തിനടുത്തെത്തി. അതിൽ ഒരു ഒറ്റയാൻ കുരുവി കുളിച്ചുകൊണ്ടിരുന്നു. ജെമ്മ പൊക്കമുള്ള ഒരു കൂട്ടം ലൈലാക്കു ചെടികളുടെ പിന്നിലേക്കു ചെന്ന് അവിടെ ഉണ്ടായിരുന്ന ഒരു ബെഞ്ചിൽ ഇരുന്നു. ആരും കാണാത്ത ഒരു മൂലയായിരുന്നു അത്. സാനിൻ അവളുടെ അടുത്തു ചെന്നിരുന്നു.

അല്പസമയം രണ്ടുപേരും നിശ്ശബ്ദരായി കഴിച്ചുകൂട്ടി. അവൾ അയാളുടെ നേരെ നോക്കുകപോലും ചെയ്തില്ല. അയാളാണെങ്കിൽ അവളുടെ മുഖത്തു നോക്കാതെ ഒരു ചെറിയ കുടയിൽ അമർത്തിപ്പിടിച്ചിരുന്ന അവളുടെ കൈകളിൽത്തന്നെ ദൃഷ്ടിയുറപ്പിച്ചു. പറയാൻ എന്തിരിക്കുന്നു? അവർ ഇരുവരും ഒറ്റയ്ക്ക് ആ വെളുപ്പാൻകാലത്ത് അടുത്തടുത്തിരിക്കുന്നു എന്ന വസ്തുതയെക്കാൾ അർത്ഥവത്തായ മറ്റെന്തെങ്കിലും സൂചിപ്പിക്കാൻ വാക്കുകൾക്കു കഴിയുമോ?

"എന്നോട്... ദേഷ്യമാണോ? ഒടുവിൽ സാനിൻ ചോദിച്ചു.

ഇത്ര അസംബന്ധമായ ഒരു ചോദ്യം വേറെയില്ലെന്ന് സാനിന് നന്നായറിയാമായിരുന്നു. എങ്കിലും നിശ്ശബ്ദത ഭഞ്ജിക്കാൻ അതുപകരിച്ചു.

"താങ്കളോടോ?" അവൾ ചോദിച്ചു. "എന്തിന്? ഇല്ല. എനിക്കു ദേഷ്യമില്ല."

"എന്നെ വിശ്വസിക്കുന്നുണ്ടോ?"

"കത്തിൽ പറഞ്ഞ കാര്യമാണോ താങ്കൾ ഉദ്ദേശിക്കുന്നത്?"

"അതെ."

ജെമ്മ ഒന്നും മിണ്ടാതെ തല കുനിച്ചിരുന്നു. കുട അവളുടെ കൈയിൽ നിന്ന് വഴുതി വീണു. എന്നാൽ അതു നിലത്തു വീഴാതെ അവൾ പിടിച്ചു.

"എന്നെ വിശ്വസിക്കൂ, ഞാൻ എഴുതിയതെല്ലാം സത്യമാണെന്നു വിശ്വസിക്കൂ!" സാനിൻ പറഞ്ഞു. അയാളുടെ അധൈര്യമെല്ലാം മാറിയിരുന്നു. അയാൾ ആവേശഭരിതനായി തുടർന്നു: "ഈ ലോകത്തിൽ പരിപാവനവും അനിഷേധ്യവുമായ സത്യം എന്നൊന്നുണ്ടെങ്കിൽ അത് ഞാൻ നിങ്ങളെ പ്രേമിക്കുന്നുവെന്നതാണ്! ജെമ്മ, ഞാൻ നിങ്ങളെ തീവ്രമായി സ്നേഹിക്കുന്നു!"

അവൾ വീണ്ടും അയാളെ നോക്കി.

"മെസ്യേ ദിമീത്രി, അന്ന് താങ്കൾ എന്നെ ഉപദേശിക്കാൻ വന്നപ്പോൾ... താങ്കൾക്ക് അറിയാമായിരുന്നില്ലേ... താങ്കൾക്ക് തോന്നിയിരുന്നില്ലേ...?" അവൾ ചോദിച്ചു.

“എനിക്കു തോന്നിയിരുന്നു. പക്ഷേ എനിക്ക് അറിയാമായിരുന്നില്ല.” സാനിൻ ധൃതിയിൽ പറഞ്ഞു. “നിങ്ങളെ ആദ്യം കണ്ട നിമിഷം മുതൽ ഞാൻ നിങ്ങളെ പ്രേമിച്ചിരുന്നു. പക്ഷേ നിങ്ങളെ കൂടാതെ എനിക്ക് ജീവിക്കാൻ കഴിയുകയില്ലെന്ന് ഉടനടി ഞാൻ മനസ്സിലാക്കിയില്ല. പോരാത്തതിന് നിങ്ങളുടെ കാര്യമാണെങ്കിൽ... ഒന്നാമത് എനിക്ക് നിങ്ങളുടെ അമ്മയുടെ അഭ്യർത്ഥന നിരസിക്കാൻ കഴിയുമായിരുന്നില്ല. രണ്ടാമത്, ഞാൻ അതു നിറവേറ്റിയ രീതിയിൽ നിന്ന് നിങ്ങൾക്ക് ഊഹിക്കാൻ കഴിയുമായിരുന്നു...”

കനത്ത കാലൊച്ച കേട്ടു തുടങ്ങി. ലൈലാക്കു ചെടികളുടെ പിന്നിൽ നിന്ന് തോളിൽ സഞ്ചിതൂക്കിയ ദൃഢകായനായ ഒരു മനുഷ്യൻ—ഒരു വിദേശിയാണെന്നു തോന്നുന്നു—പുറത്തുവന്നു. സഞ്ചാരികൾക്കു സഹജമായ ഔചിത്യരാഹിത്യത്തോടെ ബഞ്ചിലിരിക്കുന്ന ചെറുപ്പക്കാരെ നോക്കുകയും ഉറക്കെ ചുമയ്ക്കുകയും ചെയ്തുകൊണ്ട് അയാൾ കടന്നുപോയി.

കനത്ത കാലൊച്ച നിലച്ചപ്പോൾ സാനിൻ തുടർന്നു:

“നിങ്ങൾ ഹെർ ക്ലൂബറെ നിരസിച്ചാൽ അപവാദത്തിനിടയാകുമെന്ന് അമ്മ പറഞ്ഞു.” (ജെമ്മയുടെ മുഖം അതുകേട്ട് അല്പം ചുളിഞ്ഞു.) “എന്റെ പ്രവൃത്തിയും ഒരുതരത്തിൽ കിംവദന്തിക്ക് ഇട നൽകിയിട്ടുണ്ടെന്നും അതിനാൽ പ്രതിശ്രുതവരനെ ഉപേക്ഷിക്കരുതെന്ന് നിങ്ങളെ ഉപദേശിക്കേണ്ടത് എന്റെ കടമയാണെന്നും അവർ സൂചിപ്പിക്കുകയുണ്ടായി.”

“മെസ്യേ ദിമീത്രി, ദയവുചെയ്തു ഹെർ ക്ലൂബറെ എന്റെ പ്രതിശ്രുതവരനെന്ന് വിളിക്കരുത്,” മുടിയിലൂടെ വരലോടിച്ചുകൊണ്ട് ജെമ്മ പറഞ്ഞു. “ഞാൻ ഒരിക്കലും അയാളുടെ ഭാര്യയാവുകയില്ല. ഞാൻ അയാളെ നിരസിച്ചു.”

“നിരസിച്ചെന്നോ? എപ്പോൾ?”

“ഇന്നലെ”

“അക്കാര്യം അയാളോടു നേരെ പറഞ്ഞോ?”

“അതെ. ഞങ്ങളുടെ വീട്ടിൽവച്ച്, അയാൾ വീട്ടിൽ വന്നിരുന്നു.”

“ജെമ്മ, എന്നെ സ്നേഹിക്കുന്നുവെന്നാണോ ഇതിന്റെ അർത്ഥം?”

അവൾ അയാളുടെ നേരെ മുഖം തിരിച്ചുകൊണ്ട് മന്ത്രിച്ചു.

“ഇല്ലെങ്കിൽ ഞാൻ ഇവിടെ വരുമായിരുന്നോ?” അവളുടെ കൈകൾ ബഞ്ചിലേക്കു തളർന്നു വീണു.

കൈപ്പടങ്ങൾ മോലോട്ടാക്കി ബഞ്ചിൽ വിശ്രമിച്ച ആ നിസ്സഹായമായ കരങ്ങളെ സാനിൻ കവർന്നെടുത്ത് തന്റെ കണ്ണുകളിലും ചുണ്ടുകളിലും അമർത്തി... ഇന്നലെ അയാളുടെ മുമ്പിലുണ്ടായിരുന്ന തിരശ്ശീല

അപ്രത്യക്ഷമായി. സന്തുഷ്ടിയുടെ ഉജ്ജ്വലമായ മുഖം അയാൾ കണ്ടു!

അയാൾ തലയുയർത്തി ജെമ്മയുടെ മുഖത്തേക്കു സധൈര്യം നോക്കി. അവൾ അല്പം കൂമ്പിയ മിഴികളോടെ അയാളെ ഒന്നുകടാക്ഷിച്ചു. കൂമ്പിയ ഇമകൾക്കിടയിൽ ആനന്ദാശ്രുക്കളുടെ സുതാര്യമായ ആവരണത്തിനു പിന്നിൽനിന്ന് അവളുടെ മിഴികൾ തിളങ്ങിക്കൊണ്ടിരുന്നു. അവളുടെ ചുണ്ടുകളെ വിടർത്തിയത് പുഞ്ചിരിയല്ല., ആനന്ദപ്രകർഷത്തിൽനിന്നുളവായ ശബ്ദമില്ലാത്ത ഒരു പൊട്ടിച്ചിരിയായിരുന്നു.

അയാൾ അവളെ മാറോടണയ്ക്കാൻ മുന്നോട്ടാഞ്ഞു. എന്നാൽ അവൾ തലകുലുക്കിക്കൊണ്ട് പിൻവാങ്ങി. അപ്പോഴും അവൾ ശബ്ദമില്ലാതെ ചിരിക്കുന്നുണ്ടായിരുന്നു. "കാത്തിരിക്കൂ" എന്ന് അവളുടെ ആഹ്ലാദഭരിതമായ കണ്ണുകൾ പറയുകയാണെന്നു തോന്നി.

"ജെമ്മ!" സാനിൻ പറഞ്ഞു. "നീ" (ആദ്യമായി അവളെ അങ്ങനെ വിളിച്ചപ്പോൾ അയാളുടെ ഹൃദയം ഒരു വീണക്കമ്പിപോലെ പ്രകമ്പിതമായി) "എന്നെ സ്നേഹിക്കുമെന്ന് ഞാൻ ഒരിക്കലും പ്രതീക്ഷിച്ചിരുന്നില്ല."

"ഞാൻ തന്നെ ഇതു തീരെ പ്രതീക്ഷിച്ചതല്ല." ജെമ്മ മൃദുസ്വരത്തിൽ മൊഴിഞ്ഞു.

"ഫ്രാങ്ക്ഫർട്ടിൽ ഒന്നോ രണ്ടോ മണിക്കൂറുകൾ ചിലവഴിക്കാൻ വന്ന ഞാൻ എന്റെ മുഴുവൻ ജീവിതത്തിന്റെയും സൗഭാഗ്യം ഇവിടെ കണ്ടെത്തുമെന്ന് എങ്ങനെ പ്രതീക്ഷിക്കാനാണ്?"

"അതെ, എന്റെ ജീവിതത്തിന്റെ മുഴുവൻ സൗഭാഗ്യം—എന്നെന്നേയ്ക്കുമുള്ള സൗഭാഗ്യം." സാനിൻ ആവേശത്തോടെ പറഞ്ഞു.

പെട്ടെന്ന് തോട്ടപ്പണിക്കാരന്റെ തൂമ്പ അവരിരിക്കുന്ന ബഞ്ചിന്റെ തൊട്ടടുത്തായി ചുരണ്ടിത്തുടങ്ങി.

"നമുക്ക് വീട്ടിലേക്കു പോകാം." ജെമ്മ മന്ത്രിച്ചു. "നമുക്കൊരുമിച്ചു പോകാം—സമ്മതിച്ചോ?"

കടലിൽ ചാടാൻ ജെമ്മ അപ്പോൾ അയാളോടാവശ്യപ്പെട്ടിരുന്നെങ്കിൽപോലും അയാൾ അത് ഉടനടി നിറവേറ്റുമായിരുന്നു.

അവർ ഒരുമിച്ച് പാർക്കിനു പുറത്തു കടന്ന് വീട്ടിലേക്കു നടന്നു. പട്ടണത്തിലെ തിരക്കുള്ള തെരുവീഥികൾ വിട്ട് പട്ടണ പ്രാന്തത്തിലുള്ള വിജനമായ പാതകളിലൂടെയാണ് അവർ നടന്നത്.

XXIII

സാനിൻ ജെമ്മയോടൊപ്പം നടന്നു. ഇടയ്ക്കിടെ അയാൾ ഒന്നു രണ്ടു ചുവടു പിന്നിലാകും. ജെമ്മയെതന്നെ നോക്കിക്കൊണ്ടാണ് അയാൾ നടന്നത്. അയാൾ ആ സമയം മുഴുവൻ പുഞ്ചിരിച്ചുകിക്കൊണ്ടിരുന്നു. ജെമ്മ അല്പം ധൃതിയിലാണെന്നു തോന്നിയെങ്കിലും അവളും അകാരണമായി ഇടയ്ക്കിടെ നടപ്പുനിർത്തി നിശ്ചലയായി വഴിയിൽ നിന്നിരുന്നു. സത്യം പറഞ്ഞാൽ അവരിവരും—വികാരാധിക്യത്താൽ വിളറിയ ആ യുവാവും തുടുത്തകവിളുകളുള്ള യുവതിയും—സ്വപ്നത്തിലെന്നപോലെയാണ് മുന്നോട്ടു പോയത്. അവർ തങ്ങളുടെ ഹൃദയം പരസ്പരം അടിയറവച്ചിട്ട് ഏതാനും നിമിഷങ്ങളേ കഴിഞ്ഞിരുന്നുള്ളൂ. അതിശക്തവും നൂതനവും ഉദ്വേഗജനകവുമായിരുന്നു ആ അനുഭവം; പൊടുന്നനെ അത് അവരുടെ ജീവിതം ആകെ മാറ്റിമറിച്ചതിനാൽ സമചിത്തത വീണ്ടെടുക്കാൻ അവർക്കു കഴിഞ്ഞിരുന്നില്ല. അന്നൊരു രാത്രി അറിയാതെ അവരെ പരസ്പരം അടുപ്പിച്ച കൊടുങ്കാറ്റിനെപ്പോലെ ശക്തമായ ഒരു ചുഴലിക്കാറ്റിൽപ്പെട്ട് തങ്ങൾ പറന്നു നടക്കുകയാണെന്നാണ് അവർക്ക് തോന്നിയത്. ജെമ്മയെ താനൊരു പുതിയ വെളിച്ചത്തിൽ കാണുന്നതായി സാനിനു തോന്നി. അവളുടെ നടത്തത്തിലും അംഗചലനങ്ങളിലും ചില സവിശേഷതകൾ അയാൾ കണ്ടുപിടിച്ചു—ദൈവമേ അവ എത്ര ചേതോഹരമാണ്. സുന്ദരമാണ്! സാനിൻ പുതിയ കണ്ണുകൾകൊണ്ടാണ് തന്നെ നോക്കുന്നതെന്ന് ജെമ്മയ്ക്കും തോന്നി.

പ്രേമം എന്ന വികാരം അവർക്കിരുവർക്കും ആദ്യമായാണ് അനുഭവപ്പെടുന്നത്. ആദ്യപ്രേമത്തിന്റെ മാസ്മരശക്തി അവരുടെ ഉള്ളിൽ പ്രവർത്തിച്ചു തുടങ്ങിയിരുന്നു. ആദ്യാനുരാഗം ഒരു വിപ്ലവം പോലെയാണ്. ഒരൊറ്റ നിമിഷംകൊണ്ട് ഏകപ്രകാരവും നിയതവുമായ ദൈനംദിന ജീവിതക്രമത്തെ അത് തകർക്കുകയും നശിപ്പിക്കുകയും ചെയ്യുന്നു. വരാനിരിക്കുന്നതെന്തോ അതിനെ—അതു ജീവിതമായാലും മരണമായാലും—ആവേശപൂർവ്വം സ്വാഗതം ചെയ്യാൻ സന്നദ്ധമായി യുവത്വം അതിന്റെ ഉജ്ജ്വലമായ പതാകയും ഉയർത്തിപ്പിടിച്ചുകൊണ്ട് പടയ്ക്കിറങ്ങുന്നു.

"അതാരാണ്? നമ്മുടെ കാരണവരാണെന്നു തോന്നുന്നു." മുഖമാകെ മൂടിപ്പൊതിഞ്ഞ ഒരു രൂപം ആരും തിരിച്ചറിയാതിരിക്കാനെന്നവിധം ധൃതഗതിയിൽ അവരെ കടന്നു പോകുന്നത് ചൂണ്ടിക്കാണിച്ചുകൊണ്ട് സാനിൻ പറഞ്ഞു. സന്തോഷാധിക്യത്താൽ വീർപ്പുമുട്ടിയിരുന്ന സാനിന് ജെമ്മയോട് പ്രേമത്തെക്കുറിച്ചല്ലാതെ മറ്റെന്തിനെക്കുറിച്ചെങ്കിലും സംസാരിക്കണമെന്നു തോന്നി—പ്രേമത്തെപ്പറ്റി പറയേണ്ടതെല്ലാം

പറഞ്ഞു കഴിഞ്ഞല്ലോ,

"അതെ, അതു പൻറലിയോണെ തന്നെയാണ്." ജെമ്മ ആഹ്ലാദ ഭരിതയായി പറഞ്ഞു. "എന്റെ പിറകെ വന്നതാണെന്നു തോന്നുന്നു; ഇന്നലെ മുഴുവൻ വിടാതെ എന്റെ പിന്നാലെ ഉണ്ടായിരുന്നു—വൃദ്ധൻ എല്ലാം ഊഹിച്ചറിഞ്ഞെന്നു തോന്നുന്നു."

"ഊഹിച്ചറിഞ്ഞെന്നോ?" സന്തോഷപൂർവ്വം സാനിൻ ഏറ്റു പറഞ്ഞു. ജെമ്മ എന്തുതന്നെ പറഞ്ഞാലും അതയാളെ അപ്പോൾ സന്തുഷ്ടനാക്കുമായിരുന്നു.

തലേദിവസം നടന്ന സംഭവങ്ങളൊക്കെ ഒന്നു വിവരിച്ചുപറയാൻ അയാൾ ജെമ്മയോടാവശ്യപ്പെട്ടു.

അവൾ ധൃതിയിൽ അടുക്കും ചിട്ടയുമില്ലാത്ത ഒരു വിവരണം നൽകി. ഇടയ്ക്കിടെ പുഞ്ചിരിതൂവുകയും ചെറുതായി നെടുവീർപ്പിടുകയും ചിലപ്പോൾ തിളങ്ങുന്ന കണ്ണുകൾ കൊണ്ട് സാനിനെ നോക്കുകയും ചെയ്തുകൊണ്ടാണ് അവൾ സംസാരിച്ചത്. രണ്ടു ദിവസം മുമ്പ് നടന്ന സംഭാഷണത്തിനുശേഷം തന്റെ തീരുമാനമെന്തെന്നറിയാൻ അമ്മ ശ്രമിച്ചുകൊണ്ടിരുന്ന കാര്യവും താൻ ഒരു ദിവസം കഴിഞ്ഞ് എല്ലാം പറയാം എന്ന് ഉറപ്പുകൊടുത്തു അമ്മയെ സമാധാനിപ്പിക്കാൻ ശ്രമിച്ചതും വളരെ പ്രയാസപ്പെട്ട അവരെക്കൊണ്ട് അതിനു സമ്മതിപ്പിച്ചതുമെല്ലാം അവൾ അയാളെ വിവരിച്ചു കേൾപ്പിച്ചു. പിന്നീട് ഹെർ ക്ലൂബർ അവിടെ ചെന്നതിനെപ്പറ്റി അവൾ വർണ്ണിച്ചു തുടങ്ങി. എന്നത്തേക്കാളും കൂടുതൽ പശയിട്ടു തേച്ച വസ്ത്രങ്ങളുമണിഞ്ഞ് മുമ്പെന്നത്തേക്കാളും നല്ലപിള്ള ചമഞ്ഞ് അയാൾ തികച്ചും അപ്രതീക്ഷിതമായി അവളുടെ വീട്ടിൽ ചെല്ലുകയാണുണ്ടായത്. അപരിചിതനായ റഷ്യൻ യുവാവിന്റെ അക്ഷന്തവ്യമാംവണ്ണം ബാലിശമായ പെരുമാറ്റത്തിൽ അയാൾ അമർഷം പ്രകടിപ്പിച്ചത്രെ. "ദ്വന്ദയുദ്ധത്തെപ്പറ്റിയാണ് അയാൾ സൂചിപ്പിച്ചത്." ജെമ്മ പറഞ്ഞു. "അത് തന്നോടുള്ള 'കടുത്ത അവഹേളനമായി'—അതയാളുടെ വാക്കുകളാണ്.—താൻ കണക്കാക്കുന്നുണ്ടെന്നും അതിനാൽ ആ റഷ്യാക്കാരനെ മേലാൽ വീട്ടിൽ കയറ്റരുതെന്നും ഹെർ ക്ലൂബർ പറഞ്ഞു." പിന്നീട് ജെമ്മ ഹെർ ക്ലൂബറുടെ ശബ്ദവും അംഗവിക്ഷേപങ്ങളും സൂക്ഷ്മമായി അനുകരിച്ചുകൊണ്ട് തുടർന്നു. "കാരണം അയാൾ തന്റെ അഭിമാനത്തിന് ക്ഷതമേല്പിക്കുകയായിരുന്നു.—എന്റെ പ്രതിശ്രുതവധുവിന്റെ മാനം കാക്കാൻ എനിക്ക് കഴിവില്ലെന്ന തെറ്റിദ്ധാരണ ഉളവാക്കുന്ന തരത്തിലായിരുന്നു അയാളുടെ പെരുമാറ്റം. ആവശ്യമെന്നും ഗുണകരമെന്നും തോന്നിയിരുന്നെങ്കിൽ ഞാൻ തന്നെ എന്റെ പ്രതിശ്രുതവധുവിനുവേണ്ടി ദ്വന്ദ്വയുദ്ധം നടത്തുമായിരുന്നു. എന്റെ പ്രതിശ്രുതവധുവിനുവേണ്ടി

ഒരു അന്യപുരുഷൻ ഒരാഫീസറോട്ടു ദ്വന്ദയുദ്ധം ചെയ്യുന്ന വാർത്ത നാളെ ഫ്രാങ്ക്ഫർട്ടിൽ മുഴുവൻ പരസ്യമാകും—ഇങ്ങനെ ഒരു കാര്യം എവിടെയെങ്കിലും കേട്ടിട്ടുണ്ടോ!" അമ്മ അയാൾ പറഞ്ഞതൊക്കെ ശരിവച്ചു. എന്നാൽ ഇനിമേൽ ഞാൻ അയാളുടെ പ്രതിശ്രുതവധുവല്ലെന്നും അതിനാൽ അയാളുടെ അഭിമാനത്തിനും യോഗ്യതക്കും കോട്ടം തട്ടുമെന്നു പേടിക്കേണ്ടെന്നും ഞാൻ അയാളുടെ മുഖത്തുനോക്കി അപ്പോൾത്തന്നെ പറഞ്ഞു. ഒരു കാലത്തും അയാളുടെ ഭാര്യയാകില്ലെന്ന് ഞാൻ തീർത്തു പറഞ്ഞു. സത്യം പറഞ്ഞാൽ നിങ്ങളോട്ടു സംസാരിച്ചതിനുശേഷം അന്തിമമായ ഒരു തീരുമാനമെടുക്കണമെന്നായിരുന്നു. ഞാൻ വിചാരിച്ചിരുന്നത്. എന്നാൽ അയാൾ വന്നപ്പോൾ.. എനിക്ക് അതു പറയാതിരിക്കാൻ കഴിഞ്ഞില്ല... അതു കേട്ട് അമ്മ ഉറക്കെ നിലവിളിച്ചു. എന്നാൽ ഞാൻ അത് വകവെയ്ക്കാതെ അകത്തെ മുറിയിൽചെന്ന് അയാൾ തന്ന മോതിരം എടുത്തുകൊണ്ടുവന്ന് അയാളെ തിരിച്ചേൽപിച്ചു. ഞാൻ അത് എന്റെ വിരലിൽ നിന്ന് രണ്ടു ദിവസം മുമ്പുതന്നെ മാറ്റിയിരുന്നു. അത് അയാൾക്ക് അതിയായ മനക്ലേശം ഉളവാക്കി. എങ്കിലും പൊങ്ങച്ചക്കാരനും ദുരഭിമാനിയുമായതിനാൽ ആ മനുഷ്യൻ അധികമൊന്നും പറയാതെ തിരിച്ചുപോയി, എന്നാൽ അമ്മ എന്നെ ഭയങ്കരമായി ശകാരിച്ചു. അമ്മയുടെ മനപ്രയാസം കണ്ട് എനിക്കു വിഷമം തോന്നി. ആ തീരുമാനമെടുക്കാൻ ഞാൻ ആവശ്യത്തിലേറെ ധൃതികൂട്ടിയോ എന്നുപോലും എനിക്കു സംശയം തോന്നി. പക്ഷേ എനിക്ക് നിങ്ങളുടെ കുറിപ്പു കിട്ടിയിരുന്നു. മാത്രവുമല്ല അതിനു മുമ്പുതന്നെ എനിക്കറിയാമായിരുന്നു..."

"ഞാൻ നിന്നെ പ്രേമിക്കുന്നുണ്ടെന്ന്," സാനിൻ ധൃതിയിൽ പൂരിപ്പിച്ചു.

"അതെ, അതു തന്നെ."

ഇടയ്ക്കിടെ മന്ദഹസിക്കുകയും സ്വരം താഴ്ത്തുകയും ആരെങ്കിലും അരികിലൂടെ കടന്നുപോകുമ്പോൾ നിശ്ശബ്ദയാകുകയും ചെയ്തുകൊണ്ട്, ജെമ്മ അടുക്കും ചിട്ടയുമില്ലാതെ പലതും സംസാരിച്ചുകൊണ്ടിരുന്നു. അവൾ അയാളെ കൂടുതൽ അടുപ്പത്തോടെ നിങ്ങൾ എന്ന് അഭിസംബോധന ചെയ്തുതുടങ്ങി. സാനിൻ അവളുടെ ശബ്ദമാധുരിയിൽ ആനന്ദനിർവൃതി അനുഭവിച്ചുകൊണ്ടിരുന്നു, തലേന്ന് അവളുടെ കൈയക്ഷരം കണ്ട് നിർവൃതിയടഞ്ഞതുപോലെ.

"അമ്മ വല്ലാതെ വിഷമിച്ചിരിക്കയാണ്," ജെമ്മ സംഭ്രമത്തോടെ പറഞ്ഞു. "ഞാൻ ഹെർ ക്ലൂബറെ വെറുക്കുന്നുവെന്ന് അമ്മയ്ക്കു മനസ്സിലാകുന്നില്ല. എനിക്ക് അയാളോട്ടു പ്രേമം തോന്നിയിട്ടില്ല. അമ്മ സദാ അതിന് എന്നെ പ്രേരിപ്പിച്ചിരുന്നതുകൊണ്ട് മാത്രമാണ് ഞാൻ അയാളെ

കല്യാണം കഴിക്കാമെന്ന് സമ്മതിച്ചത്. അമ്മയ്ക്ക് നിങ്ങളെയാണ്... സംശയം. വാസ്തവം പറഞ്ഞാൽ ഞാൻ നിങ്ങളെ സ്നേഹിക്കുന്നുണ്ടെന്ന് അമ്മയ്ക്ക് തീർച്ചയുണ്ട്. അക്കാര്യം മനസ്സിലാക്കാതെ എന്നെ ഉപദേശിക്കാൻ നിങ്ങളോട് പറഞ്ഞതോർത്ത് അവർ ഇപ്പോൾ ദുഃഖിക്കുന്നു. അസാധാരണമായ ഒരപേക്ഷയായിരുന്നല്ലോ അത്. ഇപ്പോൾ അമ്മ പറയുന്നു നിങ്ങൾ കൗശലക്കാരനായ ഒരു തട്ടിപ്പുകാരനാണെന്ന്. അവർ നിങ്ങളിലർപ്പിച്ച വിശ്വാസം നിങ്ങൾ ദുരുപയോഗപ്പെടുത്തിയത്രെ. നിങ്ങൾ എന്നേയും വഞ്ചിക്കുമെന്നവർ താക്കീതു തരികയും ചെയ്തു..."

"പക്ഷേ, ജെമ്മ, നീ പറഞ്ഞില്ലേ?..." സാനിൻ ചോദിച്ചു.

" ഞാൻ ഒന്നും പറഞ്ഞില്ല, നിങ്ങളോടു സംസാരിക്കുന്നതിനു മുമ്പ് എനിക്ക് എന്തെങ്കിലും പറയാൻ അവകാശമുണ്ടായിരുന്നോ?"

സാനിൻ കൈകൾ നീട്ടിപ്പിടിച്ചുകൊണ്ട് അപേക്ഷിച്ചു: ജെമ്മ, ഇനിയെങ്കിലും നീ എല്ലാം അവരോടു പറയുകയും എന്നെ അവരുടെയടുത്തേക്കു കൂട്ടിക്കൊണ്ടു പോവുകയും ചെയ്യൂ...

ഞാൻ ഒരു വഞ്ചകനല്ലെന്ന് നിന്റെ അമ്മയെ മനസ്സിലാക്കാൻ ഞാൻ ആഗ്രഹിക്കുന്നു."

ഉദാത്തവും ഉജ്ജ്വലവുമായ വികാരങ്ങളുടെ വേലിയേറ്റം കൊണ്ട് സാനിന്റെ നെഞ്ച് വിരിഞ്ഞു.

കണ്ണുകൾ മലർക്കെ തുറന്ന് ജെമ്മ അയാളെ നോക്കി.

"ഇപ്പോൾ നമുക്കൊരുമിച്ച് അമ്മയുടെ അടുത്തേക്കു പോകാമെന്നാണോ? നാം തമ്മിൽ... അടുക്കാൻ പറ്റില്ലെന്നും—ഇതുകൊണ്ട്.. ഫലമൊന്നുമില്ലെന്നും പറയുന്ന അമ്മയുടെ അടുത്തേക്കോ?" ജെമ്മയുടെ നാവിൽ നിന്ന് പുറത്തുവരാൻ കൂട്ടാക്കാത്ത ഒരു വാക്കുണ്ടായിരുന്നു—അത് അവളുടെ ചുണ്ടുകളെ പൊള്ളിച്ചുകൊണ്ടിരുന്നു. അതു മനസ്സിലാക്കിയ സാനിനാകട്ടെ ആ വാക്ക് ഉച്ചരിക്കുന്നതിൽ അതിയായ ആനന്ദം കണ്ടെത്തി.

"ജെമ്മ, നിന്നെ കല്യാണം കഴിക്കുക, എന്നതില്പരം, നിന്റെ ഭർത്താവാകുക എന്നതില്പരം, ഭാഗ്യം എനിക്കുണ്ടാകാനില്ല."

അയാളുടെ സ്നേഹത്തിനോ മഹാമനസ്കതയ്ക്കോ നിശ്ചയദാർഢ്യത്തിനോ അതിരുകളില്ലായിരുന്നു.

നിമിഷനേരം അനങ്ങാതെ നിന്നിരുന്ന ജെമ്മ ഇതു കേട്ടപ്പോൾ മുമ്പത്തെക്കാൾ തിരക്കിട്ടു നടന്നു തുടങ്ങി... അവിചാരിതമായി കൈവന്ന

ഈ മഹാഭാഗ്യത്തിൽനിന്ന്—അത് അധികമായിപ്പോയിട്ടെന്ന പോലെ—ഒളിച്ചോടാൻ അവൾ ആഗ്രഹിച്ചെന്ന തോന്നി.

എന്നാൽ പെട്ടെന്ന് അവളുടെ കാൽമുട്ടുകൾ വിറച്ചു. ഒരു പുത്തൻ കോട്ടും പുത്തൻ ഹാറ്റും ധരിച്ച് ഒരു പൂഡിലിനെപ്പോലെ മുടി ചുരുട്ടി കുന്തം വിഴുങ്ങിയതുപോലെ നിവർന്ന് ഹെർ ക്ലൂബർ ഒരു വളവു തിരിഞ്ഞു ജെമ്മയുടെ മുമ്പിൽ പ്രത്യക്ഷപ്പെട്ടു. ആദ്യം ജെമ്മയേയും പിന്നാലെ സാനിനേയും കണ്ടയുടൻ അയാൾ ശബ്ദത്തോടെ വായു ഉള്ളിലേക്കു വലിക്കുകയും തന്റെ വടിവൊത്ത ദേഹം അല്പം പിന്നിലേക്കു വളയ്ക്കുകയും ചെയ്യുന്നതു തോന്നി. അന്തസ്സിൽ നടന്നടുക്കുന്ന ഹെർ ക്ലൂബറുടെ രൂപം കണ്ടപ്പോൾ സാനിൻ അല്പമൊന്നു പരുങ്ങി. എന്നാൽ പുച്ഛംനിറഞ്ഞ അത്ഭുതരസത്തോടൊപ്പം അല്പം സഹതാപം കൂടി കൂട്ടിച്ചേർത്ത ഒരു ഭാവം അവലംബിക്കാൻ കിണഞ്ഞു പരിശ്രമിച്ചിരുന്ന ആ മുഖം കണ്ട പ്പോൾ, ചുവന്നു തുടുത്ത ആ സാധാരണ മുഖം കണ്ടപ്പോൾ സാനിന്റെ യുള്ളിൽ കോപം കത്തി ജ്വലിച്ചു—അയാൾ ധൃതിയിൽ നടന്നു മുമ്പിൽ കയറി.

എന്നാൽ ജെമ്മ ദൃഢനിശ്ചയത്തോടെ മെല്ലെ സാനിന്റെ കൈത്ത ണ്ടയിൽ തന്റെ കൈ ചുറ്റിക്കൊണ്ട് അക്ഷോഭ്യയായി ഹെർ ക്ലൂബറുടെ മുഖത്തേക്കു നോക്കി... ഹെർ ക്ലൂബർ കണ്ണുകൾ ഇറുക്കി. അയാൾ തന്നിലേക്കു തന്നെ ചുരുങ്ങിപ്പോകുന്നതായി തോന്നി. ഒരു വശത്തേക്ക് ഒഴിഞ്ഞു മാറിക്കൊണ്ട് അയാൾ കൂട്ടിപ്പിടിച്ച പല്ലുകൾക്കിടയിലൂടെ പിറു പിറുത്തു—“സാധാരണ മട്ടിൽ ഗാനം അവസാനിക്കുന്നു.” ജർമ്മനിൽ അങ്ങനെ പറഞ്ഞിട്ട് അയാൾ വീണ്ടും അന്തസ്സിൽ നടന്നകന്നു.

“ആ കൊള്ളരുതാത്തവൻ എന്താണു പറഞ്ഞത്?” അയാളുടെ പിന്നാലെ കുതിച്ചു പായാൻ ഓങ്ങിക്കൊണ്ട് സാനിൻ ചോദിച്ചു. എന്നാൽ ജെമ്മ അയാളെ തടഞ്ഞു. കൈ അയാളുടെ കൈത്തണ്ടയിൽ നിന്നു മാറ്റാതെ അവൾ അയാളെ മുന്നോട്ടുതന്നെ നയിച്ചു.

റോസെല്ലി പലഹാരക്കട ദൂരെ കാണാറായി. ജെമ്മ വീണ്ടും നടപ്പു നിർത്തി.

“ദിമീത്രി, മെസ്യേ ദിമീത്രി, നമ്മൾ ഇനിയും അകത്തു കടന്നിട്ടില്ല, അമ്മയെ കണ്ടിട്ടില്ല... ഒന്നുകൂടി ആലോചിക്കണമെന്നുണ്ടെങ്കിൽ ഇതാണ് സമയം. നിങ്ങൾ ഇപ്പോഴും സ്വതന്ത്രനാണ്. ദിമീത്രി.”

അതിനു മറുപടിയായി സാനിൻ അവളുടെ കരം തന്റെ ഹൃദയ ത്തോടെ അമർത്തിയിട്ട് അവളെ മുന്നോട്ടു മെല്ലെ തള്ളിവിട്ടു.

“അമ്മ,” ജെമ്മ സാനിനോടൊപ്പം ഫ്രൗ ലെനോറെ ഇരുന്നിരുന്ന മുറിയിൽ പ്രവേശിച്ചുകൊണ്ടു പറഞ്ഞു. “ഇതാ ഞാൻ ശരിക്കുള്ള ആളെ കൊണ്ടുവന്നിരിക്കുന്നു.”

XXIX

കോളറയോ മരണമോ താൻ കൊണ്ടുവന്നിരിക്കുന്നതായി ജെമ്മ പ്രഖ്യാപിച്ചിരുന്നെങ്കിൽപ്പോലും ഫ്രൗ ലെനോറെ ഇതിലേറെ ദുഃഖിക്കുമായിരുന്നില്ല. അവർ തൽക്ഷണം തന്നെ ഒരു മൂലയിൽ ചെന്ന് ചുവരിനുനേരെ മുഖം തിരിച്ചിരുന്നുകൊണ്ട് പൊട്ടിക്കരഞ്ഞു. ഒരു റഷ്യൻ കർഷക സ്ത്രീ തന്റെ ഭർത്താവിന്റെയോ പുത്രന്റെയോ ശവപ്പെട്ടിക്കരികിലിരുന്നു കരയുന്നതുപോലെ അവർ അലമുറയിട്ടു. ഇതുകണ്ട് അന്തംവിട്ട ജെമ്മ അമ്മയുടെ അടുത്തേക്കു പോകാതെ ഒരു നിമിഷം മുറിയുടെ മദ്ധ്യത്തിൽ സ്തംഭിച്ചു നിന്നു. പരിഭ്രമിച്ചുവശായ സാനിൻ ഏതു നിമിഷവും കരഞ്ഞുപോകുമെന്നു തോന്നി. ഫ്രൗ ലെനോറെയുടെ ദയനീയമായ കരച്ചിൽ ഒരു മണിക്കൂർ നീണ്ടുനിന്നു—അതെ ഒരു മണിക്കൂർ മുഴുവൻ—അന്യരാരും കടന്നു വരാതിരിക്കാനായി പൻറലിയോണെ കടയുടെ മുൾവശത്തെ വാതിൽ അടച്ചു—ഭാഗ്യവശാൽ അപ്പോഴും വില്പന തുടങ്ങാൻ സമയമായിരുന്നില്ല. വാസ്തവത്തിൽ വൃദ്ധൻ തന്നെ വിസ്മയാകുലനായിരുന്നു. ജെമ്മയും സാനിനും കാട്ടിയ തിടുക്കം അയാൾക്ക് ഇഷ്ടപ്പെട്ടില്ലെങ്കിലും അവരെ കുറ്റപ്പെടുത്തുവാൻ അയാൾക്കു കഴിഞ്ഞില്ലെന്നു മാത്രമല്ല വേണ്ടിവന്നാൽ അവരെ സഹായിക്കാൻ അയാൾ തയ്യാറുമായിരുന്നു—അയാൾ ഹെർ ക്ലൂബറെ അത്രയേറെ വെറുത്തിരുന്നുവെന്നതാണ് അതിനു കാരണം. തന്റെ സുഹൃത്തിന്റേയും ചേച്ചിയുടേയും ഇടനിലക്കാരൻ താനായിരുന്നതിലും കാര്യങ്ങളെല്ലാം ഇത്ര ഭംഗിയായി കലാശിച്ചതിലും എമിൽ അഭിമാനം കൊണ്ടു. അമ്മ എന്തിനാണ് ഇതിൽ ഇത്രയേറെ ദുഃഖിക്കുന്നതെന്നു മാത്രം അവന് പിടികിട്ടിയില്ല. സ്ത്രീകൾ പൊതുവെ യുക്തിഹീനരാണ് എന്ന ഒരു തീരുമാനത്തിൽ തൽക്ഷണം തന്നെ അവൻ എത്തിച്ചേർന്നു. ഏറ്റവും കൂടുതൽ മനക്ലേശം അനുഭവിച്ചത് സാനിനാണ്. അയാൾ ഫ്രൗ ലെനോറെയെ സമീപിക്കാൻ ശ്രമിച്ചപ്പോഴെല്ലാം അവർ ഉറക്കെ തേങ്ങുകയും അയാളെ ആട്ടി അകറ്റാനെന്നവണ്ണം കൈ വീശുകയും ചെയ്തു. “നിങ്ങളുടെ മകളെ വിവാഹം ചെയ്യാൻ ഞാൻ നിങ്ങളുടെ അനുവാദം ചോദിക്കുന്നു.” എന്ന് അല്പം അകലെ

നിന്നുകൊണ്ട് അയാൾ പലതവണ വിളിച്ചു പറഞ്ഞെങ്കിലും അവർ അതു ചെവിക്കൊണ്ടില്ല. ഫ്രൗ ലെനോറെയെ ഏറ്റവും കൂടുതൽ വേദനിപ്പിച്ചത് താൻ ഇതൊന്നും നേരത്തെ മനസ്സിലാക്കിയില്ലല്ലോ എന്ന ചിന്തയാണ്. "എന്റെ ഭർത്താവ് ജ്യോവൺ ബാറ്റിസ്റ്റ ഇപ്പോൾ ജീവിച്ചിരിപ്പുണ്ടായിരുന്നെങ്കിൽ ഇതൊന്നും സംഭവിക്കയില്ലായിരുന്നു." തേങ്ങലുകൾക്കിടയിലൂടെ അവർ പറഞ്ഞു. "ദൈവമെ! ഇതെന്താണ്?" സാനിൻ വിചാരിച്ചു. "എന്തൊരു വിഡ്ഢിത്തം!" ജെമ്മയുടെ മുഖത്തു നോക്കാൻ അയാൾ ധൈര്യപ്പെട്ടില്ല. അയാളുടെ നേരെ നോക്കാൻ അവൾക്കും കവിഞ്ഞില്ല. അമ്മ ആദ്യം അവളെ തള്ളി മാറ്റാൻ ശ്രമിച്ചിരുന്നെങ്കിലും അതു വകവയ്ക്കാതെ അവൾ അവരെ ക്ഷമയോടെ ശുശ്രൂഷിക്കുന്നതിൽ മുഴുകി...

ഒടുവിൽ കുറേശ്ശെ കുറേശ്ശെയായി കൊടുങ്കാറ്റ് ശമിച്ചുതുടങ്ങി. ഫ്രൗ ലെനോറെ കരച്ചിൽ നിർത്തി. താൻ കുനിക്കൂടി ഇരുന്നിരുന്ന മൂലയിൽ നിന്നുതന്നെ ജനലിനടുത്തുള്ള ചാരുകസേരയിലേക്ക് നയിക്കാൻ അവർ ജെമ്മയെ അനുവദിച്ചു. ജെമ്മ കൊടുത്ത മധുരനാരകപ്പൂക്കളിട്ട വെള്ളം അവർ ഒന്നു രണ്ടിറക്കു കുടിച്ചു. അവർ ഇരുന്നിരുന്ന മുറിയിൽ നില്ക്കാൻ—അവരുടെ അടുത്തു ചെല്ലാനല്ല—അവർ സാനിനെ അനുവദിച്ചു. (അയാൾ ഉടൻതന്നെ അവിടെ നിന്നു പോകണമെന്നായിരുന്നു ആദ്യം അവർ ആവശ്യപ്പെട്ടുകൊണ്ടിരുന്നത്). ഒടുവിൽ അവർ അയാളെ സംസാരിക്കാൻ അനുവദിച്ചു—അകലെ നിന്നുകൊണ്ട് സംസാരിക്കാൻ. കൊടുങ്കാറ്റു ശമിച്ചു നിൽക്കുന്ന ആ അവസരം സാനിൻ ശരിക്കും പ്രയോജനപ്പെടുത്തി. അസാധാരണമായ വാചാലതയോടെ അവൾ സംസാരിച്ചു. തന്റെ ഉദ്ദേശ്യങ്ങളെക്കുറിച്ചും തന്റെ വികാരങ്ങളെക്കുറിച്ചും ജെമ്മയോടു ഇത്ര ആവേശപൂർവ്വം സംസാരിക്കാൻ അയാൾക്കു കഴിയുമായിരുന്നോ എന്നു സംശയമാണ്. അയാളുടെ വികാരങ്ങൾ അങ്ങേയറ്റം സത്യസന്ധവും ഉദ്ദേശങ്ങൾ അങ്ങേയറ്റം പരിശുദ്ധവുമായിരുന്നു—സെവില്ലെയിലെ ബാർബർ എന്ന കോമഡിയിലെ അൽമവീവയു[23]ടേതു പോലെ. തന്റെ ഉദ്ദേശങ്ങളുടെ ദോഷങ്ങൾ ഫ്രൗ ലെനോറെയിൽ നിന്നോ തന്നിൽ നിന്നുതന്നെയോ മറച്ചുവയ്ക്കാൻ അയാൾ ശ്രമിച്ചില്ല. വാസ്തവത്തിൽ അവ ദോഷങ്ങളാണെന്ന് ഒറ്റ നോട്ടത്തിൽ തോന്നുന്നെന്നേയുള്ളൂ. അയാൾ ഒരു വിദേശിയാണെന്നുള്ളതു ശരിതന്നെ. അവർ ആയിടെ മാത്രം പരിചയപ്പെട്ടതേയുള്ളുതാനും. അയാളെപ്പറ്റിയോ അയാളുടെ സാമ്പത്തിക സ്ഥിതിയെപ്പറ്റിയോ അവർക്ക് ഒന്നും അറിഞ്ഞുകൂടാ.

23 അൽമവീവ—ഫ്രഞ്ച് നാടകകൃത്തായ പ്യേർബൊമാർഷെ (1732-1799)യുടെ കോമഡിയിലെയും ഇറ്റാലിയൻ സംഗീതജ്ഞനായ റൊസ്സീനിയുടെ (1792-1868) ഓപ്പെറയിലെയും നായകൻ.

എന്നാൽ താൻ മാന്യനായ ഒരു വ്യക്തിയാണെന്നും കേവലം ദരിദ്രനല്ലെന്നും ഉറപ്പുകൊടുക്കുന്ന അനേകം തെളിവുകൾ ഹാജരാക്കാൻ അയാൾക്കു കഴിയുമായിരുന്നു. അയാളുടെ നാട്ടുകാരനായ പലരും അക്കാര്യം നിസ്സംശയമായും ഉറപ്പിച്ചു പറയും. തന്നോടൊപ്പമുള്ള ജെമ്മയുടെ ജീവിതം സന്തുഷ്ടമായിരിക്കുമെന്ന് അയാൾ പ്രത്യാശിച്ചു. സ്വജനങ്ങളിൽനിന്നുള്ള വേർപാടിന്റെ ദുഃഖം ലഘൂകരിക്കാൻ താൻ ആവതെല്ലാം ചെയ്യുമെന്ന് അയാൾ വാഗ്ദാനം ചെയ്തു. വേർപാട് എന്ന വാക്ക് വീണ്ടും സംഗതികളെല്ലാം കുഴപ്പത്തിലാക്കിയെന്നു തോന്നി— ഫ്രൗ ലെനോറെയുടെ ദേഹമാകെ വിറച്ചുതുടങ്ങി. അവർ കസേരയിലിരുന്നു ഞെരിപിരിക്കൊണ്ടു. വേർപാട് താൽക്കാലികമായിരിക്കുമെന്നും ഒരുപക്ഷേ അതുപോലും ഒഴിവാക്കാൻ സാധിച്ചേക്കുമെന്നും പറഞ്ഞ് സാനിൻ അവരെ സാന്ത്വനപ്പെടുത്തി.

സാനിന്റെ വാഗ്ധോരണി വെറുതെയായില്ല. ഫ്രൗ ലെനോറെ അയാളുടെ നേരെ നോക്കിത്തുടങ്ങി. വ്യസനവും ശകാരവും ആ നോട്ടത്തിലുണ്ടായിരുന്നെങ്കിലും മുമ്പത്തെ വെറുപ്പും വിദ്വേഷവും ഇപ്പോൾ അതിൽ ഇല്ലായിരുന്നു. അയാളെ അടുത്തുവരാനും തന്റെ അരികിൽ ഇരിക്കാനും പിന്നീടവർ സമ്മതിച്ചു. (ജെമ്മ അവരുടെ മറുവശത്ത് ഇരിക്കുന്നുണ്ടായിരുന്നു.) അതു കഴിഞ്ഞ് അവർ അയാളെ നോട്ടം കൊണ്ടു മാത്രമല്ല വാക്കുകൾ കൊണ്ടും ശകാരിച്ചു തുടങ്ങി. അവരുടെ മനസ്സ് അല്പം മയപ്പെട്ടു എന്നതിനു തെളിവായിരുന്നു. അത്. അവർ പരാതിപ്പെട്ടു തുടങ്ങി. എന്നാൽ ആ പരാതി പറച്ചിൽ അനുനിമിഷം മയപ്പെട്ടുകൊണ്ടിരുന്നു. ഇടയ്ക്കിടെ സാനിനോടോ ജെമ്മയോടോ അവർ ഓരോന്നു ചോദിച്ചു തുടങ്ങി. പിന്നീടവർ തന്റെ കരം ഗ്രഹിക്കാൻ സാനിനെ അനുവദിച്ചു—അവർ അതു പിൻവലിക്കാൻ ധൃതികൂട്ടിയതുമില്ല... വീണ്ടും അവർ കണ്ണീരൊഴുക്കി, എന്നാൽ ഇപ്പോഴതു മറ്റൊരുതരം കണ്ണീരായിരുന്നു.. ജ്യോവാൺ ബാറ്റിസ്റ്റ ഇപ്പോൾ ഉണ്ടായിരുന്നെങ്കിൽ എന്ന് വിഷാദഭരിതമായ ഒരു പുഞ്ചിരിയോടെ അവർ വീണ്ടും പറഞ്ഞു— എന്നാൽ ഇപ്പോൾ മറ്റൊരർത്ഥത്തിലാണതു പറഞ്ഞത്. നിമിഷത്തിനകം കുറ്റവാളികൾ ഇരുവരും—ജെമ്മയും, സാനിനും—അവരുടെ മുമ്പിൽ മുട്ടുകുത്തി നിന്നു. ഫ്രൗ ലെനോറെ മാറിമാറി ഇരുവരുടേയും തലയിൽ കൈവെച്ച് അവരെ അനുഗ്രഹിച്ചു. പിന്നീട് അവരിരുവരും ഫ്രൗ ലെനോറെയെ കെട്ടിപ്പിടിച്ച് ചുംബിച്ചു. എമിൽ സന്തോഷഭരിതനായി ഓടിവന്ന് അവരോട് ചേർന്നുനിന്നു.

പൻറലിയോണെ മുറിയിലേക്ക് എത്തിനോക്കി. ഒരേസമയം തന്നെ അയാൾ പുഞ്ചിരിക്കുകയും നെറ്റിചുളിക്കുകയും ചെയ്തു. ഉടൻതന്നെ അയാൾ പോയി പീടികയുടെ വാതിൽ തുറന്നു.

XXX

നിരാശയിൽനിന്ന് വിഷാദത്തിലേക്കും വിഷാദത്തിൽനിന്ന് നിശ്ശബ്ദമായ വഴങ്ങിക്കൊടുക്കലിലേയ്ക്കുമുള്ള ഫ്രൗ ലെനോറെയുടെ മനസ്സ് മാറ്റം പെട്ടെന്നായിരുന്നു. നിശ്ശബ്ദമായ വഴങ്ങിക്കൊടുക്കലാകട്ടെ താമസിയാതെ രഹസ്യമായ സംതൃപ്തിക്കു വഴിമാറിക്കൊടുത്തു. എന്നാൽ ഔചിത്യദീക്ഷ കാരണം ആ സംതൃപ്തി അവർ മറച്ചുവയ്ക്കുകയും അതിനു കടിഞ്ഞാണിടാൻ ശ്രമിക്കുകയും ചെയ്തു. ആദ്യമായി പരിചയപ്പെട്ട ദിവസം തന്നെ ഫ്രൗ ലെനോറെയ്ക്ക് സാനിനെ ഇഷ്ടപ്പെട്ടു. അയാൾ തന്റെ ജാമാതാവാകാൻ പോകുന്നു എന്ന ആശയവുമായി പൊരുത്തപ്പെട്ടു കഴിഞ്ഞപ്പോൾ, അതിൽ യാതൊരു തെറ്റുമില്ലെന്ന് അവർക്ക് തോന്നിത്തുടങ്ങി. എങ്കിലും അല്പനേരം കൂടി മുഖത്ത് വ്യാകുലഭാവമോ അല്ലെങ്കിൽ ഉൽക്കണ്ഠയോ പ്രകടിപ്പിക്കേണ്ടത് തന്റെ കടമയാണെന്ന് അവർ കരുതി. പോരാത്തതിന് കഴിഞ്ഞ ഏതാനും ദിവസങ്ങളിലെ സംഭവങ്ങൾ തികച്ചും അസാധാരണമായിരുന്നല്ലോ. ഒന്നിനു പിറകെ മറ്റൊന്ന്. പ്രായോഗിക ബുദ്ധിയുള്ള ഒരു സ്ത്രീയും ജെമ്മയുടെ അമ്മയും എന്ന നിലയ്ക്ക് ഫ്രൗ ലെനോറെ സാനിനോട് പലതും ചോദിച്ചു. അന്നു രാവിലെ ജെമ്മയെ കാണാൻ പുറപ്പെട്ടപ്പോൾ സാനിൻ വിവാഹത്തെപ്പറ്റി ചിന്തിച്ചിരുന്നതേയില്ല. വാസ്തവത്തിൽ അപ്പോൾ അയാൾ ഒന്നിനെപ്പറ്റിയും ചിന്തിച്ചിരുന്നില്ല. വെറുതെ വികാരത്തിന്റെ മാന്ത്രികശക്തിക്കു കീഴടങ്ങുകമാത്രമായിരുന്നു. എന്നാൽ ഇപ്പോൾ ഒരു വിവാഹാർത്ഥിയുടെ ഭാഗം ഏറ്റെടുക്കാൻ അയാൾക്ക് യാതൊരു മടിയും ഉണ്ടായിരുന്നില്ല, എന്നു മാത്രമല്ല അതിൽ അയാൾ അത്യൗൽസുക്യവും കാണിച്ചു. ഫ്രൗ ലെനോറെയുടെ എല്ലാ ചോദ്യങ്ങൾക്കും അയാൾ വിശദമായി മറുപടി നൽകി. സാനിൻ കുലീനകുലജാതനായ ഒരു യുവാവാണെന്ന് അവർക്ക് പൂർണ്ണബോധ്യമായിക്കഴിഞ്ഞപ്പോൾ അയാൾ ഒരു പ്രഭുകുമാരനല്ലാത്തതിൽ അവർ തെല്ലൊരത്ഭുതം പ്രകടിപ്പിക്കുകപോലും ചെയ്തു. സാനിനോട് ഇനിയും തനിക്കു ചില കാര്യങ്ങളെപ്പറ്റി തുറന്നു സംസാരിക്കാനുണ്ടെന്നും ഒരമ്മയെന്ന നിലയിൽ താൻ അതിനു നിർബന്ധിതയാണെന്നും ഗൗരവം അവലംബിച്ചുകൊണ്ട് പിന്നീട്

അവർ പറഞ്ഞു. താൻ അതു പ്രതീക്ഷിക്കുന്നുണ്ടെന്നും എന്തും തന്നോടു ചോദിക്കാമെന്നുമായിരുന്നു സാനിന്റെ മറുപടി.

ഹെർ ക്ലൂബർക്ക് (നെടുവീർപ്പിടുകയും ചുണ്ടുകടിക്കുകയും തെല്ലിട ശങ്കിച്ചു നില്ക്കുകയും ചെയ്തിട്ടാണ് ഫ്രൗ ലനോറെ ആ പേരുച്ചരിച്ചത്.) എണ്ണായിരം ഗുൽഡെൻ[24] വരുമാനമുണ്ടായിരുന്നെന്നും അത് വളരെ വേഗം വർദ്ധിക്കാൻ സാദ്ധ്യതയുണ്ടായിരുന്നെന്നും പറഞ്ഞിട്ട് അവർ സാനിന്റെ വരുമാനമെന്തെന്ന് ആരാഞ്ഞു.

"എണ്ണായിരം ഗുൽഡെൻ!" സാനിൻ പറഞ്ഞു. "അത് ഞങ്ങളുടെ നാണയത്തിൽ പതിനയ്യായിരം റൂബിളാണ്. എന്റെ വരുമാനം അതിലും എത്രയോ തുച്ഛമാണ്. തുല ഗുബേർണിയ[25]യിൽ എനിക്ക് ഒരെസ്റ്റേറ്റുണ്ട്. നന്നായിനോക്കിയെടുത്താൽ അവിടെനിന്ന് അയ്യായിരമോ ആറായിരമോ റൂബിൾ കിട്ടിയേക്കും... ഞാൻ എന്തെങ്കിലും സർക്കാർ ഉദ്യോഗത്തിൽ പ്രവേശിച്ചാൽ രണ്ടായിരം റൂബിൾ നിഷ്പ്രയാസം കിട്ടും."

"റഷ്യയിൽ ഉദ്യോഗമോ?" ഫ്രൗ ലെനോറെ പറഞ്ഞു. "അതിന്റെയർത്ഥം എനിക്ക് ജെമ്മയെ പിരിഞ്ഞിരിക്കണം എന്നാണ്."

"വേണമെങ്കിൽ എനിക്ക് ഡിപ്ലമാറ്റിക് സർവ്വീസിൽ ജോലി കിട്ടും." സാനിൻ പറഞ്ഞു. "എനിക്ക് ചില പരിചയക്കാരെല്ലാമുണ്ട്. അങ്ങനെയായാൽ വിദേശത്ത് താമസിക്കേണ്ടിവരും. എനിക്ക് മറ്റൊരു ആശയം തോന്നുന്നു, ഒരുപക്ഷേ അതായിരിക്കും ഏറ്റവും നല്ല മാർഗ്ഗം—ഞാൻ എന്റെ എസ്റ്റേറ്റ് വിറ്റ് ആ പണം വല്ലതിലും മുടക്കാം, ഉദാഹരണത്തിന് നമ്മളുടെ പലഹാരക്കട വികസിപ്പിക്കുന്നതിൽ മുടക്കാം." താൻ തനി അസംബന്ധമാണ് പറയുന്നതെന്ന് സാനിനു തന്നെ അറിയാമായിരുന്നു. എന്നാൽ ഒരുതരം ക്രൂസിലില്ലായ്മ അയാളെ സാധിച്ചു. അയാൾ ജെമ്മയുടെ നേരെ നോക്കി. സംസാരം പ്രയോഗിക വശങ്ങളിലേക്കു തിരിഞ്ഞ ഉടൻ തന്നെ അവൾ അസ്വസ്ഥയായി മുറിയിലൂടെ ഉലാത്തുകയും ഇടയ്ക്കിടെ ഇരിക്കുകയും വീണ്ടും ഉലാത്തുകയും ചെയ്തുതുടങ്ങിയിരുന്നു. അവളെ നോക്കിയിരുന്നപ്പോൾ എല്ലാ തടസ്സങ്ങളും അപ്രത്യക്ഷമായി. ആ നിമിഷം തന്നെ എല്ലാ കാര്യങ്ങളും ഏറ്റവും ഭംഗിയായി ചെയ്തുതീർക്കാൻ അയാൾ തയ്യാറായിരുന്നു. ജെമ്മ മനക്ലേശം അനുഭവിക്കാതിരിക്കാൻ വേണ്ടി എന്തും അയാൾ ചെയ്യാൻ തയ്യാറായിരുന്നു.

---

24 ഗുൽഡെൻ—പഴയ കാലത്ത് യുറോപ്പിലെ ചില രാജ്യങ്ങളിൽ നിലവിലുണ്ടായിരുന്ന നാണയം.

25 ഗുബെർണിയ—1708നു 1923നും ഇടയ്ക്കുള്ള കാലഘട്ടത്തിൽ റഷ്യയെ ഭരണസൗകര്യാർത്ഥം പല പ്രദേശങ്ങളായിത്തിരിച്ചിരുന്നു. അവ ഓരോന്നും ഗുബെർണിയ എന്നായിരുന്നു അറിയപ്പെട്ടിരുന്നത്.

"ബിസിനസ് മെച്ചപ്പെട്ടുത്താൻ കുറെ പണം മുടക്കാമെന്ന് ഹെർ ക്ലൂബറും എന്നോടു പറഞ്ഞിരുന്നു." അല്പനേരം മടിച്ചുനിന്നിട്ട് ഫ്രൗ ലെനോറെ പറഞ്ഞു.

"അമ്മേ! ദൈവത്തെ ഓർത്ത് അമ്മേ!" ജെമ്മ ഇറ്റലിയനിൽ പറഞ്ഞു.

മോളെ, ഇക്കാര്യങ്ങളൊക്കെ വേണ്ട സമയത്തു തന്നെ ചർച്ചചെയ്യുന്നതാണു നല്ലത്." ഫ്രൗ ലെനോറെ ഇറ്റാലിയനിൽ തന്നെ മറുപടി പറഞ്ഞു.

പിന്നീട് അവർ വീണ്ടും സാനിന്റെ നേരെ തിരിഞ്ഞ് റഷ്യയിലെ വിവാഹനിയമങ്ങൾ എന്തൊക്കെയാണെന്നും കത്തോലിക്കരെ വിവാഹം കഴിക്കാൻ പ്രഷ്യയിലുള്ളതുപോലെ അവിടേയും എന്തെങ്കിലും തടസ്സമുണ്ടോ എന്നും ചോദിച്ചു. (അക്കാലത്ത്, 1840-ൽ പ്രഷ്യൻ ഗവണ്മെന്റും കോളോണിലെ ആർച്ചുബിഷപ്പും തമ്മിൽ മിശ്രവിവാഹത്തെപ്പറ്റിയുണ്ടായ തർക്കം ജർമ്മനിയിൽ എല്ലാവർക്കും ഓർമ്മയുണ്ടായിരുന്നു)[26] ഒരു റഷ്യൻ കുലീനനെ വിവാഹം കഴിക്കുന്നതു വഴി തന്റെ മകളും കുലീനരുടെ സമൂഹത്തിലെ അംഗമായി അംഗീകരിക്കപ്പെടുമെന്നറിഞ്ഞപ്പോൾ ഫ്രൗ ലെനോറെയ്ക്ക് സന്തോഷമായി. "പക്ഷേ ആദ്യം നിങ്ങൾ റഷ്യയിൽ പോയിവരണം, അല്ലേ?"

"എന്തിന്?"

"നിങ്ങളുടെ ചക്രവർത്തിയുടെ അനുവാദം വാങ്ങാൻ പോകണ്ടേ?"

അതിന്റെ ആവശ്യമില്ലെന്ന് സാനിൻ അവരെ പറഞ്ഞുമനസ്സിലാക്കി. എങ്കിലും ഒരുപക്ഷേ തനിക്ക് വിവാഹത്തിനു മുമ്പ് റഷ്യയിലേക്കു ഒന്നു പോകേണ്ടി വന്നേക്കുമെന്ന് അയാൾ അവരെ അറിയിച്ചു. (അതു പറയുമ്പോൾ സാനിന്റെ ഹൃദയം വേദനകൊണ്ട് ചുരുങ്ങി, അയാളുടെ നേരെ നോക്കിയ ജെമ്മയ്ക്ക് അയാളുടെ ഹൃദയവേദന മനസ്സിലായി. ലജ്ജകൊണ്ട് അവളുടെ മുഖം ചുവന്നു. അവർ ചിന്താഭരിതയായിത്തീർന്നു.) സ്വദേശത്തെത്തിയാലുടൻ താൻ തന്റെ എസ്റ്റേറ്റുവില്ക്കാൻ ശ്രമിക്കുമെന്നും... എന്തായാലും വേണ്ടത്ര പണവുമായി താൻ മടങ്ങിവരുമെന്നും അയാൾ പറഞ്ഞു.

26 പ്രഷ്യൻ ഗവർണ്മെന്റും കോളോണിലെ ആർച്ചുബിഷപ്പും തമ്മിൽ മിശ്രവിവാഹത്തെപ്പറ്റിയുണ്ടായ തർക്കം—1835-ൽ കൊളോണിലെ ആർച്ചുബിഷപ്പായി തിരഞ്ഞെടുക്കപ്പെട്ട കെ. ഡ്രോസ്റ്റെ. കത്തോലിക്ക മതത്തിന്റെ താലപര്യങ്ങൾ സംരക്ഷിക്കാൻ തീവ്രമായി യത്നിച്ചിരുന്നു. കത്തോലിക്കരും കത്തോലിക്കേതരരും തമ്മിലുള്ള വിവാഹം അംഗീകരിച്ചിരുന്ന പ്രഷ്യൻ ഗവണ്മെന്റുമായി അദ്ദേഹം സന്ധിയില്ലാ സമരത്തിൽ ഏർപ്പെട്ടു. 1837-ൽ പ്രഷ്യൻ ഗവണ്മെന്റ് ഡ്രോസ്റ്റെയെ നീക്കം ചെയ്യുകയും കോട്ടയിൽ തടവിൽ പാർപ്പിക്കുകയും ചെയ്യുന്നതുവരെ ആ തർക്കം നീണ്ടുനിന്നു.

“എനിക്ക് ഒരു മേലങ്കി തയ്ക്കാൻ കുറച്ച് ആസ്ത്രഖൻ രോമ ചർമ്മം കൊണ്ടുവരാൻ പറ്റുമോ? ഫ്രൗ ലെനോറെ ചോദിച്ചു. “അത് വളരെ ഭംഗിയുള്ളതാണെന്നും അവിടെ അതിനു വളരെ വിലക്കുറവാണെന്നും കേട്ടിട്ടുണ്ട്.”

“എനിക്ക് വെള്ളി നൂലുകൊണ്ട് പൂക്കൾ തുന്നിയ ഒരു മോറൊക്കോ തുകൽ തൊപ്പി കൊണ്ടുവരണം,” മുറിക്കുള്ളിലേക്കു തല നീട്ടിക്കൊണ്ട് എമിൽ പറഞ്ഞു.

“ശരി, കൊണ്ടുവരാം. പൻറലിയോണെയ്ക്ക് ഒരു ജോടി ചെരുപ്പും കൊണ്ടുവരാം.”

“ഈ ചില്ലറ കാര്യങ്ങളൊക്കെ അവിടെ നിൽക്കട്ടെ, ഞങ്ങൾ വളരെ ഗൗരവമുള്ള കാര്യങ്ങൾ ചർച്ചചെയ്യുകയാണ്” ഫ്രൗ ലെനോറെ പറഞ്ഞു. “നിങ്ങൾ എസ്റ്റേറ്റ് വില്ക്കുമെന്നല്ലേ പറഞ്ഞത്. കൃഷിക്കാരേയും വില്ക്കുമോ? പ്രായോഗിക ബുദ്ധിയുള്ള ആ സ്ത്രീ ചോദിച്ചു.

സാനിന്റെ ഹൃദയം വല്ലാതെ വേദനിച്ചു. താൻ “അതിയായി വെറുക്കുന്നു”വെന്ന് അടിയാളത്ത സമ്പ്രദായത്തെപ്പറ്റി അന്നൊരു ദിവസം അവരോട് സംസാരിച്ചത് അയാൾ ഓർത്തു. താൻ ഒരു കാലത്തും തന്റെ കൃഷിക്കാരെ വില്ക്കുകയില്ലെന്നും മനുഷ്യരെ കച്ചവടം ചെയ്യുന്നത് അധർമ്മമാണെന്ന് താൻ കരുതുന്നുവെന്നും അന്നയാൾ പ്രഖ്യാപിച്ചിരുന്നു.

“ധാരാളം പണമുള്ള ആർക്കെങ്കിലും എസ്റ്റേറ്റ് വില്ക്കാൻ ഞാൻ ശ്രമിക്കും.” പതറിയ ശബ്ദത്തിൽ സാനിൻ പറഞ്ഞു. “ഒരുപക്ഷേ കൃഷിക്കാർ തന്നെ അവരുടെ സ്വാതന്ത്ര്യം വിലയ്ക്കുവാങ്ങിയെന്നും വരാം.”

“അതായിരിക്കും ഏറ്റവും നല്ലത്.” ഫ്രൗ ലെനോറെ പറഞ്ഞു. “ജീവനുള്ള മനുഷ്യരെ വില്ക്കുന്നത്...”

“കിരാതത്വമാണ്.” എമിലിന്റെ പിന്നിൽ വാതില്ക്കൽ പ്രത്യക്ഷപ്പെട്ട പൻറലിയോണെ പറഞ്ഞു. പെട്ടെന്നുതന്നെ തലകുലുക്കിക്കൊണ്ട് അയാൾ അപ്രത്യക്ഷനാകുകയും ചെയ്തു.

“എനിക്കിത് ഇഷ്ടമാകുന്നില്ല,” എന്ന് മനസ്സിൽ പറഞ്ഞിട്ട് സാനിൻ ജെമ്മയെ ഒന്നു നോക്കി. അവൾ അയാൾ അവസാനം പറഞ്ഞത് കേട്ടില്ലെന്ന് തോന്നി. “സാരമില്ല.” അയാൾ വിചാരിച്ചു.

പ്രായോഗികകാര്യങ്ങളെക്കുറിച്ചുള്ള ചർച്ച ഉച്ചയൂണുവരെ നീണ്ടുനിന്നു. ചർച്ചയുടെ അവസാനമായപ്പോഴേക്കും ഫ്രൗ ലെനോറെ വളരെയേറെ മയപ്പെട്ടുകഴിഞ്ഞിരുന്നു. അവർ അയാളുടെ ദിമീത്രി എന്നു വിളിക്കുകയും വാത്സല്യപൂർവ്വം അയാളുടെ നേരെ കൈ ചൂണ്ടുകയും ചെയ്തുകൊണ്ട് തന്നോട് വിശ്വാസവഞ്ചന കാട്ടിയതിനു

താൻ പകരം ചോദിക്കുമെന്ന് ഭീഷണിപ്പെടുത്തി. തന്റെ കുടുംബത്തെ പ്പറ്റിയുള്ള വിശദവും സുദീർഘവുമായ ഒരു പ്രശ്നാവലിക്ക് സാനിൻ ഉത്തരം പറയേണ്ടി വന്നു. ("അതും വളരെ പ്രധാനമാണല്ലോ") റഷ്യൻ പള്ളിയിൽ വിവാഹ ചടങ്ങു നിർവ്വഹിക്കുന്നതെങ്ങനെയെന്നും അവർ അയാളോടു ചോദിച്ചു... ജെമ്മ തൂവെള്ള വസ്ത്രവും ധരിച്ച് ഒരു സ്വർണ്ണകിരീടവും അണിഞ്ഞു നില്ക്കുന്ന രംഗം മനസ്സിൽ കണ്ട് അവർ ആനന്ദതുന്ദിലയായി.

"അവൾ ഒരു രാജ്ഞിയെപ്പോലെ സുന്ദരിയാണ്." മാതൃസഹജമായ അഭിമാനത്തോടെ അവർ പറഞ്ഞു. "ഇവളെപ്പോലുള്ള ഒരു രാജ്ഞിയെ മറ്റെങ്ങും കാണാനാവില്ല."

"ലോകത്തിൽ മറ്റൊരു ജെമ്മ ഇല്ല!" സാനിൻ വിളിച്ചു പറഞ്ഞു.

"അതെ, അതുകൊണ്ടാണ് അവൾക്കു ജെമ്മയെന്നു പേരിട്ടത്.!" (ഇറ്റാലിയനിൽ ജെമ്മ എന്ന പേരിന്റെ അർത്ഥം ജെം—രത്നം—എന്നാണ്.)

ജെമ്മ അമ്മയെ ചുംബിച്ചു തുടങ്ങി... ഇപ്പോഴാണ് അവളുടെ ശ്വാസം നേരെ വീണതെന്നു തോന്നി—ഒരു വലിയ ഭാരം ചുമലിൽ നിന്നിറക്കി വച്ചതുപോലുള്ള ആശ്വാസം അവളിൽ ദൃശ്യമായി.

സാനിനെ പെട്ടെന്ന് നിസ്സീമമായ സന്തോഷവും ബാലിശമായ ഒരുതരം ആഹ്ലാദവും കീഴടക്കി—ഈ മുറിയിലിരുന്ന് ഈ അടുത്തകാല ത്ത് താൻ കണ്ട സ്വപ്നങ്ങൾ ഇതാ സഫലമാകാൻ പോകുന്നു. അവ ഇതാ സാക്ഷാത്കരിക്കപ്പെടാൻ പോകുന്നു! സന്തോഷം കൊണ്ട് മതിമറന്ന സാനിന് ഉടൻ തന്നെ മുൻവശത്തെ കടയിലേക്കു പോകണമെന്ന് അതിയായ ആഗ്രഹം തോന്നി; ഏതാനും ദിവസങ്ങൾക്കു മുമ്പ് താൻ ചെയ്തതുപോലെ കൗണ്ടറിലും പിന്നിൽനിന്ന് സാമാനം പൊതിഞ്ഞു കൊടുക്കാൻ അയാൾ ആഗ്രഹിച്ചു..."എനിക്കിപ്പോൾ അതിന് പരിപൂർ ണ്ണ അവകാശമുണ്ട്! ഞാൻ ഇപ്പോൾ ഈ കുടുംബത്തിലെ ഒരംഗമാണ്."

അയാൾ യഥാർത്ഥത്തിൽ കൗണ്ടറിനു പിന്നിൽ ചെന്നു നില്ക്കുകയും സാമാനം വില്ക്കുകയും ചെയ്തു—അതായത് അയാൾ രണ്ടു ചെറുബാലിക മാർക്ക് രണ്ടു റാത്തൽ മിഠായി വിറ്റു. അര റാത്തൽ മിഠായിയുടെ വില വാങ്ങിയിട്ട് അയാൾ അവർക്ക് രണ്ടു റാത്തൽ മിഠായി തൂക്കിക്കൊടുത്തു എന്നു പറയുന്നതാണ് കൂടുതൽ ശരി.

ജെമ്മയുടെ ഭാവി വരൻ എന്ന അംഗീകാരം കിട്ടിയതിനാൽ ഉച്ചഭക്ഷണവേളയിൽ സാനിൻ അവളുടെ അടുത്താണ് ഇരുന്നത്. ഫ്രൗ ലെനോറെ അപ്പോഴും പ്രായോഗിക കാര്യങ്ങളെപ്പറ്റി

അന്വേഷിച്ചുകൊണ്ടിരുന്നു. എമിൽ ധാരാളം ചിരിക്കുകയും സാനിൻ പോകുമ്പോൾ തന്നേക്കൂടി റഷ്യയിലേക്കു കൊണ്ടുപോകണമെന്ന് പലതവണ അപേക്ഷിക്കുകയും ചെയ്തു. രണ്ടാഴ്ചയ്ക്കുള്ളിൽ സാനിൻ റഷ്യയിലേക്കു പുറപ്പെടണമെന്ന് എല്ലാവരുംകൂടി തീരുമാനിച്ചു. പൻററ ലിയോണെ മാത്രം മുഖം വീർപ്പിച്ചിരുന്നു. ഫ്രൗ ലെനോറെ അതിന് അയാളെ കളിയാക്കി. "നിങ്ങൾ ഇയാളുടെ സഹായിയായിരുന്നുവ ല്ലോ!" അവർ പറഞ്ഞു. പൻററലിയോണ നെറ്റി ചുളിച്ചു.

ജെമ്മ ആ സമയമെല്ലാം ഒരക്ഷരം ഉരിയാടാതെ ഇരിക്കയായിരു ന്നു. എന്നാൽ അവളുടെ മുഖം അപ്പോൾ മുമ്പെന്നത്തെക്കാളും സുന്ദരവും പ്രസന്നവുമായിരുന്നു. ഉച്ചഭക്ഷണം കഴിഞ്ഞപ്പോൾ അല്പസമയത്തേക്ക് തോട്ടത്തിലേക്കു പോകാൻ ജെമ്മ സാനിനെ ക്ഷണിച്ചു. അന്നൊരു ദിവസം താൻ ചെറിപ്പഴങ്ങൾ പെറുക്കിക്കൊണ്ടിരുന്ന ബഞ്ചിനരികിൽ എത്തിയപ്പോൾ ജെമ്മ നടപ്പുനിർത്തി. അവൾ പറഞ്ഞു.

"ദിമീത്രി, എന്നോടു ദേഷ്യം തോന്നരുത്. ഒരിക്കൽ കൂടി ഞാൻ ഓർമ്മപ്പെടുത്തുകയാണ്. നിങ്ങൾ ഒന്നിനും ബാദ്ധ്യസ്ഥനല്ല..."

സാനിൻ അവളെ തുടരാൻ അനുവദിച്ചില്ല.

ജെമ്മ മുഖം മറുവശത്തേക്കു തിരിച്ചു.

"പിന്നെ വ്യത്യസ്ത മതങ്ങളെപ്പറ്റി അമ്മ സൂചിപ്പിച്ചല്ലോ—നോക്കൂ!"

ഒരു കനം കുറഞ്ഞ ചരടിൽ കോർത്ത് കഴുത്തിൽ തൂങ്ങിക്കിടന്ന ഗാർനറ്റ് കുരിശിൽ അവൾ പിടിച്ചുവലിച്ചു. ചരടു പൊട്ടി. ആ കുരിശ് അവൾ സാനിനെ ഏല്പിച്ചു.

"ഞാൻ നിങ്ങളുടേതാണെങ്കിൽ, നിങ്ങളുടെ മതം തന്നെയാണ് എന്റേയും മതം."

തോട്ടത്തിൽ നിന്ന് വീട്ടിൽ തിരിച്ചെത്തുമ്പോൾ സാനിന്റെ നയന ങ്ങൾ സജലങ്ങളായിരുന്നു.

വൈകുന്നേരമായപ്പോഴേക്കും എല്ലാം പഴയപടിയായിക്കഴിഞ്ഞിരു ന്നു. അവർ ചീട്ടുകളിക്കുകപോലും ചെയ്തു.

XXXI

പിറ്റേദിവസം അതിരാവിലെ തന്നെ സാനിൻ ഉറക്കമുണർന്നു. സന്തുഷ്ടിയുടെ ഉച്ചകോടിയിലായിരുന്നു അയാൾ, എന്നാൽ നേരത്തെ ഉണരാനുള്ള കാരണം അതായിരുന്നില്ല. അതിപ്രധാനവും

വിധിനിർണ്ണായകവുമായ ഒരു പ്രശ്നം അയാളെ അലട്ടിക്കൊണ്ടിരുന്നു—തന്റെ എസ്റ്റേറ്റ് എത്രയുംവേഗം എത്രയും ലാഭകരമായി എങ്ങനെ വില്ക്കാൻ കഴിയും? അനേകം പദ്ധതികൾ തലയിലേക്ക് തിക്കിത്തിരക്കി വന്നു. എന്നാൽ ഇതുവരെ അയാൾക്ക് ശരിയായ ഒരു പരിഹാരം കണ്ടുപിടിക്കാൻ കഴിഞ്ഞില്ല. അല്പം ശുദ്ധവായു ശ്വസിച്ച് തലതണുപ്പിക്കാൻ അയാൾ പുറത്തിറങ്ങി. പൂർത്തിയാക്കപ്പെട്ട ഒരു പദ്ധതിയുമായി വേണം ജെമ്മയുടെ അടുത്തെത്താൻ എന്നയാൾ നിശ്ചയിച്ചിരുന്നു.

കനത്ത ദേഹവും തടിച്ചകാലുകളും തെല്ലൊന്ന് ഉലച്ചുകൊണ്ട് മുടന്തി മുന്നോട്ടുപോകുന്ന ഭംഗിയായി വസ്ത്രധാരണം ചെയ്തുന്ന രൂപം ആരുടേതാണ്? ഇളം മഞ്ഞ നിറമുള്ള മുടി മുറ്റി നില്ക്കുന്ന ആ പിൻകഴുത്തും തോളിൽ നേരെ ഉറപ്പിച്ചിരിക്കയാണെന്നു തോന്നിക്കുന്ന ആ തലയും പതുപതുത്ത പുറവും തൂങ്ങിക്കിടക്കുന്ന ആ തടിച്ച കൈപ്പത്തികളും താൻ എവിടെയോ കണ്ടിട്ടുണ്ട്. കഴിഞ്ഞ അഞ്ചുവർഷം മുമ്പ് അവസാനമായി കണ്ട തന്റെ പഴയ സഹപാഠി പോലെസൊവാണോ അത്? ധൃതിയിൽ നടന്ന് തന്റെ മുമ്പിൽ നടന്നിരുന്ന മനുഷ്യനെ പിന്നിലാക്കിയിട്ട് സാനിൻ തിരിഞ്ഞു നോക്കി... വീതിയുള്ള മഞ്ഞ മുഖം, വെളുത്ത ഇമകളും പുരികങ്ങളുമുള്ള ചെറിയ പന്നിക്കണ്ണുകൾ, കുറുകിയ പരന്ന മൂക്ക്, പശവച്ച് ഒട്ടിച്ചുവച്ചതു പോലെ അമർന്നിരിക്കുന്ന തടിച്ച ചുണ്ടുകൾ, രോമമില്ലാത്ത ഉരുണ്ട താടി, അപ്രസന്നവും അലസവും ആശങ്കാകുലവുമായ മുഖഭാവം—അതെ, സംശയിക്കേണ്ട, ഇത് ഇപ്പലീത് പോലെസൊവ് തന്നെ!

“എന്റെ ഭാഗ്യനക്ഷത്രം ഉദിച്ചിരിക്കുന്നു.” സാനിനു തോന്നി.

“പോലെസൊവ്! ഇപ്പലീത് സീദൊറൊവിച്ച്!” സാനിൻ വിളിച്ചു.

ആ രൂപം പെട്ടെന്ന് നിന്നു. ആ ചെറിയ കണ്ണുകൾ വിടർന്നു. ഒരു നിമിഷത്തെ നിശ്ശബ്ദതയ്ക്കു ശേഷം ചുണ്ടുകളിലെ പശ അടർത്തിമാറ്റി പരുപരുത്ത കൃത്രിമമായ ഒരു ശബ്ദം പുറത്തു വന്നു:

“ദ്മീത്രി സാനിൻ?”

“അതെ ഞാൻ തന്നെ!” എന്നു പറഞ്ഞുകൊണ്ട് സാനിൻ അയാളുടെ ഒരു കൈ പിടിച്ചമർത്തി. ചാരനിറത്തിലുള്ള കയ്യുറ ധരിച്ച അയാളുടെ കൈകൾ അപ്പോഴും മുമ്പത്തെപ്പോലെ നിർജ്ജീവമായി തടിച്ച പാർശ്വങ്ങളിൽ തൂങ്ങിക്കിടക്കുകയായിരുന്നു. “ഇവിടെ എത്തിയിട്ട് വളരെ നാളായോ? എവിടുന്നാണ് ഇങ്ങോട്ടു വന്നത്? താമസിക്കുന്നത് എവിടെയാണ്?” സാനിൻ ചോദിച്ചു.

“ഞാൻ വിസ്ബോഡെനിൽനിന്ന് ഇന്നലെ ഇവിടെ എത്തി,”

പോലൊസൊവ് തിരക്കുകൂട്ടാതെ പറഞ്ഞു. "ഞാൻ എന്റെ ഭാര്യയ്ക്കു ചില സാധാനങ്ങൾ വാങ്ങാൻ വന്നതാണ്. ഇന്നു തന്നെ തിരിച്ചു പോകും."

"അതു ശരി, താൻ വിവാഹിതനായ കാര്യം ഞാൻ അറിഞ്ഞു. ഒരു സൗന്ദര്യറാണിയാണ് ഭാര്യയെന്നും കേട്ടു."

പോലൊസോവ് മറ്റൊരിടത്തേക്കു നോക്കിക്കൊണ്ട് പറഞ്ഞു. "അങ്ങനെയാണു പറയപ്പെടുന്നത്."

സാനിൻ ഉറക്കെ ചിരിച്ചു. "താൻ ഇപ്പോഴും സ്കൂളിൽ പഠിച്ചിരുന്ന കാലത്തെപ്പോലെ തന്നെ നിർവ്വികാരനായ ഒരു മനുഷ്യനാണല്ലോ."

"ഞാൻ മാറുന്നതെന്തിനാണ്?"

"തന്റെ ഭാര്യ വലിയ ധനാഢ്യയാണെന്നും പറയപ്പെടുന്നു." പറയപ്പെടുന്നു എന്ന വാക്കിൽ ഊന്നിക്കൊണ്ട് സാനിൻ പറഞ്ഞു.

"എന്നും പറയപ്പെടുന്നുണ്ട്."

"തനിക്ക് അക്കാര്യം തീർച്ചയില്ലേ, ഇപ്പലീത് സീദൊറിച്ച്?"

"ചങ്ങാതി, ദിമീത്രി... പാവ്ലൊവിച്ച്, അതെ പാവാലൊവിച്ച്! ഞാൻ എന്റെ ഭാര്യയുടെ കാര്യങ്ങളിൽ ഇടപെടാറില്ല."

"ഇടപെടാറില്ലേ? ഒന്നിലും?"

പോലൊസോവ് വീണ്ടും നോട്ടം മാറ്റി.

"ഒന്നിലും ഇടപെടാറില്ല, ചങ്ങാതി... അവൾ അവളുടെ വഴിക്കു പോകുന്നു. അതുകൊണ്ട് ഞാൻ എന്റെ വഴിക്കും."

"ഇപ്പോൾ എങ്ങോട്ടാണ്?"

"എങ്ങോട്ടുമല്ല. തെരുവിന്റെ നടുക്കുനിന്ന് തന്നോടു സംസാരിക്കുകയാണ്. ഇതു കഴിഞ്ഞാലുടൻ ഞാൻ ഹോട്ടലിലേക്കു തിരിച്ചു പോയി പ്രാതൽ കഴിക്കും."

"ഞാനും കൂടട്ടെ?"

"പ്രാതൽ കഴിക്കാനോ?"

"അതെ"

"വന്നോളൂ. ഒരുമിച്ചിരുന്നു ആഹാരം കഴിക്കുന്നതു കൂടുതൽ രസകരമാണ്, താൻ ഒരു വായാടിയല്ല, ആണോ?"

"അല്ലെന്നാണ് എന്റെ വിശ്വാസം."

"എന്നാൽ വരൂ, പോകാം."

പോലൊസൊവ് നടന്നു തുടങ്ങി. സാനിനും ഒപ്പം നടന്നു. വീണ്ടും പോലെസൊവിന്റെ ചുണ്ടുകൾ ഒട്ടിച്ചേർന്നു. അയാൾ കിതയ്ക്കുകയും

ആട്ടുകയും മാത്രം ചെയ്തുകൊണ്ടിരുന്നു. ഇത്തരം ഒരു മരത്തലയൻ സുന്ദരിയും ധനികയുമായ ഒരു ഭാര്യയെ എങ്ങനെ തട്ടിയെടുത്തു എന്ന് സാനിൻ അത്ഭുതപ്പെട്ടു. ഇയാൾ ധനികനോ പ്രശസ്തനോ ബുദ്ധിമാനോ അല്ല. സ്കൂളിൽവച്ച് ഇയാളെ ഒരു മടയനും അലസനും ഉറക്കംതൂങ്ങിയും വയറനുമായാണ് കണക്കാക്കിയിരുന്നത്—"ഈത്തയൊഴുക്കി" എന്നായിരുന്നു ഇയാളുടെ ഇരട്ടപ്പേര്. ഇപ്പോൾ ഇതെങ്ങനെ വിശദീകരിക്കും?

"ഇയാളുടെ ഭാര്യ വാസ്തവത്തിൽ പണക്കാരിയാണെങ്കിൽ അവർ ഒരു കോൺട്രാക്ടറുടെ മകളാണെന്നാണ് കേട്ടത്—അവർക്ക് എന്റെ എസ്റ്റേറ്റ് വിലയ്ക്കു വാങ്ങിയാലെന്താ? ഭാര്യയുടെ ഇടപാടുകളിൽ തനിക്ക് കാര്യമൊന്നുമില്ലെന്നാണ് ഇയാൾ പറയുന്നത്. പക്ഷേ അത് അസാദ്ധ്യമാണ്! ഞാൻ ന്യായമായ, ഇയാൾക്കു ലാഭകരമായ ഒരു വിലയേ ചോദിക്കുകയുള്ളൂ. ശ്രമിച്ചു നോക്കുന്നതിൽ എന്താണു തെറ്റ്, എന്റെ ഭാഗ്യനക്ഷത്രം ഉച്ചസ്ഥാനത്തല്ലെന്ന് ആരറിഞ്ഞു? എന്തുവന്നാലും ശരി ശ്രമിക്കുകതന്നെ!"

ഫ്രാങ്ക്ഫർട്ടിലെ ഏറ്റവും നല്ല ഹോട്ടലുകളിലൊന്നിലേക്കാണ് പോലെസൊവ് സാനിനെ കൂട്ടിക്കൊണ്ടുപോയത്. അവിടുത്തെ ഏറ്റവും നല്ല മുറിയിലാണ് അയാൾ താമസിച്ചിരുന്നതെന്നു പറയേണ്ടതില്ലല്ലോ. കാർഡ്ബോർഡ് പെട്ടികളും വീഞ്ഞുപ്പെട്ടികയും പൊതികളും കൊണ്ട് മേശകളും കസേരകളും നിറഞ്ഞിരുന്നു... "എല്ലാം മാര്യനിക്കൊലായെവ്നയ്ക്കു വേണ്ടി വാങ്ങിയതാണ്. ചങ്ങാതി!" (പൊലൊസോവിന്റെ ഭാര്യയുടെ പേര് മാര്യ നിക്കൊലായെവ്ന എന്നായിരുന്നു) പോലെസോവ് ഒരു ചാരുകസേരയിൽ അമർന്നിരുന്നുകൊണ്ട് ടൈയുടെ കുടുക്ക് അയച്ചു. "എന്തൊരു ചൂട്!" അയാൾ മുരണ്ടു, അനന്തരം മണിയടിച്ച് പ്രധാന വെയിറ്ററെ വരുത്തി വിഭവസമൃദ്ധമായ ഒരു പ്രാതലിന് ഓർഡർ കൊടുത്തു. "ഒരു മണിക്ക് എന്റെ വണ്ടി തയ്യാറായിരിക്കണം. മനസ്സിലായോ? കൃത്യം ഒരു മണിക്ക്!"

പ്രധാന വെയിറ്റർ താണുവണങ്ങിയിട്ട് ദാസ്യോചിതമായ ചുറുചുറുക്കോടെ തിരിച്ചുപോയി.

പോലൊസൊവ് വെയിസ്റ്റ് കോട്ടിന്റെ ബട്ടനുകളഴിച്ചു. അയാൾ പുരികങ്ങൾ ഉയർത്തുകയും നാസാദ്വാരങ്ങൾ വികസിപ്പിക്കുകയും മൂക്കു ചുളിക്കുകയും ചെയ്തിരുന്ന രീതിയിൽനിന്നും ആർക്കും മനസ്സിലാകും സംസാരിക്കുക എന്നത് ആ മനുഷ്യനെ സംബന്ധിച്ചിടത്തോളം ഒരു കഠിനാദ്ധ്വാനമാണെന്ന്. തന്റെ നാക്കിന് വ്യായാമം കൊടുക്കാൻ തന്നെ സാനിൻ നിർബ്ബന്ധിതനാക്കുമോ അതോ സംഭാഷണം നടത്താനുള്ള ചുമതല സാനിൻ സ്വയം ഏറ്റെടുക്കുമോ എന്നറിയാൻ

പോലൊസോവ് കാത്തിരിക്കുകയാണെന്ന്, ഉൽകണ്ഠാകുലനായി കാത്തിരിക്കയാണെന്ന് തോന്നി.

സ്നേഹിതന്റെ മനോവ്യാപാരം മനസ്സിലാക്കിയ സാനിൻ അയാളെ ചോദ്യങ്ങൾ ചോദിച്ച് അലട്ടാതിരിക്കാൻ പ്രത്യേകം ശ്രദ്ധിച്ചു. തീരെ ഒഴിച്ചുകൂടാനാവാത്ത ചില വിവരങ്ങൾ മാത്രം അയാൾ ചോദിച്ചറിഞ്ഞു. പോലൊസോവ് അശ്വസേനാ ഓഫീസറായി രണ്ടുവർഷം സൈനിക സേവനം നടത്തിയെന്നും (സൈനിക യൂണിഫോമിന്റെ ഇറക്കം കുറഞ്ഞ ജാക്കറ്റണിഞ്ഞു നിൽക്കുന്ന അയാളുടെ രൂപം ഒരു കാഴ്ചതന്നെ ആയിരുന്നിരിക്കണം) അയാൾ വിവാഹിതനായിട്ട് മൂന്ന് വർഷമായെന്നും വിദേശത്തു വന്നിട്ട് ഒരു വർഷത്തിൽ കൂടുതലായെന്നും സാനിൻ മനസ്സിലാക്കി. അയാളുടെ "ഭാര്യ വിസ്ബാഡെനിൽ എന്താ ഒന്ന് ചികിത്സിച്ചു ഭേദമാക്കിക്കൊണ്ടിരിക്കയാണ്." അവിടെനിന്ന് അവർ പാരീസിലേക്കു പോകാൻ ഉദ്ദേശിക്കുന്നു. തന്റെ ഭൂതകാലത്തെപ്പറ്റിയോ ഭാവിയെപ്പറ്റിയോ സാനിനും അധികമൊന്നും സംസാരിച്ചില്ല. അയാൾ നേരെ കാര്യത്തിലേക്കു കടന്ന് എസ്റ്റേറ്റു വില്ക്കാനുള്ള തന്റെ ഉദ്ദേശം വെളിപ്പെടുത്തി.

പെലൊസൊവ് നിശ്ശബ്ദനായി അതു കേട്ടുകൊണ്ടിരുന്നു. പ്രാതൽ എത്തേണ്ട വാതില്ക്കലേക്ക് കൂടെക്കൂടെ അയാൾ നോക്കുന്നുണ്ടായിരുന്നു. ഒടുവിൽ പ്രാതൽ എത്തി. പ്രധാന വെയിറ്റർ രണ്ടു കീഴ് ജീവനക്കാരുടെ സഹായത്തോടെ വെള്ളി അടപ്പുകൊണ്ട് അടച്ച അനേകം വിഭവങ്ങൾ കൊണ്ടുവന്നു വച്ചു.

"തന്റെ എസ്റ്റേറ്റു തുല ഗുബെർണിയയിലാണോ?" മേശയ്ക്കടുത്തു ചെന്നിരുന്ന് ഒരു നാപ്കിൻ ഷർട്ടിന്റെ കോളറിനടിയിലേക്കു തിരുകി വച്ചുകൊണ്ട് പോലൊസൊവ് ചോദിച്ചു.

"അതെ"

"യെഫ് രേമൊവ് ജില്ലയിലല്ലേ? എനിക്ക് ആ സ്ഥലം അറിയാം."

"എന്റെ അലെക്സേയ് വക എസ്റ്റേറ്റ് അറിയാമെന്നോ?"

മേശയ്ക്കരികിൽ ചെന്നിരുന്നുകൊണ്ട് സാനിൻ ചോദിച്ചു.

"അറിയാം." പോലെസൊവ് ഒരു വലിയ ക്ഷണം ഓംലറ്റ് ഫോർക്കിൽ കുത്തി വായിലാക്കിയ ശേഷം തുടർന്നു: "മാര്യ നിക്കോലായെവ്നയ്ക്ക്—എന്റെ ഭാര്യയ്ക്ക്—അതിനടുത്ത് ഒരു എസ്റ്റേറ്റുണ്ട്... വെയിറ്റർ! കുപ്പി തുറക്ക്! നല്ല മണ്ണാണ് നിങ്ങളുടേത്. പക്ഷേ കൃഷിക്കാർ അവിടുത്തെ തടി മുഴുവൻ വെട്ടിയെടുത്തു. എന്തിനാണ് അതു വില്ക്കുന്നത്?"

"എനിക്കു പണം വേണം. ഞാൻ വലിയ വില ചോദിക്കുന്നില്ല. തനിക്ക് അതു വാങ്ങരുതോ?"

പോലൊസോവ് ഒരു ഗ്ലാസ് വീഞ്ഞു കുടിച്ചു. നാപ്കിൻ കൊണ്ടു ചുണ്ടു തുടച്ചിട്ട് അയാൾ വീണ്ടും ശബ്ദത്തോടെ സാവധാനം ചവച്ചു തുടങ്ങി.

"ഞാൻ എസ്റ്റേറ്റുകൾ വാങ്ങാറില്ല," ഒടുവിൽ അയാൾ പറഞ്ഞു. "എനിക്ക് അതിനു പണമില്ല! ആ വെണ്ണ നീക്കിവച്ചു തരൂ! എന്റെ ഭാര്യ വാങ്ങിയേക്കും. താൻ അവരോടു സംസാരിച്ചു നോക്കൂ. വലിയ വില ചോദിച്ചില്ലെങ്കിൽ അവർ സമ്മതിച്ചേക്കും. ഛെ, ഈ ജർമ്മൻ കാർ വെറും കഴുതകളാണല്ലോ. മീൻ പാചകം ചെയ്യാൻ അറിയില്ല! ഇതിലും എളുപ്പമായി മറ്റെന്തെങ്കിലുമുണ്ടോ! എന്നിട്ടും അവർ ജല്പിക്കു ന്നു: 'പിതൃഭൂമി ഏകോപിപ്പിക്കണം.' വെയിറ്റർ! ഈ കൊള്ളരുതാത്ത സാധനം എടുത്തുമാറ്റൂ."

"എല്ലാ കാര്യങ്ങളും ഭാര്യ തന്നത്താൻ—ഒറ്റയ്ക്ക്—നടത്തുന്നുവെ ന്നാണോ താൻ പറയുന്നത്?" സാനിൻ ചോദിച്ചു.

"അതെ, അതെ. ഈ കട്ട്ലറ്റ് കൊള്ളാം കേട്ടോ, തിന്നു നോക്കൂ, ദ്മീത്രി പാവ്‌ലൊവിച്ച്, ഞാൻ ഭാര്യയുടെ കാര്യങ്ങളിൽ ഇടപെടാ റില്ലെന്ന് ഒരിക്കൽകൂടി പറയുന്നു." പോലൊസൊവ് ശബ്ദത്തോടെ ചവച്ചുകൊണ്ടേയിരുന്നു.

"ഉം... പക്ഷേ ഞാൻ എങ്ങനെയാണ് അവരോടു സംസാരിക്കുന്നത്, ഇപ്പലീത് സിദൊറിച്ച്?"

"അതിനാണോ പ്രയാസം, ദ്മീത്രി പാവ്‌ലൊവിച്ച്, വിസ്ബാഡെനി ലേക്കു ചെല്ലൂ. അത് ഇവിടെ നിന്നും അധികം അകലെയല്ല. വെയിറ്റർ! ഇംഗ്ലീഷ് കടുക് ഇല്ലേ? ഇവിടെ ഇല്ല! ജന്തുക്കൾ! സമയം വെറുതെ കളയാനില്ലെന്ന് ഓർക്കണം. മറ്റന്നാൾ ഞങ്ങൾ സ്ഥലംവിടുകയാണ്. ഞാൻ തനിക്ക് കുറച്ചു വീഞ്ഞു പകർന്നുതരാം. നല്ല വീഞ്ഞാണിത്. വിനാഗിരിയല്ല."

പോലെസൊവിന്റെ മുഖം തുടുക്കുകയും കൂടുതൽ സജീവമായിത്തീ രുകയും ചെയ്തു. തിന്നുകയോ കുടിക്കുകയോ ചെയ്യുമ്പോൾ മാത്രമേ ആ മുഖം പ്രസന്നമാവുകയുള്ളൂ.

"എന്തു ചെയ്യണമെന്ന് എനിക്ക് നിശ്ചയമില്ല." സാനിൻ പിറുപിറു ത്തു.

"വില്ക്കാൻ തിടുക്കമുണ്ടോ?"

"ഉണ്ട്, ചങ്ങാതി, തിടുക്കമുണ്ട്."

വലിയ ഒരു തുകയുടെ അത്യാവശ്യമുണ്ടോ?"

"ഉണ്ട്. ഞാൻ... എങ്ങനെയാണ് അതു പറയേണ്ടതെന്നറിയില്ല... ഞാൻ വിവാഹിതനാകാൻ തീരുമാനിച്ചു."

പോലൊസൊവ് ചുണ്ടോടടുപ്പിച്ച വൈൻ ഗ്ലാസ് മേശപ്പുറത്തു വച്ചു.

"വിവാഹം കഴിക്കയോ?" അത്ഭുതംകൊണ്ട് കനത്ത പരുക്കൻ ശബ്ദത്തിൽ അയാൾ ചോദിച്ചു. തടിച്ച കൈകൾ അയാളുടെ വയറിനു മീതെ വിശ്രമിച്ചിരുന്നു. "പെട്ടെന്നാണോ തീരുമാനിച്ചത്?"

"അതെ, വളരെ പെട്ടെന്ന്."

"വധു റഷ്യയിലായിരിക്കും. അല്ലേ?"

"അല്ല, റഷ്യയിലല്ല."

"പിന്നെവിടെയാണ്?"

"ഇവിടെ, ഫ്രാങ്ക്ഫർട്ടിൽ തന്നെയുണ്ട്."

"ആരാണ്?"

"ജർമ്മൻകാരി, വാസ്തവത്തിൽ ഫ്രാങ്ക്ഫർട്ടിന്റെ താമസമുറപ്പിച്ച ഒരു ഇറ്റലിക്കാരി."

"സ്വത്ത് എന്തെങ്കിലും ഉണ്ടോ?"

"ഇല്ല. ഒന്നുമില്ല."

"അപ്പോൾ താൻ വളരെ ഗാഢമായി പ്രേമിക്കുന്നുവെന്നർത്ഥം, അല്ലേ?"

"എന്തൊരു ചോദ്യം! തീർച്ചയായും അങ്ങനെയാണ്."

"അതിനാണോ തനിക്ക് പണം വേണ്ടത്?"

"അതെ... അതിനാണ്."

പോലൊസോവ് വീഞ്ഞു കുടിച്ചു തീർത്തു. കുലുക്കുഴിഞ്ഞു. കൈവിരലുകൾ വെള്ളത്തിൽ മുക്കിയിട്ട് സൂക്ഷിച്ച് നാപ്കിൻ കൊണ്ട് തുടച്ചു. ഒരു സിഗാർ എടുത്ത് കത്തിച്ചു. സാനിൻ നിശ്ശബ്ദനായി അതെല്ലാം നോക്കിക്കൊണ്ടിരുന്നു.

"മറ്റു മാർഗ്ഗമൊന്നുമില്ല." തല പിന്നോക്കം പിടിച്ച് നേരിയ പുകച്ചുരുകൾ പുറത്തേക്കു വിട്ടുകൊണ്ട് പോലെസോവ് പറഞ്ഞു. "പോയി എന്റെ ഭാര്യയെ കാണൂ. വേണമെന്നു തോന്നിയാൽ അവർ തന്നെ സഹായിക്കും."

"പക്ഷേ ഞാൻ അവരെ കാണുന്നതെങ്ങനെ? നിങ്ങൾ മറ്റന്നാൾ സ്ഥലംവിടുകയാണെന്നല്ലേ പറഞ്ഞത്?"

പോലെസൊവ് കണ്ണടച്ചിരുന്നു.

"ഞാൻ പറയാം." സിഗാർ ചുണ്ടുകൾക്കിടയിലിട്ട് കറക്കിക്കൊണ്ട് ഒരു നെടുവീർപ്പോടെ അയാൾ പറഞ്ഞു. "ഉടൻ മുറിയിൽ ചെന്ന് പെട്ടിയടുക്കി കഴിയുന്നതും വേഗം തിരിച്ചു വരിക. ഞാൻ ഒരുമണിക്ക് പോകും. എന്റെ വണ്ടിയിൽ ധാരാളം സ്ഥലമുണ്ട്. ഞാൻ തന്നെക്കൂടെ കൊണ്ടുപോകാം. അതാണ് നല്ലത്. ഇനി ഞാൻ ഒന്നു മയങ്ങട്ടെ. ഭക്ഷണം കഴിഞ്ഞ് എപ്പോഴും ഞാൻ അല്പം ഉറങ്ങാറുണ്ട്. പ്രകൃതി അതാവശ്യപ്പെടുന്നുണ്ട്. ഞാൻ ചെറുത്തുനിൽക്കാൻ തുനിയാറുമില്ല. താൻ എന്നെ ഉണർത്തരുത്."

സാനിൻ ഒരു നിമിഷം ആലോചിച്ചിരുന്നിട്ട് തലയുയർത്തി—അയാൾ ഒരു തീരുമാനം എടുത്തുകഴിഞ്ഞു.

"ശരി, ഞാൻ സമ്മതിച്ചു. നന്ദി! ഞാൻ പന്ത്രണ്ടരയ്ക്ക് ഇവിടെ എത്താം. നമുക്കൊരുമിച്ചു വിസ്ബാഡെനിലേക്കു പോകാം. തന്റെ ഭാര്യ കോപിക്കയില്ലെന്നു പ്രതീക്ഷിക്കുന്നു."

എന്നാൽ പോലൊസോവ് അതിനകം തന്നെ കൂർക്കം വലിച്ചു തുടങ്ങിയിരുന്നു. "എന്നെ ശല്യപ്പെടുത്തരുത്" എന്ന് പിറുപിറുത്തുകൊണ്ട് അയാൾ അസ്വസ്ഥനായി കാലുകൾ ഇളക്കിക്കൊണ്ടിരുന്നു. താമസിയാതെ അയാൾ ഒരു ശിശുവിനെപ്പോലെ ഗാഢനിദ്രയിലാണ്ടു. ആ തടിച്ച ദേഹവും തലയും കഴുത്തും ആപ്പിളുപോലെ ഉരുണ്ട താടിയും ഒരിക്കൽക്കൂടി നോക്കിയിട്ട് സാനിൻ അവിടെ നിന്നിറങ്ങി. റൊസെല്ലി മിഠായിക്കടയെ ലക്ഷ്യമാക്കി അയാൾ തിരക്കിട്ടു നടന്നു—ജെമ്മയോട് വിവരമെല്ലാം പറയണം.

XXXII

അവൾ അമ്മയോടൊപ്പം കടയിൽ ഉണ്ടായിരുന്നു. കുനിഞ്ഞുനിന്ന് മടക്കാവുന്ന ഒരു ടേപ്പുകൊണ്ട് രണ്ടു ജനലുകൾക്കിടയിലുള്ള സ്ഥലം അളക്കുകയായിരുന്നു ഫ്രൗ ലെനോറെ. സാനിനെ കണ്ടയുടൻ അവർ നിവർന്നുനിന്ന് സന്തോഷപൂർവ്വം അയാളെ അഭിവാദ്യം ചെയ്തു. എങ്കിലും അവർക്ക് ചെറിയൊരു പരുങ്ങൽ ഇല്ലാതിരുന്നില്ല.

"ഇന്നലെ നിങ്ങൾ അതു പറഞ്ഞപ്പോൾ മുതൽ ഞാൻ പീടിക മെച്ചപ്പെടുത്തുന്നതിനെപ്പറ്റി പല പദ്ധതികളും ഇട്ടുതുടങ്ങി. ഇവിടെ രണ്ട് ചില്ലലമാരകൾ വച്ചാൽ നന്നായിരിക്കുമെന്ന തോന്നുന്നു. ഇപ്പോൾ അതാണ് പരിഷ്കാരം. പിന്നെ..."

"കൊള്ളാം! നല്ല ആശയം!" സാനിൻ ഇടയ്ക്കു കയറി പറഞ്ഞു. "അതേപ്പറ്റിയെല്ലാം നമുക്ക് ആലോചിക്കണം. പക്ഷേ ഇപ്പോൾ എനിക്ക് ഒരു കാര്യം പറയാനുണ്ട്, വരൂ." അയാൾ കൈ നീട്ടി ഫ്രൗ ലെനോറെയേയും ജെമ്മയേയും അകത്തെ മുറിയിലേക്കു നയിച്ചു. ഫ്രൗ ലെനോറെയ്ക്ക് ആകെ പരിഭ്രമമായി. ടേപ്പ് അവരുടെ കൈയിൽനിന്നു താഴെ വീണു. ജെമ്മയ്ക്കും ആദ്യം അല്പം ഭയം തോന്നാതിരുന്നില്ല. എങ്കിലും സാനിന്റെ മുഖത്തേക്ക് ഒന്നു നോക്കിയപ്പോൾ അവൾക്കു ധൈര്യമായി. അയാളുടെ മുഖം ഗൗരവപൂർണ്ണമായിരുന്നെങ്കിലും അവിടെ ഉത്സാഹവും ദൃഢനിശ്ചയവും സ്ഥാനം പിടിച്ചിരുന്നു.

അവരോട് രണ്ടുപേരോടും ഇരിക്കാൻ പറഞ്ഞിട്ട് സാനിൻ നിന്നുകൊണ്ട് അംഗവിക്ഷേപങ്ങളോടെ, ഇടയ്ക്കിടയ്ക്ക് മുടി ഉലച്ചുകൊണ്ട്, സംസാരിച്ചുതുടങ്ങി. പൊലൊസോവിനെ കണ്ടതിനെപ്പറ്റിയും വിസ്ബാഡെനിലേക്കു പോകാൻ ഉദ്ദേശിക്കുന്നതിനെപ്പറ്റിയും തന്റെ എസ്റ്റേറ്റ് വില്ക്കാനുള്ള സാദ്ധ്യതയെപ്പറ്റിയും അയാൾ അവരോടു പറഞ്ഞു.

"എന്റെ സന്തോഷം എത്രതന്നെ പറഞ്ഞറിയിക്കാനാവില്ല." അയാൾ ഉപസംഹരിച്ചു. "കാര്യങ്ങൾ ഈ വഴിക്കു നീങ്ങുകയാണെങ്കിൽ ഒരുപക്ഷേ എനിക്ക് റഷ്യയിലേക്ക് ഉടനെ പോകേണ്ടിവരില്ല. വിവാഹം വിചാരിച്ചതിലും വേഗം നടത്താൻ കഴിഞ്ഞേക്കും."

"എപ്പോഴാണ് പോകേണ്ടത്?" ജെമ്മ ചോദിച്ചു.

"ഇന്നുതന്നെ പോകണം—ഒരു മണിക്കൂറിനകം. എന്റെ സ്നേഹിതൻ ഒരു വണ്ടി ഏർപ്പാടുചെയ്തിട്ടുണ്ട്. അയാൾ എന്നേയും ഒപ്പം കൊണ്ടുപോകും."

"അവിടുന്ന് ഞങ്ങൾക്ക് എഴുതുമോ?"

"ഒരു നിമിഷം വൈകാതെ ഞാൻ എഴുതാം. ആ മഹിളയുമായി സംസാരിച്ചുകഴിഞ്ഞാൽ ഉടൻതന്നെ എഴുതാം." "അവർ, ആ മഹിള വലിയ പണക്കാരിയാണോ?" പ്രയോഗികബുദ്ധിയുള്ള ഫ്രൗ ലെനോറെ ചോദിച്ചു.

"അതെ, അവർക്കു കണക്കില്ലാത്ത സ്വത്തുണ്ട്. അവരുടെ പിതാവ് ഒരു കോടീശ്വരനായിരുന്നു. അതു മുഴുവൻ അവർക്ക് കിട്ടി."

"അതു മുഴുവനും അവർക്കു കിട്ടിയോ? കൊള്ളാം, അതു നിങ്ങളുടെ ഭാഗ്യം. എന്നാൽ എസ്റ്റേറ്റ് തീരെ വിലകുറച്ചു വില്ക്കാൻ പാടില്ല, കേട്ടോ. വിവേകം കൈവിടാതെ ഉറച്ചുനിൽക്കണം. വികാരത്തിന് അടിമയായിത്തീരരുത്. എത്രയും വേഗം ജെമ്മയുടെ ഭർത്താവാകാൻ നിങ്ങൾക്ക് അതിയായ ആഗ്രഹമുണ്ടെന്ന് എനിക്കറിയാം. എങ്കിലും എല്ലാ

കാര്യങ്ങളും സൂക്ഷിച്ചുചെയ്യണം. ഒരു കാര്യം ഓർത്തോളൂ. എസ്റ്റേറ്റിന് എത്ര കൂടുതൽ വില കിട്ടുന്നുവോ അത്രയും കൂടുതൽ പണം കാണും നിങ്ങൾക്കും നിങ്ങളുടെ കുട്ടികൾക്കും."

ജെമ്മ മുഖം തിരിച്ചു. സാനിൻ കൈ ഒന്നു വീശിക്കൊണ്ടു പറഞ്ഞു,

"ഫ്രൗ ലെനോറെ. ഞാൻ വിവേകപൂർവ്വം കാര്യങ്ങൾ നടത്താമെന്ന് ഉറപ്പു തരുന്നു. വിലപേശാൻ ഞാൻ ഉദ്ദേശിക്കുന്നില്ല. ഞാൻ ശരിയായ വില ചോദിക്കും. അവർക്ക് അതു സമ്മതമാണെങ്കിൽ വാങ്ങട്ടെ. അല്ലെങ്കിൽ അവർ പോയി പാടു നോക്കട്ടെ."

"നിങ്ങൾക്ക് ആ മഹിളയെ പരിചയമുണ്ടോ?" ജെമ്മ ചോദിച്ചു.

"ഞാൻ കണ്ടിട്ടുപോലുമില്ല."

"എപ്പോൾ തിരിച്ചെത്തും?"

"കാര്യം നടക്കുകയില്ലെങ്കിൽ മറ്റന്നാൾ ഇവിടെയെത്തും. കാര്യങ്ങൾ ശരിയാകുകയാണെങ്കിൽ ഒന്നു രണ്ടു ദിവസംകൂടി ഇവിടെ തങ്ങേണ്ടിവരും. എന്തായാലും ഞാൻ ഒരു നിമിഷം പോലും വെറുതെ കളയുകയില്ല. എന്റെ ഹൃദയം ഇവിടെ വച്ചിട്ടാണ് ഞാൻ പോകുന്നതെന്നറിയാമല്ലോ. ഇനി വർത്തമാനം പറഞ്ഞു നിൽക്കാൻ സമയമില്ല. എനിക്ക് ഹോട്ടലിൽ ചെന്ന് പെട്ടി അടുക്കണം... ഫ്രൗ ലെനോറെ, എനിക്കു കൈ തരൂ. ഭാഗ്യം കൈവരാൻ! റഷ്യയിൽ ഞങ്ങൾ യാത്രയ്ക്കു മുമ്പ് അങ്ങനെ ചെയ്യാറുണ്ട്."

"ഇടത്തു കൈയോ വലത്തു കൈയോ."

"ഇടത്തു കൈ—അതാണല്ലോ ഹൃദയത്തോടു കൂടുതൽ അടുത്ത്. ഞാൻ മറ്റന്നാൾ തിരിച്ചെത്തും—ഒന്നുകിൽ പരിചയുമായി അല്ലെങ്കിൽ പരിചപ്പുറത്ത്. ഞാൻ വിജയശ്രീലാളിതനായി തിരിച്ചു വരുമെന്ന് എന്തുകൊണ്ടോ എനിക്ക് ഉറപ്പു തോന്നുന്നു. അതുവരെ പ്രിയജനങ്ങളേ, എനിക്കു വിട തരൂ."

സാനിൻ ഫ്രൗ ലെനോറെയെ കെട്ടിപ്പിടിച്ച് ചുംബിച്ചു. തനിക്ക് വളരെ പ്രാധാനപ്പെട്ട ഒരു കാര്യം പറയാനുണ്ടെന്നും അതുകൊണ്ട് ജെമ്മയുടെ മുറിയിലേക്കു പോകാമെന്നും അയാൾ ജെമ്മയോട് ആവശ്യപ്പെട്ടു. വാസ്തവത്തിൽ അവളോട് ഒറ്റയ്ക്ക് യാത്ര പറയണമെന്നുദ്ദേശിച്ചാണ് അയാൾ അങ്ങനെ ചെയ്തത്. ഫ്രൗ ലെനോറെയ്ക്ക് അക്കാര്യം മനസ്സിലായതിനാൽ ആ പ്രധാനകാര്യം എന്തെന്നറിയാൻ അവർ ശ്രമിച്ചില്ല.

ജെമ്മയുടെ മുറിയിൽ സാനിൻ അതിനുമുമ്പൊരിക്കലും പോയിട്ടില്ല. ആ പരിപാവനമായ പടിയ്ക്കകത്ത് കാൽ കുത്തിയ നിമിഷം അയാൾ

വികാരവിവശനായിത്തീർന്നു. പ്രേമത്തിന്റെ മാസ്മരശക്തിയും, അതിന്റെ ചൂടും ആനന്ദപ്രകർഷവും അതിന്റെ മധുരമായ വേദനയും അയാളുടെ ഉള്ളു നീറ്റി... അയാൾ വികാരഭരിതനായി ചുറ്റും നോക്കിയിട്ട് ആ സുന്ദരിയുടെ കാൽക്കൽ മുട്ടുകുത്തിനിന്ന് അവളുടെ അരക്കെട്ടിൽ മുഖം അമർത്തി...

“നിങ്ങൾ എന്റേതല്ലേ?” അവൾ മന്ത്രിച്ചു. “വേഗം തിരിച്ചു വരില്ലേ?”

“ഞാൻ നിന്റേതാണ്, ഞാൻ തിരിച്ചു വരും.”

“എന്റെ പൊന്നേ, ഞാൻ കാത്തിരിക്കും.”

ഏതാനും മിനിട്ടുകൾ കഴിഞ്ഞ് സാനിൻ ധൃതിയിൽ ഹോട്ടലിലേക്കു നടന്നു. ഭീഷണിപ്പെടുത്തുന്നതുപോലെ കൈയുയർത്തി എന്തോ വിളിച്ചുപറഞ്ഞുകൊണ്ട് കടയുടെ വാതില്ക്കൽവരെ തന്നെ അനുഗമിച്ച പപ്രശ്ശനായ പൻറലിയോണെയെ അയാൾ ശ്രദ്ധിച്ചതേയില്ല.

* * *

ഒന്നാകാൻ പതിനഞ്ചു മിനിട്ടു ബാക്കിയുള്ളപ്പോൾ സാനിൻ പോലൊസൊവിന്റെ മുറിയിലെത്തി. ഒരു കുതിരവണ്ടി ഹോട്ടലിന്റെ മുമ്പിൽ തയ്യാറാക്കി നിർത്തിയിരുന്നു. സാനിനെ കണ്ടയുടൻ പോലെസൊവ്, “അപ്പോൾ താൻ വരാൻതന്നെ തീരുമാനിച്ചു.” എന്നു മാത്രം പറഞ്ഞിട്ട് തൊപ്പിയും കോട്ടും മഴച്ചെരിപ്പും ധരിച്ചു. ചൂടുള്ള ആ ഗ്രീഷ്മകാലത്തും അയാൾ തണുപ്പടിക്കാതെ ചെവിയിൽ പഞ്ഞി തിരുകിവച്ചു. അതു കഴിഞ്ഞ് അയാൾ പൂമുഖത്തേക്കു ചെന്നു. അയാളുടെ ആജ്ഞയനുസരിച്ച് വെയിറ്റർമാർ നേരത്തെ തന്നെ അയാൾ എണ്ണമറ്റ പൊതിക്കെട്ടുകൾ വണ്ടിയിൽ കൊണ്ടുവച്ചിരുന്നു. പോലെസൊവിന്റെ ഇരിപ്പിടത്തിനു ചുറ്റും കുഷ്യനും സഞ്ചികളും ഭാണ്ഡങ്ങളും കുത്തിനിറച്ചിരുന്നു. ഈ പരിഗണനയ്ക്കു പകരമായി നിന്നിരുന്ന കാവൽക്കാരൻ അതീവശ്രദ്ധയോടെ അയാളെ പിന്നിൽ താങ്ങി വണ്ടിയിൽ കയറാൻ സഹായിച്ചു. അയാൾ സീറ്റിൽ കയറി ഞെങ്ങിഞെരുങ്ങി ഇരുന്നിട്ട് ചുറ്റുമുള്ള കെട്ട് ഒതുക്കിവച്ചു. ഒരു ചുരുട്ടെടുത്തു കത്തിച്ചശേഷം മാത്രമാണ്, “കയറിക്കോളൂ.” എന്ന അർത്ഥത്തിൽ അയാൾ സാനിനെ നോക്കി തലയാട്ടിയത്. പാരിതോഷികം കിട്ടണമെങ്കിൽ വണ്ടി എങ്ങനെ ഓടിക്കണമെന്ന് പോലെസൊവ് വണ്ടിക്കാരന് ഹോട്ടലിലെ കാവൽക്കാരൻ വഴി നേരത്തെതന്നെ നിർദ്ദേശം കൊടുത്തിരുന്നു. വണ്ടിയുടെ പടികൾ കിലുങ്ങി, വാതിലടഞ്ഞു. ചക്രങ്ങൾ മെല്ലെ ഉരുണ്ടുതുടങ്ങി.

XXXIII

ഇക്കാലത്ത് തീവണ്ടി മാർഗ്ഗം ഫ്രാങ്ക്ഫർട്ടിൽ നിന്ന് വിസ്ബാഡെനിലെത്താൻ അരമണിക്കൂർ പോലും വേണ്ട. എന്നാൽ അക്കാലത്ത് കുതിരകൾ വലിച്ചിരുന്ന എക്സ്പ്രസ് തപാൽ വണ്ടി അത്രയും ദൂരം സഞ്ചരിക്കാൻ മൂന്നു മണിക്കൂർ എടുത്തിരുന്നു. അതിനിടയിൽ കുറഞ്ഞത് അഞ്ചു പ്രാവശ്യമെങ്കിലും കുതിരകളെ മാറ്റേണ്ടിയിരുന്നു.

ചുരുട്ടും ചുണ്ടുകൾക്കിടയിൽ പിടിച്ചുകൊണ്ട് പോലെസോവ് മയങ്ങുകയോ അല്ലെങ്കിൽ വെറുതെ ആടിക്കൊണ്ടിരിക്കുയോ ആയിരുന്നു. അയാൾ സംസാരിച്ചതേയില്ല. ജനിലിനു പുറത്തേക്ക് ഒരിക്കൽപ്പോലും നോക്കിയില്ല—മനോഹരമായ പ്രകൃതി ദൃശ്യങ്ങളിൽ അയാൾക്ക് യാതൊരു താല്പര്യവുമില്ലായിരുന്നു. എന്നുമാത്രമല്ല പ്രകൃതി തന്നെ സംബന്ധിച്ചിടത്തോളം വിഷലിപ്തമാണെന്ന് അയാൾ ഉൽഘോഷിക്കുകപോലും ചെയ്തു. സാനിനും ഒന്നും സംസാരിച്ചില്ല. അയാളും പ്രകൃതി സൗന്ദര്യം ആസ്വദിക്കാൻ സമയം കളഞ്ഞില്ല—അയാൾക്ക് ചിന്തിക്കാൻ മറ്റു പലതും ഉണ്ടായിരുന്നല്ലൊ. അയാൾ ആലോചനയിലും സ്മരണകളിലും മുഴുകി. ഓരോ സ്റ്റേഷനിലെത്തുമ്പോഴും പോലെസൊവ് കൊടുക്കേണ്ട പണം കൃത്യം എണ്ണി തിട്ടപ്പെടുത്തി വണ്ടിക്കാരനു കൊടുത്തു. വാച്ചു നോക്കി സമയം കണക്കാക്കിയിട്ട് വണ്ടിക്കാരന്റെ മിടുക്കിനനുസരിച്ച് കൂടുതലോ കുറവോ ടിപ്പു കൊടുക്കുകയും ചെയ്തു. പകുതി വഴി യാത്ര ചെയ്തു കഴിഞ്ഞപ്പോൾ പോലൊസൊവ് രണ്ടു ഓറഞ്ചുകൾ കൂടയിൽനിന്നു പുറത്തെടുത്തു അതിൽ ഏറ്റവും നല്ലത് തനിക്കുവേണ്ടി മാറ്റിവച്ചിട്ടു മറ്റേതു സാനിനു നീട്ടി. സാനിൻ അതു കണ്ട് പൊട്ടിച്ചിരിച്ചു.

“എന്താണിത്ര ചിരിക്കാൻ?” വെളുത്ത മുണ്ടൻ വിരലുകളുടെ നഖംകൊണ്ട് സൂക്ഷിച്ച് ഓറഞ്ചിന്റെ തൊലി മാറ്റിക്കൊണ്ടിരുന്ന പോലെസൊവ് ചോദിച്ചു.

“ഞാൻ ചിരിക്കുന്നതോ?” സാനിൻ പറഞ്ഞു. “നമ്മുടെ ഈ യാത്രയെക്കുറിച്ച് ഓർത്തു ചിരിച്ചുപോയതാണ്.”

“ഇതിൽ ചിരിക്കാനെന്തിരിക്കുന്നു?” അർദ്ധവൃത്താകൃതിയിലുള്ള ഒരു ഓറഞ്ചല്ലി വായിലേക്കിട്ടുകൊണ്ട് പോലൊസൊവ് ചോദിച്ചു.

“ഇതു വളരെ വിചിത്രമായി തോന്നുന്നു. ഇന്നലെ ഈ നേരത്ത് താൻ എന്നൊരു മനുഷ്യൻ ഭൂമുഖത്തുള്ള കാര്യം തന്നെ ഞാൻ മറന്നിരിക്കയായിരുന്നു. ഇപ്പോഴിതാ ഞാൻ തന്നോടൊപ്പം യാത്ര ചെയ്യുന്നു—അതും ഞാൻ കണ്ടിട്ടോ കേട്ടിട്ടോ ഇല്ലാത്ത തന്റെ ഭാര്യയ്ക്ക് എന്റെ എസ്റ്റേറ്റു വില്ക്കാൻ!”

“വരാനിരിക്കുന്നതെന്തെന്ന് ആർക്കറിയാം!” പോലെസൊവ് പറഞ്ഞു. “തനിക്കു കുറച്ചുകൂടി പ്രായമാകുമ്പോൾ ഒന്നും തന്നെ അത്ഭുതപ്പെടുത്തുകയില്ല. ഉദാഹരണത്തിന് ഞാൻ ഒരു ഓർഡർലി ഓഫീസറുടെ വേഷമിട്ട് കുതിരപ്പുറത്തിരിക്കുന്ന കാര്യം തനിക്ക് ഭാവന ചെയ്യാൻ കഴിയുമോ? എന്നാൽ വാസ്തവത്തിൽ ഞാൻ അങ്ങനെ ഇരുന്നിട്ടുണ്ട്. മഹാനായ പ്രഭു മിഹയിൽ പാവ് ലോവിച്ച് കല്പിച്ചു: “ആ തടിച്ച കോർനെറ്റ് വേഗം കുതിരയോടിക്കൂ! കുറെക്കൂടി വേഗം!”

സാനിൻ തലയുടെ പിൻഭാഗം ചൊറിഞ്ഞു.

“ഇപ്പലീത് സിദൊറിച്ച്, നിങ്ങളുടെ ഭാര്യ എങ്ങനെയാണിരിക്കുന്നതെന്നു പറയൂ. അവർ എത്തരക്കാരിയാണ്? കാണുന്നതിനുമുമ്പ് അവരെപ്പറ്റി എന്തെങ്കിലും ഞാൻ അറിഞ്ഞിരിക്കേണ്ടതല്ലേ.”

“ഹാ, ഞാൻ വേഗം കുതിരയോടിക്കണമെന്ന് അദ്ദേഹത്തിനു കല്പിക്കാം.” പോലൊസൊവ് തികച്ചും അപ്രതീക്ഷിതമായ ഉണർവ്വോടെ സംസാരിച്ചു തുടങ്ങി. “പക്ഷേ ഞാൻ എന്തു ചെയ്യും? അതുകൊണ്ട് ഞാൻ വിചാരിച്ചു: സ്ഥാനമാനങ്ങൾ പോയി തുലയട്ടെ. എനിക്ക് അതിന്റെ ആവശ്യമില്ല... അപ്പോൾ എന്റെ ഭാര്യയെപ്പറ്റിയല്ലേ താൻ ചോദിച്ചത്. അവരും മറ്റുള്ളവരെപ്പോലെ ഒരു മനുഷ്യജീവിതന്നെയാണ്. ഉറക്കം തൂങ്ങുന്നതു മാത്രം അവർക്കിഷ്ടമല്ല. സംസാരിച്ചുകൊണ്ടേയിരിക്കുക എന്നതാണു പ്രധാനം... അവർക്കു ചിരിക്കാൻ എന്തെങ്കിലും വകയുണ്ടാക്കിക്കൊടുക്കുക. തന്റെ പ്രേമത്തെപ്പറ്റിയും അതുപോലുള്ള മറ്റു കാര്യങ്ങളെപ്പറ്റിയും പറഞ്ഞാൻ മതി. പക്ഷേ അതൊക്കെ തമാശമട്ടിൽ പറയണം.”

“തമാശമട്ടിലോ?”

“അതെ, അതുതന്നെ. താൻ പ്രേമിക്കുന്നുവെന്നും വിവാഹിതനാകാൻ പോകുന്നുവെന്നും എന്നോടു പറഞ്ഞില്ലേ? അതേപ്പറ്റിയെല്ലാം വിശദമായി അവരോടു പറയൂ.”

സാനിനു കോപം വന്നു. “ഇതിൽ തമാശയെന്താണ്?”

പോലൊസൊവ് വെറുതെ കണ്ണുരുട്ടിക്കൊണ്ടിരുന്നു. ഓറഞ്ചിന്റെ നീര് അയാളുടെ താടിയിലൂടെ ഒഴുകി.

“സാമാനം വാങ്ങാൻ ഭാര്യയാണോ തന്നെ ഇങ്ങോട്ടയച്ചത്?” അല്പനേരത്തെ മൗനത്തിനുശേഷം സാനിൻ ചോദിച്ചു.

“അതെ”

“എന്തൊക്കെയാണു വാങ്ങിയത്?”

"കളിക്കോപ്പകൾ, തനിക്കറിഞ്ഞുകൂടേ?"

"അപ്പോൾ തനിക്ക് കുട്ടികളുണ്ടോ?"

പോലൊസോവ് സാനിന്റെ സമീപത്തുനിന്ന് ഞെട്ടി പിന്മാറിക്കൊണ്ട് പറഞ്ഞു.

"എന്ത്? എനിക്കു കുട്ടികളെന്തിനാണ്? ഇതൊക്കെ സ്ത്രീകളുടെ കളിക്കോപ്പകളാണ്—അലങ്കാര വസ്തുക്കൾ. തനിക്കിതൊന്നും അറിയില്ലേ?"

"തനിക്കിതൊക്കെ അറിയാമോ?"

"അറിയാം."

"ഭാര്യയുടെ കാര്യത്തിൽ താൻ ഇടപെടുകയില്ലെന്നല്ലേ മുമ്പ് എന്നോടു പറഞ്ഞത്?"

"അവരുടെ സ്വന്തം കാര്യങ്ങളെപ്പറ്റിയാണു ഞാൻ പറഞ്ഞത്. ഇതൊക്കെ ആവാം. മറ്റൊന്നും ചെയ്യാനില്ലാത്തതുകൊണ്ട് ഞാൻ ഇക്കാര്യം ഏറ്റെടുത്തിരിക്കയാണ്. എന്റെ കലാബോധത്തെപ്പറ്റി ഭാര്യയ്ക്ക് നല്ല മതിപ്പാണ്. പോരെങ്കിൽ വിലപേശാൻ ഞാൻ സമർത്ഥനമാണ്."

പോലെസൊവിന്റെ സംസാരം ഇടമുറിഞ്ഞതായിത്തുടങ്ങി. അയാൾ ക്ഷീണിച്ചിരുന്നു.

"തന്റെ ഭാര്യ വലിയ പണക്കാരിയാണോ?"

"പണക്കാരിയാണെന്നുള്ളതു ശരിതന്നെ. പക്ഷേ അവർ അതിൽ മറ്റാരേയും കൂട്ടിത്തൊടീക്കാറില്ല."

"കണ്ടിടത്തോളം കൊണ്ട്, തനിക്കു പരാതിപ്പെടാൻ കാര്യമൊന്നുമില്ലെന്നാണല്ലോ എനിക്കു തോന്നുന്നത്."

"ഞാൻ ഭർത്താവല്ലേ! ഞാൻ എന്തിനാണ് കിട്ടുന്ന അവസരം പാഴാക്കുന്നത്? പോരെങ്കിൽ എന്നെക്കൊണ്ട് അവർക്ക് പല പ്രയോജനങ്ങളുമുണ്ട്. ഞാൻ ഒരു നിധിയാണ്. എന്നെപ്പോലൊരു ഭർത്താവിനെ കിട്ടുന്നത് വളരെ സൗകര്യമാണ്."

പോലൊസൊവ് ഒരു പട്ടുറുമാലുകൊണ്ട് മുഖം തുടച്ചിട്ട് ശക്തിയിൽ ഒന്നു ചീറ്റി. "എന്നോടു കരുണ കാട്ടൂ." എന്നയാൾ അപേക്ഷിക്കുന്നതുപോലെ തോന്നി. "ഇനി ഒരു വാക്കും എന്നെക്കൊണ്ടു പറയിക്കല്ലേ. എനിക്ക് അതെത്ര ക്ലേശകരമാണെന്നു കണ്ടില്ലേ!"

സാനിൻ അയാളെ പാട്ടിനു വിട്ടിട്ട് വീണ്ടും മനോരാജ്യത്തിൽ മുഴുകി.

* * *

വിസ്ബാഡെനിലെ ഒരു ഹോട്ടലിന്റെ മുമ്പിൽ വണ്ടി നിന്നു. കൊട്ടാരസദൃശ്യമായിരുന്നു ആ ഹോട്ടൽ. അതിന്റെ ഉള്ളിൽ എവിടെയോ മണികൾ മുഴങ്ങി. ആൾക്കാർ ധൃതിയിൽ സംസാരിക്കുകയും ഓടിനടക്കുകയും ചെയ്യുന്ന ബഹളം കേട്ടു. പ്രവേശന കവാടത്തിന്റെ മുമ്പിൽ കറുത്ത ടെയിൽകോട്ടിട്ട, മാന്യന്മാരെന്നു തോന്നിച്ച കുറെ വ്യക്തികൾ ചുറ്റിപ്പറ്റി നിന്നു. സ്വർണ്ണപട്ട കെട്ടിയ ഒരു വെയിറ്റർ വന്ന് വണ്ടിയുടെ വാതിൽ തുറന്നു പിടിച്ചു.

ലോകം മുഴുവൻ കീഴടക്കിയ ഒരു വീരപുരുഷനെപ്പോലെ പോലൊസൊവ് വണ്ടിയിൽ നിന്ന് താഴെയിറങ്ങി. പരവതാനി വിരിച്ച സുഗന്ധപൂരിതമായ കോണിപ്പടികൾ അയാൾ മെല്ലെ കയറിത്തുടങ്ങി. മറ്റുള്ളവരെപ്പോലെതന്നെ ഭംഗിയായി വസ്ത്രം ധരിച്ച ഒരു വ്യക്തി—ഒരു തനി റഷ്യൻ മുഖമായിരുന്നു അയാളുടേത്—പോലെസൊവിന്റെ ഭൃത്യനായിരുന്നു അയാൾ. ഇനിമേൽ താൻ എവിടെ പോയാലും അയാളെക്കൂടി കൊണ്ടുപോകുമെന്നും തലേ ദിവസം രാത്രി ഫ്രാങ്ക്ഫർട്ടിൽവച്ച് തനിക്ക് ചൂടുവെള്ളമില്ലാതെ ഒരു രാത്രി കഴിക്കേണ്ടിവന്നെന്നും പോലൊസോവ് ഭൃത്യനെ അറിയിച്ചു. ഭൃത്യൻ മുഖത്ത് അമർഷം പ്രകടിപ്പിച്ചിട്ട് ധൃതിയിൽ കുനിഞ്ഞ് യജമാനന്റെ മഴച്ചെരുപ്പുകൾ ഊരി മാറ്റി.

“മാര്യ നിക്കൊലായെവ്ന വീട്ടിലുണ്ടോ?' പോലെസൊവ് ആരാഞ്ഞു.

“ഉണ്ട്. മാഡം പുറത്തുപോകാൻ ഒരുങ്ങുകയാണ്. ലസുൻസ്കയ പ്രഭ്വിയോടൊപ്പം ഭക്ഷണം കഴിക്കാൻ പോകുന്നു.”

“ഓ—അവരോ! നിൽക്ക് വണ്ടിയിൽ കുറെ സാമാനങ്ങളുണ്ട്. അതെല്ലാം എടുത്ത് നീതന്നെ മുകളിൽ കൊണ്ടുവന്നു വയ്ക്കണം.” പിന്നീടയാൾ സാനിന്റെ നേരെ തിരിഞ്ഞു പറഞ്ഞു. “ ദ്മീത്രി പാവ്ലൊവിച്ച്, ഒരു മുറി എടുത്തിട്ട് മുക്കാൽ മണിക്കൂർ കഴിഞ്ഞ് ഇവിടെ വരൂ. നമുക്കൊരുമിച്ച് ഭക്ഷണം കഴിക്കാം.”

പോലൊസൊവ് കുണുങ്ങിക്കുണുങ്ങി നടന്നുപോയി. സാനിൻ വാടകകുറഞ്ഞ ഒരു മുറിയെടുത്തു. അയാൾ ദേഹശുദ്ധിവരുത്തുകയും അല്പം വിശ്രമിക്കുകയും ചെയ്തിട്ട് “പോലെസൊവ് പ്രഭു തിരുമനസ്സ്” താമസിച്ചിരുന്ന വിശാലമായ എടുപ്പിലേക്കു നടന്നു.

ഭംഗിയായി സംവിധാനം ചെയ്ത ഒരു മുറിയുടെ മദ്ധ്യത്തിൽ കിടന്ന വെൽവെറ്റ് ചാരുകസേരയിൽ ഇരിക്കുകയായിരുന്നു ആ “പ്രഭു.” സാനിന്റെ പൊണ്ണത്തടിയനായ ആ കൂട്ടുകാരൻ കുളികഴിഞ്ഞ് സാറ്റിൻ കൊണ്ടുള്ള ഒരു വിലപിടിച്ച ഡ്രസ്സിംഗ് ഗൗൺ ധരിച്ച് തലയിൽ ചുവന്ന ഒരു തൊപ്പിയും ധരിച്ചാണിരുന്നത്. സാനിൻ അയാളുടെ അടുത്തു ചെന്ന്

അല്പനേരം അയാളെ നിരീക്ഷിച്ചുകൊണ്ടു നിന്നു. പോലൊസൊവ് സാനിന്റെ നേരെ തല തിരിക്കുകയോ പുരികം ഉയർത്തുകയോ ശബ്ദി ക്കുകയോ ചെയ്യാതെ ഒരു പ്രതിമപോലെ നിശ്ചലനായി ഇരുന്നു. എന്തുകൊണ്ടുനോക്കിയാലും ഒരു ഗംഭീര കാഴ്ചതന്നെയായിരുന്നു അത്. സാനിൻ ഒന്നു രണ്ടു മിനിട്ടുനേരം അയാളെ നോക്കിക്കൊണ്ടു നിന്നിട്ട് ആ പരിപാവനമായ നിശ്ശബ്ദത ഭഞ്ജിക്കാൻ വേണ്ടി വാതുറക്കാൻ ഭാവിച്ചപ്പോഴാണ് അടുത്ത മുറിയിൽനിന്നുള്ള വാതിൽ തുറന്ന് കറുത്ത ലേസു വച്ചുപിടിപ്പിച്ച തൂവെള്ള പട്ടുടുപ്പണിഞ്ഞ ഒരു യുവസുന്ദരി പ്രത്യ ക്ഷപ്പെട്ടത്. സാക്ഷാൽ മാര്യ നിക്കൊലായെവ്ന പോലൊസൊവത ന്നെയായിരുന്നു അത്. വൈരക്കല്ലുകൾ അവളുടെ കൈവിരലുകളേയും കഴുത്തിനേയും അലങ്കരിച്ചിരുന്നു. ചെമ്പിന്റെ നിറത്തിലുള്ള ഇടതൂർന്ന മുടി പിന്നി കഴുത്തിന്റെ ഇരുവശങ്ങളിലും കൂടി അവൾ മുമ്പോട്ടിരുന്നു.

XXXIV

"ഓ! ക്ഷമിക്കണം!" അല്പം അമ്പരപ്പും പരിഹാസവും കലർന്ന ഒരു പുഞ്ചിരിയോടെ അവൾ പറഞ്ഞു. പിന്നിയിട്ട മുടിയുടെ അറ്റം ഉയർത്തിപ്പിടിച്ചുകൊണ്ട് അവൾ ചാരനിറമുള്ള തിളങ്ങുന്ന കണ്ണുകൾ സാനിന്റെ മുഖത്ത് ഊന്നി. "താങ്കൾ ഇവിടെ ഉണ്ടെന്ന് ഞാൻ അറിഞ്ഞില്ല."

"സാനിൻ. ദ്മീത്രി പാവ്ലൊവിച്ച്, എന്റെ ബാല്യകാല സുഹൃത്ത്." തലതിരിക്കുകയോ എണീക്കുകയോ ചെയ്യാതെ സാനിന്റെ നേരെ കൈ ചൂണ്ടിക്കാണിച്ചുകൊണ്ട് പോലൊസൊവ് പറഞ്ഞു.

"അതെ. എനിക്ക് മനസ്സിലായി—നിങ്ങൾ പറഞ്ഞല്ലോ. കണ്ടതിൽ വളരെ സന്തോഷം. പക്ഷേ ഇപ്പലീത് സീദോച്ച്, ഞാൻ വന്നത് ഒരു കാര്യത്തിനാണ്... എന്റെ വേലക്കാരി ഇന്ന് തനി വിഡ്ഢിയെപ്പോലെ യാണു പെരുമാറിയത്..."

"മുടി കെട്ടിത്തരണമോ?"

"അതെ. വിരോധമില്ലെങ്കിൽ." എന്നു പറഞ്ഞിട്ട് അയാൾ പഴയതു പോലെ പുഞ്ചിരിച്ചുകൊണ്ട് സാനിന്റെ നേരെ തലയാട്ടി. "ക്ഷമിക്കണം." പെട്ടെന്ന് തിരിഞ്ഞ് അവൾ വാതിലിനു പിന്നിൽ മറഞ്ഞു—മനോഹ രമായ ഒരു കഴുത്തിന്റേയും വടിവൊത്ത തോളുകളുടേയും ഒതുങ്ങിയ അരക്കെട്ടിന്റേയും ഓർമ്മ അവശേഷിപ്പിച്ചുകൊണ്ട്.

പോലൊസോവ് എണീറ്റു. ശക്തിയായി ആടിക്കൊണ്ട് അയാൾ അതേ വാതിലിലൂടെ അകത്തേക്കു പോയി.

“പോലെസൊവ് പ്രഭു” വിന്റെ സൽക്കാരമുറിയിൽ താൻ ഉണ്ടെന്നുള്ള വിവരം അറിയാതെയാണ് മാര്യ നിക്കൊലൊയെവ്ന വാതില്ക്കൽ പ്രത്യക്ഷപ്പെട്ടതെന്ന് സാനിൻ ഒരു നിമിഷം പോലും വിശ്വസിച്ചില്ല. മുടിയുടെ ഭംഗി സാനിനെ കാണിക്കുക എന്നതായിരുന്നു അവളുടെ ഉദ്ദേശമെന്ന് അയാൾ ഊഹിച്ചു—അവളുടെ മുടി വാസ്തവത്തിൽ ഭംഗിയുള്ളതായിരുന്നു താനും. മാഡം പോലെസൊവയുടെ ഈ കൗശലത്തിൽ സാനിൻ രഹസ്യമായി സന്തോഷിച്ചു—എന്റെ മുമ്പിൽ സൗന്ദര്യം പ്രകടിപ്പിക്കാനും എന്നിൽ മതിപ്പുളവാക്കാനും അവൾ ആഗ്രഹിക്കുന്ന സ്ഥിതിക്ക് എസ്റ്റേറ്റിന്റെ വിലയെപ്പറ്റി അവൾ തർക്കിക്കാനിടയില്ല. അയാൾ കണക്കു കൂട്ടി. അയാളുടെ മനസ്സിൽ ജെമ്മ നിറഞ്ഞുനിന്നിരുന്നതിനാൽ മറ്റു സ്ത്രീകളെപ്പറ്റി അയാൾ ചിന്തിക്കുകയോ അവരെ ശ്രദ്ധിക്കുകയോ ചെയ്തിരുന്നില്ല. “ആ മഹിള ഒരു വിശ്വമോഹിനിയാണെന്നു കേട്ടത് ശരിതന്നെയാണ്” എന്ന് വിചാരിക്കുക മാത്രമാണ് ഇപ്പോഴും അയാൾ ചെയ്തത്.

ഇപ്പോഴത്തെ അസാധാരണമായ മാനസികാവസ്ഥയിലല്ലായിരുന്നുവെങ്കിൽ സാനിൻ ഒരുപക്ഷേ തികച്ചും വ്യത്യസ്തമായ രീതിയിൽ അവളെപ്പറ്റിയുള്ള തന്റെ അഭിപ്രായം പ്രകടിപ്പിക്കുമായിരുന്നു. മാര്യ നിക്കൊലായെവ്ന പോലെസൊവ—വിവാഹത്തിനു മുമ്പ് കോളിഷ്കിനെ—ഒരു അസാധാരണ വ്യക്തിയായിരുന്നു. അത് അവൾ അതിസുന്ദരിയായിരുന്നതുകൊണ്ടാണെന്നു പറയാൻ സാദ്ധ്യമല്ല—അവളുടെ മുഖത്ത് വാസ്തവത്തിൽ താണവംശക്കാരിയാണെന്ന് വിളിച്ചറിയിക്കുന്ന പല ലക്ഷണങ്ങളും ഉണ്ടായിരുന്നു. അവളുടെ നെറ്റി താണതും മൂക്ക് ഏറെക്കുറെ മാംസളവും അറ്റം മുകളിലേക്കു വളഞ്ഞതുമായിരുന്നു. കുലീനരുടെ സൗന്ദര്യലക്ഷണങ്ങളായ മൃദുലകോമളമായ തൊലിയോ സുന്ദരങ്ങളായ കൈകളോ പാദങ്ങളോ അവളുടെ സൗന്ദര്യത്തിനു മാറ്റു കൂട്ടിയിരുന്നില്ല. പക്ഷേ അതിലൊക്കെ എന്തിരിക്കുന്നു? അവളെ കാണുന്നവരെല്ലാം സ്തബ്ധരായി നോക്കിനിന്നത്. പുഷ്കിന്റെ ഭാഷയിൽ പറഞ്ഞാൽ “ഒരു സൗന്ദര്യക്ഷേത്രത്തിനു മുമ്പിലല്ല”[27]—അവളുടെ ജീവചൈതന്യംകൊണ്ട് തുടിക്കുന്ന പ്രഫുലമായ സ്ത്രീത്വത്തിന്റെ വശ്യതയ്ക്കു മുന്നിലാണ്. റഷ്യാക്കാരുടെ സവിശേഷതകളോടു ജിപ്സികളുടെ സവിശേഷതകൾ കൂടിച്ചേർന്നുണ്ടായ അവളുടെ അംഗസൗഷ്ഠവമാണ് അവളെ

27 ഒരു സൗന്ദര്യക്ഷേത്രത്തിനു മുമ്പിലല്ല...—പുഷ്കിന്റെ “സുന്ദരി” എന്ന കവിതയിൽ നിന്ന് (1832)

കാണുന്ന മാത്രയിൽ ആരേയും സ്തബ്ധരാക്കി നിർത്തുന്നത്—അങ്ങനെ നില്ക്കുന്നതിൽ ആർക്കും ഖേദം തോന്നുകയുമില്ല.

എന്നാൽ മനസ്സിൽ പ്രതിഷ്ഠിച്ചിരുന്ന ജെമ്മയുടെ രൂപം സാനിനെ സംരക്ഷിച്ചു—പഴയ കാലത്തെ കവികൾ പാടിപ്പുകഴ്ത്തിയിട്ടുള്ള മൂന്ന് അട്ടികളുള്ള പടച്ചട്ടപോലെ.

പത്തു മിനിട്ടു കഴിഞ്ഞ് മാര്യ നിക്കൊലായെവ്ന ഭർത്താവിന്റെ അകമ്പടിയോടെ വീണ്ടും സൽക്കാരമുറിയിൽ പ്രത്യക്ഷപ്പെട്ടു. അവൾ സാനിന്റെ അടുത്തേക്കു നടന്നുചെന്നു. ഈ വിദൂര ഭൂതകാലത്ത്, വിഡ്ഢികളായ അനേകംപേരുടെ തലതിരിക്കാൻ പോന്ന എന്തോ ഒന്ന് ആ അലസഗമനത്തിൽ ഉണ്ടായിരുന്നു. "ആ സ്ത്രീ നടന്നു വരുന്നതു കണ്ടാൽ നിങ്ങളുടെ ജീവിതത്തിന്റെ മുഴുവൻ സന്തുഷ്ടിയും കൊണ്ടാണ് അവൾ വരുന്നതെന്ന് തോന്നും." അവരിലൊരാൾ അഭിപ്രായപ്പെടുകയുണ്ടായി. അവൾ സാനിന്റെ മുമ്പിലെത്തി കൈ നീട്ടിപ്പിടിച്ചുകൊണ്ട് റഷ്യനിൽ പറഞ്ഞു. "ഞാൻ തിരിച്ചു വരുന്നതുവരെ കാത്തിരിക്കുമല്ലൊ, ഇല്ലേ? വേഗം വരാം." അവളുടെ ശബ്ദം സ്നേഹമയവും അതേസമയംതന്നെ അകൽച്ച കാണിക്കുന്നതുമായിരുന്നു.

സാനിൻ ബഹുമാനപുരസ്സരം അവളെ വണങ്ങി. എന്നാൽ അതിനിടെത്തന്നെ മാര്യ നിക്കൊലായെവ്ന ഇടനാഴിയിലേക്കുള്ള വാതിലിലെ കർട്ടനു പിന്നിൽ മറഞ്ഞുകഴിഞ്ഞിരുന്നു—മറയുന്നതിനുമുമ്പ് അവൾ തിരിഞ്ഞുനോക്കി വീണ്ടും പുഞ്ചിരിച്ചു. മുമ്പത്തെപ്പോലെതന്നെ വടിവൊത്ത ദേഹകാന്തിയുടെ ഓർമ്മ അവശേഷിപ്പിക്കുകയും ചെയ്തു.

അവൾ ചിരിക്കുമ്പോൾ ഒന്നു രണ്ടുമല്ല. മൂന്നു നുണക്കുഴികൾ ആ കവിളുകളിൽ പ്രത്യക്ഷപ്പെട്ടു. ഇടത്തെ കോണിൽ രണ്ടു ചെറുമറുകുകളുള്ള മധുരമായ ചെഞ്ചുണ്ടുകളേക്കാൾ കൂടുതൽ ഹൃദ്യമായി പുഞ്ചിരിച്ചിരുന്നത് ആ തിളങ്ങുന്ന കണ്ണുകളാണെന്നു തോന്നി.

പോലെസൊവ് വീണ്ടും കുണുങ്ങിക്കുണുങ്ങി തന്റെ കസേരയിൽ ചെന്നിരുന്നു. എപ്പോഴത്തേയുംപോലെ അയാൾ അപ്പോഴും മൗനമായിരുന്നു. എങ്കിലും അകാല ജര ബാധിച്ച അയാളുടെ വിളറിയ കവിളുകൾ ഇടയ്ക്കിടെ ഒരു ചെറുപുഞ്ചിരിയാലെന്ന പോലെ പിടഞ്ഞുകൊണ്ടിരുന്നു.

സാനിനേക്കാൾ മൂന്നു വയസ്സേ കൂടുതലുണ്ടായിരുന്നുള്ളുവെങ്കിലും കാഴ്ചയിൽ അയാൾ ഒരു മദ്ധ്യവയസ്കനെപ്പോലെയായിരുന്നു.

ഭക്ഷണപ്രിയനായ ഏതൊരാളെയും തൃപ്തിപ്പെടുത്താൻ പോന്ന വിശിഷ്ടഭോജ്യങ്ങൾകൊണ്ടാണ് പോലൊസോവ് തന്റെ അതിഥിയെ സൽക്കരിച്ചത്. എന്നാൽ ആ വിരുന്ന് വളരെ നീണ്ടുപോയെന്നും

അസഹ്യമാംവണ്ണം മുഷിപ്പനായിരുന്നെന്നുമാണ് സാനിനു തോന്നിയത്. പോലെസൊവ് ആവേശത്തോടും വിജ്ഞാനത്തോടും, വിവേകത്തോടും കൂടി,[28] പ്ലേയിറ്റിലേക്കു കുനിഞ്ഞിരുന്ന് സാവധാനം തിന്നുകൊണ്ടിരുന്നു. ഓരോ കഷ്ണവും അയാൾ വായിലിടുന്നതിനുമുമ്പ് മണത്തു നോക്കും. വീഞ്ഞ് ഇറക്കുന്നതിനുമുമ്പ് അതുകൊണ്ടയാൾ കുലുക്കുഴിയും. ഇറക്കിക്കഴിഞ്ഞാൻ ചുണ്ടു നക്കും... എന്നാൽ പൊരിച്ച ആട്ടിൻ മാംസം മേശപ്പുറത്തെത്തിയാൽ ഉടൻ അയാൾ വാചാല നായിത്തീർന്നു. എന്തിനെപ്പറ്റിയാണ് ഉടൻ അയാൾ സംസാരിച്ച തെന്നറിയാമോ? മെറിനോ എന്ന വർഗ്ഗത്തിൽപ്പെട്ട ആടുകളെപ്പറ്റി! അത്തരം ഒരു ആട്ടിൻ പറ്റത്തെ അയാൾ വിലയ്ക്കു വാങ്ങാൻ ഉദ്ദേശി ക്കുന്നുണ്ടത്രെ! ആടുകളെപ്പറ്റി വിശദമായി വാത്സല്യപൂർവ്വം അയാൾ സംസാരിച്ചു. പിന്നീട് തിളയ്ക്കുന്നത്ര ചൂടുള്ള ഒരു കപ്പകാപ്പി അയാൾ കുടിച്ചു. (തലേ ദിവസം തനിക്ക് കിട്ടിയത് "ഐസുപോലെ തണുത്ത" കാപ്പിയായിരുന്നെന്ന് സങ്കടവും അമർഷവും നിറഞ്ഞ സ്വരത്തിൽ പല തവണ അയാൾ വെയിറ്ററോട് പരാതിപ്പെടുന്നത് സാനിൻ കേട്ടിരുന്നു.) ഒരു ഹവാന ചുരുട്ടിന്റെ അറ്റം തന്റെ മഞ്ഞ നിറമുള്ള വളഞ്ഞ പല്ലുകൾ കൊണ്ട് കടിച്ചുമാറ്റിയിട്ട് അയാൾ പതിവുപോലെ ഉറക്കമായി. സാനിന് അതു വലിയ ആശ്വാസമായി തോന്നി. അയാൾ മുറിയിൽ അങ്ങോട്ടും ഇങ്ങോട്ടും ഉലാത്തിത്തുടങ്ങി. നിലത്തെ കനത്ത പരവതാനി അയാളുടെ കാലൊച്ച പതിഞ്ഞതാക്കിത്തീർത്തു. ജെമ്മയു മൊത്തുള്ള തന്റെ ഭാവിജീവിതത്തെപ്പറ്റി സ്വപ്നം കണ്ടും എന്തു വാർത്ത യുമായിരിക്കും താൻ തിരിച്ച് അവളുടെ അടുത്തേക്കു പോകുന്നതേന്ന് ആലോചിച്ചും അയാൾ സമയം ചെലവഴിച്ചു. എന്നാൽ പോലൊസൊവ് അന്ന് പതിവിലും നേരത്തെ ഉണർന്നു—അക്കാര്യം അയാൾതന്നെ പറഞ്ഞതാണ്. ഒന്നര മണിക്കൂർ മാത്രമേ അയാൾ ഉറങ്ങിയുള്ളൂ. ഉണർന്നയുടൻ അയാൾ ഒരു ഗ്ലാസ് തണുത്ത ധാതുജലം കുടിക്കുകയും ഭൃത്യൻ പച്ചിനിറമുള്ള ഒരു "കീവ്" ഭരണിയിൽ കൊണ്ടുവച്ച "വരേനി" (റഷ്യൻ രീതിയിൽ പഴങ്ങൾ പഞ്ചസാരചേർത്ത് വരട്ടിയത്.) ഏഴോ എട്ടോ സ്പൂൺ അകത്താക്കുകയും ചെയ്തു. ആ മധുരപദാർത്ഥം കൂടാതെ തനിക്ക് ജീവിക്കാനാവില്ലെന്ന് പറഞ്ഞുകൊണ്ട് അയാൾ തന്റെ വീർത്ത കൺപോളകളുള്ള കണ്ണുകൾ സാനിന്റെ നേരെ തിരിച്ച "ദുറാക്കി" (വിഡ്ഢികൾ) എന്ന് റഷ്യനിൽ പേരുള്ള ഒരുതരം ചീട്ടുകളി കളിക്കാൻ അയാൾ സാനിനെ ക്ഷണിച്ചു. സാനിൻ സന്തോഷത്തോടെ അതിനു

28 ആവേശത്തോടും, വിജ്ഞാനത്തോടും, വിവേകത്തോടും കൂടി..—പ്രസിദ്ധ റഷ്യൻ കവിയും നയതന്ത്രജ്ഞനുമായിരുന്ന അലക്സാണ്ടർ ഗ്രിബയേദൊവിന്റെ (1795—1828) "വിവേകം വരുത്തിവച്ച വിന" എന്ന കോമഡിയിൽ നിന്നു.

സമ്മതിച്ചു.—വെറുതെ ഇരുന്നാൽ പോലൊസോവ് വീണ്ടും ആട്ടിൻ കുട്ടികളുടേയും മുട്ടനാടുകളുടേയും തടിച്ച വാലുള്ള ചെമ്മരിയാടുകളുടേയും കാര്യം പറഞ്ഞുതുടങ്ങുമോ എന്നയാൾക്ക് വാസ്തവത്തിൽ ഭയമുണ്ടായിരുന്നു. അതിഥിയും ആതിഥേയനും സൽക്കാരമുറിയിൽ ചെന്നിരുന്ന്, വെയിറ്റർ കൊണ്ടുവന്ന ചീട്ടുകെട്ടു വാങ്ങി കളി തുടങ്ങി. അവർ പണം വച്ചല്ല കളിച്ചത്.

ലസൂൻസ്കയ പ്രഭ്വിയുടെ വീട്ടിൽനിന്നു മാര്യ നിക്കൊലായെവ്ന മടങ്ങിവന്നപ്പോൾ അവർ ഈ നിർദ്ദോഷമായ നേരം പോക്കിൽ മുഴുകിയിരിക്കുകയായിരുന്നു.

ചീട്ടുനിരത്തിയ മേശ കണ്ടപ്പോൾ അവൾ ഉറക്കെ ചിരിച്ചു, സാനിൻ ഇരിപ്പിടത്തിൽ നിന്നു ചാടിയെണീറ്റു. എന്നാൽ അവൾ പറഞ്ഞു: "കളി തുടർന്നോളൂ, ഞാൻ അകത്തുപോയി വേഷം മാറ്റിയിട്ട് വരാം!" കയ്യുറകൾ വലിച്ചൂരിക്കൊണ്ട് അവൾ വീണ്ടും അപ്രത്യക്ഷയായി. പട്ടുടുപ്പുലയുന്ന ശബ്ദം സാനിൻ കേട്ടു.

പറഞ്ഞതുപോലെതന്നെ അധികം താമസിയാതെ അവൾ തിരിച്ചുവന്നു. മുമ്പിട്ടിരുന്ന മനോഹരമായ പട്ടുടുപ്പിനു പകരം ഊതനിറമുള്ള അയഞ്ഞ ഒരു പട്ടുഗൗണാണ് അവൾ ധരിച്ചിരുന്നത്. തുങ്ങിക്കിടക്കുന്ന കൈകളുള്ള ആ ഗൗൺ ഒരു പട്ടു ചരടുകൊണ്ട് അരയിൽ ബന്ധിച്ചിരുന്നു. അവൾ ഭർത്താവിന്റെ അടുത്തുചെന്ന് ഇരുന്നു. അയാൾ "വിസ്റ്റി"യായ് പ്രഖ്യാപിക്കപ്പെട്ടപ്പോൾ അവൾ പറഞ്ഞു: "കളിച്ചതു മതി. തടിയാ!" ('തടിയാ' എന്ന് അവൾ വിളിക്കുന്നതു കേട്ടപ്പോൾ സാനിൻ അത്ഭുതസ്തബ്ധനായി അവളുടെ മുഖത്തേക്കു നോക്കി. എന്നാൽ അവൾ യാതൊരു കൂസലുമില്ലാതെ അയാളുടെ കണ്ണുകളിലേക്കുതന്നെ നോക്കിക്കൊണ്ട് നുണക്കുഴികൾ കാട്ടി പുഞ്ചിരിയ്ക്കുയാണു ചെയ്തത്) "കളിച്ചതു മതി, നിങ്ങൾക്ക് ഉറക്കം വരുന്നുണ്ട്. എന്റെ കൈപടം ചുംബിച്ചിട്ട് പോയി കിടന്നോളൂ. മെസ്യേസാനിനോട് ഞാൻ അല്പം സംസാരിക്കട്ടെ."

"എനിക്കു ഉറക്കം വരുന്നില്ല," കസേരയിൽനിന്ന് ആയാസപ്പെട്ട് എണീറ്റുകൊണ്ട് പോലെസൊവ് ചിണുങ്ങി. "പക്ഷേ ഇവിടുന്ന് പോകണമെങ്കിൽ പോകാം. കൈ ചുംബിക്കുകയും ചെയ്യാം."

പുഞ്ചിരികൊണ്ടു വിടർന്ന കണ്ണുകൾ സാനിന്റെ മുഖത്തുനിന്നു മാറ്റാതെ അവൾ ഭർത്താവിന്റെ നേരെ കൈപ്പടം നീട്ടി.

പോലൊസോവും സാനിനെ ഒന്നു നോക്കി, എന്നിട്ട് ശുഭരാത്രി നേരുകപോലും ചെയ്യാതെ അകത്തേക്കു പോയി.

"പറയൂ, കേൾക്കട്ടെ!" ആകാംക്ഷാഭരിതനായി മാര്യ നിക്കൊലായ്‌വ്ന സാനിനോടു പറഞ്ഞു. അവൾ നഗ്നമായ കൈകൾ മേശമേൽ ഊന്നി ഒരു കൈയിലെ നഖങ്ങൾ മറ്റെ കൈകളിലെ നഖങ്ങളിൽ മുട്ടിച്ച് താളം പിടിച്ചുകൊണ്ട് അക്ഷമയോടെ ഇരുന്നു. "ഞാൻ കേട്ടത് വാസ്തവമാണോ—താങ്കൾ വിവാഹിതനാകാൻ പോവുകയാണോ!"

തല ഒരു വശത്തേക്ക് അല്പം ചരിച്ചുപിടിച്ച് അന്വേഷണ ഭാവത്തിൽ സാനിന്റെ കണ്ണുകളിലേക്ക് നിർന്നിമേഷം നോക്കിക്കൊണ്ടാണ് അവൾ സംസാരിച്ചത്.

XXXV

സാനിൻ പൂച്ചക്കുട്ടിയൊന്നും ആയിരുന്നില്ല. അയാൾ പലതരക്കാരുമായി ധാരാളം ഇടപെട്ടിട്ടുണ്ടെന്നും സമ്മതിക്കാം. എങ്കിലും മാഡം പോലൊസോവയുടെ ഈ അടുപ്പം കാട്ടൽ സാധാരണ ഗതിയിൽ അയാളെ അമ്പരപ്പിക്കേണ്ടതായിരുന്നു. എന്നാൽ അവൾ കാണിക്കുന്ന ഈ സ്വാതന്ത്ര്യവും അടുപ്പവും തന്റെ കാര്യസാധ്യത്തിന് അനുകൂലമാണെന്നു മാത്രമേ ഇപ്പോൾ അയാൾക്കു തോന്നിയുള്ളൂ. "ഈ പണക്കാരിയെ പ്രീണിപ്പിക്കണം." അയാൾ മനസ്സിൽ കരുതി. അവൾ ചോദിച്ച ചോദ്യത്തിന് അതേ ലാഘവബുദ്ധിയോടെ അയാൾ മറുപടി പറഞ്ഞു: "അതെ, ഞാൻ കല്യാണം കഴിക്കാൻ പോകയാണ്."

"ആ പെൺകുട്ടിയെ പരിചയപ്പെട്ടിട്ട് അധികകാലമായില്ല, ഉവ്വോ? ഫ്രാങ്ക്ഫർട്ടിൽ വച്ചല്ലെ കണ്ടുമുട്ടിയത്?"

"ശരിയാണ്."

"അവൾ ആരാണെന്ന് പറയാൻ വിരോധമുണ്ടോ?"

"വിരോധമില്ല. അവൾ ഒരു മിഠായിക്കടക്കാരിയുടെ മകളാണ്."

മാര്യ നിക്കൊലായെവ്നയുടെ കണ്ണുകൾ വിടർന്നു. പുരികക്കൊടികൾ ഉയർന്നു.

"അതു കൊള്ളാമല്ലോ!" അവൾ മെല്ലെ പറഞ്ഞു. "വളരെ നല്ല കാര്യം!" ഇക്കാലത്ത് താങ്കളെപ്പോലുള്ള ചെറുപ്പക്കാരെ കാണാനില്ലെന്നാണ് ഞാൻ വിചാരിച്ചിരുന്നത്. മിഠായിക്കടക്കാരിയുടെ മകൾ!"

"ഭവതിയെ ഇത് അത്ഭുതപ്പെടുത്തിയെന്ന് തോന്നുന്നു. "സാനിൻ അന്തസ്സു കൈവിടാതെ പറഞ്ഞു. "ഒന്നാമത് എനിക്ക് യാതൊരു മുൻ വിധികളുമില്ല..."

“ഒന്നാമത് ഇത് എന്നെ അത്ഭുതപ്പെടുത്തിയിട്ടില്ല.” മാര്യ നിക്കൊലാ യെവ്ന ഇടയ്ക്കുകയറി പറഞ്ഞു. “എനിക്കും യാതൊരു മുൻവിധികളുമില്ല. ഞാൻ തന്നെ ഒരു ഗ്രാമീണ കർഷകന്റെ മകളാണ്. അതുകൊണ്ടെന്താ? സ്നേഹിക്കാൻ ഭയമില്ലാത്ത താങ്കളെപ്പോലുള്ള ഒരു വ്യക്തിയെ കണ്ടുമുട്ടി യതിലാണ് എനിക്കത്ഭുതം. അതെനിക്ക് ഇഷ്ടമായി. താങ്കൾ അവളെ സ്നേഹിക്കുന്നുണ്ട്. ഇല്ലേ?”

“ഉണ്ട്.”

“കുട്ടിയെ കാണാൻ കൊള്ളാമോ?”

സാനിനെ ആ ചോദ്യം തെല്ലൊന്ന് അമ്പരപ്പിക്കാതിരുന്നില്ല. എങ്കിലും ഒഴിഞ്ഞുമാറാൻ നിവർത്തിയില്ലായിരുന്നു.

“സ്വന്തം പ്രേമഭാജനത്തേക്കാൾ സുന്ദരിയായി മറ്റാരുമില്ലെന്നായി രിക്കും ഓരോ കമിതാവും ചിന്തിക്കുന്നതെന്ന് ഭവതിക്കറിയാമല്ലൊ.” സാനിൻ പറഞ്ഞു. “എന്നാൽ എന്റെ വധു യഥാർത്ഥത്തിൽ ഒരു സൗന്ദ ര്യറാണിയാണ്.”

“അതുകൊള്ളാം! അവൾ ഒരു ഇറ്റാലിയൻ ക്ലാസിക്കൽ സുന്ദരി യാണോ?”

“അതെ. സൗന്ദര്യപരികല്പനകൾക്കനുസൃതമായ കുറ്റമറ്റ മുഖലക്ഷ ണമാണ് അവളുടേത്,”

“അവളുടെ ഛായാചിത്രം കൈയിലുണ്ടോ?”

“ഇല്ല.” (അക്കാലത്ത് ഫോട്ടോഗ്രാഫി നിലവിൽ വന്നിരുന്നില്ല. ഡാഗെറൊടൈപ്പ്[29] പ്രചാരത്തിൽ വന്നു തുടങ്ങിയിട്ടേ ഉണ്ടായിരുന്നുള്ളു.)

“അവളുടെ പേരെന്താണ്?”

“ജെമ്മ.”

“താങ്കളുടെ പേരോ?”

“ദ്മീത്രി”

“താങ്കളുടെ ഇരട്ടപ്പേര്?”

“പാവ്‌ലൊവിച്ച്.”

“നോക്കു, എനിക്ക് താങ്കളെ ഇഷ്ടമായി. ദിമീത്രി പാവ്‌ലൊവിച്ച്”, അവൾ ശബ്ദം താഴ്ത്തി പറഞ്ഞു. “താങ്കൾ ഒരു നല്ല മനുഷ്യനാണെന്ന് എനിക്കു തോന്നുന്നു. എനിക്ക് കൈതരൂ നമുക്ക് സുഹൃത്തുക്കളാകാം!”

---

29 ഡാഗെറോടൈപ്പ്—ഫോട്ടോഗ്രാഫിയുടെ ആദ്യ രൂപം. (അതിൽ കോപ്പികളെ ടുക്കാൻ സാദ്ധ്യമല്ലായിരുന്നു.) 1839-ൽ ഡാഗെർ എന്നയാളാണ് അതു കണ്ടുപി ടിച്ചത്.

അവൾ തന്റെ വെളുത്ത സുന്ദരമായ കരുത്തുള്ള വിരലുകൾ കൊണ്ട് സാനിന്റെ കൈ പിടിച്ചമർത്തി. അവളുടെ വിരലുകൾ അയാളുടെ വിരസിനേക്കാൾ ലേശം ചെറുതായിരുന്നെങ്കിലും അവയ്ക്ക് കൂടുതൽ ചൂടും മിനുസവും മാർദ്ദവവും ശക്തിയും ഉണ്ടായിരുന്നു.

“ഇപ്പോൾ എന്റെ തലയിലൂടെ കടന്നുപോകുന്നതെന്താണെന്നറിയാമോ?”

“എന്താണ്?”

“ദേഷ്യം വരില്ലെങ്കിൽ പറയാം. ആ പെൺകുട്ടി താങ്കളുടെ പ്രതിശ്രുതവധുവാണെന്നു പറഞ്ഞല്ലോ. വാസ്തവത്തിൽ... അതിന്റെ ആവശ്യമുണ്ടായിരുന്നോ?”

സാനിൻ നെറ്റിചുളിച്ചു. “എനിക്കു മനസ്സിലായില്ല, മാര്യ സാനിൻ നെറ്റിചുളിച്ചു. “എനിക്കു മനസ്സിലായില്ലേ, മാര്യ നിക്കൊലൊയവ്ന.”

കവിളിലേക്ക് ഊർന്നു വീണ ഒരു അളകം തല ഒന്നു കുടഞ്ഞ് മുന്നിലേക്ക് ഒതുക്കിവച്ചുകൊണ്ട് മാര്യ നിക്കൊലായെവ്ന മെല്ലെ ചിരിച്ചു. “നല്ല കുട്ടി, മിടുക്കൻ,” അവൾ അന്യമനസ്കയും ചിന്താഭരിതയുമായി പിറുപിറുത്തു. “ഒരു വീരനായകൻ! എന്നിട്ടാണ് ആളുകൾ പറയുന്നത് ഇക്കാലത്ത് ആദർശശാലികൾ ഇല്ലെന്ന്!”

മാര്യ നിക്കൊലായെവ്ന മോസ്കോ പ്രദേശത്തെ ശുദ്ധമായ റഷ്യൻ ഭാഷയാണ് സംസാരിച്ചിരുന്നത്—അതും കുലീനന്മാർ സംസാരിക്കുന്ന ശൈലിയിലല്ല സാധാരണക്കാർ സംസാരിക്കുന്ന ശൈലിയിൽ.

“താങ്കൾ റഷ്യയിലെ പഴയ മട്ടിലുള്ള ഒരു കുടുംബത്തിലെ ദൈവഭയമുള്ള ആളുകളുടെ ഇടയിലാണ് വളർന്നത്. അല്ലേ?” അവൾ ചോദിച്ചു. “റഷ്യയുടെ ഏതു ഭാഗത്തു നിന്നാണ്?”

“തുല ഗുബെർണിയയിൽനിന്ന്.”

“അപ്പോൾ നമ്മൾ നാട്ടുകാരാണ്. എന്റെ അച്ഛൻ... ആരായിരുന്നു എന്റെ പിതാവെന്ന് താങ്കൾക്ക് അറിയാമോ?”

“അറിയാം.”

“അദ്ദേഹം ജനിച്ചതു തുലയിലാണ്... എല്ലാ അർത്ഥത്തിലും അദ്ദേഹം ഒരു യഥാർത്ഥ തുലാക്കാരൻ ആയിരുന്നു. അതിരിക്കട്ടെ... (ഇടത്തരക്കാരുടെ സംസാരരീതി മനഃപ്പൂർവ്വം പ്രകടമാക്കിക്കൊണ്ടാണ് അവൾ അതു പറഞ്ഞത്.) ഇനി നമുക്ക് കാര്യത്തിലേക്കു കടക്കാം.”

“എന്താണ് അതുകൊണ്ട് ഉദ്ദേശിക്കുന്നത്? അതു പറയാൻ കാരണമെന്താണ്?”

മാര്യ നിക്കൊലായെവ്നയുടെ കണ്ണുകൾ ചെറുതായി. “കൊള്ളാം. താങ്കൾ എന്തിനാണിവിടെ വന്നത്?” (അവൾ കണ്ണുകൾ ചെറുതാക്കിയപ്പോൾ അവയിൽ ദയയും തൊല്ലൊരു പരിഹാസവും കലർന്ന ഭാവം നിഴലിച്ചിരുന്നു. കണ്ണുകൾ മലർക്കെ തുറക്കുമ്പോഴാകട്ടെ അവയുടെ സുതാര്യമായ തണുത്ത തിളക്കത്തിൽ നിർദ്ദയവും കടിലവുമായ എന്തോ ഒന്ന് തെളിഞ്ഞിരിക്കും. അവളുടെ കണ്ണുകളെ അത്യാകർഷകങ്ങളാക്കിയിരുന്നത് കറുത്തുമിന്നുന്ന ഇടതൂർന്ന പുരികക്കൊടികളായിരുന്നു.) “ഞാൻ താങ്കളുടെ എസ്റ്റേറ്റു വാങ്ങണമെന്ന് താങ്കൾ ആഗ്രഹിക്കുന്നുണ്ട്. ഇല്ലേ?” കല്യാണം കഴിക്കാൻ താങ്കൾക്കു പണം വേണം. ശരിയല്ലേ?”

“അതെ.”

“ഒരുപാടു പണം ആവശ്യമുണ്ടോ?”

“ഉടനെ എനിക്ക് ഏതാനും ആയിരം ഫ്രാങ്കുകൾ കിട്ടിയാൽ മതി. ഭവതിയുടെ ഭർത്താവിന് എന്റെ എസ്റ്റേറ്റ് അറിയാം. അദ്ദേഹത്തോട് അഭിപ്രായം ചോദിച്ചോളൂ. ഞാൻ ഉയർന്ന വില ചോദിക്കുന്നില്ല.”

മാര്യ നിക്കൊലായെവ്ന തലയാട്ടി.

“ഒന്നാമതായി ഞാൻ ഒരു കാര്യത്തിനും എന്റെ ഭർത്താവിന്റെ അഭിപ്രായം ആരായാറില്ല.” സാനിന്റെ ഫ്രോക്ക് കോട്ടിൽ വിരലുകളുടെ അറ്റം മുട്ടിച്ചു താളം പിടിച്ചുകൊണ്ട് നിർത്തി നിർത്തിയാണ് അവൾ അതു പറഞ്ഞത്. “വസ്തുങ്ങളുടെ കാര്യത്തിൽ മാത്രമേ ഞാൻ അദ്ദേഹത്തിന്റെ അഭിപ്രായം ചോദിക്കാറുള്ളൂ. അക്കാര്യത്തിൽ അദ്ദേഹം അതിസമർത്ഥനാണ്. രണ്ടാമതായി താങ്കൾ വിലകുറച്ചു ചോദിക്കുന്നതെന്തിനാണ്! പ്രേമത്തിൽ മുങ്ങിയിരിക്കുന്ന ഇപ്പോഴത്തെ അവസ്ഥയിൽ താങ്കൾ എന്തു ത്യാഗം സഹിക്കാനും തയ്യാറാകുമെന്ന് എനിക്കറിയാം. പക്ഷേ ഞാൻ അതിൽനിന്നും മുതലെടുക്കാൻ ഉദ്ദേശിക്കുന്നില്ല... താങ്കൾ ത്യാഗം സഹിക്കാൻ ഞാൻ സമ്മതിക്കയില്ല. താങ്കളുടെ ഉൽകൃഷ്ട വികാരങ്ങളെ പ്രോത്സാഹിപ്പിക്കുന്നതിനു പകരം ജീവനോടെ താങ്കളുടെ തൊലിയുരിക്കാൻ ഞാൻ ഉദ്ദേശിക്കുന്നില്ല. അത് എന്റെ സ്വഭാവമല്ല. വേണ്ടി വന്നാൽ ക്രൂരയാകാൻ എനിക്കറിയാം. പക്ഷേ അതു മറ്റൊരു തരത്തിലായിരിക്കും.”

അവൾ കാര്യമായാണോ കളിയായാണോ അതു പറഞ്ഞതെന്ന് സാനിന് മനസ്സിലായില്ല. അയാൾ മനസ്സിൽ പറഞ്ഞു. “ഈ സ്ത്രീയെ സൂക്ഷിക്കണം.!”

ഒരു വേലക്കാരൻ റഷ്യൻ സമോവർ, ചായക്കപ്പുകൾ, ക്രീം, പൊരിച്ച റൊട്ടി മുതലായവവെച്ച ഒരു വലിയ ട്രേ സാനിന്റേയും പൊലോസോവയുടേയും ഇടയ്ക്കു കിടന്നിരുന്ന മേശമേൽ കൊണ്ടുവച്ചിട്ട് തിരിച്ചു പോയി.

മാര്യ നിക്കൊലയെവ്ന സാനിന് ഒരു കപ്പ ചായ പകർന്നുകൊടുത്തു.

"ഞാൻ കൈകൊണ്ട് പഞ്ചസാരക്കട്ട എടുത്തിടുന്നതിൽ വിരോധമില്ലല്ലോ?" എന്നു പറഞ്ഞുകൊണ്ട് കരണ്ടി തൊട്ടടുത്ത് ഉണ്ടായിരുന്നിട്ടും അതുപയോഗിക്കാതെ കൈകൊണ്ട് അവൾ ഒരു വലിയ കട്ട പഞ്ചസാര സാനിന്റെ കപ്പിലേക്കിട്ടു.

"ഒരു വിരോധവുമില്ല... ഇത്ര ഭംഗിയുള്ള കൈകൊണ്ട്..."

അയാൾ ആ വാചകം പൂർത്തിയാക്കിയില്ല. ആദ്യത്തെ ഇറക്കു ചായ അയാളുടെ തൊണ്ടയിൽ തടഞ്ഞെന്നു തോന്നി. ആ സമയമെല്ലാം തെളിഞ്ഞ കണ്ണുകൾകൊണ്ട് അവൾ അയാളെ ഉറ്റുനോക്കിക്കൊണ്ടിരുന്നു.

"ഞാൻ എസ്റ്റേറ്റിനു വലിയ വില ചോദിക്കയില്ലെന്നു പറയാൻ പല കാരണങ്ങളുമുണ്ട്." സാനിൻ തുടർന്നു. "നിങ്ങൾ വിദേശത്തായതുകൊണ്ട് നിങ്ങളുടെ കൈവശം അത്രയധികം പണം ഉടനടി എടുക്കാൻ കാണുകയില്ലായിരിക്കുമെന്ന് ഞാൻ വിചാരിച്ചു. പോരാത്തതിന് ഇത്തരം ഒരു ചുറ്റുപാടിൽ ഒരെസ്റ്റേറ്റു വില്ക്കുന്നതും വാങ്ങുന്നതും തികച്ചും അസാധാരണമാണ്. അക്കാര്യം കണക്കിലെടുക്കാൻ ഞാൻ ബാദ്ധ്യസ്ഥനാണ്."

ഇനി എന്തു പറയണമെന്നറിയാതെ സാനിൻ കുഴങ്ങി. മാര്യ നിക്കൊലായെവ്ന കൈകെട്ടിക്കൊണ്ട് കസേരയിലേക്കു ചാരിയിരുന്ന അയാളെത്തന്നെ നോക്കുകയായിരുന്നു ആ സമയമത്രയും. ഒടുവിൽ സാനിൻ മിണ്ടാതിരുന്നു.

"സാരമില്ല, പറയാനുള്ളതെല്ലാം പറഞ്ഞോളൂ," അവൾ അയാളെ പ്രോത്സാഹിപ്പിക്കുവണ്ണം പറഞ്ഞു. "ഞാൻ കേൾക്കുന്നുണ്ട്. എനിക്ക് താങ്കളുടെ സംസാരം കേൾക്കാൻ വളരെ താല്പര്യം തോന്നുന്നു."

സാനിൻ തന്റെ എസ്റ്റേറ്റിനെപ്പറ്റി വിശദമായി സംസാരിച്ചുതുടങ്ങി. അത് എത്ര ഏക്കറുണ്ടെന്നും എവിടെയാണെന്നും, അതിൽനിന്നുള്ള ആദായമാർഗ്ഗങ്ങൾ എന്തൊക്കെയാണെന്നും, കൂടുതൽ ആദായമുണ്ടാക്കാൻ എന്തൊക്കെ ചെയ്യണമെന്നും അയാൾ വിശദീകരിച്ചു. തന്റെ വീടിരിക്കുന്ന സ്ഥലം എത്ര പ്രകൃതിരമണീയമാണെന്ന് വർണ്ണിക്കാൻ പോലും അയാൾ തുനിഞ്ഞു. മാര്യ നിക്കൊലായെവ്ന കൂടുതൽ പ്രസന്നതയോടെ, കൂടുതൽ ശ്രദ്ധയോടെ അയാളെ ഉറ്റുനോക്കിക്കൊണ്ടിരുന്നു. അവളുടെ ചുണ്ടുകൾ അല്പം വിടർന്നെങ്കിലും അവ പുഞ്ചിരിതൂകിയില്ല. അവൾ കീഴ്ച്ചുണ്ട് കടിച്ചു. വീണ്ടും അയാൾക്ക് ജാള്യത തോന്നി. അയാൾ ഒരിക്കൽക്കൂടി മൗനം അവലംബിച്ചു.

"ദ്മീത്രി പാവ്‌ലൊവിച്ച്," മാര്യ നിക്കൊലായെവ്ന വിളിച്ചു. അവൾ അല്പനേരം എന്തോ ആലോചിച്ചുകൊണ്ടിരുന്നിട്ട് തുടർന്നു: 'ദ്മീത്രി പാവ്‌ലൊവിച്ച്, താങ്കളുടെ എസ്റ്റേറ്റ് വിലയ്ക്കു വാങ്ങുന്നത് എനിക്ക് ലാഭകരമാണ്. നമുക്ക് വിലയെപ്പറ്റി യോജിപ്പിലെത്താൻ കഴിയുമെന്നും ഞാൻ വിശ്വസിക്കുന്നു. പക്ഷേ എനിക്ക് രണ്ടു ദിവസത്തെ അവധി തരണം—രണ്ടു ദിവസം. രണ്ടു ദിവസം കാമുകിയെ പിരിഞ്ഞുനിൽക്കാൻ താങ്കൾക്കു കഴിയുമോ? താങ്കളുടെ ആഗ്രഹത്തിനെതിരായി, അതിൽ കൂടുതൽ ഞാൻ താങ്കളെ ഇവിടെ തടഞ്ഞു നിർത്തുകയില്ലെന്ന് ഉറപ്പുതരാം. എന്നാൽ ഇപ്പോൾ താങ്കൾക്ക് അയ്യായിരമോ ആറായിരമോ ഫ്രാങ്ക് ആവശ്യമാണെങ്കിൽ വായ്പയായി ഞാൻ അത് ഉടൻ തന്നെ തരാം—പിന്നീട് കണക്കു തീർത്താൻ മതി."

സാനിൻ എണീറ്റുനിന്നുകൊണ്ട് പറഞ്ഞു: "മാര്യ നിക്കൊലായെവ്ന, യാതൊരു പരിചയവുമില്ലാത്ത എന്നെ സഹായിക്കാൻ സന്മനസ്സു കാണിക്കുന്ന ഭവതിക്കു നന്ദി. എന്നാൽ എസ്റ്റേറ്റിന്റെ കാര്യം തീരുമാനിക്കാൻ ഭവതിക്ക് രണ്ടു ദിവസം ആവശ്യമാണെങ്കിൽ തീർച്ചയായും ഞാൻ രണ്ടു ദിവസംകൂടി ഇവിടെ താമസിക്കാം."

"ദ്മീത്രി പാവ്‌ലൊവിച്ച്, എനിക്ക് രണ്ടു ദിവസം കൂടിയേ കഴിയൂ. അത് താങ്കൾക്ക് വല്ലാത്ത മനഃപ്രയാസമുണ്ടാക്കുമോ? തുറന്നു പറയൂ. വല്ലാത്ത വിഷമം തോന്നുന്നുണ്ടോ?"

"മാര്യ നിക്കൊലായെവ്ന, ഞാൻ എന്റെ ഭാവിവധുവിനെ വളരെയധികം സ്നേഹിക്കുന്നു. അവളെ പിരിഞ്ഞിരിക്കാൻ എനിക്ക് ഒട്ടും എളുപ്പമല്ല."

"താങ്കൾ ഒരു തനി തങ്കമാണ്," മാര്യ നിക്കൊലായെവ്ന ഒരു നെടുവീർപ്പോടെ പറഞ്ഞു. "താങ്കളെ കഴിയുന്നതും വേഗം തിരിച്ചയക്കാമെന്ന് ഞാൻ വാഗ്ദാനം ചെയ്യുന്നു. ഇപ്പോൾ പോകാൻ സമയമായോ?"

"അതെ, സമയം വളരെയായി."

"ഇന്നത്തെ യാത്രയുടെ ക്ഷീണവും എന്റെ ഭർത്താവിനോടൊപ്പം 'ദുറാക്കി' കളിച്ചതിന്റെ ക്ഷീണവും മാറ്റാൻ താങ്കൾക്കു വിശ്രമം ആവശ്യമാണ്. പറയൂ. താങ്കൾ ഇപ്പലീത് സീദൊറച്ചിന്റെ ആത്മസുഹൃത്താണോ?"

"ഞങ്ങൾ ഒരേ സ്കൂളിലാണ് പഠിച്ചിരുന്നത്."

"അന്നും ഇതുപോലെയായിരുന്നോ അദ്ദേഹം?"

"ഏതുപോലെ?" സാനിൻ തിരിച്ചുചോദിച്ചു.

മാര്യ നിക്കൊലായെവ്ന പെട്ടെന്ന് പൊട്ടിച്ചിരിച്ചു തുടങ്ങി. ചിരിച്ചു

ചിരിച്ച അവരുടെ മുഖമാകെ തുടുത്തു. ഒരു കൈലേസു ചുണ്ടോടടുപ്പിച്ചു കൊണ്ട് അവൾ കസേരയിൽനിന്നെണീറ്റു. ക്ഷീണാധിക്യത്തിലെന്നവ ണ്ണം തെല്ലൊന്ന് ആടിക്കൊണ്ട് അവൾ സാനിന്റെ അടുത്തു ചെന്ന് കൈ നീട്ടി.

അയാൾ അവരെ വണങ്ങിയിട്ട് വാതില്ക്കലേക്കു നടന്നു.

"നാളെ അതിരാവിലെ ഇങ്ങോട്ടു പോരൂ!" അവൾ പുറകിൽ നിന്നു വിളിച്ചു പറഞ്ഞു. അയാൾ തിരിഞ്ഞു നോക്കി. കൈകൾ തലയ്ക്കു പിന്നിൽ പിണച്ചുവച്ചുകൊണ്ട് അവൾ വീണ്ടും ചാരുകസേരയിൽ ചാരിക്കിടക്കുകയാ യിരുന്നു. അവളുടെ ഗൗണിന്റെ അയഞ്ഞ കൈകൾ തോളുകളിലേക്ക് ഊർന്നുവീണു. കൈത്തണ്ടുകൾ മാത്രമല്ല അവളുടെ വടിവൊത്ത മേനി ആകെത്തന്നെ ആ കിടപ്പിൽ വശ്യവും മനോഹരവുമായിരുന്നുവെന്നു സമ്മതിക്കാതെ തരമില്ല.

XXXVI

പാതിരാത്രി കഴിഞ്ഞിട്ടും വളരെ നേരത്തേക്ക് സാനിന്റെ മുറിയിലെ വിളക്കു കത്തിക്കൊണ്ടിരുന്നു. അയാൾ "തന്റെ ജെമ്മയ്ക്ക്" ഒരു കത്തെഴുതുകയായിരുന്നു. കാര്യങ്ങളെല്ലാം അയാൾ വിസ്തരിച്ചു എഴുതി. പോലൊസൊവ് ദമ്പതിമാരെപ്പറ്റിയുള്ള ഒരു വിവരണം ജെമ്മയ്ക്കു കൊടുത്തു. എന്നാൽ കത്തിന്റെ സിംഹഭാഗവും തന്റെ സ്വന്തം ഹൃദയവികാരം പകർത്താനാണ് സാനിൻ ഉപയോഗി ച്ചത്. മൂന്നു ദിവസത്തിനകം ജെമ്മയെ വന്നു കണ്ടുകൊള്ളാമെന്ന് ഉറപ്പു കൊടുത്തുകൊണ്ട് അയാൾ കത്ത് അവസാനിപ്പിച്ചു. ഒടുവിൽ പറഞ്ഞ വാചകത്തിന്റെ അവസാനത്തിൽ അയാൾ മൂന്ന് വ്യക്ഷേപക ചിഹ്ന ങ്ങൾ കൂട്ടിച്ചേർത്തിരുന്നു. പിറ്റേന്ന് അതിരാവിലെതന്നെ ആ കത്ത് അയാൾ തപാൽ ആഫീസിൽ കൊണ്ടുചെന്ന് ഏല്പിച്ചിട്ട് കുർഹൗസ് തോട്ടത്തിൽ നടക്കാൻ ഇറങ്ങി. അവിടെ ബാൻഡുമേളം തുടങ്ങിക്ക ഴിഞ്ഞിരുന്നു; എങ്കിലും ആളുകൾ കുറവായിരുന്നു. ബാൻഡുകാരുടെ മുമ്പിൽ ചെന്നുനിന്ന് സാനിൻ, റോബെർട്ട് ഡിയാബിയിൽ[30] നിന്നുള്ള ഒരു ഭാഗം കേട്ടുകൊണ്ടിരുന്നു. കാപ്പി കുടിച്ചിട്ട് അയാൾ പ്രധാന വഴി യിൽനിന്നു പിരിഞ്ഞുപോകുന്ന ഇടവഴിയിലൂടെ നടന്ന് ഒരു ബഞ്ചിൽ ചെന്നിരുന്ന് ആലോചനയിൽ മുഴുകി.

30 റോബെർട്ട് ഡിയാബിൽ—പ്രസിദ്ധ സംഗീത രചയിതാവും, പിയാനോ വായന ക്കാരനും സംഗീത സംവിധായകനുമായിരുന്ന ജാക്ക് മെയെർബെറുടെ ആദ്യത്തെ ഓപ്പറെ (1831)

കുടയുടെ പിടികൊണ്ടുള്ള ശക്തമായ ഒരടി തോളിൽ അനുഭവപ്പെട്ടപ്പോൾ സാനിൻ ഞെട്ടിയുണർന്നു... അതാ അയാളുടെ മുമ്പിൽ മാര്യ നിക്കൊലായെവ്ന നില്ക്കുന്നു.! ഇളം പച്ചനിറമുള്ള നനുത്ത തുണികൊണ്ടുള്ള ഒരു ഉടുപ്പും വെളുത്ത തൊപ്പിയും മേൽത്തരം തുകൽകൊണ്ടുണ്ടാക്കിയ കയ്യുറകളുമാണ് അവൾ ധരിച്ചിരുന്നത്. അന്നത്തെ ഗ്രീഷ്മകാലപ്രഭാതംപോലെ തുടുത്ത് ഉന്മേഷവതിയായി കാണപ്പെട്ടു അവൾ. എങ്കിലും അവളുടെ അംഗചലനങ്ങളും നോട്ടവും കണ്ടാൽ ഇപ്പോഴും ഉറക്കച്ചടവു മാറിയിട്ടില്ലെന്നു തോന്നുമായിരുന്നു.

"സുപ്രഭാതം!" അവൾ പറഞ്ഞു. "ഞാൻ താങ്കളെ വിളിക്കാൻ ആളയച്ചിരുന്നു. അതിനു മുമ്പുതന്നെ താങ്കൾ പുറത്തിറങ്ങിയെന്നറിഞ്ഞു. ഞാൻ എന്റെ രണ്ടാമത്തെ ഗ്ലാസ് ധാതുജലം കുടിച്ചുകഴിഞ്ഞതേയുള്ളൂ.—ഇവിടെയുള്ള ധാതുജലംകൊണ്ട് അവർ എന്നെ ചികിത്സിക്കയാണ്. എന്തിനാണെന്ന് ദൈവത്തിനറിയാം—എന്നേക്കാൾ ആരോഗ്യമുള്ള വല്ലവരുമുണ്ടോ? അതെന്തായാലും എനിക്ക് ഒരു മണിക്കൂർ മുഴുവൻ ഇവിടെ നടക്കേണ്ടിയിരിക്കുന്നു. വിരോധമില്ലെങ്കിൽ എന്നോടൊപ്പം വരൂ. അതു കഴിഞ്ഞ് നമുക്ക് കാപ്പി കുടിക്കാം."

"ഞാൻ കാപ്പി കുടിച്ചു." എണീറ്റുകൊണ്ട് സാനിൻ പറഞ്ഞു. "പക്ഷേ ഭവതിയോടൊപ്പം നടക്കാൻ എനിക്ക് സന്തോഷമേയുള്ളൂ."

"എന്നാൽ എന്റെ കൈയിൽ പിടിച്ചോളൂ. പേടിക്കേണ്ട. താങ്കളുടെ പെൺകുട്ടി ഇവിടെ ഇല്ല. അവൾ ഇതു കാണുകയില്ല."

സാനിൻ ഒരു പുഞ്ചിരി ക്ഷണിച്ചു വരുത്തി. മാര്യ നിക്കൊലായെവ്ന ജെമ്മയുടെ കാര്യം സൂചിപ്പിക്കുമ്പോഴൊക്കെ എന്തുകൊണ്ടോ അയാൾക്ക് ചെറിയ മനപ്രയാസം തോന്നിയിരുന്നു. എങ്കിലും തൽക്ഷണം തന്നെ അയാൾ വിധേയത്വത്തോടെ അവളുടെ നേർക്കു കുനിഞ്ഞു... മാര്യ നിക്കൊലായെവ്നയുടെ കൈ സാവധാനം താണുവന്ന് സാനിന്റെ കൈയിൽ മൃദുവായി സ്പർശിച്ചു. അത് മെല്ലെ വഴുതി അയാളുടെ കൈത്തണ്ടയിൽ വീണ് അവിടെ ഒട്ടിച്ചേർന്നതുപോലെ വിശ്രമിച്ചു.

"ഇതിലെ പോകാം," തുറന്ന കുട ഒരു തോളിൽ വച്ചുകൊണ്ട് അവൾ പറഞ്ഞു. "എനിക്ക് ഈ പാർക്കു നന്നായറിയാം, ഇതിലെ ഭംഗിയുള്ള സ്ഥലങ്ങളെല്ലാം ഞാൻ താങ്കൾക്കു കാട്ടിത്തരാം. അതു കേൾക്കൂ," (അവൾക്ക് ആ രണ്ടു വാക്കുകൾ വളരെ ഇഷ്ടമായിരുന്നു.) "നമുക്ക് വസ്തു വില്ക്കുന്നതിനെപ്പറ്റി ഇപ്പോൾ ഒന്നും സംസാരിക്കേണ്ട. അക്കാര്യം പ്രാതലിനുശേഷം ചർച്ചചെയ്യാം. ഇപ്പോൾ താങ്കളെപ്പറ്റിയുള്ള എല്ലാ

വിവരവും എന്നോടു പറയൂ... എത്തരക്കാരനുമായാണ് ഞാൻ ഇടപെടു ന്നതെന്ന് എനിക്കറിയണം. പിന്നീട് വേണമെങ്കിൽ എന്നെപ്പറ്റി ഞാൻ താങ്കളോട് സംസാരിക്കാം. സമ്മതിച്ചോ?"

"പക്ഷേ, മാര്യ നിക്കൊലായെവ്ന, ഭവതിക്കു താല്പര്യമുള്ള എന്താണ്..."

"നിൽക്കൂ! നിൽക്കൂ! താങ്കൾ എന്നെ തെറ്റിദ്ധരിച്ചെന്നു തോന്നുന്നു. ഞാൻ താങ്കളോടു ശൃംഗരിക്കാൻ ശ്രമിക്കുകയല്ല," തോളുകൾ കുലു ക്കിക്കൊണ്ട് മാര്യ നിക്കൊലായെവ്ന പറഞ്ഞു. "ഒരു പൗരാണിക ശില്പംപോലെ സുന്ദരിയായ കാമുകിയുള്ള ഒരാളോട് ഞാൻ ശൃംഗരി ക്കാൻ തുനിയുമോ! എന്നാൽ താങ്കളുടെ കൈവശം വില്പനച്ചരക്കുണ്ട്. ഞാൻ ഒരു വ്യാപാരിയുമാണ്. താങ്കളുടെ ചരക്കിനെ സംബന്ധിച്ച എല്ലാ സംഗതികളും എനിക്കറിയണം. ഇനി മടികൂടാതെ അതേപ്പറ്റി പറയൂ! വാങ്ങാൻ പോകുന്നതെന്താണെന്നു മാത്രം എനിക്ക് അറിഞ്ഞാൽ പോരാ, ആരിൽനിന്നാണ് വാങ്ങുന്നതെന്നും അറിയണം. ഇത് എന്റെ നിയമമാണ്. ശരി, തുടങ്ങൂ... താങ്കളുടെ ശൈശവം വിട്ടുകളയാം. വിദേശത്ത് വന്നിട്ട് എത്രനാളായി? അവിടുന്നുതുടങ്ങാം. ഇതുവരെ താങ്കൾ എവിടെയായിരുന്നു? പക്ഷേ ഇത്ര വേഗം നടക്കണ്ട. നമുക്ക് തിടുക്കമൊന്നുമില്ല."

"ഞാൻ ഇറ്റലിയുമായി ബന്ധപ്പെട്ട എല്ലാറ്റിനോടും പ്രത്യേക മമതയു ണ്ടെന്നു തോന്നുന്നു. താങ്കൾ അവിടെ ഒരാളെ കണ്ടുമുട്ടാതിരുന്നതാണ് അത്ഭുതം! താങ്കൾ ഒരു കലാപ്രേമിയാണോ? ചിത്രങ്ങൾ ഇഷ്ടമാണോ? അതോ സംഗീതത്തിലാണോ താല്പര്യം?"

"ഞാൻ ഒരു കലാപ്രേമിയാണ്... സൗന്ദര്യമുള്ള എല്ലാറ്റിനെയും ഞാൻ ആരാധിക്കുന്നു."

"സംഗീതമോ?"

"സംഗീതവും എനിക്കിഷ്ടമാണ്."

"എനിക്ക് അതിൽ അല്പംപോലും താല്പര്യമില്ല. എനിക്ക് റഷ്യൻ നാടോടിപ്പാട്ടുകൾ മാത്രം വലിയ ഇഷ്ടമാണ്—അതും നാട്ടിൻപുറത്ത് വസന്തകാലത്തു പാടുന്ന പാട്ടുകൾ മാത്രം. നാടൻ പാട്ടുകളും നൃത്തവും... ചുവന്ന കാലിക്കോ, നെറ്റിയിൽ തിളങ്ങുന്ന മുത്തുമാലകൾ അണിഞ്ഞ പെണ്ണുങ്ങൾ, മേച്ചിൽ സ്ഥലത്തെ ഇളം പുൽനാമ്പുകൾ, പുകയുടെ മണം... അതാണെനിക്കിഷ്ടം! പക്ഷേ എന്നെപ്പറ്റി പറഞ്ഞതു മതി. താങ്കളെപ്പറ്റി പറയൂ..."

വല്ലപ്പോഴുമൊരിക്കൽ സാനിനെ നോക്കിക്കൊണ്ട് മാര്യ നിക്കൊലാ യെവ്ന നടപ്പ് തുടർന്നു. അവർക്കു നല്ല ഉയരമുണ്ടായിരുന്നു. അവളുടെ മുഖം ഏതാണ്ട് സാനിന്റെ മുഖത്തിനൊപ്പം എത്തിയിരുന്നു.

സാനിൻ അവളുടെ മുമ്പിൽ തന്റെ ജീവിതത്തിന്റെ ചുരുളഴിച്ചു. ആദ്യം മടിച്ചുമടിച്ചും അകുശലമായും സംസാരിച്ചുതുടങ്ങി. അയാൾ അല്പം കഴി ഞ്ഞപ്പോൾ വാചാലനായിത്തീർന്നു. മാര്യ നിക്കൊലായെവ്ന ഒരു നല്ല ശ്രോതാവായിരുന്നു. അവൾ യാതൊരു കലവറയും കൂടാതെയാണ് പെരുമാറുന്നതെന്ന് തോന്നിച്ചിരുന്നതിനാൽ മറ്റുള്ളവരും അവളോടു ഉള്ളുതുറന്നു സംസാരിക്കാൻ സ്വയം പ്രേരിതരായി തീർന്നിരുന്നു. കർദ്ദിനാൾ റെറ്റ്സ്[31] "le terrible don de la familiarite"[32] എന്ന് വിശേഷിപ്പിച്ച ഗുണം മാര്യ നിക്കൊലായെവ്നയ്ക്കുണ്ടായിരുന്നു. തന്റെ യാത്രകളെക്കുറിച്ചും പിറ്റേഴ്സ്ബർഗിലെ ജീവിതത്തെപ്പറ്റിയും തന്റെ കൗമാരത്തെപ്പറ്റിയും സാനിൻ അവളോടു പറഞ്ഞു. ഉന്നത സമൂഹത്തിൽ വ്യാപരിക്കുന്ന ഒരു കുലീനയുവതിയുടെ ആഭിജാത്യം വിളിച്ചറിയിക്കുന്ന പെരുമാറ്റരീതിയായിരുന്നു മാര്യ നിക്കൊലായെ വ്നയുടേതെങ്കിൽ സാനിൻ അവളോടു ഉള്ളുതുറന്നു സംസാരിക്കുമായി രുന്നില്ല. യാതൊരുവിധ ഔപചാരികത്വവും ഇഷ്ടമില്ലാത്ത "ഒരു നല്ല ആത്മാവാണ്" താനെന്നാണ് മാര്യ നിക്കൊലായെവ്ന തന്നെയും വിശേഷിപ്പിച്ചിരുന്നത്. ആ രൂപത്തിലാണ് അവൾ സാനിന്റെ മുമ്പിൽ പ്രത്യക്ഷപ്പെട്ടതും. എന്നാൽ അതേ സമയം തന്നെ ആ "നല്ല ആത്മാവ്" അയാളുടെമേൽ മെല്ലെ ചാരിക്കൊണ്ടും ഇടയ്ക്കിടെ അയാളെ നോക്കി ക്കൊണ്ടും നിഭൃതമായ കാൽവയ്പുകളോടെ അയാളുടെ ഒപ്പം നടന്നുകൊ ണ്ടിരുന്നു. അതിശക്തവും ആവേശജനകവും പ്രശാന്തവുമായ ഒരുതരം ആകർഷണം—ദുർബ്ബലമായ പുരുഷവർഗ്ഗത്തിന് അത്യന്തം ആപൽ ക്കരമായ ഒന്നാണത്—പ്രസരിപ്പിച്ചുകൊണ്ട് ആ "നല്ല ആത്മാവ്" ഒരു യുവതിയുടെ രൂപത്തിൽ അയാളെ മുട്ടിയുരുമ്മി നടന്നു. സ്ലാവ് വംശജ കൾക്ക്, അതും ശുദ്ധസ്ലാവ് രക്തമുള്ളവർക്കല്ല, സങ്കരരക്തമുള്ളവർക്കു മാത്രം സ്വായത്തമാണ് ആ ആകർഷണം.

സാനിനും മാര്യ നിക്കൊലായെവ്നയും സംസാരിച്ചുകൊണ്ട് ഒരു മണിക്കൂറിൽ കൂടുതൽ പാർക്കിൽ ചെലവഴിച്ചു. അവർ ഒരിടത്തും നില്ക്കാതെ പാർക്കിലെ എണ്ണമറ്റ നടക്കാവുകളിലൂടെ നടന്നുകൊ ണ്ടിരുന്നു. അവർ കുന്നിൻചെരിവുകളുടെ മുകളിൽക്കയറി അവിടെനി ന്നുള്ള ദൃശ്യം നോക്കിരസിച്ചിട്ട് അവിടെ തങ്ങാതെ താഴെയിറങ്ങി:

31 കർദ്ദിനാൾ റെറ്റ്സ് (1614-1679) ഫ്രഞ്ച് രാജ്യതന്ത്രജ്ഞനും ഓർമ്മക്കുറിപ്പുകൾ എഴുതുന്നതിൽ അതിവിദഗ്ദനും ആയിരുന്നു.

32 അടുക്കാനുള്ള ഭയങ്കര കഴിവ് (ഫ്രഞ്ച്)-എഡി.

ഇടമുറിയാതെ മരത്തണലിലൂടെ നടന്നു; അപ്പോഴെല്ലാം അവർ കൈ കോർത്തുപിടിച്ചിരുന്നു. ഇടയ്ക്കിടെ സാനിനെ വിഷാദം പിടികൂടി—അയാൾ തന്റെ ജെമ്മയുമൊത്ത്, തന്റെ പ്രിയപ്പെട്ട ജെമ്മയുമൊത്തു, ദീർഘനേരം ഇങ്ങനെ നടന്നിട്ടില്ല... ഇപ്പോൾ ഇതാ ഈ മഹിള തന്നെ ഏറ്റെടുത്തിരിക്കുന്നു... താൻ അവരെ അനുസരിക്കുന്നു!

"ഭവതി ക്ഷീണിച്ചില്ലേ?" അയാൾ പലതവണ അവളോടു ചോദിച്ചു.

"ഞാൻ ഒരിക്കലും ക്ഷീണിക്കയില്ല." അവൾ മറുപടി പറഞ്ഞു.

നടക്കാനിറങ്ങിയ മറ്റാളുകളെ അവിടെയും ഇവിടെയും അവർ കണ്ടുമുട്ടി—അവരെല്ലാവരും തന്നെ മാര്യ നിക്കൊലായെവ്നയെ അഭിവാദ്യം ചെയ്തു—ചിലർ വെറുതെ ഉപചാരപൂർവ്വം തലകുനിച്ചു. ചിലർ ഭവ്യതയോടെ താണുവണങ്ങി. അവരിലൊരാൾ മോടിയായി വസ്ത്രധാരണം ചെയ്ത സുമുഖനായ ഒരു മാന്യനായിരുന്നു. ഇരുണ്ട മുടിയുള്ള ആ മനുഷ്യനെ കണ്ടയുടൻ മാര്യ നിക്കൊലായെവ്ന പാരീസുകാരുടെ ഉച്ചാരണ ശുദ്ധിയോടെ കുറ്റമറ്റ ഫ്രഞ്ചിൽ പറഞ്ഞു: "പ്രഭു ഇന്നും നാളെയും എന്നെ കാണാൻ വരേണ്ട." അയാൾ നിശ്ശബ്ദം തൊപ്പി ഉയർത്തി അവളെ തലകുനിച്ചു വന്ദിച്ചു. "ആരാണത്?" സാനിൻ ചോദിച്ചു. എല്ലാ റഷ്യാക്കാരുരേയും പോലെ ചോദ്യങ്ങൾ ചോദിക്കാൻ അയാൾക്കും ഇഷ്ടമായിരുന്നു.

"അതോ? ഒരു ഫ്രഞ്ചുകാരൻ... ഇവിടെ അക്കൂട്ടർ കുറെയുണ്ട്. അയാൾ എന്നോട് അടുക്കാൻ ശ്രമിക്കാറുണ്ട്. പക്ഷേ കാപ്പികുടിക്കാൻ നേരമായി. നമുക്ക് തിരിച്ചുപോകാം. താങ്കൾക്ക് വിശന്നുതുടങ്ങിയിരിക്കുമെന്നു വിശ്വസിക്കുന്നു. എന്റെ ആൺ പിറന്നവൻ ഇതിനകം കണ്ണു മലർത്തിയിട്ടുണ്ടാവും."

"ആൺപിറന്നവൻ! കണ്ണു മലർത്തിയിട്ടുണ്ടാവും!" സാനിൻ വിചാരിച്ചു. "എന്നിട്ടും ഈ സ്ത്രീ എത്ര നന്നായിട്ടാണ് ഫ്രഞ്ചു പറയുന്നത്! വല്ലാത്ത ഒരു സൃഷ്ടിതന്നെ!"

* * *

മാര്യ നിക്കൊലായെവ്നയ്ക്കു തെറ്റു പറ്റിയില്ല. അവൾ സാനിനോടൊപ്പം ഹോട്ടലിലെത്തിയപ്പോൾ അവളുടെ ആൺപിറന്നവൻ അഥവാ തടിയൻ തലയിൽനിന്ന് ഒരിക്കലും മാറ്റിവയ്ക്കാത്ത ആ ചുവന്ന തൊപ്പിയും ധരിച്ച് പ്രാതലിന്റെ വിഭവങ്ങൾ നിരത്തിയ മേശയ്ക്കടുത്ത് ഇരിക്കുകയായിരുന്നു.

"നിങ്ങൾ ഒരിക്കലും വരില്ലെന്നു തോന്നി." അയാൾ ചുണ്ടുകൂർപ്പിച്ചുകൊണ്ട് പറഞ്ഞു. "ഞാൻ നിങ്ങളെ കൂടാതെ കാപ്പി കുടിക്കാൻ

പോവുകയായിരുന്നു."

"സാരമില്ല," മാര്യ നിക്കൊലായെവ്ന ഉല്ലാസവതിയായി പറഞ്ഞു. "ദേഷ്യം വന്നോ? അതു നിങ്ങൾക്കു നല്ലതാണ്! അല്ലെങ്കിൽ നിങ്ങൾ മരവിച്ചുപോകും. നോക്കൂ! ഞാൻ ഒരു സന്ദർശകനെ കൊണ്ടുവന്നിട്ടുണ്ട്. മണിയടിക്കൂ! നമുക്ക് കാപ്പികുടിക്കാം. ലോകത്തിലെ ഏറ്റവും നല്ല കാപ്പി—ശുവെള്ള വിരിപ്പിട്ട മേശപ്പുറത്തുവച്ച് ഡ്രെസ്ഡൻ ചീനപ്പാത്രങ്ങളിൽനിന്ന് കുടിക്കാം!"

അവൾ തൊപ്പിയും കയ്യുറകളും മാറ്റിയിട്ട് കൈ കൊട്ടി.

പൊലൊസൊവ് അവളെ ഒളികണ്ണിട്ട് ഒന്നു നോക്കി.

"മാര്യ നിക്കൊലയെവ്ന, ഇന്നെന്താണ് ഇത്ര ഉത്സാഹം?" അയാൾ സ്വയം താഴ്ത്തി ചോദിച്ചു.

"ഇതിൽ നിങ്ങൾക്കു കാര്യമൊന്നുമില്ല. ഇപ്പലീത് സീദൊറിച്ച്! മണിയടിക്കൂ! ദ്മീത്രി പാവ്‌ലൊവിച്ച്, ഇരിക്കൂ ഒരിക്കൽക്കൂടി കാപ്പി കുടിക്കാം. ഹാ! കല്പന നൽകാൻ എനിക്ക് എന്തിഷ്ടമാണെന്നോ! അത്രയും രസം മറ്റൊന്നില്ല!"

"അനുസരിക്കാൻ ആളുണ്ടെങ്കിൽ." ഭർത്താവ് പിറുപിറുത്തു.

അതു പിന്നെ പറയാനുണ്ടോ? അതുകൊണ്ടുതന്നെയാണ് എനിക്കിത്ര സന്തോഷം. പ്രത്യേകിച്ചും നിങ്ങളോട്... ശരിയല്ലേ, തടിയാ? ഇതാ കാപ്പി എത്തിക്കഴിഞ്ഞു."

വെയിറ്റർ കൊണ്ടുവന്ന വലിയ ട്രേയിൽ ഒരു നാടകത്തിന്റെ നോട്ടീസും ഉണ്ടായിരുന്നു. മാര്യ നിക്കൊലായെവ്ന അതു വലിച്ചെടുത്തു.

"ഒരു നാടകം!" അവൾ അതൃപ്തിയോടെ പറഞ്ഞു. ഒരു ജർമ്മൻ നാടകം! സാരമില്ല. ഏതായാലും അതൊരു ജർമ്മൻ കോമഡിയേക്കാൾ ഭേദമായിരിക്കും." അവൾ വെയ്റ്ററുടെ നേരെ തിരിഞ്ഞ് കല്പിച്ചു.

"എനിക്ക് ഒരു ബോക്സ് ബുക്കുചെയ്യണം, ഒരു സ്റ്റേജ് ബോക്സ്. വിദേശികൾക്കുള്ള പ്രത്യേക ബോക്സാണെങ്കിൽ ഏറ്റവും നല്ലത്. മനസ്സിലായോ? എനിക്ക് വിദേശികൾക്കുള്ള പ്രത്യേക ബോക്സു തന്നെ വേണം."

"അതു സിറ്റി ഡയറക്ടർ അങ്ങുന്നു ബുക്കു ചെയ്തു കഴിഞ്ഞിട്ടുണ്ടെങ്കിൽ...?" വെയിറ്റർ ചോദിച്ചു.

"എങ്കിൽ ഡയറക്ടർ അങ്ങുന്നിന് പത്ത് താലർ കൈമടക്കു കൊടുത്ത് അത് എനിക്കുവേണ്ടി ഏർപ്പാടുചെയ്യുക. മനസ്സിലായോ?"

വെയിറ്റർ വിനീത ഭാവത്തിൽ സമ്മതം പ്രകടിപ്പിച്ചുകൊണ്ട് തല കുനിച്ചു.

"ദ്മീത്രി പാവ്‌ലൊവിച്ച്, താങ്കൾ എന്നോടൊപ്പം തീയേറ്ററിൽ വരുന്നോ? ജർമ്മൻ നടന്മാർ മോശക്കാരാണ്. എങ്കിലും വരാമെന്നു സമ്മതിക്കൂ... വരാമെന്നോ കൊള്ളാം! താങ്കൾ എത്ര നല്ല മനുഷ്യനാണ്! തടിയൻ വരുന്നില്ലല്ലോ?"

"പറയുന്നതുപോലെ ചെയ്യാം." ചുണ്ടോടടുപ്പിച്ച കപ്പ് മാറ്റാതെ പോലൊസൊവ് പറഞ്ഞു.

"നിങ്ങൾ വീട്ടിലിരിക്കുന്നതാണു നല്ലത്. തീയേറ്ററിൽ പോയാൽ അവിടെയിരുന്ന് ഉറങ്ങുകയേയുള്ളൂ. അല്ലെങ്കിൽത്തന്നെ നിങ്ങൾക്ക് ജർമ്മൻ മനസ്സിലാവുകയുമില്ല. ഞാൻ ഒരു കാര്യം പറയാം. നിങ്ങൾ ഇവിടെയിരുന്ന് കാര്യസ്ഥന് ഒരു എഴുത്തെഴുതൂ. മില്ലിന്റെ കാര്യത്തിന്, അതായത് കൃഷിക്കാരുടെ ധാന്യം പൊടിക്കുന്നതിനെപ്പറ്റി. ഞാൻ അതു സമ്മതിക്കില്ലെന്നു പറയൂ. ഞാൻ ഒരിക്കലും അതു സമ്മതിക്കില്ലെന്നു പറയൂ. ഞാൻ ഒരിക്കലും സമ്മതിക്കയില്ല! ഇന്നു വൈകുന്നേരം മുഴുവൻ നിങ്ങൾക്ക് ജോലിയായി..."

"അങ്ങനെയാകട്ടെ." പോലൊസോവ് സമ്മതിച്ചു.

"കൊള്ളാം! നല്ല കുട്ടി! മാന്യരെ, അതു പറഞ്ഞപ്പോഴാണ് ഓർത്തത്. ഇനി നമുക്ക് എസ്റ്റേറ്റിന്റെ കാര്യത്തിലേക്കു കടക്കാം. വെയിറ്റർ പാത്രങ്ങൾ തിരിച്ചുകൊണ്ടുപോയി കഴിഞ്ഞാലുടൻ എസ്റ്റേറ്റിനെ സംബന്ധിച്ച എല്ലാ കാര്യവും ദ്മീത്രി പാവ്‌ലൊവിച്ച് ഞങ്ങളോടു പറയണം. എന്തു വിലവേണം. അച്ചാരം എന്തു തരണം തുടങ്ങിയ കാര്യങ്ങൾ!" ("ഒടുവിൽ കാര്യം നടക്കാൻ പോവുകയാണ്, ദൈവത്തിനു സ്തുതി," സാനിൻ വിചാരിച്ചു.) "താങ്കൾ ചില കാര്യങ്ങളെല്ലാം എന്നോടു പറഞ്ഞുകഴിഞ്ഞു. നിങ്ങളുടെ ഉദ്യാനത്തെ എത്ര ഉത്സാഹത്തോടെയാണു താങ്കൾ വർണ്ണിച്ചതെന്നു ഞാൻ ഓർക്കുന്നു. പക്ഷേ തടിയൻ അതു കേട്ടില്ല... അദ്ദേഹം കൂടി കേൾക്കട്ടെ. അദ്ദേഹം ഒരു പോംവഴി കണ്ടുപിടിക്കും. വിവാഹിതനാകുന്നതിൽ താങ്കളെ സഹായിക്കണമെന്ന് എനിക്ക് ആഗ്രഹമുണ്ട്. മാത്രവുമല്ല പ്രാതൽ കഴിഞ്ഞാലുടൻ താങ്കളുടെ കാര്യം ആലോചിക്കാമെന്നു ഞാൻ നേരത്തെ വാക്കു തരികയും ചെയ്തിരുന്നു. ഞാൻ എപ്പോഴും വാക്കു പാലിക്കും. ഇല്ലേ ഇപ്പലീത് സിദൊറിച്ച്?"

പോലൊസോവ് കൈപ്പടം കൊണ്ട് മുഖം ഉഴിഞ്ഞിട്ടു പറഞ്ഞു. "നേരു പറഞ്ഞാൽ, നിങ്ങൾ ആരെയും വഞ്ചിക്കാറില്ല."

"ഇല്ല, ഒരിക്കലുമില്ല, ദ്മീത്രി പാവ്‌ലൊവിച്ച്, സെനറ്റിൽ പറയുന്നതുപോലെ, താങ്കൾ കാര്യം അവതരിപ്പിക്കുക."

XXXVII

സാനിൻ തന്റെ കാര്യം "അവതരിപ്പിച്ചു" തുടങ്ങി—അതായത് അയാൾ തന്റെ എസ്റ്റേറ്റിന്റെ വിശദവിവരങ്ങൾ ഒരിക്കൽ കൂടി പറഞ്ഞു കേൾപ്പിച്ചു. എന്നാൽ ഇത്തവണ അതിന്റെ പ്രകൃതിസൗന്ദര്യത്തെ വർണ്ണിക്കാൻ ഒരുമ്പെടാതെ "വസ്തുക്കളിലും കണക്കുകളിലുമാണ്." അയാൾ കൂടുതൽ ശ്രദ്ധിച്ചത്. അത് ശരിയാണോ എന്ന് ഇടയ്ക്കിടെ അയാൾ പോലെസൊവിനോട് ചോദിച്ചുകൊണ്ടിരുന്നു. എന്നാൽ പോലൊസൊവ് മുറുക്കുകയും തലയാട്ടുകയും ചെയ്ത രീതിയിൽനിന്ന് അത് അംഗീകാരമാണോ നിഷേധമാണോ എന്ന് മനസ്സിലാക്കാൻ കഴിഞ്ഞിരുന്നില്ല. മാര്യ നിക്കൊലായെവ്നയ്ക്ക് അയാളുടെ സഹായം ആവശ്യവുമില്ലായിരുന്നു. അവൾ അസാധാരണമായ വ്യാപാരനൈപുണ്യവും കാര്യശേഷിയും വെളിപ്പെടുത്തി. എസ്റ്റേറ്റുകളുടെ നടത്തിപ്പിനെപ്പറ്റിയുള്ള എല്ലാ കാര്യങ്ങളും അവൾക്ക് അകംപുറം അറിയാമായിരുന്നു; അവൾ ഏറ്റവും പ്രധാനപ്പെട്ട കാര്യങ്ങളെപ്പറ്റി ചോദ്യങ്ങൾ ചോദിച്ചു, എല്ലാ വശങ്ങളും പരിശോധിച്ചു. അവൾ പറഞ്ഞ ഓരോ വാക്കും കുറിക്കു കൊള്ളുന്നതായിരുന്നു. ആ സ്ത്രീ ഇങ്ങനെ തന്നെ വിസ്തരിക്കാൻ തുടങ്ങുമെന്ന് സാനിൻ വിചാരിച്ചിരുന്നില്ല. അയാൾ അതിനു തയ്യാറെടുത്തിരുന്നില്ല. ഈ വിസ്താരം ഒന്നരമണിക്കൂറോളം നീണ്ടുനിന്നു. കൃത്യനിർവ്വഹണത്തിൽ യാതൊരു ദാക്ഷിണ്യവും കാട്ടാത്ത ഒരു ജഡ്ജിയുടെ മുമ്പിലെ വീതികുറഞ്ഞ ബഞ്ചിൽ ഇരിക്കുന്ന ഒരു കുറ്റവാളിയാണ് താനെന്ന് സാനിന് തോന്നി. "ദൈവമെ, ഇതൊരു ചോദ്യം ചെയ്യലാണല്ലോ!" അയാൾ നിസ്സഹായനായി സ്വയം മന്ത്രിച്ചു. ഇതെല്ലാം ഒരു തമാശയാണെന്ന മട്ടിൽ മാര്യനിക്കൊലായെവ്ന സദാ ചിരിച്ചുകൊണ്ടിരുന്നു. എന്നാൽ അതു സാനിന് ഒട്ടും ആശ്വാസം അരുളിയില്ല. ഈ "ചോദ്യംചെയ്യലിനിടയിൽ ഭൂമിയുടെ "പുനർവിഭജനം" "മേലാദായം." എന്നീ വാക്കുകൾ പൊന്തിവന്നപ്പോൾ അവയുടെ കൃത്യമായ അർത്ഥമറിയാതെ സാനിൻ ഇരുന്നു വിയർത്തു...

'ശരി, എനിക്ക് ഇപ്പോൾ താങ്കളുടെ എസ്റ്റേറ്റിനെപ്പറ്റി ഒരു രൂപം കിട്ടി." ഒടുവിൽ മാര്യ നിക്കൊലായെവ്ന നിർണ്ണായകമായി പറഞ്ഞു. "അതായത് താങ്കൾക്കറിയാവുന്നതെല്ലാം എനിക്കും അറിയാം. ഇനി ആളൊന്നുക്ക് എന്തു വില വേണമെന്നു പറയൂ." (അക്കാലത്ത് എസ്റ്റേറ്റുകളുടെ വില നിശ്ചയിച്ചിരുന്നത് എത്ര അടിയാന്മാർ അവിടെ താമസിച്ചിരുന്നു എന്നു കണക്കാക്കിയിട്ടായിരുന്നു.)

"എനിക്കു തോന്നുന്നത്... അഞ്ഞൂറു റൂബിൾ വീതം... കിട്ടിയാൽ കൊള്ളാം," സാനിൻ വളരെ പ്രയാസപ്പെട്ട് അത്രയും പറഞ്ഞു. (ഹാ, പൻറലിയോണെ, നിങ്ങൾ എവിടെ? "കിരാതത്വം!" എന്ന് ഒരിക്കൽ ക്കൂടി വിളിച്ചു പറയേണ്ട സമയം ഇതാ സമാഗതമായിരിക്കുന്നു)

എന്തോ ആലോചിക്കുന്നതുപോലെ മാര്യ നിക്കൊലായെവ്ന മച്ചിലേക്കു നോക്കിയിരുന്നു.

"അതിനെന്താ?" അല്പനേരം കഴിഞ്ഞ് അവൾ പറഞ്ഞു.

"അത് ന്യായമായ ഒരു വിലയാണെന്ന് എനിക്കും തോന്നുന്നു. എന്നാൽ രണ്ടു ദിവസത്തെ അവധി വേണമെന്ന് ഞാൻ നേരത്തേ തന്നെ പറഞ്ഞിരുന്നല്ലോ. താങ്കൾ നാളെ രാവിലെവരെ കാത്തിരി ക്കേണ്ടിവരും. നമുക്ക് ഒരു കരാറിലെത്തിച്ചേരാൻ കഴിയുമെന്നു ഞാൻ വിശ്വസിക്കുന്നു. അച്ചാരമായി എന്തു തരണമെന്ന് അപ്പോൾ താങ്കൾ പറഞ്ഞാൽ മതി. എന്നാൽ ഇപ്പോൾ ഈ ചർച്ച നിർത്തിവയ്ക്കാം." സാനിൻ എന്തോ തടസ്സം ഉന്നയിക്കാൻ തുടങ്ങുന്നതു കണ്ട് മാര്യ നിക്കൊലായെവ്ന പറഞ്ഞു. "ക്ലാവു പിടിച്ച ചെമ്പുതുട്ടുകളെപ്പറ്റി നമ്മൾ വളരെ നേരമായി ചർച്ച ചെയ്തുകൊണ്ടിരിക്കുന്നു. ഇനി ബാക്കി നാളെയാവാം. ഇതു കേൾക്കൂ ഞാൻ താങ്കൾക്ക് മൂന്നു മണിവരെ സമയം തരാം." ബെൽറ്റിനുള്ളിൽ തിരുകിവച്ചിരുന്ന ചെറിയ ഇനാമൽ വാച്ചിൽ നോക്കിയിട്ടാണ് അവൾ അതു പറഞ്ഞത്! "താങ്കൾക്ക് വിശ്രമം ആവശ്യമാണ്. പോയി റൗലെറ്റ് കളിച്ചോളൂ."

"ഞാൻ ചൂതു കളിക്കാറില്ല. കേട്ടോ. പണം വലിച്ചെറിയുന്നതു വിഡ്ഢിത്തമാണ്. എങ്കിലും കാസിനോയിൽ പോയി അവിടെയുള്ള മുഖങ്ങളൊക്കെ ഒന്നു കാണുന്നതു കൊള്ളാം. അവിടെ മകുടവും മീശ യുമുള്ള ഒരു വൃദ്ധയുണ്ട്—അവർ ഒരു അത്ഭുതമാണ്. അവിടെ നമ്മുടെ ഒരു പ്രഭുവുമുണ്ട്. അദ്ദേഹവും ഒരു രസികനാണ്. നീണ്ട നാസികയുള്ള രാജകീയ ആകാരമാണ് അദ്ദേഹത്തിന്റേത്. ഓരോ നാണയവും പണയപ്പെടുത്തുന്നതിനു മുമ്പ് അദ്ദേഹം ആരും കാണാതെ വെയി സ്റ്റ്കോട്ടിനുള്ളിൽ കൈയിട്ട് കുരിശു വരയ്ക്കും. താങ്കൾ മാസികകൾ വായിക്കുകയോ നടക്കാൻ പോവുകയോ ചുരുക്കിപ്പറഞ്ഞാൽ ഇഷ്ടമു ള്ളതൊക്കെ ചെയ്തോളൂ. പക്ഷേ മൂന്നുമണിക്ക് തീർച്ചയായും ഇവിടെ എത്തണം. നേരത്തെ ഭക്ഷണം കഴിച്ചില്ലെങ്കിൽ താമസിക്കും. ഈ വിഡ്ഢികളായ ജർമൻകാർ ഏഴുമണിക്കേ അവരുടെ പരിപാടി തുടങ്ങും." അവൾ കൈ നീട്ടിക്കൊണ്ട് ഫ്രഞ്ചിൽ പറഞ്ഞു: "പഴയ പിണക്കമെല്ലാം മറക്കാം. അല്ലേ?"

"മാര്യ നിക്കൊലായെവ്ന, എന്താണിത്? എനിക്ക് എന്തിനാണ് പിണക്കം?"

"കഷ്ടപ്പെട്ടത്തിയതിന്, സൂക്ഷിച്ചോള്ള, ഇനിയും കിട്ടും" അവൾ പറഞ്ഞു. ആ കണ്ണുകൾ ചെറുതായി. തുടുത്ത കവിളുകളിൽ നുണക്കുഴികൾ വിരിഞ്ഞു.

സാനിൻ തലകുനിച്ച് വണങ്ങിയിട്ട് അവിടെ നിന്നും പോയി. ആഹ്ലാദപൂർവ്വമായ ഒരു പൊട്ടിച്ചിരി അയാളുടെ പിന്നിൽ മുഴങ്ങി. ഒരു ചുവർകണ്ണാടിയിൽ താഴെ പറയുന്ന രംഗം അയാൾ വീക്ഷിച്ചു: മാര്യ നിക്കൊലായെവ്ന ഭർത്താവിന്റെ തൊപ്പി അയാളുടെ കണ്ണുകളിലേക്കു വലിച്ചിട്ടു. അയാൾ നിസ്സഹായനായി രണ്ടു കൈകളും വീശിക്കൊണ്ടിരുന്നു.

XXXVIII

സ്വന്തം മുറിയിലെത്തിയപ്പോൾ സാനിൻ ആശ്വാസംകൊണ്ടു നെടുതായി നിശ്വസിച്ചു! അയാൾക്ക് വിശ്രമം ആവശ്യമാണെന്ന് മാര്യ നിക്കൊലായെവ്ന പറഞ്ഞതു വാസ്തവമായിരുന്നു. ഈ പുതിയ പരിചയക്കാരിൽനിന്നും, കൂടിക്കാഴ്ചകളിൽനിന്നും, സംഭാഷണങ്ങളിൽനിന്നും, അയാൾക്കു വിശ്രമം ആവശ്യമായിരുന്നു. തനിക്ക് തികച്ചും അന്യയായ ഒരു സ്ത്രീയിൽനിന്നുള്ള ആവശ്യപ്പെടാത്ത അടുപ്പം കാട്ടാൻ നിമിത്തം അയാളുടെ ഹൃദയത്തിലും ബുദ്ധിയാലും ഗൂഢമായി കടന്നുകൂടിയ വിഷവാതകം കടഞ്ഞു കളയാൻ അയാൾക്കു വിശ്രമം വേണ്ടിയിരുന്നു. ഏതു സമയത്താണ് ഇതെല്ലാം സംഭവിച്ചത്! ജെമ്മ തന്നെ സ്നേഹിക്കുന്നുണ്ടെന്ന് അറിഞ്ഞതിന്റെ പിറ്റേ ദിവസം, തന്റെ വിവാഹ നിശ്ചയം കഴിഞ്ഞതിന്റെ പിറ്റേ ദിവസം! ഇത് ദൈവനിന്ദയാണ്! അയാൾക്ക് സ്വയം കുറ്റപ്പെടുത്താൻ യഥാർത്ഥത്തിൽ കാരണമൊന്നും ഉണ്ടായിരുന്നില്ലെങ്കിലും അയാൾ തന്റെ പരിശുദ്ധയായ മാടപ്പിറാവിനോട് ആയിരം തവണ മനസാ ക്ഷമായാചനം നടത്തി; അവൾ കൊടുത്ത കുരിശിൽ ആയിരം തവണ മുത്തി. തന്നെ വിസ്ബാഡെനിലെത്തിച്ച പ്രശ്നം വളരെവേഗം ഫലപ്രദമായി പരിഹരിക്കപ്പെട്ടുമെന്നുള്ള ആശ ഒന്നുമാത്രമാണ് അയാളെ അവിടെ പിടിച്ചുനിർത്തിയത്. ഫ്രാങ്ക്ഫർട്ടിലേക്ക്, ഇപ്പോൾ സ്വന്തം വീടുപോലെ ആയിത്തീർന്ന ഒരു കൊച്ചു വീട്ടിലേക്ക്, അവളുടെയടുത്തേക്ക്, ഓടിച്ചെല്ലാനും അവളുടെ കാൽക്കൽ വീഴാനും അയാൾ അതിയായി ആഗ്രഹിച്ചു... പക്ഷേ എന്തു ചെയ്യാം! താനിതു മുഴുവൻ സഹിച്ചേ പറ്റൂ. വേഷം കെട്ടി ആ

മഹിളയോടൊപ്പം ആഹാരം കഴിക്കുകയും തിയേറ്ററിൽ പോകുകയും ചെയ്യാതെ തരമില്ല... നാളെ രാവിലെ തന്നെ തിരിച്ച് പോകാൻ ആ സ്ത്രീ അനുവദിച്ചാൽ മതിയായിരുന്നു.

അയാളെ അലട്ടുകയും ശുണ്ഠിപിടിപ്പിക്കുകയും ചെയ്ത മറ്റൊരു സംഗതി ഉണ്ടായിരുന്നു: അയാൾ സ്നേഹപൂർവ്വം ജെമ്മയെപ്പറ്റി ഓരോ നിമിഷവും ഓർക്കുകയും അവളുമൊത്തുള്ള തന്റെ ഭാവി ജീവിതത്തെപ്പറ്റി സ്വപ്നം കണ്ടുകൊണ്ടിരിക്കയും ചെയ്തു. എങ്കിലും ഈ അപരിചിതയായ സ്ത്രീ, മാഡം പോലൊസൊവ, വാശിയോടെ അയാളെ പിൻതുടർന്നു കൊണ്ടിരുന്നു. വാസ്തവത്തിൽ അവൾ അയാളുടെ കൺമുമ്പിലേക്ക് നിർബന്ധപൂർവ്വം കടന്നുചെല്ലുകയായിരുന്നു. അയാൾക്ക് അവളുടെ പ്രതിരൂപം മനസ്സിൽനിന്നു മായ്ച്ചുകളയാൻ കഴിഞ്ഞില്ല, അവളുടെ ശബ്ദം മറക്കാൻ കഴിഞ്ഞില്ല. അവൾ പറഞ്ഞ വാക്കുകൾ മറക്കാൻ കഴിഞ്ഞില്ല. അവളുടെ വസ്ത്രങ്ങളിൽനിന്നുയർന്ന നവോന്മേഷം പകരുന്ന നേരിയ പരിമളം അയാൾക്ക് സദാ അനുഭവപ്പെട്ടു. ആ സ്ത്രീ അയാളെ വട്ടുതട്ടി കളിക്കുകയായിരുന്നെന്നു സ്പഷ്ടം. ആദ്യം അവൾ ഒരു കൗശലം പ്രയോഗിക്കും, പിന്നീട് മറ്റൊന്ന്. പക്ഷേ അവൾക്കു വേണ്ടിയിരുന്നത് എന്താണ്? വഷളാക്കപ്പെട്ട ഒരു ധനികയുടെ വെറും ചാപല്യങ്ങളാണോ അതെല്ലാം? ആ ഭർത്താവോ? എന്തൊരു വിചിത്ര സൃഷ്ടിയാണ് അയാൾ! ഭാര്യയോടുള്ള അയാളുടെ ബന്ധം എത്തരത്തിലുള്ളതാണ്? ഈ ചോദ്യങ്ങളൊക്കെ സാനിന്റെ മസ്തിഷ്ക്കത്തിൽ എന്തിനു പൊന്തി വരുന്നു? പോലെസൊവും ഭാര്യയും സാനിന്റെ ആരാണ്? തന്നെ പിൻതുടരുന്ന ഈ നിഴലിനെ ആട്ടിയോടിക്കാൻ സാനിനു കഴിയാത്തതെന്തുകൊണ്ടാണ്? അയാളുടെ ഹൃദയം ഒരു വേനല്ക്കാലസുദിനം പോലെ ഊജ്ജ്വലവും പ്രസന്നവുമായ മറ്റൊരു രൂപത്തിൽ ഊന്നിയിരിക്കയാണ്. എന്നിട്ടും ഇങ്ങനെ വരാൻ കാരണമെന്ത്? ആ പരിശുദ്ധമായ, ദിവ്യമായ മുഖകാന്തിയുടെ പിന്നിൽ പതുങ്ങിയിരിക്കാൻ ഈ മുഖത്തിന് എങ്ങനെ കഴിയുന്നു? എന്നാൽ അതൊരു സത്യമായിരുന്നുവെന്ന് മാത്രമല്ല ആ മുഖത്ത് കുടിലമായ ഒരു പുഞ്ചിരി സ്ഥാനം പിടിച്ചിട്ടുണ്ടായിരുന്നു. ആ ഇരപിടിയൻ ചാരക്കണ്ണുകളും, ആ നുണക്കുഴികളും പാമ്പുകളെപ്പോലുള്ള പിന്നിയിട്ട മുടിയും അയാൾക്ക് ഇളക്കിയകറ്റാൻ കഴിയാത്തത്ര ആഴത്തിൽ അയാളുടെ മനസ്സിൽ വേരൂന്നിക്കഴിഞ്ഞോ?

അസംബന്ധം! ശുദ്ധ അസംബന്ധം! നാളെ, ലാഞ്ഛനപോലും അവശേഷിപ്പിക്കാതെ അതെല്ലാം അപ്രത്യക്ഷമാകും, തീർച്ച. പക്ഷേ നാളെ അവൾ അയാളെ പോകാൻ അനുവദിക്കുമോ?

ഈ ചോദ്യങ്ങളെപ്പറ്റിയെല്ലാം സാനിൻ അനേകം തവണ ആലോചിച്ചു. ഒടുവിൽ മണി മൂന്നാകാറായിരുന്നതിനാൽ അയാൾ കറുത്ത ഫ്രോക്ക് കോട്ടും ധരിച്ച് പാർക്കിലേക്കിറങ്ങി. അവിടെ അല്പം ചുറ്റിക്കറങ്ങിയിട്ട് അയാൾ പോലെസൊവ് ദമ്പതികളുടെ താമസസ്ഥലത്തേക്കു നടന്നു.

* * *

അവരുടെ സ്വീകരണമുറിയിൽ ഏതോ ഒരു എംബസിയിലെ ഒരു സെക്രട്ടറി ഇരുന്നിരുന്നു. നല്ല ഉയരവും വെളുത്ത മുടിയുമുള്ള ജർമ്മൻ വംശജനായ ആ മനുഷ്യന്റെ പാർശ്വരൂപം അശ്വസദൃശമായിരുന്നു. അയാൾ തലമുടി തലയുടെ പിൻഭാഗത്ത് രണ്ടായി വകഞ്ഞുവച്ചിരുന്നു. (അക്കാലത്ത് അതൊരു പുതുമയായിരുന്നു) അയാളൊടൊപ്പം ഇരുന്നിരുന്ന യുവാവ് ആരാണ്? സാനിൻ സൂക്ഷിച്ചു നോക്കി. അത് ഫോൻ ഡോൻഹോഫ് അല്ലാതെ മറ്റാരുമായിരുന്നില്ല—ഏതാനും ദിവസങ്ങൾക്കു മുമ്പ് സാനിനോട് ദ്വന്ദ്വ യുദ്ധം ചെയ്ത അതേ മനുഷ്യൻ! അയാളെ ഇവിടെവച്ചു കണ്ടുമുട്ടുമെന്ന് സാനിൻ സ്വപ്നേപി വിചാരിച്ചിരുന്നില്ല. സാനിൻ ഒരു നിമിഷം പകച്ചു നിന്നുപോയെങ്കിലും ഉടൻ തന്നെ അയാളെ അഭിവാദ്യം ചെയ്തു.

"നിങ്ങൾ തമ്മിൽ മുമ്പ് പരിചയമുണ്ടോ?" സാനിന്റെ മുഖത്തെ ഭാവപ്പകർച്ച ശ്രദ്ധിച്ചിരുന്ന മാര്യ നിക്കൊലായെവ്ന ചോദിച്ചു.

"എനിക്ക് അതിനുള്ള ഭാഗ്യം കിട്ടിയിട്ടുണ്ട്." എന്നു പറഞ്ഞിട്ട് ഡോൻഹോഫ് മാര്യ നിക്കൊലായെവ്നയുടെ അടുത്തേക്ക് അല്പം കുനിഞ്ഞ് ഒരു പുഞ്ചിരിയോടെ, സ്വരം താഴ്ത്തി ഇങ്ങനെ കൂട്ടിച്ചേർത്തു: "ഈ ആളെപ്പറ്റിയാണ്... ഞാൻ പറഞ്ഞത്... ഭവതിയുടെ സ്വദേശി... റഷ്യാക്കാരൻ"

"അങ്ങനെയാണോ?" പതിഞ്ഞ ശബ്ദത്തിൽതന്നെ അത് അത്ഭുതം പ്രകടിപ്പിച്ചു. അയാളുടെ നേരെ ഭീഷണിപ്പെടുത്തുംവണ്ണം ഒരു വിരൽ വീശിക്കൊണ്ട് തൽക്ഷണം തന്നെ അവൾ അയാളോടും പോക്കക്കാരൻ സെക്രട്ടറിയോടും യാത്ര പറഞ്ഞു. ആ പൊക്കക്കാരൻ അവളിൽ വല്ലാതെ ഭ്രമിച്ചുവശായിരുന്നുവെന്ന് സ്പഷ്ടം—മാര്യ നിക്കൊലായെവ്നയെ നോക്കുമ്പോഴെല്ലാം അയാൾ അറിയാതെ വാപൊളിച്ച് ഇരുന്നു പോകുന്നത് സാനിൻ കണ്ടു. താൻ എന്തു ചെയ്യണമെന്ന് പറയാതെ തന്നെ മനസ്സിലാക്കാൻ കഴിവുള്ള ഒരു കുടുംബസുഹൃത്തിനെപ്പോലെ ഡോൻഹോഫ് ഉടൻ തന്നെ അവളുടെ ഇംഗിതമനുസരിച്ച് അവിടെ നിന്നു പിരിഞ്ഞു. സെക്രട്ടറി പിടിവാശിയോടെ അവിടെ നില്ക്കാൻ

ത്തുനിഞ്ഞെങ്കിലും മാര്യ നിക്കൊലായെവ്ന നിർമ്മര്യാദം അയാളെ പറഞ്ഞയച്ചു.

"താങ്കളുടെ മഹാറാണിയുടെ അടുത്തേക്കു പോയ്ക്കോളൂ." അവൾ അയാളോടു പറഞ്ഞു. (ആ സമയത്ത് മൊണോക്കൊയിലെ ഏതോ ഒരു റാണി വിസ്ബാഡെനിൽ ഉണ്ടായിരുന്നു—രണ്ടാംകിടക്കാരിയായ ഒരു അഴിഞ്ഞാടിയുടെ എല്ലാ ലക്ഷണവുമുള്ള ഒരു മഹിള) "എന്നെപ്പോലുള്ള ഒരു താണ വംശക്കാരിക്കുവേണ്ടി താങ്കളുടെ വിലയേറിയ സമയം നഷ്ടപ്പെടുത്തുന്നതെന്തിന്?"

"പ്രിയപ്പെട്ട മാഡം" നിർഭാഗ്യവാനായ ആ സെക്രട്ടറി പറഞ്ഞു. "ഈ ലോകത്തിലുള്ള എല്ലാ റാണിമാരേക്കാളും..."

എന്നാൽ മാര്യ നിക്കൊലായെവ്ന ദാക്ഷിണ്യമൊന്നും കാട്ടിയില്ല. അയാൾക്ക് ഇളിഭ്യനായി അവിടെനിന്നു പോകേണ്ടിവന്നു.

മാര്യ നിക്കൊലായെവ്ന ഭംഗിയായി അണിഞ്ഞൊരുങ്ങിയിരുന്നു—നമ്മുടെ മാതാമഹികളുടെ ഭാഷയിൽ പറഞ്ഞാൽ "എടുത്തുകാട്ടുമാറ്" അണിഞ്ഞൊരുങ്ങിയിരുന്നു. അവൾ ധരിച്ചിരുന്നത് പാടലവർണ്ണമുള്ള തിളങ്ങുന്ന ഒരു പട്ടുടപ്പായിരുന്നു. വലിയ ഓരോ രത്നം പതിച്ച കമ്മലുകൾ അവൾ കാതിലണിഞ്ഞിരുന്നു. അവളുടെ കണ്ണുകൾ ആ രത്നങ്ങൾ പോലെ തിളങ്ങി. അവൾ മുമ്പെന്നത്തേക്കാളും പ്രസന്നയും സുന്ദരിയുമായി കാണപ്പെട്ടു.

അവൾ സാനിനെ തന്റെ അടുത്തിരുത്തി പാരീസിനെപ്പറ്റി സംസാരിച്ചു തുടങ്ങി. ഏതാനും ദിവസങ്ങൾക്കകം അവർ അങ്ങോട്ടു പോവുകയാണെന്ന് അയാളെ അറിയിച്ചു. പിന്നീടു സംസാരം ജർമ്മൻകാരെക്കുറിച്ചായി. അവരെ തനിക്ക് മടുത്തെന്ന് അവൾ പറഞ്ഞു. അവർ ബുദ്ധിയുള്ളവരാണെന്നു കാണിക്കാൻ ശ്രമിക്കുമ്പോൾ അസഹനീയമാംവണ്ണം ബുദ്ധിമാന്മാരുമാണത്രെ! പെട്ടെന്ന്, യാതൊരു മുന്നറിയിപ്പുമില്ലാതെ അവൾ അയാളുടെ നേരെ ഒരു ചോദ്യം തൊടുത്തുവിട്ടു—ഇപ്പോൾ ഇവിടുന്നു പോയ ഓഫീസറുമായി ഒരു മഹിളയ്ക്കുവേണ്ടി അയാൾ ദ്വന്ദ്വയുദ്ധം ചെയ്തെന്നു കേട്ടതു വാസ്തവമാണോ?

"അക്കാര്യം എവിടെനിന്നു കേട്ടു?" അത്ഭുതാധീനനായ സാനിൻ ചോദിച്ചു.

"ദ്മീത്രി പാവ്‌ലൊവിച്ച്. ഈ ലോകത്തിൽ കിംവദന്തികൾ പരക്കാൻ അധികം സമയം വേണ്ട. ന്യായം താങ്കളുടെ ഭാഗത്തായിരുന്നെന്നും താങ്കൾ ഒരു യഥാർത്ഥ യോദ്ധാവിനെപ്പോലെ പെരുമാറിയെന്നും

ഞാൻ അറിഞ്ഞു. പറയൂ. ആ മഹിളയാണോ താങ്കളുടെ പ്രതിശ്രുത വധി?"

സാനിൻ മെല്ലെ നെറ്റി ചുളിച്ചു...

"ശരി, ഞാൻ ഒന്നും ചോദിക്കുന്നില്ല." പെട്ടെന്ന് മാര്യ നിക്കൊലായെവ്ന പറഞ്ഞു. "അതെപ്പറ്റി സംസാരിക്കാൻ താങ്കൾ ഇഷ്ടപ്പെടുന്നില്ലെന്നു മനസ്സിലായി. ക്ഷമിക്കണം, ഇനി ഇത് ആവർത്തിക്കയില്ല! കോപിക്കരുത്!" കൈയിൽ പത്രം നിവർത്തിപ്പിടിച്ചുകൊണ്ട് പോലെസൊവ് അകത്തെ മുറിയുടെ വാതില്ക്കൽ പ്രത്യക്ഷപ്പെട്ടു. "എന്തുവേണം?" അവൾ ചോദിച്ചു. "എന്തോ ഊണിനു സമയമായോ?"

"ഒരു നിമിഷത്തിനകം മേശ തയ്യാറാകും. ഞാൻ 'വടക്കൻ തേനീച്ച'യിൽ വന്ന ഒരു വാർത്ത വായിക്കുകയായിരുന്നു—നമ്മുടെ ഗ്രോമൊബോയ് പ്രഭു അന്തരിച്ചു."

മാര്യ നിക്കൊലായെവ്ന തലയുയർത്തി നോക്കി.

"നേരോ? അദ്ദേഹത്തിന്റെ ആത്മാവിനു ശാന്തി!" പിന്നീട് അവൾ സാനിന്റെ നേരെ തിരിഞ്ഞു പറഞ്ഞു: "എല്ലാ ഫെബ്രുവരിയിലും, എന്റെ പിറന്നാൾ ദിവസം അദ്ദേഹം എന്റെ മുറികളും കമേലിയാ പൂക്കൾക്കൊണ്ട് അലങ്കരിച്ചിരുന്നു. എങ്കിലും പീറ്റേഴ്സ്ബർഗിൽ തണുപ്പുകാലത്തു താമസിക്കാൻ അതുമാത്രം പോരല്ലോ. അദ്ദേഹത്തിനു എഴുപതുവയസ്സു കഴിഞ്ഞിരുന്നു, ഇല്ലേ?" അവസാനത്തെ ചോദ്യം ഭർത്താവിനോടായിരുന്നു.

"ശരിയാണ്. അദ്ദേഹത്തിന്റെ ശവസംസ്കാരത്തെക്കുറിച്ചുള്ള ഒരു വിവരണം ഈ പത്രത്തിലുണ്ട്. രാജകുടുംബം മുഴുവൻ സന്നിഹിതരായിരുന്നു. കൊവ്റീഷ്കിൻ പ്രഭു ആ അവസരത്തിനു വേണ്ടി കുറെ ശ്ലോകങ്ങൾ എഴുതി."

"അതു നന്നായി."

"ഞാൻ വായിച്ചു കേൾപ്പിക്കട്ടേ? പ്രഭു പരേതനെ രാജ്യത്തിന്റെ നാഥൻ എന്നു വിശേഷിപ്പിച്ചിരിക്കുന്നു."

"വേണ്ട, വേണ്ട, വായിക്കേണ്ട. രാജ്യത്തിന്റെ നാഥൻ പോലും! അദ്ദേഹം തത്യാന യൂര്യെവ്നയുടെ നാഥൻ മാത്രമായിരുന്നു. നമുക്ക് പോയി ആഹാരം കഴിക്കാം. മരിച്ചവർ മരിച്ചു. ദ്മീത്രി പാവ്ലൊവിച്ച്—എനിക്കു കൈ തരൂ!"

* * *

ഭക്ഷണം തലേ ദിവസത്തെപ്പോലെതന്നെ ഒന്നാംതരമായിരുന്നു. രസകരമായ സംഭാഷണം ഭക്ഷണവേള സജീവമാക്കി. മാര്യ നിക്കൊലായെവ്ന ഒരു സംഭാഷണചതുരയായിരുന്നു—സ്ത്രീകളെ, പ്രത്യേകിച്ച് റഷ്യൻ സ്ത്രീകളെ—സംബന്ധിച്ചിടത്തോളം അതൊരു അസുലഭഗുണമായിരുന്നു. അവൾ ഒരിക്കലും വാക്കുകൾ തെരഞ്ഞുപിടിക്കാൻ മിനക്കെട്ടിരുന്നില്ല. ഏറ്റവും മൂർച്ചയുള്ള വാക്കുകൾ അവൾ പ്രയോഗിച്ചത് തന്റെ സ്വദേശികളായ മറ്റു സ്ത്രീകളുടെ നേരെയാണ്. കൂരമ്പുകൾപോലെ തുളച്ചുകയറുന്ന ചില പദപ്രയോഗങ്ങൾ സാനിനെ പലതവണ പൊട്ടിച്ചിരിപ്പിച്ചു. കപടനാട്യവും, പഞ്ചാരവാക്കുകളും നുണകളും മാര്യ നിക്കൊലായെവ്നയ്ക്കു സഹിക്കാൻ കഴിയില്ലായിരുന്നു. താൻ വളർന്നുവന്ന മോശമായ ചുറ്റുപാടുകളെ പറ്റി കഥകൾ കെട്ടിച്ചമയ്ക്കാൻ അവൾക്ക് വളരെ ഉത്സാഹമായിരുന്നെന്നു തോന്നി. അവൾ അതേപ്പറ്റി വീമ്പടിക്കുകയും തന്റെ ബാല്യകാലത്തെപ്പറ്റിയും തന്റെ ബന്ധുക്കളെപ്പറ്റിയും അതിവിചിത്രമായ ചില കഥകൾ പറയുകയും ഒരു "മലമൂട" എന്ന് സ്വയം വിശേഷിപ്പിക്കുകയും ചെയ്തു. അവളുടെ പ്രായമുള്ള ബഹുഭൂരിപക്ഷം സ്ത്രീകൾക്കും ഉണ്ടാകാനിടയില്ലാത്ത പല അനുഭവങ്ങളിലൂടെയും അവൾ കുട്ടിക്കാലത്തു കടന്നുപോയിട്ടുണ്ടെന്ന് സാനിനു മനസ്സിലാക്കാൻ കഴിഞ്ഞു.

പോലൊസോവ് മനപ്പൂർവ്വം തിന്നുന്നതിലും കുടിക്കുന്നതിലും മുഴുകി. വല്ലപ്പോഴുമൊരിക്കൽ മാത്രം അയാൾ ഭാര്യയേയും സാനിനേയും തന്റെ ഉറക്കം തൂങ്ങിയതെന്നു തോന്നിക്കുന്നതെങ്കിലും തികച്ചും ജാഗരൂകങ്ങളായ കണ്ണുകൾകൊണ്ട് നോക്കും.

"നിങ്ങൾ എന്തൊരു ബുദ്ധിമാനാണ്!" ഭർത്താവിന്റെ നേരെ തിരിഞ്ഞ് മാര്യ നിക്കൊലായെവ്ന പറഞ്ഞു. "ഫ്രാങ്ക്ഫർട്ടിൽ നിന്നു വാങ്ങേണ്ട സാമാനങ്ങളെല്ലാം എത്ര കൃത്യമായാണ് നിങ്ങൾ വാങ്ങിയത്! നിങ്ങളുടെ നെറ്റിയിൽ ഒരു മുത്തം തരാൻ എനിക്കു തോന്നുണ്ട്. പക്ഷേ നിങ്ങൾ അതിലൊന്നും വിശ്വസിക്കുന്നില്ലല്ലോ."

"ഇല്ല," വെള്ളികൊണ്ടുണ്ടാക്കിയ പിച്ചാത്തികൊണ്ട് ഒരു കൈതച്ചക്ക മുറിക്കുന്നതിനിടയിൽ പോലെസൊവ് പറഞ്ഞു. മേശമേൽ കൊട്ടിക്കൊണ്ട് മാര്യ നിക്കൊലായെവ്ന അവളെ കുറച്ചുനേരം നോക്കിയിരുന്നു.

"നമ്മൾ വാതുവച്ചത് ഓർമ്മയുണ്ടോ?"

"ഉണ്ട്"

"കൊള്ളാം! നിങ്ങൾ തോല്ക്കും."

പോലൊസൊവ് താടി അല്പം ഉയർത്തിക്കൊണ്ട് പറഞ്ഞു:

"മാര്യ നിക്കൊലായെവ്ന, എത്ര ആത്മവിശ്വാസം നിങ്ങൾക്കുണ്ടെങ്കിലും ഇത്തവണ തോല്ക്കാൻ പോകുന്നത് നിങ്ങളാണ്."

"എന്തിനെപ്പറ്റിയാണ് വാതുവച്ചത്?" സാനിൻ ചോദിച്ചു.

"പിന്നെ പറയാം." എന്ന് മറുപടി പറഞ്ഞിട്ട് മാര്യ നിക്കൊലായെവ്ന ചിരിച്ചു.

ക്ലോക്ക് ഏഴുതവണ മണിയടിച്ചു. വണ്ടി തയ്യാറായിട്ടുണ്ടെന്ന് വെയിറ്റർ വന്നു പറഞ്ഞു. പോലൊസോവ് ഭാര്യയെ യാത്രയാക്കിയിട്ട് ഉടൻ തന്നെ തന്റെ കസേരയിൽ ചെന്നു കിടന്നു.

"കാര്യസ്ഥനുള്ള എഴുത്തെഴുതാൻ മറക്കരുത്." പുറത്തെ ഹാളിൽ നിന്ന് മാര്യ നിക്കൊലായെവ്ന വിളിച്ചു പറഞ്ഞു.

"ഇല്ല. ഞാൻ പറഞ്ഞാൽ പറഞ്ഞതാണ്."

XXXIX

1840-ൽ വിസ്ബാഡെൻ തീയേറ്റർ ഒരു പഴഞ്ചൻ കെട്ടിടമായിരുന്നു. അതിലെ നാടകസമിതിയാകട്ടെ അക്കാലത്തു ജർമ്മൻ തിയേറ്ററുകളിലുണ്ടായിരുന്ന പൊതു നിലവാരത്തിൽ നിന്ന്, ശബ്ദായമാനമായ സാമാന്യതയിലോ പഴഞ്ചനും സർവ്വസാധാരണവുമായ പരിപാടിയിലോ ഒരു പടി പോലും മുകളിലായിരുന്നില്ല.

"മാഡം ഫോൻ പോലെസൊവ് തിരുമനസ്സിനു" വേണ്ടി ബുക്കു ചെയ്തിരുന്ന ബോക്സിനു പിന്നിൽ (വെയിറ്റർ അതെങ്ങനെ വഹിച്ചെട്ടുത്തെന്ന് ആർക്കറിയാം. തീർച്ചയായും അയാൾ സിറ്റി ഡയറക്ടർക്ക് കൈക്കൂലി കൊടുക്കാതിരിക്കില്ല.) സോഫകളിട്ടിട്ടുള്ള ഒരു ചെറിയ മുറിയുണ്ടായിരുന്നു. തീയേറ്ററിന്റെ മറ്റു ഭാഗങ്ങളിൽനിന്ന് അതിനെ വേർതിരിക്കുന്ന സ്ക്രീൻ ഉയർത്തിവയ്ക്കാൻ മാര്യ നിക്കൊലായെവ്ന സാനിനു നിർദ്ദേശം കൊടുത്തു.

"ആളുകൾ എന്നെ കാണണ്ട," അവൾ പറഞ്ഞു. "കണ്ടാൽ അവർ ഇങ്ങോട്ട് ഇരച്ചുകയറും."

ഓഡിറ്റോറിയത്തിന് പുറം തിരിഞ്ഞ് തന്റെ അടുത്തായി അവർ സാനിനെ ഇരുത്തി. ബോക്സ് ഒഴിഞ്ഞു കിടക്കുകയാണെന്നു മറ്റുള്ളവർക്കു തോന്നാൻ വേണ്ടിയാണ് അവൾ അങ്ങനെ ചെയ്തത്.

ഓർക്കസ്റ്റ "ഫീഗറോയുടെ വിവാഹം[33] എന്ന ഓപ്പെറയിലെ ഒരു ഭാഗം വായിച്ചു... കർട്ടൻ ഉയർന്നു. നാടകം തുടങ്ങി.

തുരുതുരാ പ്രത്യക്ഷപ്പെട്ടുകൊണ്ടിരുന്ന നാടൻ നാടകങ്ങളിലൊന്നായിരുന്നു അത്. കഴിവിനേക്കാൾ കൂടുതൽ പാണ്ഡിത്യം കൈമുതലുണ്ടായിരുന്ന നാടകകൃത്ത് കുറ്റമറ്റതെങ്കിലും നിർജ്ജീവമായ ശൈലിയിൽ ഗംഭീരമോ ജീവൽപ്രധാനമോ ആയ ഏതെങ്കിലും ഒരു ആശയത്തെ അത്യുത്സാഹത്തോടെയെങ്കിലും അകുശലമായി പിൻതുടരുകയും ശോകാത്മകസംഘടനം എന്നു വിളിക്കപ്പെടുന്ന ഒരു രംഗം സൃഷ്ടിക്കുകയും ഏഷ്യാറ്റിക് കോളറ എന്ന് പറയാറുള്ളതുപോലെ ഏഷ്യാറ്റിക് മ്ലാനത എന്നു വിളിക്കാവുന്ന ഒരു തരം മ്ലാനത പരത്തുകയും ചെയ്യുന്നു. മാര്യ നിക്കൊലായെവ്ന ആദ്യത്തെ രംഗത്തിന്റെ പകുതി കഴിയുന്നതുവരെ ക്ഷമയോടെ നോക്കിക്കൊണ്ടിരുന്നു. എന്നാൽ പഫ് സ്ലീവുള്ള തവിട്ടു ഫ്രോക് കോട്ടും വെൽവറ്റ് കോളറും, മുത്തുച്ചിപ്പിക്കുടുക്കുകളുമുള്ള വരയൻ വെയിസ്റ്റ് കോട്ടും തുകൽവാറുകളുള്ള പച്ച ട്രൗസറും തോൽ കയ്യുറകളും ധരിച്ച കഥാനായകൻ തന്റെ പ്രേമഭാജനം തന്നെ വഞ്ചിച്ചുവെന്നു മനസ്സിലാക്കി കൈമുട്ടുകൾ വടിപോലെ പിടിച്ചുകൊണ്ട് നെഞ്ചത്തടിക്കുകയും പട്ടിയെപ്പോലെ മോങ്ങുകയും ചെയ്തുതുടങ്ങിയപ്പോൾ അവളുടെ ക്ഷമ നശിച്ചു.

"ഫ്രാൻസിലെ ഏറ്റവും ചെറിയ ഉൾനാടൻ പട്ടണത്തിലെ ഏറ്റവും മോശപ്പെട്ട നടൻപോലും ഏറ്റവും നല്ല ജർമ്മൻ നടനേക്കാൾ ഭംഗിയായും തന്മയത്വമായും അഭിനയിക്കും!" അവൾ ക്ഷോഭം അടക്കാനാവാതെ പറഞ്ഞു. "ഇവിടെ വന്നിരിക്കൂ, നമുക്ക് വല്ലതും സംസാരിച്ചുകൊണ്ടിരിക്കാം." താനിരിക്കുന്നതിനടുത്തുള്ള സോഫ തൊട്ടുകാണിച്ചുകൊണ്ട് അവൾ സാനിനോടു പറഞ്ഞു.

സാനിൻ അതനുസരിച്ചു.

മാര്യ നിക്കൊലായെവ്ന അയാളെ നോക്കി. "താങ്കൾ ഒരു പഞ്ചപാവമാണെന്നു തോന്നുന്നു. താങ്കളുടെ ഭാര്യക്ക് സുഖമായിരിക്കും. നോക്കു, ആ വിദൂഷകനെ," വിശറിയുടെ അറ്റം കൊണ്ട് സ്റ്റേജിൽ നിന്നു മോങ്ങുന്ന നടനെ ചൂണ്ടിക്കാട്ടിക്കൊണ്ട് അവൾ തുടർന്നു. "ഒരു പ്രൈവറ്റ് ട്യൂട്ടറുടെ ഭാഗമഭിനയിക്കുന്ന ആ വിദൂഷകനെ കാണുമ്പോൾ എന്റെ കൗമാരകാലം എനിക്ക് ഓർമ്മ വരുന്നു—ഞാൻ ഒരിക്കൽ ഒരു ട്യൂട്ടറെ പ്രേമിച്ചിട്ടുണ്ട്. എന്റെ ആദ്യത്തെ, അല്ല രണ്ടാമത്തെ പ്രേമമായിരുന്നു അത്. എന്റെ ആദ്യപ്രേമം ദോൺസ്റ്റോയ് മഠത്തിലെ ഒരു

33 "ഫീഗറൊയുടെ വിവാഹം" (1786) പ്രശസ്ത ആസ്ട്രിയൻ സംഗീതജ്ഞനായ മൊസാർട്ടിന്റെ (1756-1791) ഓപ്പെറെ

ചെമ്മാച്ചനമായിട്ടായിരുന്നു. അന്നെനിക്ക് പന്ത്രണ്ടു വയസ്സായിരുന്നു പ്രായം. ഞായറാഴ്ച ദിവസം മാത്രമേ ഞാൻ അയാളെ കണ്ടിരുന്നുള്ളൂ. അയാൾ ഒരു വെൽവറ്റ് ഗൗൺ ധരിച്ച് സെന്റും പൂശി ആൾക്കൂട്ടത്തിനിടയിലൂടെ ഒരു ധൂമകലശവുമായി നടക്കുമായിരുന്നു. സ്ത്രീകളോട് അയാൾ "ക്ഷമിക്കണം" എന്ന് ഫ്രഞ്ചിൽ പറയും—കണ്ണുകൾ ഉയർത്താതെ, അയാളുടെ കൺപീലികൾക്ക് എന്തൊരു നീളമായിരുന്നെന്നോ! അവയ്ക്ക് ദാ, ഇത്രയും നീളമുണ്ടായിരുന്നു." അവൾ തന്റെ ചെറുവിരലിന്റെ മദ്ധ്യത്തിൽ പെരുവിരലിലെ നഖം അമർത്തി സാനിനെ കാണിച്ചുകൊണ്ട് തുടർന്നു. "എന്റെ അദ്ധ്യാപകന്റെ പേര് മെസ്യേ ഗാസ്റ്റൺ എന്നായിരുന്നു. കരിപോലെ കറുത്ത മീശയും യവനന്മാരുടെ മുഖച്ഛായയും ഉരുക്കിയ ഇരുമ്പിൻനിന്ന് രൂപപ്പെടുത്തിയതുപോലുള്ള ചുണ്ടുകളും, എനിക്ക് അയാളെ ഭയമായിരുന്നു. ഭൂമുഖത്ത് ആരെയെങ്കിലും ഞാൻ ഭയപ്പെട്ടിട്ടുണ്ടെങ്കിൽ അത് ആ മനുഷ്യനെ മാത്രമാണ്. അയാൾ എന്റെ സഹോദരന്റെ ട്യൂട്ടറായിരുന്നു—മുങ്ങിച്ചത്ത സഹോദരന്റെ. ഒരിക്കൽ ഒരു ജിപ്സി എന്നോടു പറഞ്ഞിട്ട് എന്റെ അന്ത്യം ഭയങ്കരമായിരിക്കുമെന്ന്. പക്ഷേ അതൊക്കെ വെറും അസംബന്ധമാണ്. ഞാൻ അതിലൊന്നും വിശ്വസിക്കുന്നില്ല. ഇപ്പലീത് സീദൊറിച്ച ഒരു കഠാരയുമായി എന്നെ കൊല്ലാൻ വരുന്ന രംഗം താങ്കൾക്ക് സങ്കല്പിക്കാൻ കഴിയുമോ?"

"കഠാരകൊണ്ടുമാത്രമല്ല, മറ്റു തരത്തിലും മരിക്കാം." സാനിൻ അഭിപ്രായപ്പെട്ടു.

"അതൊക്കെ വിഡ്ഢിത്തമാണ്. താങ്കൾ ഒരു അന്ധവിശ്വാസിയാണോ? എനിക്ക് അതു തീരെയില്ല. എന്നാൽ വരാനുള്ളത് വഴിയിൽ തങ്ങുകയില്ല! മെസ്യേ ഗാസ്റ്റൺ ഞങ്ങളുടെ വീട്ടിലാണ് താമസിച്ചിരുന്നത്. എന്റെ മുറിയുടെ തൊട്ടു മുകളിലായിരുന്നു അയാളുടെ മുറി. ചിലപ്പോൾ രാത്രിയിൽ അയാളുടെ കാലൊച്ച കേട്ട് ഞാൻ ഉണർന്ന് കാതുകൂർപ്പിച്ചു കിടക്കും—അയാൾ വളരെ താമസിച്ചാണ് കിടക്കുന്നത്. ഭയമോ മറ്റേതോ ഒരു വികാരമോ അപ്പോഴൊക്കെ എന്നെ ശ്വാസം മുട്ടിച്ചിരുന്നു... എന്റെ അച്ഛന് അക്ഷരാഭ്യാസമില്ലായിരുന്നെങ്കിലും അദ്ദേഹം ഞങ്ങളെ വിദ്യാസമ്പന്നരാക്കി. എനിക്ക് ലാറ്റിൻ ഭാഷപോലും വശമുണ്ട്.

"ലാറ്റിനറിയാമെന്നോ?"

"അതെ, ലാറ്റിൻ! മെസ്യേ ഗാസ്റ്റൺ എന്നെ ലാറ്റിൻ പഠിപ്പിച്ചിട്ടുണ്ട്. ഞാൻ അയാളോടൊപ്പം 'ഇന്യേയിഡ' [34] വായിച്ചിട്ടുണ്ട്. അറുമുഷിപ്പൻ,

---

34 'ഇന്യേയിഡ' പൗരാണിക യവന കവിയായ വെർഗിലിയ്(ക്രി.മു.ഒന്നാം നൂറ്റാണ്ട്) യുടെ കാവ്യം. ഡിദോനെയും എന്യോസും കാട്ടിൽ... കാട്ടിൽ ആ കമിതാക്കൾ

പക്ഷേ രസകരമായ ചില ഭാഗങ്ങൾ അതിലുണ്ട്. ഡിസോനയും ഇന്യേസും കാട്ടിൽ ആയിരുന്ന ഭാഗം ഓർമ്മയുണ്ടോ?"

"ഉണ്ട്, ഞാൻ ഓർക്കുന്നുണ്ട്." സാനിൻ ധൃതിയിൽ പറഞ്ഞു. അയാൾ താൻ പഠിച്ച ലാറ്റിൻ പണ്ടേ മറന്നുകഴിഞ്ഞിരുന്നു. 'ഇന്യേയിഡ്'യെപ്പറ്റി മങ്ങിയ ഓർമ്മ മാത്രമേ അയാൾക്കുണ്ടായിരുന്നുള്ളൂ.

മാര്യ നിക്കൊലായെവ്ന അയാളെ ഇടംകണ്ണിട്ടു നോക്കിക്കൊണ്ട് പറഞ്ഞു:

"ഞാൻ വലിയ പണ്ഡിതയാണെന്ന് താങ്കൾ ധരിക്കരുത്. കേട്ടോ. എനിക്കു ഒരു പാണ്ഡിത്യവുമില്ല. വാസ്തവത്തിൽ എനിക്ക് ഒന്നിലും പ്രാവീണ്യമില്ല. എനിക്ക് എഴുതാൻ പ്രയാസമാണ്... ഉറക്കെ വായിക്കാൻ പോലും കഴിവില്ല. പിയാനോ വായിക്കാനോ പടം വരയ്ക്കാനോ തുന്നാനോ എനിക്കറിയില്ല. വാസ്തവത്തിൽ എനിക്ക് ഒന്നും ചെയ്യാനറിയില്ല. ഈ കാണുന്നതെന്തോ അതു മാത്രമാണ് ഞാൻ!"

അവൾ കൈകൾ വിരിച്ചുപിടിച്ചുകൊണ്ട് തുടർന്നു:

"ഞാനിതൊക്കെ താങ്കളോടു പറയാനുള്ള ഒരു കാരണം എനിക്ക് ആ വിഡ്ഢികളുടെ ശബ്ദം കേൾക്കാതിരിക്കാനാണ്." (അവൾ സ്റ്റേജിലേക്കു ചൂണ്ടിക്കാണിച്ചു. ആ സമയത്തു അവിടെ ഒരു നടിയാണ് മോങ്ങിക്കൊണ്ടു നിന്നത്. അവളുടെ കൈമുട്ടുകളും വടിപോലെ ഉന്തിനിന്നു.) "രണ്ടാമത് ഞാൻ താങ്കളുടെ കടക്കാരിയാണ്, ഇന്നലെ താങ്കളെ സംബന്ധിക്കുന്ന എല്ലാ കാര്യവും താങ്കൾ എന്നോടു പറഞ്ഞല്ലോ."

"എന്നെപ്പറ്റി അറിയാൻ ഭവതി താല്പര്യപ്പെട്ടിരുന്നു." സാനിൻ പറഞ്ഞു.

മാര്യ നിക്കൊലായെവ്ന പെട്ടെന്ന് അയാളുടെ നേരെ തിരിഞ്ഞിരുന്നു.

"ഞാൻ എങ്ങനെയുള്ള ഒരു സ്ത്രീയാണെന്നറിയാൻ താങ്കൾക്ക് താല്പര്യമില്ലേ? പക്ഷേ അതിൽ അത്ഭുതപ്പെടാൻ എന്തിരിക്കുന്നു." സോഫയിലെ കുഷ്യനിലേക്കു വീണ്ടും ചാരിയിരുന്നുകൊണ്ട് അവൾ തുടർന്നു: "വിവാഹിതനാകാൻ പോകുന്ന ഒരു പുരുഷന്, അതൊക്കെ പ്രേമവിവാഹമായിരിക്കുകയും ഒരു ദ്വന്ദ്വയുദ്ധത്തിനുശേഷമായിരിക്കുകയും ചെയ്യുമ്പോൾ പ്രത്യേകിച്ചും മറ്റൊരു സ്ത്രീയെപ്പറ്റിയും ചിന്തിക്കാൻ സമയം കാണുകയില്ല."

വിശറിയുടെ പിടി പാലുപോലെ വെളുത്ത വരിതെറ്റാത്ത ഉറച്ച പല്ലുകളാൽ കടിച്ചുകൊണ്ട് അവൾ അല്പനേരം മിണ്ടാതിരുന്നു.

കണ്ടുമുട്ടുന്ന ഭാഗം കാവ്യത്തിന്റെ നാലാം ഭാഗത്ത് വിവരിച്ചിട്ടുണ്ട്.

കഴിഞ്ഞ രണ്ടു ദിവസങ്ങളായി തന്നെ ശ്വാസംമുട്ടിച്ചുകൊണ്ടിരുന്ന വിഷവാതകം തന്റെ മനസ്സിൽ നിറയുന്നതായി സാനിനു തോന്നി.

അയാളും മാര്യ നിക്കൊലായെവ്നയും തമ്മിൽ നടന്ന സംഭാഷണം മുഴുവൻ അടക്കിയ ശബ്ദത്തിലായിരുന്നു. ഏതാണ്ട് സ്വകാര്യം പറയുന്നതുപോലെയായിരുന്നു. അത് അയാളെ ഈൗർഷ്യപ്പെടുത്തി.

ഇതൊക്കെ എപ്പോഴാണ് ഒന്നവസാനിക്കുക?

ദുർബ്ബലമാനസരായ ആളുകൾ ഒരിക്കലും ഒന്നിനും വിരാമമിടുകയില്ല. അവർ അവസാനം വരുന്നതു കാത്തിരിക്കും.

സ്റ്റേജിൽ ആരോ തുമ്മി—നാടകകൃത്ത് ആ തുമ്മൽ കോമിക് അംശം നാടകത്തിൽ തിരുകിക്കയറ്റാൻ വേണ്ടി മനപ്പൂർവ്വം ഉൾപ്പെടുത്തിയതാണ്. ആ നാടകത്തിൽ മറ്റൊരു കോമിക് അംശവും ഉണ്ടായിരുന്നില്ല. അതിനാൽ കാണികൾ കിട്ടിയ അവസരം പാഴാക്കാതെ ഉറക്കെ ചിരിച്ചു.

ആ ചിരിയും സാനിനെ ശുണ്ഠിപിടിപ്പിച്ചു.

തനിക്ക് കോപമാണോ സന്തോഷമാണോ തോന്നുന്നത്. എനിക്ക് വിരസതയാണോ ഉല്ലാസമാണോ അനുഭവപ്പെടുന്നത് എന്ന് അയാൾക്കുതന്നെ ചില നിമിഷങ്ങളിൽ നിശ്ചയമില്ലായിരുന്നു. ഓ! ജെമ്മ അയാളെ ഇപ്പോൾ കണ്ടിരുന്നെങ്കിൽ!

* * *

“എത്ര വിചിത്രം!” മാര്യ നിക്കൊലായെവ്ന പെട്ടെന്നനെ പറഞ്ഞു.” ഒരാൾ തികച്ചും ശാന്തനായി മറ്റുള്ളവരോടു പറയുന്നു, “ഞാൻ വിവാഹിതനാകാൻ പോകുകയാണ്.” “എന്നാൽ ഞാൻ വെള്ളത്തിൽ ചാടാൻ പോകുന്നു” എന്ന് അതേ ശാന്തതയോടെ ആരും പറയുകയില്ല. വാസ്തവത്തിൽ രണ്ടും തമ്മിൽ എന്താണു വ്യത്യാസം? വിചിത്രം തന്നെ അല്ലേ?”

സാനിൻ വിഷാദഭരിതനായിത്തീർന്നു.

“വ്യത്യാസം വളരെയുണ്ട്. മാര്യ നിക്കൊലായെവ്ന!” അയാൾ പറഞ്ഞു. “ചിലർക്ക് വെള്ളത്തിൽ ചാടുന്നത് ഒട്ടുംതന്നെ ഭയാനകമല്ല. അവർക്ക് നീന്താനറിയാം. എന്നാൽ വിചിത്രമായ വിവാഹത്തെപ്പറ്റി ഭവതി സൂചിപ്പിച്ച സ്ഥിതിക്ക് ഒരു കാര്യം...”

സാനിൻ തുടർന്ന് ഒന്നും പറയാതെ നാക്കു കടിച്ചു.

മാര്യ നിക്കൊലായെവ്ന വിശറികൊണ്ട് കൈപ്പടത്തിൽ അടിച്ചു.

“ദ്മീത്രി പാവ്‌ലൊവിച്ച്, പറയാൻ തുടങ്ങിയത് മുഴുവനാക്കൂ. അതെന്താണെന്ന് എനിക്കറിയാം: “നിങ്ങളുടെ സ്വന്തം വിവാഹത്തെക്കാൾ വിചിത്രമായി എന്തെങ്കിലുമുണ്ടോ? എനിക്ക് നിങ്ങളുടെ ഭർത്താവിനെ കുട്ടിക്കാലം മുതൽ അറിയാമായിരുന്നു. ഓർക്കണം’ എന്നല്ലേ താങ്കൾ പറയാൻ ഉദ്ദേശിച്ചത്? നീന്താനറിയാവുന്ന താങ്കൾ പറയാൻ പോയത് അതാണ്.”

“ക്ഷമിക്കണം,” സാനിൻ പറയാൻ തുടങ്ങി.

“അതു സത്യമല്ലേ? പറയൂ, സത്യമല്ലേ?” മാര്യ നിക്കൊലായെവ്ന വാശിയോടെ ചോദിച്ചു. “എന്റെ മുഖത്തു നോക്കി പറയൂ. അതു സത്യമല്ലേ?”

എങ്ങോട്ടു നോക്കണമെന്നു സാനിനു നിശ്ചയമില്ലായിരുന്നു.

“ശരി, നിർബ്ബന്ധമാണെങ്കിൽ പറയാം. അതു സത്യമാണ്.” ഒടുവിൽ അയാൾ പറഞ്ഞു.

മാര്യ നിക്കൊലായെവ്ന തല കുലുക്കി.

“ശരി, പക്ഷേ... ദരിദ്രയോ, വിഡ്ഢിയോ വിരൂപിയോ അല്ലാത്ത ഒരു സ്ത്രീയെ ഇങ്ങനെയൊരു വിചിത്രമായ സംഗതിചെയ്യാൻ പ്രേരിപ്പിച്ചത് എന്താണെന്ന് നീന്തലറിയാവുന്ന താങ്കൾ സ്വയം ചോദിച്ചിട്ടുണ്ടോ? ഒരുപക്ഷേ അതറിയാൻ താങ്കൾക്കു യാതൊരു താല്പര്യവും ഇല്ലായിരിക്കാം. പക്ഷേ സാരമില്ല. ഞാൻ അതിന്റെ കാരണം പറഞ്ഞുതരാം. ഇപ്പോഴല്ല, ഈ ഇടവേള ഒന്നു കഴിഞ്ഞോട്ടെ. ആരെങ്കിലും ഇങ്ങോട്ടു കയറി വരാൻ ഇടയുണ്ട്...”

അവൾ അതു പറയാത്ത താമസം, ബോക്സിന്റെ വാതില് പാതി തുറന്ന് ഒരു മുഖം അകത്തേക്ക് എത്തിനോക്കി. വിയർപ്പുകൊണ്ട് തിളങ്ങുന്ന ആ മുഖം ചുവന്നുതുടുത്തിരുന്നു. പ്രായം അധികമായിട്ടില്ലെങ്കിലും അതിനു പല്ലുകൾ നഷ്ടപ്പെട്ടുകഴിഞ്ഞിരുന്നു. വാവലുകളെപ്പോലിരിക്കുന്ന വലിയ ചെവികൾക്കുമീതെ നീളമുള്ള മുടി ഒട്ടിക്കിടന്നിരുന്നു. ജിജ്ഞാസാഭരിതമായ, ചൈതന്യമറ്റ കണ്ണുകൾക്കു മീതെ സ്വർണ്ണച്ചട്ടമുള്ള കണ്ണട ഉണ്ടായിരുന്നു. ആ മുഖം ബോക്സിനുള്ളിലേക്ക് ഉറ്റുനോക്കി, മാര്യ നിക്കൊലായെവ്ന കണ്ടയുടൻ ബീഭത്സമായി പുഞ്ചിരിക്കുകയും പലതവണ തലയാട്ടുകയും ചെയ്തു. ആ തലയെ താങ്ങിനിർത്തിയിരുന്ന മെലിഞ്ഞ കഴുത്ത് അകത്തേക്കു നീണ്ടു.

മാര്യനിക്കൊലായെവ്ന തന്റെ കൈലേസ് ആ മുഖത്തിനു നേരെ വീശിക്കൊണ്ട് ആദ്യം റഷ്യനിലും പിന്നീട് ജർമ്മനിലും പറഞ്ഞു: “ഞാൻ വീട്ടിലില്ല! ഞാൻ വീട്ടിലില്ല!”

ആ മുഖം അത്ഭുതാധീനമായി. അതിന്റെ ഉടമസ്ഥൻ ലിസ്റ്റി[35]നെ അനുകരിച്ച്(അയാൾ ഒരിക്കൽ ലിസ്റ്റിന്റെ കാതിൽ വീണിട്ടുണ്ടായിരുന്നു) തേങ്ങുന്ന ശബ്ദത്തിൽ:

"ശരി, ശരി" എന്നു പറഞ്ഞിട്ട് അപ്രത്യക്ഷനായി.

"ആരാണ് ഈ വിചിത്ര ജീവി?" സാനിൻ ചോദിച്ചു.

"അതോ? വിസ്ബാഡെനിലെ ഒരു വിമർശകൻ. ഒരു സാഹിത്യ വിമർശകനെന്നോ സേവകനെന്നോ എന്തുവേണമെങ്കിലും വിളിക്കാം. ഇവിടുത്തെ ഒരു കോൺട്രാക്റ്ററുടെ കാശു മേടിച്ചു ജീവിക്കുന്നു. അതുകൊണ്ട് എല്ലാറ്റിനേയും എല്ലാവരേയും സ്തുതിക്കേണ്ടത് അയാളുടെ ജോലിയാണ്. അരോചകമായ ക്രോധമുള്ള ഒരു മനുഷ്യനാണെങ്കിലും അതു പുറത്തുകാട്ടാൻ അയാൾക്കു ധൈര്യമില്ല. എനിക്കയാളെ ഭയമാണ്—അയാളൊരു ഏഷണിക്കാരനാണ്. അയാൾ ഓടി നടന്ന് തിയേറ്ററിലുള്ള എല്ലാവരോടും പറയും ഞാൻ ഇവിടെ ഉണ്ടെന്ന്. സാരമില്ല. പറയുന്നവർ പറയട്ടെ!"

ഓർക്കസ്ട്ര ഒരു വാൾട്സ് നൃത്തരംഗം വായിച്ചു. കർട്ടൻ ഉയർന്നു. അസ്വാഭാവികമായ ശബ്ദകോലാഹലം നിറഞ്ഞ ഒരു രംഗം ദൃശ്യമായി...

"ശരി", സോഫയിൽ ചാരിയിരുന്നുകൊണ്ട് മാര്യനിക്കാലായെവ്ന പറഞ്ഞു. "താങ്കൾ കാമുകിയോടൊപ്പം ഇരിക്കുന്നതിനു പകരം ഇപ്പോൾ ഇവിടെ എന്റെയടുത്ത് ഇരിക്കാൻ നിർബ്ബന്ധിതനായിത്തീർന്നിരിക്കുന്ന സ്ഥിതിക്ക് ഇത്ര ഭയങ്കരമായി കണ്ണുമിഴിക്കാതിരിക്കൂ. എനിക്ക് താങ്കളുടെ മനപ്രയാസം ശരിക്കും മനസ്സിലാക്കാൻ കഴിയും. എപ്പോൾ വേണമെങ്കിലും തിരിച്ചയയ്ക്കാമെന്നു ഞാൻ വാക്കു തന്നല്ലോ—ഇനി എന്റെ കഥ കേൾക്കൂ, എനിക്ക് ഏറ്റവും ഇഷ്ടം എന്താണെന്നറിയാമോ?"

"സ്വാതന്ത്ര്യം", സാനിൻ അഭിപ്രായപ്പെട്ടു.

മാര്യ നിക്കോലായെവ്ന സാനിന്റെ വായ് പൊത്തി.

"ശരിയാണ്, ദ്മീത്രി പാവ്‌ലൊവിച്ച്," അവൾ പറഞ്ഞു. അവളുടെ ശബ്ദത്തിൽ നിഷ്കപടമായ ആത്മാർത്ഥതയും ഗാംഭീര്യവും നിഴലിച്ചിരുന്നു. "ആദ്യമായി സ്വാതന്ത്ര്യം, എല്ലാറ്റിലും ഉപരി സ്വാതന്ത്ര്യം! ഞാൻ പൊങ്ങച്ചം പറയുകയാണെന്നു ദയവുചെയ്ത് താങ്കൾ വിചാരിക്കുന്നത്—ഇതിൽ പ്രശംസനീയമായി ഒന്നുമില്ല. എന്നാൽ ഞാൻ എപ്പോഴും അങ്ങനെയായിരുന്നു. മരണം വരെ അങ്ങനെ ആയിരിക്കുകയും ചെയ്യും. ഞാൻ കുട്ടിക്കാലത്ത് ദാസ്യത്വം ധാരാളം കണ്ടിട്ടുണ്ട്. ഞാൻ തന്നെ അത് അനുഭവിച്ചിട്ടുണ്ട്. മെസ്യേ ഗാസ്റ്റൺ, എന്റെ അദ്ധ്യാപകൻ, എന്റെ

35 ലിസ്റ്റ് ഫെറെൻറ്സ്(1811-1886)—സുപ്രസിദ്ധ ഹംഗേറിയൻ സംഗീതരചയിതാവ്.

കണ്ണു തുറപ്പിച്ചു. ഞാൻ ഇപ്പലീത് സീദൊറിച്ചിനെ കല്യാണംകഴിച്ചതെന്തു കൊണ്ടാണെന്ന് താങ്കൾക്ക് ഒരു പക്ഷേ മനസ്സിലായിക്കാണും. ഞാൻ സർവ്വതന്ത്രസ്വതന്ത്രയാണ്. വായുവിനെപ്പോലെ, കാറ്റിനെപ്പോലെ സ്വതന്ത്ര്യയാണ്... അക്കാര്യം ഞാൻ കല്യാണത്തിനു മുമ്പ് മനസ്സിലാക്കിയിരുന്നു. അദ്ദേഹത്തെ കല്യാണം കഴിച്ചാൽ ഞാൻ തന്നെയായിരിക്കും എന്റെ യജമാനത്തിയെന്ന് എനിക്കറിയാമായിരുന്നു."

മാര്യ നിക്കൊലായെവ്ന വിശറി താഴെ വച്ചിട്ട് അല്പനേരം മൗനം പൂണ്ടിരുന്നു.

"മറ്റൊരു കാര്യവും താങ്കളോടു തുറന്നു പറയാൻ ഞാൻ ആഗ്രഹിക്കുന്നു," അവൾ തുടർന്നു. "ചിന്തിക്കുന്നതിന് ഞാൻ എതിരല്ല... അതു രസകരമാണ്. അതിനാണ് നമുക്ക് ബുദ്ധി തന്നിട്ടുള്ളത്. എന്നാൽ ഞാൻ എന്റെ സ്വന്തം പ്രവൃത്തികളുടെ ഭവിഷ്യത്തുകളെപ്പറ്റി ചിന്തിക്കാറില്ല. ആ ഭവിഷ്യത്തുകൾ എന്തുതന്നെയായാലും അതോർത്തു ഖേദിക്കാറുമില്ല— ഒരു തരിപോലും. അതുകൊണ്ട് പ്രയോജനമൊന്നുമില്ല. എന്റെ മുദ്രാവാക്യം ഇതാണ്: 'Cela netire pas a consequence[36]—എനിക്കതു റഷ്യനിൽ പറഞ്ഞു മനസ്സിലാക്കാൻ പ്രയാസമാണ്. ഭവിഷ്യത്തുകളിൽ എന്തിരിക്കുന്നു? ഇവിടെ, ഈ ലോകത്തിൽ ആരും എന്നെ അതിനു ശിക്ഷിക്കാൻ വരില്ല. പിന്നെ, അങ്ങു ചെല്ലുമ്പോൾ" (അവൾ മുകളിലേക്ക് ചൂണ്ടിക്കാണിച്ചു) "അവർ അവരുടെ രീതിയിൽ കാര്യങ്ങൾ നടത്തട്ടെ. 'അവിടെ' എന്റെ മേൽ വിധികല്പിക്കുമ്പോൾ ഞാൻ ഞാനല്ലായിരിക്കും. താങ്കൾ ശ്രദ്ധിക്കുന്നുണ്ടോ? താങ്കൾക്കു മുഷിഞ്ഞോ?"

സാനിൻ തല കുനിച്ചിരിക്കുകയായിരുന്നു. അയാൾ തലയുയർത്തിക്കൊണ്ട് പറഞ്ഞു.

"ഞാൻ എല്ലാം അതീവതാല്പര്യത്തോടെ ശ്രദ്ധിച്ചു കേൾക്കുന്നുണ്ട്. മാര്യ നിക്കൊലായെവ്ന. പക്ഷേ, തുറന്നു പറയട്ടെ. ഭവതി ഇതെല്ലാം എന്തിനാണു പറയുന്നതെന്ന് എനിക്കു മനസിലാകുന്നില്ല." മാര്യനിക്കൊലായെവ്ന സോഫയിൽ അല്പമൊന്ന് ഇളകിയിരുന്നുകൊണ്ട് പറഞ്ഞു.

"താങ്കൾ താങ്കളോടുതന്നെ ആ ചോദ്യം ചോദിക്കൂ... വാസ്തവത്തിൽ താങ്കൾ ഒരു മന്ദബുദ്ധിയാണോ? അതോ ഇതു കേവലം വിനയമാണോ?"

സാനിൻ തല അല്പംകൂടി ഉയർത്തിപ്പിടിച്ചു.

"ഞാൻ താങ്കളോട് ഇതൊക്കെ പറയുന്നത് എനിക്ക് താങ്കളെ ഇഷ്ടമായതുകൊണ്ടാണ്," അവൾ ശാന്തമായ സ്വരത്തിൽ പറഞ്ഞു.

---

36 ഇതിനു ഭവിഷ്യത്തുകളൊന്നുമില്ല (ഫ്രഞ്ച്)-എഡി.

എന്നാൽ അവളുടെ മുഖഭാവം ആ സ്വരത്തിനു യോജിച്ചതായിരുന്നില്ല.” അത്ഭുതപ്പെടേണ്ട, അതു നേരാണ്. എന്നെപ്പറ്റി അസുഖകരമായ ഓർമ്മകളുമായി—അസുഖകരമല്ലെങ്കിൽ തന്നെ തെറ്റായ ഓർമ്മകളുമായി—താങ്കൾ പോകുന്നത് എനിക്കിഷ്ടമില്ലാത്തതിനാലാണ് ഞാൻ ഇതെല്ലാം പറയുന്നത്. അതുകൊണ്ടാണ് വശീകരിച്ച് ഇവിടെ കൊണ്ടുവന്ന് ഞാൻ താങ്കളോടൊപ്പം ഒറ്റയ്ക്കിരുന്ന് ഇങ്ങനെ ഹൃദയം തുറന്ന് ഞാനിപ്പോൾ സംസാരിക്കുന്നത്. ഇതു നുണയല്ല. താങ്കൾ മറ്റൊരാളെ സ്നേഹിക്കുന്നുണ്ടെന്നും അവളെ വിവാഹം ചെയ്യാൻ പോവുകയാണെന്നും എനിക്കറിയാം... സ്വാർത്ഥതാല്പര്യങ്ങളൊന്നും എനിക്കില്ലെന്ന വസ്തുതയോട് താങ്കൾ നീതിപുലർത്തണം. എന്നാൽ’Cela ne tire pas a consequence’ എന്നു താങ്കൾക്കും പറയാനുള്ള അവസരം ഇതാ കൈവന്നിരിക്കുന്നു.”

അവൾ ചിരിച്ചു. എന്നാൽ പെട്ടെന്നുതന്നെ ആ ചിരി നിന്നു. തന്റെ സ്വന്തം വാക്കുകൾ കേട്ട് വിസ്മയസ്തബ്ധയായിട്ടെന്നവണ്ണം അവൾ നിശ്ചലയായിരുന്നു. സദാ പ്രസന്നതയും കുസലില്ലായ്മയും വിളംബരം ചെയ്തിരുന്ന ആ കണ്ണുകളിൽ അധൈര്യമോ വിഷാദമോ പോലെയുള്ള എന്തോ ഒന്ന് നിഴൽ വീശി.

“ഈ സ്ത്രീ ഒരു സർപ്പമാണ്! സർപ്പം! പക്ഷേ എന്തൊരു സൗന്ദര്യമാണ് ഈ സർപ്പത്തിന്!” സാനിൻ വിചാരിച്ചു.

“എന്റെ കുഴൽകണ്ണാടി ഒന്നെടുത്തു തരു” പെട്ടെന്ന് മാര്യ നിഫൊലായെവ്ന പറഞ്ഞു. “ഞാൻ ഒന്നു നോക്കട്ടെ ആ ചെറുപ്പക്കാരി നടി വാസ്തവത്തിൽ ഇത്ര ഭയങ്കരിയാണോ. സന്മാർഗ്ഗനിഷ്ഠ ഉയർത്തിപ്പിടിക്കാനുള്ള താല്പര്യംകൊണ്ടാണ് ഗവണ്മെന്റ് ഇവളെ നിയമിച്ചിരിക്കുന്നതെന്നു തോന്നുന്നു—അതായത് ചെറുപ്പക്കാർ അവളെ കേറി പ്രേമിക്കരുത്.

സാനിൻ കുഴൽകണ്ണാടി അവളെ ഏല്പിച്ചു. അവൾ അതു വാങ്ങുന്നതിനിടയിൽ അയാളുടെ കൈയിൽ ഒരു നിമഷനേരം തന്റെ കൈ അമർത്തി.

“ഇത്ര ഗൗരവം പാടില്ല,” പുഞ്ചിരിപൊഴിച്ചുകൊണ്ട് അവൾ അയാളുടെ ചെവിയിൽ മന്ത്രിച്ചു. “ഇതു കേൾക്കു, ആർക്ക് എന്നെ കെട്ടിയിടാൻ കഴിയുകയില്ല. ആരെയെങ്കിലും കെട്ടിയിടാൻ ഞാൻ ശ്രമിക്കുകയുമില്ല. സ്വാതന്ത്ര്യം നഷ്ടപ്പെടുന്ന യാതൊരുവിധ ബാദ്ധ്യതയും എനിക്ക് സ്വീകാര്യമല്ല. അതെന്റെ കാര്യത്തിൽ മാത്രമല്ലതാനും. ഇപ്പോൾ അല്പം മാറിയിരിക്കു. നമുക്ക് ഈ നാടകം കാണാം.”

മാര്യ നിക്കൊലായെവ്ന കുഴൽക്കണ്ണാടിയിലൂടെ സ്റ്റേജിലേക്കു നോക്കി. സാനിനും അങ്ങോട്ടുതന്നെ നോക്കിക്കൊണ്ടു ബോക്സിലെ അർദ്ധാന്ധകാരത്തിൽ അവളുടെ അടുത്തിരുന്നു. അവളുടെ മാദകത്വം തുളുമ്പുന്ന ശരീരത്തിന്റെ ചൂടും സുഗന്ധവും അബോധപൂർവ്വം ശ്വസിച്ചുകൊണ്ട്, അവൾ ആ സായാഹ്നത്തിൽ—പ്രത്യേകിച്ച അവസാനത്തെ ഏതാനും മിനിട്ടുകളിൽ—തന്നോട് പറഞ്ഞ കാര്യങ്ങളെല്ലാം അബോധപൂർവ്വം അയാൾ അവലോകനം ചെയ്തു.

XL

നാടകം ഒന്നര മണിക്കൂർകൂടി നീണ്ടുനിന്നു. എന്നാൽ മാരി നിക്കൊലായെവ്നയും സാനിനും അധികസമയം അതു നോക്കിയിരുന്നില്ല. അവർ വീണ്ടും സംഭാഷണത്തിൽ മുഴുകി. അവളുടെ സംസാരം മിക്കവാറും മുമ്പ് പിന്നിട്ട സരണികളിലൂടെയാണ് കടന്നുപോയത്. എന്നാൽ ഇത്തവണ സാനിൻ മുമ്പത്തെപ്പോലെ നിശ്ശബ്ദനായിരുന്നില്ല. മാര്യ നിക്കൊലായെവ്നയോ തന്നോടുതന്നെയുള്ള ദേഷ്യം സാനിന്റെ ഉള്ളിൽ പതഞ്ഞുപൊങ്ങി. മാര്യ നിക്കൊലായെവ്നയുടെ "സിദ്ധാന്തത്തിന്റെ" അടിസ്ഥാനരാഹിത്യം അവളെ പറഞ്ഞു മനസ്സിലാക്കാൻ അയാൾ ശ്രമിച്ചു. എന്നാൽ അവൾക്കുണ്ടോ സിദ്ധാന്തത്തിൽ താല്പര്യം! അയാൾ അവളോട് വാദിച്ചു തുടങ്ങി. അവൾ അതിൽ രഹസ്യമായി സന്തോഷിച്ചു—വാദിക്കുന്നുവെന്നുവെച്ചാൽ വഴങ്ങുന്നുവെന്ന് അഥവാ വഴങ്ങിത്തുടങ്ങുമെന്ന് അർത്ഥം. അയാൾ ചൂണ്ടയിൽ കൊത്തിക്കഴിഞ്ഞു; അയാൾ ക്ഷീണിച്ചുതുടങ്ങി. മെരുങ്ങിത്തുടങ്ങി. അവർ തർക്കിച്ചു. ചിരിച്ചു. യോജിപ്പു പ്രകടിപ്പിച്ചു. ചിന്തിക്കുന്നതായി ഭാവിച്ചു. ആക്രമിച്ചു.. അതിനിടയിൽ ഇരുവരുടെയും മുഖം കൂടുതൽ കൂടുതൽ അടുത്തു. അയാളുടെ കണ്ണുകൾ ഇപ്പോൾ അവളുടെ കണ്ണുകളെ നേരിടാൻ ധൈര്യമില്ലാതെ പിൻവാങ്ങിയില്ല. അവളുടെ കണ്ണുകൾ അയാളുടെ മുഖമാകെ, അംഗപ്രത്യംഗം പരതി നടന്നു. അയാൾ അതിനു മറുപടിയായി പുഞ്ചിരിച്ചു. കേവലം മര്യാദയുടെ പേരിലാണെങ്കിൽപോലും പുഞ്ചിരിച്ചു. പരസ്പരബന്ധങ്ങളിലെ സത്യസന്ധതയെപ്പറ്റിയും കടമയെപ്പറ്റിയും പ്രേമത്തിന്റെയും വിവാഹത്തിന്റെയും പരിശുദ്ധിയെപ്പറ്റിയും അയാൾ തത്വവിചാരം ചെയ്തുതുടങ്ങി എന്ന വസ്തുത തന്നെ അവളുടെ പദ്ധതികൾക്ക് അനുകൂലമായിരുന്നു...

മൃദുലതയും എളിമയും കന്യാസഹജമെന്നുതന്നെ പറയാവുന്ന ലജ്ജയുമാർന്ന എന്തോ ഒന്ന് ദൃഢപ്രകൃതയായ മാര്യം നിക്കൊലായെവ്നയുടെ

ഉള്ളിലേക്ക് ആകസ്മികമായി കടന്നുവരുമ്പോൾ—അത് എവിടുന്നു വരുന്നുവെന്ന് ആർക്കറിയാം?—കാര്യം അപകടസന്ധിയിലേക്കു തിരിയുന്നുവെന്ന് അവളെ അടുത്തറിയാവുന്ന ആളുകൾ പറയുന്നു.

സാനിനെ സംബന്ധിച്ചിടത്തോളം കാര്യങ്ങൾ ഈ വഴിക്കാണു നീങ്ങുന്നതെന്ന് സ്പഷ്ടമായിരുന്നു. ഒരു നിമിഷനേരത്തേക്കെങ്കിലും മനസ്സിനെ ഏകാഗ്രമായി നിർത്താൻ കഴിഞ്ഞിരുന്നെങ്കിൽ അയാൾ ആത്മനിന്ദയിൽ മുഴുകിയേനെ. എന്നാൽ ഏകാഗ്രത പാലിക്കാനോ സ്വയം പഴിക്കാനോ അയാൾക്കു സമയം കിട്ടിയില്ല.

അവൾ തന്റെ സമയം ശരിക്കുപയോഗിക്കുകയും ചെയ്തു. അയാൾ കാണാൻ തരക്കേടില്ലാത്ത ഒരു യുവാവായിരുന്നു എന്ന ലളിതമായ സംഗതിയായിരുന്നു ഇതിനെല്ലാം കാരണം! നേട്ടമെന്ത് കോട്ടമെന്ത് എന്നെങ്ങനെ പറയും?.

നാടകം കഴിഞ്ഞു. ഷാളെടുത്ത് തന്നെ പുതപ്പിക്കാൻ മാര്യ നിക്കൊലായെവ്ന സാനിനോട് ആവശ്യപ്പെട്ടു. അവളുടെ പ്രൗഢമായ ചുമലുകളിൽ അയാൾ ആ ലോലമായ വസ്ത്രം ചുറ്റുന്ന സമയത്ത് അവൾ നിശ്ചലയായി നിന്നു. അതു കഴിഞ്ഞ് അയാളുടെ കൈത്തണ്ടയിൽ താങ്ങിക്കൊണ്ട് ഇടനാഴിയിലേക്കിറങ്ങാൻ ഭാവിച്ച മാര്യ നിക്കൊലായെവ്ന തൽക്ഷണംതന്നെ സ്തംഭിച്ചു നിന്നുപോയി—ബോക്സിന്റെ വാതില്ക്കൽ ഒരു പ്രേതത്തെപ്പോലെ ഡോൻഹോഫ് നിന്നിരുന്നു. അയാളുടെ പിന്നിലായി വിസ്ബാഡെനിലെ സാഹിത്യവിമർശകന്റെ അവലക്ഷണം പിടിച്ച രൂപം പ്രത്യക്ഷപ്പെട്ടു. അയാളുടെ എണ്ണമയമുള്ള മുഖം പകപോക്കലിന്റെ ആനന്ദംകൊണ്ട് പ്രസന്നമായിരുന്നു.

"ഭവതിയുടെ വണ്ടി കണ്ടുപിടിക്കാൻ എന്നെ അനുവദിച്ചാലും." യുവസൈനിക ഓഫീസർ പറഞ്ഞു. അടക്കാനാവാത്ത കോപംകൊണ്ട് അയാളുടെ ശബ്ദം വിറച്ചിരുന്നെന്നു തോന്നി.

"വേണ്ട, താങ്കൾക്കു നന്ദി," മാര്യ നിക്കൊലായെവ്ന പറഞ്ഞു. "എന്റെ ഭൃത്യൻ അതു ചെയ്തോളും. ഇവിടെത്തന്നെ നിന്നോളൂ!" എന്ന് ആജ്ഞാരൂപത്തിൽ പതുക്കെ പറഞ്ഞിട്ട് അവൾ സാനിനേയും പിടിച്ചു വലിച്ചുകൊണ്ട് ധൃതിയിൽ മുന്നോട്ടു നടന്നു.

"പോയി തുലയൂ! താനെന്തിനാണ് എന്നെ ചുറ്റിപ്പറ്റി നില്ക്കുന്നത്?" വിമർശകന്റെ നേരെ ഡോൻഹോഫ് അലറി. അയാൾക്ക് തന്റെ അരിശം തീർക്കാൻ ആരെങ്കിലും വേണ്ടിയിരുന്നു.

"ശരി, ശരി!" എന്നു പിറുപിറുത്തുകൊണ്ട് അയാൾ സ്ഥലം വിട്ടു.

പൂമുഖത്ത് കാത്തുനിന്നിരുന്ന ഭൃത്യൻ, കണ്ണടച്ചുതുറക്കും മുമ്പ് വണ്ടി അവിടെ എത്തിച്ചു. അവൾ തിടുക്കത്തിൽ വണ്ടിയിൽ കയറിയിരുന്നു. സാനിനും പിന്നാലെ ചാടിക്കയറി. വണ്ടിയുടെ വാതിൽ അടഞ്ഞു. മാര്യ നിക്കൊലായെവ്ന പൊട്ടിച്ചിരിച്ചു.

"എന്താണ് ഇത്ര ചിരിക്കാൻ?" സാനിൻ ചോദിച്ചു.

"ക്ഷമിക്കണം... ഒരു ചിന്ത എന്റെ മനസ്സിലൂടെ കടന്നുപോയി: ഡോൻഹോഫ് താങ്കളോട് വീണ്ടും ദ്വന്ദ്വയുദ്ധത്തിനു പുറപ്പെട്ടാലോ—എന്നെ ചൊല്ലി! ഗംഭീരമായിരിക്കും, ഇല്ലേ?"

"അയാളെ അടുത്തു പരിചയമുണ്ടോ?" സാനിൻ ചോദിച്ചു.

"ആ പയ്യനോ? അയാൾ എന്റെ ദൂതനാണ്. അതോർത്തു വിഷമിക്കേണ്ട."

"എനിക്ക് യാതൊരു വിഷമവുമില്ല."

മാര്യ നിക്കൊലായെവ്ന നെടുവീർപ്പിട്ടു.

"എനിക്കറിയാം താങ്കൾക്ക് വിഷമമൊന്നുമില്ലെന്ന്. പക്ഷേ ഇതു കേൾക്കൂ! താങ്കൾ വളരെ നല്ല ആളാണ്. എന്റെ അവസാനത്തെ ഒരപേക്ഷ താങ്കൾ തള്ളിക്കളയുകയില്ലെന്ന് വിശ്വസിക്കുന്നു. മൂന്നു ദിവസത്തിനകം ഞാൻ പാരീസിലേക്കു പോകും. താങ്കൾ ഫ്രാങ്ക്ഫർട്ടിലേക്കു മടങ്ങുകയും ചെയ്യും. അക്കാര്യം ഓർമ്മവേണം. ഇനി എന്നു കണ്ടുമുട്ടുമെന്ന് ആർക്കറിയാം!"

"എന്താണ് ആ ആപേക്ഷ?"

"താങ്കൾക്ക് കുതിരസവാരി അറിയാമോ?"

"അറിയാം!"

"നന്നായി. നാളെ രാവിലെ നമുക്കൊരുമിച്ച് പട്ടണത്തിനു പുറത്ത് സവാരിക്കു പോകണം. ഒന്നാന്തരം കുതിരകളെ ഞാൻ ഏർപ്പാടുചെയ്യാം. തിരിച്ചു വന്നിട്ട് നമുക്ക് എസ്റ്റേറ്റിന്റെ കാര്യത്തിൽ ഒരു തീരുമാനത്തിലെത്തണം. അതുകഴിഞ്ഞ് പിരിയാം. താങ്കൾ അത്ഭുതപ്പെടേണ്ട. ഇത് എന്റെ ഭ്രമമാണെന്നും എനിക്കു ഭ്രാന്താണെന്നും പറയേണ്ട. എനിക്ക് വാസ്തവത്തിൽ ഭ്രാന്താണെന്നാണു തോന്നുന്നത്—എങ്കിലും 'വരാം' എന്നു പറയൂ."

മാര്യ നിക്കൊലായെവ്ന സാനിന്റെ നേർക്ക് മുഖം തിരിച്ചു. വണ്ടിക്കുള്ളിൽ ഇരുട്ടായിരുന്നു. എന്നാൽ അക്കാരണത്താൽതന്നെ അവളുടെ കണ്ണുകൾ കൂടുതൽ ശക്തിയോടെ തിളങ്ങി.

"ശരി, ഞാൻ വരാം." ഒരു നെടുവീർപ്പോടെ സാനിൻ പറഞ്ഞു.

“ഹായ്, ഹായ്!” അവൾ കളിയാക്കി, “എനിക്കറിയാം ഈ നെടു വീർപ്പിന്റെ അർഥം—നനഞ്ഞിറങ്ങിയാൽ കുളിച്ചുകയറണം! അതല്ലേ, താങ്കൾ ഉദ്ദേശിച്ചത്? പക്ഷേ, താങ്കൾ തനിത്തങ്കമാണ്, താങ്കൾ നല്ലവനാണ്. ഞാൻ താങ്കളോടു ചെയ്ത വാഗ്ദാനം പാലിക്കും. ഇതാ കയ്യുറ അണിയാത്ത എന്റെ വലത്തുകൈ. കാര്യനിർവ്വഹണത്തിനുള്ള കൈയാണല്ലോ ഇത്. ഈ കൈയിൽ പിടിച്ചോളൂ, ഇതിനെ വിശ്വസി ച്ചോളൂ. ഞാൻ എങ്ങനെയുള്ള സ്ത്രീയാണെന്ന് എനിക്കുതന്നെ അറിയില്ല. പക്ഷേ ചുരുങ്ങിയപക്ഷം സത്യസന്ധയായ ഒരു വ്യക്തിയാണു ഞാൻ. എന്നോടൊപ്പം താങ്കൾക്ക് ഇടപാടുകൾ നടത്താം.”

താൻ ചെയ്യുന്നതെന്താണെന്ന് അറിയാതെതന്നെ സാനിൻ ആ കൈ ചുണ്ടോടടുപ്പിച്ചു. മാര്യ നിക്കൊലായെവ്ന കൈ മെല്ലെ വലിച്ചെടുത്തു. പൊടുന്നനെ അവൾ നിശ്ശബ്ദയായിത്തീർന്നു. വണ്ടി ഹോട്ടലിന്റെ മുമ്പിൽ ചെന്നുനില്ക്കുന്നതുവരെ അവൾ ഒരക്ഷരം മിണ്ടിയില്ല.

വണ്ടി നിന്നപ്പോൾ അവൾ എണീറ്റു. എന്താണിത്? സാനിന്റെ കവിളിൽ ചൂടുള്ള ഒരു സ്പർശനം വാസ്തവത്തിൽ അനുഭവപ്പെട്ടോ, അതോ അയാൾക്ക് വെറുതെ അങ്ങനെ തോന്നിയതാണോ?

“നാളെ കാണാം!” കോണി കയറുന്നതിനിടയിൽ മാര്യ നിക്കൊ ലായെവ്ന മന്ത്രിച്ചു. നാലു ശാഖകളുള്ള മെഴുകുതിരിക്കാലിൽ നിന്നു പ്രസരിച്ച വെളിച്ചം കോണിയെ പ്രകാശമാക്കിയിരുന്നു. മാര്യ നിക്കൊ ലായെവ്നയെ കണ്ട മാത്രയിൽ കസവുപട്ടയണിഞ്ഞ പോർട്ടർ അത് എടുത്തുകൊണ്ടു വന്നതാണ്. അവൾ കണ്ണുകൾ താഴ്ത്തി പിടിച്ചുകൊണ്ട് മന്ത്രിച്ചു: “നാളെ കാണാം!”

സാനിൻ തിരിച്ചു മുറിയിലെത്തിയപ്പോൾ മേശപ്പുറത്ത് അമ്മയുടെ ഒരു കത്തിരിക്കുന്നതു കണ്ടു. ആദ്യം അയാൾക്കുണ്ടായ വികാരം ഭയമാണ്. എന്നാൽ അടുത്ത നിമിഷംതന്നെ അവൾ സന്തോഷിച്ചു. തന്റെ ഭയം തന്നിൽനിന്നു മറച്ചുവയ്ക്കാനായി അയാൾ സന്തോഷിച്ചു. ആ കത്തിൽ ഏതാനും വരികളേയുണ്ടായിരുന്നുള്ളൂ. ഉദ്ദേശിച്ച കാര്യത്തിന്റെ തുടക്കം നല്ലതായിരുന്നു. എന്നറിഞ്ഞതിൽ അവൾ സന്തോഷം പ്രകടിപ്പിച്ചു. ക്ഷമയോടെ കാത്തിരിക്കാൻ അവൾ അയാളെ ഉപദേശിച്ചു. വീട്ടിലു ള്ളവർക്കെല്ലാം സുഖമാണെന്നും അവർ സാനിൻ തിരിച്ചുവരുന്നതും കാത്തിരിക്കയാണെന്നും അറിയിച്ചു. ആ കത്ത് ശുഷ്കമാണെന്ന് സാനിന് തോന്നി. എങ്കിലും അയാൾ പേനയും കടലാസും കൈയിലെടുത്തു. അടുത്ത നിമിഷം അയാൾ അതു തിരിച്ചു മേശപ്പുറത്തേക്കിട്ടു. “ഞാൻ എന്തെഴുതാനാണ്? ഞാൻതന്നെ നാളെ അവിടെ തിരിച്ചെത്തുമല്ലോ— അതെ, അതിനു സമയമായി!”

അയാൾ ഉടൻ തന്നെ കിടന്നു. കഴിയുന്നതും വേഗം ഉറങ്ങണമെന്നായിരുന്നു അയാളുടെ മോഹം. ഉണർന്നിരുന്നാൽ അയാൾ തീർച്ചയായും ജെമ്മയെപ്പറ്റി ആലോചിക്കാം. എന്തുകൊണ്ടോ അയാൾക്ക് ഇപ്പോൾ അവളെപ്പറ്റി ആലോചിക്കാൻ ലജ്ജ തോന്നി. മനസ്സാക്ഷി അയാളെ അലട്ടിത്തുടങ്ങിയിരുന്നു. എന്നാൽ നാളെ ഇതെല്ലാം എന്നെന്നേക്കുമായി അവസാനിക്കാൻ പോവുകയാണെന്നും നാളെ തലതിരിഞ്ഞ ഈ മഹിളയോടു താൻ എന്നേന്നേയ്ക്കുമായി വിടപറയാൻ പോവുകയാണെന്നും ഈ അസംബന്ധമെല്ലാം മറക്കാൻ പോവുകയാണെന്നുമുള്ള ചിന്ത അയാളെ സമാശ്വസിപ്പിച്ചു...

ഇച്ഛാശക്തി ഇല്ലാത്ത ആളുകൾ തന്നത്താൻ സംസാരിക്കുമ്പോൾ ഘനഗംഭീരങ്ങളായ വാചകങ്ങൾ ഉപയോഗിക്കാറുണ്ട്. Et pais.. cela ne tire pas a consequence![37]

XLI

ഇങ്ങനെയൊക്കെയായിരുന്നു ഉറങ്ങാൻ കിടക്കുമ്പോൾ സാനിൻ വിചാരിച്ചിരുന്നത്. എന്നാൽ പിറ്റേ ദിവസം രാവിലെ മാര്യ നിക്കൊലായെവ്ന പവിഴമകുടമുള്ള ചാട്ടപ്പിടികൊണ്ട് സാനിന്റെ കതകിൽ അക്ഷമയോടെ മുട്ടിത്തുടങ്ങിയപ്പോൾ എന്തായിരുന്നു അയാളുടെ ചിന്തകൾ? തന്റെ കടുംനീല സവാരി വസ്ത്രത്തിന്റെ തൊങ്ങൽ കൈത്തണ്ടയിൽ വളച്ചുവച്ച്, അയച്ച് പിന്നിയിട്ട മുടിയ്ക്കു മുകളിൽ ആണുങ്ങൾ ധരിക്കുന്നതരം ഒരു ചെറിയ തൊപ്പി ചരിച്ചുവച്ച്, ചുമലുകളിലേക്ക് ഊർത്തിയിട്ട ഒരു മൂടുപടവും ധരിച്ച്, ചുണ്ടുകളിലും കണ്ണുകളിലും മാത്രമല്ല മുഖത്തു മുഴുവൻ വിരിഞ്ഞുനിന്ന കുസലില്ലാത്ത ഒരു പുഞ്ചിരിയുമായി മാര്യ നിക്കൊലായെവ്ന വാതില്ക്കൽ പ്രത്യക്ഷപ്പെട്ടപ്പോൾ അയാൾ എന്താണ് ചിന്തിച്ചതെന്ന് ചരിത്രം രേഖപ്പെടുത്തിയിട്ടില്ല.

“തയ്യാറായോ?”

ആഹ്ലാദഭരിതമായ അവളുടെ ശബ്ദം മുഴങ്ങി.

സാനിൻ നിശ്ശബ്ദനായി തന്റെ കോട്ടിന്റെ ബട്ടണിട്ടിട്ട് തൊപ്പി കൈയിലെടുത്തു. മാര്യ നിക്കൊലായെവ്ന പ്രസന്ന വദനയായി അയാളെ ഒന്നു നോക്കി തലയാട്ടിയിട്ട് കോണിപ്പടികൾ ഓടി ഇറങ്ങി. അയാളും അവളുടെ പിന്നാലെ താഴത്തേക്ക് ഓടി.

---

37 പോരെങ്കിൽ... ഇതിനു ഭവിഷ്യത്തുകളൊന്നുമില്ല. (ഫ്രഞ്ച്) എ.ഡി.

മൂന്നു കുതിരകൾ റോഡിൽ ഹോട്ടലിന്റെ വാതില്ക്കൽത്തന്നെ നില്ക്കുന്നുണ്ടായിരുന്നു. മാര്യ നിക്കൊലായെവ്നയ്ക്ക് സവാരി ചെയ്യാൻ തയ്യാറാക്കി നിർത്തിയിരുന്നത് തിളങ്ങുന്ന ചെമ്പുനിറമുള്ള ഒരു മേൽജാതി പെൺകുതിരയെയാണ്. മെലിഞ്ഞ മോന്തയും വിറയ്ക്കുന്ന ഒരു ചുണ്ടും വലിയ കറുത്ത കണ്ണുകളുമുള്ള ആ പെൺകുതിരയുടെ കാലുകൾ കലമാനിന്റെ കാലുകൾപോലെയാണിരുന്നിരുന്നത്. മെലിഞ്ഞതാണെങ്കിലും ചന്തവും ഉരിശും അതിനു വേണ്ടുവോളം ഉണ്ടായിരുന്നു. നല്ല ശക്തിയും വിരിഞ്ഞ നെഞ്ചും ഏറെക്കുറെ തടിച്ച കാലുകളുമുള്ള ഒരു കറുത്ത കുതിരയായിരുന്നു സാനിന്റേത്. മൂന്നാമത്തെ കുതിര കുതിരസൂക്ഷിപ്പുകാരന്റേതായിരുന്നു. മാര്യ നിക്കൊലായെവ്ന അനായാസം ജീനിയിലേക്കു ചാടിക്കയറി. അവളുടെ കുതിര തറ മാന്തുകയും തുള്ളിച്ചാടുകയും വാലു വളയ്ക്കുകയും പൃഷ്ഠം ചുളിക്കുകയും ചെയ്തു തുടങ്ങി. എന്നാൽ മാര്യ നിക്കൊലായെവ്ന (ഒന്നാന്തരം സവാരിക്കാരിയായിരുന്നു അവൾ) ഇരിപ്പിടത്തിൽ ഉറച്ചിരുന്നു. അവൾ പോലെസൊവിനോട് യാത്രപറയാൻ കാത്തുനില്ക്കുയായിരുന്നു. പോലെസൊവ് വേർപിരിയാത്ത തന്റെ തൊപ്പിയും ബട്ടണിടാത്ത ഗൗണുമായി ബാൽക്കണിയിൽ വന്നുനിന്ന് ഒരു കേമ്പിരി കൈലേസ് വീശിക്കാട്ടി. എന്നാൽ ആ മുഖത്ത് പുഞ്ചിരിയുടെ ഒരു ലാഞ്ഛന പോലും ഉണ്ടായിരുന്നില്ല, മാത്രമല്ല അയാൾ മുഖം വീർപ്പിക്കുകയും ചെയ്തിരുന്നു. സാനിനും കുതിരപ്പുറത്തു കയറി. മാര്യ നിക്കൊലായെവ്ന തന്റെ ചാട്ടപ്പിടി ഉയർത്തി ഭർത്താവിനെ സല്യൂട്ടു ചെയ്തിട്ട് കുതിരയുടെ കഴുത്തിൽ അടിച്ചു. കുതിര പിൻകാലുകളിൽ നിന്നുകൊണ്ട് മുന്നോട്ടു കുതിച്ച് അതിവേഗം നടന്നു തുടങ്ങി. അതിന്റെ ദേഹമാസകലം വിറച്ചുകൊണ്ടിരുന്നു. അതു കടിവാളത്തിൽ വലിക്കുകയും ക്ഷോഭത്തോടെ ചീറ്റുകയും ചെയ്തു. മാര്യ നിക്കൊലായെവ്നയെ ഉറ്റുനോക്കിക്കൊണ്ട് സാനിൻ അവളുടെ പിന്നിലായി സവാരിചെയ്തു. മാര്യ നിക്കൊലായെവ്നയുടെ അധികം ഇറുക്കിയല്ലെങ്കിലും ഭംഗിയായി അരക്കച്ച കെട്ടി മുറുക്കിയിട്ടുള്ള വഴക്കമുള്ള കൃശഗാത്രം ആത്മവിശ്വാസത്തോടും വശ്യതയോടും കൂടി അനായാസം ഇളകിക്കൊണ്ടിരുന്നു. തല തിരിച്ച്, അടുത്തുവരാൻ അവൾ സാനിനെ കണ്ണു കാണിച്ചു. അയാൾ അവളുടെ ഒപ്പമെത്തി.

“നല്ല രസമല്ലേ, ഇത്?” അവൾ ചോദിച്ചു. “പിരിയുന്നതിനു മുമ്പ് താങ്കളോട് ഒരു കാര്യം പറയാൻ ഞാൻ ആഗ്രഹിക്കുന്നു: താങ്കൾ ഒരു തങ്കക്കുടമാണ്—താങ്കൾ ഒരിക്കലും ഇതേപ്പറ്റി ഖേദിക്കുകയില്ല.”

അവസാനത്തെ വാചകം പറഞ്ഞിട്ട് താനിത് ഉറപ്പിച്ചു പറയുന്നുവെന്നു കാണിക്കാനും അതിന്റെ പ്രാധാന്യം അയാളെ

മനസ്സിലാക്കാനംവേണ്ടിയെന്നവണ്ണം മാര്യ നിക്കൊലായെവ്ന പല തവണ തലയാട്ടി.

അവളുടെ ആനന്ദാതിരേകം കണ്ട് സാനിൻ അത്ഭുതപ്പെട്ടു. കൊച്ചു കുട്ടികൾ അത്യധികം സന്തുഷ്ടരാകുന്ന ചില സന്ദർഭങ്ങളിൽ അവരുടെ മുഖത്തു കാണാറുള്ള ഒരുതരം ഗാംഭീര്യം അവളുടെ മുഖത്തു ദൃശ്യമായിരുന്നു.

അവർ കുതിരകളെ നടത്തിയാണ് പട്ടണത്തിന്റെ ഗയിറ്റുവരെ സവാരി ചെയ്തത്. എന്നാൽ പട്ടണത്തിനു പുറത്തുള്ള പെരുവഴിയിലെത്തിയ ഉടനെ അവർ കുതിരകളെ ഓടിച്ചുതുടങ്ങി. സുന്ദരമായ കാലാവസ്ഥയായിരുന്നു അന്ന്. ഒന്നാന്തരം ഒരു ഗ്രീഷ്മകാല ദിനം. കാറ്റ് അവരുടെ മുഖത്തേക്ക് ആഞ്ഞടിക്കുകയും സുഖകരമായ ഒരു ചൂളംവിളിയോടെ ചെവികളെ തഴുകിക്കൊണ്ട് കടന്നുപോവുകയും ചെയ്തു. അവർ സന്തുഷ്ടരായിരുന്നു. യുവത്വവും ആരോഗ്യവും തുളുമ്പുന്ന ജീവിതത്തേയും മുമ്പോട്ടുള്ള സ്വതന്ത്ര്യവും ചടുലമായ ചലനത്തേയും കുറിച്ചുള്ള ബോധം അവരെ ആവേശിച്ചു. അനുനിമിഷം അതു വളർന്നുകൊണ്ടിരുന്നു.

മാര്യ നിക്കൊലായെവ്ന തന്റെ കുതിരയ്ക്ക് കടിഞ്ഞാണിട്ട് വീണ്ടും അതിനെ നടത്തി. സാനിനും അപ്രകാരം ചെയ്തു.

"ഹാ!" അവൾ ആഹ്ലാദപൂർവ്വം നെടുതായി നിശ്വസിച്ചുകൊണ്ടു പറഞ്ഞു. "ജീവിതം അർത്ഥവത്താക്കാൻ ഇതൊന്നും മതി. ആഗ്രഹിച്ചത് ചെയ്യുക, ഒരിക്കലും സാദ്ധ്യമല്ലെന്നു തോന്നിയത് ചെയ്യുക. എന്റെ ആത്മാവു നിറഞ്ഞു കവിഞ്ഞു." അവൾ കൈകൊണ്ട് തൊണ്ടയിൽ വരിഞ്ഞു കാണിച്ചു. "മനുഷ്യൻ എത്ര സൽസ്വഭാവിയായിത്തീരുന്നെന്നു നോക്കു. ഞാൻ ഇപ്പോൾ എത്ര ദയവുള്ളവളാണെന്നു നോക്കു! പ്രപഞ്ചത്തെ മുഴുവൻ ആശ്ലേഷിക്കാൻ എനിക്കു തോന്നുന്നു. അല്ല, പ്രപഞ്ചത്തെ മുഴുവനല്ല, അതാ ആ കാണുന്ന മനുഷ്യനെ ഞാൻ ആശ്ലേഷിക്കയില്ല," വഴിയരികിലൂടെ ഇഴഞ്ഞു നീങ്ങുന്ന ജീർണ്ണിച്ച വസ്ത്രം ധരിച്ച ഒരു വൃദ്ധനെ ചാട്ടകൊണ്ട് അവൾ ചൂണ്ടിക്കാട്ടി. "എങ്കിലും അയാളെ ഒന്നു സന്തോഷിപ്പിക്കാൻ ഞാൻ തയ്യാറാണ്. ഹേയ്—ഇതെടുത്തോളൂ!" അവൾ ജർമ്മനിൽ ഉറക്കെ വിളിച്ചു പറഞ്ഞിട്ട് അവളുടെ മടിശ്ശീല അയാളുടെ മുമ്പിലേക്ക് എറിഞ്ഞു കൊടുത്തു. കനമുള്ള ആ ചെറിയ മടിശ്ശീല (അക്കാലത്ത് പേഴ്സുകൾ ഉണ്ടായിരുന്നില്ല) ശബ്ദത്തോടെ റോഡിൽ പതിച്ചു. വഴിപോക്കൻ വിസ്മയസ്തബ്ധനായി മിഴിച്ചുനിന്നു. മാര്യ നിക്കൊലായെവ്ന പൊട്ടിച്ചിരിച്ചുകൊണ്ട് കുതിരയെ കുതിച്ചോടിച്ചു.

"സവാരി ചെയ്യാൻ ഭവതിക്ക് ഇത്ര ഇഷ്ടമാണോ?" അവളൊടൊപ്പം എത്തിയിട്ട് സാനിൻ ചോദിച്ചു.

മാര്യ നിക്കൊലായെവ്ന പെട്ടെന്ന് കടിഞ്ഞാണിട്ട് കുതിരയെ നിർത്തി—മറ്റൊരു രീതിയിലും അതിനെ നിർത്താൻ അവൾ കൂട്ടാക്കിയിരുന്നില്ല.

"അയാളുടെ കൃതജ്ഞതാപ്രകടനത്തിൽനിന്ന് ഒളിച്ചോടാൻ ഞാൻ ആഗ്രഹിച്ചു. എന്നോട് ആരെങ്കിലും നന്ദി പ്രകടിപ്പിച്ചാൽ എന്റെ സന്തോഷം നഷ്ടമാകും. ഞാനത് അയാൾക്കുവേണ്ടിയല്ല എനിക്കു വേണ്ടിയാണു ചെയ്തത്. എന്നോടു നന്ദിപറയാൻ അയാൾ എങ്ങനെ ധൈര്യപ്പെടും? താങ്കൾ എന്താണു പറഞ്ഞത്? ഞാൻ കേട്ടില്ല."

"ഞാൻ ചോദിച്ചത്... ഭവതി ഇന്ന് ഇത്രയധികം ഉന്മേഷവതിയായിരിക്കാൻ കാരണമെന്തെന്നാണ്?"

"ഇതു കേൾക്കൂ!" മാര്യ നിക്കൊലായെവ്ന പറഞ്ഞു. ഇത്തവണയും അവൾ സാനിൻ പറഞ്ഞതു കേട്ടില്ല. അഥവാ കേട്ടെങ്കിൽ അതിനു മറുപടി പറയാൻ ഉദ്ദേശിച്ചില്ല. "ആ കുതിര സൂക്ഷിപ്പുകാരൻ എപ്പോഴും ഇങ്ങനെ പിറകെ വരുന്നത് എനിക്കിഷ്ടമല്ല. നമ്മൾ എപ്പോഴാണ് വീട്ടിലേക്കു മടങ്ങുന്നതെന്ന് ആലോചിച്ചുകൊണ്ടിരിക്കയാണ് അയാൾ എന്നു തോന്നുന്നു." അവൾ പോക്കറ്റിൽനിന്ന് ഒരു ചെറിയ നോട്ടുബുക്ക് ധൃതിയിൽ വലിച്ചെടുത്തു. "ഒരു എഴുത്തും കൊടുത്ത് അയാളെ പട്ടണത്തിലേക്ക് അയച്ചാലോ? വേണ്ട, അതുവേണ്ട, എന്തു ചെയ്യണമെന്ന് എനിക്കറിയാം. അതാ, ആ കാണുന്നത് ഒരു സത്രമല്ലേ?"

അവൾ ചൂണ്ടിക്കാട്ടിയ ദിക്കിലേക്ക് സാനിൻ നോക്കി.

"ആണെന്നു തോന്നുന്നു."

"ഭേഷ്! ഞാൻ അയാളെ അവിടെ നിർത്തും—നമ്മൾ തിരിച്ചുവരുന്നതുവരെ ബിയറും കുടിച്ചുകൊണ്ട് ഇരിക്കട്ടെ."

"പക്ഷേ അയാൾ എന്തു വിചാരിക്കും?"

"എന്തു വിചാരിച്ചാൽ നമുക്കെന്ത്? മാത്രവുമല്ല, അയാൾ ഒന്നും വിചാരിക്കുകയുമില്ല, വെറുതെ ബിയർ കുടിച്ചുകൊണ്ടിരിക്കുകയേയുള്ളൂ. വരൂ, സാനിൻ!" (അയാളെ ആദ്യമായാണ് അവൾ കുടുംബപ്പേർ വിളിച്ചത്) "വരൂ! മുന്നോട്ട്! കുതിരയെ കുതിച്ചോടിക്കൂ!"

സത്രത്തിനടുത്തെത്തിയപ്പോൾ മാര്യ നിക്കൊലായെവ്ന കുതിരക്കാരനെ വിളിച്ച് തന്റെ ഇംഗിതം അറിയിച്ചു. ഇംഗ്ലീഷ് വംശജനും ഇംഗ്ലീഷുകാരുടെ സ്വഭാവഗുണങ്ങളുള്ളവനുമായ കുതിരക്കാരൻ നിശ്ശബ്ദം തൊപ്പിയിൽ കൈ മുട്ടിച്ചിട്ട് കുതിരപ്പുറത്തുനിന്ന് ചാടിയിറങ്ങി. കുതിരയേയും കൊണ്ടു സത്രത്തിലേക്കു വന്നു.

“നമ്മളിപ്പോൾ കാറ്റിനെപ്പോലെ സ്വതന്ത്രരായി!” മാര്യ നിക്കൊലായെവ്ന വിളിച്ചുപറഞ്ഞു. “എങ്ങോട്ടു പോകണം? തെക്കോട്ടോ വടക്കോട്ടോ കിഴക്കോട്ടോ പടിഞ്ഞാട്ടോ? നോക്കൂ! കിരീടധാരണത്തിനെത്തിയ ഹംഗറിയിലെ രാജാവിനെപ്പോലെയാണ് ഞാൻ.” അവൾ ചാട്ടകൊണ്ട് നാലുവശത്തേക്കും ചൂണ്ടിക്കാട്ടി. “എല്ലാം നമ്മുടേതാണ്. അല്ലെങ്കിൽ ഞാൻ പറയാം, ആ കാണുന്ന മനോഹരമായ മലകളും കാടും കണ്ടോ? നമുക്ക് അങ്ങോട്ടു പോകാം. മലമുകളിലേക്ക്, മലമുകളിലേക്ക്! സ്വാതന്ത്ര്യം രാജവാഴ്ച നടത്തുന്ന മലമുകളിലേക്ക്!” അവൾ വലിയ റോഡിൽ നിന്നു തിരിഞ്ഞ് വീതികുറഞ്ഞ ഇടവഴിയിലൂടെ കുതിരയെ കുതിച്ചോടിച്ചു. ആ വഴി മലമുകളിലേക്കു നയിക്കുന്നതാണെന്നു തോന്നി. സാനിൻ അവളുടെ പിന്നാലെ കുതിരയെ പായിച്ചു.

XLII

കുറച്ചു ദൂരം ചെന്നപ്പോൾ ആ വഴി ഒരു കാട്ടുപാതയായിത്തീർന്നു. പിന്നീട് അത് അപ്രത്യക്ഷമായി. മുമ്പിൽ ഒരു കുഴിയുണ്ടായിരുന്നു. തിരിച്ചുപോകാമെന്ന് സാനിൻ അഭിപ്രായപ്പെട്ടു. എന്നാൽ മാര്യ നിക്കൊലായെവ്ന കൂട്ടാക്കിയില്ല. “വേണ്ട. തനിക്ക് മലമുകളിലേക്കു പോകണം. നമുക്ക് നേരെ മുമ്പോട്ടു കുതിരയോടിച്ചു പോകാം.” അവൾ കുതിരയെ കുഴിക്കപ്പുറത്തേക്ക് ചാടിച്ചു. സാനിനും അതുപോലെ ചെയ്തു. കുഴിക്കപ്പുറത്ത് ഒരു മൈതാനമായിരുന്നു. കുറേ ദൂരം ഉറച്ച മണ്ണായിരുന്നു. പിന്നീട് നനവു കണ്ടു തുടങ്ങി. ഒടുവിൽ ചതുപ്പുപോലെ വെള്ളം കെട്ടിക്കിടക്കുന്ന ഒരിടത്ത് അവർ എത്തി. മാര്യ നിക്കൊലായെവ്ന മനപ്പൂർവ്വം വെള്ളക്കുഴികളിലൂടെ കുതിരയെ ഓടിച്ചു. പൊട്ടിച്ചിരിച്ചുകൊണ്ട് അവൾ വിളിച്ചു പറഞ്ഞു:

“കുട്ടികളാണ് നമ്മളെന്ന് സങ്കല്പിക്കാം!”

“ചേറ്റുകുഴികളിൽ വേട്ടയാടുക എന്നു പറഞ്ഞാൽ എന്താണ് അർത്ഥമെന്ന് താങ്കൾക്കറിയാമോ?” അവൾ സാനിനോടു ചോദിച്ചു.

“അറിയാം.”

“എന്റെ അമ്മാവൻ പട്ടികളേയും കൊണ്ട് വേട്ടയ്ക്ക് പോകാറുണ്ടായിരുന്നു. ഞാൻ അദ്ദേഹത്തോടൊപ്പം വസന്തത്തിൽ കുതിരപ്പുറത്തു സവാരിചെയ്തിട്ടുണ്ട്. എന്തൊരു രസമായിരുന്നെന്നോ ഇപ്പോൾ നമ്മൾ രണ്ടുപേരും ചേറ്റുകുഴികളിൽ വേട്ടയാടാനിറങ്ങിയിരിക്കയാണ്. പക്ഷേ, ഇതു കേൾക്കൂ! താങ്കൾ ഒരു റഷ്യക്കാരനാണ്, എന്നിട്ടും ഒരു

ഇറ്റലിക്കാരിയെ വിവാഹം ചെയ്യാൻ പോകുന്നു! ശരി, അതു താങ്കളുടെ കാര്യം! ഓ, ഇതെന്താണ്? മറ്റൊരു കുഴി!"

അവൾ കുതിരയെ അപ്പുറത്തേക്കു ചാടിച്ചു. അതിനിടയിൽ മാര്യ നിക്കൊലായെവ്നയുടെ തൊപ്പി താഴെ വീണു. അവളുടെ മുടി തോളു കളിലേക്ക് ഊർന്നു വീണു. സാനിൻ അത് എടുക്കാനായി കുതിരപ്പുറത്തു നിന്നിറങ്ങാൻ ഭാവിച്ചു. എന്നാൽ മാര്യ നിക്കൊലായെവ്ന വിളിച്ചു പറഞ്ഞു: "തൊടരുത്! ഞാൻ തന്നെ അതെടുത്തോളാം!" അവൾ ജീനിയിൽ കുനിഞ്ഞിരുന്നു. മൂടുപടത്തിന്റെ അറ്റം ചാട്ടപ്പിടിയിൽ ഉടക്കി. ഉന്നം പിഴയ്ക്കാതെ തൊപ്പി പൊക്കിയെടുത്ത് തലയിൽ വച്ചു. എന്നാൽ മുന്നിൽ അതിനുള്ളിലേക്കു തിരുകിവച്ചില്ല. വീണ്ടും അവൾ മുമ്പോട്ടു പാഞ്ഞു. സാനിൻ അവളോടൊപ്പം കുതിരയെ കുതിച്ചോടിച്ചു. അവളോ ടൊപ്പം കുഴികളും വേലികളും അരുവികളും ചാടിക്കടന്ന് ചിലപ്പോൾ ലക്ഷ്യം പിഴച്ച് ഉരുണ്ടുവീഴുകയും പിടഞ്ഞെണീക്കുകയും ചെയ്തു. കുന്നുകൾ കയറുകയും ഇറങ്ങുകയും ചെയ്തു. അപ്പോഴെല്ലാം അയാൾ അവളെത്ത ന്നെ നോക്കിക്കൊണ്ടിരുന്നു. എത്ര സുന്ദരമായ ഒരു മുഖമായിരുന്നു അത്—വിടർന്നുതുടങ്ങിയ ഒരു പൂപോലെ! ദാഹാർത്തവും വന്യവും ദീപ്തവുമായ വിടർന്ന കണ്ണുകൾ; വിടർന്ന ചുണ്ടുകൾ; ആർത്തിയോടെ ശുദ്ധവായു വലിച്ചെടുക്കുന്ന വിടർന്ന നാസാദ്വാരങ്ങൾ. അവൾ മുമ്പോ ട്ടുതന്നെ നോക്കിക്കൊണ്ടിരുന്നു. താൻ കൺമുമ്പിൽ കാണുന്നതെ ല്ലാം—ഭൂമിയും ആകാശവും സൂര്യനും വായുവും എല്ലാം—തന്റെ ധീരമായ ആത്മാവിലേക്ക് അവർ ആവാഹിച്ചെടുക്കുകയാണെന്നു തോന്നി. അവൾക്ക് ഒരു ഖേദമേ ഉണ്ടായിരുന്നുള്ളെന്നും തോന്നി—തരണം ചെയ്യാൻ വേണ്ടത്ര അപകടങ്ങൾ ഇല്ല. "സാനിൻ" അവൾ ഉറക്കെ വിളിച്ചു. "ബുർഗറുടെ ലെനോറെ[38]" പോലെയാണ് ഇത്. താങ്കൾ മരി ച്ചിട്ടില്ലെന്നു മാത്രം. മരിച്ചില്ലല്ലോ? ഞാൻ ജീവിച്ചിരിക്കുന്നു!" അവളുടെ ഉള്ളിലെ സാഹസികത മുഴുവൻ പുറത്തു വന്നു. അവൾ ഇപ്പോൾ തന്റെ കുതിരയെ കുതിച്ചോടിക്കുന്ന വീരവനിതയല്ല. പകുതി ദൈവവും പകുതി മൃഗവുമായ യൗവ്വനം തുളുമ്പുന്ന ഒരു അശ്വനാരിയാണ്. അവളുടെ ആനന്ദാതിരേകം കണ്ട് അന്തസ്സറ്റ ആ നാട്ടിൽപുറം അത്ഭുതസ്തബ്ധമായി കിടന്നു.

ഒടുവിൽ മാര്യ നിക്കൊലായെവ്ന തന്റെ പതയൊലിപ്പിക്കുന്ന, ചേറുപുരണ്ട കുതിരയെ കടിഞ്ഞാണിട്ടു നിർത്തി. അത് അവളേയും വഹിച്ചുകൊണ്ട് നിന്ന നില്പിൽ ആടി. സാനിന്റെ ശക്തിയുള്ള തടിയൻ കുതിര ശബ്ദത്തോടെ ശ്വസിച്ചുകൊണ്ട് നിന്നു.

---

38 ലെനോറെ—ജർമ്മൻ കവിയായ ബുർഗയുടെ (1747-1794) "ലെനോറെ" എന്ന കഥാഗീതം.

"ഹാ! എന്തൊരു രസം! അല്ലേ?" മാര്യ നിക്കൊലായെവ്ന ആനന്ദ നിർവൃതിയോടെ മന്ത്രിച്ചു.

"അതെ." സാനിനും ഉത്സാഹത്തോടെ മറുപടി പറഞ്ഞു.

അയാളുടെ രക്തവും വല്ലാതെ ചൂടായിക്കഴിഞ്ഞിരുന്നു.

"നിൽക്കു! ഇതുകൊണ്ടു തീർന്നില്ല." അവൾ അയാളുടെ നേരെ കൈ നീട്ടി. ആ കയ്യുറ കീറിയിരുന്നു.

"താങ്കളെ കാട്ടിലേക്ക്, മലമുകളിലേക്ക് കൂട്ടിക്കൊണ്ടുപോകാമെന്ന് പറഞ്ഞിരുന്നില്ലേ, അതാ ആ മലകൾ!" അതു നേരായിരുന്നു. ആ സവാരിക്കാർ രണ്ടുപേരും നിന്നിരുന്നിടത്തുനിന്ന് കഷ്ടിച്ച് ഇരുനൂറ് വാര അകലെയായി മലകൾ വൻകാടുകൊണ്ട് കിരീടമണിഞ്ഞു നിൽക്കുന്നതു കാണാറായി. "അതാ അങ്ങോട്ടു കയറാനുള്ള വഴി. ശ്വാസം നേരെ വീണാലുടൻ നമുക്ക് അങ്ങോട്ട് പോകണം. പക്ഷേ കുതിരകളെ നടത്തിയാൽ മതി. അവയ്ക്ക് വിശ്രമം ആവശ്യമാണ്."

അവൾ മെല്ലെ സവാരി ചെയ്തു മുന്നോട്ടു പോയി. മാര്യ നിക്കൊലായെവ്ന ശക്തിയായി ഒന്നു തലകുടഞ്ഞ് മുടി പിന്നിലേക്കിട്ടു. അതു കഴിഞ്ഞ് കയ്യുറകളിലേക്ക് അവൾ നോക്കി—അവ ഊരി മാറ്റി. "എന്റെ കൈകൾക്ക് തോലിന്റെ മണമുണ്ടായിരിക്കും," അവൾ പറഞ്ഞു. "പക്ഷേ താങ്കൾക്കു അതുകൊണ്ട് വിഷമമൊന്നുമില്ലല്ലോ?"

മാര്യ നിക്കൊലായെവ്ന പുഞ്ചിരിച്ചു. സാനിനും മന്ദഹസിച്ചു. കുതിരപ്പുറത്ത് അതിവേഗത്തിലുള്ള ആ പാച്ചിൽ അവരെ പരസ്പരം കൂടുതൽ അടുപ്പിച്ചെന്നു തോന്നി. അവരെ സുഹൃത്തുക്കളാക്കിയെന്നു തോന്നി.

"താങ്കൾക്ക് എത്ര വയസ്സുണ്ട്?" പെട്ടെന്ന് അവൾ ചോദിച്ചു.

"ഇരുപത്തിരണ്ട്."

"നേരോ? എനിക്കും ഇരുപത്തിരണ്ടു വയസ്സായി. നല്ല പ്രായം! രണ്ടുപേരുടേയും വയസ്സു കൂട്ടിയാൽപ്പോലും വാർദ്ധക്യം പിന്നേയും അകലെയായിരിക്കും. പക്ഷേ എന്തൊരു ചൂട്! പറയൂ, എന്റെ മുഖം വല്ലാതെ ചുവന്നിട്ടുണ്ടോ?"

"ചെമ്പരത്തിപ്പൂപോലെ!"

മാര്യ നിക്കൊലായെവ്ന കൈലേസുകൊണ്ട് മുഖം തുടച്ചു.

"നമുക്ക് ആ കാട്ടിനുള്ളിൽ കടക്കാൻ കഴിഞ്ഞെങ്കിൽ! അവിടെ നല്ല തണുപ്പായിരിക്കും. ഈ പഴക്കംചെന്ന കാട് വൃദ്ധനായ ഒരു സുഹൃത്തിനെപ്പോലെയാണ്! താങ്കൾക്ക് സുഹൃത്തുക്കൾ ആരെങ്കിലുമുണ്ടോ?"

സാനിൻ അല്പനേരം ആലോചിച്ചിട്ട പറഞ്ഞു. "ഉണ്ട്... പക്ഷേ കുറച്ച പേരെയുള്ളൂ. യഥാർത്ഥ സുഹൃത്തുക്കൾ ആരുമില്ല."

"എനിക്കു യഥാർത്ഥ സുഹൃത്തുക്കളുണ്ട്. പക്ഷേ അവരാരും വൃദ്ധന്മാരല്ല. ഇതാ ഈ പെൺകുതിര, ഇവൾ എന്റെ ഉത്തമ സുഹൃത്താണ്. അവൾ എത്ര ശ്രദ്ധയോടെയാണ് എന്നെ ചുമക്കുന്നതെന്നു നോക്കൂ. ഹാ, ഇവിടെ നില്ക്കാൻ എന്തൊരു സുഖം! വാസ്തവത്തിൽ ഞാൻ മറ്റന്നാൾ പാരിസിലേക്കു പോവുകയാണ്?

"അതെ, അതുതന്നെയാണ് ഞാനും ചോദിക്കുന്നത്," സാനിൻ പറഞ്ഞു.

"താങ്കൾ ഫ്രാങ്ക്ഫർട്ടിലേക്കു പോകുന്നുണ്ടോ?"

"തീർച്ചയായും ഞാൻ അങ്ങോട്ടു പോകും."

"ശരി, ഞാൻ താങ്കൾക്കു സൗഭാഗ്യം നേരുന്നു! പക്ഷേ ഇന്നത്തെ ദിവസം നമ്മുടേതാണ്—നമ്മുടേതു മാത്രം!"

* * *

കുതിരകൾ കാടിന്റെ അതിരിലെത്തി. അതിനുള്ളിലേക്കു കടന്നു. അവയെ നാലുവശത്തു നിന്നും വിസ്താരമുള്ള സുഖകരമായ തണൽ പൊതിഞ്ഞു.

"ഹാ, ഇവിടം സ്വർഗ്ഗമാണ്!" മാര്യ നിക്കൊലായെവ്ന വിളിച്ചു പറഞ്ഞു. "നമുക്ക് ഈ തണലിന്റെ ഉള്ളിലേക്ക് കടക്കാം, സാനിൻ!"

കുതിരകൾ മരങ്ങൾക്കിടയിലൂടെ "തണലിന്റെ ഉള്ളിലേക്കു പോയി. അവ ആട്ടുകയും ശബ്ദത്തിൽ കിതയ്ക്കുകയുമ ചെയ്തുകൊണ്ടിരുന്നു. ഓർക്കാപ്പുറത്ത് പാത വീതികുറഞ്ഞ ഒരു ഇടുക്കിലേക്കു തിരിഞ്ഞു. പായലിന്റേയും മരക്കറയുടേയും കഴിഞ്ഞ വർഷത്തെ ചീഞ്ഞ ഇലകളുടേയും കൂടികലർന്ന ഈർപ്പമുള്ള ഒരു മണം ആ വിരസമായ അന്തരീക്ഷത്തിൽ തങ്ങിനിന്നു. വലിയ പാറക്കെട്ടുകളുടെ വിടവുകളിൽ നിന്ന് തുളച്ചുകയറുന്ന ശൈത്യം പുറത്തേക്കു പ്രവഹിച്ചു. പായൽമൂടിയ മൊട്ടക്കുന്നുകൾ പാതയുടെ ഇരുവശത്തും ഉയർന്നു നിന്നു.

"നിൽക്കൂ!" മാര്യ നിക്കൊലായെവ്ന വിളിച്ചു പറഞ്ഞു. "എനിക്ക് ഈ പച്ചപ്പരവതാനിയുടെ പുറത്തിരുന്ന് വിശ്രമിക്കണം. താഴെയിറങ്ങാൻ സഹായിക്കൂ!"

സാനിൻ ജീനിപ്പുറത്തുനിന്നു ചാടിയിറങ്ങി അവളുടെ അടുത്തെത്തി. അവൾ അയാളുടെ തോളിൽ താങ്ങിക്കൊണ്ട് തറയിലേക്കു ചാടി

പായൽ മൂടിയ ഒരു മൺകൂനയുടെ മുകളിൽ ഇരുന്നു. രണ്ടു കുതിരകളു ടേയും കടിഞ്ഞാൺ കയ്യിൽ പിടിച്ചുകൊണ്ട് സാനിൻ അവളുടെ മുമ്പിൽ നിന്നു.

അവൾ അയാളുടെ മുഖത്തു കണ്ണു നട്ടുകൊണ്ട് ചോദിച്ചു:

"സാനിൻ, താങ്കൾക്കു മറക്കാൻ കഴിയുമോ?"

തലേദിവസം വണ്ടിയിൽ വച്ചുണ്ടായ സംഭവം സാനിൻ ഓർത്തു. "ഇതൊരു ചോദ്യമാണോ ശകാരമാണോ?" സാനിൻ തിരിച്ചു ചോദിച്ചു.

"ഞാൻ ജീവിതത്തിൽ ആരേയും ശകാരിച്ചിട്ടില്ല. താങ്കൾക്ക് മന്ത്രശക്തിയിൽ വിശ്വാസമുണ്ടോ?"

"എന്താണ് അതുകൊണ്ട് ഉദ്ദേശിക്കുന്നത്?"

"മന്ത്രശക്തി, നമ്മുടെ പാട്ടുകളിൽ—നമ്മുടെ റഷ്യൻ നാടോടിപ്പാട്ടുകളിൽ—വർണ്ണിക്കാറുള്ള മന്ത്രശക്തി."

"ഓ, അതാണോ ഉദ്ദേശിച്ചത്!" സാനിൻ പിറുപിറുത്തു.

"അതെ. ഞാൻ അതിൽ വിശ്വസിക്കുന്നു. താങ്കളും ഒരിക്കൽ അതു വിശ്വസിക്കും."

"മന്ത്രശക്തി," സാനിൻ പറഞ്ഞു. "എന്തും സാദ്ധ്യമാണ്. ഞാൻ മുമ്പ് അതിൽ വിശ്വസിച്ചിരുന്നില്ല. പക്ഷേ ഇപ്പോൾ വിശ്വസിക്കുന്നു. എനിക്കിപ്പോൾ എന്നെത്തന്നെ തിരിച്ചറിയാൻ കഴിയുന്നില്ല."

മാര്യ നിക്കൊലായെവ്ന എന്തോ ആലോചിക്കുകയാണെന്നു തോന്നി. അവൾ പിന്നിലേക്കു തിരിഞ്ഞു നോക്കി.

"ഈ സ്ഥലം എനിക്ക് പരിചയമുണ്ടെന്ന് തോന്നുന്നു. സാനിൻ, ആ വലിയ ഓക്കുമരത്തിന്റെ പിന്നിലേക്കു നോക്കൂ. അവിടെ ഒരു ചുവന്ന മരക്കുരിശു നിൽക്കുന്നുണ്ടോ?"

സാനിൻ ഒരു വശത്തേക്കു മാറിനിന്നു നോക്കിയിട്ടു പറഞ്ഞു.

"ഉണ്ട്."

മാര്യ നിക്കൊലായെവ്ന ശബ്ദമടക്കി ചിരിച്ചു.

"എവിടെയാണു നമ്മളെന്ന് ഇപ്പോൾ പിടികിട്ടി. നമുക്ക് ഇനിയും വഴി തെറ്റിയിട്ടില്ല. അതെന്താണ് ആ ശബ്ദം? മരം വെട്ടുന്നതുപോലെ?"

സാനിൻ കാട്ടിനുള്ളിലേക്ക് ഉറ്റു നോക്കിയിട്ടു പറഞ്ഞു:

"ആരോ ഉണങ്ങിയ മരക്കൊമ്പുകൾ വെട്ടുകയാണ്."

"ഞാൻ എന്റെ മുടി ഒന്ന് ഒതുക്കിവയ്ക്കട്ടെ. അല്ലെങ്കിൽ അയാൾ എന്നെ കണ്ട് വല്ലതുമൊക്കെ വിചാരിക്കും." അവൾതൊപ്പി എടുത്തു

മാറ്റിയിട്ട് അന്തസ്സറ്റ മൗനത്തോടെ നീണ്ട മുടി അഴിച്ച പിന്നുന്നതിൽ ദത്തശ്രദ്ധയായി. സാനിൻ അവളുടെ മുമ്പിൽനിന്നു. അവിടവിടെ പായൽ പറ്റിപ്പിടിച്ച കറുത്ത സവാരി വസ്ത്രത്തിന്റെ ഞൊറികൾക്കിടയിൽ അവളുടെ അവയവ ഭംഗി തെളിഞ്ഞു കാണാമായിരുന്നു. സാനിന്റെ പിന്നിൽ നിന്നിരുന്ന കുതിരകളിലൊന്ന് പെട്ടെന്ന് തലയിളക്കി. സാനിൻ അറിയാതെ ഞെട്ടി. അയാൾ അടിമുടി വിറച്ചുതുടങ്ങി. അയാളുടെ ഉള്ളാകെ കുഴഞ്ഞുമറിഞ്ഞു. ഞരമ്പുകൾ വലിഞ്ഞു മുറുകി. തനിക്ക് സ്വയം മനസ്സിലാക്കാൻ പറ്റുന്നില്ല എന്നയാൾ പറഞ്ഞതു സത്യമായിരുന്നു. അയാൾ ഏതോ ഒരു മന്ത്രശക്തിക്ക് അടിപെട്ടതു പോലെ തോന്നി. അയാളുടെ മനസ്സിൽ ഒരു സംഗതിയേയുള്ളൂ. ഒരു ചിന്തയേയുള്ളൂ ഒരു അഭിലാഷമേയുള്ളൂ. മാര്യ നിക്കൊലായെവ്ന അയാളെ അന്വേഷണഭാവത്തിൽ ഒന്നു നോക്കി.

"ഏതാണ്ട് ശരിയാണെന്നു തോന്നുന്നു." എന്നു പറഞ്ഞുകൊണ്ട് അവൾ തൊപ്പി ധരിച്ചു. "താങ്കൾ ഇവിടെ വന്നിരിക്കാത്തതെന്ത്? അല്ലെങ്കിൽ, ഇരിക്കാൻ വരട്ടെ! ഒരു നിമിഷം എന്താണ് ആ ശബ്ദം?"

മരങ്ങളുടെ മുകളിലൂടെ പൊള്ളയായ ഒരു ശബ്ദം ഉരുണ്ടുവരുന്നതു പോലെ തോന്നി.

"ഇടി മുഴങ്ങിയതാണോ?"

"ആണെന്നു തോന്നുന്നു," സാനിൻ പറഞ്ഞു.

"ഇതൊരു യഥാർത്ഥ സുദിനമാണ്. സുദിനം! ഈ ഇടിമുഴക്കം അതിനു മകുടം ചാർത്തി." ആ ശബ്ദം വീണ്ടും ഉരുണ്ടുരുണ്ട വന്നു. ഉച്ചത്തിൽ ഒന്നു മുഴങ്ങിയിട്ട് അത് ഒരു മുറുമുറുപ്പായി മാറി. "ഭേഷ്! ഇന്നലെ നമ്മൾ 'ഇന്യേയിഡ്'യെപ്പറ്റി സംസാരിച്ചത് ഓർക്കുന്നുണ്ടോ? അവരും കാട്ടിനുള്ളിൽവച്ച് ഒരു കൊടുങ്കാറ്റിൽ അകപ്പെട്ടു. പക്ഷേ നമുക്ക് ഒരു അഭയസ്ഥാനം കണ്ടുപിടിക്കണം." അവൾ ചാടിയെണീറ്റു. "എന്റെ കുതിരയെ അടുപ്പിച്ചു നിർത്തൂ! എന്നെ ഒന്നു താങ്ങിക്കൊള്ളൂ. അതു മതി, എനിക്ക് വലിയ ഭാരമില്ല."

ഒരു പക്ഷിയുടെ വേഗതയോടെ അവൾ ജീനിയിലേക്കു ചാടിക്കയറി. സാനിനും കുതിരപ്പുറത്തു കയറിയിരുന്നു.

"വീട്ടിലേക്കാണോ?" സാനിൻ പരിഭ്രമത്തോടെ ചോദിച്ചു.

"വീട്ടിലേക്കോ?" കടിഞ്ഞാൺ കൈയിലെടുക്കുന്നതിനിടയിൽ സ്വരം ഉയർത്തിക്കൊണ്ട് അവൾ പറഞ്ഞു. "എന്റെ പിന്നാലെ വരൂ!" നിർമ്മര്യാദം അവൾ കല്പിച്ചു.

അവൾ കാട്ടുപാതയിലൂടെ മുമ്പോട്ടു പോയി. ചുവന്ന കരിമ്പു കടന്ന് സമതലത്തിലേക്കിറങ്ങി വഴിത്തിരിവുവരെ ചെന്നിട്ട് വലത്തോട്ടു തിരിഞ്ഞ് വീണ്ടും മലമുകളിലേക്കു നയിക്കുന്ന ഒരു റോഡിലൂടെ കയറി ത്തുടങ്ങി. അവൾ കാട്ടിന്റെ ഉള്ളിലേക്ക് ഉള്ളിലേക്ക് പൊയ്ക്കൊണ്ടിരുന്നു. താൻ എങ്ങോട്ടാണു പോകുന്നതെന്ന് അവൾക്കറിയാമെന്നു തോന്നി. അവൾ എന്തെങ്കിലും പറയുകയോ തിരിഞ്ഞുനോക്കുകയോ ചെയ്യാതെ മുന്നോട്ടു പോയിക്കൊണ്ടിരുന്നു. സാനിൻ വിനീതനായി അനുസരണ യോടെ അവളെ പിൻതുടർന്നു. അയാളുടെ ദ്രുതഗതിയിൽ മിടിച്ചുകൊ ണ്ടിരുന്ന ഹൃദയത്തിൽ ഇച്ഛാശക്തിയുടെ ഒരു ചെറിയ തീപ്പൊരിപോലും ഉണ്ടായിരുന്നില്ല. മഴ ചാറിത്തുടങ്ങി. അവൾ കുതിരയെ കൂടുതൽ വേഗം മുമ്പോട്ടു തള്ളിവിട്ടു. സാനിനും പിന്നിലായില്ല. ഫെർമരത്തൈകളുടെ കടുംപച്ചനിറത്തിനിടയിലൂടെ അങ്ങകലെ ഒരു ചെറ്റക്കുടിൽ നിൽക്കു ന്നത് സാനിൻ കണ്ടു. പൊക്കം കുറഞ്ഞ ഒരു കെടവാതിലോടുകൂടിയ ഒരു ചെറുകുടിൽ ഉന്തിനിൽക്കുന്ന ഒരു കരിമ്പാറക്കെട്ടിന്റെ അടിയിലെ സുരക്ഷിതമായ ഒരിടത്താണ് നിന്നിരുന്നത്. കുറ്റിച്ചെടികൾക്കിടയിലൂടെ കുതിരയെ നടത്തി മാര്യ നിക്കൊലായെവ്ന ആ കുടിലിന്റെ വാതില്ക്കൽ വരെ ചെന്നിട്ട് കുതിരപ്പുറത്തുനിന്ന് ചാടിയിറങ്ങി. "ഇന്യേസ" അവൾ മന്ത്രിച്ചു.

* * *

നാലുമണിക്കൂർ കഴിഞ്ഞ് മാര്യ നിക്കൊലായെവ്നയും സാനിനും ഉറക്കം തൂങ്ങുന്ന കുതിരസൂക്ഷിപ്പുകാരന്റെ അകമ്പടിയോടെ തിരിച്ച് വിസ്ബാഡെനിലെ ഹോട്ടലിലെത്തി. പോലെസൊവ് കാര്യസ്ഥനുള്ള കത്തും കൈയിൽ പിടിച്ചുകൊണ്ടാണ് മാര്യയെ എതിരേറ്റത്. അയാൾ ചികഞ്ഞുനോക്കുന്ന മട്ടിൽ അവളുടെ നേരെ ഒന്നു നോക്കി. അയാളുടെ മുഖത്ത് അതൃപ്തി നിഴലിച്ചു.

"ഞാൻ തോറ്റു എന്നാണോ അർത്ഥം?" അയാൾ ചോദിച്ചു.

മാര്യ നിക്കൊലായെവ്ന മറുപടിയായി തോളുകൾ ഒന്നു കുലുക്കുക മാത്രമാണു ചെയ്തത്.

* * *

അന്നേദിവസം രണ്ടു മണിക്കൂർ കഴിഞ്ഞ് സാനിൻ തന്റെ സ്വന്തം മുറിയിൽ അവളുടെ മുമ്പിൽ നിന്നു—എല്ലാം നഷ്ടപ്പെട്ടു എല്ലാം നശിച്ച ഒരു മനുഷ്യൻ.

“നിങ്ങൾ എങ്ങോട്ടാണ്? പാരീസിലേക്കോ ഫ്രാങ്ക്ഫർട്ടിലേക്കോ?” അവൾ ചോദിച്ചു.

“നിങ്ങൾ എങ്ങോട്ടു പോകുന്നോ അങ്ങോട്ടു ഞാനും വരുന്നു. നിങ്ങൾ എന്നെ ആട്ടിയിറക്കുന്നതുവരെ നിങ്ങൾ താമസിക്കുന്നിടത്തു ഞാൻ താമസിക്കും.” ഹതാശയനായി അവളുടെ മുമ്പിൽ മുട്ടുകുത്തിനിന്ന് അവളുടെ കൈകളിൽ ചുണ്ടമർത്തിക്കൊണ്ട് അയാൾ പറഞ്ഞു. അവൾ കൈകൾ സ്വതന്ത്രമാക്കി അയാളുടെ ശിരസ്സിൽ വച്ചു—പെട്ടെന്ന് പത്തു വിരലുകളും കൊണ്ട് അവൾ അയാളുടെ മുടിയിൽ അള്ളിപ്പിടിച്ചു. ആ നിസ്സഹായമായ മുടി മെല്ലെ വിരലുകളിൽ ചുറ്റുകയും പിടിച്ചുവലിക്കുകയും ചെയ്തുകൊണ്ട് നിവർന്നു നിന്നിരുന്ന അവളുടെ ചുണ്ടുകളിൽ വിജയഗർവ്വം നിറഞ്ഞ ഒരു പുഞ്ചിരി വിടർന്നുനിന്നു. അസാമാന്യമായ തിളക്കം കൊണ്ട് ഏതാണ്ട് വെളുപ്പുനിറമാർന്ന ആ വിടർന്ന കണ്ണുകളിൽ ക്രൂരമായ ശൂന്യതയും വിജയത്തിന്റെ ചെടിപ്പും മാത്രം പ്രതിഫലിച്ചു. പിടിയിൽപ്പെട്ട പക്ഷിയെ കൂർത്ത നഖങ്ങൾകൊണ്ടു മാന്തിക്കീറുന്ന കഴുകന്റെ കണ്ണുകൾ അങ്ങനെയാണ്.

XLIII

തന്റെ പഠനമുറിയിലെ ഏകാന്തതയിലിരുന്ന് പഴയ കടലാസുകൾ മറിച്ചുനോക്കുന്നതിനിടയിൽ ഒരു ഗാർനറ്റ് കരിശു കണ്ടുകിട്ടിയപ്പോൾ സാനിന് ഓർമ്മവന്നത് ഇതാണ്. മേല്പറഞ്ഞ സംഭവങ്ങളെല്ലാം അനുക്രമമായും മിഴിവോടെയും അയാളുടെ മനക്കണ്ണുകൾക്കു മുമ്പിൽ തെളിഞ്ഞുവന്നു. എന്നാൽ മാഡം പോലെസൊവയുടെ മുമ്പിൽ മുട്ടുകുത്തിനിന്ന് അവളോടു താൻ ദയനീയമായി കെഞ്ചുന്ന ആ അപമാനകരമായ നിമിഷംവരെ എത്തിയപ്പോൾ, തന്റെ ദാസ്യത്വത്തിന്റെ തുടക്കം കുറിച്ച ആ നിമിഷംവരെ എത്തിയപ്പോൾ, തന്റെ മനസ്സിൽ തെളിഞ്ഞുവന്ന പ്രതിരൂപങ്ങളിൽനിന്ന് സാനിൻ മുഖം തിരിച്ചു. തുടർന്നുള്ള സംഭവങ്ങളൊന്നും ഓർക്കാൻ അദ്ദേഹം ആഗ്രഹിച്ചില്ല. തനിക്ക് മറവി പറ്റിയതുകൊണ്ടായിരുന്നില്ല അത്. ഇല്ല, അദ്ദേഹത്തിന് ഒട്ടും തന്നെ മറവി പറ്റിയിട്ടില്ല. അതിനുശേഷം നടന്നതെല്ലാം അദ്ദേഹത്തിന് നല്ല ഓർമ്മയുണ്ട്. എന്നാൽ ഇപ്പോൾപോലും, ഇത്രയേറെ വർഷങ്ങൾ കഴിഞ്ഞിട്ടുപോലും, അതോർക്കുമ്പോൾ അപമാനഭാരം അദ്ദേഹത്തെ ശ്വാസംമുട്ടിച്ചിരുന്നു. താൻ ആ സ്മരണകളെ നിശ്ശബ്ദമാക്കിയില്ലെങ്കിൽ തടുത്തുനിർത്താനാവാത്ത ആത്മനിന്ദ ഒരു കുറ്റൻ

തിരപോലെ തന്റെമേൽ ആഞ്ഞടിച്ച് മറ്റെല്ലാ വികാരങ്ങളേയും മുക്കിക്കൊല്ലുമെന്ന് അദ്ദേഹം ഭയന്നു. എന്നാൽ ഉയർന്നുവന്ന ആ സ്മരണകളിൽനിന്ന് ഒഴിഞ്ഞുമാറാൻ ശ്രമിക്കാമെന്നല്ലാതെ അവയെ പൂർണ്ണമായി കുഴിച്ചുമൂടാൻ അദ്ദേഹത്തിനു കഴിയുമായിരുന്നില്ല. താൻ ജെമ്മയ്ക്കയച്ച അർത്ഥശൂന്യവും ബാഷ്പാകുലവും കാപട്യം നിറഞ്ഞതും ദയനീയവുമായ കത്തിനെപ്പറ്റി അദ്ദേഹത്തിന് ഓർക്കാതിരിക്കാൻ കഴിഞ്ഞില്ല. ആ കത്തിനു മറുപടി കിട്ടിയില്ല. ജെമ്മയുടെ മുമ്പിൽ പ്രത്യക്ഷപ്പെടാൻ, ആ കാപട്യത്തിനും വഞ്ചനയ്ക്കും ശേഷം അവളുടെ അടുത്തേക്കു തിരിച്ചുപോകാൻ, അയാൾക്കു കഴിഞ്ഞില്ല—അതിൽനിന്ന് തന്നെ പിൻതിരിപ്പിക്കാൻ മാത്രം മനസ്സാക്ഷിയും സത്യസന്ധതയും അയാളിൽ അപ്പോഴും അവശേഷിച്ചിരുന്നു! പോരെങ്കിൽ അയാൾക്ക് ആത്മവിശ്വസവും ആത്മാഭിമാനവും പരിപൂർണ്ണമായി നഷ്ടപ്പെട്ടുകഴിഞ്ഞിരുന്നു. ഒന്നിനും ഉത്തരം പറയാനുള്ള തന്റേടം അയാൾക്കുണ്ടായിരുന്നില്ല. അന്നു താൻ എത്ര വിഹ്വലനായിരുന്നെന്ന് അദ്ദേഹം ഇപ്പോൾ ഓർത്തു. താൻ അന്നു ഫ്രാങ്ക്ഫർട്ടിൽനിന്ന് തന്റെ സാമാനങ്ങൾ എടുത്തുകൊണ്ടുവരാൻ പോലൊസോവിന്റെ ഭൃത്യനെ അയച്ച കാര്യവും സാനിന് ഇപ്പോൾ ഓർമ്മ വന്നു. ഹാ! എത്ര ലജ്ജാകരം! അന്നയാൾക്ക് ഒരൊറ്റ ചിന്തയേ ഉണ്ടായിരുന്നുള്ളൂ—കഴിയുന്നതും വേഗം പാരീസിലെത്തണം. മാര്യ നിക്കൊലായെവ്നയുടെ ആജ്ഞയനുസരിച്ച് അന്ന് അയാൾ ഇപ്പലീത് സീദൊറിച്ചിന്റെ സേവപിടിക്കാൻ നിർബ്ബന്ധിതനായി. ഫോൻ ഡോൻഹോഫുമായി അനുരഞ്ജനത്തിലെത്തി—മാര്യ നിക്കൊലായെവ്ന സാനിനു കൊടുത്തിരുന്ന അതേതരം ഒരു ഉരുക്കുമോതിരം ഡോൻഹോഫിന്റെ വിരലിൽ കിടന്നിരുന്നു! അതിലും മോശവും അതിനും കൂടുതൽ അപമാനകരവുമായ ഓർമ്മകളാണ് തുടർന്നുള്ളത്. മൊഡേനയിലെ ഡ്യൂക് തിരുമനസ്സിന്റെ കൊട്ടാരം ഗായകൻ—പൻറലിയോണെ ചിപ്പട്ടോല എന്നെഴുതിയ ഒരു വിസ്റ്റിംഗ് കാർഡ് വെയിറ്റർ അയാളെ ഏല്പിച്ചു. അയാൾ ആ വൃദ്ധനെ കാണാതെ ഒളിച്ചിരുന്നു. എന്നാൽ ഹോട്ടലിലെ ഇടനാഴിയിൽവച്ച് അയാളിൽനിന്ന് ഒഴിഞ്ഞുമാറാൻ സാനിനു കഴിഞ്ഞില്ല. മുകളിലേക്കെഴുന്നുനില്ക്കുന്ന ചുരുണ്ടു നരച്ച മുടിക്കു കീഴെ പ്രത്യക്ഷപ്പെട്ട രോഷാകുലമായ ആ മുഖം സാനിൻ ഇപ്പോൾപ്പോലും ഓർക്കുന്നുണ്ട്. വൃദ്ധന്റെ കണ്ണുകൾ തീക്കനൽപോലെ ചുവന്നിരുന്നു. ഭീഷണിപ്പെടുത്തുന്ന ശാപവചനങ്ങളും അട്ടഹാസങ്ങളും സാനിന്റെ ചെവിയിൽ മുഴങ്ങി—ശപിക്കപ്പെട്ടവനെന്നും, ഭീരുവെന്നും വഞ്ചകനെന്നും മറ്റും വൃദ്ധൻ ഇറ്റാലിയനിൽ വിളിച്ചുപറഞ്ഞു. ഇതെല്ലാം ഓർത്തപ്പോൾ സാനിൻ കണ്ണുകൾ ഇറുക്കിയടച്ചു, തല കുടഞ്ഞു. വീണ്ടും

വീണ്ടും മുഖം തിരിച്ചു. എന്നിട്ടും താൻ സവാരിവണ്ടിയുടെ മുൻവശത്തെ വീതികുറഞ്ഞ ബഞ്ചിൽ ഇരിക്കുന്ന ചിത്രം അദ്ദേഹത്തിന്റെ കൺമുമ്പിൽ പൊന്തിവന്നു, സുഖകരമായ പിൻസീറ്റിൽ മാര്യ നിക്കൊലായെവ്നയും ഇപ്പലീത് സീദൊറിച്ചും ചാരിക്കിടക്കുന്നു. നാലു കുതിരകൾ വിസ്ബാഡെ നിലെ തെരുവിലൂടെ ആ വണ്ടി വലിച്ചുകൊണ്ടുപോകുന്നു—പാരീസിലേ ക്ക്—അതെ, പാരീസിലേക്ക്! സാനിൻ തൊലികളഞ്ഞുകൊടുത്ത ഒരു പിയർപ്പഴം തിന്നുകൊണ്ടിരിക്കുകയാണ് ഇപ്പലീത് സീദൊറിച്ച്. മാര്യ നിക്കൊലായെവ്ന, അതിനകം തന്നെ തനിക്കു സുപരിചിതമായിക്കഴി ഞ്ഞിരുന്ന ഒരു പുഞ്ചിരിയോടെ സാനിനെ, അവരുടെ അടിമയായിക്ക ഴിഞ്ഞ ആ മനുഷ്യനെ, നോക്കുന്നു—ആ പുഞ്ചിരി ഒരു അടിമയുടമയുടെ പുഞ്ചിരിയാണ്, ഒരു സർവ്വാധികാരിയുടെ പുഞ്ചിരിയാണ്.

ദൈവമേ! പട്ടണത്തിന്റെ അതിരിനടുത്തുള്ള ആ വളവിനപ്പുറം നില്ക്കുന്നതാരാണ്? വീണ്ടും പൻറലിയോണെ! അയാളോടൊപ്പം ആരോ ഉണ്ടല്ലോ? എമിലിയോ ആയിരിക്കുമോ? അതെ, ഒരിക്കൽ സാനിനെ ആരാധിച്ചിരുന്ന ഉത്സാഹഭരിതനായ ആ ബാലൻതന്നെ! ഏതാനും ദിവസങ്ങൾക്കു മുമ്പ് തന്റെ ആദർശപുരുഷനോടുള്ള സ്നേഹാദരങ്ങൾ കൊണ്ട് ആ പിഞ്ചുഹൃദയം നിറഞ്ഞിരുന്നു. എന്നാൽ ഇപ്പോൾ അവന്റെ വിളറിയ സുന്ദരമായ മുഖം—ആ മുഖം ശ്രദ്ധിച്ച മാര്യ നിക്കൊലായെവ്ന വണ്ടിയിൽനിന്ന് പുറത്തേക്കു തലയിട്ടുനോക്കി. അത്ര സുന്ദരമായി രുന്നു അത്—ഇപ്പോൾ കോപവും വെറുപ്പുംകൊണ്ട് കലുഷിതമാണ് അവന്റെ കണ്ണുകൾ—ജെമ്മയുടേതുപോലുള്ള കണ്ണുകൾ—സാനിനെ തുറിച്ചുനോക്കുന്നു, ആ ചുണ്ടുകൾ അമർത്തിപ്പിടിച്ചിരിക്കുകയാണ്... ശകാരപദങ്ങൾ പറയാൻ മാത്രം അത് തുറക്കപ്പെടുന്നു...

പൻറലിയോണെ കൈ നീട്ടി സാനിനെ ആർക്കോ ചൂണ്ടിക്കാ ട്ടുന്നു—ആർക്കാണ്? തർതാലിയയ്ക്ക്! വൃദ്ധന്റെ സമീപം നില്ക്കുന്ന തർതാലിയ സാനിനെ നോക്കി കുരയ്ക്കുകയാണ്—ആ വിശ്വസ്തനായ പട്ടി കുരയ്ക്കുകയല്ല, ശകാരിക്കയാണ്...

പിന്നെ പാരീസ്—അസൂയ കാട്ടാനോ പരാതിപ്പെടാനോ അവകാ ശമില്ലാത്ത ഒരു അടിമയുടെ അപമാനകരമായ ജീവിതം എണ്ണമറ്റ പീഡ നങ്ങൾ. ഒടുവിൽ ഒരു പഴയ കയ്യുറപോലെ വലിച്ചെറിയപ്പെട്ട ജീവിതം.

പിന്നീട് സ്വദേശത്തേക്കുള്ള തിരിച്ചുവരവ്, വിഷമയമായ, ശൂന്യമായ ഒരു ജീവിതം. നിസ്സാരങ്ങളായ സന്തോഷസന്താപങ്ങൾ, നിഷ്ഫലവും കയ്പേറിയതുമായ പശ്ചാത്താപം, അതുപോലെതന്നെ നിഷ്ഫലവും കയ്പേറിയതുമായ വിസ്മൃതി, തനിക്കു കിട്ടിയ ശിക്ഷ അഗോചരമായിരുന്നു. എങ്കിലും ഓരോ നിമിഷവും അതനുഭവപ്പെട്ടു.

നിരന്തരം അതനുഭവപ്പെട്ടു—രൂക്ഷമല്ലെങ്കിലും ഒരിക്കലും വിട്ടുമാറാത്ത വേദനപോലെ, ഓരോ ചില്ലിവീതം അടച്ചുതീർക്കേണ്ട കണക്കില്ലാത്ത ഒരു കടംപോലെ...

തന്റെ ചഷകം നിറഞ്ഞു കവിഞ്ഞു... ഇനി മതി!

* * *

ജെമ്മ തനിക്കു നൽകിയ കുരിശുമാത്രം അവശേഷിച്ചതെങ്ങനെ? അത് താൻ തിരിച്ചുകൊടുക്കാതിരുന്നത് എന്തുകൊണ്ട്? ഇതിനു മുമ്പൊരിക്കലും അതു തന്റെ കൈയിൽ തടയാതിരുന്നതെന്തുകൊണ്ട്? അദ്ദേഹം വളരെനേരം ചിന്താമഗ്നനായിരുന്നു. അനേകം വർഷക്കാലത്തെ അനുഭവജ്ഞാനമുണ്ടായിട്ടും, താനെങ്ങിനെയാണ് ജെമ്മയെ ഉപേക്ഷിച്ചതെന്ന്, താൻ ആത്മാർത്ഥമായി, വികാരതീവ്രതയോടെ, സ്നേഹിച്ചിരുന്ന ജെമ്മയെ, താൻ ഒരിക്കലും സ്നേഹിച്ചിട്ടില്ലാത്ത ഒരു സ്ത്രീക്കുവേണ്ടി ഉപേക്ഷിച്ചതെങ്ങനെയെന്ന്, അദ്ദേഹത്തിനു മനസ്സിലാക്കാൻ കഴിഞ്ഞിട്ടില്ല... വിദേശത്തേക്കു പോകുന്നുവെന്ന് പിറ്റേദിവസം സാനിൻ പ്രഖ്യാപിച്ചപ്പോൾ അദ്ദേഹത്തിന്റെ സ്നേഹിതരും പരിചയക്കാരും അത്ഭുതപ്പെട്ടു.

ഉന്നതവൃത്തങ്ങളിൽ അമ്പരപ്പുളവാക്കി. ശൈത്യകാലത്തിന്റെ മദ്ധ്യത്തിൽ, ആയിടെ മാത്രം താൻ വാടകയ്ക്കെടുക്കുകയും മോടിയായി അലങ്കരിക്കുകയും ചെയ്ത ഒന്നാന്തരം വീട് ഉപേക്ഷിച്ച് സാനിൻ വിദേശത്തേക്കു പോവുകയോ? സാക്ഷാൽ മാഡം പാറ്റി[39] തന്നെ പങ്കെടുക്കുന്ന ഇറ്റാലിയൻ ഓപ്പെറയ്ക്ക് അദ്ദേഹം സീസൺ ടിക്കറ്റെടുത്തിരുന്നു. ഇതെല്ലാം ഇട്ടെറിഞ്ഞ് അദ്ദേഹം ഇപ്പോൾ എന്തിന് വിദേശത്തു പോകുന്നു? സ്നേഹിതന്മാരും പരിചയക്കാരും വിസ്മയസ്തബ്ധരായി. എന്നാൽ ദീർഘകാലം മറ്റുള്ളവരുടെ കാര്യം ചിന്തിച്ചിരിക്കുക എന്നത് മനുഷ്യപ്രകൃതമല്ല, അതിനാൽ വിദേശത്തേക്കു പുറപ്പെടാനായി സാനിൻ വണ്ടി കയറുമ്പോൾ അദ്ദേഹത്തെ യാത്രയാക്കാൻ സ്റ്റേഷനിലെത്തിയ ഏക വ്യക്തി ഒരു ഫ്രഞ്ച് തുന്നൽക്കാരനായിരുന്നു—"പുതിയ ഫാഷനിലുള്ള ഒരു വെൽവെറ്റ് ജാക്കറ്റ് തുന്നിക്കൊടുത്തതിന്റെ" കൂടിയായി തനിക്കു കിട്ടാനുള്ള വലിയൊരു തുക ഈടാക്കുക എന്ന ഉദ്ദേശത്തോടെയാണ് ആ മനുഷ്യൻ അവിടെ എത്തിയത്.

---

39 പാറ്റി—പ്രസിദ്ധ ഒപ്പെറെ ഗായിക അവർ ഇറ്റാലിയൻ ഓപ്പറെ ഗായിക അവർ ഇറ്റാലിയൻ ഓപ്പെറയോടൊപ്പം 1870-187 ൽ പിറ്റേഴ്സ്ബർഗിൽ വന്നിരുന്നു.

XLIV

താൻ വിദേശത്തേക്കു പോവുകയാണെന്ന് സ്നേഹിതരോടു പറഞ്ഞിരുന്നെങ്കിലും എങ്ങോട്ടാണു പോകുന്നതെന്ന് സാനിൻ അവരോടു പറഞ്ഞില്ല. എന്നാൽ അദ്ദേഹം നേരെ ഫ്രാങ്ക്ഫർട്ടിലേക്കാണു പോയതെന്ന് വായനക്കാർ നിഷ്പ്രയാസം ഊഹിച്ചിരിക്കും. തീവണ്ടിപ്പാത നിലവിൽവന്നുകഴിഞ്ഞതുകൊണ്ട് പീറ്റേഴ്സ്ബർഗിൽനിന്ന് തിരിച്ചതിന്റെ നാലാംപക്കം അദ്ദേഹം ഫ്രാങ്ക്ഫർട്ടിലെത്തി. 1840-നു ശേഷം ആദ്യമായാണ് അദ്ദേഹം അങ്ങോട്ടു പോകുന്നത്. "വെളുത്ത അരയന്നം" അപ്പോഴും പഴയ സ്ഥാനത്തുതന്നെ ഉണ്ടായിരുന്നെങ്കിലും അതൊരു ഒന്നാംകിട ഹോട്ടലായി ഇപ്പോൾ ആരും കണക്കാക്കിയിരുന്നില്ല. ഫ്രാങ്ക്ഫർട്ടിലെ പ്രധാനതെരുവായ സെയിലിന് പറയത്തക്ക മാറ്റമൊന്നും ഉണ്ടായിരുന്നില്ല. എന്നാൽ മാഡം റൊസെല്ലിയുടെ മിഠായിക്കട ഇരുന്നിരുന്ന കെട്ടിടം മാത്രമല്ല ആ തെരുവുപോലും അപ്രത്യക്ഷമായിക്കഴിഞ്ഞിരുന്നു. തനിക്ക് ഒരു കാലത്ത് സുപരിചിതമായിരുന്ന തെരുവുകളിലൂടെ സാനിൻ ഒരു സ്വപ്നാടകനെപ്പോലെ നടന്നു. എന്നാൽ അദ്ദേഹത്തിന് ഒന്നും തിരിച്ചറിയാൻ കഴിഞ്ഞില്ല. പഴയ കെട്ടിടങ്ങൾ അപ്രത്യക്ഷമായിക്കഴിഞ്ഞു; കൂറ്റൻ കെട്ടിടങ്ങളും ചന്തമുള്ള ബംഗ്ലാവുകളും ഇരുവശവും നിരന്നുനില്ക്കുന്ന പുതിയ തെരുവുകൾ അവയുടെ സ്ഥാനം ഏറ്റെടുത്തു. സാനിൻ ജെമ്മയോട് പ്രേമപ്രഖ്യാപനം നടത്തിയ ആ പാർക്കിലെ വൃക്ഷങ്ങളും ചെടികളും തിരിച്ചറിയാനാവാത്തവണ്ണം വളർന്നുകഴിഞ്ഞു: ആ ഉയരമുള്ള വൃക്ഷങ്ങളും പടർന്നു പന്തലിച്ചുനിൽക്കുന്ന ചെടികളും കണ്ടപ്പോൾ സാനിന് സംശയം തോന്നി. അതു പണ്ടത്തെ പാർക്കു തന്നെയാണോ? താൻ ഇനി എങ്ങോട്ടു പോകും? എവിടെ അന്വേഷിക്കും? മുപ്പതു വർഷങ്ങൾ കടന്നുപോയിരുന്നു. സാനിന്റെ ഉദ്ദേശം എളുപ്പം സാധിക്കാവുന്ന ഒന്നായിരുന്നില്ല. പലരോടും ചോദിച്ചുനോക്കിയിട്ടും ഫലമുണ്ടായില്ല. റൊസെല്ലി എന്ന പേരുപോലും അവരാരും കേട്ടിട്ടില്ലായിരുന്നു. പബ്ലിക്ക് ലൈബ്രറിയിൽ അന്വേഷിച്ചുനോക്കാൻ ഹോട്ടലുടമ അദ്ദേഹത്തെ ഉപദേശിച്ചു. എന്നാൽ അതുകൊണ്ടു ഫലം ഉണ്ടാകുമോ എന്ന് ആ മനുഷ്യനുതന്നെ നിശ്ചയമില്ലായിരുന്നു. എല്ലാ ആശയും അസ്തമിച്ചപ്പോൾ സാനിൻ ഹെർക്യൂബറെപ്പറ്റി അന്വേഷിക്കാൻ തീരുമാനിച്ചു. ഹോട്ടലുടമയ്ക്ക് ആ പേരു സുപരിചിതമായിരുന്നു. എങ്കിലും സാനിന് അതുകൊണ്ട് ഫലമൊന്നും ഉണ്ടായില്ല. സുഭഗനായ ആ വില്പനക്കാരൻ ആദ്യം ഉയർന്നുയർന്ന് ഒരു മുതലാളിയായിത്തീരുകയും പിന്നീട് പണമൊക്കെ നഷ്ടപ്പെട്ട് പാപ്പരായി ജയിലിൽ കിടന്ന് മരിക്കുകയും ചെയ്തെന്നാണ് അറിയാൻ കഴിഞ്ഞത്.

ആ വാർത്ത കേട്ടിട്ട് സാനിന് അല്പംപോലും മനപ്രയാസമുണ്ടായില്ലെന്ന് നിങ്ങൾ ഊഹിച്ചിരിക്കുമല്ലോ. തന്റെ യാത്ര തികച്ചും നിഷ്ഫലമാണെന്ന് സാനിന് തോന്നിത്തുടങ്ങി. എന്നാൽ അങ്ങനെയിരിക്കുമ്പോഴാണ് ഫ്രാങ്ക്ഫർട്ട് പട്ടണത്തിന്റെ ഡയറക്ടറി മറിച്ചുനോക്കുന്നതിനിടയിൽ ഫോൻ ഡോൻഹോഫ്—റിട്ടയർചെയ്ത മേജർ എന്ന പേര് സാനിന്റെ ശ്രദ്ധയിൽപ്പെട്ടത്. ഉടൻ തന്നെ അദ്ദേഹം ഒരു കുതിരവണ്ടി പിടിച്ച് അയാളെ കാണാൻ പുറപ്പെട്ടു. എന്നാൽ ആ ഡോൻഹോഫ് തനിക്കു പരിചയമുള്ള ഡോൻഹോഫ് തന്നെ ആണെന്നോ അഥവാ ആണെങ്കിൽത്തന്നെ അയാൾക്ക് റൊസെല്ലി കുടുംബത്തെപ്പറ്റി എന്തെങ്കിലും പറയാൻ കഴിയുമെന്നോ അപ്പോൾ സാനിന് നിശ്ചയമുണ്ടായിരുന്നില്ല. എങ്കിലും മുങ്ങിച്ചാകാൻ പോകുന്നവർ തുരുമ്പിലും കയറിപ്പിടിക്കും എന്നു കേട്ടിട്ടില്ലേ.

റിട്ടയർചെയ്ത ആ മേജർ വീട്ടിലുണ്ടായിരുന്നു. നരകയറിത്തുടങ്ങിയ ആ മാന്യൻ തന്റെ പഴയ പ്രതിയോഗിതന്നെയാണെന്ന് തൽക്ഷണം സാനിന് മനസ്സിലായി. ഫോൻ ഡോൻഹോഫു സാനിനെ തിരിച്ചറിഞ്ഞു. അയാൾ സാനിനെ കണ്ടതിൽ സന്തോഷിക്കുന്നുണ്ടെന്നുപോലും തോന്നി. റൊസെല്ലി കുടുംബം വളരെക്കാലമായി ന്യൂയോർക്കിലാണ് താമസമെന്നും ജെമ്മ ഒരു ബിസിനസ്സുകാരനെയാണ് കല്യാണം കഴിച്ചിരിക്കുന്നതെന്നും അയാളിൽനിന്ന് സാനിൻ അറിഞ്ഞു. ഡോൻഹോഫിനു അമേരിക്കയുമായി വ്യാപാരബന്ധത്തിലേർപ്പെട്ടിട്ടുള്ള ഒരു ബിസിനസ്സുകാരനെ പരിചയമുണ്ടെന്നും ഒരുപക്ഷേ അയാളോടു ചോദിച്ചാൽ ജെമ്മയുടെ മേൽവിലാസം അറിയാൻ കഴിഞ്ഞേക്കുമെന്നും ഡോൻഹോഫ് സൂചിപ്പിച്ചു. സാനിന്റെ നിർബ്ബന്ധത്തിനു വഴങ്ങി ഡോൻഹോഫ് ആ പരിചയക്കാരനെ കാണാൻ പോയി. ഭാഗ്യമെന്നു പറയട്ടെ, അയാൾ ജെമ്മയുടെ ഭർത്താവിന്റെ മേൽവിലാസവുമായാണ് മടങ്ങിവന്നത്! മി. ജെറെമിസ്ലോക്കും, 501, ബ്രോഡ് വേ, ന്യൂയോർക്ക്. എന്നാൽ ഈ മേൽവിലാസം 1863-ലേതായിരുന്നു.

“നമ്മുടെ പഴയ ഫ്രാങ്ക്ഫർട്ട് സുന്ദരി ഇപ്പോഴും ജീവിച്ചിരിപ്പുണ്ടെന്നും ന്യൂയോർക്കിൽനിന്നു താമസംമാറ്റിയിട്ടില്ലെന്നും ആശിക്കാം.” ഡോൻഹോഫ് പറഞ്ഞു. പിന്നീട് അയാൾ ശബ്ദം താഴ്ത്തി ചോദിച്ചു: “ആ റഷ്യൻ പ്രഭ്വി ഇപ്പോഴും ജീവിച്ചിരിപ്പുണ്ടോ? വിസ്ബാഡെനിലുണ്ടായിരുന്ന മാഡം... പോലൊസൊവ?”

“ഇല്ല, അവർ മരിച്ചിട്ട് വളരെക്കാലമായി.”

ഫോൻ ഡോൻഹോഫ് സാനിന്റെ മുഖത്തേക്കു നോക്കി. എന്നാൽ സാനിൻ നെറ്റി ചുളിച്ചുകൊണ്ട് മുഖം തിരിക്കുന്നതു കണ്ട് അയാൾ ഒരക്ഷരം മിണ്ടാതെ അവിടുന്ന് പോയി.

* * *

ആ ദിവസം തന്നെ സാനിൻ മിസ്സിസ്സ് ജെമ്മ സ്ലോക്കിമിന് ന്യൂയോർക്കിലേക്ക് ഒരു കത്തിട്ടു. താൻ ഫ്രാങ്ക്ഫർട്ടിൽ നിന്നാണ് ഈ കത്തെഴുതുന്നതെന്നും ജെമ്മയെപ്പറ്റിയുള്ള എന്തെങ്കിലും വിവരം അറിയാൻവേണ്ടി മാത്രമാണ് താൻ അവിടെ എത്തിയതെന്നും ഈ കത്തിന് ഒരു മറുപടി പ്രതീക്ഷിക്കാൻ തനിക്ക് അർഹതയില്ലെന്ന യാഥാർത്ഥ്യം താൻ ശരിക്കും മനസ്സിലാക്കുണ്ടെന്നും അദ്ദേഹം അതിൽ എഴുതി. അവളിൽ നിന്ന് മാപ്പ് ലഭിക്കാൻ താൻ അർഹനല്ലെങ്കിലും അവളുടെ ഇപ്പോഴത്തെ സന്തുഷ്ടമായ കുടുംബജീവിതത്തിന്റെ തിരക്കിൽ ഇങ്ങനെ ഒരാൾ ഉണ്ടായിരുന്നെന്ന വസ്തുതതന്നെ അവൾ മറന്നുകാണുമെന്നു മാത്രമാണ് തന്റെ പ്രതീക്ഷയെന്നും സാനിൻ അറിയിച്ചു. യാദൃച്ഛികമായി ഉണ്ടായ ഒരു സംഭവമാണ് ഒട്ടും മങ്ങലേൽക്കാത്ത ഭൂതകാലസ്മരണകൾ തന്നിലുണർത്താനും ഈ കത്തെഴുതാനും തന്നെ പ്രേരിപ്പിച്ചതെന്ന് അദ്ദേഹം തുറന്നു പറഞ്ഞു. ഭാര്യയോ കുട്ടികളോ ഇല്ലാത്ത തന്റെ അസന്തുഷ്ടവും ഏകാന്തവുമായ ജീവിതത്തെപ്പറ്റി അദ്ദേഹം അതിൽ സൂചിപ്പിച്ചിരുന്നു. താൻ ഇങ്ങനെ ഒരു കത്തെഴുതുന്നതിനു പിന്നിലുള്ള ഉദ്ദേശമെന്തെന്ന് അവൾ മനസ്സിലാക്കാൻ ശ്രമിക്കണമെന്നും, വളരെക്കാലമായി തന്നെ കാർന്നു തിന്നുന്നതും ഇതേവരെ മാപ്പു ലഭിക്കാത്തതുമായ കുറ്റബോധവും പേറിക്കൊണ്ട് കുഴിമാടത്തിലേക്കു പോകാൻ തന്നെ അനുവദിക്കരുതെന്നും സാനിൻ അവളോട് അഭ്യർത്ഥിച്ചു. അവളെപ്പറ്റിയും അവൾ താമസമാക്കിയിരിക്കുന്ന പുതിയ ലോകത്തെപ്പറ്റിയുമുള്ള എന്തെങ്കിലും വാർത്ത—അതെത്ര ചെറുതായാലും വേണ്ടില്ല—തന്നെ അറിയിച്ച് തനിക്ക് അനല്പമായ സന്തോഷം നൽകിയാൽ കൊള്ളാമെന്ന് അദ്ദേഹം താല്പര്യപ്പെട്ടു. “ഒരൊറ്റ വാക്ക് എനിക്കെഴുതിയാൽത്തന്നെ അത് നിങ്ങളുടെ സന്മനസ്സിനെ വിളിച്ചറിയിക്കുന്ന ഒരു സൽക്കർമ്മമായിരിക്കും. ജീവിതകാലം മുഴുവൻ, അവസാനദിവസം വരെ, ഞാൻ നിങ്ങളോട് അതിനു നന്ദിയുള്ളവനായിരിക്കും. ഞാൻ വെളുത്ത അരയന്നം (ആ പേരിന്നടിയിൽ അദ്ദേഹം അടിവരയിട്ടിരുന്നു) എന്ന ഹോട്ടലിൽ തന്നെയാണ് താമസം. നിങ്ങളുടെ മറുപടി കാത്ത് വസന്തംവരെ ഞാൻ ഇവിടെത്തന്നെ താമസിക്കും.” സാനിൻ കത്തവസാനിപ്പിച്ചത് അങ്ങനെയാണ്.

സാനിൻ കത്ത് തപാലിലിട്ടിട്ട് കാത്തിരുന്നു. ആറാഴ്ചക്കാലം അദ്ദേഹം ആഹോട്ടലിൽ താമസിച്ചു. അപൂർവ്വമായി മാത്രമേ അദ്ദേഹം ആ മുറിവിട്ട് പുറത്തിറങ്ങാറുള്ളൂ. ആരേയും കാണാറുമില്ല. റഷ്യയിലോ മറ്റെവിടുന്നെങ്കിലുമോ അദ്ദേഹത്തിന് കത്തെഴുതാൻ ആരും ഉണ്ടായിരുന്നില്ല. അത് താൻ പ്രതീക്ഷിക്കുന്ന കത്താണെന്ന് ഉറക്കുന്നതിനു മുമ്പ്

തീർച്ചയാക്കാം. അദ്ദേഹം പ്രഭാതം മുതൽ പ്രദോഷം വരെ വായനയിൽ മുഴുകി. പത്രമാസികകളൊന്നുമല്ല, ഗഹനങ്ങളായ ചരിത്രകൃതികളാണ് അദ്ദേഹം വായിച്ചിരുന്നത്. നിരന്തരമായ ഗ്രന്ഥപാരായണവും മൗനവും സന്യാസിയുടേതുപോലുള്ള ഏകാന്തജീവിതവും അദ്ദേഹത്തിന്റെ അപ്പോഴത്തെ മാനസികനിലയ്ക്ക് തികച്ചും അനുയോജ്യമായിരുന്നു—അതിന്റെ പേരിൽ അദ്ദേഹത്തിന് ജെമ്മയോട് കൃതജ്ഞത തോന്നി. പക്ഷേ അവൾ ഇപ്പോൾ ജീവിച്ചിരിപ്പുണ്ടോ? അവൾ മറുപടി അയയ്ക്കുമോ?

ഒടുവിൽ അമേരിക്കൻ മുദ്രകുത്തിയ, ന്യൂയോർക്കിൽനിന്നുള്ള ഒരു കത്ത് അദ്ദേഹത്തിനു കിട്ടി. കവറിൽ മേൽവിലാസമെഴുതിയിരുന്നത് ഒരു ഇംഗ്ലീഷുകാരന്റെ കൈപ്പടയിലാണെന്നു തോന്നി. 'പരിചയമില്ലാത്ത ആ കൈപ്പട കണ്ടപ്പോൾ സാനിന്റെ ഹൃദയം ഒന്നു പിടഞ്ഞു. ഉടൻ തന്നെ അതു തുറന്നുനോക്കാൻ അദ്ദേഹം ധൈര്യപ്പെട്ടില്ല. ഒടുവിൽ അതു തുറന്നു. കത്തിനടിയിലെ ഒപ്പ് ആരുടേതാണെന്നാണ് അദ്ദേഹം ആദ്യം നോക്കിയത്—ജെമ്മ! സാനിന്റെ കണ്ണു നിറഞ്ഞു—കുടുംബപ്പേരു ചേർക്കാതെ സ്വന്തം പേരുമാത്രം ജെമ്മ എഴുതി എന്ന വസ്തുതതന്നെ അവൾ എനിക്ക് മാപ്പു തന്നു എന്നതിനു തെളിവാണ്. കനംകുറഞ്ഞ ഇളംനീലനിറമുള്ള കടലാസ് തുറന്നപ്പോൾ ഒരു ഫോട്ടോ താഴെ വീണു. അദ്ദേഹം അതു വേഗം കയ്യിലെടുത്തു—അദ്ദേഹം അത്ഭുതസ്തബ്ധനായി ഇരുന്നു! അതു ജെമ്മയായിരുന്നു! മുപ്പതു വർഷങ്ങൾക്കു മുമ്പ് താൻ കണ്ട യൗവ്വനം തുളുമ്പുന്ന അതേ രൂപം! അതേ കണ്ണുകൾ, അതേ ചുണ്ടുകൾ, അതേ മുഖലക്ഷണങ്ങൾ. ഫോട്ടോയുടെ പിന്നിൽ ഇങ്ങനെ എഴുതിയിരുന്നു. "എന്റെ മകൾ മരിയാന". കത്ത് ലളിതവും സ്നേഹം തുളുമ്പുന്നതുമായിരുന്നു. കത്തെഴുതാൻ മടിക്കാത്തതിനും തന്നെ ഇപ്പോഴും വിശ്വസിക്കുന്നതിനും അവൾ നന്ദി പറഞ്ഞു. സാനിൻ പോയതിനു ശേഷം വളരെ കാലത്തേക്ക് താൻ കണ്ണീരും കയ്യുമായി കഴിഞ്ഞുവെന്ന കാര്യം അവൾ മറച്ചുവച്ചില്ല. എങ്കിലും സാനിനെ കണ്ടുമുട്ടിയത് ഒരു മഹാഭാഗ്യമായി താൻ ഇപ്പോഴും കണക്കാക്കുന്നുവെന്ന് അടുത്ത വരിയിൽ തന്നെ അവൾ എഴുതിയിരുന്നു—ആ കൂടിക്കാഴ്ചയുടെ ഫലമായിട്ടാണല്ലോ ഹെർ ക്ലൂബറുമായുള്ള വിവാഹ നിശ്ചയം റദ്ദാക്കിയതും അങ്ങനെ തന്റെ ഇപ്പോഴത്തെ ഭർത്താവിനെ വിവാഹം കഴിക്കാൻ ഇടയായതും. കഴിഞ്ഞ ഇരുപത്തേഴ വർഷങ്ങളായി അവൾ ഭർത്താവുമൊന്നിച്ച് ഐശ്വര്യപൂർണ്ണവും സന്തുഷ്ടവുമായ ഒരു കുടുംബജീവിതം നയിക്കയാണ്. ന്യൂയോർക്കിൽ എല്ലാവർക്കും അവളുടെ വീട് അറിയാം. അവൾക്ക് അഞ്ചു മക്കളുണ്ട്—നാലു പുത്രന്മാരും പതിനെട്ടു വയസ്സുള്ള ഒരു പുത്രിയും. മകൾ തന്റെ തനിപ്പകർപ്പാണെന്ന് ആളുകൾ പറയുന്നതിനാൽ ഇതോടൊപ്പം അവളുടെ ഒരു ഫോട്ടോ അയയ്ക്കുന്നുവെന്നും

താമസിയാതെ അവളുടെ വിവാഹം നടക്കുമെന്നും ജെമ്മ എഴുതി യിരുന്നു. ദുഃഖവാർത്തകളെല്ലാം ജെമ്മ കത്തിന്റെ അവസാനമാണ് കുറിച്ചിരുന്നത്. മകളോടും മരുമകനോടുമൊപ്പം ന്യായോർക്കിലെത്തിയ ഫ്രൗ ലെനോറെ മരിച്ചുപോയി. എങ്കിലും മക്കളുടെ സൗഭാഗ്യം കണ്ടു സന്തോഷിച്ചും പേരക്കിടാങ്ങളെ താലോലിച്ചും ആത്മസംതൃപ്തിയട ഞ്ഞിട്ടാണ് അവർ മരിച്ചത്. പൻറലിയോണെയും ന്യൂയോർക്കിലേക്കു പോകാൻ ഒരുങ്ങിയതാണ്. എന്നാൽ ഫ്രാങ്ക്ഫർട്ടിൽ നിന്നു പുറപ്പെടു ന്നതിനു മുമ്പുതന്നെ അയാൾ മരിച്ചു. 'എമിലിയോ, നമ്മുടെ പ്രിയപ്പെട്ട, അതുല്യനായ എമിലിയോ, സിസിലിയിൽവച്ച് സ്വരാജ്യത്തിന്റെ സ്വാ തന്ത്ര്യത്തിനുവേണ്ടി വീരചരമം പ്രാപിച്ചു.[40] അവൻ ഗാരിബാൾഡിയുടെ 'ആയിരത്തിൽ' ഒരുവനായിരുന്നു. അവന്റെ മരണത്തിൽ ഞങ്ങൾ അതിയായി ദുഃഖിച്ചു. എങ്കിലും ഞങ്ങൾ അവനെയോർത്ത് അഭിമാനം കൊള്ളുന്നുണ്ട്. അവന്റെ പരിപാവനമായ സ്മരണ എന്നെന്നും ഞങ്ങൾ അഭിമാനപുരസ്സരം ഉയർത്തിപ്പിടിക്കുകയും ചെയ്യും. അവന്റെ ഉന്നതവും നിസ്വാർത്ഥവുമായ ആത്മാവ് ഒരു രക്തസാക്ഷിയുടെ കിരീടമണിയാൻ യോഗ്യമാണ്." പിന്നീട് ജെമ്മ സാനിന്റെ ജീവിതം ഇത്ര മോശമായി ഭവിച്ചതിൽ ഖേദം പ്രകടിപ്പിക്കുകയും അദ്ദേഹത്തിനു മറ്റെല്ലാറ്റിനും ഉപരി മനശ്ശാന്തിയും സമാധാനവും നേരുകയും ചെയ്തു. ഇനിയും സാനിനെ കാണാനിടയായാൽ താൻ അതിയായി സന്തോഷിക്കുമെന്നും എന്നാൽ അതിനു സാദ്ധ്യതയില്ലെന്നു തനിക്കറിയാമെന്നും പറഞ്ഞ് ജെമ്മ കത്ത് അവസാനിപ്പിച്ചു.

ആ കത്തു വായിച്ചപ്പോൾ സാനിനുണ്ടായ വികാരങ്ങൾ എന്തായി രുന്നെന്ന് വർണ്ണിക്കാൻ ഞാൻ മുതിരുന്നില്ല. അത്തരം വികാരങ്ങളെ വേണ്ടവണ്ണം പ്രകാശിപ്പിക്കാൻ പറ്റിയ വാക്കുകളില്ല—അവ വാക്കുക ളെക്കാൾ എത്രയോ കൂടുതൽ അഗാധവും ശക്തവും വാചാലവുമാണ്. സംഗീതത്തിനു മാത്രമേ അതു പ്രകാശിപ്പിക്കാൻ കഴിയൂ.

സാനിൻ ഉടൻതന്നെ ആ കത്തിനു മറുപടി അയച്ചു—കൂട്ടത്തിൽ വിവാഹിതയാകാൻ പോകുന്ന പെൺകുട്ടിക്ക് ഒരു സമ്മാനവും, മനോ ഹരമായ ഒരു വെൺമുത്തുമാല തൂക്കിയ ഗാർനറ്റ് കുരിശായിരുന്നു അത്. "മരിയാന്ന സ്ലോക്കമ്മിന് ഒരു അജ്ഞാതസുഹൃത്തു സമ്മാനി ക്കുന്നത്." എന്ന് അതിൽ കുറിച്ചിരുന്നു. ആ സമ്മാനം വളരെ വിലപി ടിച്ച ഒന്നായിരുന്നു. എങ്കിലും അത് സാനിന് നിസ്സാരമായിരുന്നു. ഫ്രാ ങ്ക്ഫർട്ടിലെ ആദ്യത്തെ തന്റെ സന്ദർശനത്തിനുശേഷം കടന്നുപോയ

40 എമിലിയോ സിസിലിയിൽവച്ച്... വീരചരമം പ്രാപിച്ചു...—1860ൽ ഗാരിബാൾഡി യുടെ കീഴിൽ ആയിരം ആളുകൾ ഇറ്റലിയുടെ ദേശീയവിമോചനത്തിനു വേണ്ടി മാർച്ച് ചെയ്ത സംഭവം.

മുപ്പതുവർഷക്കാലംകൊണ്ട് സാനിൻ വമ്പിച്ച സ്വത്ത് സമ്പാദിച്ചിരുന്നു. മേയ് മാസത്തിന്റെ തുടക്കത്തിൽ അദ്ദേഹം പീറ്റേഴ്സ്ബർഗിലേക്കു തിരിച്ചുപോയി. എന്നാൽ അധികകാലം അവിടെ തങ്ങാൻ അദ്ദേഹത്തിന് ഉദ്ദേശമില്ലായിരുന്നുവേണം ഊഹിക്കാൻ. അദ്ദേഹം തന്റെ എസ്റ്റേറ്റുകളെല്ലാം വിറ്റിട്ട് അമേരിക്കയിലേക്കു പോവുകയാണെന്ന് ഒരു ശ്രുതി സെന്റ് പീറ്റേഴ്സ്ബർഗിൽ പരന്നിട്ടുണ്ട്.

"യൂറോപ്യൻ വാർത്ത" എന്ന മാസികയുടെ 1872—ലെ ഒന്നാം ലക്കത്തിൽ ഈ കഥ ആദ്യമായി പ്രസിദ്ധീകരിക്കപ്പെട്ടു. ഈ കഥയുടെ കയ്യെഴുത്തു പ്രതി തുർഗേനെവിന്റെ പാരീസിലെ ആർക്കൈവിൽ സൂക്ഷിച്ചിരുന്നു.

www.ingramcontent.com/pod-product-compliance
Ingram Content Group UK Ltd.
Pitfield, Milton Keynes, MK11 3LW, UK
UKHW041828031026
15587UKWH00002B/646

9 789389 804232